ความสำเร็จที่ยิ่งใหญ่กว่า – 1

– ฉบับปี 2026 – 2

นำแสดงโดย - จอห์น จี. เลค – แคธรีน คูลแมน – เลสเตอร์ ซัมรัล – แฟรงค์ และ ไอดา เม แฮมมอนด์ – เดเร็ก พรินซ์ – โนเวล เฮย์ส – โจเซฟ อโย บาบาโลลา – โรเบิร์ต ชัมบัค

คุณเกิดมาเพื่อสิ่งนี้ – การเยียวยา การปลดปล่อย และการฟื้นฟู – เรียนรู้จากผู้ยิ่งใหญ่

ซีรีส์ Greater Exploits ตอนที่ 1

โดยท่านทูต มันเดย์ โอ. อ็อกเบ และ ซาคาเรียส ก็อดซีเกิล

Table of Contents

ความสำเร็จที่ยิ่งใหญ่กว่า – 1

- เกี่ยวกับหนังสือเล่มนี้

วีรกรรมอันยิ่งใหญ่ – 1 (ฉบับปี 2026)
คุณเกิดมาเพื่อสิ่งนี้ — การเยียวยา การปลดปล่อย และการฟื้นฟู
ขณะนี้ได้รับการแปลเป็น 50 ภาษาแล้ว

จะเป็นอย่างไรหากปาฏิหาริย์ในพระคัมภีร์ไม่ใช่เรื่องในอดีต...แต่เป็นมรดกที่คุณจะได้รับ?
ใน *หนังสือ Greater Exploits – 1*
คุณจะได้รับเชิญให้ร่วมเดินทางอันทรงพลังที่ขับเคลื่อนด้วยศรัทธา เพื่อการเยียวยา การปลดปล่อย และการฟื้นฟู
ซึ่งมีพื้นฐานมาจากพระคัมภีร์และได้รับแรงบันดาลใจจากชีวิตของบรรดาผู้รับใช้ด้านการเยียวยาที่มีอิทธิพลมากที่สุดในรอบ 100 ปีที่ผ่านมา
นำเสนอเรื่องราวชีวิตและคำบอกเล่าของ:
จอห์น จี. เลค
แคธรีน คูลแมน
เลสเตอร์ ซัมรัล
แฟรงค์และไอดา เมย์ แฮมมอนด์
เดเร็ก ปรินซ์
นอร์เวล เฮย์ส
โจเซฟ อโย บาบาโลลา
โรเบิร์ต ชัมบัค
หนังสือเล่มนี้ไม่ได้แค่เล่าเรื่องราวเท่านั้น แต่ยังช่วยเสริมศักยภาพให้คุณด้วย
คุณพร้อมสำหรับอิสรภาพแล้วหรือยัง?

- คุณเบื่อกับความรู้สึกไร้ทางออก สิ้นหวัง หรือวงจรแห่งความพ่ายแพ้หรือไม่?
- คุณกำลังเผชิญกับการกดขี่ทางร่างกาย อารมณ์ หรือจิตวิญญาณอยู่หรือไม่?
- คำอธิษฐานดูเหมือนจะไม่ได้รับการตอบรับใช่หรือไม่?

- คุณปรารถนาที่จะมอบการเยียวยาและการฟื้นฟูให้แก่ผู้อื่นหรือไม่?

หนังสือเล่มนี้เขียนขึ้นเพื่อคุณ

สิ่งที่คุณจะได้พบภายในเล่ม:

✓ เรื่องราวการเยียวยาและการปลดปล่อยอันทรงพลังกว่า 80 เรื่อง
✓ แนวทางปฏิบัติสำหรับการดูแลรักษาและฟื้นฟูสุขภาพ
✓ รากฐานจากพระคัมภีร์ที่หยั่งรากในมาระโก 16:15–20 และยอห์น 14:12
✓ คำตอบสำหรับคำถามทั่วไปเกี่ยวกับการรักษาและการปลดปล่อย
✓ เจ็ดสภาวะทางจิตวิญญาณที่สำคัญซึ่งจะนำไปสู่ความก้าวหน้า
✓

เรื่องราวการเดินทางแห่งศรัทธาในชีวิตจริงที่แสดงให้เห็นถึงความมุ่งมั่นที่ไม่เปลี่ยนแปลง

ผู้อ่านบรรยายหนังสือเล่มนี้ว่า:

"หนังสือที่เป็นรากฐานอันทรงพลังและขับเคลื่อนด้วยศรัทธา
สำหรับผู้อ่านที่ต้องการพัฒนาเส้นทางจิตวิญญาณของตนให้ลึกซึ้งยิ่งขึ้น"

"สร้างแรงบันดาลใจที่ก้าวข้ามขอบเขตของศาสนา —
บทเรียนสากลแห่งความเสียสละและความมุ่งมั่น"

"เต็มไปด้วยเรื่องราวแห่งศรัทธาและการเยียวยาที่แท้จริง...ทรงพลังและทรงคุณค่า"

นี่ไม่ใช่ทฤษฎี แต่เป็นการลงมือปฏิบัติจริง

การเยียวยา การปลดปล่อย การฟื้นฟู

ไม่ใช่หลักศาสนศาสตร์เชิงนามธรรม แต่เป็นศรัทธาที่นำไปปฏิบัติได้จริง

คุณจะได้รับ:

- คำอธิษฐาน
- พระคัมภีร์
- ความเข้าใจเชิงกลยุทธ์ทางจิตวิญญาณ
- ขั้นตอนปฏิบัติที่คุณสามารถนำไปใช้ได้ทันที

นี่คือคู่มือการปฏิบัติศาสนกิจที่สร้างขึ้นจากประวัติศาสตร์การฟื้นฟูและคำพยานที่เกิดขึ้นจริ
ง

คุณเกิดมาเพื่อสิ่งนี้

พระเยซูทรงประกาศในยอห์น 14:12 ว่าผู้ที่เชื่อจะทำกิจการเช่นเดียวกัน
และจะทำกิจการที่ยิ่งใหญ่กว่านั้นด้วย

คำถามไม่ได้อยู่ที่ว่าจะสามารถสร้างสรรค์ผลงานที่ยิ่งใหญ่กว่านี้ได้หรือไม่

คำถามคือคุณจะตอบตกลงหรือไม่
หากคุณกระหายศรัทธาที่ลึกซึ้งยิ่งขึ้น...
หากคุณปรารถนาอิสรภาพ...
หากคุณต้องการช่วยเหลือผู้อื่นให้ดำเนินชีวิตในเส้นทางแห่งการฟื้นฟู...
จากนั้นก้าวไปข้างหน้า
ภารกิจสุดยิ่งใหญ่เริ่มต้นขึ้นแล้ว

รีวิวจาก Amazon

https://www.amazon.com/product-reviews/B0C7KY958F/

จากสหรัฐอเมริกา

5.0 จาก 5 ดาว หนังสือเล่มนี้ เป็นรากฐานที่ทรงพลังและขับเคลื่อนด้วยศรัทธาสำหรับผู้อ่านที่ต้องการพัฒนาเส้นทางจิตวิญญาณของตนให้ลึกซึ้งยิ่งขึ้น

รีวิวในสหรัฐอเมริกา เมื่อวันที่ 22 ตุลาคม 2567

รูปแบบ: Kindle (สินค้าที่ซื้อแล้ว)

หนังสือเล่มนี้สำรวจประเด็นเรื่องการเยียวยา การปลดปล่อย และการฟื้นฟูอย่างลึกซึ้งและด้วยความมุ่งมั่น ครอบคลุมถึงรากฐานทางจิตวิญญาณที่จำเป็นสำหรับการปลดปล่อยจากพลังด้านลบ การค้นพบการเยียวยาภายใน และการฟื้นฟูสันติสุขและความสุขในชีวิต สิ่งเหล่านี้ไม่ใช่เพียงแค่แนวคิดนามธรรม ผู้เขียนได้มอบคำอธิษฐาน ข้อพระคัมภีร์ และขั้นตอนที่นำไปปฏิบัติได้จริงแก่ผู้อ่าน เพื่อนำบทเรียนเหล่านี้ไปใช้ในชีวิตของตนเองมีประโยชน์

ปอนน์ วิรุลรัก

4.0 จาก 5 ดาว บทเรียนสากลแห่งความเสียสละและความมุ่งมั่น

รีวิวในสหรัฐอเมริกา เมื่อวันที่ 6 ตุลาคม 2567

รูปแบบ: Kindle (สินค้าที่ซื้อแล้ว)

ในฐานะคนที่ไม่ใช่คริสเตียน ตอนแรกฉันหยิบหนังสือ Greater Exploits - 1 ขึ้นมาอ่านเพราะปกและชื่อเรื่องที่น่าสนใจ ฉันอยากรู้ว่า "วีรกรรมที่ยิ่งใหญ่กว่า" หมายถึงอะไร เมื่อเริ่มอ่าน ฉันพบว่าเรื่องราวภายในนั้นน่าดึงดูดใจอย่างไม่น่าเชื่อ ไม่ใช่แค่จากมุมมองทางศาสนา แต่จากมุมมองความเป็นมนุษย์อย่างลึกซึ้ง

แนวคิดเรื่องความเสียสละซึ่งเป็นหัวใจสำคัญของหนังสือเล่มนี้เป็นสิ่งที่อยู่เหนือศาสนา ไม่ว่าจะมีศาสนาใดก็ตาม

แนวคิดเรื่องการให้ความสำคัญกับผู้อื่นมากกว่าตนเองและการดูแลความเป็นอยู่ที่ดีของผู้อื่นเป็นคุณค่าสากล บุคคลที่ปรากฏในหนังสือเล่มนี้—ผู้ที่มีศรัทธาอย่างแรงกล้า—อุทิศชีวิตเพื่อช่วยเหลือผู้อื่น สิ่งที่ทำให้ฉันประทับใจมากที่สุดคือความแน่วแน่ของพวกเขาตั้งแต่เริ่มต้นการเดินทางจนถึงวาระสุดท้ายของชีวิต พวกเขาไม่เคยลังเล ไม่เคยเสียสมาธิ ความแน่วแน่เช่นนั้นเองที่เปลี่ยนคนธรรมดาให้กลายเป็นตำนาน

ฉันอดคิดไม่ได้ว่าสิ่งนี้สามารถนำไปใช้ได้นอกเหนือจากขอบเขตของศาสนา ความทุ่มเทในการรับใช้ผู้อื่นเช่นเดียวกันนี้ สามารถพบเห็นได้ในนักการกุศล พยาบาล ครู และบุคคลมากมายนับไม่ถ้วนที่ทำงานอย่างเงียบๆ เพื่อทำให้โลกดีขึ้น ไม่ว่าคนเหล่านี้จะส่งผลกระทบต่อผู้คนนับล้านหรือเพียงแค่สัมผัสชีวิตทีละคน หลักการก็เหมือนกัน นั่นคือ การช่วยเหลือผู้อื่นต่างหากที่จะสร้างมรดกที่ยั่งยืนอย่างแท้จริง

เรื่องราวมากมายในหนังสือเล่มนี้สร้างแรงบันดาลใจอย่างเหลือเชื่อ และฉันได้รับมุมมองใหม่เกี่ยวกับศาสนาคริสต์ ซึ่งเป็นมุมมองที่ฉันไม่เคยรู้จักมาก่อน ฉันขอชื่นชมผู้เขียนที่เขียนหนังสือเล่มนี้และให้ผู้อ่านอย่างฉัน ซึ่งอาจไม่คุ้นเคยกับศาสนา ได้เห็นถึงความเมตตาและความมุ่งมั่นอันลึกซึ้งของบุคคลเหล่านี้

ฉันจะให้หนังสือเล่มนี้สี่ดาวสำหรับเนื้อหาที่กระตุ้นความคิดและสร้างแรงบันดาลใจ

มีคนหนึ่งพบว่าข้อมูลนี้มีประโยชน์

พระคุณอันเหนือกว่า

***5.0 จาก 5 ดาว* ฉันชอบเรื่องราวเกี่ยวกับการเยียวยามาก!**

รีวิวในสหรัฐอเมริกา เมื่อวันที่ 24 ตุลาคม 2567

รูปแบบ: Kindle (สินค้าที่ซื้อแล้ว)

หนังสือ Greater Exploits—1: You are Born for This—Healing, Deliverance, and Restoration นั้นยอดเยี่ยมมาก! ฉันชอบวิธีที่ผู้เขียนเริ่มต้นเรื่องราวการรักษาของตัวเองและเชื่อมโยงไปยังเรื่องราวอื่นๆ ที่มีพยานหลักฐานแห่งศรัทธาและการรักษา มีพยานหลักฐานแห่งศรัทธาที่แท้จริงมากมายในหนังสือเล่มนี้ มันน่าสนใจและทรงพลังมาก ฉันขอแนะนำหนังสือ Greater Exploits—1:

You are Born for This—Healing, Deliverance, and Restoration เพื่อเสริมสร้างศรัทธาของคุณ
มีคนหนึ่งพบว่าข้อมูลนี้มีประโยชน์

ความสำเร็จที่ยิ่งใหญ่กว่า - 1

- เกี่ยวกับผู้เขียน

มันเดย์ โอกวูโอโจ โอกเบ ทูตของพระคริสต์ เป็นทูตของพระคริสต์ในตลาดที่มีใจปรารถนาความเป็นหนึ่งเดียวในพระกายของพระคริสต์ การพบเห็นพระเยซูคริสต์ต่อหน้าต่อตาในวันเสาร์ที่ 22 เมษายน พ.ศ. 2549 เวลา 5 นาฬิกาเช้า ได้เปลี่ยนเส้นทางชีวิตของเขาไปตลอดกาล

ท่านทูตมันเดย์ โอ. อ็อกเบ เป็นศิษยาภิบาลที่ได้รับการแต่งตั้งจากพระเจ้า สังกัด Open Ministries ในซานดิเอโก ซึ่งเป็นองค์กรศาสนาที่ไม่ขึ้นกับนิกายใดๆ และมุ่งมั่นที่จะส่งเสริมผู้เชื่อให้ทำงานรับใช้พระเจ้าโดยไร้พรมแดน
มันเดย์ลงทะเบียนเป็นผู้เรียนรู้ตลอดชีวิตของ Christian Leadership Institute (CLI) https://www.christianleadersinstitute.org/ และเป็นสมาชิกของ Christian Leadership Alliance (CLA) สปริงเลค รัฐมิชิแกน สหรัฐอเมริกา

ในฐานะผู้เชี่ยวชาญด้านไอซีที
เขาใช้ทักษะของตนในการเข้าถึงผู้แสวงหาความจริงทางออนไลน์และเสริมสร้างกลุ่มผู้เชื่อให้พร้อมสำหรับการงานรับใช้ผ่านเว็บไซต์พันธกิจของเขา otakada.org – ในฐานะศิษยาภิบาลของ Otakada Cyber Church Ministries คริสตจักรที่ไร้กำแพง ไร้พรมแดน และไร้นิกาย ซึ่งมีเนื้อหาคริสเตียนมากกว่า 2 ล้านรายการที่เผยแพร่ไปยังผู้ชมทั่วโลกทั้งผู้แสวงหาความจริงและคริสเตียน

เนื้อหาบน Otakada.org เข้าถึงผู้ชมออนไลน์กว่าครึ่งล้านคนต่อเดือน และมีจำนวนเพิ่มขึ้นเรื่อยๆ!

วันจันทร์นี้จะเป็นวันจัดงาน "พอแล้วกับการถูกจองจำและขอต้อนรับสู่เสรีภาพในพระคริสต์ ในการเยียวยา การปลดปล่อย และ การฟื้นฟู" ซึ่งท่านจะสอนและเตรียมความพร้อมให้ผู้เชื่อในการรับใช้ด้วยการเยียวยา การปลดปล่อย และการฟื้นฟูทั้งตนเองและผู้อื่น ทั้งภายในและภายนอกกลุ่มของพวกเขา – การเยียวยาคืออาหารของบุตรแห่งพระคริสต์ และเป็นเครื่องหมายสำหรับผู้ที่ไม่เชื่อเพื่อยืนยันการรับรองของพระเจ้าต่อความหวังแห่งการทรงเรียกของเรา เราได้เห็นการเยียวยา การปลดปล่อย และการฟื้นฟูที่น่าอัศจรรย์เกิดขึ้นเพื่อพระสิริของพระเจ้า!

เขาได้เขียนหนังสือหลายเล่ม ได้แก่: โรงเรียนปฏิบัติของพระวิญญาณบริสุทธิ์ใน 8 หัวข้อย่อย; ข่าวพยากรณ์ปี 2020 ตอนที่ 1 จาก 4; ตอนที่ 2 จาก 4; ตอนที่ 3 จาก 4; เพศสัมพันธ์ในพระวิหารของพระเจ้า – 15 วิธีง่ายๆ ในการเข้าใจ ระบุ และเอาชนะความผิดศีลธรรมทางเพศและกับดักทางอารมณ์ในชีวิตของคุณ; ไร้พรมแดน – การมองเห็นและสัมผัสประสบการณ์ชุมชนคริสตจักรเดียวของผู้เชื่อโดยปราศจากกำแพงพรมแดน และนิกาย; หลบหนีสู่โลกแห่งความเข้าใจ – ยาแก้พิษต่อความเกลียดชังต่อชาวมุสลิม คริสเตียน และผู้คนทุกหนทุกแห่ง; ไม่รู้เรื่อง: – จงไปสร้างสาวก หนังสือปฏิบัติเกี่ยวกับการสร้างสาวก; ชนะการต่อสู้ในชีวิตทุกวัน – การประกาศพระคัมภีร์ประจำวันที่มุ่งเน้นการชนะชีวิตในแต่ละวัน; การมีส่วนร่วมกับพระเจ้าผู้ทรงฤทธานุภาพ – พระเจ้าทรงกระตือรือร้นที่จะตรัส เรากระหายที่จะได้ยินและตอบสนองหรือไม่; จุดประกายพลังอันร้อนแรงภายในตัวคุณ – ที่ซึ่งพระวิญญาณบริสุทธิ์ทรงพร้อมที่จะทำการอัศจรรย์ผ่านเรา และปลดปล่อยคำอธิษฐานเพื่อการฟื้นฟู 12 ชุด ตั้งแต่เดือนมกราคมถึงธันวาคม – อธิษฐานขอการฟื้นฟูในชีวิตของเรา ในชุมชนคริสตจักรโดยรอบ และอีกหลายหัวข้อที่แปลเป็นหลายภาษา

เขาเผยแพร่บล็อกรายสัปดาห์ซึ่งเข้าถึงผู้ชมผ่านโซเชียลมีเดีย การออกอากาศทางดาวเทียม และเว็บไซต์ของเขา otakada.org

ลิงก์บล็อก:
https://www.otakada.org/category/blog/

Monday O. Ogbe นัก เขียนชื่อดังจาก Amazon นำเสนอผลงานในซีรีส์ Greater Exploits
https://www.amazon.com/~/e/B07MSBPFNX

หน้าเว็บ Amazon Zacharias Godseagle

https://www.amazon.com/stores/Zacharias-Godseagle/author/B0FCZ89D4K

เขาแต่งงานกับคอมฟอร์ทและมีลูกสี่คน ได้แก่ ***ไดอาน่า โอโจ, โจเซฟ โอจิมา, เดวิด โอโจโนกวา และไอแซค อูเนควู***

ความสำเร็จที่ยิ่งใหญ่กว่า – 1

– เรื่องราวว่าฉันถูกผลักดันเข้าสู่พันธกิจแห่งการเยียวยา การปลดปล่อย และการฟื้นฟูได้อย่างไร

เพื่อนๆ ครับ ผมไม่รู้จะเริ่มต้นส่วนนี้ยังไงดี แต่โดยสรุปแล้ว ตั้งแต่ผมอยู่ในครรภ์มารดา การเยียวยา การปลดปล่อย และการฟื้นฟูได้เริ่มขึ้นแล้ว มันเป็นไปได้อย่างไร?

แม่ของฉันซึ่งเป็นพยาบาลผดุงครรภ์ที่ได้รับการฝึกฝนมาอย่างดี
เมื่อรู้ว่าตัวเองตั้งครรภ์กับผู้ชายที่ไม่ใช่สามีของเธอ
เนื่องจากเธอแยกทางกับสามีคนแรกมาประมาณ 4 ปีแล้ว จึงตัดสินใจทำแท้ง

ด้วยความช่วยเหลือจากแพทย์อีกท่านหนึ่ง
พวกเขาพยายามทุกวิถีทางที่จะนำฉันออกจากครรภ์ก่อนกำหนด
แต่พระเจ้าทรงช่วยฉันให้รอดพ้นจากพวกเขา –
หรือควรจะบอกว่าจากปีศาจที่ต้องการทำลายชะตาชีวิตอันศักดิ์สิทธิ์ของฉัน
นั่นคือการช่วยให้รอดพ้นครั้งแรกจากเงื้อมมือของซาตาน

การปลดปล่อยและการฟื้นฟูครั้งที่สองคือ หลังจากที่ฉันเกิดได้ไม่กี่เดือน ศาลได้พิจารณาคดีระหว่างพ่อแท้ๆ ของฉันกับสามีคนแรกของแม่ เพื่อตัดสินว่าใครควรเป็นผู้มีสิทธิ์ในตัวฉัน พ่อแท้ๆ ของฉันชนะคดี
นั่นคือการปลดปล่อยและการฟื้นฟูครั้งที่สอง

การรักษา การปลดปล่อย และการฟื้นฟูครั้งที่สามเกิดขึ้นตอนที่ฉันอาศัยอยู่กับคุณยายตอนอายุประมาณ ห้าขวบ (5) ฉันเห็นโซดาเคมีที่คุณยายซื้อมาทำสบู่ มันดูเหมือนน้ำตาล ฉันกินโซดาเข้าไปเยอะมาก ลิ้นของฉันเริ่มละลาย เลือดไหลออกมาเต็มไปหมด ลิ้นบวม ฉันพูดไม่ได้อยู่หลายวัน! ขอบคุณพระเจ้าสำหรับพลังแห่งการรักษาของพระองค์ ฉันได้รับการรักษา การปลดปล่อย

และการฟื้นฟูอีกครั้ง ลิ้นของฉันหายดีแล้ว วันนี้ฉันพูดได้ราวกับว่าไม่มีอะไรเกิดขึ้นกับลิ้นของฉันเลย

การปลดปล่อยและการฟื้นฟูครั้งที่สี่มาจากคุณยายของฉัน ท่านปฏิเสธที่จะส่งตัวฉันให้พ่อแท้ๆ นั่นเป็นเหตุผลที่ฉันต้องมาอยู่กับท่าน แต่ขอบคุณพระเจ้า เมื่ออายุ 6 ขวบ ท่านก็ปล่อยฉันไปอยู่กับพ่อ

การเยียวยา การปลดปล่อย และการฟื้นฟูครั้งที่ห้าเกิดขึ้นที่บ้านของพ่อแท้ๆ ของผม พ่อแท้ๆ ของผมมีภรรยาหลายคน – เขามีภรรยาถึงสี่คน วันหนึ่ง ขณะที่ผมอยู่กับเขา ภรรยาคนหนึ่งเรียกผมเข้าไปในห้องของเธอ เมื่อผมเข้าไป ก็พบชายชราคนหนึ่ง มีเคราขาว ภรรยาคนนั้นชี้มาที่ผมแล้วพูดกับชายชราว่า "นี่คือเด็กที่ฉันเคยเล่าให้เธอฟัง" ผมจึงจากพวกเขาไป ในตอนกลางคืน ขณะที่ผมฝัน ผมเห็นชายชราคนนั้นขี่ผมเหมือนม้า นั่นคือจุดเริ่มต้นของปัญหามากมายของผม

เมื่อฉันตื่นจากความฝัน ฉันก็เริ่มอาเจียนและสำรอกออกมา ฉันไม่สามารถรับประทานอะไรได้เลย อาการเช่นนี้ดำเนินต่อไปเป็นเวลาหลายเดือน จนฉันผอมลงอย่างมาก ผอมเหมือนขนนก

แม่แท้ๆ ของฉันเดินทางมาที่เมืองนี้ พาฉันไปกับพ่อ และเรามุ่งหน้าไปยังบ้านพักฟื้นและขับไล่สิ่งชั่วร้ายในอีกเมืองหนึ่ง ขณะที่พวกเขากำลังอธิษฐานเพื่อฉันอยู่นั้น ก็มีนิมิตเกิดขึ้น พระวิญญาณบริสุทธิ์ทรงเปิดเผยว่า ภรรยาคนหนึ่งของพ่อฉัน มองเห็นอนาคตและรู้สึกว่าเด็กชายคนนี้จะเป็นพรที่ยิ่งใหญ่สำหรับลูกๆ ของเธอเอง ดังนั้น เธอจึงส่งฉันไปอยู่ในดินแดนแห่งความชั่วร้าย เพื่อให้พวกเขาทำให้ฉันเสียสติและทำลายชะตาชีวิตอันศักดิ์สิทธิ์ของฉัน ขณะที่กำลังอธิษฐานเพื่อขับไล่สิ่ง ชั่วร้ายนั้น เส้นผมของมนุษย์ที่ถูกมัดเป็นก้อนกลมเล็กๆ และยึดไว้ด้วยเข็มสองเล่ม ถูกดึงออกมาจากศีรษะของฉัน คืนนั้น ระหว่างการขับไล่สิ่งชั่วร้าย เส้นผมและเข็มเหล่านั้นถูกเผา

นั่นคือจุดจบของความเจ็บป่วย และในโรงเรียน ฉันกลายเป็นอัจฉริยะประจำห้อง ก่อนหน้านี้ฉันเคยอยู่อันดับรองสุดท้ายของห้อง ฉันไม่เข้าใจอะไรเลยที่ครูสอนในห้องเรียน แต่ในคืนเดียว ฉันหายดี ฉันได้รับการปลดปล่อย และฉันได้รับการฟื้นฟู อัลเลลูยา? อาเมน

การปลดปล่อยและการฟื้นฟูครั้งที่หกเกิดขึ้นขณะที่ฉันกำลังจะเข้าเรียนมหาวิทยาลัย พ่อของฉันซึ่งเป็นคนร่ำรวยประสบปัญหาทางการเงิน ฉันได้รับการรับเข้าเรียน แต่การหาเงินทุนสำหรับค่าใช้จ่ายในชีวิตประจำวันนั้นยากลำบาก ฉันจึงสมัครขอทุนการศึกษาในต่างประเทศ และด้วยวิธีการแห่งการฟื้นฟูของพระเจ้า ประเทศของฉันและประเทศต่างประเทศได้ตัดสินใจให้ทุนการศึกษาแก่ฉันในระดับปริญญาโทสาขาวิศวกรรมศาสตร์ ซึ่งเป็นสิ่งที่ฉันทำอยู่ในการรับใช้ในปัจจุบัน โดยความรู้บางส่วนได้มาจากทุนการศึกษาที่พระเจ้าทรงอำนวยความสะดวกให้ วันนี้ฉันได้รับการศึกษาจากผู้ทรงคุณวุฒิที่ดีที่สุด ขอสรรเสริญพระเจ้า!

การปลดปล่อยและการฟื้นฟูครั้งที่เจ็ดเกิดขึ้นในชีวิตสมรสครั้งแรกของผมและนำไปสู่ชีวิตสมรสครั้งที่สอง
อดีตภรรยาของผมตื่นขึ้นมาวันหนึ่งแล้วบอกว่าเธอไม่รักผมอีกต่อไปและต้องการหย่า
ผมอ้อนวอนและทำทุกอย่างเท่าที่จะทำได้เพื่อรั้งเธอไว้
แต่เธอก็จากไปพร้อมกับลูกสาวของผม
วันนี้พระเจ้าทรงฟื้นฟูชีวิตสมรสโดยประทานภรรยาที่พระองค์ทรงกำหนดไว้ให้ผม
ความสุขได้กลายเป็นความอบอุ่นใจแก่ผมพร้อมกับลูกชายทั้งสามคน

การเยียวยา การปลดปล่อย และการฟื้นฟูครั้งที่เจ็ดเกิดขึ้นกับลูกสาวของฉัน ในฝรั่งเศส เธอได้รับการวินิจฉัยว่าเป็นโรคซึมเศร้าและโรคจิตเภท
นั่นเป็นช่วงหนึ่งปีหลังจากที่เราเข้าเรียนมหาวิทยาลัย
เธอต้องเข้ารักษาตัวในโรงพยาบาลจิตเวชหลายครั้ง วันหนึ่ง ก่อนวันเกิดของเธอประมาณ 24 ชั่วโมง ฉันเริ่มอธิษฐานต่อพระเจ้าว่าเธอจะไม่ต้องอยู่โรงพยาบาลอีกต่อไป และเธอจะหายดีในวันเกิดของเธอ วันรุ่งขึ้น แพทย์ต่างตกตะลึงกับการเปลี่ยนแปลงและการฟื้นฟูที่น่าทึ่ง และอนุญาตให้เธอออกจากโรงพยาบาลในวันเกิดของเธอ ตั้งแต่นั้นมา เธอก็ไม่เคยเห็นนกประจำโรงพยาบาลอีกเลย

ฉันรอดพ้นจากการถูกไฟฟ้าช็อตจนเกือบเอาชีวิตไม่รอด อาหารเป็นพิษ อุบัติเหตุทางรถยนต์หลายครั้งที่ฉันรอดมาได้อย่างปลอดภัย ความล้มเหลวทางธุรกิจหลายครั้งและการฟื้นฟูเพื่อถวายเกียรติแด่พระเจ้าผู้ทรงฤทธานุภาพ – มีเรื่องราวมากมายเกินกว่าจะเขียนลงในนี้ได้หมด!

ตอนนี้ ข้าพเจ้ารับใช้พระเจ้าผู้ทรงฤทธานุภาพด้วยสุดใจ

ฉันได้รับการเยียวยา ฉันได้รับการปลดปล่อย และฉันได้รับการฟื้นฟูแล้ว - สรรเสริญพระเจ้า!

ฉันเป็นหนี้บุญคุณพระเจ้าผู้ทรงฤทธานุภาพสำหรับการดำรงอยู่ของฉัน มันน่าอัศจรรย์ที่พระเจ้าทรงผลักดันเราเข้าสู่พันธกิจที่พระองค์ทรงเตรียมไว้ให้เราผ่านการต่อสู้ในชีวิตของเรา การต่อสู้เหล่านั้นกลายเป็นสนามฝึกฝนที่ก่อให้เกิดพันธกิจ ดังนั้นอย่าปล่อยให้ความเจ็บปวดของคุณสูญเปล่า อย่าดูถูกการต่อสู้ อย่ารู้สึกอับอายแม้แต่น้อย เพราะถ้าคุณสามารถมองทะลุผ่านการต่อสู้เหล่านั้นได้ คุณจะได้สัมผัสถึงสิ่งที่พระเจ้าทรงเตรียมไว้ให้คุณ พระคริสต์ทรงเรียนรู้การเชื่อฟังจากสิ่งที่พระองค์ทรงทนทุกข์ พระองค์ทรงประทับอยู่ในที่ที่เรานั่งอยู่ พระองค์ทรงมีชีวิตอยู่เพื่ออธิษฐานวิงวอนเพื่อเรา พระองค์ทรงแสดงให้เราเห็นถึงการรักษา การปลดปล่อย และการฟื้นฟูขณะที่พระองค์ทรงอยู่กับเรา และทรงบัญชาให้เราทำเช่นเดียวกัน (มาระโก 16:15-20)

มาระโก 16:15-20

พระคัมภีร์ฉบับขยายความ คลาสสิก

15 และพระองค์ตรัสกับพวกเขา ว่า จงไปทั่วโลกและ ประกาศ ข่าวดี (พระกิตติคุณ) อย่างเปิดเผยแก่สิ่งมีชีวิตทุกชนิด [ของ มนุษย์ ทั้งมวล]
16 ผู้ใดเชื่อ [ผู้ใดที่ยึดมั่น วางใจ และพึ่งพาพระกิตติคุณและพระองค์ผู้ซึ่งพระกิตติคุณทรงกล่าวถึง] และรับบัพติศมาแล้ว

ผู้นั้นจะได้รับความรอด [/ ข / จากโทษแห่งความตายชั่วนิรันดร์] แต่ผู้ใดไม่เชื่อ
[ผู้ใดที่ไม่ยึดมั่น วางใจ และพึ่งพาพระกิตติคุณและพระองค์ผู้ซึ่งพระกิตติคุณทรงกล่าวถึง]
ผู้นั้นจะถูกพิพากษาลงโทษ
17
และเครื่องหมายยืนยันเหล่านี้จะปรากฏแก่ผู้ที่เชื่อ คือ
พวกเขาจะขับไล่ปีศาจในนามของเรา และพวกเขาจะพูดภาษาใหม่ๆ ได้
18 พวกเขาจะจับงูได้ และถึงแม้พวกเขาจะดื่มสิ่งใดที่เป็นพิษ มันก็จะไม่ทำร้ายพวกเขา
พวกเขาจะวางมือบนคนป่วย และคนป่วยก็จะหายดี
19
แล้วพระเยซูเจ้าทรงตรัสกับพวกเขาแล้ว
ก็เสด็จขึ้นสู่สวรรค์และประทับนั่งอยู่เบื้องขวาของพระเจ้า
20
และพวกเขาก็ออกไปประกาศข่าวประเสริฐทุกหนทุกแห่ง
ในขณะที่พระเจ้าทรงทำงานร่วมกับพวกเขาและทรงยืนยันข่าวประเสริฐนั้นด้วยหมายสำคั
ญ และ อัศจรรย์ต่างๆ ที่เกิดขึ้นควบคู่กันไป อาเมน (ขอให้เป็นเช่นนั้น)

การต่อสู้ในชีวิตของคุณคือสนามฝึกฝนที่แท้จริงสำหรับเป้าหมายชีวิตของคุณ
ลองสำรวจชีวิตของคุณในวันนี้
หากคุณกำลังดิ้นรนเพื่อค้นหาจุดประสงค์อันศักดิ์สิทธิ์ของพระเจ้าสำหรับชีวิตของคุณ

เพื่อเป็นกำลังใจให้แก่ท่านทั้งหลาย ในฐานะกองทัพของพระเจ้าผู้ทรงพระชนม์อยู่
ข้าพเจ้าขอนำประสบการณ์ของมหาปุโรหิตของเรา คือพระเยซูคริสต์ มาเป็นพยานในวันนี้

ฮีบรู 5:7-10

พระคัมภีร์ฉบับขยายความ คลาสสิก

7
ในสมัยที่พระเยซูยังทรงอยู่ในโลกนี้
พระองค์ทรงทูลขอต่อพระองค์ด้วยคำอธิษฐานที่เฉพาะเจาะจงและเป็นพิเศษ
(ซึ่งพระองค์ไม่เพียงแต่ต้องการ / ก / แต่ยังทรงต้องการด้วย)
และทรงวิงวอนด้วยเสียงร้องไห้และน้ำตาอย่างหนักต่อพระองค์ผู้ทรง
สามารถช่วยพระองค์ให้รอดพ้นจากความตายได้เสมอ
และพระองค์ทรงได้รับการตอบรับเพราะความยำเกรงพระเจ้า (ความเกรงกลัวพระเจ้า
ความศรัทธาของพระองค์ / ข /

ที่พระองค์ทรงหลีกหนีจากความน่าสะพรึงกลัวของการพลัดพรากจากพระพักตร์อันสดใสข
องพระบิดา)
8 *ถึงแม้พระองค์จะเป็นพระบุตร แต่พระองค์ก็ทรงเรียนรู้การเชื่อฟัง*
(อย่างกระตือรือร้นและเป็นพิเศษ) ผ่านทางสิ่งที่พระองค์ทรงทนทุกข์
9 *และเมื่อพระองค์ทรงมีประสบการณ์ที่สมบูรณ์แล้ว พระองค์จึงทรงเป็นผู้ริเริ่ม และ*
เป็นแหล่งที่มาแห่งความรอดนิรันดร์สำหรับทุกคนที่เอาใจใส่ และ เชื่อฟังพระองค์
10 *ได้ รับการแต่งตั้ง* [c] *ให้ ได้ รับการยอมรับ และ*
ยกย่องจากพระเจ้าในฐานะมหาปุโรหิตตามลำดับ (โดยมี [d] *ตำแหน่ง) ของเมลคีเซเดก*

ปัจจุบัน Otakada.org Cyber Church Ministries ได้ทำการประกาศพระวจนะเพื่อการเยียวยา การปลดปล่อย และการฟื้นฟู ผ่านเนื้อหามากกว่า 2 ล้านรายการ ให้แก่ผู้คนมากมายที่เปิดใจรับอัศจรรย์ในพระเยซูคริสต์ พันธกิจนี้เป็นพันธกิจที่พระวิญญาณบริสุทธิ์ทรงประทานแก่ข้าพเจ้าในวันที่ 14 มิถุนายน 2546 ขณะที่ข้าพเจ้าอาศัยอยู่ในสหราชอาณาจักร พระองค์ตรัสกับข้าพเจ้าว่า "เราต้องการให้เจ้าใช้อินเทอร์เน็ตเพื่อเผยแพร่พระวจนะของเราไปจนถึงสุดปลายแผ่นดินโลก" ในเวลานั้นยังไม่มีสมาร์ทโฟน แต่ปัจจุบันมีแล้ว และพระวจนะก็แพร่กระจายออกไปอย่างไม่มีอุปสรรค Otakada.org จึงถือกำเนิดขึ้นในเดือนมกราคม 2556 สิบปีหลังจากคำสั่งจากพระเจ้า

หากมีสิ่งใดที่ข้าพเจ้าอธิษฐานเพื่อคริสตจักร ข้าพเจ้าขออธิษฐานสิ่งนี้ – ขอให้แต่ละคนได้พบกับพระคริสต์ด้วยตนเองในแบบที่น่าอัศจรรย์ ซึ่งจะเปลี่ยนแปลงเส้นทางชีวิตของพวกเขาไปตลอดกาล! อาเมน

ต่อไปนี้คือประสบการณ์การพบกับพระคริสต์ที่ทำจากลูกเกดในปี 2549
ขอให้คุณได้รับพรจากสิ่งนี้
นี่คือส่วนหนึ่งจากหนังสือของฉัน – ***การเข้าถึงพระเจ้าผู้ทรงฤทธานุภาพ!*** – ขอให้สนุก!

https://www.amazon.com/~/e/B07MSBPFNX

หน้าสินค้าล่าสุดบน Amazon -
https://www.amazon.com/stores/Zacharias-Godseagle/author/B0FCZ89D4K

เรื่องจริง: ประสบการณ์ของฉันกับการพบพระวิญญาณบริสุทธิ์ในลอนดอน วันเสาร์ที่ 22 เมษายน 2549 เวลา 5 นาฬิกา

ผมเกิดมาในครอบครัวคริสเตียน เป็นคริสเตียนมาโดยตลอด ไปโบสถ์ เข้าร่วมกิจกรรมและรับใช้พระเจ้าอย่างสุดความสามารถ

จนกระทั่งได้พบกับเหตุการณ์ที่เปลี่ยนชีวิตผมไปตลอดกาล ในวันที่ 16 มีนาคม 2549 ผมเดินไปเดินมาอยู่ในทางเดินของโรงพยาบาลในลอนดอน

เพราะภรรยาของผมเจ็บท้องคลอดมาแล้วสามวัน

แพทย์สรุปว่าหากเธอไม่คลอดเองตามธรรมชาติภายในเช้าวันรุ่งขึ้น เธอจะต้องผ่าตัดคลอด โดยที่เราไม่รู้มาก่อน แม่ยายของผมได้เห็นนิมิตแล้วว่าเธออาจจะไม่รอดจากการคลอดครั้งนี้ ขอบคุณพระเจ้าสำหรับแม่ยายที่เคร่งศาสนา แน่นอนว่าผมและภรรยาไม่รู้เรื่องนี้มาก่อน

ในระหว่างที่เดินไปเดินมานั้นเอง

ฉันได้รับความรู้สึกอย่างแรงกล้าในใจให้เริ่มอดอาหารเป็นเวลาสี่สิบ (40) วัน เริ่มตั้งแต่วันรุ่งขึ้น ซึ่งก็คือวันที่ 17 มีนาคม พ.ศ. 2549

ฉันรู้สึกตกใจเพราะฉันไม่เคยอดอาหารสี่สิบวันมาก่อน

นี่คือวิธีที่คุณจะแยกแยะความคิดทางโลกและความคิดที่พระวิญญาณบริสุทธิ์ทรงดลใจมาจากหัวใจสู่จิตใจของเรา

พระองค์จะทรงบอกให้คุณทำบางสิ่งตามพระคัมภีร์ที่คุณอาจจะไม่ยอมทำตามโดยธรรมชาติ

ฉันเริ่มสนทนากับความคิดที่ผุดขึ้นมาในใจอย่างฉับพลัน

ความคิดที่ตอบสนองต่อความรู้สึกนั้น ฉัน ขอรู้ว่าฉันจะอธิษฐานเกี่ยวกับอะไรเป็นเวลาสี่สิบวัน

คำสั่งต่อไปคือให้ผมหยิบสมุดบันทึกและปากกา แล้วผมก็เริ่มเขียนสิ่งที่ผมรู้สึกลงไปตรงนั้นในห้องพักผู้ป่วยในโรงพยาบาล แทนที่จะอธิษฐานเพื่อภรรยา ผมกลับพบว่าสิ่งที่ผมอยากอธิษฐานนั้นเกี่ยวกับศิษยาภิบาล คริสตจักร ความสามัคคีในหมู่ผู้เชื่อ และทุกสิ่งทุกอย่าง จากนั้นผมจึงถามพระเจ้าว่า ถ้าผมจะทำภารกิจนี้ให้สำเร็จ ผมอยากพบพระองค์ก่อนที่การอดอาหาร 40 วันนี้จะสิ้นสุดลง ผมเชื่อว่าไม่มีคำตอบใดๆ เพราะเงื่อนไขที่พระองค์จะทรงปรากฏพระองค์นั้นขึ้นอยู่กับการเชื่อฟังคำสั่งแรกของผม คือการอดอาหาร 40 วัน

ก่อนที่ผมจะเล่าเรื่องต่อไป มีประเด็นสำคัญที่ควรทราบคือ พระเจ้าจะไม่ทรงทำอะไรต่อไปหลังจากที่คุณเชื่อฟังพระองค์ครั้งล่าสุด หากพระองค์ทรงสั่งให้คุณทำอะไร แล้วคุณไม่ทำ พระองค์ก็จะหยุดจนกว่าคุณจะกลับไปสู่จุดที่ไม่เชื่อฟังครั้งล่าสุดและเชื่อฟังพระองค์ ลองอ่านเรื่องราวของโยนาห์ดู โยนาห์วิ่งไปในทิศทางตรงกันข้ามกับสิ่งที่พระเจ้าทรงมอบหมาย ท่ามกลางพายุ ตราบใดที่โยนาห์ยังไม่เชื่อฟัง พระเจ้าก็ไม่เคยตรัสอะไรเลย จนกระทั่งโยนาห์หลังจากพยายามฆ่าตัวตายไม่สำเร็จ เขาก็ร้องขอต่อพระเจ้า

โยนาห์ **2:1-10**

1 *แล้วโยนาห์ก็อธิษฐานต่อพระเจ้าของเขาจากใน ท้อง ปลา*
2 *และเขากล่าวว่า "ข้าพเจ้าได้ร้องทูลต่อพระเจ้าเพราะความทุกข์ยากของข้าพเจ้า และพระองค์ทรงตอบข้าพเจ้า ข้าพเจ้าได้ร้องทูลจากส่วนลึกของแดนคนตาย และพระองค์ทรงได้ยินเสียงของข้าพเจ้า"*
3 *เพราะพระองค์ทรงโยนข้าพระองค์ลงไปในที่ลึก ในใจกลางทะเล และน้ำท่วมก็ล้อมรอบข้าพระองค์ คลื่นและระลอกคลื่นทั้งหมดของพระองค์ก็ซัดท่วมข้าพระองค์*
4 *แล้วข้าพเจ้าจึงกล่าวว่า 'ข้าพเจ้าถูกขับไล่ออกไปจากสายพระเนตรของพระองค์แล้ว แต่ข้าพเจ้าจะกลับมายังพระวิหารศักดิ์สิทธิ์ของพระองค์อีก'*
5 *น้ำล้อมรอบตัวข้าพเจ้า แม้กระทั่งจิตวิญญาณของข้าพเจ้า ความลึกโอบล้อมข้าพเจ้าไว้ สาหร่ายพันรอบศีรษะของข้าพเจ้า*

6 ข้าพเจ้าลงไปถึงที่จอดเรือบนภูเขา แผ่นดินปิดกั้นข้าพเจ้าไว้ตลอดกาล
แต่พระองค์ทรงช่วยชีวิตข้าพเจ้าขึ้นมาจากหลุมลึก โอพระเจ้าของข้าพเจ้า
7 "เมื่อจิตใจของข้าพเจ้าอ่อนล้า ข้าพเจ้าก็ระลึกถึงองค์พระผู้เป็นเจ้า
และคำอธิษฐานของข้าพเจ้าก็ขึ้นไปถึงพระองค์ ณ พระวิหารอันศักดิ์สิทธิ์ของพระองค์"
8 "ผู้ที่บูชารูปเคารพที่ไร้ค่า ย่อมละทิ้งความเมตตาของตนเอง"
9 แต่ข้าพเจ้าจะถวายเครื่องบูชาแด่พระองค์ ด้วยเสียงขอบพระคุณ
ข้าพเจ้าจะชำระตามที่ได้ปฏิญาณไว้ ความรอดมาจากพระเจ้า"
10 แล้วองค์พระผู้เป็นเจ้าตรัสกับปลา และปลาก็คายโยนาห์ออกมาบนบก

คำพูดสำหรับใครบางคน

"ฟังนะ ลูกสาวและลูกชายที่รักของพระเจ้าผู้ทรงพระชนม์และเปี่ยมด้วยความรัก
พระเจ้าทรงเปี่ยมด้วยความรักและความเมตตา
แต่พระเจ้าก็ทรงเล่นฟุตบอลอย่างดุเดือดและหนักหน่วงเช่นกัน
เจ้าอยากจะท้าพระองค์เล่นฟุตบอลแบบเอาเป็นเอาตายหรือ? อย่าแม้แต่คิดเลย
เจ้าจะจบลงด้วยแขนขาบวมเป่ง ถึงกระนั้น
พระองค์ก็ยังทรงรักเจ้าและยังคงรักเจ้าและฉันด้วยความรักนิรันดร์
เจ้ามีพระวิญญาณของพระองค์อยู่ภายในเจ้า
เจ้าถูกสร้างขึ้นตามพระฉายาและพระลักษณะของพระองค์"

คุณคือโครงการโปรดของพระองค์ พระองค์ทรงห่วงใยคุณอย่างมาก แม้ว่าคุณจะจมอยู่ในบาปอย่างลึกซึ้ง พระองค์ก็ยังทรงมองดูคุณด้วยความสงสาร ทรงสำรวจและจัดเตรียมสถานการณ์ต่างๆ ที่จะนำคุณกลับมาสู่พระพรแห่งความรักของพระองค์ คุณไม่ใช่ของตัวเอง คุณถูกซื้อมาด้วยราคา คุณเป็นที่รักในพระคริสต์ ในพระเจ้า คุณคือแก้วตาของพระองค์ คุณคือเชื้อพระวงศ์ คุณเป็นปุโรหิตของพระองค์ คุณคือคนพิเศษ พระองค์ตรัสว่า หากคุณลองพิจารณาดูว่าดวงดาวสว่างไสวเพียงใด คุณก็สว่างไสวกว่าดวงดาวบนท้องฟ้า พระองค์ตรัสว่า ไม่มีแม้แต่เส้นผมสักเส้นเดียวที่ร่วงหล่นจากศีรษะของคุณโดยที่พระองค์ไม่ทรงรู้ พระองค์ทรงนับและทรงรู้จำนวนของพวกมัน

ลูกา 12:4-7

4 "และเราบอกท่านทั้งหลายว่า เพื่อนเอ๋ย อย่ากลัวผู้ที่ฆ่าร่างกาย และหลังจากนั้นก็ไม่มีอะไรที่พวกเขาจะทำได้อีก"
5 แต่เราจะแสดงให้ท่านเห็นว่าท่านควรเกรงกลัวผู้ใด จงเกรงกลัวพระองค์ผู้ทรงประหารชีวิตแล้ว ยังทรงมีอำนาจที่จะโยนผู้นั้นลงไปในนรกได้อีกด้วย ใช่แล้ว เราบอกท่านว่า จงเกรงกลัวพระองค์!
6 "นกกระจอกห้าตัวขายได้สองเหรียญทองแดงไม่ใช่หรือ? และไม่มีสักตัวที่พระเจ้าทรงลืม"
7 แต่แม้แต่เส้นผมบนศีรษะของท่านก็ถูกนับไว้หมดแล้ว ฉะนั้นอย่ากลัวเลย ท่านมีค่ามากกว่านกกระจอกหลายตัว

เรื่องราวต่อมาคือ: ในวันที่ 22 เมษายน 2549 สามวันก่อนสิ้นสุดการถือศีลอดสี่สิบวัน เวลา 5 นาฬิกาตรง พระเจ้าทรงรักษาสัญญาของพระองค์ ข้าพเจ้ากำลังงัวเงียอยู่ครึ่งหลับครึ่งตื่น เมื่อพระผู้เป็นเจ้าองค์นี้ ในร่างมนุษย์ มือประสานกันไว้ด้านหลัง โน้มตัวไปข้างหน้าเล็กน้อย มองมาข้าพเจ้าที่นอนอยู่บนพื้น เดินอย่างนุ่มนวลทีละก้าว ไม่รีบร้อน เดินเข้ามาหาข้าพเจ้าในห้องนั่งเล่นผ่านทางหน้าต่าง ข้าพเจ้ามองเห็นรูปร่างของพระองค์ แต่ไม่สามารถมองเห็นพระพักตร์ของพระองค์ได้อย่างชัดเจน

คุณคงรู้จักการแต่งกายของพระเยซูในภาพยนตร์ตะวันออกกลางที่เราดูกันใช่ไหม ทันทีที่พระองค์เสด็จเข้ามาใกล้ฉัน บริเวณรอบเท้าที่พระองค์ยืนอยู่ก็เริ่มสั่นสะเทือนด้วยแรงมหาศาลราวกับว่ามันไม่เคยมีอยู่มาก่อน เหมือนกับว่าบริเวณนั้นหายไปเลยก็ว่าได้ เมื่อพระองค์เสด็จไปยังหน้าอก คอ และศีรษะของฉัน ก็เกิดเหตุการณ์เดียวกันขึ้น และพระองค์ก็เสด็จไปมาเช่นนั้น ทุกบริเวณที่พระองค์เสด็จจากไปก็กลับมารวมกันอีกครั้งเหมือนเดิม และกระบวนการก็ดำเนินต่อไปเช่นนั้น ไม่มีคำใดที่จะอธิบายพลังอันมหาศาลของประสบการณ์นั้นได้ ฉันลืมเวลาไปและเริ่มกลัว ฉันเริ่มอ้อนวอนให้พระองค์หยุดและบอกฉันว่าพระองค์ต้องการให้ฉันทำอะไรเพื่อพระองค์

ขณะที่ฉันกลิ้งไปมาอย่างควบคุมไม่ได้บนพื้น
นั่นคือประสบการณ์ของฉันกับการสำแดงพลังของพระบิดาบนสวรรค์

หลังจากประสบการณ์เข้าฌานครั้งนั้น
ผมเริ่มเห็นภาพนิมิตที่แตกต่างออกไปเกี่ยวกับพระกายของพระคริสต์ ในความฝันครั้งหนึ่ง พระเยซูคริสต์เสด็จเข้ามา พระกายของพระองค์แยกออกจากกัน แต่เชื่อมต่อกันด้วยเอ็นเล็กๆ บนผิวหนัง แต่ละส่วนคือพันธกิจของคริสตจักร ผมสามารถมองเห็นพันธกิจที่ผมคุ้นเคยได้ การเชื่อมต่อระหว่างส่วนต่างๆ ของพระกายนั้นไม่แน่นหนา ตอนนี้ผมเข้าใจแล้วว่า สถาบันหรือพันธกิจของคริสตจักรอย่างที่เรารู้จักกันในปัจจุบัน
กำลังแบ่งแยกพระกายของพระองค์
สมาชิกแต่ละคนในคริสตจักรของพระองค์ที่ประกอบขึ้นเป็นพระกายของพระองค์นั้น เป็นเพราะความเย่อหยิ่ง อัตตาเล็กๆ และตัณหาต่างๆ ที่เนื้อหนังนำเสนอ ซึ่งแสดงออกมาในรูปแบบของการแข่งขันระหว่างคริสตจักร การแย่งชิงตำแหน่งผู้นำ การเบี่ยงเบนสมาชิก การโจมตีพันธกิจอื่นๆ การทะเลาะวิวาทระหว่างสมาชิกในคริสตจักร การขโมยของผู้นำ
และการใช้ชีวิตที่ฟุ่มเฟือยซึ่งไม่สะท้อนถึงมาตรฐานการดำรงชีวิตของสมาชิก และอื่นๆ อีกมากมาย ถ้าท่านเป็นเช่นนั้น จงละเว้นจากความชั่วร้าย เพราะพระเจ้าของเราทรงเป็นไฟที่เผาผลาญ และจงระลึกถึงบาปของบาลาอัม ผู้ซึ่งเพราะความโลภในทรัพย์สินเงินทอง จึงได้บิดเบือนความจริงเกี่ยวกับพระเจ้า และมอบบุตรธิดาที่พระเจ้าทรงอวยพรให้แก่ซาตานด้วยการยุยงให้ศัตรูหลงเชื่อ

ตอนนี้ฉันถามพระเจ้าว่าฉันควรจะเข้าไปอยู่ในร่างกายที่กระจัดกระจายและไม่เชื่อมโยงกันของพระองค์ได้อย่างไร พระองค์ตรัสกับฉันว่าให้มองหาคริสตจักรที่สร้างสาวกจากคน และอย่าไปยึดติดกับจำนวนคน

ที่เหลือก็เป็นประวัติศาสตร์ไปแล้ว
ตอนนี้ฉันตระหนักแล้วว่าความเชื่อมั่นในพระองค์ของฉันนั้นสร้างขึ้นหลังจากเหตุการณ์นั้น ฉันมีความรู้สึกถึงจุดมุ่งหมายและพันธกิจแล้ว ภารกิจทั้งหมดที่พระเจ้ามอบให้ฉันในความฝันครั้งต่อๆ มานั้นสอดคล้องกับภารกิจแรกนี้ ไม่มีข้อขัดแย้งใดๆ เลย บางครั้งฉันอาจหลงทาง แต่พระองค์ทรงนำฉันกลับมาด้วยความรัก

และบางครั้งก็มีรอยฟกช้ำให้เห็นจากการไม่เชื่อฟัง
พลังและการทรงสถิตของพระวิญญาณบริสุทธิ์ทำให้ฉันสามารถทำสิ่งต่างๆ
ที่ฉันไม่สามารถทำได้ตามธรรมชาติในการเข้าถึงพื้นที่ที่ได้รับมอบหมาย
พระเจ้าทรงเติมเต็มเราด้วยพระวิญญาณบริสุทธิ์เพื่อเตรียมเราให้พร้อมสำหรับการรับใช้
อย่ารับงานใดๆ เพื่อพระเจ้าโดยปราศจากการทรงเสริมกำลังและการมอบหมายจากพระองค์

การเปิดเผยนี้ทำให้ฉันมั่นใจและแน่ใจว่าพระเจ้าทรงพร้อมและปรารถนาอย่างยิ่งที่จะสนทนากับเรา
หากเรายินดีที่จะปรับคลื่นความถี่ให้เข้ากับพระองค์และขอจากพระองค์ด้วยความเชื่อ
พระองค์ตรัสผ่านภวังค์ (นิมิตเปิดเผย) เช่นในกรณีนี้ ผ่านความฝัน ผ่านภาพที่ประทับใจ ความคิดที่เกิดขึ้นเองโดยธรรมชาติที่ส่องสว่างในจิตใจของเรา ผ่านสถานการณ์ที่เราเผชิญ ผู้คนที่เรารู้จัก บรรดาผู้รับใช้ของพระเจ้า ทั้งชายและหญิง ผ่านเด็กๆ ผ่านความเงียบ และผ่านพระวจนะของพระเจ้า
สิ่งสำคัญคือต้องสังเกตว่าพยานภายในและพระวจนะของพระเจ้าต้องสอดคล้องกับสิ่งที่เราได้เห็น ได้ยิน หรือประทับใจในจิตใจของเรา
ซาตานและวิญญาณชั่วร้ายก็พูดและประทับใจในจิตใจของเราเช่นกัน
พระเยซูได้ทรงเตือนเราเกี่ยวกับเรื่องนี้ไว้ใน :-

ยอห์น 10:27

27 แกะของฉันได้ยินเสียงของฉัน และฉันรู้จักพวกมัน และพวกมันก็ติดตามฉัน

งานที่ 1

คุณเคยมีประสบการณ์การพบปะกับพระบิดาบนสวรรค์แบบที่ฉันเพิ่งเล่าไปไหม?
ถ้ายังไม่เคย ฉันขอแนะนำให้คุณขอสักครั้ง ไม่ใช่เพื่อโอ้อวด แต่เพราะคุณปรารถนาที่จะสร้างความสัมพันธ์ที่แน่นแฟ้นกับพระองค์มากกว่าที่เป็นอยู่ตอนนี้ เริ่มจากจุดที่คุณอยู่ ถ้าคุณยังไปไม่ถึงจุดหมาย ก็เริ่มจากตรงนั้น จำเรื่องลูกชายที่หลงผิดได้ไหม พ่อต้อนรับเขาแม้ว่าเขาจะทำบาป นั่นคือหัวใจของพ่อ
บางครั้งเราก็ตกอยู่ในความยุ่งยากเพราะเราไม่รู้สึกถึงพระเจ้าในชีวิตของเรา
พระองค์กำลังรอคอย รอที่จะมีส่วนร่วมกับคุณและฉัน

หยุดเดี๋ยวนี้ แล้วอธิษฐานขอให้พระองค์ทรงสำแดงพระองค์เองแก่คุณ หมายถึงการสำแดงที่จับต้องได้ ไม่ใช่การพบปะที่ไร้ประโยชน์ซึ่งคุณจะลืมไปในไม่กี่วัน ทุกครั้งที่ฉัน นึกถึงประสบการณ์ข้างต้น มันยังคงสดใหม่เสมอ มันฝังอยู่ในดีเอ็นเอของฉันตลอดไป ขอให้พระองค์ทรงสำแดงพระองค์เองแก่คนที่คุณรัก ภรรยา สามี คู่ชีวิต ฯลฯ และเชื่อมั่นในสิ่งนั้น ดูสิว่าจะเกิดอะไรขึ้น พระเจ้าต้องการให้เราเชื่อ พระองค์ปรารถนาให้เราเชื่อ ศรัทธาของเราบอกว่า ฉันเชื่อคุณ และฉันเชื่อมั่นว่าคุณจะทำตามที่คุณปรารถนา

นอกเหนือจากประสบการณ์การรักษา การปลดปล่อย และการฟื้นฟูที่ฉันได้ประสบด้วยตนเองแล้ว เหตุการณ์ต่อไปนี้ได้จุดประกายความโกรธของฉันในฐานะผู้รับใช้พระเจ้า – แม่ของฉันเสียชีวิตด้วยโรคความดันโลหิตสูงเมื่ออายุ 44 ปี – พี่สาวคนโตของฉันเสียชีวิตด้วยมะเร็งเต้านมเมื่ออายุ 44 ปี และพ่อของฉันเสียชีวิตด้วยมะเร็งต่อมลูกหมากเมื่ออายุ 77 ปี ดังนั้น ฉันจึงโกรธซาตานที่ขโมยสิ่งเหล่านั้นไปจากคนที่ฉันรัก และฉันปรารถนาที่จะได้รับสิ่งที่ดีที่สุดจากพระเจ้า ไม่ใช่แค่เพื่อตัวฉันเอง แต่เพื่อคนอื่นๆ ด้วย เพื่อพวกเขาจะไม่ต้องสูญเสียพ่อแม่หรือพี่น้องในวัยหนุ่มสาว และจะได้ใช้ชีวิตอย่างมีสุขภาพดีและสมบูรณ์ในพระนามของพระเยซู อาเมน

พระเจ้าทรงสัญญากับฉันและคุณไว้ดังนี้:

อพยพ 23:25-27

พระคัมภีร์ฉบับขยายความ คลาสสิก

25 เจ้าจงรับใช้พระเจ้าของเจ้า พระองค์จะทรงอวยพรอาหารและน้ำของเจ้า และเราจะขจัดโรคภัยไข้เจ็บไปจากท่ามกลางเจ้า

26 ในแผ่นดินของเจ้าจะไม่มีผู้ใดแท้งบุตรหรือเป็นหมัน เราจะทำให้จำนวนวันของเจ้าครบถ้วน

27 เราจะส่งความน่าสะพรึงกลัวไปก่อนหน้าเจ้า และจะทำให้ผู้คนทั้งหมดที่เจ้าไปหาเกิดความสับสนวุ่นวาย และเราจะทำให้ศัตรูทั้งหมดของเจ้าหนีไปจากเจ้า

ร่วมกับคุณ ข้าพเจ้าตั้งใจที่จะรักษาสัญญาข้อนี้ในพระนามของพระเยซู อาเมน ในหนังสือเล่มนี้ ***"การกระทำที่ยิ่งใหญ่กว่า - 1 – คุณถูกเผาไหม้เพื่อสิ่งนี้ – การรักษา การปลดปล่อย และการฟื้นฟู – ค้นหาจากผู้ยิ่งใหญ่*** จากบันทึกการกระทำที่ยิ่งใหญ่กว่า 100 ปีของชายและหญิงผู้รับใช้พระเจ้าที่พระเจ้าทรงใช้ในยุคสมัยของพวกเขา หนังสือเล่มนี้ก็มีไว้สำหรับเราเช่นกัน หนังสือเล่มนี้จะแสดงให้คุณเห็นวิธีการ เรากำลังเห็นผลลัพธ์แล้ว จากการนำความรู้ไปใช้ และคุณก็เช่นกัน อาเมน

ความสำเร็จที่ยิ่งใหญ่กว่า - 1

- เกี่ยวกับสำนักพิมพ์

เกี่ยวกับเรา – พันธกิจนกอินทรีของพระเจ้า (GEM)

แผ่ขยายพระพรไปทั่วทุกชาติ เปลี่ยนแปลงชีวิต
"เพื่อพวกเขาจะได้เป็นหนึ่งเดียวกัน..." — ยอห์น 17:21–23
วิสัยทัศน์การปกครองของเรา
โลกคริสเตียนที่เป็นหนึ่งเดียว — ก่อตั้งขึ้น ไม่ใช่เพียงแค่รวมตัวกัน
God's Eagle Ministries
ดำรงอยู่เพื่อมีส่วนร่วมในพระประสงค์นิรันดร์ของพระเจ้า:
คริสตจักรที่เป็นหนึ่งเดียวกัน ดำเนินชีวิตด้วยการเชื่อฟัง ความเป็นผู้ใหญ่
และการเปลี่ยนแปลงที่เห็นได้ชัด
โดยมีรากฐานอยู่ในพระคริสต์และได้รับการทรงนำจากพระวิญญาณบริสุทธิ์
เรามีวิสัยทัศน์ที่จะเห็นพระกายของพระคริสต์ทั่วโลก ซึ่งไม่ได้รวมกันด้วยความเหมือนกัน
รูปแบบ หรือบุคลิกภาพ แต่ **รวมกันด้วยการยอมจำนนต่อความจริง**
การเป็นศิษย์ที่ยึดมั่นในการเชื่อฟัง และชีวิตที่เปลี่ยนแปลง ไป
สำหรับเราแล้ว ความสามัคคีไม่ใช่แค่คำขวัญ แต่
เป็นผลจาก **การประสานกลมกลืน** การ **ฟื้นฟู** และ **พระคริสต์ที่ทรงสถิตอยู่ในผู้** คน
พันธกิจพื้นฐานของเรา
การเปลี่ยนแปลงตามพระธรรมโรม 12:1-2
ทุกสิ่งที่เราทำ ไม่ว่าจะเป็นหนังสือ บทสวด คำสอน ภาพยนตร์ เสียง วิดีโอ
แพลตฟอร์มดิจิทัล และเทคโนโลยีในอนาคต ล้วนมี **จุดประสงค์หลักเพียงอย่างเดียว :**
การฟื้นฟูจิตใจที่ก่อให้เกิดการเปลี่ยนแปลงที่วัดผลได้และสัมผัสได้จริง
การสื่อสารของเรา **ไม่ได้ออกแบบมาเพื่อการบริโภคข้อมูล** การกระตุ้นอารมณ์
หรือการสร้างแรงบันดาลใจแบบ passively
ผลิตภัณฑ์เหล่านี้ได้รับการออกแบบมาเพื่อ:

- การสำนึกผิดและการปรับเปลี่ยนทิศทาง
- การฟื้นฟูความคิด
- การเชื่อฟังพระคัมภีร์
- การเปลี่ยนแปลงลักษณะที่มองเห็นได้
- ความเติบโตทางจิตวิญญาณที่ยั่งยืน

การเปลี่ยนแปลงไม่ได้เกิดขึ้นเองโดยอัตโนมัติ แต่
ถูก **ออกแบบมาให้เกิดขึ้น มีการบริหารจัดการ วัดผล และติดตามผลอย่างต่อ** เนื่อง

"มาตรวัดความสำเร็จของเรา"

โดยใช้ภาษาเช่น:

- เราไม่ได้วัดความสำเร็จจากปริมาณการเข้าชมเพียงอย่างเดียว
- เราวัดความสำเร็จจากชีวิตที่เปลี่ยนแปลงไป
- เราให้ความสำคัญกับการเชื่อฟังมากกว่าการมีส่วนร่วม
- เราให้ความสำคัญกับการสร้างสรรค์สิ่งใหม่ๆ
  มากกว่าการแพร่กระจายอย่างรวดเร็ว

พันธกิจของเรา

ขยายพันธุ์ไปทั่วโลก — ทีละชีวิต

God's Eagle Ministries มีอยู่เพื่อ:

- **สร้าง รวบรวม และเผยแพร่แหล่งข้อมูลที่อิงตามพระคัมภีร์**
  ซึ่งนำไปสู่การเปลี่ยนแปลง ไม่ใช่เพียงแค่ความรู้
- **มีส่วนร่วมในการประกาศข่าวประเสริฐ การสร้างสาวก การรักษา การปลดปล่อย การฟื้นฟู และการให้คำปรึกษา ทั้งทางจิต วิญญาณ จิตใจ**
  และร่างกาย
- **ดำเนินเส้นทางการฝึกฝนศิษย์อย่างเป็นระบบ**
  ซึ่งนำพาผู้เชื่อจากประสบการณ์ไปสู่การเชื่อฟัง
- **สนับสนุนการเชื่อฟังคำพยากรณ์และการอุทิศดินแดน**
  ตามที่พระวิญญาณบริสุทธิ์ทรงนำ
- **บริหารจัดการระบบดิจิทัลขนาดใหญ่**
  ภายใต้อำนาจตามหลักพระคัมภีร์และการกำกับดูแลของมนุษย์

พันธกิจของเราไม่ใช่การขยายขนาดเพื่อตัวมันเอง แต่
เป็นการรักษาความซื่อสัตย์ในระดับที่ขยายใหญ่ ขึ้น

ค่านิยมหลักของเรา

ค่านิยมเหล่านี้เป็นแนวทางในการดำเนิน **งานด้านศาสนา การตีพิมพ์ การเป็นผู้นำและเทคโนโลยี :**

- **ความกล้าหาญและความไม่เกรงกลัวในพระคริสต์**
- **ภาวะผู้นำแบบรับใช้**
- **ความเป็นเลิศควบคู่กับความรับผิดชอบ**
- **ความซื่อสัตย์และความโปร่งใส**
- **ความเร็วที่ชาญฉลาด**
- **ความคิดสร้างสรรค์ที่ยึดมั่นในความจริง**
- **ความเอื้อเฟื้อเผื่อแผ่ที่นำโดยพระวิญญาณ**

ความหลงใหลของเรา

เรามีความมุ่งมั่นอย่างยิ่งต่อสิ่งต่อไปนี้:

- **ความเป็นหนึ่งเดียวกันของพระวิญญาณและความเป็นหนึ่งเดียวกันของความเชื่อ** (เอเฟซัส 4:3, 13)
- **เตรียมความพร้อมให้ผู้เชื่อเติบโตเป็นผู้ใหญ่และทำความดี** (เอเฟซัส 4:11-16)
- **การเยียวยา การปลดปล่อย และการฟื้นฟู** ที่ยั่งยืน ไม่ใช่วัฏจักร
- **การเป็นศิษย์ที่ก่อให้เกิดการเชื่อฟัง ไม่ใช่การพึ่งพาผู้อื่น**
- **สร้างผู้เชื่อที่สามารถยืนหยัด แยกแยะ และสั่งสอนผู้อื่นได้**

เจ็ดแก่นหลักของการทำงานของเรา

1. **การสร้างความสามัคคีในคริสตจักร:**
   การสร้างความสัมพันธ์และความเป็นเอกภาพในเชิงองค์กรข้ามศาสนา วัฒนธรรม และประเทศต่างๆ
2. **การอธิษฐานและอดอาหารระดับโลกประจำปี เป็น**
   เวลาสี่สิบวัน (17 มีนาคม – 26 เมษายน) อุทิศให้กับความเป็นหนึ่งเดียว การฟื้นฟู การสอดคล้องกัน และการเป็นศิษย์ โดยเฉพาะอย่างยิ่งการอธิษฐานเพื่อคริสตจักรและผู้นำทั่วโลก ไม่ว่าพวกเขาจะอยู่ที่ใดบนเจ็ดภูเขาแห่งอิทธิพล!
3. **การเผยแพร่และการจัดการเนื้อหา**
   - ผลงานที่เขียนและตีพิมพ์

- กระจายอยู่ในกว่า 66 ประเทศ

4. **การเผยแพร่เนื้อหาทั่วโลก: ทรัพยากรคริสเตียน**
   กว่า **2 ล้านรายการ** ได้รับการดูแลและเผยแพร่ผ่านแพลตฟอร์มดิจิทัลต่างๆ
5. **เส้นทางการเรียนรู้แบบมีโครงสร้าง**
   รวมถึงเส้นทางอัตโนมัติและเส้นทางแนะนำที่ดำเนินการผ่านแพลตฟอร์มของ Otakada
6. **การให้คำปรึกษา การเยียวยา และการฟื้นฟู**
   ทั้งทางออนไลน์และแบบพบหน้า โดยมุ่งเน้นที่องค์รวมของบุคคล
7. **การเชื่อฟังคำพยากรณ์และการอุทิศตนเพื่อดินแดน**
   จะกระทำได้ก็ต่อเมื่อได้รับการทรงนำจากพระวิญญาณบริสุทธิ์
   และอยู่ภายใต้ความรับผิดชอบ
8. **การอธิษฐานและการถือศีลอดอย่างต่อเนื่องเพื่อประชาชาติ**

เรามารวมตัวกันเพื่อสวดมนต์และถือศีลอด:

- ทุกวันพฤหัสบดี
- สามวันสุดท้ายของทุกเดือน

มีการสวดภาวนาเพื่อแต่ละทวีปปีละสองครั้ง
โดยขอให้ราชอาณาจักรของพระเจ้าปกครองเหนือ **ภูเขาทั้งเจ็ดแห่งที่มีอิทธิพล**
สอดคล้องกับมัทธิว 21:13 อิสยาห์ 56:7 และเยเรมีย์ 7:11
เราขอเชิญชวนให้ท่านมีส่วนร่วมอย่างจริงใจ

แพลตฟอร์มของเรา (ระบบนิเวศเดียว ปรัชญาเดียวกัน)

- **Otakada.org** — การเป็นศิษย์ การสอนเชิงพยากรณ์ การเดินทางแห่งการเปลี่ยนแปลง
- **Store.Otakada.org** — ห้องสมุดดิจิทัล หนังสือ ซีรีส์ และคอนเทนต์ออนไลน์ในอนาคต
- **shop.otakada.org – หน้าร้านหนังสือ**
- **ช่องทางการเผยแพร่** — ผู้จัดจำหน่ายกว่า 40,000 รายทั่วโลก
- **ช่องทางสื่อต่างๆ** — เนื้อหาเกี่ยวกับการสอน คำบอกเล่า ภาพยนตร์ และการสร้างสาวก

แพลตฟอร์มทั้งหมดดำเนินการภายใต้ **กฎบัตรการเปลี่ยนแปลงเดียวกัน**
ไม่ใช่ภายใต้กรอบวาระที่ขัดแย้งกัน

การเข้าถึงและการดูแลรักษาในระดับโลก

- ยอดผู้เข้าชมรายเดือน: **มากกว่า 500,000 คน**
- มีการแจกจ่ายทรัพยากรไปแล้ว **กว่า 2 ล้านหน่วย**
- ดำเนินงานอย่างแข็งขันใน **กว่า 66 ประเทศ**
- เป้าหมายการเผยแพร่ศาสนา: **100 ล้านคนภายในปี 2045**

พวกเราคือใคร

God's Eagle Ministries คือ:

- **นำโดยพระวิญญาณ**
- **ไร้พรมแดน**
- **ไม่ยึดติดกับนิกายใด ๆ แต่ยึดมั่นในหลักคำสอน**
- **อุทิศตนเพื่อพระคริสต์ หล่อหลอมในตัวผู้คน**
- **โบสถ์ที่ไม่มีกำแพง แต่ไม่ไร้ระเบียบ**

"พระคริสต์ทรงสถิตอยู่ในท่าน เป็นความหวังแห่งสง่าราศี" — โคโลสี 1:27

ความเป็นเอกภาพ ด้วยความชัดเจนตามหลักพระคัมภีร์

- **ความเป็นหนึ่งเดียวของพระวิญญาณ** (เอเฟซัส 4:3)
  ความจริงในปัจจุบันที่เราปกป้องรักษาไว้ด้วยความถ่อมตนและความรัก
- **ความเป็นเอกภาพในความเชื่อ** (เอเฟซัส 4:13)
  ผลลัพธ์ของการเติบโตที่เกิดขึ้นจากการฝึกฝนศิษย์โดยยึดหลักเชื่อฟัง

ความสามัคคีเป็น **เรื่องของความสัมพันธ์และการก่อตัว** ไม่ใช่เรื่องผิวเผิน

แพลตฟอร์มกระทรวงของเรา

- **Otakada.org** – การอบรมสั่งสอนศิษย์, แหล่งข้อมูล, พันธกิจแห่งการพยากรณ์
- **Shop.otakada.org** – หนังสือและเครื่องมือดิจิทัลสำหรับการอบรมสั่งสอนศิษย์
- **หน้าผู้เขียนบน Amazon 1** – https://www.amazon.com/stores/Zacharias-Godseagle/author/B0FCZ89D4K Zacharias Godseagle/ Ambassador Monday O. Ogbe หน้าผู้เขียน
- **หน้าผู้เขียนบน Amazon หน้า 2** – https://www.amazon.com/stores/author/B07MSBPFNX/allbooks หน้าผู้เขียน Ambassador Monday O. Ogbe

- ช่อง **YouTube** หลัก – https://www.youtube.com/@godseagleministries — การสอน คำพยาน และการเผยแพร่ศาสนา
- ช่อง **YouTube – ล่าสุด –** https://www.youtube.com/@AmbassadorMondayogbe — ภาพยนตร์และเนื้อหาอื่นๆ สำหรับการสร้างสาวกและการประกาศข่าวประเสริฐทั่วโลก

เชื่อมต่อกับชุมชนผู้ให้การสนับสนุนของเรา

- **กลุ่มผู้ร่วมอธิษฐาน 10 Million Movement – เข้าร่วมได้ทางเฟซบุ๊ก**
- **กลุ่มศิษย์โรงเรียนพระวิญญาณบริสุทธิ์ – เข้าร่วมทางเฟซบุ๊ก | เข้าร่วมทางเทเลแกรม**
- **ผู้ร่วมอธิษฐาน 10 ล้านคน – เข้าร่วมได้ทาง WhatsApp**

กลุ่ม WhatsApp ของ God's Eagle Ministries

- **ชุมชน 1**
- **ชุมชน 2**

โครงการริเริ่มที่เป็นเอกลักษณ์

- **การอธิษฐานและถือศีลอดทั่วโลกประจำปี 40 วัน: 17 มีนาคม – 26 เมษายน**
- **การอธิษฐานและถือศีลอดรายเดือนเพื่อประชาชาติ:** มุ่งเน้นที่ **แอฟริกา อเมริกา ยุโรป เอเชีย ตะวันออกกลาง โอเชียเนีย และภูมิภาคขั้วโลก**
- **ซีรีส์วีรกรรมสุดยิ่งใหญ่: หนังสือมากกว่า 20 เล่ม** เกี่ยวกับการเยียวยา การฟื้นฟู และการเสริมสร้างศักยภาพทางจิตวิญญาณ

พวกเราคือใคร

God's Eagle Ministries คือ **ขบวนการที่นำโดยพระวิญญาณบริสุทธิ์ ไร้พรมแดน และ** มุ่งมั่นที่จะ:

- สร้าง **วิหารทางจิตวิญญาณ** ในหัวใจของผู้ศรัทธา
- **ฟื้นฟูชีวิต :** จิตวิญญาณ จิตใจ และร่างกาย
- ส่งเสริม **ความเป็นหนึ่งเดียวของพระวิญญาณ** และ **ความเป็นหนึ่งเดียวของความเชื่อ** *(เอเฟซัส 4:3,13)*

"พระคริสต์ทรงสถิตอยู่ในท่าน เป็นความหวังแห่งสง่าราศี!" — โคโลสี 1:27

มาเชื่อมต่อกันเถอะ

อีเมล: ambassador@otakada.org

โทรศัพท์/WhatsApp: +1 804-778-2759 (WhatsApp) | +1 302-492-2440 | +2348032835348 (WhatsApp)

บล็อก: otakada.org/blog

ความร่วมมือและการบริจาค: คลิกที่นี่

การมีอยู่ทั่วโลกของเรา

ใหญ่ฝั่งตะวันออกของสหรัฐอเมริกา: 3825 Lancaster Pike, Wilmington, DE;

สำนักงานใหญ่ฝั่งตะวันออกของสหรัฐอเมริกา: 4510 Burkes Promise Drive, Bowie, Maryland สำนักงาน

ใหญ่ฝั่งตะวันตกของสหรัฐอเมริกา: 1985 Del Amo Blvd, Torrance, CA

สำนักงานใหญ่แอฟริกาตะวันตก: 8 Sahaba Residence, Lugbe Abuja |

สำนักงานใหญ่แอฟริกาตะวันตก: 14 Olalere Close, Off Millionaire Quarters, Jos North, Jos, Plateau State

ความเป็นผู้นำ

ท่านทูต มันเดย์ โอ. อ็อกเบ

(นามแฝง: ซาคาเรียส ก็อดส์อีเกิล)

ผู้ก่อตั้งและนักเขียน

God's Eagle Ministries —

คริสตจักรที่ไร้กำแพง ไร้พรมแดน หรือไร้สังกัดนิกาย

พันธกิจที่ดำรงชีวิต

คำกล่าวนี้ไม่ใช่ข้อความคงที่

มันควบคุม:

- การสร้างเนื้อหา
- มาตรฐานการเผยแพร่
- ระบบการเป็นศิษย์
- การจัดส่งโดยใช้ระบบ AI ช่วย
- การมีส่วนร่วมของชุมชน
- ความรับผิดชอบและการกำกับดูแล

จะ เปลี่ยนแปลงไป แต่ ความจริงหรือจุดประสงค์ จะไม่เปลี่ยนแปลง
ในขณะที่งานของพระเจ้าขยายไปสู่ประชาชาติทั้งหลาย

ความสำเร็จที่ยิ่งใหญ่กว่า – 1

– คำขอบคุณ

หนังสือเล่มนี้จะเกิดขึ้นไม่ได้เลยหากปราศจากการสนับสนุนจากบุคคลผู้ยิ่งใหญ่ของพระเจ้าดังต่อไปนี้ ที่ได้นำวัสดุต่างๆ มาทำให้หนังสือเล่มนี้มีคุณค่า:

- *จอห์น จี. เลค*
- *แคธรีน คูลแมน*
- *เลสเตอร์ ซัมรัล*
- *แฟรงค์และไอดา เมย์ แฮมมอนด์*
- *เดเร็ก ปรินซ์*
- *นวนิยายเฮย์ส*
- *โจเซฟ อโย บาบาโลลา*
- *โรเบิร์ต ดับเบิลยู. แชมบัค*
- *อาชิช ไรชูร์*
- *เคอร์รี่ เบลค*
- *ซินดี้ ทริมม์*
- *และอีกหลายๆ ท่านที่ผมได้เรียนรู้จากตลอดหลายปีที่ผ่านมา*

ผมขอขอบคุณภรรยาของผม คอมฟอร์ท และลูกๆ ทั้งสี่คน ไดอาน่า โจเซฟ เดวิด และไอแซค ที่ได้มอบประสบการณ์ชีวิตอันมีค่าให้แก่ผม ทั้งความยากลำบาก ความสุขและความทุกข์ ความสำเร็จและความล้มเหลว ที่ช่วยนำทางเราไปสู่พระประสงค์อันศักดิ์สิทธิ์ในพระคริสต์

ขอพระเจ้าอวยพรทุกท่านอย่างมากมายเหลือล้น ในนามของพระเยซูคริสต์ อาเมน!

ความสำเร็จที่ยิ่งใหญ่กว่า - 1

- ความทุ่มเท

ข้าพเจ้าขออุทิศหนังสือเล่มนี้แด่พระเจ้าพระบิดาผู้ทรงสร้างข้าพเจ้าและทรงรักษาชีวิตของข้าพเจ้าไว้

ข้าพเจ้าขออุทิศหนังสือเล่มนี้แด่พระเยซูคริสต์เจ้า

สำหรับการเสียสละอันยิ่งใหญ่ที่ทรงประทานให้ข้าพเจ้าได้เข้าถึงพระบิดาอย่างไม่มีข้อจำกัด และได้ร่วมสามัคคีธรรมกับพระเจ้าพระบิดา พระบุตร และพระวิญญาณบริสุทธิ์

ข้าพเจ้าขออุทิศหนังสือเล่มนี้แด่พระเจ้าพระวิญญาณบริสุทธิ์ เพื่อขอพลังและอำนาจ เพื่อการสอน การชี้นำ และการทรงสถิตอยู่เคียงข้างเสมอ เพื่อที่ข้าพเจ้าจะได้เป็นอย่างที่พระคริสต์ทรงสิ้นพระชนม์เพื่อประทานและสร้างข้าพเจ้าขึ้นมา

ผมขออุทิศหนังสือเล่มนี้แด่ภรรยาของผม คอมฟอร์ท และลูกๆ ทั้ง ไดอาน่า โจเซฟ เดวิด และไอแซค ในเส้นทางชีวิตที่ร่วมเดินทางไปกับผม ท่ามกลางทางเลือกที่น้อยนิดหรือแทบไม่มีเลย สู่สิ่งที่ไม่รู้จักในพระเจ้า

ความสำเร็จที่ยิ่งใหญ่กว่า - 1

- การแนะนำ

ในหนังสือเล่มนี้ ***"Greater Exploits - 1 – You are Born for this – Healing, Deliverance and Restoration – Find out How from the Greats"*** คุณจะได้พบกับเรื่องราว เรื่องจริง และเรื่องราวอื่นๆ อีกมากมาย พร้อมด้วยคำบอกเล่ามากกว่าแปดสิบ (80) เรื่อง เพื่อสนับสนุนข้อความและเสริมสร้างการเรียนรู้ของคุณต่อไป เพื่อนำไปประยุกต์ใช้ในชีวิตของคุณและชีวิตของผู้อื่น

คุณจะพบ ***ลิงก์สำหรับฟังและรับชมพอดแคสต์เสียงและวิดีโอของบทที่ 1 ถึงบทที่ 10 ได้ทุกที่ทุกเวลา***

คุณจะพบ ***คำอธิษฐานเพื่อการตกลง การเยียวยาตนเอง การปลดปล่อย และการฟื้นฟูในตอนท้ายของบทที่ 2, 4, 5, 6, 7, 8, 9 และ 10 เพราะนี่คือหนังสือปฏิบัติที่สอนวิธีการทำด้วยตนเอง***

คุณจะได้พบกับ ***ชีวประวัติของบุคคลผู้ยิ่งใหญ่และสิ่งที่ทำให้พวกเขายิ่งใหญ่ เพื่อที่คุณจะได้เรียนรู้กระบวนการและก้าวไปสู่ความยิ่งใหญ่ด้วยตนเอง***

มา คุณจะพบ ***คำพยานมากมายที่จะช่วยเสริมสร้างศรัทธาของคุณในพระเจ้า เพราะพระองค์ยังทรงอยู่และพร้อมที่จะทรงกระทำสิ่งต่างๆ มากมายเหลือเฟือเหมือนในสมัยพระคัมภีร์ เกินกว่าที่คุณจะคิด จินตนาการ หรือนึกฝันได้ ด้วยพลังที่ทรงสถิตอยู่ในตัวคุณ หากคุณยอมให้พระองค์ทรงกระทำ***

คุณ จะได้เรียนรู้ ***วิธีรับบัพติศมาในพระวิญญาณบริสุทธิ์และเริ่มต้นส่องแสงแห่งพระเจ้าไปยังโลกที่กำลังจะตายและเสื่อมโทรม***

คุณ จะได้พบกับ *"พอแล้วกับการถูกจองจำ"* และ *"ยินดีต้อนรับสู่เสรีภาพในพระคริสต์ - ส่องแสงแห่งพระเจ้าในโลกที่ผิดเพี้ยนนี้"* + คำอธิษฐานเพื่อรับบัพติศมาในพระวิญญาณบริสุทธิ์ + 2 เรื่องโดยเทรเวอร์ ฟาร์เรล จากเทรเวอร์ เพลส และโรเบิร์ต ดับเบิลยู. ชัมบัค เกี่ยวกับชีวิตของชายคนหนึ่งที่รอดพ้นจากเก้าอี้ไฟฟ้า - บทนำ

คุณ จะพบ *พอแล้วกับการถูกจองจำโดยซาตาน และขอต้อนรับสู่เสรีภาพในพระคริสต์ – ขับเคลื่อนด้วยความกระหายที่จะรับจากพระเจ้า และความโกรธแค้นต่อปีศาจที่ปล้นมรดกของเราไปอย่างหน้าด้าน! + สอง (2) เรื่อง – เรื่องที่หนึ่ง: โดย* ***Norvel Hayes:*** *การทำงานของปาฏิหาริย์ – ปาฏิหาริย์สร้างสรรค์บนมือของลูกสาวของเขา และวีรกรรมของ* ***Robert Schambach*** *ในอินเดีย + บทสวดอธิษฐานเพื่อการปลดปล่อยตนเอง + คำอธิษฐานเพื่อการรักษา การปลดปล่อย และการฟื้นฟู ตอนที่ 1*

คุณ จะได้พบกับ *"พอแล้วกับการถูกจองจำ" และ "ยินดีต้อนรับสู่เสรีภาพ – วิธีรักษาหรือหายจาก* ***COVID-19*** *มะเร็ง และโรคอื่นๆ – ตอนที่ 2"*

คุณ จะได้พบกับ *"พอแล้วกับการถูกจองจำโดยปีศาจ" และ "ยินดีต้อนรับสู่อิสรภาพในพระเยซูคริสต์ – การปลุกพลังสู่สงครามประจำวัน" – คำอธิษฐานประกาศประจำวันเพื่อการฝึกฝนภาคปฏิบัติแทนการอธิษฐาน – ตอนที่ 3 – บทเขียนโดย ซินดี้ ทริมม์*

คุณ จะได้พบกับ *เรื่องราวมากมาย เช่น พอแล้วกับการถูกซาตานครอบงำ และยินดีต้อนรับสู่เสรีภาพในพระคริสต์ – คริสเตียนสามารถถูกปีศาจเข้าสิงได้หรือไม่? คำโกหกที่ซาตานผู้เป็นนายขายเพื่อกักขังคริสเตียนจำนวนมากไว้ด้วยความไม่รู้ วิธีค้นหาการปรากฏตัวของพวกมันในชีวิตของคุณและขับไล่พวกมันออกไป + เรื่องจริงจากคำให้การของผู้ช่วยระดับสูงในสภาคองเกรสเกี่ยวกับการปลดปล่อยตนเองโดยได้รับการชี้นำจากเดเร็ก พรินซ์ ตอนที่ 4 + บทสวดมนต์เพื่อการปลดปล่อยตนเอง + คำอธิษฐานเพื่อการเยียวยา การปลดปล่อย และการฟื้นฟู*

คุณ จะได้พบกับ ***พอแล้วกับการถูกจองจำโดยซาตาน และ ยินดีต้อนรับสู่อิสรภาพในพระเยซูคริสต์ - เจ็ด (7) ขั้นตอนสำคัญสู่การปลดปล่อย + วิธีระบุและขับไล่กลุ่มปีศาจ และนิมิตแห่งความขัดแย้งครั้งสุดท้าย และวิธีเอาชนะอย่างมีกลยุทธ์ในแนวหน้าสี่ (4) ด้าน ตามที่เล่าโดยแฟรงค์และไอดา เม แฮมมอนด์ – ตอนที่ 5 และตอนที่ 6 + บทสวดมนต์เพื่อการปลดปล่อยตนเอง + คำอธิษฐานเพื่อการเยียวยา การปลดปล่อย และการฟื้นฟู***

คุณ จะได้พบกับ ***"พอแล้วกับการถูกจองจำโดยซาตาน" และ "ยินดีต้อนรับสู่เสรีภาพในพระเยซูคริสต์" – พลังแห่งพระวิญญาณบริสุทธิ์สถิตอยู่ในตัวคุณ ในรูปแบบถ้อยคำที่ถ่ายทอดผ่านอากาศสู่น้ำ และน้ำมัน เพื่อเป็นตัวแทนในการรักษา การปลดปล่อย และการฟื้นฟูในชีวิตของคุณและผู้อื่น – ตัวอย่างบทสวดอธิษฐานเหนือน้ำและน้ำมัน + 2 เรื่องราวเกี่ยวกับการปลดปล่อยศิษยาภิบาลและเด็กหญิงอายุ 6 ขวบจากโรคจิตเภทและปีศาจอื่นๆ มากมาย เพื่อเป็นบทเรียนสำหรับคุณ โดยแฟรงค์และไอดา เม – ตอนที่ 7 + คำอธิษฐานเพื่อการรักษา การปลดปล่อย และการฟื้นฟู***

คุณ จะได้พบกับ ***"พอแล้วกับการถูกจองจำโดยซาตาน" และ "ยินดีต้อนรับสู่อิสรภาพในพระเยซูคริสต์" – พระประสงค์และอำนาจสูงสุดของพระเจ้าอยู่ที่ไหนในคำพูดเรื่องอิสรภาพทั้งหมดนี้? ทำไมคนที่เราอธิษฐานเผื่อจึงไม่ได้รับการรักษา ปลดปล่อย หรือฟื้นฟูทุกคน? ทำไมบางคนถึงได้รับการรักษาแบบค่อยเป็นค่อยไปหรือเพียงบางส่วน? อะไรคืออุปสรรคต่อการรักษา การปลดปล่อย และการฟื้นฟู? และข้อควรทำและข้อห้ามบางประการ + เรื่องราวหนึ่งเรื่อง (1) เพื่อยืนยันชื่อเรื่องนี้และทำลายอำนาจของวิญญาณแห่งความกลัว โดย บราเดอร์ โรเบิร์ต ชัมบัค – ตอนที่ 8 + บทพูดเกี่ยวกับการปลดปล่อยตนเองและคำอธิษฐานเพื่อการรักษา การปลดปล่อย และการฟื้นฟู***

คุณ จะได้พบกับหนังสือ ***Enough is Enough to Captivity of Satan*** และ ***Welcome to Freedom in Christ Jesus – Receive Answers to Common Questions on healing, Deliverance and Restoration + Practical Guidelines to Ministering Healing, Deliverance and Restoration + Synthesis of Schizophrenia as Revealed by the Holy Spirit to Ida Mae Hammond and how to deal with the spirit part 9***

คุณ จะพบ ***ข้อสรุปเพื่อตรวจสอบว่าหนังสือเล่มนี้ตรงตามความต้องการของคุณหรือไม่ นอกจากนี้ยังมีลิงก์ไปยังหน้าเกี่ยวกับความรอดและเส้นทางการเป็นศิษย์ 40 วันรวมอยู่ด้วย***

สนุก!

ความสำเร็จที่ยิ่งใหญ่กว่า - 1

ชีวประวัติย่อ - จอห์น จี. เลค - แคธรีน คูลแมน - เลสเตอร์ ซัมรัล - แฟรงค์และไอดา เม แฮมมอนด์ - เดเร็ก พรินซ์ - โนเวล เฮย์ส - โจเซฟ อโย บาบาโลลา - โรเบิร์ต ชัมบัค

เพื่อที่จะเริ่มเข้าใจและซาบซึ้งในสิ่งที่พระเจ้าทรงใช้พวกเขาทำในยุคสมัยของเรา คุณและผมจำเป็นต้องเริ่มมองย้อนกลับไปในประวัติศาสตร์ของพวกเขา หากมีสิ่งใดที่มนุษยชาติล้มเหลวอย่างน่าเศร้า ก็คือสิ่งนี้ – ความไม่สามารถที่จะมองย้อนกลับไปด้วยความสนใจและเรียนรู้จากประวัติศาสตร์ เพื่อที่เราจะสามารถเริ่มวางแผนการกระทำที่รอบรู้และสร้างสรรค์ในอนาคตได้

ด้วยเหตุนี้เอง ผมจึงได้รวมสิ่งที่หล่อหลอมความคิดของพวกเขาและผลักดันให้พวกเขาทำสิ่งที่เหนือกว่าธรรมดาเพื่อพระเจ้าไว้ในหนังสือ "ความสำเร็จที่ยิ่งใหญ่กว่า - 1"

ดังนั้น จงระวังเรื่องนี้ เรียนรู้ในส่วนที่จำเป็น และนำไปประยุกต์ใช้ในชีวิตของคุณและชีวิตของผู้อื่นทั้งในและนอกวงสังคมของคุณ เพื่อถวายเกียรติแด่พระเจ้า!

จอห์น จี. เลค

"พระเยซูผู้ทรงรักษา"

จอห์น เกรแฮม เลค เกิดเมื่อวันที่ 18 มีนาคม ค.ศ. 1870 ในรัฐออนแทรีโอ ประเทศแคนาดา เมื่อเขายังเล็ก ครอบครัวของเขาย้ายไปอยู่ที่รัฐมิชิแกน ประเทศสหรัฐอเมริกา ขณะที่เขายังเด็ก เลคได้เข้าร่วมการประชุมของกองทัพแห่งความรอด (Salvation Army) และตระหนักถึงความจำเป็นที่จะต้องมีพระผู้ช่วยให้รอด เขาจึงเชิญพระเยซูมาเป็นพระเจ้าแห่งชีวิตของเขา เลคได้รับผลกระทบอย่างมากจากความเจ็บป่วย เขาเป็นหนึ่งในพี่น้อง 16 คน และในช่วงชีวิตวัยเด็กของเขา พี่น้อง 8 คนเสียชีวิต เขาจึงเกลียดชังความเจ็บป่วย ความโศกเศร้า และความตายที่เป็นส่วนหนึ่งของชีวิตครอบครัวของเขา

เลค รู้สึกถึงการทรงเรียกให้รับใช้ในงานศาสนาและศึกษาเพื่อเป็นศิษยาภิบาลนิกายเมธอดิสต์ เขาน้อมรับคำสอนของนิกายเมธอดิสต์เรื่องการชำระให้บริสุทธิ์และแสวงหาความจริงนั้นอย่างแรงกล้า อย่างไรก็ตาม เมื่อการศึกษาของเขาสิ้นสุดลง เขาตัดสินใจที่จะทำธุรกิจและเริ่มต้นหนังสือพิมพ์ในรัฐอิลลินอยส์ จากนั้นเขาก็ย้ายกลับไปที่มิชิแกนและเริ่มต้นอาชีพในธุรกิจอสังหาริมทรัพย์ เขาได้พบกับเจนนี่ สตีเวนส์ และแต่งงานกับเธอ

ความเจ็บป่วยยังคงตามหลอกหลอนเลค พี่ชายของเขาเป็นอัมพาต น้องสาวคนหนึ่งเป็นมะเร็งระยะลุกลาม น้องสาวอีกคนมีปัญหาเลือดออก และภรรยาของเขาเป็นวัณโรคและโรคหัวใจ ในปี 1899 ครอบครัวได้ยินเรื่องราวของจอห์น อเล็กซานเดอร์ ดาวี ในชิคาโก เพราะเขาได้รับความสนใจจากสื่อเป็นอย่างมาก พวกเขาจึงพาพี่ชายของเลคไปที่ห้องบำบัดในชิคาโก และเขาก็หายดีในทันที จากนั้นน้องสาวทั้งสองก็ไปเช่นกัน และก็หายดีด้วยเช่นกัน

ในที่สุด ในเดือนมิถุนายน ปี 1899 เลคได้ติดต่อผู้คนให้ช่วยอธิษฐานเพื่อภรรยาของเขา และเธอก็ได้รับการรักษาเช่นกัน เขาเปิดพระคัมภีร์และเห็นข้อความในกิจการ 10:38 ว่า *"ท่านทั้งหลายรู้จักพระเยซูแห่งนาซาเร็ธแล้ว ว่าพระเจ้าทรงเจิมพระองค์ด้วยพระวิญญาณบริสุทธิ์และด้วยฤทธิ์เดช และพระองค์ทรงเสด็จไปทำความดีและรักษาผู้ที่ถูกมารกดขี่ข่มเหงทุกคน เพราะพระเจ้าทรงอยู่กับพระองค์"* (NASB) เขาเห็นอย่างชัดเจนว่าพระเยซูคือผู้รักษา และซาตานคือผู้กดขี่ข่มเหงมนุษย์ เลคได้เข้าร่วมเป็นสมาชิกของคริสตจักรคาทอลิกของโดวี และมีการเปิดสาขาในเมืองซอลต์ สเต มารี ซึ่งเป็นที่ที่เขาอาศัยอยู่ ณ เวลานั้น เลคได้เป็นผู้ช่วยบาทหลวงในคริสตจักรใหม่ ในเดือนสิงหาคม ปี 1900 เจนนี ภรรยาของเลค ถูกลูกชายวัย 4 ขวบยิงโดยอุบัติเหตุ ตามคำสอนของโดวี ครอบครัวเลคปฏิเสธความช่วยเหลือทางการแพทย์และพึ่งพาการอธิษฐาน เหตุการณ์นี้น่าตกใจมากจนมีบทความเขียนลงในหนังสือพิมพ์ชิคาโกเดลีทริบูน ซึ่งรายงานเกี่ยวกับกิจกรรมของโดวีเป็นประจำ

ในปี ค.ศ. 1904 เลคย้ายไปชิคาโกเพื่อทำงานกับโดวี เมื่อได้เห็นฤทธานุภาพของพระเจ้า เลคเริ่มร้องขอพระวิญญาณบริสุทธิ์มากขึ้น เขาใช้เวลาเก้าเดือนแสวงหาการทรงสถิตของพระเจ้าอย่างเต็มที่ เลคไปกับชายอีกคนหนึ่งเพื่ออธิษฐานให้กับหญิงป่วยคนหนึ่ง การทรงสถิตของพระเจ้าลงมาอยู่เหนือเขาอย่างที่เขาไม่เคยรู้จักมาก่อน หกเดือนต่อมาเป็นช่วงเวลาแห่งการสำนึกผิด การกลับใจ และการชำระล้างจิตใจ ของประทานแห่งพระวิญญาณก็ทวีมากขึ้น และของประทานแห่งการหยั่งรู้และการรักษาโรคก็เพิ่มขึ้นอย่างมาก เลคได้รับการฝึกฝนจากจอห์น อเล็กซานเดอร์ โดวี แต่เขาก็ไม่เห็นด้วยกับวิธีการทำงานของเขาเสมอไป ในช่วงหนึ่ง โดวีได้กล่าวถึงความสำเร็จของเขาและบอกเขาว่า "ถ้าคุณพัฒนาคุณสมบัติเชิงสร้างสรรค์ให้เท่าเทียมกับความสามารถในการวิพากษ์วิจารณ์ของคุณ คุณจะเป็นคนที่ยิ่งใหญ่กว่าผม" จอห์น เลค รู้ว่าเขาจะต้องเริ่มต้นงานของตัวเอง เขาจึงรู้สึกว่าพระเจ้าทรงเรียกเขาไปแอฟริกาและเดินทางไปที่นั่นในปี ค.ศ. 1908 หลังจากทำงานเป็นศิษยาภิบาลระยะสั้นในอินเดียนาโพลิส ตลอดระยะเวลาห้าปีในแอฟริกาใต้ เลคได้เห็นผู้คนกลับใจมานับถือศาสนาคริสต์ถึง 1 ล้านคน ก่อตั้งคริสตจักรหลายร้อยแห่ง และฝึกอบรมศิษยาภิบาลท้องถิ่นกว่า 1,000 คน อย่างไรก็ตาม งานนั้นหนักมาก และภรรยาของเขาเสียชีวิตในเดือนธันวาคม ปี 1908 เขาจึงมุ่งมั่นที่จะดูแลครอบครัวของเขา ในปี 1913 เลคจึงเดินทางกลับสหรัฐอเมริกาพร้อมกับลูกๆ ทั้งเจ็ดคน

เมื่อเขากลับมายังสหรัฐอเมริกา เขาได้แต่งงานใหม่และเริ่มงานเผยแพร่ศาสนาโดยการเดินทางไปตามที่ต่างๆ หนึ่งในสถานที่ที่เขาได้รับเชิญไปเทศน์คือเมืองสโปเคน รัฐวอชิงตัน เขาได้รับเชิญให้จัดตั้งห้องรักษาโรค และเขาก็ตกลง ใน ช่วงเวลาประมาณห้าปี มีรายงานการรักษาโรคมากกว่า 100,000 ครั้ง เมืองสโปเคนได้รับการประกาศให้เป็น "เมืองที่มีสุขภาพดีที่สุดในสหรัฐอเมริกา" แม้ว่าโบสถ์ของเลคจะไม่ใหญ่โตนัก แต่ก็มีผู้คนหลายพันคนจากทั่วประเทศและทั่วโลกมาขอรับการอธิษฐาน ในปี 1920 เขารู้สึกว่าได้รับการทรงเรียกให้ย้ายไปที่เมืองพอร์ตแลนด์ รัฐโอเรกอน และเริ่มงานเผยแพร่ศาสนาในห้องรักษาโรคที่นั่น มีรายงานการรักษาโรคที่คล้ายคลึงกันเกิดขึ้นในช่วงปีเหล่านั้นเช่นกัน

เจ. เลค เคยคิดจะเริ่มต้นพันธกิจห้องบำบัดในเมืองต่างๆ ตามแนวชายฝั่งตะวันตก อย่างไรก็ตาม กำลังของเขาเริ่มอ่อนล้าลง เนื่องจากเขาใช้ชีวิตอย่างเร่งรีบเหลือเชื่อ เขาเดินทางไปฮิวสตัน รัฐเท็กซัส เพื่อเริ่มต้นคริสตจักร แต่ถูกเรียกตัวไปโดยวิกฤตครอบครัวและไม่เคยกลับไปอีกเลย เขารับใช้ในคริสตจักรต่างๆ ในแคลิฟอร์เนีย จากนั้นกลับไปเป็นศิษยาภิบาลในพอร์ตแลนด์ช่วงหนึ่ง และในที่สุดก็กลับมาตั้งรกรากในสโปแคนจนกระทั่งเสียชีวิตในวันที่ 15 กันยายน ค.ศ. 1935 ที่มา: https://healingandrevival.com/BioJGLake.htm

แคธรีน คูลแมน

ฉันเชื่อในปาฏิหาริย์

แคธรีน โจฮันนา คูลแมน เกิดเมื่อวันที่ 9 พฤษภาคม 1907 ที่เมืองคอนคอร์เดีย รัฐมิสซูรี บิดามารดาของเธอเป็นชาวเยอรมัน และเธอเป็นหนึ่งในสี่พี่น้อง มารดาของเธอเป็นคนเข้มงวดและไม่ค่อยแสดงความรักความเอ็นดู แต่ในทางกลับกัน เธอกลับมีความสัมพันธ์ที่ใกล้ชิดและสนิทสนมมาก เธอมีความสัมพันธ์อันอบอุ่นกับพ่อ เธอเล่าว่าตอนเป็นเด็กเล็กๆ พ่อจะกลับบ้านจากที่ทำงานแล้วเธอก็จะเกาะขาพ่อไว้แน่นๆ

เธอมักพูดว่าความสัมพันธ์ของเธอกับพระเจ้าผู้เป็นบิดานั้นแท้จริงอย่างยิ่งเพราะความสัมพันธ์ของเธอกับพ่อของเธอเอง

คูลแมนเปลี่ยนมานับถือศาสนาคริสต์เมื่ออายุ 14 ปี ในงานประกาศข่าวประเสริฐที่จัดขึ้นในโบสถ์เมธอดิสต์เล็กๆ แห่งหนึ่ง เมื่ออายุ 16 ปี เธอเรียนจบมัธยมปลาย ซึ่งในเมืองนั้นมีถึงแค่ชั้นมัธยมศึกษาปีที่ 10 เท่านั้น พี่สาวของเธอ เมอร์เทิล แต่งงานกับนักประกาศข่าวประเสริฐเร่ร่อน เอเวอเร็ต บี. พาร์รอตต์ พวกเขาใช้เวลาส่วนใหญ่ในการเดินทาง และขอให้แคธรีนไปอยู่กับพวกเขาในช่วงฤดูร้อน พ่อแม่ของเธอตกลง และเธอก็ไปที่โอเรกอนเพื่อช่วยงาน เธอทำงานกับพวกเขา และมักจะให้คำพยานของเธอ เมื่อฤดูร้อนสิ้นสุดลง เธออยากอยู่ต่อ และทั้งคู่ก็ตกลง เธอจึงทำงานกับพวกเขาเป็นเวลาห้าปี

ทีมเผยแพร่ศาสนาประกอบด้วยคนสี่คน ได้แก่ เอเวอเร็ตต์ เมอร์เทิล แคธรีน และนักเปียโนชื่อเฮเลน กัลลิฟอร์ด ในปี 1928 เอเวอเร็ตต์พลาดการประชุมในเมืองบอยซี รัฐไอดาโฮ เมอร์เทิลและแคธรีนจึงเทศนาแทนเอเวอเร็ตต์ ศิษยาภิบาลของโบสถ์สนับสนุนให้แคธรีนออกไปทำงานด้วยตัวเอง เฮเลนจึงตกลงที่จะเข้าร่วมด้วย

การเทศนาครั้งแรกของเธอเกิดขึ้นในบาร์บิลเลียดที่ทรุดโทรมแห่งหนึ่งในเมืองบอยซี รัฐไอดาโฮ ทีมนี้ทำงานในรัฐไอดาโฮ ยูทาห์ และโคโลราโดเป็นเวลาห้าปีต่อมา ในปี 1933 พวกเขาย้ายไปอยู่ที่เมืองพูเอโบล รัฐโคโลราโด พวกเขาตั้งรกรากอยู่ในโกดังร้างของมอนต์โกเมอรี วอร์ด และอยู่ที่นั่นเป็นเวลาหกเดือน

เดนเวอร์ซึ่งเป็นเมืองใหญ่กว่ามาก จึงเป็นจุดหมายต่อไป พวกเขาย้ายที่อยู่หลายครั้ง แต่สุดท้ายก็ไปอยู่ที่โกดังของบริษัทกระดาษแห่งหนึ่ง ซึ่งพวกเขาตั้งชื่อว่า โบสถ์คูลแมน รีไววัล แทเบอร์นาเคิล จากนั้นในปี 1935 พวกเขาย้ายอีกครั้งไปยังอู่ซ่อมรถบรรทุกร้างแห่งหนึ่ง ซึ่งพวกเขาตั้งชื่อว่า โบสถ์เดนเวอร์ รีไววัล แทเบอร์นาเคิล แคธรีนประสบความสำเร็จอย่างมากในเดนเวอร์ โบสถ์มีสมาชิกเพิ่มขึ้นประมาณ 2,000 คน เธอเริ่มรายการวิทยุชื่อ "ยิ้มรับ" และเชิญวิทยากรจากทั่วประเทศมาบรรยาย หนึ่งในนั้นคือ ฟิล เคอร์ ผู้สอนเรื่องการรักษาโรคด้วยพลังแห่งพระเจ้า ในปี 1935 นักเทศน์ผู้ได้รับเชิญอีกคนหนึ่งคือ เบอร์โรห์ส วอลทริป

วอลทริปเป็นข่าวร้ายสำหรับคูลแมน เขาเป็นชายหนุ่มรูปงามมีเสน่ห์ อายุมากกว่าเธอหลายปี ทั้งคู่ต่างดึงดูดใจกันทันที และมีครอบครัวหนึ่งอ้างว่าเคยเห็นทั้งคู่กอดกันในปี 1935 แต่เขาแต่งงานแล้วและมีลูกสองคน วอลทริปจึงออกจากเดนเวอร์และกลับบ้านที่ออสติน รัฐเท็กซัส แต่ความสัมพันธ์ระหว่างคูลแมนและวอลทริปยังคงคุกรุ่นอยู่ ในปี 1937 เขาได้รับเชิญให้กลับมาเดนเวอร์เพื่อเทศน์เป็นเวลาสองเดือน ไม่นานหลังจากนั้นเขาก็หย่ากับภรรยาและทิ้งลูกชายสองคนไว้ เขาจึงปล่อยข่าวลือว่าภรรยาของเขาได้ทิ้งเขาไปแล้ว เขาจึงย้ายไปอยู่ที่เมสันซิตี รัฐไอโอวา ที่ซึ่งเขาบอกทุกคนว่าเขาเป็นโสด และเริ่มต้นงานเผยแพร่ศาสนาใหม่ วอลทริประดมทุนได้ 70,000 ดอลลาร์เพื่อสร้างอาคารเผยแพร่ศาสนาที่เรียกว่าเรดิโอแชเปล มันเป็นอาคารที่ทันสมัยที่สุด มีแท่นเทศน์ที่ซ่อนได้ และสไตล์อาร์ตเดโค ดูเหมือนว่าเขาจะเป็นนักเทศน์ที่ประสบความสำเร็จและมีพลัง

คูลแมนและวอลทริปมีความสัมพันธ์กันมาเรื่อยๆ และทั้งคู่แต่งงานกันในเดือนกันยายนปี 1938 คูลแมนมองโลกในแง่ดีเกินไปเกี่ยวกับผลที่ตามมาจากการตัดสินใจของเธอ และการแต่งงานครั้งนี้ก็ล้มเหลวอย่างสิ้นเชิง เธอประกาศต่อคริสตจักรของเธอว่าเธอกับวอลทริปแต่งงานกันแล้ว และพวกเขาจะเดินทางไปมาระหว่างเดนเวอร์และเมสันซิตี้เพื่อเทศนาในโบสถ์ทั้งสองแห่ง คนส่วนใหญ่ในคริสตจักรของเธอจึงออกจากโบสถ์ไปเพราะความสัมพันธ์ของเธอกับวอลทริป เธอจึงเลิกเป็นคริสตจักรในเดนเวอร์ สูญ เสียเพื่อนร่วมงานที่สนิทที่สุดไป และย้ายไปอยู่ที่เมสันซิตี้ ความสำเร็จของวอลทริปก็กลายเป็นเพียงความฝันลมๆ แล้งๆ เช่นกัน โบสถ์วิทยุ (Radio Chapel) สร้างเสร็จในเดือนมิถุนายนปี 1938 ปี 1938 ในเดือนตุลาคม วอลทริปไม่สามารถชำระหนี้ได้ ในเดือนธันวาคม วอลทริปเรียกร้องเงินเดือนที่สูงขึ้น แม้ว่ารายได้จะลดลงก็ตาม คณะกรรมการบริหารลาออกและทิ้งให้เขาจัดการเรื่องการเงินเพียงลำพัง วิธีแก้ปัญหาของเขาคือการไม่จ่ายค่าจำนองหรือหนี้สินของโบสถ์วิทยุ โบสถ์วิทยุจึงล้มละลาย คำเทศนาครั้งสุดท้ายของวอลทริปเกิดขึ้นในเดือนพฤษภาคม ปี 1939 ครอบครัววอลทริปต้องอยู่กันตามลำพัง ความฝันอันแสนสุขของแคธรีนที่อยากเห็นเธอกับสามีเดินทางไปมาระหว่างเดนเวอร์และเมสันซิตี้พร้อมกับอาชีพนักเทศน์ที่ประสบความสำเร็จนั้นพังทลายลงอย่างสิ้นเชิง

ช่วงไม่กี่ปีต่อมาเป็นช่วงเวลาที่ยากลำบากมากสำหรับทั้งคู่ พวกเขาออกเดินทางไปเป็นนักเทศน์เผยแพร่ศาสนา โดยส่วนใหญ่จะอยู่ในแถบมิดเวสต์ พวกเขาไม่ได้รับการยอมรับในหลายๆ ที่เนื่องจากประวัติการแต่งงานของพวกเขา ในช่วงแรกๆ โฆษณาต่างๆ ระบุว่าวอลทริปเป็นนักเทศน์หลัก จากนั้นบางครั้งก็มีการกล่าวถึงนางวอลทริปด้วย ในช่วงต้นทศวรรษ 1940 แคธรีน คูลแมน วอลทริป ได้รับบทบาทเท่าเทียมกัน ในที่สุดในช่วงกลางทศวรรษ 1940 แคธรีนก็ใช้เพียงแคธรีน คูลแมน ในการประชุมต่างๆ โดยที่เธอเป็นผู้พูดหลัก ในปี 1944 คูลแมนได้ออกเดินทางไปเผยแพร่ศาสนาที่ชายฝั่งตะวันออกโดยไม่มีวอลทริปไปด้วย อาจเป็นการตัดสินใจโดยตั้งใจที่จะทิ้งเขาไป หรือเธออาจใช้โอกาสนี้เพื่อทบทวนชีวิตของเธอด้วย ดูเหมือนว่าความสัมพันธ์ของพวกเขาจะค่อยเป็นค่อยไปมากกว่านั้น เพราะวอลทริปยังเขียนถึงพวกเขาในฐานะคู่รักอยู่จนถึงปี 1946 คูลแมนไม่เคยกลับไปหาวอลทริปอีกเลย และในที่สุดพวกเขาก็หย่าร้างกันในปี 1947 เธอทิ้งชีวิตสมรสไว้เบื้องหลังและหลังจากนั้นก็ทำตัวราวกับว่ามันไม่เคยมีอยู่มาก่อนเลย

ในปี 1946 คูลแมนได้รับเชิญให้ไปเทศน์ที่แฟรงคลิน รัฐเพนซิลเวเนีย เธอได้รับการต้อนรับอย่างดีและตัดสินใจที่จะอยู่ที่นั่น คูลแมนเริ่มเทศน์ผ่านรายการวิทยุในออยล์ซิตี้ รัฐเพน ซิลเวเนีย รายการเหล่านี้ได้รับความนิยมอย่างมากจนถูกนำไปออกอากาศในพิตต์สเบิร์ก และเธอก็ได้เทศน์ไปทั่วบริเวณนั้น เธอเริ่มเทศน์เกี่ยวกับการรักษาของพระเจ้า ในปี 1947 หญิงคนหนึ่งได้รับการรักษาจากเนื้องอกขณะฟังคูลแมนเทศน์ อีกหลายสัปดาห์ต่อมา ชายคนหนึ่งก็ได้รับการรักษาขณะที่เธอกำลังสอนเรื่องพระวิญญาณบริสุทธิ์ ตอนนี้เธอเชื่อมั่นในงานการรักษาของพระเจ้าแล้ว สิ่งสำคัญที่ควรทราบคือบริบทและช่วงเวลาของช่วงเวลาแห่งการเปลี่ยนแปลงครั้งสำคัญในชีวิตของคูลแมน ปี 1947 เป็นจุดเริ่มต้นของการฟื้นฟูการรักษา (บางครั้งเรียกว่าการฟื้นฟูฝนปลายฤดู) ซึ่งจะกินเวลานานถึง 10 ปี สิ่งที่เกิดขึ้นในงานประชุมของคูลแมนกำลังแพร่กระจายไปทั่วสหรัฐอเมริกา ในช่วงเวลานั้นเองที่คณะเผยแพร่ศาสนา Voice of Healing Ministry ได้ก่อตั้งขึ้น และบุคคลอย่างวิลเลียม แบรนแฮม โอรัล โรเบิร์ตส์ เอ.เอ. อัลเลน และอีกหลายคนได้ก้าวขึ้นสู่เวทีสาธารณะ คูลแมนไม่ได้เกี่ยวข้องกับกลุ่มเหล่านั้น

แต่เขาได้ก้าวเข้าไปอยู่ในกระแสแห่งสิ่งที่พระวิญญาณของพระเจ้ากำลังทรงกระทำทั่วประเทศและทั่วโลก

ในปี 1948 คูลแมนได้จัดงานประชุมหลายครั้งที่คาร์เนกีฮอลล์ในเมืองพิตต์สเบิร์ก ต่อมาเธอได้ย้ายไปอยู่ที่พิตต์สเบิร์กในปี 1950 และยังคงจัดงานประชุมที่คาร์เนกีฮอลล์ต่อไปจนถึงปี 1971 พระเจ้าทรงใช้เธอในการนำข่าวสารแห่งพระวิญญาณบริสุทธิ์ไปสู่คริสตจักรนิกายต่างๆ มากมาย รวมถึงคริสตจักรคาทอลิก (เธอได้รับการวิพากษ์วิจารณ์อย่างมากในเรื่องนี้และถูกกล่าวหาว่าเป็นคาทอลิกที่ปกปิดตัวตน) ช่วงเวลานั้นเป็นช่วงที่เธอมีชื่อเสียงมากที่สุด สไตล์ของเธอโดดเด่น เธอจะจัดพิธีอัศจรรย์อันโด่งดังและห้องประชุมจะเต็มไปด้วยผู้คนทุกครั้ง เธอออกรายการวิทยุและโทรทัศน์ เธอได้รับการแต่งตั้งเป็นศิษยาภิบาลในปี 1968 โดยพันธมิตรคริสตจักรอีแวนเจลิคัล ผู้คนหลายร้อยคนได้รับการรักษาในงานประชุมของเธอ และแม้กระทั่งขณะฟังเธอทางวิทยุหรือโทรทัศน์ ผู้คนที่เธออธิษฐานให้มักจะได้รับการสัมผัสด้วยพลังของพระเจ้าและ "ถูกครอบงำด้วยพระวิญญาณ" คูลแมนไม่เคยอ้างว่าเธอเป็นผู้รักษา เธอชี้ให้ผู้คนเห็นเสมอว่าพระเยซูคือผู้รักษาของพวกเขา

คูลแมนได้รับการวินิจฉัยว่าเป็นโรคหัวใจในปี 1955 เธอมีตารางงานที่ยุ่งมากและทำงานหนักเกินไป โดยเฉพาะอย่างยิ่งในช่วงทศวรรษ 1970 เธอเดินทางไปมาระหว่างพิตต์สเบิร์กและลอสแอนเจลิสบ่อยครั้ง รวมถึงการเดินทางท่องเที่ยวรอบโลก หัวใจของเธอขยายใหญ่ขึ้น และคูลแมนเสียชีวิตเมื่อวันที่ 20 กุมภาพันธ์ 1976 ที่เมืองทัลซา หลังจากการผ่าตัดหัวใจแบบเปิด วิดีโอจากงานศพของเธอบางส่วนยังคงมีให้ชมและได้รับความนิยมจนถึงทุกวันนี้

เลสเตอร์ ซัมรัล

"การประกาศข่าวประเสริฐ การรักษา และการปลดปล่อย"

เลสเตอร์ แฟรงค์ ซัมรัล เกิดเมื่อวันที่ 15 กุมภาพันธ์ ค.ศ. 1913 ที่เมืองนิวออร์ลีนส์ รัฐลุยเซียนา โดยมีพ่อแม่ชื่อ จอร์จ และเบ็ตตี ซัมรัล แม่ของเขาเป็นคริสเตียนที่เคร่งครัด แต่พ่อของเขามีศรัทธาที่ไม่แรงกล้านัก
แม่ของเขาได้มอบเขาให้กับพระเจ้าก่อนที่เลสเตอร์จะเกิด
และอธิษฐานขอให้เขาเป็นนักเทศน์ เขาเป็นลูกคนที่หกจากทั้งหมดแปดคนในครอบครัว
เบ็ตตีมักเชิญนักเทศน์เร่ร่อนมาพักที่บ้านของพวกเขาในขณะที่มีการจัดประชุมในโบสถ์
ซึ่งมักหมายถึงครอบครัวเพิ่มขึ้นอีกหนึ่งครอบครัวที่ต้องเลี้ยงดูและจัดหาที่พัก
และเลสเตอร์ไม่ชอบความเครียดที่เกิดขึ้นในบ้าน เขาจึงตัดสินใจว่าเขาไม่ชอบนักเทศน์
และแน่นอนว่าเขาไม่ต้องการเป็นนักเทศน์เลย!

เบ็ตตี้ ซัมรัล เป็นนักอธิษฐานที่ยอดเยี่ยมและอธิษฐานเพื่อครอบครัวของเธออยู่เสมอ เลสเตอร์ได้เห็นเหตุการณ์อัศจรรย์มากมายในชีวิตของพวกเขา

วันหนึ่งเธอได้รับการวินิจฉัยว่าเป็นมะเร็งเต้านม
เธอจึงให้ผู้หญิงกลุ่มหนึ่งร่วมอธิษฐานกับเธอเป็นประจำ
ในช่วงกลางคืนท่ามกลางการต่อสู้ครั้งนี้
พระเยซูเสด็จเข้ามาในห้องของเธอและทรงสัมผัสเธอ
เธอได้รับการรักษาให้หายนับจากนั้นเป็นต้นมา
เมื่อคุณปู่ของเลสเตอร์เป็นโรคหลอดเลือดสมอง เขาก็ไม่สามารถช่วยเหลือตัวเองได้
เขาไม่สามารถกินหรือแต่งตัวได้ ครอบครัวจึงพาเขาเข้ามาในบ้าน
และเบ็ตตี้ตัดสินใจให้กลุ่มผู้หญิงที่ร่วมอธิษฐานช่วยอธิษฐานเพื่อเขา
พวกเขาได้นำเขามาสู่พระคริสต์และเริ่มอธิษฐาน
เขาอยู่ในรถเข็นและไม่สามารถขยับขาหรือแขนได้ แต่พลังของพระเจ้าได้มาอยู่กับเขา
และเขาก็ลุกขึ้นจากรถเข็น สามารถเดินและขยับแขนได้
เขากลับบ้านไปใช้ชีวิตอยู่คนเดียวอีกสิบห้าปี

เลสเตอร์คบกับ "กลุ่มคนไม่ดี" และลาออกจากโรงเรียนตอนอายุสิบหกปี
ไม่นานหลังจากนั้นเขาก็เริ่มมีปัญหาสุขภาพและอาเจียนเป็นเลือด
เขาได้รับการวินิจฉัยว่าเป็นวัณโรค ซึ่งเป็นเหมือนคำพิพากษาประหารชีวิต
เขาอาการทรุดลงเรื่อยๆ น้ำหนักลดลงเหลือ 93 ปอนด์ และต้องนอนติดเตียง
แม่ของเขาจึงเรียกกลุ่มผู้ร่วมอธิษฐานมารวมตัวกันอีกครั้งเพื่ออธิษฐานให้เลสเตอร์เป็นประจำ ในวันเกิดครบรอบสิบเจ็ดปีของเขา แพทย์ประกาศว่า
เขาใกล้จะตายแล้วและถึงกับเขียนใบมรณบัตรให้ ในคืนนั้น
พระเจ้าได้ประทานนิมิตให้เลสเตอร์ ด้านหนึ่งของเตียงมีโลงศพ อีกด้านหนึ่งมีพระคัมภีร์
เขาได้รับทางเลือกที่ชัดเจน คือ ประกาศข่าวประเสริฐหรือตายด้วยวัณโรคในคืนนั้น!
เขาตัดสินใจที่จะประกาศข่าวประเสริฐ
เขาหายป่วยและเช้าวันรุ่งขึ้นเขาก็ได้กินอาหารเป็นครั้งแรก

หลังจากไม่ได้เจอกันนาน และภายในสามสัปดาห์
เขาก็เก็บกระเป๋าเตรียมออกเดินทางไปเผยแพร่ศาสนา
มันเป็นการเริ่มต้นที่ยากลำบาก เลสเตอร์และเพื่อนร่วมตกปลาที่ทำหน้าที่เป็นผู้นำร้องเพลง
เดินทางเข้าไปในป่าลึกทางตอนใต้ พวกเขาไม่ได้รับการขัดเกลาและเข้มงวดกับผู้คน
ขณะที่เลสเตอร์เทศนาสั่งสอน แต่ดูเหมือนว่าบางอย่างจะได้ผล เพราะไม่ว่าเขาจะไปที่ไหน
เขาก็ได้กลุ่มคนจำนวนมากพอที่จะก่อตั้งโบสถ์

และเขาก็จะส่งคนไปยังนิกายของเขาเพื่อขอให้ส่งคนไปแต่งตั้งเป็นศิษยาภิบาลสำหรับกลุ่มใหม่นั้น ผู้คนหลายร้อยคนได้รับความรอด เมื่อเห็นความสำเร็จของเขา พวกเขาจึงแต่งตั้งเขาเป็นศิษยาภิบาล

ในปี 1931 พระเจ้าทรงเริ่มจัดการกับแรงจูงใจของเลสเตอร์ เขาตกลงที่จะประกาศข่าวประเสริฐเพื่อรักษาชีวิตของตนเอง แต่เขากลับไม่ได้ห่วงใยผู้คนอย่างแท้จริง พระเจ้าทรงประทานนิมิตให้เขาเห็นผู้คนมากมายในต่างแดนกำลังตกนรก พระเจ้าทรงทำให้เขาเสียใจอย่างสุดซึ้งต่อผู้หลงทางในคืนนั้น พระเจ้าทรงเรียกเขาให้เป็นผู้ประกาศข่าวประเสริฐระดับนานาชาติและประกาศข่าวประเสริฐไปทั่วโลก เขาไม่เหมือนเดิมอีกต่อไป สิบแปดเดือนต่อมา พระเจ้าทรงเชื่อมโยงเลสเตอร์กับฮาวาร์ด คาร์เตอร์ ครูสอนพระคัมภีร์ที่มีชื่อเสียงระดับนานาชาติ และพวกเขาก็เริ่มเดินทางไปทั่วโลกด้วยกัน พวกเขาเดินทางไปยังออสเตรเลีย สิงคโปร์ ฮ่องกง ชวา หมู่เกาะอินเดียตะวันออกของเนเธอร์แลนด์ ทิเบต แมนจูเรีย ญี่ปุ่น เกาหลี เยอรมนี บราซิล โบลิเวีย ฝรั่งเศส สเปน โปรตุเกส และอังกฤษ พวกเขาจะไปในพื้นที่หนึ่ง ฮาวาร์ดจะไปเทศนาที่หนึ่ง และเลสเตอร์จะไปเทศนาที่อีกที่หนึ่ง การรักษาและการปลดปล่อยที่น่าอัศจรรย์เริ่มเกิดขึ้นในการประชุมของเลสเตอร์ ผู้คนได้รับการรักษาและได้รับความรอดเป็นจำนวนนับพัน

ในช่วงสงครามในทศวรรษ 1940 เลสเตอร์ได้เดินทางกลับไปยังสหรัฐอเมริกา เม็กซิโก อเมริกากลาง และอเมริกาใต้ ขณะอยู่ที่อาร์เจนตินา เลสเตอร์ได้พบกับมิชชันนารีอีกคนหนึ่งชื่อ ลูอิส เลย์แมน ทั้งคู่เข้ากันได้ดีและแต่งงานกันในอีกสองปีต่อมา พวกเขาเริ่มทำงานเผยแพร่ศาสนาในฐานะคู่สามีภรรยาในคิวบา เฮติ และเปอร์โตริโก ในช่วงหนึ่ง ลูอิสป่วยเป็นมาลาเรีย แต่พระเจ้าทรงรักษาเธอตามคำอธิษฐานของเลสเตอร์ พวกเขายังคงเดินทางต่อไปยังกายอานา ซูรินาม บราซิล อาร์เจนตินา เปรู เอกวาดอร์ อุรุกวัย และปานามา พวกเขาหยุดพักบ้างเมื่อเบ็ตตี้ตั้งครรภ์และพวกเขากลับไปยังสหรัฐอเมริกา พระเจ้าทรงเรียกทั้งคู่ให้ตั้งฐานที่มั่นในเซาท์เบนด์ รัฐอินเดียนา ในอีกไม่กี่ปีข้างหน้า

ในปี 1950 พระเจ้าทรงเรียกครอบครัวนี้ไปที่มะนิลา ประเทศฟิลิปปินส์ งานดำเนินไปอย่างยากลำบาก จนกระทั่งมีเรื่องราวของเด็กหญิงคนหนึ่งที่ถูกปีศาจเข้าสิง ซึ่งเป็นข่าวใหญ่ระดับประเทศ พระเจ้าทรงขอให้เลสเตอร์อธิษฐานเพื่อเธอ การปลดปล่อยและการรักษาเกิดขึ้นอย่างเปิดเผยและน่าทึ่งมาก จนหนังสือพิมพ์ทุกฉบับทั่วประเทศต่างพากันนำเสนอเรื่องราวนี้ ประเทศทั้งประเทศเปิดรับพระกิตติคุณ เขาจัดงานฟื้นฟูจิตวิญญาณเป็นเวลาหกสัปดาห์ และมีผู้คนมาร่วมฟังในคืนหนึ่งประมาณหกหมื่นคน คลิฟตัน เอริคสัน เดินทางมาจากสหรัฐอเมริกาเพื่อช่วยในการจัดงาน มีผู้คน 150,000 คนได้รับความรอดในช่วงหลายสัปดาห์นั้น นักแสดงชื่อดังที่ไม่สามารถเดินได้ก็ได้รับการรักษา ซึ่งทำให้กลุ่มนี้ได้รับความสนใจจากสื่อมากยิ่งขึ้น ทนายความที่ต้องใช้ไม้ค้ำยันมาสิบสองปีก็เดินออกมาพร้อมกับไม้ค้ำยันในอ้อมแขนของเขาโดยหายดีแล้ว พระเจ้าทรงเรียกครอบครัวของเขากลับไปยังสหรัฐอเมริกาในช่วงทศวรรษ 1960 เพื่อเริ่มต้นงานบุกเบิกด้านโทรทัศน์ การเทศนาของเขาเริ่มเป็นที่รู้จักไปทั่วสหรัฐอเมริกาและทั่วโลก เขายังเริ่มต้นพันธกิจเพื่อเลี้ยงดูผู้หิวโหยทั่วโลกหลังจากที่พระเจ้าประทานนิมิตให้เขาดูแลผู้ที่กำลังจะตาย เขาซื่อสัตย์ **ต่อนิมิตที่พระเจ้าประทานให้ และจากไปอยู่กับพระเจ้าในวันที่ 28 เมษายน 1996**

แฟรงค์และไอดา เมย์ แฮมมอนด์

แฟรงค์ เดวิส แฮมมอนด์ (12 ตุลาคม 1921 - 17 มีนาคม 2005) เป็นนักเขียนหนังสือเกี่ยวกับศาสนาคริสต์ โดยเฉพาะอย่างยิ่งเกี่ยวกับพันธกิจการปลดปล่อย ในปี 1980 แฮมมอนด์ได้ก่อตั้ง The Children's Bread Ministry ร่วมกับภรรยาของเขา (และบางครั้งก็เป็นผู้ร่วมเขียน) ไอดา เม แฮมมอนด์ แฮมมอนด์เป็นศิษย์เก่าของมหาวิทยาลัยเบย์เลอร์และวิทยาลัยศาสนศาสตร์แบปติสต์ตะวันตกเฉียงใต้ คำสอนของแฮมมอนด์ระบุว่า ปัญหาทางจริยธรรม เช่น ความขุ่นเคืองและการนินทา รวมถึงปัญหาต่างๆ เช่น การกินอย่างควบคุมไม่ได้ ความหลงลืม ปัญหาทางเพศ และความเจ็บป่วยทางจิต ล้วนเกิดจากปีศาจที่ต้องได้รับการปลดปล่อย และทุกคนล้วนต้องการการปลดปล่อยเช่นนั้น เขาและภรรยาของเขา ไอดา เม ได้รับการยกย่องว่าเป็น "ผู้ปฏิบัติพันธกิจการปลดปล่อยที่มีอิทธิพลมากที่สุด"

หนังสือของพวกเขาในปี 1973 เรื่อง Pigs in the Parlor: A Practical Guide to Deliverance เป็นหนึ่งในหนังสือที่มีอิทธิพลมากที่สุดในหัวข้อนี้ และขายได้มากกว่าหนึ่งล้านเล่ม
หนังสือของแฮมมอนด์ช่วยถ่ายทอดแนวคิดของการปฏิบัติศาสนกิจเพื่อการปลดปล่อยจาก

อำนาจชั่วร้ายไปสู่การฟื้นฟูจิตวิญญาณคาทอลิก
โดยเฉพาะอย่างยิ่งแนวคิดเรื่องอิทธิพลของปีศาจที่ไม่ถึงขั้นถูกปีศาจเข้าสิงซึ่งต้องใช้พิธีขับไล่ปีศาจโดยบาทหลวง ข้อมูลส่วนตัว เกิดที่เมืองเทอร์เรลล์ รัฐเท็กซัส ในเดือนตุลาคม ปี 1921 เขาแต่งงานกับไอดา เมย์ โลเดน (ซึ่งก็มาจากเมืองเทอร์เรลล์เช่นกัน) ในปี 1948 ผลงานเขียน การเอาชนะการถูกปฏิเสธ (1987) สายสัมพันธ์ทางจิตวิญญาณ (1988) การเผชิญหน้ากับวิญญาณชั่วร้าย: สิ่งปลอมปนกับพระวิญญาณบริสุทธิ์ (1988) ได้รับการส่งเสริมจากพระเจ้า (1989) สงครามของเรา - ต่อต้านปีศาจและวิญญาณที่สิงสถิต (1991) ปีศาจและการปลดปล่อยในพันธกิจของพระเยซู (1991) การให้อภัยผู้อื่น: กุญแจสู่การเยียวยาและการปลดปล่อย (1995) คู่มือการปลดปล่อยเด็ก (1996) เตียงสมรส (1999) พระเจ้าทรงเตือนอเมริกา (2000) เรื่องราวของแฟรงค์สองคน: ประสบการณ์การปลดปล่อยที่ไม่ธรรมดา (2000 ร่วมกับแฟรงค์ มาร์ซุลโล) พระพรของพระบิดา (2001) ผลกระทบจากบาปทางเพศ (2002) ผู้มีอำนาจแห่งความไม่เชื่อ (2002 ร่วมกับ ดอร์แมน ดักแกน) อันตรายแห่งความเฉยเมย (2004) เหล่าวิสุทธิชนในสงคราม (2012) ร่วมกับ ไอดา เม แฮมมอนด์ หมูในห้องรับแขก: คู่มือปฏิบัติเพื่อการปลดปล่อย (1973) การใช้ชีวิตในอาณาจักรสำหรับครอบครัว (1985) การทำลายคำสาป (1993) การปลอบโยนจิตวิญญาณที่บาดเจ็บ (1994) ดูเพิ่มเติมที่ สงครามฝ่ายวิญญาณ https://bookpedia.co/writer/frank-hammond

เดเร็ก ปรินซ์

ปีเตอร์ เดเร็ก วอห์น พรินซ์ (14 สิงหาคม 1915 – 24 กันยายน 2003) เป็นครูสอนพระคัมภีร์ ผู้มีรายการวิทยุประจำวันชื่อ " *เดเร็ก พรินซ์ เลกาซี เรดิโอ*" ซึ่งออกอากาศไปทั่วโลกในหลากหลายภาษา

การแต่งงานและการเติบโตของพันธกิจของเขา

เดเร็ก พรินซ์ ทำงานที่โบสถ์เฟธ แทเบอร์นาเคิล ในชิคาโก จากนั้นย้ายไปที่โบสถ์กู๊ดนิวส์ในฟอร์ตลอเดอร์เดล รัฐฟลอริดา ในเดือนพฤษภาคม ปี 1971 สำนักพิมพ์เดเร็ก พรินซ์ เปิดสำนักงานในฟอร์ตลอเดอร์เดล รัฐฟลอริดา และเปลี่ยนชื่อเป็น สำนักพิมพ์เดเร็ก พรินซ์ มินิสทรีส์ ในเดือนธันวาคม ปี 1990

เจ้าชายทั้งสองเดินทางไปปฏิบัติศาสนกิจในหลายประเทศอย่างกว้างขวาง จนกระทั่งพระมเหสีรูธสิ้นพระชนม์เมื่อวันที่ 29 ธันวาคม พ.ศ. 2541 รายชื่อประเทศต่อไปนี้ครอบคลุมการปฏิบัติศาสนกิจของเจ้าชายทั้งสองตั้งแต่ปี พ.ศ.

2536 ถึง พ.ศ. 2541 บาง ประเทศได้รับการเยี่ยมเยือนมากกว่าหนึ่งครั้ง ได้แก่ รัสเซีย เยอรมนี คาซัคสถาน ฮังการี แอฟริกาใต้ เคนยา อินโดนีเซีย มาเลเซีย สิงคโปร์ ตุรกี โปแลนด์ บาห์เรน คิวบา โคลอมเบีย สวิตเซอร์แลนด์ ฝรั่งเศส โปรตุเกส อินเดีย และอังกฤษ

เขาเป็นผู้เขียนหนังสือ 51 เล่ม สื่อเสียง 600 รายการ และวิดีโอ 100 รายการ ซึ่งหลายรายการได้รับการแปลและตีพิมพ์ในกว่า 60 ภาษา หัวข้อบางส่วนที่ครอบคลุมในคำสอนของเขา ได้แก่ การอธิษฐานและการถือศีลอด รากฐานของศาสนาคริสต์[5] การต่อสู้ทางจิตวิญญาณ[6] ความรักของพระเจ้า การแต่งงานและครอบครัว[8]
รายการวิทยุประจำวันของเขาได้รับการแปลเป็นภาษาอาหรับ จีน (อามอย กวางตุ้ง แมนดาริน เซี่ยงไฮ้ สวาโตว์) โครเอเชีย เยอรมัน มาลากาซี มองโกล รัสเซีย ทมิฬ ซามัว สเปน อินโดนีเซีย ตองกา เตลูกู มาลายาลัม กันนาดา ฮินดี และภาษาอื่นๆ อีกมากมาย รายการวิทยุยังคงเข้าถึงผู้คนจำนวนมากทั่วโลก
ตลอดช่วงชีวิตที่เหลือของเขา องค์กร Derek Prince Ministries ได้ดำเนินงานเผยแพร่คำสอนและฝึกอบรมมิชชันนารี ผู้นำคริสตจักร และสมาชิกในคริสตจักรต่อไป

ปีศาจและการปลดปล่อย

ในฐานะผู้นับถือศาสนาคริสต์นิกายเพนเตโคสต์ ปรินซ์เชื่อในความเป็นจริงของพลังฝ่ายวิญญาณที่กำลังทำงานอยู่ในโลก และเชื่อในอำนาจของปีศาจที่สามารถก่อให้เกิดความเจ็บป่วยและปัญหาทางจิตใจ ขณะที่อยู่ในซีแอตเติล เขาได้รับคำขอให้ทำพิธีขับไล่ปีศาจให้กับผู้หญิงคนหนึ่ง และเขาเริ่มเชื่อว่าคริสเตียนสามารถถูก "ปีศาจเข้าสิง" ได้ (โดยปกติจะอธิบายว่า "ถูกปีศาจเข้าครอบงำ" - ปรินซ์หลีกเลี่ยงคำนี้ซึ่งหมายถึง 'การครอบครอง') ความคิดนี้ขัดแย้งกับมุมมองของนิกายเพนเตโคสต์โดยทั่วไปที่ว่าปีศาจสามารถ "เข้าสิง" ผู้ที่ไม่เชื่อได้ แต่สามารถ "กดขี่" คริสเตียนได้เท่านั้น ปรินซ์เชื่อว่าพันธกิจปลดปล่อยของเขาใช้อำนาจของพระเจ้าเพื่อเอาชนะปีศาจ

อิสราเอล

หลุมฝังศพของเดเร็ก พรินซ์ ณ สุสานนานาชาติของคริสตจักรอัลไลแอนซ์ กรุงเยรูซาเลม เดเร็ก ปรินซ์ คัดค้านแนวคิดเทววิทยาการแทนที่อย่างรุนแรง หนังสือของเขาเรื่อง "ชะตากรรมของอิสราเอลและคริสตจักร" โต้แย้งว่าคริสตจักรไม่ได้เข้ามาแทนที่อิสราเอล และพันธสัญญาที่พระเจ้าทรงทำกับชนชาติอิสราเอลยังคงดำรงอยู่จนถึงทุกวันนี้ ปรินซ์ยังเชื่อว่าการก่อตั้งรัฐอิสราเอลเป็นการเติมเต็มคำพยากรณ์ในพระคัมภีร์ เดเร็กกล่าวในหนังสือของเขาเรื่อง "ดินแดนแห่งพันธสัญญา" ว่า "แก่นสำคัญของคำพยากรณ์ในพระคัมภีร์ ดังที่กำลังปรากฏให้เห็นในยุคของเรานั้น เกี่ยวข้องกับดินแดนและผู้คนของอิสราเอล พระเจ้ากำลังดำเนินแผนการที่ทรงกำหนดไว้ล่วงหน้าเพื่อรวบรวมชาวอิสราเอลจากการกระจัดกระจายไปทั่วโลกและฟื้นฟูพวกเขาให้กลับคืนสู่มาตุภูมิโบราณของพวกเขา"

ขบวนการเลี้ยงแกะ

เจ้าชายทรงก่อตั้งขบวนการเลี้ยงดู (Shepherding Movement) ร่วมกับบรรดาผู้รับใช้พระเจ้าอื่นๆ ได้แก่ ดอน บาแชม, บ็อบ มัมฟอร์ด, ชาร์ลส์ ซิมป์สัน และเอิร์น แบ็กซ์เตอร์ ซึ่งต่อมาเป็นที่รู้จักในนาม "กลุ่มฟอร์ตลอเดอร์เดลไฟว์" พวกเขาพยายามต่อต้านสิ่งที่ถูกมองว่าเป็นความสุดโต่งภายในขบวนการคาริสมาติก โดยเน้นที่การเป็นศิษย์และการดูแลเอาใจใส่ การปฏิบัติ "การยอมจำนนส่วนตัวต่อผู้มีอำนาจทางจิตวิญญาณ" ถือเป็นเรื่องที่ถกเถียงกันได้ การที่เจ้าชายทรงเข้าร่วมกับขบวนการเลี้ยงดูทำให้พระองค์ได้รับการเผยแพร่ในระดับนานาชาติ หลังจากออกจากขบวนการแล้ว พระองค์ทรงมุ่งเน้นไปที่พันธกิจระหว่างประเทศของพระองค์เอง

สิ่งพิมพ์

ปรินซ์ได้ตีพิมพ์หนังสือหลายเล่ม และบันทึกเสียงเทศนามากกว่า 600 เรื่อง และวิดีโอสอนอีก 100 เรื่อง

หนังสือของเขารวมถึง

- ***ชุดหนังสือพื้นฐาน* (1966)**
- ***การอธิษฐานเพื่อรัฐบาล* (1970)**
- ***การสร้างประวัติศาสตร์ผ่านการอธิษฐานและการถือศีลอด* (1973)**
- ***การนัดหมายในเยรูซาเลม* (1975)**

- *ศรัทธาในการดำเนินชีวิต* **(1977)**
- *ความสง่างามแห่งการยอมจำนน* **(1977)**
- *พันธสัญญาการแต่งงาน* **(1978)**
- *ดินแดนแห่งคำสัญญา* **(1982)**
- *คำกล่าวสุดท้ายเกี่ยวกับตะวันออกกลาง* **(1982)**
- *พระเจ้าเป็นผู้จับคู่* **(1986)**
- *พรหรือคำสาป: คุณเลือกได้* **(1990)**
- *ชะตากรรมของอิสราเอลและคริสตจักร* **(1992)**
- *ลิ้นของคุณต้องการการรักษาหรือไม่?* **(1992)**
- *วิธีแก้ไขการถูกปฏิเสธจากพระเจ้า* **(1993)**
- *การป้องกันจากการหลอกลวง* **(1996)**
- *พวกเขาจะขับไล่ปีศาจ: สิ่งที่คุณควรรู้เกี่ยวกับปีศาจ - ศัตรูที่มองไม่เห็นของคุณ* **(1998)**
- *พระวิญญาณบริสุทธิ์คือใคร?* **(1999)**
- *สามีและพ่อ* **(2000)**
- *การตัดสิน: เมื่อไหร่? ทำไม? อย่างไร?* **(2001)**
- *การศึกษาพระธรรมสดุดีกับเดเร็ก พรินซ์* **(2002)**
- *สงครามในสวรรค์: การต่อสู้ครั้งยิ่งใหญ่ของพระเจ้ากับความชั่วร้าย* **(2003)**
- *ซื้อมาด้วยโลหิต* **(ปี 2007** *เคยตีพิมพ์มาก่อนในปี* **2000** *ในชื่อ การไถ่บาป การนัดหมายของคุณกับพระเจ้า* **)**
- *เข้าสู่พระสิริของพระเจ้า: ก้าวข้ามจากการสรรเสริญและการขอบคุณไปสู่การนมัสการที่แท้จริง*
- *เปิดโปงลูซิเฟอร์: แผนการของปีศาจที่จะทำลายชีวิตคุณ*
- *คู่มือพยากรณ์สำหรับยุคสุดท้าย* **(2008)**
- *กฎแห่งการปะทะ: เตรียมพร้อมสำหรับบทบาทของคุณในการต่อสู้ทางจิตวิญญาณ* **(2006)**
- *ความลับของนักรบแห่งการอธิษฐาน* **(2009)**
- *เปลี่ยนแปลงชีวิต: วิธีรู้จักพระเจ้าให้ดียิ่งขึ้นและรักพระองค์มากขึ้น* **(2002)**

https://en.wikipedia.org/wiki/Derek_Prince

นวนิยายเฮย์ส

ดร. นอร์เวล ลีออน เฮย์ส อายุ 91 ปี ถึงแก่กรรมเมื่อวันเสาร์ที่ 6 ตุลาคม 2561 ณ บ้านพักของเขา

เขาเกิดเมื่อวันที่ 20 เมษายน พ.ศ. 2460 โดยเป็นบุตรของนายชาร์ลส์และนางอริโซนา ลูอิส เฮย์ส ผู้ล่วงลับไปแล้ว เขามาจากครอบครัวที่ขยันขันแข็งและเป็นเกษตรกร และเมื่อนอร์เวลโตขึ้น เขาเริ่มงานแรกเป็นเด็กเสิร์ฟในร้านอาหาร ได้เงินวันละ 2 ดอลลาร์ วันที่เขาเริ่มทำงานนั้นเปลี่ยนชีวิตเขาไปตลอดกาล ตลอดหลายปีที่ผ่านมา เขาได้กลายเป็นหนึ่งในนักธุรกิจที่มีชื่อเสียงที่สุดและก่อตั้งธุรกิจมากมายในเมืองอินเดียนาโพลิส รัฐอินเดียนา

เขาได้พบกับภรรยาคนแรกของเขา นอรีน แลงดอน และทั้งคู่มีลูกสาวด้วยกันหนึ่งคนชื่อ โซนา เฮส์ โซนาเป็นแก้วตาของนอร์เวล เมื่อโซนาอายุ 9 ขวบ เขาตัดสินใจย้ายกลับไปคลีฟแลนด์ ที่นั่นเขาได้เริ่มต้นธุรกิจร้านอาหารและธุรกิจอื่นๆ อีกหลายแห่ง ที่จริงแล้วเขาเป็นคนแรกที่นำพิซซ่ามาสู่คลีฟแลนด์ นอกจากนี้เขายังเป็นเจ้าของบริการแท็กซี่ Yellow Cab ในคลีฟแลนด์อีกด้วย

นอร์เวลได้อุทิศชีวิตให้กับพระเจ้า และกลายเป็นหนึ่งในนักเทศน์ผู้มีชื่อเสียงที่สุดคนหนึ่งของโลก เขาเดินทางไปทั่วโลกเพื่อเผยแพร่พระวจนะของพระเจ้า ตั้งแต่ฮ่องกง แอฟริกา ออสเตรเลีย และอีกหลายประเทศ รวมถึงสหรัฐอเมริกา เขาเริ่มก่อตั้งวิทยาลัยพระคัมภีร์นิวไลฟ์ในปี 1977 ซึ่งเขาได้สอนผู้คนถึงวิธีการนำวิญญาณมาสู่พระเจ้าและดำเนินชีวิตด้วยความเชื่อ เขายังได้ก่อตั้งครัวชุมชนในปี 1988 ในเมืองคลีฟแลนด์ ซึ่งเขาได้จัดหาอาหารร้อนให้แก่ผู้คนทุกวัน วิสัยทัศน์นั้นยังคงดำเนินต่อไปจนถึงทุกวันนี้ โดยจัดหาอาหารให้แก่ผู้คนกว่า 1,300 คนต่อเดือน นอร์เวลยังได้ก่อตั้งโรงเรียนพระคัมภีร์นิวไลฟ์และบ้านเด็กกำพร้าในอินเดีย และบ้านพักสำหรับคุณแม่และโครงการท้าทายในมหาวิทยาลัยหลายแห่ง นอกจากนี้เขายังเขียนหนังสือมากกว่า 50 เล่ม และสร้างวิดีโอและซีดีจำนวนมาก

เขาพบกับภรรยาคนที่สองของเขา แม็กกี้ คอมบ์ส ในช่วงทศวรรษ 1980 พวกเขาแต่งงานกันในปี 1997 จนกระทั่งเธอจากไปสู่สวรรค์ในปี 2016 ตลอดหลายปีที่ผ่านมา จนกระทั่งเขาจากไปสู่สวรรค์ นอร์เวลใช้ชีวิตอย่างมีคุณธรรมและซื่อตรง และไม่เคยประนีประนอมกับสิ่งที่เขารู้สึกว่าพระเจ้าทรงต้องการให้เขาทำ พันธกิจที่เขาสร้างขึ้นจะยังคงดำเนินต่อไปและเข้าถึงโลกอีกครั้งผ่านทางหลานสาวของเขา ลี คอร์เนลิสัน เธอจะสานต่อพันธกิจและวิสัยทัศน์ที่พระเจ้าประทานให้แก่โนร์เวล โดยได้รับความช่วยเหลือจากเจ้าหน้าที่ของคริสตจักรและวิทยาลัยพระคัมภีร์นิวไลฟ์

พี่เฮย์สก่อตั้งวิทยาลัยพระคัมภีร์นิวไลฟ์ ซึ่งตั้งอยู่ที่เมืองคลีฟแลนด์ รัฐเทนเนสซี ในปี 1977 คริสตจักรนิวไลฟ์เติบโตมาจากการนมัสการในโบสถ์ของวิทยาลัยพระคัมภีร์ นอกเหนือจากการเผยแพร่พระวจนะของพระเจ้าและอาหารร้อนทุกวันแก่คนยากจนผ่านทางโรงครัวนิวไลฟ์แล้ว

พี่เฮย์สยังเป็นผู้ก่อตั้งและประธานของบ้านพักคนชรานิวไลฟ์ ซึ่งเป็นพันธกิจที่อุทิศให้กับความต้องการทางด้านจิตวิญญาณ ร่างกาย และการเงินของเด็กสาวในระหว่างตั้งครรภ์; แคมปัสชาเลนจ์

ซึ่งเป็นการเผยแพร่พระกิตติคุณในวิทยาเขตของวิทยาลัยต่างๆ ทั่วอเมริกา; สตรีทรีช ซึ่งเป็นพันธกิจที่อุทิศให้กับวัยรุ่นที่หนีออกจากบ้านในเมืองเดย์โทนาบีช รัฐฟลอริดา; และบ้านเด็กกำพร้าและศูนย์การศึกษาที่ตั้งอยู่ในประเทศอินเดีย

เป็นที่รู้จักในระดับนานาชาติในฐานะผู้ถ่ายทอดพระวจนะของพระเจ้าอย่างทรงพลัง บราเดอร์ เฮส์ใช้เวลาส่วนใหญ่ใน
การสอนและประกาศพระวจนะแห่งการปลดปล่อยและการรักษาของพระเจ้าในโบสถ์ ห้องเรียนในมหาวิทยาลัย การประชุม และสัมมนาต่างๆ ทั่วโลก

งานรับใช้ของดร. เฮย์ส กินเวลากว่าห้าสิบปีและได้ช่วยเหลือผู้คนนับพัน และท่านได้จากไปสู่พระเจ้าในเดือนตุลาคมปี 2018

โจเซฟ อโย บาบาโลลา

โจเซฟ อโย บาบาโลลา (25 เมษายน 1904 – 26 กรกฎาคม 1959) เป็นผู้เผยแพร่ศาสนาทั่วไปคนแรกของคริสตจักรคริสต์อะโพสโตลิก หรือที่รู้จักกันในชื่อ CAC ในไนจีเรีย เขาได้รับการยกย่องว่ามีพลังในการรักษาโรค

ชีวิตช่วงต้น

บาบาโลลาเกิดจากพ่อแม่ชาวโยรูบาที่โอโด-โอวา รัฐควารา ประเทศไนจีเรีย เขาได้รับการเลี้ยงดูในนิกายแองกลิกัน เขาเข้าเรียนที่โรงเรียนประถมศึกษาที่โอโต-อาโวริ บนถนนบาดากรี รัฐลากอส ในปี 1914 เขาเรียนถึงชั้นประถมศึกษาปีที่ 4

ก่อนจะไปเป็นลูกศิษย์ช่างตีเหล็ก และเรียนรู้เป็นเวลาสองปี ก่อนที่จะไปเป็นคนขับรถบดถนนภายใต้กรมโยธาธิการ (PWD) ซึ่งขณะนั้นอยู่ภายใต้การควบคุมของสหราชอาณาจักร เขาเรียนรู้การขับรถบดถนน หลังจากเรียนรู้การขับรถบดถนนเพียง 15 วัน เขาก็สามารถขับได้โดยไม่ต้องมีผู้ช่วย หลังจากนั้น 9 เดือน เขาก็กลายเป็นผู้เชี่ยวชาญในชั้นเรียน รถบดถนนคันแรกถูกมอบให้เขาเมื่อวันที่ 1 เมษายน 1928 เพื่อทำงานบนถนนโอโซกโบ-อิเลชา และในวันที่ 14 มิถุนายน 1928 เขาถูกย้ายไปทำงานบนถนนอาภูเร-อิเลชา

บาบาโลลาได้รับการทำพิธีล้างบาปในทะเลสาบลากอสในเดือนธันวาคม 1929

การปฏิบัติศาสนกิจและการรักษา

ในปี 1931 คริสตจักรเฟธแทเบอร์นาเคิลได้เข้าร่วมกับคริสตจักรอะโพสโตลิก ซึ่งมีสำนักงานใหญ่ในสหราชอาณาจักร (ไม่ใช่คริสตจักรอะโพสโตลิกแห่งอังกฤษ อย่างที่ผู้เขียนบางคนเรียกผิด) ต่อมาหลังจากการแตกแยกในคริสตจักรอะโพสโตลิกราวปี 1940 บาบาโลลาได้ไปกับกลุ่มที่นำโดยศิษยาภิบาล เจบี อากินเยเล และ ดีโอ โอดูบันโจ เพื่อก่อตั้งคริสตจักรใหม่ที่เป็นอิสระ คือ คริสตจักรคริสต์อะโพสโตลิก (CAC) ซึ่งเขายังคงดำเนินกิจกรรมการรักษาและการฟื้นฟูจิตวิญญาณต่อไปจนกระทั่งเสียชีวิต คริสตจักร CAC ถือว่าบาบาโลลาเป็นอัครสาวก ในขณะที่ในความเป็นจริงแล้วตามการแต่งตั้งอย่างเป็นทางการของคริสตจักร เขาไม่เคยได้รับการแต่งตั้งในตำแหน่งนั้นเลย ศูนย์ปฏิบัติธรรมของ CAC ถูกสร้างขึ้นที่อิโป อาราเคจิ รัฐโอซุน ซึ่งเป็นสถานที่ที่บาบาโลลาได้รับการเรียกตัวไปครั้งแรกในปี 1928 อย่างไรก็ตาม บาบาโลลาไม่ใช่ผู้ก่อตั้ง CAC เพียงคนเดียวอย่างที่หลายคนกล่าวอ้างในปัจจุบัน แต่เป็นหนึ่งในสามบิดาผู้ก่อตั้ง CAC

คริสตจักรคริสต์อะโพสโตลิกไม่ได้ล่มสลายไปพร้อมกับอัครสาวกโจเซฟ อโย บาบาโลลาในปี 1959 ในความเป็นจริงแล้ว คริสตจักรนี้เติบโตอย่างรวดเร็วในช่วงหลายปีที่ผ่านมา โดยมีคริสตจักรมากมายภายใต้ชื่อคริสตจักรคริสต์อะโพสโตลิก แต่ละคริสตจักรมีชื่อสาขาเฉพาะของตนเอง มหาวิทยาลัยโจเซฟ อโย บาบาโลลา (JABU) ซึ่งเป็นมหาวิทยาลัยเอกชนของไนจีเรีย ตั้งอยู่ในอิโป อาราเคจิ และอิเคจิ-

อาราเคจิ สองชุมชนใกล้เคียงกันในรัฐโอซุน ก่อตั้งโดยคริสตจักรคริสต์อะโพสโตลิก (CAC) ทั่วโลก ได้รับการตั้งชื่อตามท่าน และตั้งอยู่ในสถานที่ที่ท่านกล่าวว่าได้รับการทรงเรียกจากพระเจ้าในปี 1928 https://en.wikipedia.org/wiki/Joseph_Ayo_Babalola

ในกรณีของอัครทูตโจเซฟ อายโอเดเล บาบาโลลา ผู้เผยแพร่ศาสนาและฟื้นฟูจิตวิญญาณผู้ยิ่งใหญ่แห่งแอฟริกา การอัศจรรย์ของพระเจ้าได้ปรากฏให้เห็นอย่างชัดเจน หากบาบาโลลาเป็นมิชชันนารีผิวขาว คนผิวดำ หรือแม้แต่ชาวแอฟริกันโดยทั่วไป อาจจะมองว่าพลังของพระวิญญาณบริสุทธิ์เป็นสมบัติเฉพาะของคนผิวขาวเท่านั้น ขอสรรเสริญพระเจ้าที่ทรงประทานพลังพิเศษแห่งพระวิญญาณบริสุทธิ์แก่ชายผิวดำผู้มีคุณสมบัติเหมาะสม ซึ่งทำให้เขาสามารถทำลายฐานที่มั่นของกิจกรรมชั่วร้ายได้

การเกิด การศึกษา และเส้นทางอาชีพ

โจเซฟ อโย บาบาโลลา เกิดที่โอโด-โอวา (รัฐควารา) เมื่อวันที่ 25 เมษายน ค.ศ. 1904 บิดาของเขาคือ ปา เดวิด โรติมิ ผู้ล่วงลับ ซึ่งเป็นบาบา อิโจ (ประธานฆราวาส) คนแรกของโบสถ์แองกลิกันเซนต์ปีเตอร์ที่โอโด-โอวา ในรัฐควาราในปัจจุบัน ส่วนมารดาของเขาคือ มาดาม มาร์ตา ทาลาบี เด็กชายอโยเป็นของขวัญจากพระเจ้าสำหรับพ่อแม่ผู้เคร่งศาสนาคู่นี้ บิดาเป็นคริสเตียนที่ศรัทธาอย่างแรงกล้าและได้นำศาสนาคริสต์มาสู่โอโด-โอวาและหมู่บ้านใกล้เคียงอื่นๆ การกำเนิดของอโย บาบาโลลาเป็นเรื่องที่น่าทึ่ง ตามแหล่งข่าวที่เชื่อถือได้ มีเหตุการณ์ผิดปกติเกิดขึ้นในวันที่ท่านผู้รับใช้พระเจ้าประสูติ มีเสียงดังมาจากเบื้องบนเหมือนฟ้าร้องและทำให้เมฆสั่นสะเทือน

ตั้งแต่ยังเด็ก เขาก็แสดงให้เห็นถึงคุณสมบัติของผู้รับใช้พระเจ้าที่พิเศษ การตรวจสอบพบว่าในวัยเด็ก เขามักพูดบางสิ่งบางอย่างที่เหนือกว่าสติปัญญาและความรู้ของเพื่อนร่วมรุ่น เขาเป็นผู้ให้ที่ใจกว้างแก่เพื่อนๆ ในวัยเด็ก

เมื่อวันที่ 18 มกราคม 1918 บาบาโลลาได้เดินทางไปลากอสพร้อมกับลูกพี่ลูกน้องคนแรกของเขา คือ นายเอ็มโอ โรติมิ ลูกพี่ลูกน้องคนนี้เป็นครูสอนศาสนาภายใต้คณะมิชชันนารีคริสตจักร (CMS) ที่อิโฟ ใกล้กับลากอส ขณะอยู่ที่นั่น บาบาโลลาเริ่มเรียนระดับประถมศึกษา ก่อนที่จะถูกย้ายไปเรียนที่โรงเรียนเมธอดิสต์ อะโก อิเจย์ ที่เอบูเต เมตา ลากอส บาบาโลลาประสบปัญหาในการเข้าเรียนและการเรียน เนื่องจากครูผู้สอนของเขาถูกย้ายไปที่ต่างๆ บ่อยครั้ง ต่อมาเขาได้ไปเรียนต่อที่โรงเรียนแองกลิกันออลเซนต์ส โอโชโบ แต่หยุดเรียนที่ชั้นมัธยมศึกษาปีที่ 4 (Nigeria Reader IV)

กิจกรรมนอกหลักสูตรแรกของบาบาโลลาคือการฝึกงานเป็นผู้จ่ายยาที่โรงพยาบาลแอฟริกัน โอโชโบ ต่อมาเขาได้เรียนรู้ศิลปะการตีเหล็กและช่างกล จากนั้นบาบาโลลาเริ่มเรียนขับรถบดถนนภายใต้กรมโยธาธิการ (PWD) เขาแสดงความสามารถโดดเด่นในระหว่างการฝึกอบรม และเมื่อจบการฝึกอบรม เขาถูกส่งไปประจำที่อิเลชาเพื่อบำรุงรักษาถนนรัฐบาลกลางอิเลชา-อากูเร เขาได้รับเงินเดือนสี่ปอนด์หรือประมาณแปดไนราต่อเดือน เขามีคนงานมากกว่าหกสิบคนอยู่ภายใต้การดูแล และโครงการทั้งหมดอยู่ภายใต้การควบคุมของชายผิวขาวชื่อมิสเตอร์เฟอร์กัสสัน

การเรียกของบาบาโลลาสู่การรับใช้พระเจ้า

ขณะที่บาบาโลลาขับรถแทรกเตอร์จากอิกบารา-โอเคไปยังโอเวนา และก่อนจะถึงเมืองอิเคจิ อาราเคจิ เขามาถึงจุดที่เรียกว่าแม่น้ำอาริรัน ที่นั่นรถแทรกเตอร์ไม่ ทำงาน บาบาโลลาพยายามทุกวิถีทางเท่าที่จะทำได้ แต่ก็ไม่เป็นผล เขาเรียกผู้เชี่ยวชาญคนอื่นๆ รวมถึงหัวหน้างานของเขา เฟอร์กัสสัน แต่พวกเขาก็ไม่สามารถทำให้มันทำงานได้ ไม่มีข้อบกพร่องทางกลไกที่มองเห็นได้บนรถแทรกเตอร์ ข้อเท็จจริงนี้ทำให้บาบาโลลาสับสนและกระวนกระวายใจ ประมาณเที่ยงวันของวันที่ 9 ตุลาคม ค.ศ. 1928 บาบาโลลาได้ยินเสียงเรียกดังลั่นว่า "โจเซฟ! โจเซฟ!! โจเซฟ!!! ถ้าเจ้าไม่หยุดทำงานนี้ เจ้าจะตายในปีนี้" บาบาโลลาไม่ได้ใส่ใจกับเสียงเรียกนั้นอย่างจริงจัง เพราะมีเพียงเขาเท่านั้นที่ได้ยิน

ข้อความเดียวกันนี้ถูกส่งมาถึงเขาในลักษณะเดียวกันในเวลาเดียวกันของวันที่สอง แต่บาบาโลลาก็ไม่ได้ใส่ใจอย่างจริงจังเช่นกัน ในวันที่สาม คือวันที่ 11 ตุลาคม พ.ศ. 2461 เสียงประกาศดังขึ้นอีกครั้งว่า รถบดถนนจะไม่ได้รับอนุญาตให้ทำงาน เว้นแต่บาบาโลลาจะยื่นใบลาออก ข้อความนี้ทำให้บาบาโลลาโกรธจัด เขาจึงถามว่า คุณเรียกผมมาทำไม และคุณต้องการให้ผมทำงานอะไร คำตอบที่เขาได้รับคือ ถ้าคุณลาออกและทิ้งงานไป ผมจะแสดงให้คุณเห็นว่าควรทำอย่างไร

บาบาโลลาถามผู้ที่อยู่กับเขาว่าได้ยินเสียงที่พูดกับเขาหรือไม่ พวกเขาตอบว่าไม่ พวกเขาได้ยินเพียงคำตอบที่เขาได้รับจากเสียงนั้นเท่านั้น เขาออกจากที่เกิดเหตุและกลับไปยังบ้านพักของเขาที่อิเปตู-อิเจซา ที่นั่นเสียงนั้นได้สั่งให้เขาเริ่มอดอาหารเป็นเวลาสี่วัน เพื่อจะได้รู้ว่าใครเป็นผู้พูดกับเขา ในวันที่สี่ ขณะที่เขายังคงอดอาหารอยู่ เสียงนั้นได้ขอให้เขาเพิ่มอีกสามวัน รวมเป็นเจ็ดวัน และในวันที่เจ็ดนั้นเอง บาบาโลลาได้เห็นการเสด็จมาครั้งยิ่งใหญ่ของพระเยซูคริสต์ ก่อนที่จะได้รับการเรียกตัว บาบาโลลาอดนอนติดต่อกันเป็นเวลาหนึ่งสัปดาห์ ในช่วงเวลานั้นเขาไม่สามารถนอนหลับได้ทั้งกลางวันและกลางคืน และในระหว่างนั้นเองที่เขาสามารถท่องบทเพลงสดุดีได้ทั้งหมดตั้งแต่บทที่ 1 ถึง 150 ซึ่งเป็นสิ่งที่เขาสามารถทำได้โดยไม่ต้องดูตำรา จนกระทั่งเขาจากไปสู่สวรรค์

การเสด็จมาเยี่ยมของพระเยซู

ในคืนสุดท้ายของการถือศีลอดเจ็ดวัน บาบาโลลาได้เห็นพระเยซูคริสต์ปรากฏกายอย่างชัดเจน ห้องของเขาสว่างไสวไปด้วยแสงสวรรค์ แสงไฟจากตะเกียงที่วางอยู่บนโต๊ะถูกดับลง คนอื่นๆ ในห้องต่างหลับกันหมดขณะที่บาบาโลลาได้พบกับพระเยซูคริสต์ เมื่อเขาตื่นขึ้นมา เขาก็ตัวสั่นด้วยความหวาดกลัวต่อภาพนิมิตที่เห็น พระเยซูเสด็จมาหาเขาพร้อมกับทูตสวรรค์องค์หนึ่งซึ่งศีรษะแตะฟ้า บาบาโลลาลุกขึ้นยืนในสภาพเปลือยกายเมื่อถูกถามว่าต้องการรับประทานอาหารหรือไม่ ซึ่งเขาตอบว่าใช่ ทูตสวรรค์ที่มากับพระเยซูจึงมอบมันเทศสุกครึ่งก้อนให้เขา และบอกเขาว่าอีกครึ่งก้อนนั้นใช้เลี้ยงดูมนุษยชาติที่เหลือ

ในการเสด็จมาครั้งสำคัญนี้ พระเยซูเจ้าทรงมอบกระดิ่งอธิษฐานมือให้แก่บาบาโลลา พร้อมคำอธิบายว่าเสียงกระดิ่งจะขับไล่วิญญาณชั่วร้ายได้เสมอ พระเยซูคริสต์ผู้ทรงสวมฉลองพระองค์สีขาวได้ทรงแสดงดอกไม้สามดอกให้บาบาโลลาเห็นก่อนหน้านี้แล้วว่าเป็นเครื่องหมายแห่งพระเจ้า บาบาโลลายังได้รับแท่งเหล็กพร้อมคำอธิบายในสดุดี 2:8-9 นอกจากนี้เขายังได้รับขวดน้ำสำหรับรักษาโรคทุกชนิด เขาได้รับการรับรองว่าไม่ว่าเมื่อใดและที่ใดที่เขาอธิษฐานลงในน้ำ การรักษาโรคอย่างได้ผลก็จะเกิดขึ้น บาบาโลลาได้รับคำสั่งไม่ให้พูดคุยกับบุคคลอื่นเกี่ยวกับข้อความและการเปิดเผยบางอย่างที่พระเจ้าประทานให้แก่เขา เขาได้รับแจ้งว่าพระเจ้าทรงต่อต้านการใช้ยาโดยคริสเตียน และพวกเขาควรไว้วางใจในพระองค์สำหรับการรักษาจากพระเจ้าแทน บาบาโลลาหวาดกลัวการปรากฏตัวของพลังชั่วร้ายในสังคม และจึงได้ทูลขอต่อพระเจ้าเกี่ยวกับเรื่องนี้ แต่เขาได้รับการยืนยันจากพระเจ้าว่าอำนาจทั้งหมดได้ถูกมอบให้แก่ พระเยซูคริสต์แล้ว ดังนั้นจึงไม่มีอำนาจใดของศัตรูที่จะเอาชนะเขาได้

ใบปาล์มสามใบ

เพื่อแสดงให้เห็นถึงฤทธานุภาพของพระเจ้าอย่างชัดเจนยิ่งขึ้น บาบาโลลาได้รับคำสั่งให้ไปยังสถานที่ที่เขาปักใบปาล์มสามใบไว้เมื่อประมาณสิบสองวันก่อน เมื่อไปถึงที่นั่น ใบหนึ่งแห้งเหี่ยวไปหมดแล้ว ใบที่สองเหี่ยวเฉา ส่วนใบที่สามยังคงสดเหมือนเพิ่งตัดมา ความหมายที่แท้จริงถูกตีความให้เขาฟังดังนี้ ผู้ที่ปฏิเสธที่จะยอมรับพระกิตติคุณของพระเยซูคริสต์ตามที่ทรงมอบให้แก่เขา จะเปรียบเสมือนใบปาล์มแห้งใบแรก ผู้ที่ยอมรับพระกิตติคุณอย่างไม่เต็มใจจะเปรียบเสมือนใบปาล์มเหี่ยวเฉา และผู้ที่ยอมรับพระกิตติคุณด้วยใจจริงจะเปรียบเสมือนใบปาล์มสด

การเข้าสู่โอโดวาครั้งแรกหลังจากมีการประกาศเรียก

หลังจากที่พระเยซูคริสต์เสด็จมาเยี่ยมเยียนบาบาโลลา พระองค์ทรงสั่งให้บาบาโลลาถือศีลอดอาหารเป็นเวลาสิบเก้าวันเพื่อเตรียมตัวเดินทางไปยัง

โอโด-โอวา พระองค์ทรงอธิบายทุกอย่างให้เขาฟังอย่างละเอียดถี่ถ้วน ดังนั้นบาบาโลลาจึงเดินทางเข้าสู่โอโด-โอวา บ้านเกิดของเขาเป็นครั้งแรกในขณะที่ยังคงถือศีลอดอาหารอยู่ ในช่วงปลายเดือนตุลาคม ปี 1928 ในวันตลาดที่เขาเข้าเมืองตามคำสั่งของพระเจ้า เขาเปลือยกายทั้งหมด เขาสวมเสื้อผ้าที่ทำจากใบปาล์มและทาสีร่างกายด้วยถ่าน ผู้คนส่วนใหญ่คิดว่าเขาเป็นคนบ้า

เขาเริ่มเทศนาสั่งสอนพระวจนะของพระเจ้าแก่ผู้คน เรียกร้องให้พวกเขาสำนึกผิดในทางชั่วร้ายและหันมาหาพระเจ้า มิฉะนั้นพวกเขาจะถูกสัตว์ป่าทำร้ายภายในสามสิบห้าวัน แทนที่จะฟังคำเตือนของเขาเกี่ยวกับอันตรายที่กำลังจะมาถึง ผู้คนในเมืองบ้านเกิดของเขากลับข่มเหงเขา ด้วยเหตุนี้ บาบาโลลาจึงถูกนำตัวไปต่อหน้าเจ้าผู้ครองเมืองอิโลริน ซึ่งได้โอนคดีของเขาไปยังเจ้าหน้าที่เขต และ ในที่สุดเจ้าหน้าที่เขตก็สั่งควบคุมตัวเขาไว้เป็นเวลาสองสัปดาห์ก่อนที่จะพิจารณาคดี อย่างไรก็ตาม เจ้าหน้าที่เขตชาวต่างชาติได้ปล่อยตัวและยกฟ้องเขา เนื่องจากไม่พบหลักฐานใด ๆ ที่จะพิสูจน์ข้อกล่าวหาเรื่องการก่อความวุ่นวายในที่สาธารณะที่ถูกกล่าวหาต่อบาบาโลลา

ในขณะเดียวกัน ชาวเมืองโอโด-โอวาได้เตรียมพร้อมติดอาวุธครบครันเพื่อป้องกันตนเองจากสัตว์ร้ายที่บาบาโลลาได้ทำนายไว้แล้ว แต่ที่น่าประหลาดใจคือ ไม่กี่วันหลังจากที่เขาออกจากโรงพยาบาล และในช่วงเวลาที่เขาได้กล่าวถึง สัตว์ร้ายที่ปรากฏตัวขึ้นนั้นกลับเป็นโรคฝีดาษที่น่ากลัว มีเพียงผู้ที่บาบาโลลาอธิษฐานเผื่อเท่านั้นที่รอดชีวิต ส่วนคนอื่นๆ เสียชีวิตจากโรคนี้ อย่างไรก็ตาม คนส่วนใหญ่ยังไม่พร้อมที่จะยอมรับคำทำนายของเขา พวกเขาตัดสินใจที่จะฆ่าเขาโดยว่าจ้างหมอสมุนไพรผู้ทรงพลังคนหนึ่งซึ่งสัญญาว่าจะกำจัดเขาได้ภายในเจ็ดวัน ในช่วงเวลานั้น บาบาโลลากล่าวว่าเขาเคยเห็นสิ่งมีชีวิตปีศาจติดตามเขา แต่ในวันหนึ่งทูตสวรรค์ของพระเจ้าก็ปรากฏตัวขึ้นอย่างกะทันหันและทำลายพลังชั่วร้ายเหล่านั้น เมื่อครบกำหนดวันที่เจ็ด บาบาโลลายังคงมีชีวิตอยู่ หมอสมุนไพรจึงถูกเรียกตัวไปยังวังอีกครั้งเพื่ออธิบายว่าทำไมเขาจึงไม่สามารถฆ่าบาบาโลลาได้ตามที่สัญญาไว้ก่อนหน้านี้ หมอสมุนไพรเพียงแค่บอกให้ผู้คนปล่อยบาบาโลลาไว้ และมีเพียงพระเจ้าเท่านั้นที่จะฆ่าเขาได้

ในช่วงเวลานั้น บาบาโลลาเคยจัดประชุมอธิษฐานที่โบสถ์แองกลิกัน ซึ่งบิดาของเขาเป็นประธานฆราวาส ผู้คนจำนวนมากเข้าร่วมการประชุมเนื่องจากพวกเขามักได้เห็นปาฏิหาริย์และอัศจรรย์ต่างๆ ที่นั่น แต่แล้วการกดขี่ข่มเหงก็เกิดขึ้นกับเขาอีกครั้ง มีการยื่นคำร้องต่อบิชอปสมิธ ซึ่งเป็นผู้ดูแลเขตปกครองของอัครสังฆมณฑลอิโลริน ว่าโบสถ์ที่อิโลฟาถูกยึดครองโดยผู้ที่อ้างว่าเห็นนิมิต ผู้ที่พูดภาษาแปลกๆ และผู้ที่อธิษฐานอย่างบ้าคลั่ง พลังแห่งเพนเตโคสต์พร้อมปาฏิหาริย์และอัศจรรย์ที่อาจนำมาซึ่งพรทางจิตวิญญาณและวัตถุแก่โบสถ์ท้องถิ่นนั้นถูก ขัดขวางอย่างสิ้นเชิง มีรายงานว่าบิชอปสมิธสั่งให้บาบาโลลาและผู้ติดตามของเขาออกจากโบสถ์ บาบาโลลาจึงเริ่มจัดประชุมอธิษฐานเป็นประจำที่อพาร์ตเมนต์ส่วนตัวของนายโอลิเยมิ ผู้ช่วยศาสนาจารย์ของโบสถ์ จากที่นี่เอง พระเจ้าทรงสำแดงฤทธิ์อำนาจของพระองค์ผ่านบาบาโลลาในอิโลฟาและบริเวณโดยรอบ

ผู้ที่พระเจ้าทรงใช้เป็นเครื่องมือในการเชื่อมโยงบาบาโลลาเข้ากับโลกภายนอกนั้นคือผู้เฒ่าเดวิด อาจิโบลา ชาวเมืองอิโลฟา ซึ่งเป็นสมาชิกของกลุ่มเฟธแทเบอร์นาเคิลและอาศัยอยู่ในเมืองอิบาดันในขณะนั้น เขาเชิญบาบาโลลาไปที่อิบาดัน และหลังจากนั้นบาบาโลลาได้ติดต่อกับศิษยาภิบาลดีโอ โอดูบันโจ แห่งสำนักงานใหญ่ของกลุ่มมิชชันนารีในเมืองลากอส

ในเดือนพฤศจิกายน ปี 1929 บาบาโลลาได้ประชุมกับพี่น้องในลากอส เขาอธิบายรายละเอียดทั้งหมดเกี่ยวกับการทรงเรียกให้รับใช้ในฐานะศิษยาภิบาลต่อผู้บริหารของคริสตจักรเฟธแทเบอร์นาเคิล และทั้งสองฝ่ายเห็นพ้องต้องกันในหลักคำสอนที่ถูกต้องของพระคัมภีร์ ด้วยเหตุนี้ บาบาโลลาจึงรับบัพติศมาที่ลากอสโดยศิษยาภิบาล เจบี แอล. ชาดาเร (หรือที่รู้จักกันในชื่อเอซินสินาเด) หลังจากรับบัพติศมาด้วยน้ำแล้ว เขาเดินทางไปยังโอโด-โอวาพร้อมกับผู้อาวุโส (ต่อมาคือศิษยาภิบาล เจเอ เมดาเยเซ)

เมื่อกลับมาบ้านเกิด ศิษยาภิบาล เคพี ไททัส ผู้รับใช้ของคริสตจักร SIM (ECWA) ได้เชิญเขาไปร่วมงานฟื้นฟูจิตวิญญาณในพื้นที่ยาบา ซึ่งปัจจุบันอยู่ในรัฐโคกี

พระเจ้าทรงใช้บาบาโลลาอย่างยิ่งใหญ่ เขาไม่ได้ใช้ความสำเร็จที่ได้จากงานฟื้นฟูจิตวิญญาณนั้นมาตั้งคริสตจักรใหม่ของตัวเอง แต่เขากลับบอกผู้ติดตามของเขาเกี่ยวกับการเป็นสมาชิกของคริสตจักรเฟธแทเบอร์นาเคิล เนื่องจากเขายังเป็นสมาชิกใหม่ของคริสตจักร เขาจึงตัดสินใจไปพบผู้มีอำนาจในลากอส โดยมีเป้าหมายเพื่อทำความเข้าใจหลักคำสอน หลักการ และขั้นตอนการบริหารของคริสตจักรให้มากขึ้น เขาเขียนจดหมายแสดงความสนใจที่จะไปเยี่ยมลากอส ในจดหมายตอบกลับ เขาได้รับแจ้งให้รอผู้มีอำนาจที่เกี่ยวข้องในอิบาดัน

ผู้บริหารของคริสตจักรเฟธแทเบอร์นาเคิลต้องการใช้โอกาสจากการประชุมสำคัญที่เมืองอิเลชาเพื่อแนะนำบาบาโลลาให้แก่สมาชิกในอิเลชา และอนุญาตให้เขาเดินทางไปยังสำนักงานใหญ่ของคริสตจักรที่อิเจบู-โอเดในภายหลัง เพื่อเรียนรู้เพิ่มเติมเกี่ยวกับหลักคำสอนของคริสตจักร ดังนั้น ในการตอบคำขอของเขา เขาจึงถูกขอให้รอคณะผู้แทนจากลากอสที่บ้านของอดีตบาทหลวงไอบี อากินเยเล (ผู้ซึ่งต่อมาได้เป็นโอลิบาดันแห่งอิบาดันและประธานคนแรกของคริสตจักรคริสต์อะโพสโตลิก)

การประชุมที่อิเลชาโดยพื้นฐานแล้วมีจุดประสงค์เพื่อเป็นการประชุมเพื่อปรองดองและสร้างสันติภาพ มีความเข้าใจผิดกันระหว่างบาทหลวงเจ.เอ. บาบาโทเป หัวหน้าสำนักงานใหญ่เขตอิเลชาของคริสตจักรเฟธแทเบอร์นาเคิล และประเด็นเรื่องการมีภรรยาหลายคน เพื่อยุติข้อพิพาทอย่างรวดเร็ว จึงได้มีการจัดการประชุมที่อิเลชาขึ้น อย่างไรก็ตาม การประชุมครั้งนั้นกลับกลายเป็นเหตุการณ์ที่ยิ่งใหญ่ที่สุดเท่าที่เคยเกิดขึ้นในประวัติศาสตร์ของศาสนาคริสต์ในไนจีเรีย

การฟื้นฟูครั้งยิ่งใหญ่ในปี 1930

การประชุมสันติภาพมีกำหนดจัดขึ้นในวันที่ 9 และ 10 กรกฎาคม ค.ศ. 1930 โดยมีวาระการประชุม 24 ข้อ วาระสำคัญที่สุดคือเรื่องการมีภรรยาหลายคนของชาวคริสต์ ส่วนวาระที่สองเกี่ยวข้องกับการใช้ยาเพื่อการรักษาโรคของชาวคริสต์ ขณะที่ผู้แทนกำลังจะอภิปรายวาระที่สอง พระเจ้าผู้ทรงพระชนม์อยู่ก็ทรงบันดาลให้วันนั้นกลายเป็นวันเพนเตโคสต์ของไนจีเรีย

มีศพเด็กถูกนำไปยังบริเวณโบสถ์
ซึ่งทำให้ความสนใจของผู้เข้าร่วมประชุมสันติภาพเบี่ยงเบนไป

เด็กชายที่เสียชีวิตชื่อ โอบี โอกุนดิเป มีอายุเพียง 10 ขวบเท่านั้น แม่ของเขาต้องไปขอความช่วยเหลือจากพวกบูรูปเคารพเพื่อหวังจะชุบชีวิตลูกชาย แต่ก็ไม่เป็นผลสำเร็จ ด้วยความมุ่งมั่นที่จะไม่จากลูกชายคนเดียวของเธอไป และแน่นอนเพื่อให้พระสิริของพระเจ้าปรากฏอย่างเต็มที่ เธอจึงยืนกรานที่จะนำศพลูกชายไปที่โบสถ์โอเค-โอเย อย่างน้อยก็เพื่อดูว่า "ศาสนาของคนขาว" นั้นจะทำอะไรได้บ้าง เมื่อศพถูกนำมาที่โบสถ์ ก็เกิดความวุ่นวายไปทั่ว บาบาโลลาซึ่งพักอยู่ในห้องแยกต่างหาก ได้รับการดลใจจากพระวิญญาณของพระเจ้าให้เข้าไประงับสถานการณ์ และด้วยการสนับสนุนและให้กำลังใจจากบรรดาผู้รับใช้ของพระเจ้าที่อยู่ในที่นั้น เขาจึงลงมือปฏิบัติ ศาสดาบาบาโลลาสั่งให้วางศพเด็กชายไว้ใต้แท่นที่เขาจะยืนเพื่อประกอบพิธีฟื้นฟูจิตวิญญาณในวันนั้น เมื่อเสร็จสิ้นพิธี บาบาโลลาลงมาจากแท่นและตรงไปยังศพทันที เขาเรียกชื่อเด็กชายสามครั้ง เทน้ำพร้อมกระดิ่งมือลงบนตัวเด็กชาย และทันใดนั้นอย่างน่าอัศจรรย์ เด็กชายที่ตายแล้วก็ตอบชื่อตัวเอง—เขากลับมามีชีวิตอีกครั้ง!

การที่เด็กฟื้นคืนชีพอย่างปาฏิหาริย์นี้ ทำให้มารดาของเด็กเลิกบูชารูปเคารพ และนำรูปเคารพทั้งหมดไปเผา ผู้คนจำนวนมากเริ่มแพร่ข่าวว่ามีศาสดาผู้ประเสริฐมาถึงเมืองอิเลชาแล้ว ข่าวนี้ทำให้ผู้คนจำนวนมากรีบไปยังที่เกิดเหตุที่ถนนโอเค-โอเย ในเมืองอิเลชา เหตุการณ์ที่เกิดขึ้นหลังจากนั้นทำให้ผู้แทนไม่สามารถดำเนินการสนทนาต่อได้ ปรากฏการณ์วันเพนเตโคสต์ได้ยุติการประชุมลงอย่างกะทันหัน

ฝูงชนเริ่มเพิ่มมากขึ้นและต้องย้ายไปยังพื้นที่รกทึบที่กว้างขวางกว่า ผู้คนใช้เท้าปัดกวาดพุ่มไม้รอบๆ บริเวณจัดงานฟื้นฟูจิตวิญญาณกลางแจ้ง ปาฏิหาริย์และอัศจรรย์ต่างๆ กลายเป็นเรื่องปกติในวันนั้น มีการบันทึกการรักษาโรคอย่างอัศจรรย์ผ่านการใช้ระฆังอธิษฐานและการดื่มลำธารศักดิ์สิทธิ์ (โอมิ อโย) ที่พระเจ้าทรงมอบให้แก่บาบาโลลาเพื่อจุดประสงค์นั้น

พลังจากเบื้องบนได้ลงมายังท่านศาสดา คนตาบอดมองเห็น คนพิการเดินได้ คนหูหนวกได้ยิน คนใบ้พูดได้ คนวิกลจริตหายจากโรค คนโรคเรื้อนหายเป็น ปกติ หญิงที่ไม่มีบุตรมานานหลายปีมีบุตรได้

หญิงตั้งครรภ์ที่เลยกำหนดคลอดได้รับการคลอดอย่างสงบ คนประพฤติผิดศีลธรรม คนขี้เมา คนสูบบุหรี่กลับใจ
คนชั่วมากมายที่มาลองดีกับอำนาจของพระเจ้าในบาบาโลลาถูกพระวิญญาณของพระเจ้าจับกุม และพวกเขาสารภาพความผิดบาปของตน
มอบเครื่องรางของขลังให้เผาทำลายในสถานที่ฟื้นฟูจิตวิญญาณ

ผู้ป่วยส่วนใหญ่ในโรงพยาบาลและสถานพักฟื้นต่างๆ ถูกพามายังลานฟื้นฟูจิตวิญญาณและพวกเขาได้รับการรักษา
ผู้คนนับพันเดินทางมายังลานฟื้นฟูจิตวิญญาณด้วยการเดินเท้าจากที่ไกลๆ
พลังของพระเจ้าปรากฏอย่างยิ่งใหญ่ แม้กระทั่งในเวลากลางวันที่ดวงอาทิตย์ส่องแสงจ้า ก็มีน้ำค้างตกลงมาบนผู้คน

พระเจ้าทรงเปิดเผยแก่บาบาโลลาถึงความจำเป็นที่จะต้องเผาต้นไม้ใหญ่ต้นหนึ่งที่อยู่หน้าผู้ปกครองเมืองอิเลชา- โอวาแห่งอิเจชาแลนด์
ต้นไม้ต้นนั้นเป็นที่หวาดกลัวว่าจะเป็นจุดนัดพบของแม่มดและพ่อมด
มีนักบวชไสยศาสตร์บางคนที่มักจะถวายเครื่องบูชาแก่ปีศาจที่อาศัยอยู่ในต้นไม้ใหญ่นั้น
เมื่อบาบาโลลาสั่งให้เผาต้นไม้นั้น มีหลายคนคิดว่านั่นจะเป็นจุดจบของชีวิตเขา
แต่ไม่มีอะไรเลวร้ายเกิดขึ้นกับศาสดาและผู้ติดตามของเขา
การเผยแพร่ศาสนาของเขายังคงแข็งแกร่งขึ้นเพื่อถวายเกียรติแด่พระเจ้า
เหตุการณ์เพียงครั้งเดียวนี้ทำให้กษัตริย์ หัวหน้าเผ่าและบุคคลสำคัญในเมืองเคารพนับถือศาสดาบาบาโลลามากยิ่งขึ้น

โบสถ์ที่มีอยู่เดิมในเมืองอิเลชาและบริเวณโดยรอบแทบจะร้างผู้คน
เนื่องจากผู้คนจำนวนมากหลั่งไหลไปยังสถานที่จัดงานฟื้นฟูจิตวิญญาณเพื่อรับคำสอนและพรทางจิตวิญญาณจากผู้นำทางศาสนา
พวกเขาส่วนใหญ่ตระหนักถึงความสำคัญของพระคัมภีร์ไบเบิลอย่างฉับพลัน

ผู้ที่มีพระคัมภีร์อยู่แล้วเริ่มค้นหาและทำความสะอาดเพื่อใช้ ในขณะที่ผู้ที่ไม่เคยมีมาก่อนก็เริ่มหา สำเนาของตนเอง อย่างไรก็ตาม การฟื้นฟูจิตวิญญาณครั้งนี้ได้ก่อให้เกิดความขุ่นเคืองจากองค์กรทางศาสนาต่างๆ เช่น แองกลิกัน เมธอดิสต์ โรมันคาทอลิก และแบปติสต์ พวกเขาไม่พอใจที่ต้องสูญเสียสมาชิกไปเนื่องจากการฟื้นฟูจิตวิญญาณครั้งยิ่งใหญ่นี้

สมาชิกที่ละทิ้งนิกายออร์โธดอกซ์ส่วนใหญ่ถูกกดขี่ข่มเหงในด้านภาษีเงินได้ การปฏิเสธการลงทะเบียนบุตรหลานในโรงเรียนประถมศึกษา และการเลิกจ้างงาน ข่าวดีก็คือ ผู้ที่เปลี่ยนมานับถือศาสนาคริสต์นิกายออร์โธดอกซ์เหล่านั้นได้รับความโปรดปรานจากพระเจ้าในทุกสิ่งที่พวกเขาลงมือทำ

การเผยแพร่การฟื้นฟูไปสู่สถานที่อื่นๆ

ผู้คนจำนวนมากที่มายังสถานที่จัดงานฟื้นฟูจิตวิญญาณได้กลับไปยังเมืองต่างๆ ของตนเพื่อประกาศข่าวดี ส่งผลให้พวกเขาได้เตรียมพื้นที่ให้พร้อมเป็นเจ้าบ้านหากท่านศาสดามาเยือนเมืองของพวกเขา อย่างไรก็ตาม ศาสดาบาบาโลลาไม่ได้ตัดสินใจไปที่ใดโดยพลการเว้นแต่พระวิญญาณของพระเจ้าจะทรงชี้นำ ดังนั้นหลังจากงานฟื้นฟูจิตวิญญาณที่อิเลชา ท่านจึงได้รับการทรงนำให้ไปที่โอโด-โอวา บ้านเกิดของท่านในวันที่ 1 กันยายน ค.ศ. 1930 ท่านได้มอบหมายงานฟื้นฟูจิตวิญญาณที่อิเลชาให้แก่ศาสดาแดเนียล โอเรโคยา ทันทีที่ผู้คนทราบถึงความตั้งใจของท่านที่จะไปโอโด-โอวา พวกเขาส่วนใหญ่ก็ติดตามท่านไป แต่โชคร้ายที่ชาวโอโด-โอวาในเวลานั้นยังไม่พร้อมที่จะรับข่าวดี หลังจากนั้นไม่นาน บาบาโลลาได้รับการทรงนำไปยังสถานที่เปลี่ยวแห่งหนึ่งห่างจากตัวเมืองประมาณ 60 กิโลเมตร ที่นั่นท่านไม่พบใครเลย ท่านอยู่ตามลำพังกับพระเจ้าผู้ทรงพระชนม์อยู่และรับคำแนะนำจากเหล่าทูตสวรรค์ หลังจากนั้น เขาได้รับคำสั่งให้กลับไปยังเมืองหลัก เนื่องจากมีผู้คนจากที่อื่นมารวมตัวกันเพื่อพบเขา จากนั้น

เขาจึงไปยังยอดเขาซึ่งปัจจุบันรู้จักกันในชื่อ ภูเขาอธิษฐานของอัครทูตอโย บาบาโลลา ที่โอโด-โอวา

จากโอโด-โอวา บาบาโลลาได้รับคำสั่งให้ไปที่ออฟฟาในรัฐควาราในปัจจุบัน ชาวมุสลิมในเมืองนั้นขอ ความช่วยเหลือจากเจ้าหน้าที่เขตให้ขับไล่เขาออกจากเมือง เนื่องจากพวกเขากลัวว่าการปรากฏตัวของเขาอาจส่งผลเสียต่อศาสนาของพวกเขา

จากเมืองออฟฟา ศาสดาบาบาโลลาเดินทางไปยังเมืองอูซีในรัฐเอกิติในปัจจุบัน ท่านได้รับการต้อนรับอย่างอบอุ่นเป็นพิเศษจากผู้คนที่เคยเห็นการฟื้นฟูครั้งยิ่งใหญ่ที่เมืองอิเลชามาก่อน เมื่อมาถึงอูซี ท่านถูกนำไปยังพุ่มไม้แห่งหนึ่ง ซึ่งมีต้นไม้ต้นหนึ่งที่เคยถูกโค่นล้ม แต่กลับงอกขึ้นมาตั้งตรงอีกครั้ง เมื่อมาถึงที่แห่งนั้น บาบาโลลาและผู้ติดตามของท่านได้อธิษฐานอย่างแรงกล้า จากนั้นจึงโค่นต้นไม้นั้นลง และมันก็ไม่งอกขึ้นมาอีกเลย

จากเมืองอูซี ท่านศาสดาบาบาโลลาได้เดินทางไปยังเอฟอน-อาลาเย ซึ่งปัจจุบันอยู่ในรัฐเอกิติ
ผู้ปกครองเมืองตามประเพณีของอาลาเยได้ขอร้องศาสดาบาบาโลลาและผู้ติดตามของท่านไม่ให้เข้าไปพักอาศัยในบ้านอื่นใดนอกจากวังของท่าน
ศาสดาจึงส่งข้อความไปยังกษัตริย์ว่าคณะติดตามของท่านมีจำนวนมาก
และหากอนุญาตให้เข้าไปในวัง พวกเขาอาจทำให้สถานที่สกปรกได้ แต่อาลาเยยืนกราน ท่านตอบกลับอีกครั้งว่าแม้ผู้ติดตามของท่านจะทำให้วังสกปรก
ท่านก็ไม่รังเกียจที่จะใช้มือของท่านเองทำความสะอาด ด้วยเหตุนี้ ศาสดาจึงตรงไปยังวังและเข้าพักในห้องชุดชั้นบนที่จัดเตรียมไว้สำหรับท่านและผู้ติดตามแล้ว

เมื่อการฟื้นฟูเริ่มขึ้น การหาพื้นที่โล่งกว้างขวางสำหรับการฟื้นฟูจึงกลายเป็นสิ่งจำเป็น กษัตริย์จึงทรงอนุญาตให้ศาสดาเลือกสถานที่ใดก็ได้ที่เขาเห็นว่าเหมาะสมในเมือง
และเมื่อศาสดาเลือกสถานที่ที่เรียกว่า “อิกโบ ไอโร” (ป่าสงวน) กษัตริย์และชาวเมืองก็หวาดกลัว
พวกเขาขอร้องศาสดาไม่ให้เลือกสถานที่นั้นเพราะความลึกลับของมัน
เกรงกันว่าไม่มีใครจะสามารถถางป่าและรอดชีวิตได้ แต่ด้วยพระบารมีของพระเจ้า

บาบาโลลาและผู้ติดตามของเขาได้ถางป่าและเปลี่ยนสถานที่นั้นให้เป็นลานโล่งสำหรับการฟื้นฟูและการอธิษฐาน
ไม่มีสิ่งใดที่เป็นอันตรายเกิดขึ้นกับพวกเขาเลยอันเป็นผลมาจากการถางป่า

จากนั้นศาสดาบาบาโลลาจึงสั่งให้ทุกคนที่มีรูปเคารพและเครื่องรางของขลังนำมาเผา
และผลตอบรับก็เป็นไปในทางที่ดีจนกษัตริย์ทรงหวาดกลัว
แต่เมื่อศาสดาตรัสบอกพระองค์ว่าไม่ต้องกังวล
อะลาเยก็ทรงนำรูปเคารพและเครื่องรางของขลังทั้งหมดในวังออกมาทำลายด้วยพระองค์เอง

ปาฏิหาริย์และสิ่งอัศจรรย์ต่างๆ เกิดขึ้นอย่างรวดเร็ว
และสิ่งเหล่านี้ดึงดูดผู้คนจำนวนมากให้มายังเอฟอน-อาลาเย
ชาวเมืองต่างหันมานับถือศาสนาคริสต์อย่างกว้างขวาง
กษัตริย์ทรงรับบัพติศมาและเปลี่ยนชื่อเป็นโซโลมอน อาลาเดจาเร อากุนโซเย
กษัตริย์ผู้ละทิ้งไสยศาสตร์พื้นเมืองเพื่อรับน้ำศักดิ์สิทธิ์ที่ให้ชีวิต กษัตริย์ไม่ได้หยุดอยู่แค่นั้น
พระองค์ยังทรงเผยแพร่ข่าวสารแห่งความรอดไปยังพระมิตรสหาย
คือกษัตริย์แห่งอาราโมโก ซึ่งทรงรับบัพติศมาเช่นกันและได้รับพระนามว่าเฮเซคียาห์อาเดโอเย

จากเอฟอน-อาลาเย
ศาสดาบาบาโลลาสามารถเผยแพร่พระกิตติคุณของพระเยซูคริสต์ไปยังทุกส่วนของรัฐเอคิติ อาโคโก และโอโว ได้อย่างมีประสิทธิภาพ

การจำคุกอัครสาวกบาบาโลลา

ในช่วงเทศกาลมหาพรตปี 1932
ท่านศาสดาบาบาโลลาได้ไปปฏิบัติธรรมที่บ้านเกิดของท่าน ณ เมืองโอโด-โอวา
ที่นั่นมีหมายจับออกให้แก่ท่าน
ข้อกล่าวหาที่เป็นเท็จอย่างสิ้นเชิงถูกกล่าวหาโดยหญิงสองคนในโอตูโอ
(ปัจจุบันอยู่ในรัฐเอโด)
ว่าบาบาโลลาบังคับให้พวกเธอดื่มสมุนไพรพื้นบ้านที่เป็นพิษซึ่งใช้ในการตรวจจับการเข้าทรงและถูกรัฐบาลสั่งห้ามไปแล้ว

แม้ว่าบาบาโลลาจะปฏิเสธอย่างจริงใจว่าไม่ได้มีส่วนเกี่ยวข้องในเรื่องดังกล่าวและไม่เคยพบกับหญิงเหล่านั้นเลย แต่ท่านก็ถูกส่งไปจำคุกเป็นเวลาหกเดือน ในเรือนจำเบนิน สิ่งสำคัญที่ควรเน้นย้ำในที่นี้คือ พระเจ้าได้ทรงเตือนบาบาโลลาแล้วให้เตรียมพร้อมที่จะไปในสถานที่ที่ไม่สะดวกสบายเพื่อช่วยเหลือบุคคลที่ควรค่าแก่การยกย่อง และเมื่อบาบาโลลาไปถึงเรือนจำ พระเจ้าได้ทรงเปิดเผยบุคคลนั้น ชายชาวกรีกชื่อนายไซเปรียน อี. อูฟอน สุขภาพของเขาแย่ลง แต่เมื่อบาบาโลลาอธิษฐานเพื่อเขา เขาก็ได้รับการรักษาให้หายทันที

ลานเรือนจำไม่สามารถกักขังงานเผยแผ่ศาสนาของบาบาโลลาได้ เพราะสถานที่คุมขังแห่งนี้กลายเป็นศูนย์กลางการฟื้นฟูและการเยียวยาอีกแห่งหนึ่ง ผู้คุมเรือนจำได้รับประโยชน์อย่างมากจากการปรากฏตัวของท่าน เพราะพวกเขานำญาติมาเพื่อร่วมอธิษฐานด้วย เมื่อบาทหลวงจอร์จ เพอร์เฟค และอิดริส แวงฮาน เดินทางมายังไนจีเรียจากยุโรปเพื่อทำกิจกรรมเผยแผ่ศาสนา พวกเขาได้รับการนำทางโดยบาทหลวงเจ.เอ. บาบาโทเป ไปพบศาสดาบาบาโลลาที่ลานเรือนจำ

ก่อนหน้านี้ บาบาโลลาได้ตกลงที่จะติดตามนายอูฟอนกลับไปยังบ้านเกิดของเขาที่เมืองกรีกในคาลาบาร์หลังจากออกจากคุก อย่างไรก็ตาม บาบาโลลาต้องไปที่เอฟอน-อาลาเยเมื่อออกจากคุก จากเอฟอนนี่เองที่เขาและนายอูฟอนเดินทางไปยังคาลาบาร์เพื่อจัดโครงการฟื้นฟูจิตวิญญาณ ไม่ต้องสงสัยเลยว่าพระเจ้าทรงใช้การถูกจำคุกของเขาเพื่อเปิดทางให้เขาได้ทำกิจกรรมเผยแผ่ศาสนาในภาคตะวันออกของไนจีเรีย เป็นที่น่ากล่าวถึงว่า บาบาโลลาได้รับการต้อนรับอย่างยิ่งใหญ่จากชาวเอฟอน-อาลาเยเมื่อออกจากคุก และพระเจ้าผู้ทรงพระชนม์อยู่ได้ทรงเปิดฟ้าสวรรค์ให้ฝนตกหลังจากที่ฝนหยุดตกมานาน

เมื่อศาสดาบาบาโลลาเดินทางกลับจากภารกิจเผยแผ่ศาสนาที่เมืองคาลาบาร์ ท่านก็เริ่มตั้งรกรากอย่างสงบ ในปี 1935 ท่านได้แต่งงานกับดอร์คัส และชีวิตสมรสของทั้งสองได้รับพรด้วยบุตรสาวสามคน ได้แก่ อาเปเกะ วูรา และอาบิเย

ในปี ค.ศ. 1936 บาบาโลลาเดินทางไปยังกานา (อดีตโกลด์โคสต์) พร้อมกับนักเทศน์ทิโมธี บาบาบูซูยี ผู้ที่ได้เห็นการฟื้นฟูครั้งยิ่งใหญ่ที่อิเลชาจำเขาได้และรีบเข้าร่วมระดมผู้คนเพื่อจัดงานเผยแพร่ศาสนาที่ประสบความสำเร็จก่อนที่จะเดินทางกลับไนจีเรีย

คุณลักษณะความเป็นผู้นำ

i. ความอ่อนน้อมถ่อมตน: อัครทูตอโย บาบาโลลาเป็นผู้รับใช้พระเจ้าที่อ่อนน้อมถ่อมตน ท่านไม่เคยปล่อยให้ความเย่อหยิ่งครอบงำ แม้ในระยะแรกของการได้รับเรียก ท่านก็ไม่ได้พยายามจัดตั้งองค์กรทางศาสนาของตนเอง ท่านให้ความเคารพทุกคน โดยเฉพาะผู้สูงอายุ ท่านไม่เคยเยาะเย้ยใครต่อหน้าสาธารณชน

ii. การต้อนรับขับสู้: ในฐานะผู้นำศาสดาบาบาโลลาได้ปฏิบัติและสอนผู้ติดตามของท่านถึงความจำเป็นในการแสดงความเมตตาและความกรุณาต่อผู้คน ท่านแบ่งปันสิ่งใดก็ตามที่ท่านมีให้กับผู้คนที่ได้พบเจอ ท่านใจกว้างมากกับคนยากจน แม่ม่าย และผู้ขัดสนในสังคม ท่านสนับสนุนงานแต่งงานของชายหลายคนภายใต้การดูแลของท่าน เมื่อท่านได้รับของขวัญจากทุกสาขาอาชีพ ท่านก็แบ่งปันอย่างใจกว้างเช่นกัน ท่านไม่มีเงินออมส่วนตัว เสื้อผ้าของท่านไม่มีกระเป๋า เมื่อถึงเวลาที่บุรุษผู้ยิ่งใหญ่แห่งพระเจ้าท่านนี้เสียชีวิต เงินเพียงอย่างเดียวที่พบในกระเป๋าถือของท่าน (ยี่สิบสามปอนด์ (ประมาณสี่สิบหกไนรา)) คือเงินทั้งหมดที่ท่านมี ท่านไม่ได้ซื้อที่ดินใดๆ ทุกสิ่งที่ท่านมีนั้นใช้เพื่ออวยพร

ผู้คนรอบตัวเขา บ้านหลังเดียวที่เขาเป็นเจ้าของนั้นสร้างขึ้นโดยชาวเมืองเอฟอน-อาลาเย

iii. การอธิษฐาน:
อัครทูตบาบาโลลาได้แสดงให้เห็นว่าการอธิษฐานเป็นกุญแจสำคัญที่สามารถเปิดขุมทรัพย์ของพระเจ้าได้ ท่านจะอธิษฐานเป็นเวลานานหลายชั่วโมงโดยไม่แสดงอาการเหนื่อยล้าเลย แม้กระทั่งในคืนก่อนการเดินทางครั้งประวัติศาสตร์ไปยังอิเลชาเพื่อการฟื้นฟูครั้งยิ่งใหญ่ ศิษยาภิบาล ไอ.
บี. อากินเยเล (ประธานคนแรกของ CAC และอดีตโอลิบาดันแห่งอิบาดัน) ซึ่งเป็นเจ้าภาพต้อนรับบาบาโลลาในคืนนั้น เล่าว่าท่านอัครทูตอธิษฐานอย่างทรงพลัง เสียงของท่านดังก้องกังวานยิ่งกว่า ฟ้าร้องนับพันครั้ง

ท่านกำชับให้ผู้ติดตามและผู้ร่วมงานของท่านอธิษฐานอย่างไม่หยุดยั้ง

ท่านศาสดาบาบาโลลาจะปลีกตัวไปยังภูเขาที่เลือกไว้เพื่ออธิษฐาน

ภูเขาที่มีชื่อเสียงที่ท่านใช้เป็นประจำ ได้แก่ อิโด อาจินาเร เอริโอ และเอฟอน อาลาเย ในรัฐเอคิติในปัจจุบัน

ในระหว่างช่วงการอธิษฐานครั้งหนึ่งของท่านอัครทูตที่เนินเขาอิโด-อาจินาเร เมืองอิโด-อิเล (รัฐเอกิติ) งูเหลือมตัวใหญ่ตัวหนึ่งเลื้อยเข้ามาหาท่านด้วยเจตนาจะทำร้ายท่าน แต่ความร้อนในร่างกายของท่านศาสดาพยากรณ์กลับกลายเป็นพิษต่องูร้ายตัวนั้น ทำให้มันตายและแห้งตายไปในทันที

iv. การอดอาหาร:

การอดอาหารเป็นอาวุธสำคัญในการปฏิบัติศาสนกิจของอัครทูตอโย บาบาโลลา แม้กระทั่งในช่วงเวลาที่ยากลำบากที่สุด

เมื่อเริ่มปฏิบัติศาสนกิจอย่างเป็นทางการ

เขาได้ถือศีลอดอาหารขณะเดินทางกลับถึงบ้านเกิดที่โอโด-โอวา

ในหลายโอกาส เขาเริ่มถือศีลอดเป็นเวลาสี่สิบวัน นอกเหนือจากการถือศีลอด 40 วันในช่วงเทศกาลมหาพรตที่เขาแทบจะยึดถือเป็นหลักปฏิบัติ

วันพุธและวันศุกร์ถูกเลือกให้เป็นวันถือศีลอดเพื่อฟื้นฟูพลังโดยนักฟื้นฟูศาสนาผู้ยิ่งใหญ่ท่านนี้

v. การศึกษาพระคัมภีร์: ทรัพย์สินที่ยิ่งใหญ่ที่สุดของอโย บาบาโลลา คือพระวจนะของพระเจ้า

เขาไม่เคยปล่อยให้ตารางงานที่ยุ่งวุ่นวายเบี่ยงเบนความสนใจจากการศึกษาพระคัมภีร์อย่างจริงจัง เขาสามารถท่องบทเพลงสดุดีตั้งแต่บทที่ 1 ถึง 150 ได้โดยไม่ต้องดู

vi. การเป็นหุ้นส่วนกับพระวิญญาณบริสุทธิ์: อัครทูตอโย บาบาโลลาถือว่าพระวิญญาณบริสุทธิ์เป็นหุ้นส่วนอาวุโสของท่าน ท่านไม่เคยตัดสินใจใดๆ ในงานรับใช้โดยไม่ขอคำแนะนำจากพระวิญญาณก่อน

การแปลของเขาไปสู่ความยิ่งใหญ่เหนือกว่า

การจากไปของอัครทูตบาบาโลลาเป็นเรื่องที่ทำให้หลายคนตกใจ ท่านไม่ได้ป่วย ท่านมีสุขภาพแข็งแรงและยังคงปฏิบัติหน้าที่ในงานรับใช้สาธารณะอย่างแข็งขัน ในอดีตเคยมีบางครั้งที่พระเจ้าทรงเปิดเผยแผนการที่จะรับท่านไปเพราะความประพฤติที่ไม่เหมาะสมของบางคนรอบข้าง อย่างไรก็ตาม หลังจากที่ท่านอธิษฐานขอการให้อภัยหลายครั้ง

พระเจ้าก็ทรงไว้ชีวิตท่าน อีกครั้ง แต่ในครั้งนี้ไม่มีเหตุการณ์เช่นนั้นเกิดขึ้น จึงเป็นเรื่องที่คาดไม่ถึงอย่างยิ่ง

ในช่วงกลางเดือนกรกฎาคม ปี 1959 อัครทูตบาบาโลลาได้เดินทางออกจากโอโด-โอวาไปยังซาเปลและวาร์ริ เพื่อแก้ไขข้อพิพาทบางประการภายในคริสตจักรท้องถิ่น และดำเนินการเผยแพร่ศาสนาในพื้นที่ซึ่งปัจจุบันคือรัฐเดลตา ต่อมาในวันที่ 24 กรกฎาคม ปี 1959 ท่านได้เดินทางไปยังอิบาดันเพื่อเข้าร่วมการประชุมคณะกรรมการบริหารส่วนกลางของคริสตจักรที่โอลูกโบเด อิบาดัน

ท่านอัครทูตบาบาโลลาได้อธิษฐานภาวนาตามปกติเพื่อทุกภาคส่วนของสังคม ก่อนเดินทางออกจากอิบาดันไปยังเอเด น้องสาวของท่านผู้ล่วงลับ นางโอรังกุน ได้ถามท่านว่าท่านจะมาเยี่ยมอิบาดันอีกเมื่อไหร่ ซึ่งท่านศาสดาตอบเธอราวกับพูดติดตลกว่าท่านจะไม่กลับมาอิบาดันอีกแล้ว

จากเมืองอิบาดัน อัครทูตบาบาโลลาได้แวะพักที่เซโคนา จากนั้นจึงเดินทางต่อไปยังเอเดในวันที่ 25 กรกฎาคม พ.ศ. 2492 ท่านได้พักค้างคืนวันเสาร์ที่บ้านของศาสดาอากันเด (บาบา อาบิเย) ผู้ล่วงลับ เมื่อวันที่ 26 กรกฎาคม พ.ศ. 2492 ท่านศาสดาบาบาโลลาได้เข้าร่วมพิธีนมัสการวันอาทิตย์ที่โบสถ์ CAC Oke Talafia

ที่เมืองเอเด ท่านศาสดาบาบาโลลาได้กล่าวคำอธิษฐานครั้งแรก โดยมีบาทหลวงเมดาเยเซ ผู้เป็นมือขวาที่เก่งกาจของท่านเป็นผู้เทศนา หลังจากเสร็จสิ้นพิธีนมัสการวันอาทิตย์ ท่านศาสดาบาบาโลลาได้กล่าวปราศรัยต่อผู้แทนจากเขตคริสตจักรต่างๆ ที่มารวมตัวกันที่เอเดเพื่อหารือเกี่ยวกับศูนย์ดูแลมารดาของคริสตจักร จากนั้นท่านก็กลับไปที่ห้องพักของท่าน บาทหลวงอากันเด เจ้าภาพของท่าน รู้สึกว่าท่านเป็นหวัด จึงชงชาให้ท่านศาสดาบาบาโลลาและให้ผ้าห่มจำนวนมากแก่ท่าน ในขณะเดียวกัน บาทหลวงบาบาจิเด บาทหลวงโอดูโตลา และบาทหลวงเมดาเยเซ ได้เข้ามาในห้องเพื่ออธิษฐานให้ท่าน แม้ในระหว่างการอธิษฐานนั้น ท่านศาสดาเองก็อธิษฐานอย่างแรงกล้าและกล่าวคำขอบคุณ จากนั้นบาทหลวงทั้งสามก็จากไปโดยทิ้งท่านไว้ในห้อง

ไม่นานหลังจากสวดมนต์เสร็จประมาณ 5 โมงเย็นของวันที่ 26 กรกฎาคม ค.ศ. 1959 อัครทูตบาบาโลลาได้ร้องออกมาด้วยเสียงดังกึกก้องว่า "ในนามของพระบิดา พระบุตร และพระวิญญาณบริสุทธิ์" แล้วท่านก็จากไปสู่โลกหน้า ศิษย์สองคนที่อยู่กับท่านในห้องนั้น คือ ไมเคิล โอซาบี และซามูเอล โอลาวาตูซิน เล่าว่าห้องทั้งห้องสั่นสะเทือนไปถึงรากฐานในขณะที่ท่านเสียชีวิต ด้วยคำสั่งสอนอันยอดเยี่ยมของท่าน ศาสดาบาบาโลลาจึงถูกนำตัวไปยังเอฟอน-อาลาเยในวันเดียวกันนั้น ข่าวการเสียชีวิตอย่างกะทันหันของท่านแพร่กระจายไปทั่วประเทศอย่างรวดเร็ว ผู้คนจำนวนมากต่างหลั่งไหลไปยังเอฟอน-อาลาเย

อัครทูตบาบาโลลาถูกฝังไว้ข้างหลุมศพของบิดา ณ โรงเรียนประถมเซนต์สตีเฟน เอฟอน อาลาเย เมื่อวันที่ 27 กรกฎาคม พ.ศ. 2492 แม้ว่าท่านจะจากไปแล้ว แต่ผลงานของท่านยังคงเป็นที่กล่าวขาน และชีวิตของท่านยังคงเป็นแรงบันดาลใจให้แก่ผู้คนมากมายที่เชื่อในพลังแห่งเพนเตโคสต์มาตั้งแต่สมัยโบราณ

โรเบิร์ต ดับเบิลยู. ชัมบัค

เขาเทศนาคำสอนแห่งศรัทธาอย่างแน่วแน่ พร้อมด้วยอัศจรรย์และปาฏิหาริย์มากมาย **โรเบิร์ต ดับเบิลยู. ชัมบัค** เป็นนักเทศน์ทางโทรทัศน์ นักบวช ผู้รักษาโรคด้วยศรัทธา และนักเขียนชาวอเมริกัน รายการโทรทัศน์ของเขาชื่อ " *Power Today"* สามารถรับชมได้ทางเครือข่ายโทรทัศน์คริสเตียน DayStar รวมถึงทางอินเทอร์เน็ตในรูปแบบพอดแคสต์สตรีมมิ่ง

การเกิดและช่วงชีวิตวัยเด็ก

โรเบิร์ต ดับเบิลยู. ชัมบัค เกิดเมื่อวันที่ 3 เมษายน ค.ศ. 1926 ที่เมืองแฮร์ริสเบิร์ก รัฐเพนซิลเวเนีย เป็นบุตรของแฮร์รี เอลส์เวิร์ธ และแอนน์ มอยเออร์ ชัมบัค

เป็นหนุ่มที่มีนิสัยร่าเริง เขาได้กลับใจใหม่บนมุมถนนเมื่อนักเทศน์ (ซี.เอ็ม. วอร์ด) ประกาศเชิญชวนให้ผู้คนออกมาสารภาพบาปหลังจาก

เทศน์พระกิตติคุณของพระเยซูคริสต์แก่ฝูงชนที่มารวมตัวกัน โรเบิร์ตรู้สึกถึงการทรงเรียกให้ไปประกาศพระกิตติคุณในทันที แต่ตัดสินใจที่จะทำตามความฝันอื่นก่อน ในที่สุดเขาได้เข้าร่วมกองทัพเรือสหรัฐฯ และรับราชการเป็นช่างซ่อมหม้อไอน้ำบนเรือพิฆาตในแปซิฟิกใต้และเอเชียระหว่างสงครามโลกครั้งที่สอง หลังจากได้เห็นพระเจ้าทรงรักษาชีวิตของเขาไว้ในเหตุการณ์อันตรายมากมาย และได้เห็นการส่งตัวเชลยศึกชาวอเมริกันกลับประเทศ โรเบิร์ตจึงมอบตัวให้พระเจ้าอย่างสิ้นเชิงและตั้งใจที่จะประกาศพระกิตติคุณไม่ว่าพระเจ้าจะส่งเขาไปที่ใด เพื่อให้ผู้อื่นได้รับการปลดปล่อยจากคุกและพันธนาการแห่งบาป และพบกับความสุขที่แท้จริงแห่งอิสรภาพผ่านทางพระคริสต์

กระทรวง

หลังกลับจากสงคราม ชัมบัคได้เข้าเรียนในโรงเรียนพระคัมภีร์ ที่นั่นเขาได้พบและแต่งงานกับวินนี่ ภรรยาของเขา เขาได้รับการแต่งตั้งเป็นศิษยาภิบาลโดยซีเอ็ม วอร์ด และเริ่มเป็นศิษยาภิบาลในโบสถ์แห่งหนึ่ง เขาได้รับการฝึกอบรมอย่างเป็นทางการที่สถาบันพระคัมภีร์กลางในสปริงฟิลด์ รัฐมิสซูรี ในช่วงกลางทศวรรษ 1940

โรเบิร์ตได้รับอิทธิพลจากการประกาศข่าวประเสริฐในเต็นท์ของที.แอล. ออสบอร์น และต่อมาโดยเอ.เอ. อัลเลน ปาฏิหาริย์อันน่าอัศจรรย์มากมายเกิดขึ้นผ่านการรับใช้ของคนเหล่านี้ และโรเบิร์ตก็รู้ว่าพระเจ้าทรงเรียกเขาให้เป็นส่วนหนึ่งของสิ่งนี้ เมื่อการประกาศข่าวประเสริฐครั้งหนึ่งของเอ.เอ. อัลเลนใกล้จะสิ้นสุดลง เขาจึงถาม RW ได้เข้าร่วมทีมของเขา นี่เป็นจุดเริ่มต้นของการเดินทางไปทั่วสหรัฐอเมริกาเป็นเวลาหลายปี เพื่อช่วยเหลือในงานประกาศพระกิตติคุณ เทศนา และเตรียมงานล่วงหน้า ในที่สุดเขาก็รู้สึกว่าพระเจ้าทรงเรียกเขาให้เริ่มต้นพันธกิจของตนเอง เขาจึงก่อตั้ง "โบสถ์เต็นท์" 4 แห่งในเมืองใหญ่ และเริ่มรายการวิทยุยอดนิยมของเขา "เสียงแห่งพลัง"

วลีเด็ดของเขาที่ว่า "คุณไม่มีปัญหาอะไรเลย สิ่งที่คุณต้องการคือศรัทธาในพระเจ้า" ได้ปลุกเร้าศรัทธาในผู้คนมากมาย

พันธกิจของพี่ชัมบัคในการช่วยเหลือผู้ทุกข์ยากได้รับการตอบรับในหลายประเทศทั่วโลก ทั้งในทวีปยุโรป รัสเซีย อินเดีย เอเชีย ฟิลิปปินส์ แอฟริกา หมู่เกาะเวสต์อินดีส์ อเมริกากลาง และอเมริกาใต้

ท่านยังคงให้การสนับสนุนทางการเงินแก่การก่อตั้งคริสตจักรและโรงเรียนพระคัมภีร์ในรัสเซียและจีน สถานเลี้ยงเด็กกำพร้าในอินโดนีเซียและเฮติ

โครงการเผยแพร่ศาสนาในเมืองใหญ่ในเม็กซิโกซิตี้

และโครงการเผยแพร่ศาสนาในเมืองใหญ่ในนิวยอร์กซิตี้

เขาเทศนาคำสอนแห่งศรัทธาอย่างแน่วแน่ พร้อมด้วยหมายสำคัญและอัศจรรย์ต่างๆ

ชีวิตครอบครัวและความตาย

ชัมบัคแต่งงานกับแมรี วินิเฟรด โดนัลด์ (เกิด 3 กันยายน 1926 ที่ฟิลาเดลเฟีย รัฐเพนซิลเวเนีย)

เขาพบเธอขณะที่เธอเป็นนักศึกษาอยู่ที่สถาบันพระคัมภีร์ตะวันออกของแอสเซมบลีส์ออฟกีอดในวัลเลย์ฟอร์จ รัฐเพนซิลเวเนีย ในปีถัดมา และในวันที่ 4 กันยายน 1948 (เพียง 1 วันหลังวันเกิดของแมรี) ทั้งคู่ได้แต่งงานกัน และมีบุตรชายสองคนและบุตรสาวหนึ่งคน คือ บ็อบบี้ บรูซ และดอนนา

ดอนนา ชัมบัค เป็นศิษยาภิบาลและผู้รักษาโรคด้วยพลังศรัทธาในเขตไทเลอร์

ชัมบัคมีหลาน 6 คน ได้แก่ ราเชล บ็อบบี้ที่สาม มาร์ค อแมนด้า และคริสตี้

เขาแต่งงานกับภรรยาเป็นเวลา 61 ปี

ก่อนที่เธอจะเสียชีวิตด้วยสาเหตุธรรมชาติในเมืองไทเลอร์ รัฐเท็กซัส เมื่อวันที่ 20 เมษายน 2553 ขณะอายุ 83 ปี

สองปีต่อมา (17 มกราคม 2012) ชัมบัคเสียชีวิตด้วยอาการหัวใจวายเมื่ออายุ 86 ปี

เขาถูกฝังเคียงข้างภรรยาของเขาที่สุสาน Cathedral in the Pines ในเมืองไทเลอร์ รัฐเท็กซัส

https://believersportal.com/biography-evangelist-rw-schambach/

ชาร์ลส์ เอส. ไพรซ์

เขาเป็นหนึ่งในนักเทศน์ผู้รักษาโรคที่โดดเด่นที่สุดในช่วงครึ่งแรกของศตวรรษที่ 20 เกิดที่เมืองเชฟฟิลด์ ประเทศอังกฤษ เขาอพยพไปแคนาดาแล้วไปที่สโปเคน รัฐวอชิงตัน เขาได้กลับใจใหม่ในคณะมิชชันนารีเมธอดิสต์ในสโปเคน
และเข้าสู่การรับใช้เต็มเวลาในคริสตจักรเมธอดิสต์

เกิด: ปี 1887 ประเทศอังกฤษ สหราชอาณาจักร
เสียชีวิต: 8 มีนาคม 1947

"พระกิตติคุณฉบับสมบูรณ์"

ชาร์ลส์ ซิดนีย์ ไพรซ์ เกิดที่ประเทศอังกฤษในปี 1887 โดยมีพ่อชื่อ แมรี ฮันนาห์ บี และแม่ชื่อ ชาร์ลส์ เฮนรี ไพรซ์ แม่ของเขาเสียชีวิตเมื่อเขาอายุได้สี่ขวบ และต่อมาพ่อของเขาก็แต่งงานใหม่กับผู้หญิงที่ชาร์ลส์รักและเคารพ ไพรซ์เข้าเรียนที่โรงเรียนประจำท้องถิ่นสำหรับนักเรียนเมธอดิสต์ตั้งแต่ประมาณปี 1899-1904 แม้ว่าโรงเรียนนี้จะรู้จักกันในชื่อวิทยาลัยเวสลีย์ แต่ก็รับนักเรียนจนถึงอายุ 18 ปีเท่านั้น เพื่อเตรียมความพร้อมสำหรับการเข้าเรียนที่มหาวิทยาลัยลอนดอน หลังจากออกจากวิทยาลัยเวสลีย์ ไพรซ์ก็ไม่รู้ว่าจะทำอะไรดี จึงเข้าร่วมกองทัพเรือหลวงในปี 1906 ในตำแหน่งผู้ช่วยพนักงานคลังสินค้า แต่ถูกปลดประจำการภายในไม่กี่เดือนเนื่องจากอาการบาดเจ็บที่เข่า ต่อมาเขาบอกว่าเขาเคยไปเรียนที่โรงเรียนกฎหมายออกซ์ฟอร์ดช่วงหนึ่ง แต่ทางมหาวิทยาลัยออกซ์ฟอร์ดไม่มีบันทึกการเข้าเรียนของเขา ในปี 1907 ไพรซ์อพยพไปแคนาดาเพื่อหางานและได้ทำงานในทีมงานรถไฟ จากนั้นเขาย้ายไปสโปแคน รัฐวอชิงตัน โดยหวังว่าจะหางานได้ที่นั่น เขาไปร่วมพิธีทางศาสนาที่มิชชั่นเมธอดิสต์เสรีและเปลี่ยนมานับถือศาสนาคริสต์ เขาตัดสินใจอยู่กับคณะมิชชันนารีในฐานะผู้ปฏิบัติงาน และได้รับการแต่งตั้งเป็นบาทหลวงนิกายเมธอดิสต์ในปีเดียวกันนั้น เขายังได้พบและแต่งงานกับเบสซี เรย์ ออสบอร์น ทั้งคู่มีลูกด้วยกัน 4 คน และมีลูกสาวอีกคนหนึ่งจากประเทศอังกฤษ

ไพรซ์ได้รับอิทธิพลจากเทววิทยาแบบ "สมัยใหม่" หรือเสรีนิยม คำสอนเหล่านั้นรวมถึงการไม่เชื่อในพระคัมภีร์ว่าเป็นพระวจนะของพระเจ้า และการปฏิเสธปาฏิหาริย์ เขาออกจากคริสตจักรเมธอดิสต์และไปเป็นศิษยาภิบาลของคริสตจักรคองเกรเกชันนัลลิสต์ ต่อมาเขาจะอธิบายช่วงชีวิตนี้ว่าเขา "ตาบอดทางจิตวิญญาณ นำผู้คนของเขาลงไปในหลุม" เขาเป็นศิษยาภิบาลในลักษณะนี้เป็นเวลาสิบสองปี ไพรซ์ย้ายไปแคลิฟอร์เนีย ที่ซึ่งเขาเป็นศิษยาภิบาลของคริสตจักรคองเกรเกชันนัลแห่งแรกในโลดี ในปี 1921 มีการฟื้นฟูทางศาสนาที่นำโดยเอมี เซมเปิล แมคเฟอร์สัน ในซานโฮเซ รัฐแคลิฟอร์เนีย สมาชิกคนหนึ่งในคริสตจักรของเขาเล่าให้เขาฟังว่าเขาไปร่วมการฟื้นฟูนั้นและมีประสบการณ์ที่ได้รับการเติมเต็มด้วยพระวิญญาณบริสุทธิ์ ไม่นานเรื่องนี้ก็เริ่มแพร่กระจายไปยังสมาชิกคนอื่นๆ ในคริสตจักรของเขาด้วย เขาไปร่วมการประชุมเพื่อรวบรวมหลักฐานเพื่อสอนต่อต้านหลักคำสอนนี้

แต่เขากลับรู้สึกสำนึกผิดอย่างมากเกี่ยวกับความว่างเปล่าในจิตวิญญาณของตนเอง ในคืนที่สาม เขาได้นั่งอยู่บนเวทีร่วมกับศิษยาภิบาลคนอื่นๆ เมื่อมีการประกาศเชิญชวนคนบาปให้มา รับความรอด ไพรซ์ก็ตอบรับคำเชิญอย่างเปิดเผย เขาเต็มไปด้วยความปีติยินดี เขาได้เข้าร่วม "การประชุมรอคอย" ของคริสตจักรแบปติสต์บางแห่ง และได้รับ "การเติมเต็มของพระวิญญาณ" ในอีกไม่กี่คืนต่อมา และเริ่มพูด "ภาษาต่างๆ"

ไพรซ์กลับไปที่โบสถ์ของเขาในทันทีและให้คำพยาน สมาชิก 1,000 คนเริ่มจัดการประชุมแสวงหาพระเจ้า ร้องขอการทรงสถิตของพระองค์ การฟื้นฟูจึงเริ่มต้นขึ้น ผลลัพธ์อย่างหนึ่งคือ สมาชิก 1,000 คนของโบสถ์เริ่มออกไปประกาศข่าวประเสริฐ ไพรซ์เริ่มเห็นผู้คนได้รับการรักษาในที่ประชุมของเขา ผู้นำนิกายวิพากษ์วิจารณ์สิ่งที่เกิดขึ้นในโบสถ์ของเขา ไพรซ์จึงออกจากนิกายคองเกรเกชันนัลลิสต์เพื่อก่อตั้งโบสถ์โลดีเบเธลเทมเปิล ในปี 1922 เขาเริ่มจัดการประชุมประกาศข่าวประเสริฐแบบเดินทางไปทั่วในโอเรกอนและบริติชโคลัมเบีย มีการรักษาอย่างอัศจรรย์หลายครั้งในวิกตอเรีย บริติชโคลัมเบีย ในปี 1923 ไพรซ์เทศนาแก่ผู้คนกว่า 250,000 คนในช่วงสามสัปดาห์และหลายคนได้รับการรักษา ในปี 1923 เขาจัดการประชุมรักษาโรคซึ่งลอร์นฟ็อกซ์และครอบครัวทั้งหมดของเขาได้รับการรักษา ลอร์นและน้องสาวของเขาเริ่มงานประกาศข่าวประเสริฐและการรักษาโรคของตนเองในเวลาต่อมาไม่นาน

ไพรซ์จัดประชุมในเมืองต่างๆ เช่น คัลการี เอดมันตัน วินนิเพก โตรอนโต มินนิอาโปลิส ดูลูธ เซนต์หลุยส์ และเบลวิลล์ รัฐอิลลินอยส์ ในปี 1926 ไพรซ์เริ่มตีพิมพ์วารสาร "Golden Grain" ซึ่งรวมถึงคำให้การมากมายเกี่ยวกับการรักษาและการอัศจรรย์ต่างๆ ในปี 1928 ไพรซ์ประสบกับความยากลำบากเมื่อทนายความของเขาหนีไปพร้อมกับเงินทั้งหมด ผู้สนับสนุนของเขาช่วยกันระดมเงินได้บ้าง แต่เขาตัดสินใจซื้อเต็นท์เพื่อใช้จัดประชุม เพื่อที่เขาจะได้ไม่ต้องเสียค่าใช้จ่ายสำหรับหอประชุมขนาดใหญ่ เขาเรียกมันว่า Kanvas Katherdral มีรายงานว่ามีการเปลี่ยนใจเชื่อถึง 1,000 คนต่อวันในช่วง 10 วันสุดท้ายของการประชุมที่เบลวิลล์

เขาเดินทางไปทั่วภาคตะวันตกเฉียงเหนืออย่างต่อเนื่องในอีกหลายปีต่อมา ทุกที่ที่เขาไป เขาได้เห็นการรักษาอย่างอัศจรรย์ในการประชุมของเขา และมีผู้คนหลายพันคนหันมาเชื่อในพระคริสต์ เขาบันทึกจำนวนผู้เปลี่ยนใจเชื่อได้ถึง 35,000 คนในปี 1928 เพียงปีเดียว การเดินทางอย่างต่อเนื่องทำให้ชีวิตสมรสของเขามีปัญหา ในปี 1930 เขาและภรรยาจึงแยกทางกัน ในที่สุดทั้งคู่ก็หย่าร้างกันในช่วงทศวรรษ 1930

ในขณะที่หลายกระทรวงต้องปิดตัวลงหรือถูกลดขนาดลงอย่างมากในช่วงทศวรรษ 1930 เนื่องมาจากภาวะเศรษฐกิจตกต่ำ ชาร์ลส์ เอส. ไพรซ์ ยังคงดึงดูดผู้คนนับพันให้มาร่วมการประชุมของเขา ในช่วงปลายทศวรรษ 1930 เขาได้ไปเทศนาในนอร์เวย์ อังกฤษ อียิปต์ ปาเลสไตน์ ตุรกี ซีเรีย เลบานอน อิตาลี รวมถึงยังคงเทศนาไปทั่วสหรัฐอเมริกา เขาเริ่มเรียกตัวเองว่า ดร. ไพรซ์ ซึ่งดูเหมือนจะเป็นตำแหน่งเกียรติยศมากกว่าตำแหน่งทางการศึกษา ในปี 1939 ไพรซ์ประมาณการว่าเขาเดินทางไปแล้วกว่าหนึ่งล้านไมล์ในการรณรงค์เผยแพร่ศาสนาตั้งแต่เขาเริ่มต้นในปี 1922 ตารางงานของเขายุ่งมาก ในการประชุมที่เขาเป็นผู้เทศนาหลัก เขาจะเทศนาสองหรือสามครั้งต่อวัน และมักจะอธิษฐานขอการรักษาจนดึกดื่น ในช่วงสงคราม การดึงดูดผู้คนจำนวนมากทำได้ยากขึ้นเรื่อยๆ และไพรซ์มักจะเทศนาในโบสถ์และการประชุมในค่าย ในปี ค.ศ. 1940 ระหว่างกลางเดือนมีนาคมถึงกลางเดือนสิงหาคม เขาเทศนาถึง 218 ครั้ง นอกเหนือจากการจัดพิธีรักษาโรค 35 ครั้ง ยังอยู่จนดึกดื่นเพื่อสวดภาวนาให้ผู้ป่วย กล่าวสุนทรพจน์ในชุมชนหลายครั้งให้กับกลุ่มต่างๆ เช่น สโมสรโรตารี และกล่าวสุนทรพจน์ทางวิทยุ ทั้งหมดนี้ในขณะที่เดินทางด้วยรถไฟเป็นระยะทาง 2,700 ไมล์ และด้วยรถยนต์เป็นระยะทาง 8,500 ไมล์ ในวันเดียวเขายังเทศนาถึง 5 ครั้งในเมืองสปริงฟิลด์ รัฐมิสซูรี

ชาร์ลส์ เอส. ไพรซ์ ไม่ได้สังกัดนิกายใดโดยเฉพาะ และการประชุมของเขามักได้รับการสนับสนุนจากหลายคริสตจักรในพื้นที่เดียวกัน เขามีความสัมพันธ์พิเศษกับผู้นำของนิกาย Assembly of God และมักเทศนาในค่ายประชุมของพวกเขา และมักได้รับเชิญให้ไปเทศนาในคริสตจักรของพวกเขาด้วย เขาเป็นนักเขียนที่มีผลงานมากมาย เขาเขียนหนังสือหลายเล่ม ได้แก่ *And Signs*

Followed the Life Story of Charles S. Price , The Potter and the Clay, Spiritual and Physical Health, Made Alive, Two Worlds, The Real Faith, You Can Know God Here and Now, Divine Intervention และ *Miracles* นอกจากนี้เขายังจัดทำนิตยสาร Golden Grain ตั้งแต่ปี 1926 ถึง 1947 เขาใช้สื่อวิทยุอย่างกว้างขวางและมักเทศนาจากลอสแอนเจลิส รัฐแคลิฟอร์เนีย เมื่อเขาไม่ได้เดินทางไปที่อื่น เขายังสอนที่วิทยาลัยพระคัมภีร์แห่งแคลิฟอร์เนียตอนใต้ และมักได้รับเชิญให้ไปทำหน้าที่แทนศิษยาภิบาลในพื้นที่ลอสแอนเจลิส ในปี 1945 เขารู้สึกว่าพระเจ้าทรงเรียกเขาให้ใช้เวลาอยู่ที่บ้าน สองปีต่อมาเขาจึงมุ่งเน้นไปที่การเขียน การเทศนาในท้องถิ่น การพักผ่อน และการอธิษฐาน เขาเสียชีวิตเมื่อวันที่ 8 มีนาคม พ.ศ. 2490

สตีเฟน เจฟฟรีย์ส

สตีเฟน เจฟฟรีย์ส เกิดเมื่อวันที่ 2 กันยายน ค.ศ. 1876 เป็นบุตรชายคนที่สามจากทั้งหมดแปดคนของโทมัสและเคเซีย เจฟฟรีย์ส โทมัสเป็นคนงานเหมือง แต่เป็นโรคหอบหืดและมีปัญหาเรื่องการหายใจ เพื่อช่วยเลี้ยงดูครอบครัว สตีเฟนจึงเข้าไปทำงานในเหมืองตั้งแต่อายุสิบสองปี เขาใช้เวลา 24 ปีทำงานในเหมือง สุขภาพของพ่อไม่เอื้ออำนวยต่อการทำงานหนัก และเสียชีวิตเมื่ออายุเพียง 47 ปี พี่น้องของสตีเฟนอีกสี่คนและน้องสาวอีกหนึ่งคนก็เสียชีวิตเช่นกัน จอร์จ พี่ชายของเขามีสุขภาพไม่แข็งแรง ชีวิตของพวกเขาจึงยากลำบาก เมื่อสตีเฟนอายุ 22 ปี

เขาแต่งงานกับเอลิซาเบธ ลูอิส ลูกสาวของเกษตรกรในท้องถิ่น พวกเขามีลูกด้วยกันสี่คน เป็นหญิงสามคนและชายหนึ่งคน ลูกสาวคนเล็กเสียชีวิตเมื่ออายุเพียงหกเดือน

สมาชิกในครอบครัวเป็นผู้ที่ไปโบสถ์เป็นประจำ
พวกเขาเป็นสมาชิกของคริสตจักรอิสระแห่งเวลส์ ปี 1904 เป็นปีที่สำคัญสำหรับเวลส์ อีแวน โรเบิร์ตส์ กล่าวว่า "ผมมีนิมิตเห็นเวลส์ทั้งมวลถูกยกขึ้นสู่สวรรค์ เรากำลังจะได้เห็นการฟื้นฟูครั้งยิ่งใหญ่ที่สุดเท่าที่เวลส์เคยรู้จัก
และพระวิญญาณบริสุทธิ์กำลังจะเสด็จมาในไม่ช้า ดังนั้นเราต้องเตรียมตัวให้พร้อม" และนั่นก็เป็นสิ่งที่เกิดขึ้นจริง สตีเฟนและจอร์จ น้องชายของเขา ได้กลับใจเชื่อพระเจ้าในช่วงการฟื้นฟูที่โบสถ์อิสระซิโลห์ในเมืองแนนตีฟิลลอน
ประเทศเวลส์ เมื่อวันที่ 20 พฤศจิกายน 1904 สิบสามเดือนต่อมา ทั่วทั้งชนบทสั่นสะเทือนด้วยการทรงสถิตของพระเจ้า
สตีเฟนไม่มีการฝึกอบรมด้านศาสนศาสตร์อย่างเป็นทางการและไม่มีแผนที่จะเป็นศิษยาภิบาล แต่พระเจ้าทรงเรียกเขาออกจากเหมืองและขึ้นไปบนแท่นเทศน์

สตีเฟนเริ่มเทศนาบนท้องถนน ในเมืองมาเอสเตก เขาเทศนาอยู่นานจนมืดค่ำและต้องนำตะเกียงมาให้เขาเพื่อเทศนาต่อ
พระเจ้าทรงเรียกเขาให้เป็นผู้ประกาศข่าวประเสริฐ อีแวน โรเบิร์ตส์เป็นผู้นำการเคลื่อนไหวที่ลุกโชนในเวลส์ ต่อมาในชีวิตของเขา เมื่อถูกถามว่าใครมีบทบาทสำคัญในการฟื้นฟู เขาตอบว่า "เหนือกว่าทุกคนที่ผมรู้จัก - สตีเฟน เจฟฟรีย์ส" เจฟฟรีย์สยังคงทำงานในเหมือง แต่เทศนาทุกครั้งที่มีโอกาส คำเทศนาของเขานั้นเรียบง่ายและชักชวนผู้คนให้มาหาพระคริสต์

การฟื้นฟูทางศาสนาในเวลส์เริ่มซาลง หนึ่งในศิษยาภิบาลที่เกี่ยวข้องกับการฟื้นฟูนั้นคือ อเล็กซานเดอร์ เอ. บอดดี้ ด้วยความปรารถนาที่จะสัมผัสถึงการทรงสถิตของพระเจ้ามากขึ้น บอดดี้ได้ยินเรื่องการหลั่งไหลของพระวิญญาณบริสุทธิ์ในออสโล ประเทศนอร์เวย์ ภายใต้การนำของโทมัส บาร์แรตต์ เขาจึงเดินทางไปออสโลก่อน แล้วจึงเชิญบาร์แรตต์มาที่โบสถ์ของเขาในซันเดอร์แลนด์ ประเทศอังกฤษ ในปี 1907 โบสถ์แห่งนี้กลายเป็นศูนย์กลางการฟื้นฟูทางศาสนาแบบเพนเตโคสต์ ในเดือนธันวาคม ปี 1907 ศิษยาภิบาลชาวเวลส์ท้องถิ่นชื่อ โทมัส มาด็อก เจฟฟรีย์ส ได้รับการเติมเต็มด้วยพระวิญญาณบริสุทธิ์ขณะพบปะกับศิษยาภิบาลอีกท่านหนึ่งที่ได้รับบั

พติศมาแห่งพระวิญญาณบริสุทธิ์ในซันเดอร์แลนด์ สตีเฟนและจอร์จ น้องชายของเขาลังเลใจในตอนแรกเกี่ยวกับการย้ายครั้งนี้ อย่างไรก็ตาม เอ็ดเวิร์ด ลูกชายของสตีเฟน ได้มี ประสบการณ์แบบเพนเตโคสต์ขณะไปพักผ่อน และกลับมาเล่าให้ครอบครัวฟัง ในปี 1908 ได้มีการจัดประชุมขึ้นในมาเอสตาก และสตีเฟนกับจอร์จก็ไปเพื่อค้นหาความจริงด้วยตนเอง พวกเขาได้รับบัพติศมาแห่งพระวิญญาณบริสุทธิ์และเริ่มพูดภาษาแปลกๆ สตีเฟนพบว่างานเผยแพร่ศาสนาของเขามีประสิทธิภาพเพิ่มขึ้นทันที

จอร์จ น้องชายของสตีเฟน รู้สึกว่าตนเองได้รับการทรงเรียกให้รับใช้ในงานศาสนา เขาเข้าร่วมสหภาพมิชชันนารีเพนเตโคสต์ในปี 1912 จอร์จขอให้สตีเฟนไปเทศนาที่เมืองเล็กๆ ชื่อคัมท์เวิร์ชในเดือนตุลาคมปีเดียวกัน การเทศนาเป็นไปด้วยดีมากจนพวกเขาขอให้เขากลับมาอีกครั้งในเดือนธันวาคมเป็นเวลาสามวัน การประชุมในเดือนธันวาคมกลายเป็นงานฟื้นฟูจิตวิญญาณเล็กๆ และสตีเฟนก็อยู่ที่นั่นเป็นเวลาเจ็ดสัปดาห์ การรักษาโรคอย่างน่าอัศจรรย์เกิดขึ้นในการประชุมเหล่านั้น จอร์จ น้องชายของเขาก็มาเข้าร่วมและช่วยเหลืองานประชุม เขาไปที่เพน-อี-บอนต์ ซึ่งมีหญิงคนหนึ่งที่เท้าของเธอจะต้องถูกตัดออกได้รับการรักษาให้หายทันที จอร์จกลับไปเรียนต่อ แต่สตีเฟนไปที่ลลาเนลลี ที่ซึ่งเขาเทศนาและก่อตั้งคริสตจักรของตนเอง เขาอยู่ที่นั่นเป็นเวลาเจ็ดปี

เหตุการณ์ปาฏิหาริย์ที่น่าจดจำเกิดขึ้นที่เมืองลลาเนลลี คืนหนึ่งขณะที่สตีเฟนกำลังเทศนาอยู่นั้น นิมิตได้ปรากฏขึ้นบนผนังโบสถ์ ครั้งแรกเป็นภาพลูกแกะ จากนั้นเป็นภาพพระพักตร์ของพระเยซูในฐานะผู้ทรงทุกข์ระทม มีน้ำตาไหลอาบพระพักตร์ ผู้คนหลายร้อยคนได้เห็นนิมิตนี้ ซึ่งกินเวลานานหลายชั่วโมง ขณะที่ผู้คนเดินเข้าออกโบสถ์ เมื่อสตีเฟนอธิษฐานเกี่ยวกับนิมิตนั้น เขารู้สึกว่ามันปรากฏขึ้นเป็นสัญญาณของความทุกข์ยากครั้งใหญ่ที่กำลังจะเกิดขึ้น ไม่กี่สัปดาห์ต่อมา สงครามโลกครั้งที่หนึ่งก็เริ่มต้นขึ้น สตีเฟนมีชื่อเสียงโด่งดังมากจนได้รับเชิญให้ไปเทศนาในโบสถ์หลายแห่ง เขาดำรงตำแหน่งเป็นศิษยาภิบาลจนถึงปี 1920 แต่ในระหว่างนั้นเขามักเดินทางไปมาอยู่เสมอ

ในปี 1920 สตีเฟนได้เข้าร่วมงานกับจอร์จผู้เป็นพี่ชาย ในกลุ่มพันธมิตรเพนเตโคสต์อีลิมของจอร์จ เขาจัดประชุมในเมืองดาวไลส์ ก่อตั้งคริสตจักรและดำรงตำแหน่งเป็นศิษยาภิบาล ใน ปี 1924 สตีเฟนและจอร์จเดินทางไปยังสหรัฐอเมริกาและแคนาดา พวกเขาไปที่ลอสแอนเจลิสและได้พบกับเอมี เซมเปิล แมคเฟอร์สัน ที่โบสถ์แองเจิลัสเทมเปิล เธอมีอิทธิพลอย่างมากต่อพี่น้องทั้งสอง หลังจากที่พวกเขากลับมา พวกเขาไปที่ลอนดอนและเริ่มจัดประชุม พวกเขาเชิญเอมี เซมเปิล แมคเฟอร์สัน และจากนั้นก็จัดประชุมด้วยตนเอง ซึ่งดำเนินไปประมาณสองปี

ความขัดแย้งระหว่างจอร์จและสตีเฟนเริ่มทวีความรุนแรงขึ้น บุคลิกของทั้งสองแตกต่างกันอย่างสิ้นเชิง สตีเฟนอาจเป็นผู้ที่มีพรสวรรค์มากกว่า แต่จอร์จก็มีพรสวรรค์ด้านการบริหารจัดการที่แข็งแกร่ง สตีเฟนมักจะตกลงจัดประชุมมากกว่าหนึ่งแห่งในวันเดียวกัน เขาจะปล่อยให้การประชุมดำเนินไปโดยไม่เก็บเงินบริจาคหรือให้คนอื่นทำหน้าที่ของตน สตีเฟนจะพูดในสิ่งที่คิดโดยไม่คำนึงถึงผลที่ตามมา เขายังเชื่อว่าจอร์จอิจฉาเขาด้วย ในปี 1926 สตีเฟนออกจากขบวนการเอลิมและเข้าร่วมกับสภาแห่งพระเจ้าแห่งบริเตนและไอร์แลนด์ ความสัมพันธ์ระหว่างพี่น้องยังคงตึงเครียดต่อไปอีกหลายปี ทุกที่ที่สตีเฟนไป มักเกิดการรักษาที่น่าอัศจรรย์และปาฏิหาริย์แห่งการสร้างสรรค์ขึ้น

เขาเดินทางไปยังสหรัฐอเมริกา นิวซีแลนด์ ออสเตรเลีย และแอฟริกาใต้ ผู้คนนับพันมาร่วมฟังการประชุมของเขา ในปี 1933 เขาเดินทางไปสวีเดนและนอร์เวย์เพื่อเทศนา เขาทุ่มเทเวลาทั้งกลางวันและกลางคืนอย่างหนัก โดยไม่สนใจคำเตือนของแพทย์เกี่ยวกับสุขภาพของเขา สถานการณ์เปลี่ยนแปลงไปอย่างมากในช่วงกลางทศวรรษ 1930 การรณรงค์เผยแพร่ศาสนาขนาดใหญ่เริ่มได้รับความนิยมน้อยลงและประสบความสำเร็จในการเข้าถึงผู้หลงผิดน้อยลง ตารางงานที่แน่นเอี้ยดของสตีเฟนทำให้เขาอ่อนล้าและสุขภาพของเขาเริ่มทรุดโทรม

เขาเป็นอัมพาตจากโรคข้ออักเสบ ในปี 1940 จอร์จได้ออกจากคริสตจักรเอลิมที่เขาก่อตั้งขึ้นเพื่อเริ่มต้นคริสตจักรไบเบิลแพทเทิร์นเชิร์ชเฟลโลว์ชิป

เขาโน้มน้าวให้สตีเฟนและเอ็ดเวิร์ดลูกชายของเขาเข้าร่วมขบวนการคริสตจักรใหม่ของเขาได้สำเร็จ เนื่องจากปัญหาสุขภาพ สตีเฟนจึงไม่สามารถให้การสนับสนุนงานได้อย่างเต็มที่ เขาใช้ชีวิตแปดปีสุดท้ายอย่างสงบสุขในวัยเกษียณกับเมย์ลูกสาวของเขาที่พอร์ทคาวล์ ประเทศเวลส์ โดยได้รับการดูแลจากแพทย์จากวิทยาลัยพระคัมภีร์แห่งเวลส์ ซึ่งบริหารโดยรีส์ ฮาวเวลส์ เขาเสียชีวิตเมื่อวันที่ 17 พฤศจิกายน 1943

ความสำเร็จที่ยิ่งใหญ่กว่า - 1

- คำบอกเล่าจากผู้ประสบภัย

โดย บรรดาผู้รับใช้ของพระเจ้าจากยุคต่างๆ เพื่อเสริมสร้างความเชื่อของคุณว่าพระเจ้ายังทรงทำงานอยู่ทุกวันนี้และตลอดไป

ชาร์ลส์ เอส. ไพรซ์ – การสร้างอวัยวะเพศหญิงใหม่

ดร. ชาร์ลส์ ซิดนีย์ ไพรซ์ เป็นหนึ่งในนักเทศน์ผู้ทรงอิทธิพลที่สุดในศตวรรษที่ 20 ท่านเข้ารับตำแหน่งบาทหลวงในปี 1909 เมื่ออายุ 22 ปี และใช้เวลา 12 ปีในการปฏิบัติหน้าที่ภายใต้อิทธิพลของเทววิทยาเสรีนิยมก้าวหน้า

มีบาทหลวงท่านหนึ่งเข้าร่วมประชุมและท่าน ได้เล่าเรื่องราวที่น่าทึ่งให้เราฟัง ท่านเป็นบาทหลวงนิกายแองกลิกัน เดิมทีประจำการอยู่ใกล้เมืองซัสแคตูน หลายปีก่อน เมื่อเราได้รับเกียรติจากพระเจ้าให้ไปพูดในสนามกีฬาในเมืองนั้น ท่านก็เข้าร่วมการประชุมด้วย ภรรยาของเขาได้รับการผ่าตัดซึ่งอวัยวะในร่างกายของเธอถูกตัดออกไป เธอไม่สามารถมีลูกได้ และพวกเขาทั้งสองปรารถนาและฝันถึงการมีลูกมาโดยตลอด เธอถูกพามาเพื่อรับการอธิษฐาน นักวิจารณ์กล่าวว่าไม่มีการรักษาแบบธรรมชาติใดๆ แต่พระเจ้าทรงตอบคำอธิษฐานและมีทารกเกิดมาในบ้านหลังนั้น ปาฏิหาริย์เกิดขึ้น อวัยวะเหล่านั้นต้องงอกกลับมาใหม่ ไม่มีคำอธิบายอื่นใด นี่คือคำพยานที่เราได้รับจากปากของบาทหลวงท่านนั้น ซึ่งตอนนี้เชื่อและปฏิบัติการรักษาด้วยพลังแห่งพระเจ้าด้วยหัวใจทั้งหมดของเขา

สร้างดวงตาใหม่

ในบรรดาผู้ที่เปลี่ยนมานับถือศาสนาคริสต์หลายร้อยคนในการเยี่ยมเยียนครั้งสำคัญนั้น มีชายหนุ่มคนหนึ่งชื่อทอม วิลสัน แม่ของเขาไปร่วมการประชุมช่วงเย็นในช่วงต้นของ

การรณรงค์ และกลับบ้านค่อนข้างดึก ทอมและพ่อของเขาเริ่มเป็นห่วง กลัวว่าจะมีอะไรเกิดขึ้นกับแม่ ดังนั้นเมื่อเธอกลับมา พวกเขาจึงอยากรู้ว่าเธอไปไหนมา เมื่อเธออธิบายว่าเธอไปร่วมการประชุมทางศาสนาที่ศาลาว่าการ สามีของเธอก็ค่อนข้างไม่เชื่อ และอยากรู้ว่าเป็นการประชุมทางศาสนาแบบไหนที่กินเวลานานหลายชั่วโมง ด้วยความตื่นเต้น เธอจึงเริ่มเล่าให้พวกเขาฟังว่า "พวกคุณรู้จักเด็กหญิงตาบอดชื่อเซเลีย บราวน์ไหม ตอนนี้เธอเห็นแล้ว"

"อย่าพูดเรื่องไร้สาระเลยครับแม่" ทอมกล่าว "มันเป็นไปไม่ได้หรอกครับ พวกเรารู้กันอยู่แล้วว่าเซเลีย ไม่มีดวงตาด้วยซ้ำ แล้วเธอจะมองเห็นได้ยังไง ดวงตาของเธอเป็นแค่เบ้าตาที่ว่างเปล่าเท่านั้นเอง"

"ฉันบอกคุณแล้ว" แม่ของเขาตอบ "เมื่อคืนนี้ตอนที่สตีเฟน เจฟฟรีย์ส ชาวเวลส์คนนี้ อธิษฐานขอพรให้เธอ เธอก็ได้รับดวงตาสีฟ้าคู่หนึ่ง และเธอมองเห็นได้"

เซเลียอายุสิบสามปีและเป็นที่รู้จักในท้องถิ่น พวกเขายังคงไม่เชื่อในสิ่งที่นางวิลสันพูด แต่ในไม่ช้าพวกเขาก็พบว่ามันเป็นความจริง เรื่องนี้รวมถึงปาฏิหาริย์การรักษาอื่นๆ กลายเป็นเรื่องที่คนในเมืองพูดถึงกัน

บาทหลวงเจ.ดับบลิว. อดัมส์ แห่งวอลล์ สนิทสนมกับสตีเฟนมาก และช่วยเหลือในการรณรงค์ที่วอลเวิร์ธ เคนซิงตัน เบดฟอร์ด เซาธ์เอนด์-ออน-ซี เชล์มสฟอร์ด บิชอปออคแลนด์ ซันเดอร์แลนด์ เมดสโตน ทันบริดจ์เวลส์ เวกฟิลด์ และที่อื่นๆ เขาไม่ได้อยู่ในที่ประชุมตอนที่ซีเลียหายป่วย แต่มาถึงในภายหลังและได้ฟังเรื่องราวจากสตีเฟนโดยตรง:

ในวันที่ 11 มีนาคม เธอมาขอรับการอธิษฐาน ในเวลานั้นเธอเหมือนจะไม่มีดวงตาเลยแม้แต่ในสภาพตัวอ่อน และไม่เคยรู้จักความแตกต่างระหว่างแสงสว่างและความมืด กลางวันและกลางคืน มาก่อน ทันทีหลังจากได้รับการวางมือ โลกใหม่ก็เริ่มเปิดออกสำหรับเธอ ด้วยดวงตาใหม่ที่เล็กมากของเธอ

เธอสามารถแยกแยะความแตกต่างที่ชัดเจนระหว่างแสงสว่างและเงาได้ วันรุ่งขึ้นเธอมองเห็นได้ชัดเจนขึ้น และพลังก็เริ่มเข้ามาในตัวเธอ สามารถนับและหยิบเหรียญจากผ้าปูโต๊ะสีขาวได้

นายอดัมส์เองได้ให้การเป็นพยานว่า "ผมได้พบและพูดคุยกับเธอหลายครั้งหลังจากนั้น และทุกครั้งดวงตาของเธอก็โตขึ้นและมีความสามารถมากขึ้นเล็กน้อย เธอสามารถนับนิ้วมือที่ถืออยู่ตรงหน้าและประมาณระยะทางได้ ในเรื่องนี้เธอเหมือนเด็กทารกที่กำลังเรียนรู้ที่จะมองเห็น ดวงตาของเธอเป็นสีฟ้าและเหมือนกับดวงตาของพ่อของเธอ"

คัดมาจากหนังสือ "ผู้บุกเบิกนิกายเพนเตโคสต์เจ็ดคน" โดย ซี. วิทเทเกอร์ สำนักพิมพ์กอสเปลพับลิชชิ่งเฮาส์ ปี 1985

บาทหลวงลี สโตนคิง ฟื้นคืนชีพจากความตาย

บาทหลวงสโตนคิงเริ่มต้นคำให้การของเขาที่สหประชาชาติด้วยคำกล่าวที่ว่า "คุณกำลังมองดูปาฏิหาริย์" ในเดือนพฤศจิกายนปี 2003 เขาเสียชีวิตจากอาการหัวใจวายเฉียบพลันที่สนามบินในซิดนีย์ ประเทศออสเตรเลีย เขาเสียชีวิตทางคลินิกไปแล้ว 45 นาที พวกเขาทำการปั๊มหัวใจและใช้ไฟฟ้าช็อตหัวใจ 10 ครั้ง ซึ่งปกติแล้วในสหรัฐอเมริกาและออสเตรเลียจะใช้เพียง 3 หรือ 4 ครั้งเท่านั้น เลือดคั่งอยู่ที่ปลายแขนขาของเขา ไม่มีหวังสำหรับเขาเลย เขาเป็นเพียงศพ พวกเขานำเขาขึ้นรถพยาบาล เอกสารประกาศว่าเขาเสียชีวิตแล้วที่โรงพยาบาล ในรถพยาบาล พระเยซูได้เข้ามาแทรกแซง และหัวใจของเขาก็เริ่มเต้นและเขาก็หายใจได้อีกครั้ง คนขับและเจ้าหน้าที่พยาบาลต่างตกใจ พวกเขาจะกล่าวในภายหลังว่าพวกเขาไม่เคยเห็นใครฟื้นตัวจากสิ่งที่เกิดขึ้นกับเขามาก่อน ภายในไม่กี่สัปดาห์เขาก็กลับบ้านที่สหรัฐอเมริกาเพียงลำพัง และหายดีอย่างสมบูรณ์

หลังจากที่เขากลับไปสหรัฐอเมริกา เขาไปโรงพยาบาลในเมืองแจ็กสัน รัฐเทนเนสซี เพื่อตรวจสุขภาพครั้งใหญ่ พวกเขาทำการตรวจเลือด รวมถึงการตรวจดีเอ็นเอ แพทย์ประกาศว่าเขาเป็นปาฏิหาริย์ ไม่เพียงแต่สุขภาพของเขาจะดีเยี่ยมเท่านั้น

แต่เครื่องหมายทางพันธุกรรมของโรคหัวใจยังถูกกำจัดออกจากทุกเซลล์ในร่างกายของเขาด้วย! แพทย์กล่าวว่านั่นเป็นไปไม่ได้ มีเพียงพระเจ้าเท่านั้นที่สามารถทำเช่นนั้นได้ พระเจ้าไม่เพียงแต่ทำให้เขากลับมามีชีวิตอีกครั้ง แต่ยังรักษาเขาให้หายดีอย่างสมบูรณ์ในทุกด้าน แพทย์บอกเขาว่า “คุณได้ท้าทายกฎเกณฑ์ทั้งหมดของวิทยาศาสตร์การแพทย์” บาทหลวงสโตนคิงกล่าวว่า “ผมไม่ได้ทำ แต่ผมรู้ว่าใครเป็นผู้ทำ และพระนามของพระองค์คือพระเยซู”

https://youtu.be/a_-s-KobZ64

การรักษาโรคมะเร็งเม็ดเลือดขาวในการประชุมของทอมมี่ ฮิกส์

ในการประชุมที่เมืองคาร์ลสรูห์ ประเทศเยอรมนี มีการส่งคำให้การต่อไปนี้ให้แก่ทอมมี ฮิกส์ สองปีหลังจากที่เขาได้จัดการประชุมที่นั่น

ผมป่วยเป็นลูคีเมียในสภาพใกล้ตาย ความเจ็บปวดนั้นทรมานมาก ผมอยู่ในภาวะใกล้ตาย เหลือเวลาเพียงไม่กี่นาทีเท่านั้น ในวันที่ 28 ธันวาคม 1955 ผมถูกหามไปบนเปลหามเข้าไปในที่ประชุมของทอมมี ฮิกส์ ที่สปอร์ตฮอลล์ในเบปลาซ (ลานจัดงาน) พี่ฮิกส์อธิษฐานเผื่อผมและผู้ร่วมประชุมทั้งหมด แต่ผมก็ยังไม่รู้สึกดีขึ้นเลย ทันใดนั้นความคิดหนึ่งก็แวบเข้ามาในใจ: ตอนนี้ผมได้รับการอธิษฐานจากนักเทศน์แล้ว ตอนนี้ผมต้องปลดปล่อยความเชื่อของผมและต้องลงมือทำตามความเชื่อนั้น ผมเหยียดแขนทั้งสองข้างไปด้านหลัง เดินลงไปที่เวทีด้วยความสั่นเทา และเดินไปคนเดียวโดยไม่มีใครช่วย ผมเพิ่งตระหนักได้ว่าโรคร้ายนั้นได้จากหัวใจและกระเพาะอาหารของผมไปแล้ว ผมยืนนิ่งอยู่ครู่หนึ่ง ต่อมาผมคว้าหมอน วิ่งไปที่เวทีและสรรเสริญพระเจ้าสำหรับความรอดและพระคุณอันน่าอัศจรรย์ของพระองค์

ตั้งแต่วันนั้นเป็นต้นมา ผมเข้าร่วมการประชุมทุกคืน วันนี้ผมหายดีแล้ว (1 สิงหาคม 1957) ฮallelujah!

นาง Erna Schudt, Karlsruhe, Bachstrasse

เด็กชายหายจากโรคอัมพาตสมองด้วยความช่วยเหลือจากชาร์ลส์และฟรานเซส ฮันเตอร์

เด็กชายคนหนึ่งเกิดมาพร้อมกับโรคอัมพาตครึ่งซีกและไม่เคยเดินได้เลยในชีวิต พ่อแม่ของเขาได้อ่านหนังสือ "รักษาคนป่วย" ของครอบครัวฮันเตอร์ และรู้สึกว่าลูกชายของพวกเขาควรได้รับการอธิษฐาน พวกเขาพบว่าครอบครัวฮันเตอร์กำลังจะไปเทศน์ในงานประชุมที่อยู่ห่างออกไปประมาณ 100 ไมล์ เด็กชายมีอุปกรณ์ช่วยพยุงขาเพื่อให้เขายืนได้ แต่เขาก็ไม่เคยเดินมาก่อน ครอบครัวฮันเตอร์อธิษฐานเพื่อเด็กชายแล้วขอให้พ่อแม่ถอดอุปกรณ์ช่วยพยุงขาออกเพื่อให้เขาได้ลองเดิน เด็กชายก้าวไปหนึ่งก้าวแล้วอีกก้าว และในที่สุดก็วิ่งไปที่ด้านหลังของโบสถ์ซึ่งปู่ของเขานั่งอยู่ จากนั้นเขาก็หันกลับมาวิ่งไปข้างหน้า เด็กชายตัวเล็กๆ ที่ไม่เคยเดินมาก่อนกระโดดขึ้นไปกอดฟรานเซส ฮันเตอร์ซ้ำแล้วซ้ำเล่า 32 ปีต่อมา ฟรานเซสคิดถึงเหตุการณ์นั้นและโทรหาชายคนนั้นที่ได้รับการรักษา เขาแข็งแรงดีอย่างสมบูรณ์หลังจากผ่านไปหลายปี!
เรื่องราวฉบับเต็มดั้งเดิมที่เล่าโดยฟรานเซส ฮันเตอร์ สามารถอ่านได้ที่นี่: http://www.sidroth.us/2013/05/30/our-guest-frances-hunter/

การเยียวยาของแจ็ค เฮย์ฟอร์ด

ตอนที่ฉันอายุได้หนึ่งขวบ ฉันควรจะตายแล้ว ตอนที่ฉันเกิดมา มีบางอย่างผิดปกติกับคอของฉันที่แพทย์แก้ไขไม่ได้ และเป็นเรื่องที่หลีกเลี่ยงไม่ได้ว่าเมื่อเวลาผ่านไป สภาพนั้นจะทำให้คอของฉันบิดเบี้ยวและฉันก็จะต้องตาย แพทย์รู้ว่าไม่มีอะไรที่เขาจะทำได้เพื่อเปลี่ยนแปลงมัน

เป็นเวลาห้าเดือนที่แม่พาฉันไปรับการรักษา 3 ครั้งต่อสัปดาห์ เพื่อบรรเทาอาการปวดชั่วคราว แต่หมอมั่นใจมากว่าไม่มีอะไรที่จะแก้ไขได้ เขาจึงคิดค่ารักษาจากพ่อแม่ฉันแค่ 6 ครั้ง ทั้งๆ ที่เขาทำการรักษาไปแล้วประมาณ 50-60 ครั้ง

พ่อแม่ของฉันไม่รู้จักพระเจ้า ลูกพี่ลูกน้องของแม่ก็ไม่รู้จักพระเจ้าเช่นกัน แต่เธอเคยได้ยินเรื่องคริสตจักรโฟร์สแควร์ในลองบีช รัฐแคลิฟอร์เนีย เธอได้ยินมาว่าที่คริสตจักรนั้น พระเยซูทรงรักษาผู้คน และเธอก็เขียนสิ่งที่ผิดปกติในตัวฉันลงบนกระดาษแล้วนำไปที่คริสตจักร ที่นั่นเธอพบคนคนหนึ่งและถามว่า "มีเด็กทารกตัวเล็กๆ คนหนึ่งกำลังจะตาย และฉันนำกระดาษโน้ตนี้มาด้วย คุณจะช่วยอธิษฐานเพื่อเด็กคนนี้ได้ไหม" ผู้คนตอบว่า "เราจะช่วย"
พวกเขานำกระดาษโน้ตนั้นไปในที่ประชุมอธิษฐานคืนวันพุธของคริสตจักรนั้น

วันต่อมา พ่อแม่ของฉันเริ่มสังเกตเห็นว่าสิ่งต่างๆ เปลี่ยนไป ลูกพี่ลูกน้องของแม่บอกเธอว่าเธอได้นำคำขออธิษฐานไปที่โบสถ์แล้ว ในอีกไม่กี่วันต่อมา แพทย์ก็บอกว่า "เด็กคนนี้สบายดี ไม่มีอะไรผิดปกติ" และไม่เพียงแต่แพทย์จะบอกว่าฉันสบายดีเท่านั้น เขายังปฏิเสธที่จะรับเงินจากพ่อแม่ของฉันสำหรับค่าใช้จ่ายเล็กน้อยที่เขาจะเรียกเก็บ เพราะเขาบอกว่า "ผมไม่มีส่วนเกี่ยวข้องกับการรักษาเด็กคนนี้เลย นี่ต้องเป็นสิ่งที่พระเจ้าทรงทำ"

เรื่องราวนี้สามารถอ่านได้ในบล็อกของแจ็ค เฮย์ฟอร์ด ที่ *https://www.jackhayford.org/teaching/articles/my-personal-testimony-of-healing*

เนื้องอกบนตัวเด็กหายไปหลังจากการอธิษฐาน โดย เอ.เอ. อัลเลน

คำให้การนี้ได้รับการตีพิมพ์ในนิตยสาร Voice of Healing ฉบับเดือนมกราคม ปี 1951

"ฉันพาลูกน้อยไปโรงพยาบาลไฮแลนด์ตั้งแต่16 สิงหาคม 1949 ก้อนเนื้อหรือเนื้องอกเริ่มขึ้นที่คอของเธอ และศีรษะของเธอก็เริ่มโตขึ้นและหดกลับ ก้อนเนื้อนั้นโตขึ้นเรื่อยๆ ศีรษะของลูกฉันหดกลับจนเธอหันได้แค่ทางเดียวเท่านั้น เนื่องจากอาการของเธอไม่ดีขึ้น ฉันจึงหยุดพาเธอไปหาหมอ ฉันนวดคอให้เธอทุกวัน แต่มันก็ยิ่งแย่ลง พยาบาลมาและพยายามให้ฉันพาเธอกลับไปรักษาต่อ แต่ในระหว่างนั้นฉันได้ฟังบาทหลวงเอ.เอ. อัลเลน เทศนาเรื่องการรักษา และฉันตัดสินใจที่จะวางใจในพระเจ้า"

ฉันพาลูกน้อยไปรับการรักษาที่ศูนย์รักษาโรค
พี่อัลเลนวางมือบนตัวลูกของฉันและสาปแช่งเนื้องอกในนามของพระเยซู
และสั่งให้มันหายไป
ปรากฏว่าไม่มีอะไรเกิดขึ้นจนกระทั่งฉันกลับบ้านและกำลังเตรียมลูกเข้านอน
แม่ของฉันอยู่กับฉันและเราทั้งสองกำลังสังเกตดูก้อนเนื้อที่น่ากลัวนั้น
ขณะที่เราทั้งสองมองดู มันก็หายไปอย่างกะทันหัน ทั้งแม่และฉันเห็นมัน
แต่ฉันเองก็เห็นเช่นกันขณะที่อุ้มลูกอยู่ในอ้อมแขนและรู้สึกว่ามันหายไป
ฉันมีใบรับรองแพทย์ที่ระบุว่าลูกของฉันหายดีแล้ว"
เธลมา ฟิลลิปส์
ซานเลอันโดร แคลิฟอร์เนีย

หญิงคนหนึ่งหายจากโรคอัมพาตสมองหลังจากพระเจ้าประทานนิมิตให้เธอ

มาร์ลีน เคลพีส์ เกิดก่อนกำหนดด้วยน้ำหนักแรกเกิดน้อยกว่าสองปอนด์ เธอเป็นโรคอัมพาตสมองและ พิการ ต่อมาเมื่อเธออายุได้สองขวบ พ่อแม่ของเธอก็เสียชีวิตจากอุบัติเหตุรถจักรยานยนต์ เธออาศัยอยู่กับทวด ปู่ย่าตายาย ครอบครัวอุปถัมภ์ และปู่ย่าตายาย เมื่ออายุ 12 ปี
วัยรุ่นกลุ่มหนึ่งพาเธอไปร่วมการประชุมเยาวชน
และที่นั่นเธอได้มอบชีวิตให้กับพระเยซูคริสต์
เธอคิดว่าที่เธอเป็นโรคอัมพาตสมองนั้นเป็นเพราะพระเจ้าสร้างเธอมาแบบนั้น

มาร์ลีนต้องดิ้นรนอย่างหนักเมื่อเข้าสู่วัยรุ่น และเริ่มมีอาการชักรุนแรง อาการเหล่านั้นรุนแรงมากจนผู้ดูแลได้รับบาดเจ็บกระดูกหัก หลังจากอาการชักครั้งหนึ่ง เธอก็เป็นอัมพาตเกือบทั้งตัว และปู่ย่าตายายของเธอยังได้รับแจ้งว่าเธอเสียชีวิตทางสมองแล้ว การมองเห็นของเธอแย่ลงเรื่อยๆ และเธอรู้สึกว่าชีวิตของเธอทนไม่ได้อีกต่อไป

ในที่สุด เธอถูกนำตัวส่งโรงพยาบาลเมโยคลินิกในเมืองโรเชสเตอร์ รัฐมินนิโซตา แต่พวกเขาก็ไม่สามารถช่วยเหลือเธอได้ตลอดสามเดือนที่เธออยู่ที่นั่น มาร์ลีนกำลังจะถูกส่งตัวไปบ้านพักคนชราโดยไม่มีความหวังว่าจะดีขึ้น เธอจึงร้องขอต่อพระเจ้า เธอรู้สึกถึงความอบอุ่นที่โอบล้อมเธอไว้ จากนั้นพระเจ้าก็ทรงประทานนิมิตให้เธอเห็นว่าเธอจะหายดี พระองค์ทรงแสดงให้เธอเห็นว่าใครจะอธิษฐานเพื่อเธอ พระองค์จะทรงสวมอะไร เธอจะสวมอะไร ภายในโบสถ์เป็นอย่างไร และยังทรงกำหนดวันที่ให้เธอด้วย คือวันที่ 29 มีนาคม

ด้วยความยืนกรานของมาร์ลีน พยาบาลจึงช่วยเธอเปิดดูสมุดหน้าเหลืองเพื่อหารายชื่อโบสถ์ และก็เจอโฆษณาโบสถ์ Open Bible Church ที่โดดเด่นอยู่บนหน้ากระดาษ เธอรู้ทันทีว่านี่แหละคือโบสถ์ที่ใช่ พยาบาลไม่เชื่อและวางสมุดโทรศัพท์ลงอย่างแรง ต่อมาพยาบาลจึงโทรไปหาบาทหลวงและบอกหมายเลขห้อง แต่ไม่ได้บอกชื่อโรงพยาบาล บาทหลวงไม่แน่ใจนัก แต่ก็ไปหามาลีน เมื่อเขาไปถึง มาลีนบอกเขาว่าเขามีหน้าตาเหมือนกับชายที่อธิษฐานเผื่อเธอในนิมิตเป๊ะเลย เอ็มเมอร์สันจึงตกลงที่จะอธิษฐานเผื่อเธอและจัดการให้มาลีนมา ที่โบสถ์ของเขา เธอต้องถูกมัดไว้เพราะตัวสั่นอย่างรุนแรง

บาทหลวงเอ็มเมอร์สันไม่เคยเห็นปาฏิหาริย์เกิดขึ้นในโบสถ์ของเขามาก่อน ในคืนวันอาทิตย์นั้นมีผู้เข้าร่วมพิธีเพียง 7 คน ผู้คนต่างมารวมตัวกันรอบๆ เธอเพื่ออธิษฐาน เอ็มเมอร์สันเจิมเธอด้วยน้ำมันและขอให้พระเจ้าทรงรักษาเธอตั้งแต่ศีรษะจรดปลายเท้า จากนั้นเขาก็ถามมาร์ลีนว่าเธอต้องการยืนขึ้นด้วยความเชื่อหรือไม่ ทันทีที่เธอเริ่มยืน มาร์ลีนก็รู้สึกถึงพละกำลังที่เข้ามาในขาของเธอ เมื่อเท้าของเธอแตะพื้น เธอก็รู้สึกถึงพื้นเป็นครั้งแรกในชีวิต หัวเข่าและนิ้วเท้าของเธองอเข้าด้านใน แต่ในแต่ละก้าวพวกมันก็เหยียดตรงขึ้น เธอแข็งแรงขึ้นเรื่อยๆ ในแต่ละก้าว

เธอเดินได้เองสองสามก้าว จากนั้นก็วิ่งไปรอบๆ โบสถ์ พระเจ้าบอกให้เธอถอดแว่นตาออก และสายตาของเธอก็ได้รับการรักษาอย่างอัศจรรย์เช่นกัน

เธอเดินได้ขณะกลับไปที่คลินิกเมโย
ซึ่งเป็นสิ่งที่เธอไม่เคยทำมาก่อนนับตั้งแต่เข้ารับการรักษาในหน่วยนั้น
เธอได้รับอนุญาตให้กลับบ้านในวันรุ่งขึ้น
เมื่อเธอกลับมาตรวจร่างกายอีกครั้งในอีกไม่กี่สัปดาห์ต่อมา
อาการของเธอก็ดีขึ้นกว่าเดิมมาก สัญญาณความผิดปกติทั้งหมดหายไป!
แม้แต่การสแกนสมองก็ไม่พบร่องรอยของอัมพาตในอดีต
เธอเดินได้ตามปกติและมีสายตาดีกว่า 20/20
ชีวิตของมาร์ลีนกลับมาเป็นปกติตั้งแต่นั้นมา
เธอแบ่งปันเรื่องราวประสบการณ์ของเธอและอธิษฐานเผื่อผู้ป่วยเป็นประจำ
เธอสามารถทำทุกอย่างได้เหมือนคนที่มีสุขภาพดี
ชีวิตของเธอได้รับการฟื้นฟูอย่างสมบูรณ์แล้ว
คำให้การจากรายการ Sid Roth Show:

https://youtu.be/4bsKnpOYMUs

https://youtu.be/z4TN2uxS7DA

ปาฏิหาริย์หลังหลอดเลือดแดงแตก

คริส โรบินสันเป็นทั้งครูและนักยกน้ำหนัก
เขาเติบโตมาในครอบครัวคริสเตียนและรู้จักพระเจ้า
แต่ชีวิตสมรสที่ยากลำบากนำความโกรธแค้นมาสู่ชีวิตเขามากมาย
และเขาตัดสินใจว่าเป็นความผิดของพระเจ้าและหันเหออกไปจากพระองค์
วันหนึ่งคริสไปยกน้ำหนักที่ยิมกับลูกเลี้ยง เขาพลันรู้สึกว่าหัวใจเต้นแรงจนแทบระเบิด และรู้สึกชาที่ขาขวา เขาจึงรีบกลับบ้านและล้มลงบนเตียง เมื่อภรรยาพาเขาไปห้องฉุกเฉิน

การตรวจ CT สแกนพบว่าหลอดเลือดแดงของเขาฉีกขาด และเลือดจากหัวใจไหลทะลักลงไปที่ท้อง ไม่มีเลือดไปเลี้ยงแขนขาหรือสมองเลย ศัลยแพทย์เข้ามาบอกเขาว่า "ผมไม่เข้าใจเลยว่าคุณยังพูดอยู่ได้ยังไง คนส่วนใหญ่ที่มีอาการแบบคุณคงตายไปแล้ว"

พวกเขาพาคริสเข้าห้องผ่าตัดและทำการรักษาเป็นเวลา 9 ชั่วโมง แต่ไม่สามารถซ่อมแซมความเสียหายได้ แพทย์จึงตัดสินใจยุติการผ่าตัดเพราะหมดหวังแล้ว ในเวลานั้น เพื่อน ครอบครัว และนักเรียนต่างมารวมตัวกันที่โรงพยาบาลเพื่อสวดภาวนา และผู้คนทั่วโลกก็สวดภาวนาเพื่อคริสเช่นกัน
แพทย์อีกคนหนึ่งถามศัลยแพทย์ว่าขอสวดภาวนาด้วยได้ไหม
แม้ว่าศัลยแพทย์จะไม่เชื่อเรื่องการสวดภาวนา แต่เขาก็ยินยอม หลังจากสวดภาวนาเสร็จ เขารู้สึกเหมือนมีบางอย่างกระตุ้นให้กลับเข้าไปผ่าตัดอีกครั้ง
เขาตรวจดูเส้นเลือดแดงของคริส และทันใดนั้นพลังแห่งพระเจ้าก็แผ่ซ่านไปทั่วห้องผ่าตัด ขณะที่ศัลยแพทย์กำลังตรวจดูหน้าอกของคริส
เส้นเลือดแดงทั้งหมดที่รั่วไหลอยู่ก็รวมตัวกันโดยที่ศัลยแพทย์ไม่ได้สัมผัส และเลือดก็หยุดไหล ศัลยแพทย์จึงเย็บปิดแผลของคริสและไปคุยกับครอบครัวของเขา

ศัลยแพทย์บอกกับครอบครัวของคริสว่าเขายังมีชีวิตอยู่
แต่คงกลายเป็นคนพิการทางสมองและสูญเสียแขนขาไป
เขาไม่เคยมีคนไข้คนไหนรอดชีวิตมาได้นานขนาดนี้โดยที่เลือดไปเลี้ยงอวัยวะสำคัญไม่เพียงพอมาก่อน ผู้คนยังคงสวดภาวนาต่อไป
คริสถูกทำให้เข้าสู่ภาวะโคม่าเพื่อป้องกันไม่ให้เขาขยับตัวไปมา

ณ จุดหนึ่ง คริสรู้สึกตัวตื่นขึ้นมา รู้ตัวว่ายังไม่ตาย และเริ่มพูดคุยกับพระเจ้า เมื่อเขาถามพระเจ้าว่าทำไมเขายังมีชีวิตอยู่ เขาก็เกิดนิมิตขึ้น เขาเห็นตัวเองอยู่ในห้องผ่าตัด และมีสิ่งมีชีวิตสีดำสองตนอยู่ที่หัวโต๊ะผ่าตัด เขารู้ว่าพวกมันมาเพื่อขัดขวางการผ่าตัด เขาเห็นทุกคนในห้องผ่าตัดและรู้ว่าพวกเขารู้สึกอย่างไร
จากนั้นเขาก็เห็นสิ่งมีชีวิตคล้ายเทวดาขนาดใหญ่เข้ามาในห้อง
เขาบอกว่าเขามองเห็นว่าเทวดาองค์นั้นสูงถึง 3 ชั้น เทวดาพูดว่า "เขาจะอยู่" แล้วสิ่งมีชีวิตสีดำเหล่านั้นก็จากไป

เมื่อคริสฟื้นขึ้นมา เขาสามารถพูดได้และแขนขาของเขาก็ทำงานได้ แพทย์โรคไตมาบอกเขาว่าไตของเขาหดตัวและตายไปแล้ว เขาจะต้องเข้ารับการฟอกไต คริสบอกเขาว่า "ไม่ พระเจ้าทรงทำปาฏิหาริย์ และไตของผมจะทำงาน" แพทย์คิดว่าเขาบ้า แต่บอกว่าจะกลับมาในวันรุ่งขึ้น วันรุ่งขึ้นไตของเขากลับมามีขนาดปกติและเริ่มทำงานได้ แพทย์กลับมาบอกเขาว่าเขาจะต้องผ่าตัดเปลี่ยนทางเดินน้ำไขสันหลังเพราะไตข้างหนึ่งอุดตัน คริสพูดอีกครั้งว่า "ไม่ พระเจ้าทรงทำปาฏิหาริย์ และไตของเขาจะหายเป็นปกติอย่างสมบูรณ์" วันรุ่งขึ้นเมื่อแพทย์กลับมา ไตก็ทำงานได้อย่างสมบูรณ์

นี่เป็นปาฏิหาริย์ที่ไม่อาจหาคำอธิบายได้ ทุกคนในโรงพยาบาล รวมถึงแพทย์ พยาบาล และเจ้าหน้าที่ ต่างได้ยินเรื่องนี้ เพราะมันน่าอัศจรรย์มาก พระคริสต์ยังคงให้คำพยานของพระองค์ในทุกที่ที่พระองค์สามารถไปได้

คุณสามารถชมวิดีโอคำให้การฉบับเต็มได้ที่นี่: https://youtu.be/VHzZE7a72Xw

ดวงตาที่สร้างขึ้นเมื่อเมล บอนด์ อธิษฐาน

เมล บอนด์ มีทีมงานและพวกเขากำลังปฏิบัติศาสนกิจอยู่ที่ชินันเดกา ประเทศนิการากัว ในเดือนมกราคม ปี 2000 พวกเขารวมตัวกันที่จัตุรัสกลางเมือง และมีผู้เข้าร่วมประมาณ 3,000 ถึง 3,500 คน เมลได้พาผู้หญิงตาบอดสองคนขึ้นมาข้างหน้าและอธิษฐานเพื่อพวกเธอ พวกเธอทั้งสองได้รับสายตาคืนมา

มีคุณแม่คนหนึ่งในกลุ่มผู้ชมเบียดเสียดเข้ามาข้างหน้าพร้อมกับลูกสาวของเธอซึ่งอายุหกหรือเจ็ดขวบ ดวงตาของลูกสาวเธอเป็นสีขาว มีสารไขมันเป็นก้อนๆ อยู่ตรงที่ควรจะเป็นดวงตา และเธอก็ตาบอดสนิท ไม่มีลูกตาหรือแม้แต่ร่องรอยของลูกตา คุณแม่ถามเมลว่า "พระเจ้าของคุณรักษาลูกสาวของฉันได้ไหมคะ" เมลบอกเธอว่า "แน่นอน พระเจ้าของฉันทำได้" เขาเชื่อมั่นว่าทุกสิ่งเป็นไปได้ด้วยพระเจ้า เมลหลับตาลงเพื่อให้เขามีสมาธิและอธิษฐานตามที่พระเยซูทรงสอนเขา แม้ว่าเมลจะหลับตาอยู่ แต่บาทหลวงเอ็ดดี้ โรเจอร์ส ผู้รับใช้พระเจ้าที่อยู่ข้างหลังเขาเห็นพายุหมุนสีขาวหรือกระแสน้ำวนพัดมาและหยุดอยู่เหนือตาแต่ละข้างของเขา

เหตุการณ์นั้นกินเวลาประมาณ 60 ถึง 90 วินาที เมื่อเมลหยุดอธิษฐาน พายุทอร์นาโดก็หายไป และปรากฏดวงตาสีน้ำตาลสวยงามสองข้าง เด็กหญิงคนนั้นดูแตกต่างไปมาก จนเมื่อเมลลืมตาขึ้น เขานึกว่ามีคนสลับตัวเด็กหญิงคนนั้นไปขณะที่เขากำลังอธิษฐานอยู่ บาทหลวงโรเจอร์สสามารถยืนยันได้ว่านั่นคือเด็กหญิงคนเดียวกัน เธอหันไปเห็นแม่ของเธอเป็นครั้งแรก ทุกคนต่างร้องไห้ บาทหลวงโรเจอร์สยืนยันว่ามันเป็นปาฏิหาริย์ที่น่าอัศจรรย์ที่สุดเท่าที่เขาเคยเห็นมา สามารถติดตามเรื่องราวทั้งหมดได้ในรายการ Sid Roth Show: https://youtu.be/NgNiGyds4EA

ไตที่ตายแล้วกลับมามีชีวิตอีกครั้ง

ชาร์ลส์ แชมป์ กำลังเทศนาอยู่ที่เมืองรีโน รัฐเนวาดา เมื่อเขาได้แบ่งปันเรื่องราวของหญิงคนหนึ่งที่ได้รับการรักษาจากโรคไต เคิร์ต ชายคนหนึ่งจากคริสตจักรได้ยินเรื่องราวและเริ่มร้องไห้ไม่หยุด ไตของเขาหยุดทำงานและเขาต้องฟอกไตมาเป็นเวลา 5 เดือนแล้ว ผู้คนในคริสตจักรของเขารู้ถึงสถานการณ์ของเขาและเข้ามาอธิษฐานและวางมือให้เขา หญิงคนหนึ่งสนับสนุนให้เขาร่วมบริจาคให้กับพันธกิจ ขณะที่เขาเดินเข้าไป พระวิญญาณบริสุทธิ์ได้บอกเคิร์ตให้บอกชาร์ลส์ว่า “ฉันต้องการไตใหม่” ชาร์ลส์อธิษฐานเพื่อเขาและเขาก็อยู่ภายใต้พระวิญญาณของพระเจ้า ขณะที่กำลังรับการอธิษฐาน ไตของเขาก็เริ่มทำงานเป็นครั้งแรกในรอบ 5 เดือน! คืนนั้นเขาเข้าห้องน้ำเพียง 3 ครั้ง ซึ่งเป็นไปไม่ได้ในสถานการณ์ของเขา คริสตจักรของเขารู้สึกตื่นเต้นกับเขามาก บางคนถึงกับตามเขาเข้าไปในห้องน้ำเพื่อยืนยันการเปลี่ยนแปลง! นี่คือวิดีโอต้นฉบับของคำให้การ และชาร์ลส์ยังได้อธิษฐานเผื่อผู้ที่กำลังรับชมด้วย: https://youtu.be/6tNAsEUd-5A

ปาฏิหาริย์แห่งความคิดสร้างสรรค์ผ่านทางชาร์ลส์ แชมป์

ชาร์ลส์ แชมป์ อยู่ที่เมืองเพิร์ธ ประเทศออสเตรเลีย ที่นั่นมีผู้หญิงคนหนึ่งชื่อเดโบราห์มาเล่าประสบการณ์ปาฏิหาริย์แห่งการสร้างสรรค์ เธอได้รับการวินิจฉัยว่าเป็นมะเร็งเต้านมระยะลุกลามและมะเร็งต่อมน้ำเหลือง เธอต้องเข้ารับการผ่าตัดเพื่อเอาเต้านมทั้งสองข้างออก และถึงแม้ว่าเธอจะใส่ซิลิโคนเสริมเต้านมไว้ แต่ก็ทำให้เกิดปัญหาเพิ่มเติม และในที่สุดเธอก็ต้องเอาซิลิโคนออก ในระหว่างการประชุม ชาร์ลส์ได้แบ่งปันเรื่องราวปาฏิหาริย์แห่งการสร้างสรรค์ที่พระเจ้าทรงฟื้นฟูเต้านมที่ถูกตัดออกไปของหญิงคนหนึ่ง เดโบราห์จดจำคำนั้นไว้และตระหนักว่าเธอกำลังรู้สึกถึงบางสิ่งเกิดขึ้น ความร้อนเริ่มจากบริเวณกลางลำตัวแล้วลามไปยังบริเวณหน้าอก จากนั้นก็เริ่มรู้สึกแสบร้อนและร้อนผ่าว แล้วซิลิโคนเสริมเต้านมของเธอก็ ร้อนขึ้นด้วย เมื่อเธอมองลงไปในกระโปรง เธอก็พบว่าหน้าอกของเธอกำลังโตขึ้น เธอจึงไปห้องน้ำและตรวจสอบ และตกใจที่เห็นว่าเต้านมของเธอกำลังโตขึ้น เพื่อนของเธอที่เป็นพยาบาลก็ตรวจสอบและเห็นด้วยว่าเต้านมของเธอกำลังโตขึ้น เรื่องราวของเธอคือพระเจ้าทรงทำได้ทุกสิ่ง

สามารถชมคลิปวิดีโอคำให้การต้นฉบับได้ที่นี่:
https://youtu.be/CVnjjH8Jo1I

เฮิร์บ มยอร์รุด ชุบชีวิตหญิงสาวจากความตาย

เมื่อบาทหลวงมโยรุดถูกเรียกตัวไปให้การต่อหน้าสภาลูเธอรันแห่งอเมริกาเพื่อชี้แจงการกระทำอันทรงอิทธิฤทธิ์ของเขา เรื่องราวต่อไปนี้เป็นเรื่องหนึ่งที่เขาต้องอธิบาย มันเกิดขึ้นระหว่างการเทศน์เผยแพร่ศาสนาในโบสถ์ลูเธอรัน แม้ว่าคนส่วนใหญ่จะมองว่าเป็นปาฏิหาริย์อันน่าอัศจรรย์ แต่พวกเขากลับไม่เห็นด้วย เขาจึงถูกปลดออกจากตำแหน่งนักเผยแพร่ศาสนาลูเธอรัน

เมื่อการนมัสการช่วงเย็นสิ้นสุดลง
ฉันขอให้ผู้ที่แสวงหาความรอดอธิษฐานขอการอภัยโทษอย่างเงียบๆ
ฉันแนะนำให้ผู้ที่ต้องการรับพระเยซูคริสต์เป็นพระผู้ช่วยให้รอดยกมือขึ้น
มือหลายมือยกขึ้นทันที จากนั้นหญิงคนหนึ่งที่อยู่ด้านหลังยกมือขึ้น
แล้วก็ลดมือลงอย่างอ่อนแรงราวกับว่าเธอเป็นลม
หญิงอีกคนหนึ่งซึ่งฉันได้ทราบในภายหลังว่าเป็นพยาบาลวิชาชีพ รีบเข้าไปช่วยเหลือเธอ

แต่ฉันกำลังจดจ่ออยู่กับการเชิญชวน มือของผู้คนยกขึ้นเรื่อยๆ
เกือบสี่สิบห้าคนยกมือขึ้นเพื่อรับพระคริสต์ ฉันได้อธิษฐาน กล่าวคำแนะนำ
และส่งต่อให้บาทหลวงเป็นผู้ปิดพิธี เราได้ร้องเพลงสรรเสริญปิดท้าย
บาทหลวงกล่าวคำอวยพร
แล้วขอให้ฉันไปอยู่ข้างหลังคณะนักร้องประสานเสียงเพื่อทักทายผู้คนที่ประตูขณะที่พวกเข
ากำลังจะออกไป

เมื่อพิธีอำลาที่ประตูดำเนินไปได้ครึ่งทาง หญิงคนหนึ่งก็เบียดฝูงชนเข้ามาหาฉัน เธอร้องไห้
"โอ้ ท่านบาทหลวงมโยรุด" เธอวิงวอน "ได้โปรดมาช่วยพวกเราด้วย
คุณนายฟอร์ดกำลังจะตายหรือตายไปแล้วก็ได้ มาอธิษฐานกับพวกเราเถอะ"

ฉันออกจากวงจับมือและตรงไปที่ม้านั่งด้านหลังทันที
พยาบาลสองคนยืนอยู่ข้างหลังคุณนายฟอร์ดซึ่งทรุดตัวลงบนม้านั่ง
ขณะที่ฉันเลื่อนตัวเข้าไปนั่งบนม้านั่งข้างหน้าคุณนายฟอร์ด พยาบาลคนหนึ่งส่ายหัว
(เพื่อเตือนฉันแต่ไม่ทำให้คุณฟอร์ดเสียใจ) ราวกับจะบอกว่า "คุณทำอะไรไม่ได้หรอก"
มีคนบอกว่าคุณนายฟอร์ดเป็นลมบ่อยๆ "ใช่ ฉันรู้" พยาบาลวิชาชีพกล่าว
"แต่เมื่อคุณเป็นลม หัวใจยังเต้นอยู่ คุณนายฟอร์ดไม่มีหัวใจเต้นแล้ว"
ฉันไม่รู้จะทำอย่างไรดี จึงอธิษฐานขอความช่วยเหลือจากพระเจ้า
พระวิญญาณของพระเจ้าเริ่มเคลื่อนไหวในตัวฉันอีกครั้ง ฉันไม่สามารถแสดงให้คุณเห็นได้
มันเป็นเพียงความรู้สึกที่รับรู้ได้ คุณรู้ไหม ฉันวางมือลงบนใบหน้าของนางฟอร์ด
มันเย็นและชื้น ฉันเอามือรองใต้จมูกของเธอเพื่อคลำหาลมหายใจ ฉันไม่รู้สึกอะไรเลย
ฉันยกแขนที่อ่อนแรงของเธอขึ้นเพื่อคลำหาชีพจร ฉันรอที่จะรู้สึกถึงการเต้นของหัวใจ
แต่ก็ไม่มี พยาบาลส่ายหัว

ฉันบอกผู้คนด้านหลังโบสถ์ว่าคุณนายฟอร์ดเสียชีวิตแล้ว ฉันพูดว่า "ช่างเป็นสถานที่และวิธีการจากไปที่ยอดเยี่ยมเหลือเกิน ที่นี่ในโบสถ์ท่ามกลางเพื่อนฝูงและคนที่รัก" แต่ทันใดนั้นเอง พระวิญญาณของพระเจ้าก็ตรัสกับฉันว่า "เปาโลทำอย่างไรเมื่อยูติคัสล้มลงในธรรมศาลาและถูกหามขึ้นมาในสภาพที่เหมือนตายแล้ว?" ฉันนึกถึงสิ่งที่เปาโลทำ เขาอธิษฐานเพื่อชายผู้นั้นและเขาก็ฟื้นคืนชีพ

จากนั้นผมก็ทำบางอย่างโดยไม่ทันคิด ผมยื่นมือออกไปวางบนตัวนางฟอร์ดแล้วอธิษฐานว่า "นี่เป็นไปเพื่อพระสิริของพระเจ้า ไม่มีสิ่งใดเป็นไปไม่ได้สำหรับเราผู้เชื่อในพระเยซูคริสต์ เป็นเรื่องง่ายมากสำหรับพระองค์ พระเจ้า ที่จะทรงนำน้องสาวที่รักของเรากลับมามีชีวิตอีกครั้ง ขอพระองค์ทรงสำแดงพระสิริของพระองค์และ นำชีวิตกลับคืนมาสู่หญิงผู้นี้" ผมรู้สึกว่ามีบางอย่างเกิดขึ้นในร่างกายของเธอ ผมเอามือแตะใบหน้าของเธอ คราวนี้ผมสัมผัสได้ถึงลมหายใจที่แผ่วเบา "นางฟอร์ดกำลังหายใจ" ผมพูด พยาบาลยกแขนของเธอขึ้นแล้วพูดว่า "เธอหายใจไม่ได้หรอก เพราะไม่มีชีพจร" จากนั้นหน้าอกของนางฟอร์ดก็เริ่มกระเพื่อม และผมพูดว่า "เธอกำลังหายใจ ดูที่หน้าอกของเธอสิ" พยาบาลพูดว่า "นั่นคงเป็นปฏิกิริยาตอบสนองบางอย่าง เพราะไม่มีเสียงหัวใจเต้น เดี๋ยวก่อน เดี๋ยวก่อน หัวใจของเธอเริ่มทำงานแล้ว ชีพจรของเธอเต้นแล้ว"

จากนั้นนางฟอร์ดก็ลืมตาขึ้นและพูดว่า "ฉันต้องกลับบ้านแล้ว" พยาบาลจึงบอกว่า "คุณยังกลับบ้านไม่ได้ เราโทรเรียกหมอและรถพยาบาลแล้ว" "โอ้ ฉันไม่เป็นไรค่ะ" คุณนายฟอร์ดกล่าวกับพยาบาล จากนั้นหันมาจับมือฉันอย่างใจเย็นและพูดว่า "ขอบคุณบาทหลวงมโยรุดสำหรับเทศนาที่ยอดเยี่ยมมากค่ะ" จากนั้นคุณหมอก็เข้ามา หยิบหูฟังตรวจหัวใจออกมา และฟังเสียงหัวใจของนางฟอร์ด เขาตรวจชีพจรของเธอ ใช้ไฟฉายส่องดู และมองเข้าไปในดวงตาของเธอ ในที่สุดเขาก็พูดว่า "คุณฟอร์ดไม่มีอะไรผิดปกติ คุณกลับบ้านได้แล้ว" เธอก็เลยกลับบ้านไป

ฉันครุ่นคิดถึงสถานการณ์รอบ ๆ การฟื้นตัวของนางฟอร์ดซ้ำแล้วซ้ำเล่า มันคงจะหลีกเลี่ยงปัญหาทุกอย่างได้หากฉันเพียงแค่คล้อยตามความคิดเห็นยอดนิยมนั้น ทุกคนต่างรอให้ฉันพูดว่า "นางฟอร์ดเป็นลมและฟื้นขึ้นมาหลังจากที่ฉันอธิษฐานเพื่อเธอ" แต่ฉันอยู่ที่นั่น! ด้วยจิตสำนึกที่ดี ฉันไม่สามารถทำเช่นนั้นได้

พยาบาลทั้งสองคนที่ดูแลนางฟอร์ดประกาศว่าเธอเสียชีวิตแล้ว เราทุกคนเชื่อในตอนนั้นและในภายหลังว่าเธอฟื้นคืนชีพจากความตายอย่างแท้จริง แน่นอนว่าไม่มีแพทย์พร้อมเครื่องมือทางการแพทย์อยู่ที่นั่นเพื่อตรวจเธอจนกระทั่งหลังจากที่เธอฟื้นคืนชีพ แต่เมื่อฉันตรวจเธอด้วยวิธีผิวเผินของฉัน ฉันเชื่อว่าเธอเสียชีวิตแล้ว ฉันเชื่อว่าพระวิญญาณบริสุทธิ์ก็ทรงทราบว่าเธอเสียชีวิตแล้ว พระวิญญาณบริสุทธิ์ทรงนำฉันให้ทำในสิ่งที่เปาโลทำเมื่อเขาทำให้ยูติคัสฟื้นคืนชีพจากความตาย ในความคิดของฉัน เธอเสีย ชีวิตแล้ว คำอธิษฐานของฉันไม่ใช่ขอให้เธอฟื้นจากอาการเป็นลม แต่ขอให้พระเจ้าทรงทำให้เธอกลับมามีชีวิตอีกครั้ง

ฉันรู้สึกได้เลยว่าชีวิตกลับคืนสู่ร่างกายของเธอขณะที่มือของฉันสัมผัสเธอ ทุกคนที่อยู่ที่นั่น ไม่ว่าจะเป็นพยาบาล สามี ญาติๆ บาทหลวง และแม้แต่คุณนายฟอร์ดเอง ต่างก็เชื่อว่าเธอฟื้นคืนชีพจากความตาย

ข้อความที่ตัดตอนมาจากหนังสือ "อำนาจของคุณในการรักษา" โดย เฮอร์เบิร์ต มยอร์รุด จัดพิมพ์โดยสำนักพิมพ์ Creation House ในปี 1975

บาทหลวงสุเปรสสา สิโธเล อธิษฐานเพื่อหญิงผู้ได้รับดวงตาใหม่

ศิษยาภิบาลซูเพรสซา (เซอร์ไพรส์) สิโธเล่ สังกัด Iris Ministries และโรลแลนด์และไฮดี้ เบเกอร์ เล่าเรื่องราวของหญิงคนหนึ่งที่ได้รับการอธิษฐานให้ในงานประชุม เธอป่วยเป็นโรคที่โจมตีดวงตาขณะอาศัยอยู่ในมาลาวี เมื่อโรคนี้เริ่มขึ้น ดวงตาจะค่อยๆ สลายไปและหายไป ในตอนที่เธอได้รับการอธิษฐาน ดวงตาของเธอหายไปหมดแล้ว มีหลายคนอธิษฐานให้เธอ แต่ดูเหมือนจะไม่มีอะไรเปลี่ยนแปลง คืนนั้นเธอนอนหลับและฝันดี เธอฝันว่าเธอมองเห็นได้ และเธอก็ออกไปที่สวนและเริ่มร้องเพลง ผู้หญิงที่อยู่กับเธอออกมาถามเธอว่าเธอออกมาข้างนอกได้อย่างไร เธอบอกพวกเขาว่า "ฉันฝันว่าฉันมองเห็นได้" พวกเขาบอกเธอว่า "คุณไม่ได้ฝัน!" เธอมีดวงตาใหม่เอี่ยม เรื่องราวนี้และเรื่องอื่นๆ รวมถึงเรื่องราวเกี่ยวกับเด็กหญิงคนหนึ่งที่ฟื้นคืนชีพจากความตาย สามารถฟังได้จากการสัมภาษณ์ของบาทหลวงสิโธลกับซิด รอธ

https://youtu.be/9d-ncO92hr0

ฟลอเรนซ์ เฮดจ์ส หายจากโรคแพ้ภูมิตัวเอง (ลูปัส) ด้วยการอธิษฐานในปี 1998

แปดปีที่แล้ว ฉันดูแลสามีในช่วงหกเดือนสุดท้ายของชีวิตเขา ไม่นานหลังจากที่เขาเสียชีวิต ฉันก็เริ่มป่วย ฉันมีอาการปวดเมื่อยตามตัว ฉันปวดหลังแทบตลอดเวลา หลายครั้งรู้สึกเหมือนมีมีดแทง และมันทำให้การเคลื่อนไหวของฉันลดลงอย่างมาก ฉันไม่มีเรี่ยวแรงและอยากนอนหลับตลอดเวลา หลังจากไปพบแพทย์หลายครั้ง แพทย์ได้ส่งตัวฉันไปพบแพทย์ผู้เชี่ยวชาญด้านโรคข้อ และแพทย์ได้นัดตรวจเลือดหลายครั้ง ผลตรวจผิดปกติ แต่ก็ไม่สามารถระบุสาเหตุได้ ในที่สุด หลังจากผ่านไปสิบแปดเดือนและการตรวจดีเอ็นเอ ก็ได้รับการวินิจฉัยว่าเป็นโรคแพ้ภูมิตัวเองชนิดหนึ่ง คือ โรคลูปัส ฉันต้องตรวจเลือดทุกเดือนและได้รับยา d-penicillin ซึ่งช่วยบรรเทาอาการได้ แต่ไม่สามารถรักษาให้หายขาดได้

ถึงแม้จะได้รับยาแล้วก็ตาม ในช่วงหลายปีต่อมา ฉันก็แทบจะป่วยอยู่ตลอดเวลา ฉันไม่สามารถวางแผนออกไปข้างนอกได้เลย เพราะไม่รู้ว่าตัวเองจะแข็งแรงพอหรือเปล่า บ่อยครั้งที่ฉันเหนื่อยเกินไป ฉันมีอาการกำเริบรุนแรงถึงสี่ครั้งจนต้องเข้าโรงพยาบาล ซึ่งฉันได้รับออกซิเจน อาการกำเริบครั้งสุดท้ายเกิดขึ้นในเดือนพฤษภาคมปีที่แล้ว มันเป็นอาการกำเริบที่รุนแรงที่สุดเท่าที่ฉันเคยเป็นมา ฉันต้องนอนโรงพยาบาลห้าวัน

ในช่วงหลายเดือนหลังจากออกจากโรงพยาบาล ฉันไปหาหมออยู่ตลอด ในเดือนกันยายน ฉันถามพวกเขาเกี่ยวกับอนาคต และทั้งสองคนบอกฉันว่าสิ่งที่ฉันเป็นนั้น ฉันต้องอยู่กับมันไปตลอดชีวิต พวกเขาช่วยฉันได้แค่เรื่องยาแก้ปวด แต่ก็แค่นั้น

ฉันรู้สึกแย่มากหลังจากได้รับข่าวนี้ จนตัดสินใจว่าต้องไปขอความช่วยเหลือจากโบสถ์ วันนั้นเป็นวันพุธ และฉันตั้งใจจะโทรหาคุณริชาร์ด ผู้เป็นบาทหลวงในบ่ายวันนั้น แต่เขาโทรมาหาฉันก่อน ฉันพูดว่า “คุณริชาร์ด คุณจะไม่เชื่อหรอก

ฉันกำลังจะโทรหาคุณอยู่พอดี” เขาบอกว่า “ผมนั่งอยู่ตรงนี้ แล้วคำว่า “โทรหาฟลอ” ก็ผุดขึ้นมาในหัวตลอด ผมเลยโทรไป”

ฉันเล่าให้เขาฟังว่าหมอบอกอะไรบ้าง และถามว่าทางโบสถ์จะอธิษฐานเผื่อฉันในวันอาทิตย์ได้ไหม พอถึงวันอาทิตย์ ฉันค่อนข้างแน่ใจว่าพระเจ้าจะทรงรักษาฉัน ในระหว่างพิธี มีการเชิญชวนทั่วไปให้ทุกคนที่มีอาการป่วยเรื้อรังมารับการอธิษฐาน กลุ่มคนจำนวนมากมารวมตัวกันรอบๆ ฉัน วางมือบนตัวฉันและอธิษฐาน หลังจากพิธีเสร็จสิ้น หญิงคนหนึ่งที่ไม่สามารถช่วยเหลือฉันได้ก่อนหน้านี้ ถามว่าเธอขออธิษฐานเผื่อฉันด้วยได้ไหม ขณะที่เธอกำลังอธิษฐาน ฉันรู้สึกแสบร้อนไปทั่วทั้งตัว

จากนั้นฉันก็ไปทานอาหารกลางวันกับน้องสาว พอทานอาหารเสร็จ เธอก็ถามว่าฉันสบายดีไหม ฉันเลยถามว่า “ถามทำไม” เธอบอกว่า “เพราะเธอดูแปลกๆ” ฉันเลยพูดว่า “เอ็ด อาการปวดของฉันหายไปแล้ว ฉันไม่อยากเชื่อเลย!”

นับตั้งแต่วันนั้น อาการปวดหลังของฉันก็หายไปอย่างสิ้นเชิง อาการอื่นๆ ก็แทบจะหายไปหมดแล้ว ฉันยังคงทานยาต่อไป การตรวจเลือดครั้งต่อไปเผยให้เห็นสิ่งที่เกิดขึ้น ผลลัพธ์ไม่ผิดปกติอีกต่อไปแล้ว อยู่ในเกณฑ์ปกติ แพทย์ผู้เชี่ยวชาญบอกฉันว่าฉันไม่ได้เป็นโรคแพ้ภูมิตัวเอง (ลูปัส) อีกต่อไปแล้ว และกล่าวว่า “นี่ต้องเป็นฝีมือของสิ่งที่ยิ่งใหญ่กว่าเรา เราทำแบบนี้ไม่ได้!” พวกเขาบอกฉันว่าผลตรวจเลือดปกติ และฉันควรตรวจเลือดทุกเดือนและทานยาต่อไป การตรวจทั้งหมดก็ปกติ ฉันรู้ว่าพระเจ้าทรงรักษาฉัน และฉันยังคงสรรเสริญพระองค์ต่อไป!
ลิงก์ต้นฉบับอยู่ที่นี่: http://jesusisreal.org/HealedOfLupus.htm

การเยียวยาผ่านทางเกย์ล แจ็กสัน

มันเป็นการฟื้นฟูทางศาสนาในราวปี 1980 ที่เมืองเซเลม รัฐมิสซูรี นักเทศน์ที่ฉันรู้จักคือพี่เกย์ล แจ็กสัน ตอนนั้นฉันอายุ 7 ขวบ ฉันใส่แว่นเพราะตาเหล่ตั้งแต่อายุประมาณ 2 ขวบ และฉันเคยผ่าตัดแก้ไขแล้วแต่ก็ไม่ได้ผล ฉันเกลียดแว่นตาของฉัน ฉันถูกล้อเลียนตลอดเวลา คืนที่ฉันไปร่วมงานฟื้นฟูนั้น ฉันต้องรวบรวมความกล้า เพราะมีคนเยอะมาก แต่ฉันรู้ว่าฉันอยากให้ดวงตาของฉันหายดี ฉันเดินไปหาพี่แจ็กสันและบอกเขาว่าฉันอยากให้ดวงตาของฉันหายดี
เขาเอามือวางบนดวงตาของฉันและเราอธิษฐาน
เขายกมือขึ้นและฉันจะจำคำพูดของเขาได้ตลอดไป "ตรงเหมือนลูกศร!" ตลอดทางกลับบ้าน ฉันจำได้ว่าฉันนึกถึงสิ่งต่างๆ มากมายที่ฉันจะไม่ต้องทนทุกข์อีกต่อไปแล้ว เพราะฉันไม่ต้องใส่แว่นอีกแล้ว!

ไม่กี่วันต่อมา น้องสาวฝาแฝดของฉันก็ได้รับผลลัพธ์เดียวกัน! เธอได้รับการอธิษฐานและหายดีเช่นกัน!
วันรุ่งขึ้นฉันไปโรงเรียนและครูถามฉันว่าแว่นตาของฉันอยู่ที่ไหน เด็กหญิงตัวเล็กๆ อายุเจ็ดขวบคนนั้นมองครูตรงๆ แล้วบอกว่า "หนูไม่ต้องใช้แว่นตาแล้วค่ะ พระเยซูทรงรักษาดวงตาของหนูแล้ว!"
คืนนั้นฉันได้รู้ว่าทางโรงเรียนติดต่อแม่ของฉันและบอกว่าเราต้องใส่แว่นตาจนกว่าการตรวจจะบอกให้ไม่ต้องใส่ แม่ของฉันบอกพวกเขาอย่างสุภาพว่า เราจะไปตรวจ ไม่ใช่เพื่อตัวเราเอง แต่เพื่อหนู และหนูจะไม่ใส่แว่นตาจนกว่าหมอจะบอกว่าต้องใส่ค่ะ

ฉันและน้องสาวฝาแฝดของฉัน กลับไปหาหมอคนเดิมที่เราเคยไปหาตั้งแต่แรก ฉันจำได้ว่าเขาใช้เครื่องมือตรวจตาจ้องมองมาที่ตาฉัน
แล้วหันไปมองแม่ด้วยความประหลาดใจ มองอีกครั้ง แล้วหันไปมองแม่แล้วพูดว่า "คุณทำอะไรมาเนี่ย!! ตาคุณไม่ต้องใส่แว่นแล้ว!!"
เรื่องนี้ส่งผลกระทบอย่างมากต่อชีวิตและความศรัทธาของฉัน
ฉันชอบเล่าเรื่องนี้ให้คนอื่นฟัง!
มาลินดา ฮาเกนฮอฟฟ์ (วาร์เนอร์)
ขอบคุณมากนะมาลินดา ที่แบ่งปันเรื่องราวดีๆนี้!

การเยียวยามารดาของเลสเตอร์ ซัมรัล

เมื่อซัมรัลยังเป็นเด็ก แม่ของเขา เบ็ตตี้ ป่วยเป็นมะเร็งเต้านม เธอมีแผลเปิดขนาดเท่าเหรียญเงินดอลลาร์ ด้วยความเจ็บปวด เธอร้องไห้จนหลับไปหลายคืน ในสมัยนั้น หลังสงครามโลกครั้งที่หนึ่งไม่นาน ศัลยแพทย์ยังไม่มีเทคนิคหรือยาที่แพทย์สมัยใหม่ใช้ แพทย์ของเธอบอกว่าถ้าเขาพยายามผ่าตัดเอาเซลล์มะเร็งออก เธอจะเสียชีวิต เขาจึงทำแผลและรักษาความสะอาดให้

คืนหนึ่ง เบ็ตตี้เดินไปเดินมาทั่วห้องเกือบทั้งคืน ร้องไห้ขอให้พระเจ้าบรรเทาความเจ็บปวดของเธอ ก่อนพระอาทิตย์ขึ้นเล็กน้อย เธอล้มตัวลงนอนบนเตียงและหลับไป

แม่ของซัมรัลฝันว่าพระเยซูเสด็จเข้ามาในห้องนอนของเธอและมองเธอด้วยความเมตตา พระองค์ทรงสัมผัสหน้าอกของเธออย่างอ่อนโยน หลังจากตื่นขึ้น เธอเล่าความฝันให้จอร์จ พ่อของซัมรัลฟัง เขาไม่เชื่อ

ไม่กี่วันต่อมา จอร์จถามถึงความเจ็บปวดของเธอ เบ็ตตี้บอกว่าเธอ "เกือบจะลืมเรื่องมะเร็งไปแล้ว" เธอกล่าวเสริมว่า "ความเจ็บปวดหายไปแล้ว" ต่อมาเมื่อเบ็ตตี้เข้าไปในห้องนอน มะเร็งก็หลุดออกจากร่างกายของเธอ

เบ็ตตี้ ซัมรัล มีชีวิตอยู่ต่อมาอีกกว่า 40 ปีหลังจากได้รับการรักษา เธอเสียชีวิตด้วยสาเหตุธรรมชาติเมื่ออายุ 87 ปี

ส่วนหนึ่งจากหนังสือ "ฉันเชื่อในการเยียวยา" โดย เซซิล เมอร์ฟีย์

ไม่พิการอีกต่อไป – การเยียวยาโดยจอห์นและโอลิฟ เคลล์เนอร์

ของ เราเกิดมาโดยที่สะโพกด้านขวาเจริญเติบโตผิดปกติ ส่งผลให้ขาและเข่าด้านขวาบิดเบี้ยวอย่างมาก และเท้าก็บิดไปทางด้านขวาอย่างสมบูรณ์ เธอไม่สามารถยืนโดยวางเท้าทั้งสองข้างราบกับพื้นได้ ขาข้างขวาของเธอ สั้นกว่าขาข้างอื่น เธอไม่สามารถก้าวเดินได้ เมื่อเธอนั่งบนเก้าอี้สูง ขาของเธอจะหดเข้าไปใต้ตัว เธอไม่สามารถห้อยขาข้างขวาลงจากเก้าอี้ขณะนั่งได้

เราพาลูกสาวไปพบศัลยแพทย์กระดูกและข้อสองคน ทั้งสองคนสั่งให้ใส่ที่รัดข้อเท้าจนกว่าสะโพกของลูกสาวจะเจริญเติบโตตามปกติ ซึ่งจะทำให้ลูกสาวของเราเป็นอัมพาตครึ่งซีก เราซื้อที่รัดข้อเท้ามาแล้ว และกำลังรอที่จะไปลองใส่

แต่แล้วก็มีการจัดงานประกาศข่าวดีเพื่อการรักษาโรคขึ้นที่โบสถ์ของเรา (พฤศจิกายน ปี 1954) จอห์นและโอลิฟ เคลล์เนอร์เป็นผู้ประกาศข่าวประเสริฐ เราจึงตัดสินใจขอให้ผู้ประกาศข่าวประเสริฐเหล่านั้นอธิษฐานเพื่อลูกสาวของเราก่อนที่จะไปลองใส่ที่รัดข้อเท้า

เมื่อซิสเตอร์เคลเนอร์อธิษฐาน ขาของเด็กหญิงก็เหยียดตรงและยาวขึ้นทันที เธอสามารถยืนได้อย่างมั่นคง! ตอนนี้เธอสามารถก้าวเดิน ยืน และนั่งได้อย่างปกติ โดยที่ขาข้างหนึ่งห้อยลงมาบนเก้าอี้ ตอนนี้เมื่อฉันเล่าเรื่องปาฏิหาริย์นี้ให้คนอื่นฟัง ฉันจะให้เธอยืนขึ้นแล้วถามพวกเขาว่าพระเจ้าทำให้ขาข้างไหนเหยียดตรง โดยปกติพวกเขาจะเลือกขาซ้าย และเมื่อฉันบอกพวกเขาว่าเป็นขาขวา พวกเขาก็เห็นด้วยว่าพระเจ้าทรงรักษาขาของเธอได้ดีมาก ฉันพาเธอไปหาหมอ และหมอถามฉันว่าเกิดอะไรขึ้น หมอบอกว่าขาของเธอเป็นปกติแล้ว

นางวิลเลียม เจ. แมดเดน, ถนนชาพิน หมายเลข 3, นิวคาสเซิล, เพนซิลเวเนีย (รับรองโดย เอส.ดับบลิว. บรูเวอร์, ศิษยาภิบาลคริสตจักรเพนเตโคสต์แห่งแรก, นิวคาสเซิล, เพนซิลเวเนีย)

พิมพ์ซ้ำจากนิตยสาร Pentecostal Evangel ฉบับเดือนพฤศจิกายน ปี 1955

การเยียวยาเสียงของศิษยาภิบาล – สดุดี 103

บาทหลวงดเวย์น มิลเลอร์
ให้การเป็นพยานเกี่ยวกับการได้รับการรักษาในโบสถ์แบปติสต์แห่งหนึ่ง
วันที่ 17 มกราคม พ.ศ. 2536

ในขณะที่วิลเลียม เจฟเฟอร์สัน คลินตันกำลังเตรียมตัวเข้ารับตำแหน่งประธานาธิบดี ทีมคาวบอยส์เอาชนะทีม 49ers

และพระเจ้าทรงสำแดงพระองค์เองอย่างทรงพลังและทันสมัยในชั้นเรียนวันอาทิตย์ที่โบสถ์เฟิร์สต์แบปติสต์แห่งฮิวสตัน รัฐเท็กซัส

บทเรียนในเช้าวันนั้นมาจากสดุดี 103 โดยเฉพาะข้อ 1-5
ดาวิดกำลังพูดกับตัวเองและสั่งตัวเองว่า "จงสรรเสริญพระเจ้า"
ซึ่งหมายถึงให้เกียรติหรือขอบคุณพระเจ้า
จากนั้นเขาก็ได้ระบุเหตุผลบางประการที่ทำให้เขาต้องทำเช่นนั้น
พระองค์ (พระเจ้า) ทรงอภัยบาปทั้งหมดของข้าพเจ้า
พระองค์ทรงรักษาโรคภัยไข้เจ็บทั้งหมดของข้าพเจ้า
พระองค์ทรงไถ่ชีวิตของข้าพเจ้าจากหลุมศพ ขุมนรก และความพินาศ
พระองค์ทรงประทานความรัก ความเมตตา และความกรุณาแก่ข้าพเจ้า
และพระองค์ทรงคืนความเยาว์วัยให้ข้าพเจ้าดุจดั่งนกอินทรี

เช้าวันนั้น ฉันยืนสอนนักเรียนกว่า 150 คน
ฉันไม่เคยรู้สึกเหนื่อยล้าทางอารมณ์มากเท่านี้มาก่อน ฉันไม่เคยขาดศรัทธามากเท่านี้มาก่อน
หลุมที่ดาวิดบรรยายไว้กำลังกลืนกินฉัน แต่พระเจ้า
(คำพูดเหล่านี้จากพระคัมภีร์ช่างยอดเยี่ยมจริงๆ) ทรงเปลี่ยนแปลงทุกสิ่ง ให้ฉันอธิบาย...

เรื่องราวเบื้องหลัง

ในปี 1990 ผมดำรงตำแหน่งเป็นศิษยาภิบาลอาวุโสที่คริสตจักรเฟิร์สต์แบปติสต์ในเมืองเบรนแฮม รัฐเท็กซัส และดำรงตำแหน่งนั้นมาได้ระยะหนึ่งแล้ว คริสตจักรเฟิร์สต์แบปติสต์เป็นคริสตจักรที่ยอดเยี่ยมและเป็นคริสตจักรแบปติสต์ทางใต้ที่มีประวัติศาสตร์ยาวนาน ในเดือนมกราคม ผมติดเชื้อไวรัสไข้หวัดใหญ่ ซึ่งในที่สุดก็แทรกซึมเข้าไปในปลอกไมแลนของเส้นเสียงและทำลายเนื้อเยื่อประสาทจนไม่สามารถซ่อมแซมได้

ตลอดสามปีต่อมา ฉันได้รับการตรวจจากแพทย์ผู้เชี่ยวชาญและทีมงานกว่า 63 ทีม (รวมแล้วกว่า 200 คน) เพื่อวินิจฉัยและรักษาอาการป่วยของฉัน ผลที่ตามมาคือเสียงของฉันแหบแห้งอย่างรุนแรง

เหมือนกับอาการกล่องเสียงอักเสบที่แย่ที่สุดเท่าที่คุณเคยได้ยิน และฉันจะเปล่งเสียงแบบนั้นได้ก็ต่อเมื่อฉันตะโกน สุดเสียงเท่านั้น ลูกสาวทั้งสองของฉันเรียนอยู่ที่มหาวิทยาลัยเบย์เลอร์ และฉันไม่สามารถโทรไปที่หอพักของพวกเธอได้เลย เพราะเสียงของฉันฟังดูเหมือนคนโทรศัพท์ที่พูดจาหยาบคาย

แม้ว่าสมาชิกในโบสถ์จะอดทนกับความพิการของฉันอย่างเหลือเชื่อ แต่ฉันก็ลาออกด้วยเหตุผลที่ชัดเจนในปี 1991 ทุกสิ่งที่ฉันเคยทำเพื่อหาเลี้ยงชีพล้วนเกี่ยวข้องกับความสามารถในการพูดของฉัน และทันใดนั้น "เครื่องมือ" ของฉันก็หายไป

เราย้ายกลับมาอยู่ที่ฮิวสตัน และภรรยาของผมกลายเป็นผู้หารายได้หลักของครอบครัว เพื่อนสนิทคนหนึ่งให้งานผมเป็นนักสืบเอกชนในสายงานที่บทบาทของผมไม่สำคัญนัก แต่ผมปรารถนาอย่างยิ่งที่จะทำงานรับใช้พระเจ้าตามที่พระองค์ทรงเรียกผมไว้

ชั้นเรียนสุสานใต้ดิน

ที่โบสถ์เฟิร์สต์ฮิวสตัน เรามีชั้นเรียนโรงเรียนวันอาทิตย์ที่เริ่มแรกจัดขึ้นในห้องใต้ดินของโบสถ์ จึงเป็นที่มาของชื่อ "สุสานใต้ดิน" (The Catacombs) เป็นกลุ่มคนดีๆ ที่ผมได้รับเกียรติให้สอนก่อนที่ผมจะไปเบรนแฮม และเราก็ติดต่อกับพวกเขามาตลอด เมื่อพวกเขารู้ว่าเรากำลังจะย้ายกลับไปฮิวสตัน พวกเขาก็มาที่เบรนแฮมพร้อมคนและรถบรรทุกเพื่อย้ายเรา...หรืออย่างที่หนึ่งในผู้อำนวยการของเราพูดว่า "ไปรับ" เรากลับมา

เราได้กลับไปยังคริสตจักรแบปติสต์แห่งแรกในฮิวสตัน และเข้าร่วมชั้นเรียนนั้นอีกครั้ง การสนับสนุนและมิตรภาพของพวกเขา (และยังคงมีอยู่) มีค่ามากกว่าคำพูดใดๆ จะบรรยายได้
ในเดือนเมษายน ปี 1992 ครูประจำสุสานใต้ดินต้องลาพักร้อนด้วยเหตุผลส่วนตัว ผู้บริหารของเรา (สามีภรรยาคู่หนึ่ง) ขอให้ฉันช่วยสอนแทนในระหว่างที่กำลังหาครูประจำ ฉันคัดค้านเพราะฉันสอนเข้าใจยากเกินไป ซึ่งพวกเขาก็ตอบกลับมาว่า

"เราจะตั้งใจฟังอย่างดีที่สุด" ฉันเข้าใจในภายหลังว่า พวกเขาขอให้ฉันช่วยสอน ไม่ใช่เพราะฉันเป็นครูที่เก่งกาจอะไร แต่เพราะพวกเขารักฉันและรู้ว่าฉันต้องการสอนมากแค่ไหน ผู้บริหารหญิงครึ่งหนึ่งของทีมของเรายืนกรานให้ฉันเป็นครูประจำ แม้ว่าเจ้าหน้าที่ฝ่ายการศึกษาของโบสถ์จะแสดงความกังวลใจเกี่ยวกับเสียงของฉันก็ตาม เธอบอกพวกเขาว่าเธอแน่ใจที่สุดเท่าที่จะเป็นไปได้ว่าพระเจ้าทรงประสงค์ให้ฉันสอนชั้นเรียนนั้น และในที่สุดพวกเขาก็ยอมอ่อนข้อให้

ทั้งเธอ พวกเขา และตัวฉันเอง ต่างก็ไม่รู้เลยว่าพระเจ้าทรงเตรียมอะไรไว้

ช่วงเวลา

อย่างที่ผมเคยกล่าวไปแล้ว ผมอยู่ในช่วงเวลาที่ย่ำแย่มากตอนที่ขึ้นไปบนเวทีในเช้าวันนั้น สองวันก่อนหน้านั้น ผมนั่งอยู่ในห้องนั่งเล่นเป็นชั่วโมงๆ โดยเอาปืนลูกซองจ่อปาก และผมก็หมดหนทางแล้ว การกล่าวคำว่า "สรรเสริญพระเจ้า" จึงเป็นเรื่องยากสำหรับผม ความจริงแล้ว เหตุผลเดียวที่ผมไปที่นั่นก็เพราะผมหาคนมาแทนไม่ได้ และผมก็ไม่สามารถที่จะไม่ไปก็ได้ ดังนั้นการสอนของผมในเช้าวันนั้นจึงเป็นไปอย่างขอไปที ไม่มีอะไรมากไปกว่านั้น

ขณะที่ผมเริ่มร่างโครงร่าง ผมได้พูดถึงคำว่า "ทั้งหมด" ซึ่งหมายความตามตัวอักษรว่า "ทุกคนโดยไม่มีข้อยกเว้น" การที่พระคริสต์ทรงอภัย บาป *ทั้งหมด* ของผมคือสิ่งที่ทำให้ข่าวดีนั้นยิ่งใหญ่ ผมไม่มีปัญหาอะไรกับการพูดคุยเรื่องนั้นเลย

แต่เมื่อฉันเริ่มพูดถึงเรื่องการรักษา คำพูดของฉันคือ "ฉันยังเชื่อว่าพระเจ้าทรงรักษา" ในขณะที่ความคิดของฉันคือ "แล้วทำไมไม่ใช่ฉันล่ะ?" ฉันพูดคุยเรื่องนั้นอย่างตรงไปตรงมาที่สุดเท่าที่จะทำได้ และเริ่มความคิดที่สามของฉันว่า... "พระองค์ทรงไถ่ชีวิตของฉันจากหลุมลึก"

ฉันเริ่มต้นการบรรยายว่า "ฉันและพวกคุณเคยมีประสบการณ์ที่เหมือนตกหลุมพรางมาแล้วในอดีต" พอพูดคำว่า "หลุมพราง" ความรู้สึกกดดันในลำคอที่สะสมมาสามปีก็หายไปราวกับว่ามีคนดึงมือออกจากลำคอฉัน ฉันพูดต่อด้วยความตกใจ "พวกเราทุกคนเคยมีช่วงเวลาที่ชีวิตดูเหมือนจะจมอยู่ในหลุมพราง ในหลุมฝังศพ

และเราก็ไม่มีคำตอบสำหรับหลุมพรางที่เราพบเจอ" ขณะที่ฉันพูด ฉันกลืนน้ำลายได้อย่างไม่ติดขัด และฉันจะไม่มีวันลืมความคิดนั้นเลย..."มันเป็นอย่างที่ฉันคิดจริงหรือ?"

นับตั้งแต่นั้นมา

เมื่อไปพบแพทย์ในวันถัดมา แพทย์ก็ยืนยันว่าเป็นอย่างที่ฉันคิดไว้ เสียงของฉันกลับมาเป็นปกติแล้ว และแพทย์ผู้ดูแลหลักของฉันบอกว่า "ผมไม่พบหลักฐานใดๆ ที่บ่งชี้ว่าคุณเคยมีปัญหาเรื่องเสียงมาก่อน"

เหตุการณ์นี้เกิดขึ้นเมื่อวันที่ 17 มกราคม 1993 ซึ่งตรงกับวันอาทิตย์ที่สามของเดือน...วันนี้ เหตุการณ์นี้ถูกบันทึกไว้ในเทปอย่างไม่ตั้งใจ เหตุการณ์นี้เปลี่ยนชีวิตผมและส่งผลกระทบต่อผู้คนนับล้านทั่วโลก

ชั้นเรียน Catacombs เริ่มบันทึกบทเรียนมานานหลายสิบปีก่อนวันอาทิตย์นั้นแล้ว ในกลุ่มใหญ่ การเข้าร่วมครบ 100% เป็นไปไม่ได้ เพื่อให้เกิดประโยชน์ จึงมีการบันทึกเสียงลงเทปคาสเซ็ต ไม่ว่าใครจะเป็นผู้สอน และจะจัดเตรียมสำเนาหนึ่งหรือสองชุดไว้ให้ในวันอาทิตย์ถัดไป เทปคาสเซ็ตจะวางไว้บนโต๊ะด้านหลัง และหากคุณต้องการก็สามารถหยิบได้ที่นั่น เมื่อผมบอกว่า "ไม่ใช่เรื่องใหญ่" ผมหมายความว่า "ไม่ใช่เรื่องใหญ่เลย!" แต่ในโบสถ์ที่มีสมาชิกกว่า 20,000 คนนั้น เป็นเพียงชั้นเรียนเดียวที่บันทึกบทเรียน การบันทึกที่อื่นคงไม่มีผลกระทบอย่างที่พระเจ้าทรงประสงค์
ฉันไม่ได้ขอสอนวิชานั้น ผู้อำนวยการของเราต่างหากที่พยายามอย่างหนักเพื่อให้ฉันได้สอน ฉันไม่ได้เขียนเนื้อหาเอง ฉันใช้เนื้อหาที่เคยเรียกว่า "ชุดหนังสือพระคัมภีร์" ซึ่งใช้กันทั่วทั้งงานประชุม และอย่าลืมว่า ฉันไม่อยากอยู่ที่นั่นด้วยซ้ำ เรื่องบังเอิญหรือเปล่า? ฉันว่าไม่หรอก
นับจากวันนั้นจนถึงวันนี้
ฉันเฉลิมฉลองการกลับคืนมาของความสามารถในการร้องเพลงของฉัน
ฉันเขียนถึงประสบการณ์นั้นในสัปดาห์ต่อมา และ บรรยายมันในทำนองเดียวกับลาซารัสที่ฟื้นคืนชีพจากหลุมศพ
ความรู้สึกขอบคุณและอารมณ์ของฉันไม่เคยจางหายไปเลยตลอด 20 ปีที่ผ่านมา

ฉันเดินทางไปทั่วประเทศและทั่วโลกเพื่อเล่าเรื่องราวของช่วงเวลานั้น
พระเจ้าทรงใช้ฉันเป็นตัวอย่างแห่งพระคุณและฤทธานุภาพของพระองค์
ฉันเคยไปออกรายการโอปราห์
และได้แบ่งปันเรื่องราวของฉันกับหญิงชราคนหนึ่งในบ้านพักคนชราที่ไม่สามารถพูดได้
แต่ร้องไห้ขณะที่ฉันเล่าเรื่องราวอมตะแห่งความดีงามของพระองค์
ฉันยังคงไปทุกที่ที่มีโอกาสเพื่อแบ่งปันเรื่องราว
และฉันจะทำเช่นนั้นต่อไปจนกว่าร่างกายของฉันจะไม่สามารถทำได้อีกแล้ว

หากคุณต้องการฟังเพลง "The Moment of Healing" ด้วยตัวเอง โปรดไปที่วิดีโอในยูทูบ
https://www.youtube.com/watch?v=NuBV3uPxaAc

สามารถดูข้อมูลเพิ่มเติมได้ที่เว็บไซต์ของเขา
http://www.nuvoice.org

การ "มองเห็น" อันน่าอัศจรรย์ของโรนัลด์คอยน์

ในปี ค.ศ. 1951 ตาข้างขวาของ (รอสโค) โรนัลด์ คอยน์ ได้รับความเสียหายเนื่องจากเศษลวดเข้าไปติดอยู่ เกิดการติดเชื้อและต้องผ่าตัดเอาตาออก เขาได้รับตาเทียมพลาสติกมาใส่เพื่อไม่ให้เห็นความสูญเสียชัดเจน ตาเทียมนั้นดูไม่ปกติเพราะขยับไม่ได้เหมือนตาอีกข้าง

ในปี 1952 ครอบครัวคอยน์สได้เข้าร่วมงานประกาศข่าวประเสริฐในเต็นท์มหัศจรรย์ ซึ่งจัดโดยนักเทศน์เดซี่ กิลล็อค น้องสาวของดร. ที.แอล. ออสบอร์น แม่ของโรนัลด์ส่งเขาไปยืนรอรับคำอธิษฐานเพราะเขามีปัญหาเกี่ยวกับต่อมทอนซิล เมื่อกิลล็อคถามเขาว่าต้องการให้อธิษฐานเรื่องอะไร เขาบอกว่ามีปัญหาเกี่ยวกับลำคอ เธอจึงอธิษฐาน และคอยน์สก็เริ่มขยับตัวออกห่าง จากเธอ เธอจึงหยุดเขาไว้และถามว่าเกิดอะไรขึ้นกับตาของเขา เพราะมันดูไม่ปกติ เขาบอกว่าเขาตาบอดข้างนั้น (โดยไม่ได้บอกว่าตาข้างนั้นถูกผ่าตัดออกไปแล้ว) เธอจึงอธิษฐานขอปาฏิหาริย์แห่งการมองเห็น และสิ่งที่น่าอัศจรรย์ที่สุดก็เกิดขึ้น

โรนัลด์เริ่มมองเห็นได้จากตาข้างนั้น แม้ว่าจะไม่มีตาให้มองอยู่ก็ตาม! เขาได้รับการตรวจจากแพทย์ และอย่างไม่น่าเชื่อ พวกเขาได้ข้อสรุปว่าการมองเห็นของเขาเป็นไปไม่ได้ในสภาวะปกติ ไม่ว่าตาเทียมของเขาจะอยู่ข้างในหรือข้างนอก เขาก็ยังคงมีการมองเห็นที่น่าอัศจรรย์อยู่ดี

ตลอดชีวิตที่เหลือของเขา โรนัลด์ คอยน์ส เดินทางไปทั่วโลกเพื่อบอกเล่าประสบการณ์การเห็นปาฏิหาริย์ของเขา ในที่สุดเขาก็ได้เป็นศิษยาภิบาลที่มีคณะเผยแพร่ศาสนาเดินทางไปทั่ว เขาเผชิญกับการวิพากษ์วิจารณ์อย่างหนักและต่อเนื่อง เพราะหลายคนไม่เชื่อว่าพระเจ้าจะทรงทำสิ่งเหล่านั้นได้ เขาบอกเล่าประสบการณ์ของเขาในงานประชุมคริสเตียน รายการโทรทัศน์ โบสถ์ และทุกที่ที่พระเจ้าทรงเปิดโอกาสให้เขา ข้อกำหนดเพียงอย่างเดียวของเขาคือ เขาต้องมีโอกาสได้ประกาศข่าวประเสริฐ ตลอดชีวิตของเขา ผู้คนนับล้านได้ยินข่าวประเสริฐของพระคริสต์และคำพยานของเขาเกี่ยวกับพระเจ้าผู้ทรงกระทำการอัศจรรย์

หากต้องการชมคลิปวิดีโอคำให้การของคอยน์ส โปรดชมวิดีโอในยูทูบนี้: https://youtu.be/FD9ULJyRBg4

หญิงวิกลจริตคลอดลูกในการแสดงละครเพลงเรื่อง Insane Woman Delivered ของ Charles Finney ที่เมืองแอนต์เวิร์ป

มีกรณีการกลับใจที่น่าประทับใจสองกรณีเกิดขึ้นในสถานที่แห่งนี้ และมีกรณีการหายจากอาการวิกลจริตอย่างฉับพลันที่น่าประทับใจสองกรณีเกิดขึ้นในระหว่างการฟื้นฟูจิตวิญญาณครั้งนี้ ขณะที่ผมเข้าไปในที่ประชุมในบ่ายวันอาทิตย์วันหนึ่ง ผมเห็นผู้หญิงหลายคนนั่งอยู่ในม้านั่งกับหญิงคนหนึ่งที่สวมชุดดำซึ่งดูเหมือนจะมีความทุกข์ใจอย่างมาก พวกเขากำลังจับตัวเธอไว้บางส่วนและป้องกันไม่ให้เธอออกไป เมื่อผมเข้าไป ผู้หญิงคนหนึ่งเดินมาหาผมและบอกผมว่าเธอเป็นหญิงวิกลจริต ผมพูดกับเธอเพียงไม่กี่คำ

แต่เธอต้องไป และเธอไม่สามารถฟังการอธิษฐาน การเทศน์ หรือการร้องเพลงใดๆ ได้ นรกเป็นส่วนของเธอ และเธอไม่สามารถทนสิ่งใดก็ตามที่ทำให้เธอนึกถึงสวรรค์ได้

ฉันได้เตือนบรรดาคุณผู้หญิงเป็นการส่วนตัวให้ช่วยกันจับเธอไว้ในที่นั่ง ถ้าทำได้ โดยไม่รบกวนการประชุม ทันทีที่การร้องเพลงเริ่มขึ้น เธอก็พยายามดิ้นรนอย่างหนักเพื่อที่จะออกไป แต่บรรดาคุณผู้หญิงก็ขัดขวางเธอไว้ และด้วยความสุภาพแต่ก็ยืนกรานที่จะไม่ให้เธอหนีไปได้ หลังจากนั้นไม่กี่นาที เธอก็เงียบลง แต่ดูเหมือนจะพยายามหลีกเลี่ยงการฟังหรือสนใจการร้องเพลงทั้งหมด จากนั้นฉันจึงอธิษฐาน พระเจ้าประทานจิตวิญญาณแห่งการอธิษฐานอันยิ่งใหญ่แก่ฉัน และข้อความจากพระธรรมฮีบรูว่า “ให้เราเข้ามาหาพระที่นั่งแห่งพระคุณด้วยความกล้าหาญ เพื่อเราจะได้รับพระเมตตาและพบพระคุณที่จะช่วยเราในยามที่ต้องการ”

จุดประสงค์ของฉันคือเพื่อส่งเสริมศรัทธา ในตัวเราเอง ในตัวเธอ และในตัวเราเองเพื่อเธอ ขณะที่ฉันพูด เธอก็เริ่มเงยหน้าขึ้นมองฉันจากภายในหมวกสีดำยาวของเธอทีละน้อย ขณะที่ฉันกำลังกระตุ้นให้ผู้คนเป็นเครื่องบูชาไถ่บาปแด่มหาปุโรหิตผู้ยิ่งใหญ่ของเรา ทันใดนั้นเธอก็ทำให้ผู้คนในที่ประชุมตกใจด้วยการกรีดร้องเสียงดัง จากนั้นเธอก็เกือบจะล้มตัวลงจากที่นั่ง ก้มหน้าลงต่ำมาก และฉันเห็นว่าเธอ “ตัวสั่นอย่างมาก” ขณะที่ฉันพูดต่อไป เธอก็เริ่มเงยหน้าขึ้นอีกครั้ง และในไม่ช้าก็ลุกขึ้นนั่งตัวตรง ใบหน้าของเธอเปลี่ยนไปอย่างน่าอัศจรรย์ บ่งบอกถึงความปีติยินดีและความสงบสุขที่ได้รับชัยชนะ มีประกายบนใบหน้าของเธออย่างที่ฉันแทบไม่เคยเห็นในใบหน้าของมนุษย์คนใดมาก่อน ความปีติยินดีของเธอนั้นยิ่งใหญ่มากจนเธอแทบจะควบคุมตัวเองไม่ได้จนกว่าการประชุมจะจบลง และจากนั้นเธอก็ทำให้ทุกคนรอบตัวเข้าใจว่าเธอเป็นอิสระแล้ว เธอสรรเสริญพระเจ้าและชื่นชมยินดีด้วย ชัยชนะอันน่าอัศจรรย์ ประมาณสองปีหลังจากที่ฉันได้พบกับเธอ ฉันพบว่าเธอยังคงเต็มไปด้วยความปีติยินดีและความสงบสุข

คัดมาจากหนังสืออัตชีวประวัติของชาร์ลส์ ฟินนีย์

เด็กหญิงที่สมอง "กลายเป็นเละเทะ"
ตอนนี้หายดีแล้วและกำลังจะจบการศึกษาจากโรงเรียนมัธยมปลาย

เรื่องราวนี้เล่าโดยสเตซี่ เฮนนิงเซน แม่ของเทย์เลอร์
ในเดือนกันยายน ปี 2011 เพียงสองสัปดาห์หลังจากเริ่มเรียนปีหนึ่ง เทย์เลอร์ เฮล ประสบอุบัติเหตุทางสมองอย่างรุนแรงขณะเล่นสนุกกับเพื่อนๆ หลังจบเกมฟุตบอลของโรงเรียนมัธยม เธอไถลลงจากฝากระโปรงรถและศีรษะกระแทกพื้นถนนอย่างแรง เรื่องราวการฟื้นตัวที่เหลือเชื่อของเธอ—จากที่ครอบครัวประกาศว่าสมองตายแล้ว จนกระทั่งตอนนี้กำลังเตรียมตัวเข้าเรียนมหาวิทยาลัย—ได้รับการบันทึกไว้เป็นครั้งแรกในหนังสือพิมพ์ Des Moines Register

เครื่องมือต่างๆ คอยตรวจสอบอาการบวมในสมองของเทย์เลอร์ ครอบครัวและเพื่อนๆ ต่างทยอยมาเยี่ยมเธอ แต่แพทย์เตือนผู้มาเยี่ยมว่าห้ามพูดคุยหรือส่งเสียงดังใดๆ ที่จะกระตุ้นเทย์เลอร์มากเกินไป ประมาณหนึ่งสัปดาห์ต่อมา อาการของเทย์เลอร์ก็ทรุดหนักลงไปอีก เธอมีเลือดออกในสมอง “สมองของเธอเลื่อนลงไปในไขสันหลัง... สมองกลายเป็นเหมือนวุ้น” เฮนนิงเซนกล่าว “พวกเขาต้องทำ CPR และพยายามอย่างสุดความสามารถเพื่อช่วยชีวิตเธอ” “วันรุ่งขึ้น [แพทย์] บอกว่า ‘เราเสียใจด้วย ไม่มีอะไรที่เราจะช่วยเธอได้อีกแล้ว คุณควรจะบอกลาเธอได้’ ” เฮนนิงเซนกล่าว “เราเริ่มพูดคุยกันเรื่องการจัดงานศพ” แพทย์บอกกับครอบครัวของเทย์เลอร์ว่า พวกเขามั่นใจ 95 ถึง 99 เปอร์เซ็นต์ว่าเธอจะไม่มีวันตื่นขึ้นมาอีก เฮนนิงเซนกล่าว

หลังจากประกาศว่าเธอสมองตายแล้ว พวกเขาก็หยุดให้ยาและออกซิเจน ครอบครัวต่างสวดภาวนา แพทย์จัดกระดูกที่เคยรักษาป้าของเทย์เลอร์ก็มาสวดภาวนาให้เด็กหญิงด้วย โดยไปเยี่ยมเธอที่ห้องพักในโรงพยาบาลและวางมือลงบนหลังคอของเธอ “สองสามชั่วโมงต่อมา แพทย์ก็เข้ามาและบอกเราว่า ‘เราไม่รู้จะอธิบายเรื่องนี้ให้คุณฟังทางการแพทย์อย่างไร แต่เธอกำลังหายใจเองได้แล้ว’” เฮนนิงเซนกล่าว

เทย์เลอร์ลืมตาขึ้นและขยับนิ้วมือและนิ้วเท้า แต่แพทย์เตือนครอบครัวว่าโอกาสที่เธอจะเดินได้อีกครั้งนั้นมีน้อยมาก และหากเธอเดินได้

เธอก็จะต้องใช้สายให้อาหารไปตลอดชีวิต แต่ด้วยความพยายามและความอดทน เทย์เลอร์ค่อยๆ กลับมาเดิน กิน และทำเกือบทุกอย่างที่เคยทำได้ก่อนหน้านี้ แม่ของเธอกล่าว

วันจันทร์นี้ เธอจะจบการศึกษาจากโรงเรียนมัธยมปลาย เธอให้สัมภาษณ์กับสำนักข่าวระหว่างเรียนคาบสุดท้ายที่โรงเรียนและระหว่างไปห้างสรรพสินค้าเพื่อซื้อชุดสำหรับงานเลี้ยงจบการศึกษา ซึ่งเป็นวันที่แม่ของเธอไม่แน่ใจว่าเทย์เลอร์จะได้มาถึงหรือไม่หลังจากอุบัติเหตุ "ฉันคิดถึงเรื่องนี้บ่อยๆ" เฮนซิงเซนกล่าว "มันเป็นปาฏิหาริย์อย่างแน่นอน"

ชาวเมืองฟีนิกซ์หายจากโรคมะเร็งด้วยการรักษาของวิลเลียม แบรนแฮม ในเดือนมีนาคม ปี 1948

เมื่อเดือนกันยายนปีที่แล้ว ฉันไปหาคุณหมอเวลดัน เบเกอร์ ที่ถนนนอร์ทเซคันด์ ฟีนิกซ์ รัฐแอริโซนา และเขาทำการเอ็กซ์เรย์สองครั้ง เขาพบว่าฉันเป็นโรคโคลิติสอย่างรุนแรง หัวใจโตจากพิษ ตับทำงานเพียงหนึ่งในห้า และมีก้อนนิ่วขนาดเท่าเล็บหัวแม่มือหลายก้อนอยู่ทางด้านขวาของตับ ฉันเริ่มการรักษาเป็นเวลาหกสัปดาห์ แต่ก็ป่วยหนัก คุณหมอแอนเดอร์สันมาตรวจและบอกว่าฉันเป็นมะเร็ง แต่รอช้าเกินไปก่อนที่จะไปขอความช่วยเหลือ ฉันป่วยหนักมากและไม่สามารถรับการรักษาต่อได้ ลำไส้ใหญ่ของฉันต้องถูกเปิดออกเพื่อให้ของเสียผ่านไปได้ ฉันมีอาการแย่มาก คุณหมอเบเกอร์มา และ ตอนที่เขามาถึง เหล่าผู้ศรัทธากำลังอธิษฐานอยู่ เขาบอกฉันในภายหลังว่าฉันตายไปสองนาที แต่พระเยซูได้ยินเสียงร้องของเหล่าผู้ศรัทธา

ฉันนอนอยู่บนเตียงเก้าสัปดาห์และน้ำหนักลดไป 40 ปอนด์ บางครั้งอาการก็แย่มากจนกลืนน้ำไม่ได้เป็นเวลาห้าวัน จากนั้นก็มีการประกาศว่าวิลเลียม แบรนแฮมจะมาที่ฟีนิกซ์ในวันที่ 2 มีนาคม เพื่ออธิษฐานให้กับผู้ป่วยและผู้ทุกข์ยาก สามีของฉันไปโบสถ์แต่เช้าในคืนวันอาทิตย์แรกนั้น แต่พี่แบรนแฮมไม่สามารถมาหาฉันได้ และเขาก็ไม่สามารถมาหาฉันได้ในคืนถัดมาเช่นกัน

แม้ว่าฉันจะได้เห็นปาฏิหาริย์การรักษาคนอื่น ๆ มากมายก็ตาม วันรุ่งขึ้นฉันถูกพาตัวไปอีกครั้ง แต่เมื่อฉันไปถึงโบสถ์ฉันก็ป่วยหนัก พวกเขานำเตียงพับมาให้ฉัน แต่ฉันจำไม่ได้ว่าฉันนอนลงเมื่อไหร่

สิ่งแรกที่ฉันรู้คือ พี่แบรนแฮมกำลังพูดกับฉันว่า "มองมาที่ฉันสิ น้องสาว" ตอนแรกเขาพูดเบาๆ แต่พอเขาพูดซ้ำเป็นครั้งที่สาม ฉันพยายามลืมตา หลังจากนั้นสักพักฉันก็เห็นเค้าลาง และเขาถามฉันว่าฉันเชื่อในสิ่งที่เขาบอกหรือไม่ ฉันตอบว่า "ใช่ เพราะฉันเห็นทูตสวรรค์ยืนอยู่ข้างๆ คุณ" จากนั้นพี่แบรนแฮมก็พูดว่า "น้องสาว ศรัทธาของคุณช่วยคุณไว้ มะเร็งนั้นลามไปทั่วท้องของคุณ แต่พระเจ้าทรงรักษาคุณแล้ว ทุกรากเหง้าถูกสาปแช่ง และคุณจะหายดีถ้าคุณยังคงเชื่อมั่น แม้ว่ามันจะใช้เวลาหนึ่งเดือนหรือหกสัปดาห์กว่าจะสลายไป ในอีก 72 ชั่วโมงข้างหน้า คุณจะป่วยหนักและเจ็บปวดมาก แต่จงเชื่อมั่นต่อไป" จากนั้นพระเจ้าก็ตรัสผ่านพี่แบรนแฮม และน้ำมันอุ่นๆ ก็เริ่มไหลผ่านศีรษะของฉันทั้งภายนอกและภายในลงไปที่เท้าของฉัน เมื่อมันไหลลงไป ความเจ็บปวดก็หายไปอย่างสิ้นเชิง และฉันรู้สึกแข็งแรงมาก ฉันลุกจากเตียงพร้อมกับตะโกนและเต้นรำ และสามารถไปร่วมพิธีอื่นๆ อีกห้าครั้งที่พี่แบรนแฮมจัดขึ้นในฟีนิกซ์ได้

เมื่อครบ 72 ชั่วโมง ฉันก็ล้มป่วยหนัก เจ็บปวดมากจนร้องไห้ไม่ออก ฉันป่วยหนักอยู่ประมาณสองสัปดาห์กว่าๆ จากนั้นก็เริ่มกินอะไรก็ได้ที่อยากกิน จากเดิมที่กินได้แต่น้ำผลไม้และซุป เจ็ดสัปดาห์หลังจากที่ได้รับการอธิษฐานเผื่อ ฉันก็ไปเอกซเรย์อีกหลายครั้ง และผลเอกซเรย์ก็แสดงให้เห็นว่าฉันหายดีแล้ว คุณหมอเบเกอร์บอกว่าฉันสามารถเล่าเรื่องทั้งหมดนี้ได้ และท่านยินดีที่จะแสดงภาพเอกซเรย์ให้ใครก็ตามที่อยากดู หรือท่านจะพูดคุยกับพวกเขาเป็นการส่วนตัว ฉันสรรเสริญพระเยซูสำหรับเรื่องนี้!

นางแฮตตี วอลดรอป ถนนอดัมส์ ฟีนิกซ์ รัฐแอริโซนา

หญิงใกล้ตายได้รับการรักษาให้หายดีโดยจอห์น อเล็กซานเดอร์ โดวี

คำให้การนี้ได้รับการตีพิมพ์ในจดหมายข่าว Leaves of Healing ฉบับวันที่ 5 กุมภาพันธ์ ค.ศ. 1897 (หมายเหตุ: วัณโรคเป็นชื่อเรียกเก่าของโรคปอดบวม)

กริฟฟิธ รัฐอินเดียนา 20 มกราคม พ.ศ. 2440

เรียน ดร.และคุณนายโดวี

ฉันรู้สึกยินดีและเป็นหน้าที่ที่จะร่วมแบ่งปันประสบการณ์ของฉันกับอีกหลายร้อยคน เกี่ยวกับการหายป่วยอย่างสมบูรณ์ของฉันจากโรคภัยไข้เจ็บมากมาย โดยอาศัยพระเยซูคริสต์เจ้าของเรา

เนื่องจากไม่เคยมีสุขภาพที่ดี และหลังจากเดินทางไปชายฝั่งมหาสมุทรแอตแลนติกอย่างเหน็ดเหนื่อยในเดือนตุลาคม ปี 1894 และเมื่อกลับมาทำงานในสำนักงานทันที ผมทำงานหนักเกินไป และในวันที่ 3 พฤศจิกายน ก็เกิดอาการเลือดออกในปอด

ตอนแรกเราจ้างคุณหมอเพตติโบเน จากคราวน์พอยต์ รัฐอินเดียนา ท่านรักษาผมประมาณสองเดือน แต่ก็ไม่ช่วยบรรเทาอาการใดๆ เลย ผมกลับแย่ลงด้วยซ้ำ ไม่เพียงแต่เลือดออกไม่หยุด แต่ยังมีโรคอื่นๆ ตามมาอีก ท่านทำทุกอย่างเท่าที่จะทำได้เพื่อผมแล้ว

วันที่ 1 มกราคม ค.ศ. 1895 สามีของฉันได้ว่าจ้างคุณหมอวินเซนต์ ซึ่งเป็นหนึ่งในแพทย์อาวุโสและมีความสามารถมากที่สุดของเมืองวัลปาไรโซ รัฐอินเดียนา คุณหมอวินิจฉัยว่าอาการของฉันร้ายแรงมาก อย่างไรก็ตาม การเปลี่ยนแพทย์ก็ไม่ได้ช่วยให้ฉันดีขึ้น ฉันยังคงมีอาการแย่ลงเรื่อยๆ

ตอนนั้นฉันกำลังทุกข์ทรมานจากอาการอ่อนเพลียทางประสาท เลือดออกในปอด น้ำคั่งรอบหัวใจ วัณโรค แผลมะเร็งในลำคอ ตับคั่ง และสิ่งที่เรียกว่าโรคลำไส้เสื่อม ซึ่งมีลักษณะเหมือนลำไส้กำลังลีบลง อาการทรุดหนักในตอนแรกนั้นกินเวลาไม่นาน แต่ตอนนี้กลับกินเวลานานหลายชั่วโมง และคุณหมอคิดว่าฉันคงอยู่ไม่ถึงเดือนมีนาคม แต่เขาก็ยังคงรักษาฉันต่อไปจนกระทั่งฉันนึกถึงเดือนมิถุนายนได้

จากนั้นเขาก็บอกกับสามีของฉันว่า เขาคิดว่าฉันไม่มีโอกาสที่จะหายดีแล้ว และการที่เขาจะมาเยี่ยมฉันอีกต่อไปก็ไม่มีประโยชน์อะไร เขายังบอกเพื่อนๆ ของฉันที่เมืองวัลปาไรโซด้วยว่า อาการของฉันจะหายไปในเวลาไม่นาน ในช่วงสองสัปดาห์ต่อมา ฉันกินยาน้อยมาก และที่แปลกคือ ฉันกลับแข็งแรงขึ้นเล็กน้อย พวกเรารู้สึกมีกำลังใจอย่างมาก และรู้สึกว่าเราไม่ควรยอมแพ้ แต่ควรลองไปหาหมอคนอื่นๆ ดู

เพื่อนของเราแนะนำให้รู้จักกับคุณหมอฮิลล์เดแบรนด์แห่งชิคาโก หลังจากตรวจอย่างละเอียดแล้ว คุณหมอวินิจฉัยว่าเป็นวัณโรค ซึ่งมีภาวะแทรกซ้อนจากโรคอื่นๆ ที่ฉันได้กล่าวมาก่อนหน้านี้ คุณหมอพูดถึงลำคอของฉัน (เนื้อเยื่ออ่อนบางส่วนถูกทำลายไป) ว่าสิ่งที่หายไปแล้วไม่สามารถทดแทนได้ แผลในลำคอมีหนองไหลออกมาตลอดเวลา และเพดานปากเป็นสีเหลือง หลังจากใช้ยาที่คุณหมอสั่งให้แล้ว แผลในลำคอก็เปิดขึ้นอีก และภายใต้การรักษาของคุณหมอ ฉันก็ทรุดโทรมลงอย่างรวดเร็ว

จากนั้นผมจึงตัดสินใจว่าจะไม่ทานยาอีกต่อไป และผมก็ตระหนักว่าชีวิตของผมมีค่ามากกว่าหากปราศจากยา เพื่อนของเราคนหนึ่งชื่อคุณวู้ด เป็นตัวแทนเคลมของบริษัทรถไฟ C. & GTRR เล่าให้ผมฟังเกี่ยวกับชายผู้วิเศษคนหนึ่งในชิคาโกที่สามารถรักษาโรคได้ทุกชนิดโดยไม่ต้องใช้ยา ผมแทบไม่อยากเชื่อ แต่เขาก็ยังคงคะยั้นคะยอให้ผมไปพบเขาอยู่เสมอ และบอกว่าเขายังคิดว่าผมยังมีโอกาสที่จะหายดีได้

ฉันยินยอม โดยมีเงื่อนไขว่าฉันจะสามารถไปที่นั่นได้ เราได้ส่งคำขอให้คุณช่วยภาวนา และฉันก็ได้รับกำลังใจขึ้นมาบ้าง จนกระทั่งประมาณหนึ่งสัปดาห์ต่อมา (แม้ว่าเพื่อนๆ จะหมดหวังและแพทย์บอกว่าหมดหวังแล้ว) สามีของฉันก็ได้พาฉันไปที่บ้านพักคนชรา Divine Healing Home No. 1 เลขที่ 6020 ถนนเอ็ดเจอร์ตัน ในวันที่ 18 สิงหาคม

ฉันท้องอืดมาก (เกิดจากน้ำคั่งรอบหัวใจ) จนใส่ชุดไหนก็ไม่ได้เลย ชุดไหนก็คับไปเกือบสามนิ้ว ฉันต้องใส่ชุดหลวมๆ แทน หลังจากที่หมอวางมือและอธิษฐานให้ฉันในวันจันทร์ ซึ่งเป็นวันรุ่งขึ้นหลังจากที่ฉันมาถึง

น้ำคั่งรอบหัวใจก็ดูเหมือนจะลดลง และอาการท้องอืดก็หายไปหมด ฉันเขียนจดหมายถึงพ่อแม่ (ซึ่งอาศัยอยู่ไม่ไกลจากตัวเมือง) ให้เอาชุดมาให้ พวกเขาก็เอามาให้ และฉันก็ใส่ชุดไหนก็ได้โดยไม่มีปัญหา

ครั้งที่สองที่คุณวางมือและอธิษฐานกับฉัน ฉันได้รับการรักษาจากอาการอ่อนเพลียทางประสาท น้ำคั่งรอบหัวใจ เลือดออกในปอด ปัญหาไต โรคไขข้ออักเสบ ริดสีดวงทวาร และลำไส้หายเป็นปกติ แต่ปัญหาเจ็บคออย่างรุนแรงยังคงอยู่ ฉันขอให้คุณในวันอังคารถัดมา ประมาณหนึ่งสัปดาห์หลังจากที่ฉันไปที่นั่น ในการประชุมที่บ้านครั้งหนึ่ง ให้คุณใช้นิ้วของคุณล้วงลงไปในลำคอของฉัน คุณทำเช่นนั้นในนามของพระเยซู และโรคร้ายเหล่านั้นที่กัดกินชีวิตฉันมาหลายเดือนก็ถูก ทำลายไปทั้งหมดโดยพระหัตถ์ของแพทย์ผู้ยิ่งใหญ่ผ่านทางคุณ ผู้ซึ่งพระเจ้าได้ประทานพรด้วยของประทานแห่งการรักษา

ฉันอยู่ที่บ้านพักคนชราได้เพียงสองสัปดาห์ และในวันสะบาโตที่เราเริ่มเดินทางกลับบ้าน เราไม่สามารถต่อรถรางได้ สามีของฉันบอกว่าฉันเดินเกือบสองไมล์ แต่ก็ไม่รู้สึกเหนื่อยเลยแม้แต่น้อย สองเดือนหลังจากกลับบ้าน ฉันเรียนรู้ที่จะทำงานบ้าน และทำงานบ้านด้วยตัวเองตั้งแต่นั้นเป็นต้นมา

ผ่านมาแล้วหนึ่งปีกับสี่เดือนนับตั้งแต่ฉันหายดี นอกจากหวัดสองครั้งแล้ว ฉันก็มีสุขภาพแข็งแรงสมบูรณ์ และฉันขอบคุณพระเจ้าอย่างสุดซึ้งสำหรับพรมากมายที่พระองค์ประทานให้ แผลในปากหายไปหมดแล้ว และส่วนที่อ่อนนุ่มที่ถูกโรคกัดกินและแยกออกจากกันก็กลับมาเชื่อมต่อกันและหายดีแล้ว เสียงของฉันก็แข็งแรงขึ้นมาก ฉันกำลังวางแผนที่จะเรียน 'การฝึกฝนเสียง' อยู่พอดี แต่ก็เป็นหวัดหนักเสียก่อน ฉันไปอยู่ที่บ้านพักคนชราไซออนสักพัก คุณได้อธิษฐานกับฉัน และฉันก็หายดี

ตอนนี้ฉันมีสุขภาพดีแล้ว ฉันรักการไปเยี่ยมบ้านพักคนชราไซออน และฟังคำแนะนำอันยอดเยี่ยมที่เราได้รับจากคุณและคุณนายโดวีที่รัก

เกี่ยวกับวิธีอันงดงามของพระเจ้าในการรักษา "ลูก ๆ ที่ป่วยไข้" ของพระองค์ หากพวกเขาวางใจในพระองค์แต่เพียงผู้เดียว

ฉันหวังอย่างยิ่งว่าคำพยานนี้จะเข้าถึงผู้ที่กำลังทุกข์ทรมานมากมาย และพวกเขาจะได้รับการชี้นำให้แสวงหาพระผู้รักษาโรคผู้ยิ่งใหญ่เพื่อการเยียวยาจิตวิญญาณ จิตใจ และร่างกายของพวกเขา ฉันพบว่ายิ่งฉันอยู่ใกล้ชิดกับพระเยซูมากเท่าไร พระองค์ก็ยิ่งประทานของประทานมากมายให้แก่ฉันมากขึ้นเท่านั้น

เรียน ดร.และนางโดวี ข้าพเจ้าอธิษฐานทุกวันขอให้ท่านทั้งสองประสบความสำเร็จในการ "เคลื่อนขบวนสู่ศิโยน" และขอให้ท่านทั้งสองมีอายุยืนยาวหลายปี จนกว่าพระกิตติคุณอันงดงามนี้จะแพร่กระจายไปทั่วโลก

ด้วยความจริงใจในพระเยซูคริสต์

นางลูลู เดย์ตัน

อาการ PTSD และความเสียหายของเส้นประสาทได้รับการรักษาแล้ว

เดฟกลับบ้านจากสงครามด้วยอาการ PTSD อย่างรุนแรงและเส้นประสาทเสียหาย เขาต้องนั่งรถเข็นและรู้สึกเหมือนถูกมีดโกนกรีดอยู่ตลอดเวลา ผิวหนังรู้สึกเหมือนถูกราดด้วยกรด และรู้สึกเหมือนกระดูกถูกบดขยี้ เขามีความไวต่อแสงจ้าและเสียงดังมาก เขาถึงกับชาที่มือข้างหนึ่ง สภาพจิตใจของเขาเต็มไปด้วยความหวาดกลัวและการเฝ้าสังเกตตลอดเวลา เขารับมือกับฝูงชนไม่ได้และแทบจะไม่มีเวลาอยู่กับครอบครัวเลย ชีวิตของเขาพังทลายทั้งทางร่างกายและจิตใจ เขาไปพบแพทย์หลายคน แต่ก็ไม่พบความบรรเทาใดๆ

เดฟไปร่วมการประชุมของแรนดี้ คลาร์ก และไปหาแรนดี้เพื่อถามคำถาม เขาไม่แน่ใจด้วยซ้ำว่าตัวเองมาอยู่ข้างหน้าได้อย่างไร เพราะคนเยอะมาก

แรนดี้ถอดไมโครโฟนออกและฟังเรื่องราวของเดฟ แรนดี้ขอให้ไมค์ สมาชิกทีมอธิษฐาน อธิษฐานเพื่อเดฟ ไมค์จับมือเดฟ ทำให้เขารู้สึกประหม่ามาก ไมค์มองตรงไปที่ดวงตาของเดฟและไม่ยอมให้เขาก้มหน้าลง เพราะไมค์รู้สึกผิดและละอายใจกับสิ่งที่เกิดขึ้นกับเขาในช่วงสงคราม เขาถูกหลอกหลอนด้วยภาพเหล่านั้นและความเจ็บปวดทางอารมณ์ที่เกี่ยวข้องกับมัน

เดฟเริ่มเหงื่อออกและรู้สึกอยากหนีไปให้พ้น ไมค์จับเขาไว้และพาเขาผ่านขั้นตอนการรักษา มันไม่ใช่ช่วงเวลาแห่งการอธิษฐานที่นานนัก อาจจะประมาณ 5 นาที เดฟบอกว่ามันเหมือนกับพระเยซูทรงสัมผัสเขา ความสงบสุขเข้ามาครอบงำเขาอย่างที่เขาไม่เคยรู้สึกมาตั้งแต่เด็ก เมื่อเขากลับถึงบ้าน เดฟบอกว่ามันเหมือนกับลอยเข้ามาในบ้านของเขา ภรรยาของเขาเห็นความแตกต่างทันทีและถามว่าเกิดอะไรขึ้น เขาแค่ร้องออกมาว่า "ฉันเป็นอิสระแล้ว" ภรรยาของเขาบอกว่า "ที่รัก ดูเหมือนคุณจะลดน้ำหนักไป 2,000 ปอนด์เลยนะ ฉันไม่รู้เลยว่าคุณเป็นใคร"

เดฟลุกจากรถเข็นและเลิกกินยาแล้ว เขาเล่นกับลูกๆ กอดพวกเขาและไม่ได้หวาดกลัวตลอดเวลา เขาไปเข้าร่วมการประชุมติดตามผลของแรนดี้ คลาร์ก มือซ้ายของเขายังคงชาอยู่ แต่เขาบอกกับพระเยซูว่า "ดูสิว่าพระองค์ทรงทำอะไรให้ผมบ้างคืนนี้เมื่อผมไปประชุม มันจะต้องสำเร็จ ผมไม่ต้องการให้ใครมาอธิษฐานเผื่อผม ผมแค่อยากสรรเสริญสิ่งที่พระองค์ทรงทำ" ขณะที่เขานั่งรออยู่ในล็อบบี้เพื่อรอประตูเปิด เขาก็รู้สึกถึงมือซ้ายของเขาขึ้นมาทันที เขาพูดว่า "มือ... คุณกลับมาแล้ว" ไม่มีใครอธิษฐานเผื่อเขา ไม่มีเพลงนมัสการเปิดอยู่ เขาหยิบโทรศัพท์ขึ้นมาโทรหาภรรยาและบอกว่า ตอนนี้ไม่เพียงแต่ผมเป็นอิสระแล้ว แต่ตอนนี้ผมสามารถจับมือได้ ผมรู้สึกถึงมือของผม ผมรู้สึกถึงนิ้วของผม ผมสามารถเต้นได้และมันไม่เจ็บผม และแสงไฟก็ไม่ทำร้ายผม ผมเป็นอิสระแล้วและพระเยซูทรงทำมัน!

นำมาจากคลิปวิดีโอของ ibethel tv เรื่อง "โรคเครียดหลังเหตุการณ์สะเทือนใจหายแล้ว!" – 5 มีนาคม 2013 (ibethel.tv มีทั้งเนื้อหาฟรีและเสียค่าใช้จ่าย แต่คุณต้องสมัครสมาชิกก่อนจึงจะใช้งานได้)

การเยียวยาของโจ กัมเมลต์ ผ่านทางแคธรีน คูลแมน

โจ กัมเมลต์ เป็นภรรยาของบาทหลวงนิกายเซาเทิร์นแบ๊บติสต์ เธอป่วยหนักด้วยโรคไตที่หายากมากชนิดหนึ่งที่เรียกว่า โรคเนื้อเยื่อไตส่วนปลายตาย (renal papillary necrosis) แพทย์ในเขตวอชิงตัน ดี.ซี. ไม่เคยพบเห็นโรคนี้มาก่อน แพทย์เชื่อว่าเป็นอาการแพ้ยาแก้ปวดที่หาซื้อได้ทั่วไป ไตทั้งสองข้างถูกทำลายไป 1 ใน 3 แพทย์หวังว่าจะสามารถชะลอการเสื่อมสภาพได้ โจได้รับการตรวจทุกอย่างเท่า ที่จะเป็นไปได้ เธอต้องนอนพักบนเตียง 12-14 ชั่วโมงต่อวัน ผมของเธอร่วง แพทย์เตือนเธอว่าการติดเชื้อแบคทีเรียอาจทำให้ไตของเธอหยุดทำงาน พวกเขาอธิบายว่าไตของเธอเหมือนฟองน้ำที่อ่อนแอและเสี่ยงต่อการ โจมตีใดๆ ก็ตาม

เพื่อนชวนเธอไปงานประชุมรักษาโรคของนักธุรกิจนิกายฟูลกอสเปล เธอไม่อยากไปจริงๆ ที่จริงเธอสวมหมวกขนสัตว์ปิดหน้าไว้แน่น เพราะไม่อยากให้ใครจำเธอได้ งานรักษาโรคไม่ใช่สิ่งที่น่านับถือสำหรับเธอ เธอคิดว่ามันเหมือนกับการชุมนุมในเต็นท์ริมเมือง แล้วเมื่อมีการประกาศชื่อแคธรีน คูลแมน เธอก็คิดว่า "โอ้ ไม่ใช่ผู้หญิงที่เป็นนักเทศน์" เธออ่อนแรงและเหนื่อยล้ามากจากอาการป่วย งานประชุมเต็มไปด้วยผู้คน และเธอกับเพื่อนมาถึงช้าไปชั่วโมงครึ่ง โจยืนไม่ไหวเพราะเหนื่อยมาก สุดท้ายพวกเธอก็นั่งลงบนบันไดหน้าห้องประชุม

พระเจ้าทรงดลใจให้คนสองคนลุกขึ้นและเสนอที่นั่งให้แก่ผู้หญิงเหล่านั้น เนื่องจากพวกเธอต้องลุกไป ที่นั่งเหล่านั้นอยู่ในส่วนที่สองใกล้กับด้านหน้า โจคิดว่าเธอเข้าใจพระเจ้าดีแล้ว เธอเป็นชาวแบ๊บติสต์ทางใต้มาตลอดชีวิต เธอเชื่อว่าทุกคำพยานล้วนถูกจัดฉากขึ้น เธอไม่เชื่ออะไรที่เธอเห็น เธอเป็นคนที่ไม่เชื่ออะไรเลย แต่กระนั้นก็ยังมีบางอย่างที่กำลังก่อตัวขึ้นในใจของเธอ

เมื่อการนมัสการสิ้นสุดลง แคธรีน คูลแมนขอให้ทุกคนในที่ประชุมยกมือขึ้นและร้องเพลง "ข้าแต่พระเจ้า ข้าพระองค์รับพระองค์" โจเริ่มร้องเพลงเพราะเธอรู้จักเพลงนี้ แต่เธอไม่อยากยกแขนขึ้น การแสดงความเชื่อครั้งแรกของเธอคือการยกแขนขึ้นเล็กน้อย จากนั้นเธอบอกว่าพระวิญญาณบริสุทธิ์ทรงเข้ามาควบคุม ก่อนที่เธอจะรู้ตัว

แขนของเธอก็ยกขึ้นไปในอากาศจนสุด เธออยู่ภายใต้การทรงสถิตของพระเจ้า รู้สึกเหมือนขาของเธอยืดออกและเธอยืนอยู่บนปลายเท้า จากนั้นมือของเธอก็ชี้ขึ้นไปในท่าทางของการรับ

ในขณะนั้นเอง ความรู้สึกไร้ค่า สกปรก และนอบน้อมถ่อมตนก็ถาโถมเข้าใส่โจ เธอไม่เคยรู้สึกแบบนี้มาก่อน ศีรษะของเธอก้มลงจนสุด เธอไม่สามารถเงยหน้าขึ้นได้ เธอรู้สึกเหมือนคนเก็บภาษีที่แม้แต่จะเงยหน้าขึ้นมองฟ้าก็ยังทำไม่ได้ เพราะตระหนักถึงบาปของตน โจเริ่มร้องไห้ แล้วน้ำแห่งชีวิตก็ผุดขึ้นมาภายในตัวเธอ

จากระยะไกล โจได้ยินเสียงของแคธรีนพูดว่า “โอ้ พระเจ้า มีพระสิริอยู่บนสิ่งนี้” ในเวลานั้น โจไม่เข้าใจความหมาย แต่ต่อมาก็รู้ว่าพระเจ้าทรงอยู่กับเธอ จากนั้นโจก็เริ่มรู้สึกเหมือนมีน้ำอุ่นไหลลงมาอาบตัว แคธรีนเดินมาหาโจและแตะข้อมือของเธอ การทรงสถิตของพระเจ้าเพิ่มมากขึ้นจนเธอรู้สึกว่า “ได้ทะยานขึ้นสู่อวกาศ” เธอรู้สึกว่าตัวเองเบาและลอยอยู่ในน้ำอุ่น และพระเจ้าทรงโอบอุ้มเธอไว้

แม้ว่าโจจะรู้ว่าตัวเองหายดีแล้ว แต่เธอก็ไม่ได้ประกาศว่าร่างกายหายดีในทันที เธอแค่เริ่มใช้ชีวิตตามปกติอีกครั้ง เธอไม่นอนอยู่บนเตียงอีกต่อไป เธอเลิกกินยา เธอเลิกไปหาหมอ เธอหันมาศึกษาพระวจนะในรูปแบบใหม่ จากนั้นเธอก็ได้สัมผัสกับการทรงสถิตของพระวิญญาณบริสุทธิ์ ชีวิตของเธอเปลี่ยนไป การอธิษฐานของเธอก็พัฒนาขึ้นอย่างมาก

ในระหว่างทริปท่องเที่ยวกับครอบครัว ต่อมาโจสังเกตเห็นว่าผมของเธอเริ่มงอกกลับมา สำหรับเธอแล้วนี่เป็นสัญญาณบ่งบอกถึงการหายดีอย่างชัดเจน สามีของเธอจึงยืนยันให้เธอกลับไปพบแพทย์และตรวจซ้ำอีกครั้ง แพทย์ดูภาพเอ็กซ์เรย์แล้วกล่าวว่า “ผมขอปิดเคสนี้ เพราะคุณหายดีแล้วอย่างสมบูรณ์ หากคุณมีปัญหาเกี่ยวกับไตอีก ก็จะไม่เกี่ยวข้องกับโรคนี้”
http://www.youtube.com/watch?v=vZF23Gjq0Q0

ชายคนหนึ่งฟื้นคืนชีพจากความตายด้วยความช่วยเหลือจากแพทย์โรคหัวใจ

นายแพทย์ชอนซี แครนดอลล์ เป็นแพทย์โรคหัวใจและเป็นคริสเตียน เขาถูกเรียกตัวมาเมื่อนายเจฟฟ์ มาร์เคน มาถึงห้องฉุกเฉินด้วยอาการหัวใจวายเฉียบพลัน ชายคนนั้นเสียชีวิตไปแล้ว 30 นาที และเจ้าหน้าที่ได้พยายามช่วยชีวิตเขาตลอดเวลานั้น เมื่อนายแพทย์แครนดอลล์มาถึง ชายคนนั้นเสียชีวิตอย่างชัดเจนแล้ว อันที่จริง นายแพทย์แครนดอลล์กล่าวว่า "เขาเป็นคนที่เสียชีวิตที่สุดเท่าที่ผมเคยเห็นมา" ร่างกายของเขาทั้งหมดดำคล้ำ – มือ ขา เท้า ใบหน้าของเขา อาการนี้เรียกว่าภาวะตัวเขียว (cyanosis)

ดร.แครนดัลบอกแพทย์ห้องฉุกเฉินให้ประกาศว่านายมาร์เคนเสียชีวิตแล้ว เจ้าหน้าที่กรอกเอกสารและพยาบาลเริ่มถอดสายต่างๆ และเตรียมศพเพื่อส่งไปห้องเก็บศพ ขณะที่ดร.แครนดัลกำลังจะออกจากห้อง เขาได้ยินพระเจ้าตรัสว่า "จงหันกลับไปอธิษฐานเพื่อชายผู้นั้น" เขายังคงเดินต่อไป และพระเจ้าตรัสอีกครั้งว่า "จงหันกลับไปอธิษฐานเพื่อชายผู้นั้น" ดร.แครนดัลหันกลับไปและไปอธิษฐานเพื่อเขา เขาไม่แน่ใจว่าจะอธิษฐานอะไร แต่ขณะที่เขายืนอยู่ตรงนั้น พระวิญญาณบริสุทธิ์ก็เข้าสิง เขาอธิษฐานว่า "พระบิดาเจ้าข้า ข้าพเจ้าวิงวอนเพื่อวิญญาณของชายผู้นี้ หากเขายังไม่รู้จักพระองค์ในฐานะพระเจ้าและพระผู้ช่วยให้รอดของเขา โปรดทรงทำให้เขาฟื้นคืนชีพในทันที ในนามของพระเยซู" พยาบาลคิดว่าเขาบ้าไปแล้ว แขนของเจฟฟ์ มาร์เคนก็ยกขึ้นในอากาศทันที เมื่อแพทย์ห้องฉุกเฉินกลับเข้ามาในห้อง ดร.แครนดัลกล่าวว่า "ช็อกชายผู้นี้อีกครั้ง" แพทย์ห้องฉุกเฉินไม่อยากทำ แต่ก็ทำตามคำขอของดร.แครนดัล เขาช็อกผู้ป่วยอีกครั้งหนึ่ง และทันทีนั้นเอง จอภาพก็แสดงจังหวะการเต้นของหัวใจที่สมบูรณ์แบบ แพทย์และพยาบาลต่างตกตะลึง จากนั้นหน้าอกก็เริ่มขยับ ตามด้วยช่องท้อง มือ และเท้า พวกเขารีบนำตัวเขาไปห้องไอซียู คืนนั้นเป็นคืนวันศุกร์ ดร.แครนดัลโทรหาคู่หูของเขาและบอกว่าเจฟฟ์ มาร์เคนฟื้นคืนชีพแล้ว และเขาจะมีชีวิตอยู่ต่อไป เพราะเห็นได้ชัดว่าเขาได้รับการทรงเรียกจากพระเจ้าในชีวิตของเขา

เมื่อคุณหมอแครนดัลเข้ามาในเช้าวันจันทร์ และเจฟฟ์ มาร์เคนกำลังนั่งอยู่บนเตียง คุณหมอแครนดัลถามเจฟฟ์ว่าเขาต้องผ่านอะไรมาบ้างขณะที่ได้รับการรักษาในโรงพยาบาล

เจฟฟีเล่าว่าเขารู้สึกเหมือนอยู่คนเดียวในโลงศพในที่มืดเป็นเวลานานราวกับชั่วนิรันดร์ จากนั้นก็มีสิ่งมีชีวิตบางอย่างห่อตัวเขาและโยนเขาทิ้งไปเหมือนขยะ
เจฟฟีเสียใจมากกับสิ่งที่เขาได้ประสบ คุณหมอแครนดัลบอกเขาว่าถ้าเขายอมรับพระเยซู เขาจะไม่รู้สึกโดดเดี่ยวและจะไม่ถูกทิ้งอีกต่อไป เจฟฟีจึงยอมรับพระเยซูในทันทีนั้น

เจฟฟีได้รับโอกาสครั้งที่สองจากพระเยซู เขาไม่มีภาวะแทรกซ้อนใดๆ แม้จะเสียชีวิตไปกว่า 40 นาที เขามีการตรวจสุขภาพเป็นประจำ แต่ไม่มีปัญหาเกี่ยวกับหัวใจ ดร.แครนดัลล์กล่าวว่า วันนั้นไม่ใช่วันที่เขามี "ศรัทธาอย่างแรงกล้า" เขาแค่ต้องการทำงานให้เสร็จ แต่เพราะเขาหยุดและอธิษฐานด้วยศรัทธาเพียงเล็กน้อยที่เขามี พระเจ้าจึงทรงใช้เขาในวิธีที่อัศจรรย์เช่นนี้
ดร.ชอนซีย์ได้เขียนหนังสือเกี่ยวกับประสบการณ์ของเขาชื่อ "การปลุกคนตายให้ฟื้นคืนชีพ" (เรามีหนังสือเล่มนี้จำหน่ายในร้านหนังสือของเรา)

ฟังคำให้การฉบับเต็มของดร.แครนดัลล์ที่ให้สัมภาษณ์กับแพท โรเบิร์ตสันทางช่อง CBN ได้ที่นี่
http://www.youtube.com/watch?v=EL2i64j2FZE

เรื่องราวอันน่าทึ่งเกี่ยวกับการรักษาอย่างปาฏิหาริย์ในช่วงปลายศตวรรษที่ 1700

ข้อความที่ตัดตอนมาจากหนังสือ "การรักษาด้วยศรัทธาอื่นๆ" ที่ตีพิมพ์โดย ดร. ชาร์ลส์ คัลลิส ในปี 1885 เรื่องราวต่อไปนี้เกี่ยวกับการรักษาที่แปลกประหลาดที่สุด ซึ่งได้รับการยืนยันความจริงอย่างดีจนไม่อาจปฏิเสธได้นั้น
คัดลอกมาจากนิตยสารเก่าของลอนดอนในปี 1788
พระเจ้าในทุกยุคทุกสมัยไม่เคยปล่อยให้พระองค์เองปราศจากพยานหลักฐานถึงฤทธานุภาพ และพระเจ้าของพระองค์ ดังที่จะปรากฏในเรื่องราวต่อไปนี้

คริสตจักรแห่งหนึ่งในเมืองทิเวอร์ตัน ทางตะวันตก ได้รวมตัวกัน และมีสมาชิกคนหนึ่งในกลุ่มที่พวกเขาตั้งใจจะแต่งตั้งเป็นศิษยาภิบาล จึงได้ส่งจดหมายไปยังคริสตจักรแห่งหนึ่งในเมืองโคลเชสเตอร์ โดยได้รับความยินยอมหรือคำสั่งจากพวกเขา

เพื่อขอให้ปลดสมาชิกคนหนึ่งที่พวกเขาจะแต่งตั้งเป็นศิษยาภิบาล และในจดหมายนั้นยังมีข้อความเกี่ยวกับการวางมือในพิธีแต่งตั้งศิษยาภิบาลด้วย เนื่องจากคริสตจักรดังกล่าวในเมืองโคลเชสเตอร์ไม่มีศิษยาภิบาลอยู่ จึงได้รับคำขอให้ตอบจดหมายฉบับนั้น และเมื่อผมตอบในประเด็นเรื่องการวางมือ ผมได้เขียนดังนี้ "การวางมือเป็นสิ่งที่ไม่สำคัญ เป็นเพียงการบ่งบอกถึงบุคคลที่ได้รับการแต่งตั้งเท่านั้น ไม่มีอำนาจที่จะมอบของประทานทางศาสนาใดๆ ให้แก่บุคคลที่ได้รับการแต่งตั้ง เราจึงคิดว่ามันเป็นพิธีกรรมดั้งเดิม เช่นเดียวกับการเจิมคนป่วยและการล้างเท้า ซึ่งได้เลิกไปพร้อมกับชีวิตของอัครสาวกและของประทานพิเศษในการรักษาโรค"

จดหมายฉบับนี้เขียนขึ้นและนำไปที่โบสถ์เพื่อขอความเห็นชอบและลงนาม แต่บางคนปฏิเสธและตอบว่าพวกเขาเชื่อว่าการเจิมด้วยน้ำมันและการวางมือเป็นพิธีกรรมใ นโบสถ์และควรจะยังคงปฏิบัติอยู่ ซึ่งข้าพเจ้าคัดค้านและอ้างถึงผู้เขียนที่ข้าพเจ้าได้อ่านมา แต่ก็ไม่มีประโยชน์ เพราะพวกเขาไม่ยอมลงนามในจดหมาย และจึงมีการเขียนจดหมายฉบับใหม่ขึ้นตามความคิดของพวกเขาเอง

นับจากนั้นมา จิตใจของฉันก็มืดมนอย่างมาก จนหลายครั้งฉันตั้งคำถามถึงความสนใจของฉันในพระเยซูคริสต์ และฉันได้ถือศีลอดและอธิษฐานหลายวันเพื่อขอให้แสงสว่างจากพระพักตร์ของพระเจ้ากลั บมา และฉันก็ทำเช่นนั้นเป็นเวลาสองเดือน จนกระทั่งในที่สุด เมื่ออยู่ที่เซนต์เอ็ดมันด์สเบอรี ในซัฟฟอล์ก ในช่วงปลายเดือนธันวาคม ฉันได้รับคำขอให้ร่วมอธิษฐานกับสุภาพบุรุษและสุภาพสตรีคู่หนึ่งที่ทุกข์ยากมานาน และในขณะที่ฉันกำลังอธิษฐาน ฉันก็อยู่ในความมืดมิดอย่างมากและคิดว่าฉันจำเป็นต้องอธิษฐานเพื่อตัวเองมากกว่าผู้อื่น ซึ่งฉันได้อธิษฐานด้วยถ้อยคำเหล่านี้ว่า "เหตุใดพระองค์จึงทรงทอดทิ้งข้าพระองค์ โอพระเจ้า เหตุ ใดพระองค์จึงทรงซ่อนพระพักตร์จากข้าพระองค์ โปรดเสด็จกลับมา โอพระเจ้า และโปรดประทานแสงสว่างจากพระพักตร์ของพระองค์แก่ข้าพระองค์" คำขอของฉันได้รับการตอบสนองทันทีด้วยความคิดที่ว่า ฉันได้ปฏิเสธพิธีกรรมของพระองค์ คือ การเจิมและการวางมือ ฉันตอบในใจอีกครั้งว่า "พระเจ้า ถ้าฉันรู้ว่าสิ่งเหล่านั้นเป็นบัญญัติ ฉันก็จะไม่ปฏิเสธมันโดยสมัครใจ และจะไม่ปฏิเสธสิ่งอื่นใดอีก"

ดังนั้นแล้ว
ข้าพเจ้าจึงเชื่อมั่นว่าพิธีการวางมือและการเจิมด้วยน้ำมันยังคงดำเนินต่อไปในคริสตจักร และหากข้าพเจ้าปฏิบัติตาม พระเจ้าก็จะทรงยอมรับ ข้าพเจ้าจึงได้สมหวังในสิ่งที่ปรารถนา เพราะพระเจ้าทรงส่องแสงแห่งพระพักตร์มายังข้าพเจ้า
และคำอธิษฐานของข้าพเจ้าก็กลายเป็นการสรรเสริญ และเมื่อข้าพเจ้าอธิษฐานเสร็จแล้ว หญิงผู้นั้นซึ่งเป็นอัมพาตครึ่งซีกก็เดินไม่ได้ ข้าพเจ้าจึงกล่าวกับนางว่า "นายหญิง ข้าพเจ้าเชื่อว่าหากท่านได้รับการเจิมในนามของพระเจ้า แขนขาของท่านจะหายเป็นปกติ เพราะข้าพเจ้าเชื่อมั่นอย่างประหลาดในสิ่งที่ข้าพเจ้าเคยต่อต้านอย่างรุนแรงเมื่อไม่นานมานี้" นางกล่าวว่านางไม่สามารถยอมรับได้ และไม่เชื่อด้วย ข้าพเจ้าพยายามโต้แย้งกับนาง แต่ก็ไม่ได้ผล

ในวันนั้น ผมจึงกลับไปที่เมืองโคลเชสเตอร์ และไปหาคุณนายแมรี มันนิงส์ หญิงม่ายที่เปิดร้านขายหมวกอยู่ใกล้ตลาด
ผมเล่าให้เธอฟังว่าผมเชื่อมั่นในพิธีกรรมการเจิมด้วยน้ำมันศักดิ์สิทธิ์ และบอกเธอต่อไปว่า ผมเชื่อมั่นอย่างยิ่งว่าพระเจ้าจะทรงรับรองพิธีกรรมของพระองค์เอง เธอประหลาดใจมาก เพราะรู้ว่าก่อนหน้านี้ผมคัดค้านอย่างรุนแรง และคิดว่ามันเป็นเพียงจินตนาการ เธอจึงถามว่า ผมเชื่อมั่นในการนำพิธีกรรมนี้ไปใช้กับลูกสาวของเธอซึ่งเป็นคนพิการหรือไม่
ดังที่เรื่องราวต่อไปนี้จะแสดงให้เห็นอย่างชัดเจน ผมบอกเธอว่าใช่ ผมเชื่อ และถามเธอว่าเธอเชื่อว่ามันเป็นพิธีกรรมศักดิ์สิทธิ์หรือไม่ เธอบอกว่าเธอเชื่อ

จากนั้นฉันจึงมองเข้าไปในห้องที่ลูกสาวของเธอคนนั้นนั่งอยู่ และพูดว่า "ลูกเอ๋ย! เจ้าเชื่อไหมว่าพระเจ้าจะทรงรักษา เจ้าให้หายได้?" นางตอบว่า "พระหัตถ์ของพระเจ้าไม่ได้สั้นลงจนช่วยไม่ได้
และพระโสตของพระองค์ก็ไม่ได้หนักจนฟังไม่ได้" "ครับ" ผมตอบ "ถ้าคุณเชื่อในความสามารถของพระองค์ ผมก็เชื่อในความเต็มใจของพระองค์" จากนั้นแม่ของเธอก็ถามผมว่า ผมจะช่วยทำพิธีเจิมให้ลูกสาวของผมได้ไหม ผมบอกเธอว่าผมจะช่วย แต่เนื่องจากเป็นวันสุดท้ายของสัปดาห์ ผมจึงไปไม่ได้ในตอนนี้ เพราะต้องเรียนหนังสือ ผมจึงจากพวกเขาไป และในวันที่สองของสัปดาห์ถัดไป ขณะที่ผมกำลังบรรยายตามธรรมเนียมปกติ คุณนายมันนิงส์ก็อยู่ที่นั่นด้วย เธอคิดว่าเป็นเวลาที่เหมาะสมที่สุดที่จะทำพิธีเจิมให้ลูกสาวของเธอ

ขณะที่ผมกำลังได้รับการดลใจจากพระวิญญาณและพระคุณของพระเจ้า ตามคำขอของเธอ ผมจึงไปกับเธอที่บ้าน และเธอก็ส่งคนรับใช้ไปซื้อน้ำมันราคาหนึ่งเพนนี และบอกผมว่าเธอหวังว่าผมจะรักษาสัญญาและเจิมลูกสาวของเธอ ผมบอกเธอว่าสัญญาที่ไม่ดีนั้นควรถูกทำลายเสียดีกว่ารักษาสัญญา แต่ถ้าผมหาข้ออ้างในพระวจนะของพระเจ้าได้ ผมก็จะทำ ผมเรียกหาพระคัมภีร์ เพราะไม่อยากให้ใครมารบกวน และค้นหาตั้งแต่ต้นจนจบเป็นเวลาสามชั่วโมง ตั้งแต่เก้าโมงเช้า ถึงสิบสอง ซึ่งในเวลานั้นข้าพเจ้าได้รวบรวมพระคัมภีร์ส่วนใหญ่ไว้ทั้งเพื่อพิธีกรรมและเพื่อเสริมสร้างความเชื่อ เช่น ยากอบ 5:14, มาระโก 6:13, มาระโก 11:24 ซึ่งข้อสุดท้ายนี้ข้าพเจ้าเรียกว่าเป็นตราประทับแห่งการแต่งตั้งของข้าพเจ้า

เมื่อทำเสร็จแล้ว ฉันก็ปิดพระคัมภีร์ และพูดกับแม่และพี่สาวอีกคนที่อยู่ตรงนั้นว่า "ฉันไม่เพียงแต่พบการมอบหมายงาน แต่ยังพบตราประทับด้วย" ดังนั้นฉันจึงเริ่มประกอบพิธีในลักษณะต่อไปนี้: ก่อนอื่นฉันไปอธิษฐาน เพื่อเสริมสร้างความเชื่อของเราในพิธี และเพื่อเราจะได้ยึดมั่นในพระสัญญา จากนั้นฉันก็แยกน้ำมันศักดิ์สิทธิ์จากของใช้ทั่วไปมาใช้ในโอกาสพิเศษ โดยการอธิษฐาน

แล้วข้าพเจ้าก็เจิมเธอในพระนามของพระเยซูคริสต์เจ้าแห่งนาซาเร็ธ ณ แผลนั้น สามครั้ง ตามจำนวนพระบุคคลในพระตรีเอกภาพ แต่โปรดสังเกตว่า เมื่อข้าพเจ้าจะเจิมข้อเท้าของเธอ ข้าพเจ้าก็ประหลาดใจ เพราะความพิการของเธอเป็นดังนี้ กระดูกสะโพกของเธอโผล่ขึ้นมาใต้ แขน ขาของเธอคดงอ และข้อเท้าของเธอหลุดออกจากที่ จนมองไม่เห็นด้านใน เท้าซ้ายของเธอเป็นเหมือนตอไม้ นอกจากความพิการอื่นๆ ของร่างกายเนื่องจากขาดแขนขาแล้ว มารดาของเธอกล่าวว่า เธอไม่รู้ว่าเธอเกิดมาเป็นเช่นนี้หรือไม่ เพราะเธอเพิ่งสังเกตเห็นเมื่อเธอยังเป็นเด็กทารก และเมื่อเธออายุเกือบสิบหกปี มารดาของเธอก็ขอความช่วยเหลือจากหลายคน แต่ก็ไม่ได้ผล เธอยังคงเติบโตขึ้นเรื่อยๆ และอาการก็แย่ลงเรื่อยๆ

ในที่สุดเธอก็ไปขอความช่วยเหลือจากศัลยแพทย์ผู้มีชื่อเสียงท่านหนึ่ง ซึ่งบอกเธอว่าเขาจะไม่รับเงินของเธอ เพราะไม่มีใครในโลกนี้ที่จะช่วยเธอได้ หรือจะจัดกระดูกให้เข้าที่ได้ เพราะเอ็นหดตัวและรวมกันอยู่ใต้ต้นขาใหญ่เท่าฝ่ามือ และข้างนั้นก็อ่อนแอมากจนเธอไม่สามารถยกน้ำหนักสี่ปอนด์ได้" เมื่อฉันเห็นขาของเธอผิดรูปเช่นนั้น เพราะฉันไม่เคยเห็นมาก่อน

สีหน้าของฉันก็หม่นหมองลง และฉันพูดกับตัวเองว่า "แน่ใจเหรอ ฉันแย่ยิ่งกว่าคนบ้าเสียอีก กระดูกที่คดงอจะทำให้ตรงได้หรือ?" และด้วยความคิดนั้น ความสั่นเทาก็เข้าครอบงำฉันจนฉันไม่สามารถห้ามมือของตัวเองได้ (แต่ต้องใช้มืออีกข้างช่วย) ที่จะเจิมเธอ และในขณะที่ฉันกำลังสับสนอยู่นั้น ข้อความนี้ก็ผุดขึ้นมาในใจฉัน "ถึงแม้ท่านจะยังไม่เชื่อ แต่พระองค์ก็ทรงซื่อสัตย์และไม่อาจปฏิเสธพระองค์เองได้"

ดังนั้น ทันทีที่ข้าพเจ้าเจิมนางเสร็จ ข้าพเจ้าก็คุกเข่าลงราวกับอยู่ในความทุกข์ระทม และกล่าวถ้อยคำเหล่านี้ว่า "พระเจ้า ข้าพเจ้าได้ทำหน้าที่ของข้าพเจ้าแล้ว ข้าพเจ้าได้ออกไปนอกขอบเขตการมอบหมายของข้าพเจ้าแล้ว พระเจ้า ข้าพเจ้าขอฝากงานไว้ในพระหัตถ์ของพระองค์ให้สำเร็จ!" และขณะที่ข้าพเจ้ากำลังกล่าวเช่นนั้น ข้าพเจ้าก็ตกอยู่ในภวังค์ราวกับอยู่ในสภาวะปีติ และดูเถิด สวรรค์ก็เปิดออก และพระคริสต์ประทับอยู่เบื้องขวาของพระบิดา ทรงทูลขอต่อพระองค์ แล้วข้าพเจ้าก็ร้องออกมาว่า "พระเจ้า นั่นเป็นคำทูลขอของเรา และเรากำลังรอคำตอบ"

แม่และน้องสาวต่างสงสัยในคำพูดนั้น แต่ทันทีที่ฉันพูดจบ ก็มีคนมาบอกฉันว่า "ขอให้เป็นไปตามความเชื่อของท่าน" ฉันตอบว่า "ฉันเชื่อว่าเธอ จะหายดี" แล้วฉันก็ได้รับคำตอบว่า "ฉันจะทำ – เธอจะหายดี" จากนั้น ก่อนที่ฉันจะลุกขึ้นจากเข่า ฉันก็สรรเสริญพระเจ้าที่ทรงทำให้เธอหายดี และเมื่อฉันสรรเสริญเสร็จ ฉันก็ลุกขึ้นเดินวนรอบห้องสองสามรอบ แล้วนั่งลง และจ้องมองไปที่เธอแล้วพูดว่า "ลูกเอ๋ย พระเจ้าทรงทำให้เจ้าหายดีแล้ว" แม่ของเธอตอบว่า "ท่านคะ ท่านหมายความว่าจะพูดอย่างนั้นก่อนที่จะรู้หรือคะ" ฉันตอบว่า "ความไม่เชื่อจงหลีกไป! ลูกเอ๋ย พระเจ้าทรงทำให้เจ้าหายดีแล้ว"

แม่ของนางตอบเหมือนเดิม แล้วข้าพเจ้าก็ตอบเป็นครั้งที่สาม ด้วยความจริงใจยิ่งกว่าเดิมว่า "ลูกเอ๋ย พระเจ้าทรงรักษาเจ้าให้หายดีแล้ว" แล้วนางก็ลุกขึ้นพูดว่า "ข้าพเจ้าจะตอบแทนพระเจ้าได้อย่างไรสำหรับพระคุณทั้งหลายที่พระองค์ประทานให้! เพราะขณะที่ท่านบอกว่าข้าพเจ้าหายดีแล้วเป็นครั้งที่สอง กระดูกของข้าพเจ้าก็หักโดยไม่เจ็บปวดเลยสักนิด และก็เข้าที่แล้ว" และด้วยความประหลาดใจ เราเห็นนางยืนตรงและหายดีแล้ว

และสูงขึ้นกว่าเดิมอีกหนึ่งฝ่ามือ แล้วนางก็ยื่นเท้าออกมาให้เราดูข้อเท้า และทุกอย่างก็ดีขึ้น ความเจ็บป่วยทางร่างกายของนางก็หายไป
และจิตวิญญาณของนางก็เต็มเปี่ยมไปด้วยความรักเมตตาของพระเจ้า เหมือนกับของเรา จนเราไม่รู้จะควบคุมตัวเองอย่างไร

"มาเถิด" ฉันพูดกับแม่และน้องสาวของเธอ "เรามาขับร้องสรรเสริญพระเจ้ากันเถอะ" "ไม่ได้" แม่ของเธอกล่าว "เพื่อนบ้านจะได้ยินเรานะ นี่เป็นเวลาเพียงตีสามของวันปีใหม่ที่ผ่านมา" ฉันตอบว่า "ถ้าเราเงียบ ก้อนหินบนถนนจะร้องฟ้องเรา" ดังนั้นเราจึงร้องเพลงโดยไม่ได้เตรียมตัวล่วงหน้า และจบช่วงเช้าด้วยการอวยพรและสรรเสริญพระเจ้า ในตอนเช้าแม่ของเธอกล่าวว่า "ไปดูสิว่าน้องชายของเธอร้องไห้หรือเปล่า" เธอขึ้นไปข้างบนและไปตามเขาลงมา เขาเป็นเด็กที่แข็งแรงอายุเกือบห้าขวบ ดังนั้นในวันรุ่งขึ้น เมื่อสมาชิกในโบสถ์บางคนถูกเรียกประชุม พวกเขาก็ใช้เวลาในการสรรเสริญพระเจ้า

ลงนามในที่ประชุมคริสตจักรของเรา; พวกเราผู้มีชื่อเขียนไว้ด้านล่างนี้ (สมาชิกของสมาคมเดียวกัน) ขอรับรองความจริงในเรื่องนี้ และไม่ทราบถึงวิธีการอื่นใดที่ได้ถูกนำมาใช้
นอกจากว่าพระเจ้าทรงสำแดงฤทธานุภาพอันยิ่งใหญ่ของพระองค์ในเรื่องนี้ — โทมัส พาวเวอร์, นาธาเนียล ฮิกส์, จอห์น แบล็กฟิลล์, โทมัส เพตต์ลีย์, แดเนียล ฮาร์ต, โรเบิร์ต แฮร์ริส, เบนจามิน สมิธ, วิลเลียม รอว์ลิงส์, จอห์น แม็กซีย์, ซามูเอล ทอดด์, จอห์น บราวน์, โจเซฟ เอลลิงส์ฟอร์ด, ฟรานซิส ฮาวาร์ด, ฟิลิป สโตวาร์ส, เจเรไมอาห์ แบ็กซ์เตอร์" เรื่องราวข้างต้นได้รับการลงนามและสาบานโดยบุคคลจำนวนมาก รวมถึงศัลยแพทย์ผู้ซึ่งได้ตรวจและรักษาเด็กหญิงคนนั้นด้วย

หญิงคนหนึ่งหายจากอาการหูหนวกในการประชุมของจอร์จ เจฟฟรีส์

หลักฐานเพิ่มเติมเกี่ยวกับสรรพคุณในการรักษาโรคคือเรื่องราวของครูสาวท่านหนึ่งที่ได้รับการรักษาอย่างน่าอัศจรรย์ขณะที่อาจารย์ใหญ่เจฟฟรีย์กำลังเทศนา
เหตุการณ์นี้เกิดขึ้นที่เมืองฮัลล์เมื่อปี 1922 หลายปีก่อนหน้านั้น คุณครูท่านนี้ประสบอุบัติเหตุร้ายแรง กระดูกฐานกะโหลกศีรษะแตก

และสมองกระทบกระเทือน กระดูกชิ้นเล็กๆ ในศีรษะหัก ทำให้เยื่อแก้วหูข้างซ้ายทะลุ ส่งผลให้เธอหูหนวกสนิท แพทย์คนหนึ่งกล่าวว่า มีเพียงปาฏิหาริย์เท่านั้นที่จะทำให้เธอกลับมาได้ยินได้อีกครั้ง

จากอุบัติเหตุที่เกิดขึ้น ทำให้ซิสเตอร์ผู้นี้ปวดหัวอย่างรุนแรง ในระหว่างการประชุมพิเศษครั้งหนึ่งที่จัดขึ้นในเมืองฮัลล์ในปี 1922 พระเจ้าได้ทรงทำการช่วยเธออย่างน่าอัศจรรย์ โดยไม่ต้องมีการวางมือใดๆ บนตัวเธอ เธอก็หายดีอย่างทันทีและสมบูรณ์ เธอเสริมว่า "พระเจ้าประทานหูใหม่ให้ฉัน" ชีวิตอันศักดิ์สิทธิ์ได้เติมเต็มตัวตนของเธอด้วยความรุ่งโรจน์ที่ไม่อาจบรรยายได้

ส่วนหนึ่งจากหนังสือ "รังสีบำบัด" โดย จอร์จ เจฟฟรีย์ส

หญิงชาวออสเตรเลียหายจากโรคร้ายแรงหลายโรค

สวัสดีครับ ผมชื่อลาร์ส ผมอยากจะเล่าให้ฟังว่าพระเจ้าทรงรักษาเพื่อนของผม รีเบคก้า อย่างอัศจรรย์จากโรคภัยไข้เจ็บมากมาย รวมถึงอาการหูหนวก โรคไฟโบรไมอัลเจีย กลุ่มอาการอ่อนเพลียเรื้อรัง โรคลำไส้แปรปรวน หูอื้อ และโรคจมูกอักเสบ

รีเบคก้าเรียนอยู่โรงเรียนเดียวกับคลอเดียและบิลลี่ ซึ่งเป็นคริสเตียนมานานแล้วในกลุ่มของเรา ไม่นานหลังจากที่รู้จักกัน พ่อแม่ของรีเบคก้าก็บอกเธอว่าอย่าไปยุ่งกับพวกเขา เพราะคิดว่าพวกเขาเป็นส่วนหนึ่งของลัทธิ แต่รีเบคก้าก็ไม่หยุด และมิตรภาพที่ดีก็เกิดขึ้นระหว่างพวกเขา อย่างไรก็ตาม เมื่อเวลาผ่านไป พวกเขาก็ขาดการติดต่อ เพราะรีเบคก้าได้ย้ายไปอยู่ที่ดันเฟอร์มลินเมื่ออายุ 19 ปี เพื่อเรียนต่อ

ในเวลานั้น เธอหูหนวกข้างขวา เธอเป็นโรคสูญเสียการได้ยินแต่กำเนิดจากความผิดปกติของระบบประสาทรับเสียง แพทย์ตรวจพบเมื่อเธออายุ 4 ขวบ และเมื่อเธอเข้าสู่วัยรุ่น เธอต้องเริ่มใช้เครื่องช่วยฟัง เธอได้รับการวินิจฉัยว่าเป็นโรคไฟโบรไมอัลเจียเมื่ออายุ 14 ปี

แม้ว่าเธอจะป่วยเป็นโรคนี้และโรคอื่นๆ อีกหลายชนิดมาก่อนหน้านั้นแล้วก็ตาม โรคเหล่านั้นบางส่วนได้แก่ กลุ่มอาการอ่อนเพลียเรื้อรัง โรคข้อต่อขากรรไกรอักเสบ (TMJD) โรคข้อศอกอักเสบ (เอ็นอักเสบที่ข้อศอก) โรคข้อเข่าอักเสบ (เข่าแม่บ้าน) โรคลำไส้แปรปรวน หูอื้อ และโรคจมูกอักเสบ

จนกระทั่งรีเบคก้าอายุ 19 ปี เธอก็สามารถใช้ชีวิตอยู่กับสุขภาพที่เป็นอยู่ได้ มันเป็นการต่อสู้ดิ้นรนเสมอ แต่เธอก็ยังคงไปโรงเรียน ไปทำงาน และมีชีวิตทางสังคมได้ แต่หลังจากย้ายไปอยู่ที่ดันเฟอร์มลินไม่นาน เธอก็ป่วยหนัก ความเจ็บปวดรุนแรงขึ้น และความเหนื่อยล้าก็มากมายจนเธอแทบลุกจากเตียงไม่ได้ ในไม่ช้า เธอก็ไม่สามารถใช้ชีวิตปกติได้อีกต่อไป ความเจ็บปวดและความเหนื่อยล้าทำให้เธออ่อนแอจนการเรียนได้รับผลกระทบ และเธอต้องดิ้นรนเพื่อรับมือกับงานพาร์ทไทม์ ยิ่งไปกว่านั้น เธอยังเป็นโรคเส้นประสาทกลอสโซฟาริงเจียล ซึ่งเป็นภาวะที่หลอดเลือดแดงและเส้นประสาทกดทับกันที่ด้านหลังของสมอง ทำให้เกิดความเจ็บปวดอย่างแสนสาหัส ราวกับถูกแทงทะลุหูซ้ายเข้าไปในศีรษะ มีบางวันที่เธอสามารถออกไปเดินเล่นได้บ้าง แต่ส่วนใหญ่แล้วเธอต้องนอนอยู่บนเตียง

หากคุณเคยประสบกับปัญหาสุขภาพเหล่านี้หรือคล้ายคลึงกัน คุณจะเข้าใจถึงความเจ็บปวดและความไม่สบายอย่างรุนแรงที่เธอต้องเผชิญ เพื่อรับมือกับความเจ็บปวด เธอจึงต้องไปโรงพยาบาลเพื่อฉีดยาสเตียรอยด์ และยังรับประทานยาแก้ปวดและยากล่อมประสาทหลายชนิด รวมถึงทรามาดอล (สารประกอบมอร์ฟีน) และไดอะซีแพม นอกจากนี้ เธอยังรับประทานยาต้านการอักเสบชนิดรุนแรง เช่น อาร์โทรเทค ซึ่งทำให้เธอเกิดแผลในกระเพาะอาหาร ส่วนเรื่องอาการปวดเส้นประสาทกลอสโซฟาริงเจียล แพทย์ต้องการผ่าตัด โดยการเปิดกะโหลกศีรษะและใส่ชิ้นส่วนเล็กๆ ระหว่างหลอดเลือดแดงและเส้นประสาทในสมอง เพื่อพยายามกำจัดความเจ็บปวดโดยสิ้นเชิง และมีโอกาส 80% ที่การผ่าตัดจะประสบความสำเร็จ

มาถึงจุดนี้ เธอหมดสิ้นความทะเยอทะยาน รู้สึกเหมือนถูกกักขังและถูกตัดขาดจากโลกภายนอก เธอไม่มีชีวิตทางสังคมอีกต่อไป ต้องเลิกเรียนและเลิกงานพาร์ทไทม์ด้วย แพทย์บอกว่าเธอจะไม่มีวันหายดี เธอจึงไปพบจิตแพทย์เพราะความซึมเศร้าและความสิ้นหวังที่เธอเผชิญ ความคิดในแต่ละวันของเธอมีแต่ "ทำไมถึงเป็นแบบนี้?" "ฉันทำอะไรผิดถึงต้องเจอแบบนี้?" และ "ชีวิตนี้ยังมีความหมายอะไรอีกไหม?"

ในช่วงที่เธอตกต่ำที่สุด เธอถูกรุมเร้าด้วยความคิดฆ่าตัวตายอย่างต่อเนื่อง เธอต้องย้ายกลับไปอยู่กับพ่อแม่ เพราะเธอไม่สามารถอยู่คนเดียวได้อีกต่อไป นั่นเป็นช่วงที่เธอเริ่มอธิษฐานต่อพระเจ้าและอยากติดต่อกับเพื่อนของเธอ คลอเดีย อีกครั้ง สองสามสัปดาห์หลังจากกลับไปอยู่กับพ่อแม่ เธอได้เจอกับคลอเดียโดยบังเอิญ และคลอเดียก็ได้ชวนเธอไปร่วมประชุมที่โบสถ์ นี่เป็นครั้งแรกที่ฉันได้พบกับรีเบคก้า รีเบคก้าบอกเราว่าเธอรู้สึกอบอุ่นใจกับพวกเรามาก และเนื่องจากอาการป่วยของเธอทำให้เธอไม่สามารถมาได้อีกในอีกสองสามสัปดาห์ต่อมา ในระหว่างการประชุมนี้ เราได้พูดคุยกันถึงฤทธิ์อำนาจของพระเจ้า และพระเจ้าทรงปรารถนาให้ผู้คนมีสุขภาพแข็งแรง และทรงคาดหวังให้ผู้ติดตามของพระองค์อธิษฐานเพื่อผู้ป่วย เราได้อ่านพระคัมภีร์หลายข้อ เช่น มาระโก 16:15-20, อิสยาห์ 53:5, มัทธิว 4:23 และฮีบรู 13:8 และอธิบายความหมายของข้อพระคัมภีร์เหล่านั้น

ในที่ประชุมนั้นมีผู้คนมากมายได้รับการอธิษฐาน และรีเบคก้าขอให้มีการอธิษฐานเพื่ออาการปวดเส้นประสาทบริเวณคอหอยที่เธอเป็นอยู่ เราวางมือบนเธอและอธิษฐานในนามของพระเยซู (มาระโก 16:18) ในตอนแรกเธอยังคงเจ็บปวดอยู่ ราวกับว่ามีคนแทงเข้าที่หูของเธอ แต่ทันทีที่เธอเดินออกจากที่ประชุม ความเจ็บปวดก็หายไปอย่างสิ้นเชิง เป็นครั้งแรกในรอบ 3 ปีครึ่ง และจนถึงทุกวันนี้ความเจ็บปวดก็ไม่กลับมาอีกเลย เธอตระหนักว่าพระเจ้าทรงมีอยู่จริง และกลับมาอีกครั้งในสัปดาห์ถัดมา แม้ว่าพ่อแม่ของเธอจะขู่ว่าจะไล่เธอออกจากบ้านหากเธอไปอีกก็ตาม ในคืนวันศุกร์นั้น เราบังเอิญมีการจัดคืนอธิษฐาน และนำรีเบคก้าอ่านพระคัมภีร์เกี่ยวกับการได้รับความรอด เราได้ศึกษาพระคัมภีร์เกี่ยวกับการรับบัพติศมาโดยการจุ่มน้ำ และเรเบคก้าขอรับบัพติศมา ซึ่งเราก็ได้ทำพิธีให้เธอในอ่างอาบน้ำชั้นบนทันที

หลังจากนั้นเราได้ศึกษาพระคัมภีร์เกี่ยวกับการรับพระวิญญาณบริสุทธิ์ (กิจการ 2:4, ลูกา 11:13) แล้วเราก็วางมือบนเธอและขอให้พระเจ้าทรงเติมเต็มเธอด้วยพระวิญญาณบริสุทธิ์ ผลที่ได้คือเธอเริ่มพูดภาษาใหม่ๆ และบังเกิดใหม่

จากนั้นเราก็วางมือบนตัวเธออีกครั้งและขอให้พระเจ้าทรงรักษาเธอให้หายขาดจากปัญหาสุขภาพทั้งหมดที่เธอเป็นอยู่ รวมถึงอาการหูหนวกข้างขวา และพระเจ้าก็ทรงรักษาเธอทันทีจากทุกอย่าง! หลังจากที่ฉันพูดเข้าไปในหูข้างขวาของเธอ เธอก็แทบจะกระโดดขึ้นเพราะเสียงดังมาก โลกด้านขวาของเธอเต็มไปด้วยเสียง! เธอไม่หูหนวกอีกต่อไปและไม่ต้องใช้เครื่องช่วยฟังอีกแล้ว อาการปวดกล้ามเนื้อเรื้อรังก็หายไปเช่นกัน และความเจ็บปวดทั้งหมดที่เธอทนทุกข์ทรมานมาหลายปีก็หายไปหมด เธอพูดว่าเธอรู้สึกอยากวิ่ง เพราะเธอเต็มไปด้วยพลังงาน และที่สำคัญที่สุด ในคืนนั้นเธอสามารถนอนหลับได้เป็นครั้งแรกในรอบหลายปี

คำให้การจากเว็บไซต์ของ Christian Assemblies International ซึ่งเป็นนิกายเพนเตโคสต์ในออสเตรเลีย

มิชชันนารีของ Iris Ministries ได้รับการรักษาผ่านทาง Bill Johnson – วิดีโอคำให้การ

เมลิสซา แมคคินนีย์ เป็นมิชชันนารีของ Iris Ministries ที่ป่วยหนักขณะอยู่ต่างประเทศ หลังจากไปพบแพทย์หลายคนแล้วแต่ก็ไม่หาย ในความฝันพระเยซูตรัสกับเธอและบอกให้เธอไปที่โบสถ์เบเธลในเมืองเรดดิง รัฐแคลิฟอร์เนีย ที่นั่นเธอจะได้รับการรักษาอย่างสมบูรณ์ วิดีโอนี้คือคำให้การของเธอ
รับชมวิดีโอ YouTube นี้เพื่อฟังคำให้การของเธอ
http://www.godtube.com/watch/?v=YLLYGNNX

การรักษาอันน่าอัศจรรย์ผ่านทางชาร์ลส์ เอฟ. พาร์แฮม

คนส่วนใหญ่มักนึกถึงชาร์ลส์ พาร์แฮมในฐานะผู้นำของขบวนการเพนเตโคสต์ยุคแรก แต่เขามีพันธกิจด้านการรักษาโรคมาตลอดชีวิต ในปี 1905 เขาได้จัดงานประชุมรักษาโรคในเมืองฮิวสตัน รัฐเท็กซัส มีหญิงคนหนึ่งมาร่วมประชุม เธอประสบอุบัติเหตุรถรางในปี 1902 และเป็นอัมพาตต้องนั่งรถเข็น

หลังจากสวดมนต์เสร็จ
“เธอลุกขึ้นจากเก้าอี้และเดินไปรอบห้องโถงด้วยความปีติยินดีอย่างล้นเหลือ ตะโกน ปรบมือ และสรรเสริญพระเจ้าสำหรับการฟื้นฟู เหตุการณ์นี้สร้างความตื่นเต้นอย่างมาก คุณนายดูลาเนย์เดินลงจากห้องโถงและกลับบ้าน
เธอเข้าร่วมการประชุมของพวกเขาเป็นประจำทุกวันตั้งแต่นั้นมา
แต่ไม่ได้นั่งในตำแหน่งประธานอีกต่อไป”

ข้อความที่ตัดตอนมาจากหนังสือพิมพ์ The Houston Suburbanite

ปาฏิหาริย์ในวอร์ด 17 – พระเจ้าทรงใช้แอกเนส แซนฟอร์ด

ในบรรดาสามเหตุการณ์นั้น มีปาฏิหาริย์ของเฟรเดอริคอยู่ด้วย เขาอยู่ในห้องส่วนตัว ซึ่งตามธรรมเนียมของโรงพยาบาลนั้นหมายความว่าเขาใกล้จะตายแล้ว เขามีสภาพผอมแห้งและเหี่ยวย่นจนดูเหมือนลิงแก่ที่เหี่ยวแห้ง ผิวของเขาเหลือง ซี่โครงปูดโปน และผิวหนังระหว่างซี่โครงกระเพื่อมขณะที่เขาหายใจ มีท่อเสียบอยู่ในรูจมูกทั้งสองข้างและติดอยู่ที่ข้อมือทั้งสองข้าง และโดยปกติจะมีแพทย์หรือพยาบาลอยู่กับเขา เมื่อเดินผ่านห้องนั้น ฉันมักจะอธิษฐานให้เขาอย่างรวดเร็ว แต่ไม่กล้าเข้าไปข้างในและวางมือบนตัวเขา และการอธิษฐานทั่วไปจากระยะไกลนั้นไม่เพียงพอ มันต้องอาศัยการปรากฏตัวโดยตรงและถ้อยคำแห่งศรัทธา และถ้าเป็นไปได้ การวางมือเพื่อเป็นช่องทางที่เพียงพอสำหรับพลังแห่งการรักษาของพระเจ้า

อย่างไรก็ตาม วันหนึ่งเขาอยู่คนเดียวและตื่นอยู่ ด้วยความกล้าหาญอย่างยิ่ง แต่ด้วยความรู้สึกสงสาร ผมจึงเข้าไปหาเขา ตลอดหลายปีที่ผ่านมา ผมพบว่ามีเพียงแรงจูงใจเดียวที่มีประสิทธิภาพในการรักษา นั่นคือ ความสงสาร หากเราปรารถนาจะรักษาใครสักคนด้วยฤทธิ์อำนาจของพระเยซูเพื่อถวายเกียรติแด่พระเยซู เรามักจะล้มเหลวในการเข้าถึงบุคคลนั้น พระเยซูทรงได้รับเกียรติอย่างแน่นอนผ่านการรักษาทุกครั้ง แต่ก็ต่อเมื่อเราเป็นเช่นเดียวกับพระองค์ คือ "ถูกขับเคลื่อนด้วยความสงสาร" (มารก 1:41)

"ดูเหมือนคุณจะหมดสภาพแล้วนะ" ฉันพูด (ฉันพบว่าผู้ชายชอบวิธีการพูดตรงไปตรงมาแบบนี้) "ใช่" เขาตอบ "เป็นอะไรเหรอ?" ฉันถาม ฉันมองไม่เห็นบาดแผล และไม่ได้กลิ่นโรคกระดูกอักเสบ "ลิ่มเลือด" เขาตอบอย่างไม่ให้ความกระจ่างใดๆ ฉันคิดว่าเรื่องนี้ไม่น่าจะรักษายากเกินไป ดังนั้นฉันจึงบอกเขาถึงพลังที่จะช่วยให้เขาหายดีได้ เขาไม่สนใจเลย ที่จริงแล้วเขาหลับตาลง เป็นการปฏิเสธอย่างชัดเจน แต่ในเมื่อฉันได้เข้ามาเกี่ยวข้องกับเรื่องนี้แล้ว ฉันก็ไม่ยอมแพ้ง่ายๆ "ฟังนะ" ในที่สุดฉันก็พูด ทำให้เขาเปิดตาขึ้นด้วยน้ำเสียงที่หนักแน่นของฉัน "ถ้าคุณให้ฉันลองทำอย่างที่ฉันบอก ฉันสัญญาว่าจะไม่พูดถึงเรื่องนี้อีก ไม่ว่าจะแพ้หรือชนะ เอาล่ะ ตกลงไหม?" "ตกลง" เขาพูดอย่างเหนื่อยหน่ายและขาดความกระตือรือร้นอย่างเห็นได้ชัด

จากนั้นเขาก็ดึงผ้าคลุมออก และฉันก็เห็นด้วยความสยดสยองว่าท้องของเขามีลักษณะเหมือนแอ่งเลือดสีดำ แทบจะมองไม่เห็นด้วยเยื่อบางๆ เลย "ไส้ทะลักออกมาหมด" เขากล่าวเมื่อเห็นความตกใจของฉัน "พวกเขาไม่อยากแบกฉันมาจากสนามรบ แต่ฉันบอกพวกเขาว่าพวกเขาต้องทำ" นี่แหละคือความปรารถนาที่จะมีชีวิตอยู่ หากจะมีสักอย่าง! เขาถูกรักษาชีวิตไว้ได้หลายเดือนด้วยการให้อาหารทางเส้นเลือด ยา และสารกระตุ้น หากฉันเห็นท้องของเขาตั้งแต่แรก โดยไม่มีกระเพาะอาหารหรืออวัยวะย่อยอาหารใดๆ เท่าที่ฉันจะบอกได้ ฉันคงไม่พูดคำแห่งศรัทธาออกมา แต่คำนั้นปรากฏอยู่ตรงนั้น และฉันก็ไม่อาจถอนมันกลับได้ ดังนั้นฉันจึงวางมือลงบนสองข้างของแอ่งเลือดสีแดงที่เปิดกว้างนี้

และจินตนาการถึงกระเพาะอาหารและอวัยวะอื่นๆ ที่สมบูรณ์แบบ และอธิษฐานขอให้พระเจ้าทรงบันดาลให้สิ่งนี้เกิดขึ้น

เมื่อผมกลับถึงบ้าน ผมโทรศัพท์ไปหาทุกกลุ่มอธิษฐานที่มีอิทธิพลที่ผมรู้จัก และขอความช่วยเหลือจาก "คริสเตียนใต้ดิน" อย่างที่เพื่อนคนหนึ่งเคยเรียกด้วยความประหลาดใจ เพราะเธอไม่รู้มาก่อนว่ามีผู้คนทั่วประเทศที่เชื่อว่าพระเยซูทรงมีชีวิตอยู่และทรงรักษาโรคได้ในปัจจุบัน และพวกเขาจะตอบสนองต่อการเรียกร้องให้ร่วมอธิษฐาน และตัวผมเองก็อธิษฐานขอให้เกิดปาฏิหาริย์ขึ้นในเมืองเฟรเดอริค นี่จะต้องเป็นปาฏิหาริย์อย่างแท้จริง ไม่ใช่การเร่งกระบวนการรักษาตามปกติ ไม่มีสิ่งใดทำได้นอกจากพระราชกิจโดยตรงของพระเจ้าผ่านทางพระเยซูคริสต์

สัปดาห์ต่อมา ฉันเดินผ่านห้องของเขาด้วยความกลัวและตัวสั่น แต่เขาหลับอยู่ และฉันก็ไม่ได้เข้าไป หนึ่งสัปดาห์ต่อมา สองสัปดาห์หลังจากที่เราอธิษฐาน ฉันเดินผ่านห้องของเขาอีกครั้ง ห้องนั้นว่างเปล่า เขาไม่ได้อยู่บนเตียง แต่เตียงยับยู่ยี่ ข้าวของกระจัดกระจายไปทั่ว และชื่อของเขายังคงอยู่บนประตู ฉันเดินต่อไปยังห้องส่วนกลางที่อยู่สุดทาง ซึ่งมีผู้ชายหลายคนนั่งอยู่บนรถเข็น แต่ฉันก็ไม่เห็นเขา สายตาของฉันเหลือบไปเห็นชายหนุ่มหน้าตาดีหน้าแดงก่ำคนหนึ่งที่อยู่ฝั่งตรงข้ามห้อง ซึ่งไม่เหมือนกับชายชราผอมแห้งที่ฉันเคยอธิษฐานให้ในห้องขังเลยแม้แต่น้อย ชายหนุ่มคนนั้นจ้องมองมาที่ฉันด้วยแววตาเป็นประกายและรอยยิ้มที่รู้ทัน สักพักฉันก็สังเกตเห็นว่ามีส่วนคล้ายคลึงกันอยู่เล็กน้อย

"คุณคงไม่ใช่เฟรเดอริคใช่ไหม" ฉันถามเขา รอยยิ้มของเขากว้างขึ้น "ใช่ครับ ผมเอง" เขาตอบ ฉันนึกถึงคำสัญญาของตัวเอง จึงไม่ได้พูดถึงเรื่องนั้น แต่ถามเพียงว่า "แล้วคุณจะทำอะไรต่อล่ะ" "ผมคิดว่าจะไปอเมริกาใต้แล้วหางานทำ" เขาตอบ "ดูเหมือนจะเป็นความคิดที่ดี" ฉันพูด "พี่ชายผมเคยทำงานที่นั่นบนภูเขา เขาชอบที่นั่น" แล้วฉันก็เหลือบมองรถเข็นของฉัน "ลองชิมแอปเปิ้ลดูไหม" เขารับแอปเปิ้ลไปหนึ่งลูก แล้วฉันก็หันหลังเดินจากไป

เขาพูดอีกครั้งหนึ่ง และฉันก็หันกลับไปมอง “แต่เท้าฉันยังบวมอยู่เลย” เขากล่าว “นั่นก็เพราะว่ามันยังไม่ชินกับการยืนของคุณนั่นแหละ” ฉันตอบ “อีกไม่นานมันก็จะหายดี” และด้วยคำพูดให้กำลังใจนั้น ฉันก็จากไป สัปดาห์ต่อมาเขาไม่ได้อยู่ในห้องขัง เขาได้รับการปล่อยตัวและกลับบ้านแล้ว ครั้งหนึ่งฉันได้คุยกับบาทหลวงสั้นๆ ฉันเล่าเรื่องของเฟรเดอริค เพราะฉันรู้ว่าเขามาเยี่ยมที่วอร์ด 17 และต้องเคยเห็นชายหนุ่มคนนั้นแน่ๆ

“นั่นคือสิ่งที่เกิดขึ้นกับเขาเหรอ?” เขาร้องออกมาด้วยความประหลาดใจ เขาไม่ได้หมายถึงการรักษาทางกายของชายหนุ่ม แต่หมายถึงการตื่นรู้ทางจิตวิญญาณของเขา “ทันทีที่เขาลุกจากเตียงได้ เขาก็มาหาผมทุกวัน” บาทหลวงกล่าว “เขาอยากได้พระคัมภีร์ เขาอยากรู้ทุกอย่างเกี่ยวกับพระเจ้าและเกี่ยวกับพระเยซูคริสต์” สามเดือนต่อมา ด้วยความประหลาดใจอย่างที่สุด ฉันเดินผ่านห้องขังนั้นในวอร์ด 17 และเห็นชื่อของเฟรเดอริคอยู่บนประตูอีกครั้ง ภายในห้องขังนั้นมีชายหนุ่มร่างสูงใหญ่ หน้าตาดี ยืนอยู่ เขาดูเหมือนเจ้าหน้าที่รักษาความปลอดภัยชายหาดที่แอตแลนติกซิตี้ “คุณจะเป็น—” และเขาก็พูดอีกครั้ง “ใช่ครับ ผมเป็น” “คุณมาทำอะไรที่นี่?” “แค่มาตรวจสุขภาพครบ 90 วันครับ” เขาตอบ “ผมเคยเป็นดีซ่าน แต่ตอนนี้หายดีแล้ว”

ฉันไม่เคยเจอเขาอีกเลย แต่ฉันภาวนาต่อพระเจ้าว่าพระองค์จะทรงหาทางนำทางชายหนุ่มคนนี้อย่างอ่อนโยนในทุ่งหญ้าของพระองค์ และปกป้องเขาจากพิษร้ายของคริสตจักรที่ไม่เชื่อพระเจ้า บางทีเฟรเดอริคอาจเป็นหนึ่งในผู้ที่กล้าพูดความจริง และช่วยปลุกยักษ์ใหญ่ที่หลับใหลของคริสตจักรให้ตื่นขึ้นสู่ชีวิตใหม่

ข้อความที่ตัดตอนมาจากหนังสือ “คำสั่งปิดผนึก: อัตชีวประวัติของนักบวกลึกลับคริสเตียน” โดยแอกเนส แซนฟอร์ด จัดพิมพ์โดยสำนักพิมพ์บริดจ์-โลโกส ธันวาคม 1972

การเยียวยาผ่านทางเจมส์ มัวร์ ฮิกสัน

(รูปแบบการรายงานที่ค่อนข้างเกินจริงไปหน่อย แต่ข้อเท็จจริงยังคงเหมือนเดิม...)

รายงานการรักษาในปารีสโดยเจมส์ มัวร์ ฮิกสัน

นักแสดงหญิงชื่อดังชาวปารีส
ถูกคนรักที่สิ้นหวังซึ่งเธอปฏิเสธที่จะแต่งงานด้วยทำร้ายที่หน้าอก
เธอจึงวิงวอนขอให้หมอรักษาบาดแผลและขจัดความ
เจ็บปวดแสบร้อนที่ไม่หยุดหย่อนซึ่งทำให้วันของเธอทุกข์ทรมานและคืนของเธอเป็นดั่งความทรมาน

ผู้คนในโบสถ์ต่างรอคอยการกระทำของหมอรักษาโรคอย่างใจจดใจจ่อ
ชายผู้เคร่งศาสนาที่พยายามปฏิบัติตามหลักการของศาสนาคริสต์อย่างแท้จริง
เขาจะมีท่าทีอย่างไรต่อหญิงสาวบนเวทีผู้มีอาชีพเอาใจคนไร้สาระ?

"ท่ามกลางบรรยากาศแห่งความตึงเครียด ความตื่นเต้นที่ถูกกดดัน และความเงียบงันที่ไม่น่าเกรงขาม
มิสเตอร์ฮิกสันได้วางมือลงบนใบหน้าของดาราสาวสวยขวัญใจมหาชน
ผู้ซึ่งใบหน้าซีดขาวราวกลีบดอกการ์เดเนีย และอธิษฐาน! เขาไม่ได้ถามคำถามใดๆ ไม่ได้ชักชวนให้ใคร เขาเพียงแค่ยอมรับคำขอความช่วยเหลือทางจิตวิญญาณของเธอ และใช้พลังทั้งหมดที่เขาเชื่อว่าตนเองมีอยู่เพื่อช่วยผู้ที่ทุกข์ทรมานให้ฟื้นคืนความแข็งแรงและสุขภาพที่ดี"

ในที่สุด การวางมือรักษาก็จบลง นักเทศน์และนักแสดงหญิงเผชิญหน้ากัน
ทันใดนั้นหญิงสาวก็ฉีกชุดคอสูงที่ปิดบังบาดแผลที่ลึกเกือบถึงกลางลำคอออก
"บาดแผลที่ถูกฟันอย่างโหดเหี้ยมด้วยมีดของชายคลั่งยังคงเปิดอยู่
แต่บาดแผลเหล่านั้นไม่แดงและดูน่ากลัวอีกต่อไปแล้ว!
มันซีดลงและแสดงให้เห็นสัญญาณของการหายดี
ตอนนี้ว่ากันว่านักแสดงหญิงหายดีเป็นปกติแล้ว
และบาดแผลเหล่านี้ซึ่งเปิดอยู่เกือบสิบเอ็ดเดือนก็หายดีภายในสองสัปดาห์หลังจากการรักษาของมิสเตอร์ฮิกสัน โดยไม่ทิ้งรอยแผลเป็นใดๆ"

พิมพ์ซ้ำจากหนังสือพิมพ์ Advocate เมืองเบอร์นี รัฐแทสเมเนีย วันที่ 22 มกราคม 1929 ฮิกสันเป็นที่รู้จักกันดีในออสเตรเลียจากภารกิจการรักษาโรคในปี 1923 ของเขา

ฟื้นคืนชีพในโอเรกอน

เรื่องราวที่บันทึกไว้อย่างครบถ้วนของโทมัส เอ็ม. เวลช์ ผู้ซึ่งพลัดตกจากที่สูง 55 ฟุตเสียชีวิต เขาจมอยู่ใต้น้ำอย่างน้อยสามในสี่ของชั่วโมงก่อนที่จะพบร่างของเขา เขาฟื้นคืนชีพด้วยคำอธิษฐานแห่งศรัทธาและกลับไปทำงานได้ในสัปดาห์เดียวกัน!
นี่เป็นหนึ่งในปาฏิหาริย์ที่ยิ่งใหญ่ที่สุดแห่งศตวรรษที่ 20 อย่างแท้จริง

สำหรับลิงก์นี้
http://www.healingandrevival.com/OregonMiracle.pdf

หายจากโรคข้ออักเสบด้วยความช่วยเหลือของวิลเลียม แบรนแฮม

เจ.เอช. กันเดอร์สัน จากพอร์ตแลนด์ รัฐโอเรกอน ได้ส่งคำให้การต่อไปนี้ไปยังนิตยสาร Voice of Healing ซึ่งตีพิมพ์ในเดือนพฤษภาคม ปี 1948

ฉันเป็นโรคข้ออักเสบซึ่งเป็นมาหลายเดือนแล้ว ฉันได้รับการอธิษฐานเผื่อหลายครั้ง ดังนั้นฉันจึงไปหาหมอ และหมอบอกว่าฉันเป็นหนักมาก และปวดข้ออย่างรุนแรง หมอฉีดยาให้ฉัน 36 เข็มที่แขน แต่ก็ไม่ค่อยได้ผลเท่าไหร่ ฉันปวดแขน ปวดเท้า และปวดทุกข้อ ฉันแย่มาก ฉันยกมือขึ้นสูงกว่าปากไม่ได้ และต้องเดินไปเดินมาอยู่นานกว่าจะแต่งตัวได้ จากนั้นฉันบอกสามีว่าฉันจะหยุดไปหาหมอ และจะไปร่วมการประชุมอธิษฐานทุกเช้าแทน แต่ก็ยังไม่หายปวดอยู่ดี

ฉันหาที่อยู่ของพี่แบรนแฮมได้แล้ว จึงส่งผ้าเช็ดหน้าไปให้เขาเจิมและอธิษฐานให้ ในเช้าวันที่ 29 ธันวาคม ฉันตื่นขึ้นมาและอาการปวดทั้งหมดก็หายไป ฉันแต่งตัวและไปทำงานทำความสะอาดครัว ฉันล้างจานและงานไม้ รู้สึกดีขึ้นมาก

สามวันต่อมา ฉันได้รับผ้าเช็ดหน้าผืนนั้นจากพี่แบรนแฮม และเมื่อมองดูตราประทับไปรษณีย์ ก็พบว่า เช้าวันนั้นท่านได้อธิษฐาน และฉันก็หายดีแล้ว ฉันยังคงหายดีอย่างสมบูรณ์จนถึงทุกวันนี้

การเยียวยาผ่านผ้าภาวนา – ชาร์ลส์และฟรานเซส ฮันเตอร์

เพราะเราเชื่อมั่นในผ้าชิ้นเล็กๆ ที่เราเจิมไว้ หลายคนจึงได้รับการรักษาให้หายเมื่อเราส่งผ้าเหล่านั้นออกไป!

หนึ่งในเหตุการณ์ที่น่าตื่นเต้นที่สุดเริ่มต้นขึ้นเมื่อเราได้รับจดหมายจากคุณยายท่านหนึ่งในเมืองเฟลส์เวิร์ธ ประเทศอังกฤษ เธอได้ยินเกี่ยวกับพันธกิจการรักษาของเราและเขียนจดหมายมาหาเรา ในจดหมายนั้น เธอเล่าให้เราฟังเกี่ยวกับหลานสาวของเธอที่เกิดมาพร้อมกับความพิการแต่กำเนิดที่สะโพกและภาวะน้ำในสมอง (ความผิดปกติของสมอง) ทารกที่มีภาวะน้ำในสมองมักจะมีชีวิตอยู่ได้ไม่นาน เพราะนั่นเป็นความผิดปกติร้ายแรงของร่างกาย ซึ่งเป็นผลมาจากปีศาจอย่างแน่นอน และไม่ใช่สิ่งที่พระเจ้าประทานให้

“ถ้าคุณมาอังกฤษไม่ได้นะคะ” เธอเขียนมา “ช่วยส่งผ้าอธิษฐานผืนเล็กๆ มาให้ฉันหน่อยได้ไหมคะ?” อังกฤษอยู่ไกลจากฮิวสตัน รัฐเท็กซัสมาก ดังนั้นเราและพนักงานทุกคนในออฟฟิศจึงวางมือลงบนผ้าผืนเล็กๆ นั้น เราขอให้พระเจ้าทรงประทานพลังแห่งการรักษาลงไปในผ้าผืนนั้น และเมื่อวางลงบนตัวเด็ก พลังแห่งการฟื้นคืนชีพก็จะไหลจากผ้าเข้าไปในร่างกายของเด็ก และเด็กจะได้รับการรักษาอย่างสมบูรณ์ด้วยพลังของพระเจ้า! เราเชื่อด้วยศรัทธาเหนือธรรมชาติขณะที่เราอธิษฐานเหนือผ้าผืนเล็กๆ นั้นและส่งมันไปตามพระประสงค์ของพระเจ้า เด็กกำลังหลับอยู่เมื่อผ้ามาถึง คุณยายจึงหยิบผ้าผืนเล็กๆ นั้น ม้วนแล้วใส่ไว้ในมือของเด็ก นั่นคือจุดเริ่มต้นของการติดต่อของเธอ!

คุณยายเขียนมาบอกเราว่า ทันทีที่ผ้าอธิษฐานผืนเล็กๆ นั้นสัมผัสกับด้านในกำมือของทารก กะโหลกศีรษะก็หดกลับเป็นขนาดปกติในทันที ทารกคนนั้นหายจากภาวะศีรษะโตผิดปกติแล้ว เด็กคนนั้นได้รับการรักษาให้หายขาดอย่างสมบูรณ์และทันทีด้วยพลังแห่งพระเจ้า!

จดหมายของเราถึงคุณยายชาวอังกฤษคนนั้นต้องเดินทางข้ามมหาสมุทรแอตแลนติก แม้ว่าจะเป็นเพียงซองกระดาษ แต่พระพรของพระเจ้ายังคงอยู่บนผ้าอธิษฐานตลอดการเดินทางจากฮิวสตัน อาจจะไปนิวยอร์ก แล้วจากนิวยอร์กไปลอนดอน และจากนั้นก็ส่งต่อไปยังเฟลส์เวิร์ธ ประเทศอังกฤษ พลังของพระเจ้ายังคงอยู่! อาจจะผ่านไปประมาณหนึ่งสัปดาห์หรือสิบวันระหว่างเวลาที่เราอธิษฐานและเวลาที่จดหมายอยู่ในมือของเด็กคนนั้น แต่พลังนั้นไม่ได้ลดลง! พลังนั้นยังคงแข็งแกร่งเหมือนตอนที่เราอธิษฐาน และศรัทธาที่เปิดรับของคุณยายก็ยังคงแข็งแกร่งเช่นกัน!

สองสัปดาห์ต่อมา พวกเขานำเด็กคนนี้กลับไปที่คลินิกที่เคยรักษามาก่อน และเมื่อแพทย์ทำการเอ็กซ์เรย์สะโพกของเด็ก ก็พบว่ามีเบ้าสะโพกที่สมบูรณ์แบบสองข้าง เด็กคนนี้เกิดมาโดยไม่มีเบ้าสะโพกเลย แต่ตอนนี้มีถึงสองข้างแล้ว! คุณยายเล่าว่าแพทย์ที่คลินิกบอกว่า "นี่ไม่ใช่เด็กคนเดียวกับที่เราเคยรักษามาก่อน บันทึกทางการแพทย์แสดงว่าเด็กคนนี้ไม่มีเบ้าสะโพก บันทึกทางการแพทย์แสดงว่าเด็กคนนี้เป็นโรคไฮโดรเซฟาลัส คุณพาเด็กคนนี้มาทำไม เด็กคนนี้ไม่มีน้ำในสมองและมีเบ้าสะโพกสองข้าง" ฮallelujah!

ข้อความที่ตัดตอนมาจากหนังสือ "วิธีรักษาคนป่วย" โดย ชาร์ลส์ และ ฟรานเซส ฮันเตอร์ ทั้งสองได้จากไปสู่สวรรค์แล้ว แต่โจแอน ฮันเตอร์ บุตรสาวของพวกเขายังคงสานต่อพันธกิจและจำหน่ายสื่อการฝึกอบรมของพวกเขา รวมถึงสื่อของเธอเองด้วย ดูข้อมูลเพิ่มเติมได้ที่: www.joanhunter.org

ชายคนหนึ่งไปเยือนสวรรค์หลังจากเสียชีวิต แต่กลับฟื้นคืนชีพ

จิม แอนเดอร์สันกำลังจะเสียชีวิตจากอาการหัวใจวายเฉียบพลัน สัญญาณบ่งบอกถึงปัญหาเริ่มขึ้นเมื่อหนึ่งปีก่อนหน้านั้น แต่แพทย์ของเขาบอกว่าอาการเหล่านั้น "เกิดจากความเครียด" จิมทำงานวันละ 12 ชั่วโมงในตำแหน่งหัวหน้างานที่โรงงานบำบัดน้ำเสีย แต่ครั้งนี้จิมรู้ว่ามันมากกว่าความเครียด "ผมกำลังพักผ่อนอยู่ในห้องนอน และทันใดนั้นผมก็รู้สึกเจ็บหน้าอกอย่างรุนแรง ความเจ็บปวดแผ่ลงไปที่แขนและขึ้นไปที่ด้านข้างคอ" จิมกล่าว "ผมหายใจไม่ออก และผมเรียกหาลูกสาวแล้วบอกว่า 'ลูกต้องพาพ่อไปโรงพยาบาล พ่อคงไม่รอดแล้ว'"

มีการใส่สายสวนบอลลูนเข้าไปในหลอดเลือดแดงของเขา อาการของเขาทรงตัวและถูกขึ้นทะเบียนรอรับการปลูกถ่ายหัวใจ แต่สองวันต่อมาหัวใจของจิมหยุดเต้น จิมเล่าว่า "ผมเห็นทุกคนวิ่งเข้ามาในห้อง แต่ผมไม่ได้ยินเสียงสัญญาณเตือนภัย มันเหมือนกับว่าผมจมลงไปใต้น้ำ การได้ยินหายไปหมด นั่นเป็นตอนที่ผมเริ่มอธิษฐาน ผมรู้ว่าผมกำลังจะตาย มันไม่ใช่การอธิษฐานด้วยความกลัว แต่มันเป็นการอธิษฐานด้วยความจริงใจ"

"ขณะที่ผมกำลังอธิษฐานอยู่นั้น ท้องฟ้าก็มืดลงเรื่อยๆ จนกระทั่งมืดสนิท" จิมกล่าว "สิ่งต่อไปที่ผมรู้ก็คือ ในระยะไกล ผมเห็นแสงสีขาว มันสวยงามมาก มันไม่ได้ทำให้ตาพร่า แต่บริสุทธิ์และสมบูรณ์แบบ ขณะที่ผมเริ่มเดินเข้าไปหาแสงนั้น ผมก็มองเห็นขอบนอกของมันที่เริ่มหมุนวน และผมก็ไม่รู้ว่านั่นคืออะไร แต่เมื่อผมเข้าไปใกล้มากขึ้น ผมก็เห็นว่ามันคือคำอธิษฐานที่หมุนวนอยู่ คำเหล่านั้นขาดหายไป แล้วหายไปในแสงนั้น และผมก็ตามเข้าไปในแสงนั้น"

"สิ่งต่อไปที่ผมรู้สึกคือถูกโอบกอด...ปลอดภัยและมั่นคง มันรู้สึกวิเศษมาก มันรู้สึกเหมือนได้รับความรักอย่างเต็มเปี่ยม" จิมกล่าว "จากนั้นผมก็รู้ตัวอีกทีก็กำลังมองลงไปที่ห้องที่ร่างของผมอยู่ ผมเห็นทุกคนกำลังช่วยผมอยู่ ผมได้ยินสิ่งที่พวกเขากำลังพูด มีพยาบาลสองคนอยู่ข้างนอกห้องมองเข้ามา คนหนึ่งพูดกับอีกคนว่า 'ทำไมพวกเขาทุ่มเทกันขนาดนี้ เขาจากไปแล้ว ถ้าพวกเขานำเขากลับมาได้ เขาก็คง เป็นแค่ผัก' ต่อมาผมก็เล่าให้เธอฟังว่าเธอพูดอะไร เธอแทบจะเป็นลม"

จากนั้นจิมก็คิดในใจว่า “เด็บบี้อยู่ไหน?” ทันใดนั้นเขาก็อยู่ในห้องเดียวกับเธอ เด็บบี้ ภรรยาของจิมเล่าว่า “ฉันเพิ่งอธิษฐานเสร็จ คุณรู้ไหม ‘เขาเป็นของพระองค์ พระเจ้า’ เพราะฉันรู้ว่านั่นเป็นวิธีเดียวที่เขาจะกลับมาหาเรา...ถ้าพระเจ้าทรงประสงค์” จิมจำได้ว่า “เมื่อเธออธิษฐานเสร็จ ผมก็จ้องไปที่ใบหน้าของเธอ และเมื่อผมเห็นใบหน้าของเธอ ผมเห็นทุกแง่มุมของชีวิตเราด้วยกัน ตั้งแต่วันแรกที่เราพบกัน การแต่งงาน การเกิดของลูกๆ ทุกอารมณ์ที่เราแบ่งปันกัน...ผมไม่อาจทิ้งเธอไปได้ ผมไม่อาจทิ้งเธอไปได้จริงๆ” “ผมร้องขอต่อพระเจ้าและพูดว่า ‘พระเจ้า ข้าพเจ้ารักพระองค์มาก แต่โปรดให้ข้าพเจ้ากลับไป’ ผมพูดว่า ‘ภรรยาของผมต้องการผม ลูกๆ ของผมต้องการผมมาก มากจริงๆ โปรดให้ข้าพเจ้ากลับไป’ ”

แพทย์และพยาบาลไม่ยอมแพ้
พวกเขาช็อกจิมหลายครั้งจนเนื้อบนหน้าอกของเขาไหม้เกรียม
จากนั้นแพทย์ก็ได้ยินเสียงหัวใจเต้น “ผมฟื้นคืนสติด้วยความเจ็บปวด” จิมกล่าว “พวกเขาช็อกผมหลายครั้งมาก มันเหมือนกับการขึ้นมาจากน้ำ การได้ยินของผมกลับมา ผมได้ยินพวกเขาบอกผมว่า 'ฉันไม่อยากเชื่อเลยว่าเขากลับมาแล้ว...เขากลับมาแล้ว!' พวกเขาถามว่า 'คุณได้ยินฉันไหม?' และผมก็ได้หายใจเองเป็นครั้งแรก คุณเคยลิ้มรสดอกสายน้ำผึ้งไหม? นั่นแหละคือรสชาติของลมหายใจครั้งแรกนั้น มันหวานมาก วิเศษมาก และผมก็ขอบคุณพระเจ้า”

จิมยังมีชีวิตอยู่...แต่หัวใจของเขายังทำงานไม่ปกติ
“พวกเขาทำให้เขาอยู่ในภาวะโคม่าทางการแพทย์ เพื่อให้ร่างกายของเขาได้ฟื้นตัว ดังนั้นฉันจึงไม่สามารถพูดคุยกับเขาได้หลายวัน” เด็บบี้กล่าว จิมใช้เวลา 17 วันถัดมาในห้องไอซียู เขาหัวใจหยุดเต้นอีกหลายครั้ง และทุกครั้ง พระเยซูจะถามคำถามเขา... “ในครั้งต่อๆ ไปที่หัวใจผมหยุดเต้นและกำลังจะดับลง พระองค์จะถามว่า ‘แน่ใจหรือว่านี่คือสิ่งที่เจ้าต้องการ?’ และทุกครั้งผมจะขอให้พระองค์กลับมา ” จิมกล่าว จิมตื่นขึ้นจากภาวะโคม่าทางการแพทย์ หัวใจของเขากลับมาทำงานได้มากขึ้น จาก 5 เปอร์เซ็นต์เป็น 30 เปอร์เซ็นต์ เขาไม่จำเป็นต้องได้รับการปลูกถ่ายหัวใจอีกต่อไป “มันเป็นกระบวนการที่ยาวนาน แต่โดยพื้นฐานแล้วมันดีมากที่ได้ยินเสียงของเขาอีกครั้ง” เด็บบี้กล่าว

แพทย์ของเขาผ่าตัดฝังเครื่องกระตุ้นหัวใจไว้ในหน้าอก เพียงไม่กี่วันต่อมา จิมก็สามารถกลับบ้านได้ทันเวลาเพื่อร่วมงานรับปริญญาของลูกสาว แพทย์คนหนึ่งเคยบอกจิมว่าเขาจะมีชีวิตอยู่ได้อีกเพียงหนึ่งปีเท่านั้น เหตุการณ์นั้นเกิดขึ้นเมื่อกว่าเจ็ดปีที่แล้ว
"มันทำให้เราสนิทกันมากขึ้น...สนิทกันมากขึ้นกว่าเดิม เราพูดคุยกันเรื่องต่างๆ และไม่ว่าอะไรก็ตามที่ต้องทำในแต่ละวัน เราก็ทำเลย คุณรู้ไหม เราไม่ไปสนใจเรื่องเล็กๆ น้อยๆ อีกต่อไปแล้ว" เด็บบี้กล่าว

จิมรู้ว่าทุกวันที่เขาอยู่กับครอบครัวคือพรจากพระเยซูคริสต์
"ผมพยายามที่จะเป็นพยานถึงพระเจ้าอย่างน้อยวันละหนึ่งคน...เพื่อให้พวกเขารู้ว่าเรื่องนี้ไม่ใช่เรื่องของผม...แต่เป็นเรื่องชีวิตของพวกเขา! และเพื่อให้พวกเขารู้ว่าพระองค์ทรงอยู่เคียงข้างพวกเขา และพระองค์ทรงรักพวกเขา" จิมกล่าว

จากคำให้การของ CBN เรื่อง "สวรรค์รอได้"

การรักษาโรคมะเร็งต่อมลูกหมาก

"เมื่อ 1 ปีครึ่งที่แล้ว ผมได้รับการวินิจฉัยว่าเป็นมะเร็งต่อมลูกหมาก (ระยะลุกลาม) หลังจากเข้ารับการรักษาด้วยฮอร์โมนตามที่แพทย์กำหนด ค่า PSA ของผมก็เพิ่มขึ้นเป็น 95 หลังจากที่เคยลดลงเหลือ 15.7 บาทหลวงของผมได้แนะนำให้ผมรู้จักกับศูนย์การอธิษฐาน Healing Rooms เราจึงเดินทางไปที่ Austin Healing Rooms ซึ่งอยู่ห่างออกไป 90 ไมล์ เพื่อเข้ารับการอธิษฐาน และผมได้อธิษฐานขอพลังแห่งการรักษาจากพระเจ้า ผมรู้ว่าพระเจ้าทรงรักษาโรคมะเร็งของผมในคืนนั้น ผมได้กลับไปรับการอธิษฐานอีกหลายครั้งก่อนนัดพบแพทย์ครั้งต่อไป เมื่อพวกเขาตรวจค่า PSA อีกครั้ง ค่าก็ลดลงเหลือ 31.7 และแพทย์ก็หาต่อมลูกหมากของผมได้ยากเพราะมันหดตัวลงมาก ขอบคุณ Austin Healing Rooms สำหรับพันธกิจของพระเจ้าและพระผู้ช่วยให้รอดของเรา"

คำบอกเล่านี้มาจากสมาคมห้องบำบัดนานาชาติ (International Association of Healing Rooms) โดยบรูซได้ให้คำบอกเล่านี้หลังจากได้รับคำอธิษฐานในห้องบำบัดออสติน หากต้องการทราบข้อมูลเพิ่มเติมเกี่ยวกับ IAHR โปรดเยี่ยมชม www.healingrooms.com

ปาฏิหาริย์แห่งการสร้างสรรค์ – การกำเนิดหัวใจดวงใหม่ในทารก

สามปีที่แล้ว หลังจากการตั้งครรภ์ที่ราบรื่น เจมี่ได้ให้กำเนิดลูกคนที่สองของเธอ ออเดรย์ ในตอนแรกดูเหมือนว่าทารกจะมีสุขภาพแข็งแรงสมบูรณ์ และเธอกับทอม สามีของเธอต่างก็ตื่นเต้นที่จะได้ลูกสาว อย่างไรก็ตาม แพทย์ประสบปัญหาในการดูแลให้ผิวของออเดรย์มีสีชมพู จึงได้นำเธอส่งไปยังหน่วยดูแลทารกแรกเกิดวิกฤต (NICU) ที่นั่นแพทย์ได้ตรวจสอบแล้วพบว่าส่วนหนึ่งของหัวใจของทารกขาดหายไป และไม่มีหลอดเลือดแดงหลักที่ไหลจากหัวใจไปยังปอด จากนั้นทารกจึงถูกย้ายไปยังโรงพยาบาลอีกแห่งในเมืองซึ่งขึ้นชื่อเรื่องการดูแลรักษาโรคหัวใจที่ยอดเยี่ยม

เจมี่จำได้ว่าความโกรธพลุ่งพล่านขึ้นมาในใจเธอ และเธอรู้สึกว่าพระวิญญาณบริสุทธิ์ทรงเตือนเธอถึงสิ่งที่เธอได้เรียนรู้จากคำสอนของแอนดรูว์ ในโอกาสต่อไปที่เธอได้ไปเยี่ยมลูกน้อยออเดรย์ เธอวางมือลงบนตัวลูกและสั่งให้หัวใจของออเดรย์อยู่ตรงนั้น และกล่าวข้อพระคัมภีร์ 1 เปโตร 2:24 เหนือลูกว่า “…โดยบาดแผลของพระองค์ ท่านทั้งหลายจึงได้รับการรักษา” แม้ว่าเธอจะมองดูลูกน้อยตัวเล็กๆ ซีดเซียว ที่ถูกพันธนาการด้วยลวดตั้งแต่หัวจรดเท้า เจมี่ก็รู้สึกถึงความสงบสุขที่เข้ามาครอบงำเธอขณะที่เธออธิษฐาน เมื่อเธอกลับไปที่ห้องพักในโรงพยาบาลในเย็นวันนั้น เจมี่ได้ยินพระวิญญาณบริสุทธิ์ตรัสว่า “จงดูเราทำงาน” เจมี่รู้ว่าความสงบสุขของเธอมาจากความสัมพันธ์ของเธอกับพระบิดา—การรู้จักพระองค์ และสิ่งที่พระวจนะของพระองค์กล่าวไว้ “ฉันคงไม่มีวันรู้เรื่องนี้เลย ถ้าฉันยังคงไปโบสถ์ที่ฉันเคยไปก่อนที่จะได้พบกับพันธกิจของแอนดรูว์ เพราะพวกเขาไม่เคยสอนว่าพระเจ้าทรงปรารถนาให้คุณหายดี”

ด้วยการดลใจจากพระวิญญาณบริสุทธิ์อีกครั้ง เจมี่จึงโทรไปที่สายด่วนของแอนดรูว์ วอมแม็ค มินิสทรีส์ เพื่อให้ผู้รับใช้ด้านการอธิษฐานร่วมอธิษฐานกับเธอ ศรัทธาของเธอเข้มแข็งขึ้นเมื่อเธอได้ยินคำอธิษฐานที่มีอำนาจของผู้รับใช้ในการขอให้รักษาและฟื้นฟูสุขภาพของออเดรย์ ต่อมาในวันนั้น เมื่อผู้เชี่ยวชาญแจ้งข่าวร้ายเกี่ยวกับอายุขัยที่สั้นของลูกสาวของเธอ เจมี่ก็ยังคงยืนหยัดอยู่บนความจริง โดยรู้ว่าพระเจ้าของเธอไม่ได้สร้างปัญหาเหล่านี้ และพระองค์ทรงทำให้ออเดรย์หายดีแล้ว

เช้าวันต่อมา เจมี่โทรไปที่โรงพยาบาลเพื่อสอบถามอาการของลูกน้อย และพยาบาลบอกเธอว่าสถานการณ์เปลี่ยนไปแล้ว ในช่วงกลางคืน แพทย์โรคหัวใจได้ทำการตรวจอัลตราซาวนด์หัวใจของออเดรย์อีกครั้งเพื่อเตรียมพร้อมสำหรับการผ่าตัดที่จะเกิดขึ้น เจมี่ สก็อตต์ ครอบครัวสก็อตต์ รวมถึงพี่น้อง จอช และวิลเลียม เมื่อทำการตรวจอัลตราซาวนด์ พวกเขาพบว่าหัวใจของออเดรย์ก่อตัวสมบูรณ์แล้ว เจมี่วางสายโทรศัพท์ด้วยน้ำตาที่ไหลอาบหน้าและบอกทอมว่า “พวกเขาเห็นหัวใจของเธอแล้ว” ครอบครัวสก็อตต์ดีใจมาก เพราะรู้ว่าไม่ใช่แพทย์ที่ทำสิ่งต่างๆ ให้กับออเดรย์ แต่เป็นพระเจ้า “ฉันรู้ว่าพระเจ้าของฉันอยู่ตรงนั้น และพระหัตถ์ของพระองค์ทรงอยู่เบื้องหลัง และพระองค์ทรงแสดงให้พวกเขา [พยาบาลและแพทย์] เห็นว่ามีอำนาจที่ยิ่งใหญ่กว่านั้น”

เมื่อเจมี่และทอมไปพบแพทย์เพื่อปรึกษาผลการตรวจใหม่ พวกเขาได้รับแจ้งว่ายังคงมี "รอยย่น" อยู่ในเส้นเลือดแดงใหญ่ของเธอ และการผ่าตัดเล็กๆ จะช่วยแก้ไขปัญหานี้ได้ แต่เจมี่ก็ยึดมั่นในพระวจนะของพระเจ้าอีกครั้ง โดยคิดในใจว่า "พระเจ้าของฉันจะไม่ทำอะไรครึ่งๆ กลางๆ พระองค์จะทำให้ทุกอย่างเสร็จสมบูรณ์ และเธอจะไม่ต้องผ่าตัด" เจมี่คิดถูก และในระหว่างประสบการณ์นี้เองที่เธอตระหนักว่า การได้รู้จักพระเจ้าผ่านการเปิดเผยที่เธอได้รับนั้นมีค่าอย่างหาที่เปรียบมิได้

หนึ่งสัปดาห์เต็มหลังจากที่เจมี่คลอดออเดรย์ เธอก็เดินเข้าบ้านพร้อมกับลูกสาวตัวน้อยที่น่ารักและสุขภาพแข็งแรงสมบูรณ์ วลีที่ว่า “ฉันถูกสร้างขึ้นมาอย่างน่าอัศจรรย์และน่าเกรงขาม” ผุดขึ้นมาในใจของเจมี่ตลอดสัปดาห์ที่เธออยู่ในโรงพยาบาล

"พระองค์ไม่ทรงทำอะไรครึ่งๆ กลางๆ พระองค์เป็นพระเจ้าที่ดีและเป็นพระบิดาที่ซื่อสัตย์" เจมี่กล่าว ปัจจุบันออเดรย์เป็นเด็กหญิงอายุสามขวบที่แข็งแรงและร่าเริง

นี่คือคำให้การจากคณะเผยแพร่ศาสนาของแอนดรูว์ วอมแม็ค หากต้องการทราบข้อมูลเพิ่มเติม โปรดไป ที่ www.awmi.net

ปาฏิหาริย์แห่งความคิดสร้างสรรค์ผ่านทางแมตต์ ซอร์เกอร์

ฉันจะไม่มีวันลืมช่วงเวลาที่เด็กหญิงอายุ 12 ขวบคนนั้นก้าวขึ้นไปบนเวที ขณะที่ปาฏิหาริย์กำลังเกิดขึ้นทั่วทั้งสนามกีฬา พระเจ้าทรงนำฉันให้ภาวนาขอให้หูที่ไม่ได้ยินเปิดออก เมื่อพระสิริและพระสิริของพระเจ้าเต็มเปี่ยมอยู่ในบรรยากาศ หูที่ไม่ได้ยินก็เริ่มเปิดออกทันที ขณะที่คำพยานต่างๆ เกิดขึ้น ทีมของฉันได้พาเด็กหญิงคนหนึ่งขึ้นไปบนเวที ขณะที่พวกเขาปัดผมสีน้ำตาลยาวของเธอ ฉันก็ตกตะลึงกับภาพที่เห็น เธอเกิดมาโดยไม่มีหู มีเพียงรูเล็กๆ อยู่ที่ด้านข้างศีรษะของเธอ เมื่อพระพรของพระเจ้ามาถึงเธอ เธอได้ยินเสียงป๊อปในหูของเธอ ทันใดนั้น เมื่อพระเจ้าทรงปลดปล่อยปาฏิหาริย์แห่งการสร้างสรรค์ เยื่อแก้วหูได้ก่อตัวขึ้นภายในศีรษะของเธอ และการได้ยินของเธอก็เปิดออกเป็นครั้งแรกในชีวิต ฉันรู้ว่าปาฏิหาริย์นั้นไม่ได้เกี่ยวข้องกับฉันเลย หน้าที่ของฉันคือการนำผู้คนนมัสการจนกว่าพระสิริจะมาถึง แล้วปล่อยให้พระเจ้าทรงทำส่วนที่เหลือ คืนนั้นในเม็กซิโก เราได้เห็นผู้คนมากมายได้รับการรักษาด้วยอำนาจของพระเจ้า แม้แต่คนพิการหลายคน อยากรู้ข้อมูลเพิ่มเติมเกี่ยวกับแมตต์? เข้าชมเว็บไซต์ www.mattsorger.com

ทีมของแรนดี้ คลาร์ก – ขาของเขายาวขึ้นสองนิ้ว

คืนก่อนหน้านั้น ที่โบสถ์ของบาทหลวงอัลดา ฉันสังเกตเห็นชายคนหนึ่งเดินกะเผลก รองเท้าข้างขวาของเขามีส้นสูงสามนิ้ว เห็นได้ชัดว่าขาข้างนั้นสั้นกว่าขาข้างซ้าย เมื่อถึงเวลาเทศน์ ฉันจึงเรียกคนแปลมาหาเขา ฉันถามว่าฉันขออธิษฐานให้ขาของเขาโตขึ้นได้ไหม และเขาก็บอกว่าได้ หลังจากอธิษฐานไปได้ห้านาที สีหน้าของเขาก็แสดงความเจ็บปวดออกมา ฉันถามผ่านคนแปลว่าเกิดอะไรขึ้น เขาตอบว่า "มันเจ็บ!" ฉันถามว่าเจ็บมากไหม เขาตอบว่า "ไม่ มันกำลังโตขึ้น!" ตลอดเวลาที่เทศน์ ขาของเขาโตขึ้นประมาณหนึ่งนิ้วถึงหนึ่งนิ้วครึ่ง ฉันรู้สึกท้อแท้เมื่อเราจากไปเพราะมันยังไม่หายสนิท คืนถัดมา วันศุกร์ที่ 7 สิงหาคม 2548 เขาก็มาที่โบสถ์อีกครั้ง เดินกะเผลกด้วย รองเท้าคู่นั้น

เขามาหาฉันเพื่อขอให้ฉันอธิษฐานเพิ่มเติม เราจึงค้นหาสาเหตุของปัญหา ฉันพบว่าตอนที่เขาอายุ 8 เดือน เก้าอี้ไม้ตัวหนึ่งได้ล้มทับสะโพกด้านขวาและส่วนบนของขาขวาของเขา หลังจากผ่าตัดแล้ว เขาไม่มีกระดูกอ่อนระหว่างกระดูกต้นขาและเบ้าสะโพก เมื่อเขาโตขึ้น การเสียดสีของกระดูกทำให้ขาข้างนั้นสั้นกว่าอีกข้าง เขาจึงนอนอยู่บนพื้นโดยเหยียดขาทั้งสองข้างตรง เมื่อรู้ถึงสาเหตุของปัญหาแล้ว ฉันจึงสั่งให้กระดูกอ่อนงอกขึ้นมา ขาขวาของเขาจึงงอเป็นมุม 90 องศาอย่างกะทันหัน

เขาพูดว่า "เมื่อก่อนผมทำแบบนี้ไม่ได้เลย!" ทุกครั้งที่เขานั่งหรือยืน มันจะทำให้เขาเจ็บปวด เพราะกระดูกจะเสียดสีกัน และเขาไม่สามารถงอขาได้มากนัก ตอนนี้ไม่มีอาการเจ็บปวดแล้ว และเขาสามารถขยับขาได้เต็มที่ จากนั้นฉันก็สั่งให้กระดูกต้นขาของเขาเจริญเติบโตและยืดออก ใบหน้าของเขาแสดงความเจ็บปวด และเขาพูดว่า "รู้สึกเหมือนพระเจ้ากำลังใช้รถลากดึงมันออกมา" มันยืดออกได้ประมาณสองเซนติเมตร และเขาขอให้ฉันหยุดอธิษฐาน เขาจึงลุกขึ้นเดินโดยไม่เจ็บปวดและไม่ต้องใส่รองเท้าเสริมส้น ฉันยังคงผิดหวังที่มันไม่เท่ากันกับขาซ้ายของเขา แต่เขาบอกว่าเขาเชื่อว่ามันจะเจริญเติบโตต่อไปตลอดทั้งคืน ไม่ว่าจะเป็นเช่นนั้นหรือไม่ก็ตาม พระเจ้าได้ประทานกระดูกอ่อนใหม่ให้เขา ขจัดความเจ็บปวด และทำให้ขาของเขาเติบโตขึ้นประมาณ 2 นิ้ว!

รายงานโดยไมเคิล แคลนซีย์ จากทีมงานพันธกิจของแรนดี คลาร์ก เมื่อวันที่ 8 กรกฎาคม 2548
จากทริป Global Awakening ที่เมืองเซาเปาโล ประเทศบราซิล รายงานลงวันที่ 12 กรกฎาคม
2005. นำมาใช้โดยได้รับอนุญาตจากพวกเขาแล้ว

เอ.เอช. ดัลลิมอร์ – การเยียวยาของมาร์กาเร็ต แมคเฟอร์สัน

คำให้การต่อไปนี้เป็นเรื่องที่น่าสนใจ เพราะเป็นคำให้การของหญิงคนหนึ่งที่ไม่เชื่อว่าพระเจ้าทรงรักษาโรคได้ และถูกเขียนไว้ในหนังสือโดยผู้เขียนที่ไม่เชื่อว่าพระเจ้าทรงรักษาโรคได้เช่นกัน...

มาร์กาเร็ต แมคเฟอร์สัน ต้องนอนป่วยเป็นพักใหญ่หลายสัปดาห์ในฤดูหนาวของทุกปีด้วยอาการปวดหลัง (ซึ่งเป็นอาการที่ทางการแพทย์นิยามได้ไม่ชัดเจน) ในปี 1931 ขณะที่เธออยู่ในสภาพนั้น เธอได้ไปร่วมการประชุมของดัลลิมอร์ เธอประทับใจมาก: เขาไม่ใช่คนชอบโอ้อวด เขาใส่ชุดสูทธรรมดา ไม่ได้สวมเสื้อคลุม แสงไฟส่องสว่างไปที่เขาเต็มที่ ไม่มีเสียงดนตรีทางศาสนาที่อึมครึม ไม่มีเอฟเฟ็กต์บนเวที มีเพียงสิ่งเดียวที่โดดเด่นและน่าสนใจ ขณะที่พิธีดำเนินไป ออร่าของเขาก็สว่างขึ้นเรื่อยๆ ฉันไม่ใช่คนที่มีพลังจิตที่มองเห็นออร่าได้เองตามธรรมชาติ ไม่เลย นี่คือความสว่างที่แท้จริง ซึ่งทุกคนในกลุ่มของฉันมองเห็นได้อย่างชัดเจน
มันบดบังแสงสีขาวจ้าของหลอดไฟด้านบนเขาด้วยซ้ำ' ดัลลิมอร์จำเธอได้ — เขาเคยเจอเธอบนถนนมาก่อน — และเรียกเธอไปข้างหน้า 'ก่อนที่ฉันจะพูดว่า "มีด!" เขาก็ทำเครื่องหมายกากบาทบนหน้าผากของฉัน และฉันก็ล้มลงไปนอนราบกับคนอื่นๆ' ต่อมา หลังจากที่เธอลุกขึ้นและออกจากห้องประชุม เธอก็ถูกถามโดยหนึ่งในผู้ร่วมงานว่าทำไมเธอถึงล้มลง คำตอบของเธอคือ 'ฉันล้มลงเพราะความรักและความสุภาพต่อท่าน
ฉันไม่สามารถทำให้ความเชื่อของพวกเขาเสื่อมเสียได้ด้วยการลุกขึ้นยืน ฉันทำไม่ได้จริงๆ' ผู้ถามจึงกล่าวว่าเธอได้มองข้ามสิ่งหนึ่งไปในการเล่าเรื่องของเธอ 'มาร์กาเร็ต คุณหายแล้ว!

คุณวิ่งไปตามถนน! ไม้เท้าของคุณอยู่ไหน? คุณทิ้งมันไว้ในที่ประชุม!' มันเป็นความจริง เอ.เอช. ดัลลิมอร์ (หรือพลังที่เขาทำสัญญาไว้) ได้รักษาอาการปวดหลังของฉันที่เป็นมานานกว่ายี่สิบปี' (ตัดตอนจากหนังสือ *"ปาฏิหาริย์ พระเมสสิยาห์ และสื่อ: การปฏิบัติศาสนกิจของ เอ.เอช. ดัลลิมอร์ ในโอ๊คแลนด์ช่วงทศวรรษ 1930"* โดย ลอรี กาย)

มาเรีย วูดเวิร์ธ-เอตเตอร์ – หญิงผู้ป่วยเนื้องอกหายดีแล้ว

ฉันขอบคุณพระเจ้าที่ทรงนำซิสเตอร์วู้ดเวิร์ธมายังทางใต้ของเมือง เพราะการเทศน์ของเธอทำให้สามีของฉันหายจากอาการกระดูกหัก และขอสรรเสริญพระเจ้า ฉันได้รับการรักษาทั้งจิตใจและร่างกาย ฉันหลงทาง แต่พระเยซูทรงพบฉัน ฉันป่วย แต่พระเยซูทรงรักษาฉัน จงจำไว้ว่าพระเยซูทรงทำทุกสิ่งอย่างดี "พระเยซูคริสต์ พระองค์ทรงเป็นเช่นเดิมเมื่อวานนี้ วันนี้ และตลอดไป" ฮีบรู 13:8 เมื่อฉันไปที่แท่นบูชา ฉันมีเนื้องอกที่ด้านซ้าย มันเกิดจากการล้มเมื่อเก้าปีก่อน ตั้งแต่นั้นมา ฉันก็อยู่ในความทุกข์ทรมาน ความเจ็บปวดอย่างต่อเนื่อง บางครั้งก็แย่กว่าครั้งอื่นๆ ไม่มีใครบอกได้ถึงความทุกข์ทรมานของฉัน

ไม่มีใครในครอบครัวของฉันเคยรู้ว่าฉันคิดจะฆ่าตัวตายบ่อยแค่ไหน เพราะความทุกข์ทรมานของฉันนั้นมากมายเหลือเกิน มีเพียงคำอธิษฐานและความเมตตาของสามีเท่านั้นที่ช่วยยับยั้งฉันไว้ได้ นอกจากเนื้องอกแล้ว ฉันยังมีโรคอื่นๆ อีกหลายโรค เช่น เลือดออกในอวัยวะส่วนล่าง ริดสีดวงทวาร ไอเป็นเลือด และโรคไขข้ออักเสบ สามปีที่แล้ว ฉันเป็นอัมพาตอย่างสมบูรณ์จากโรคไขข้ออักเสบที่เท้า จากนั้นก็ลามไปที่แขนและมือซ้าย เราพยายามรักษาด้วยแพทย์หลายคนทั้งในเมืองนี้และที่อื่นๆ แต่ก็ไม่ได้ผล ได้แค่บรรเทาอาการเล็กน้อยเท่านั้น แพทย์บอกว่าแม้แต่การผ่าตัดก็ช่วยฉันไม่ได้ ตอนนั้นเรารู้แล้วว่าไม่มี ทางช่วยเหลือฉันได้อีกแล้ว นอกจากความตายที่ทรมานอย่างช้าๆ อาจเป็นเดือนหรือปี แต่ในที่สุดมันก็จะพรากชีวิตฉันไป แม้ว่าตอนนั้นฉันจะยังลุกขึ้นเดินไปมาได้

แต่ฉันก็สามารถซ่อนความเจ็บปวดและความทุกข์ทรมานของฉันจากโลกภายนอกได้ แต่โอ้ คืนเหล่านั้นช่างเป็นคืนที่แสนทรมานสำหรับฉันเหลือเกิน

ฉันจะไม่มีวันลืมวันที่ฉันไปที่แท่นบูชาในวันที่ 10 สิงหาคม ค.ศ. 1893 ฉันเป็นคนบาปที่น่าสงสารและน่าเวทนา
ฉันวางบาปทั้งหมดและร่างกายที่เจ็บป่วยและพิการนี้ไว้ที่พระบาทของพระเยซูอย่างนอบน้อม พระเยซูด้วยความรักและความเมตตาของพระองค์ทรงทอดพระเนตรลงมายังคนน่าเวทนาอย่างฉัน และในทันทีนั้นฉันก็หายดีทั้งกายและใจ
ใครบ้างจะไม่รู้สึกยินดีและสรรเสริญพระเจ้า
เมื่อได้รับความมั่นใจอันเป็นพรว่าพระเยซูเป็นของฉัน และความเจ็บปวดหายไปในทันที? โอ้ ฉันขอบคุณพระเจ้าสำหรับความเมตตาอันอ่อนโยนของพระองค์ที่มีต่อเด็กๆ
ฉันหวังและอธิษฐานว่าคำพยานนี้จะนำจิตวิญญาณที่ป่วยไข้ด้วยบาปมากมายมาสู่พระบาทของพระเยซู ขอพระเจ้าอวยพรซิสเตอร์วูดเวิร์ธและเพื่อนร่วมงานของเธอ ไม่ว่าพวกเขาจะอยู่ที่ใดก็ตาม ขอพระเจ้าอวยพรบราเดอร์สไปเฮอร์ด้วย
โปรดอธิษฐานเผื่อฉันด้วยว่าฉันจะยืนหยัดอย่างซื่อสัตย์
ด้วยรักในพระคริสต์
นางเอ็ม. ฟีลเคนรัธ
เซนต์หลุยส์ รัฐมิสซูรี

ข้อความที่ตัดตอนมาจากหนังสือ "พระคริสต์องค์พระผู้เป็นเจ้า แพทย์ประจำโลก"
โดยเอลเดอร์ เอชเอช สไปเฮอร์
เอลเดอร์ เอช.เอช. สไปเฮอร์ เป็นศิษยาภิบาลของคริสตจักรแห่งพระเจ้า (ไวน์เบรนเนอร์) ซึ่งช่วยเหลือมาเรีย วูดเวิร์ธ
ในการก่อตั้งคริสตจักรจากงานประชุมเผยแพร่ศาสนาของเธออย่างน้อยสองครั้ง

TW Ratana (ผู้รักษาชาวเมารี) – การเยียวยาของ Fannie Lammas

ในบรรดาเรื่องราวการรักษาโรคมากมายที่ได้รับการตีพิมพ์
มีอยู่สองเรื่องที่ได้รับความสนใจอย่างมากจากคริสตจักรบางแห่ง
เรื่องราวการรักษาเหล่านี้มีอิทธิพลต่อผู้นำและ สมาชิกในคริสตจักรจำนวนมาก

ซึ่งได้ไตร่ตรองอย่างลึกซึ้งและอธิษฐานเกี่ยวกับการปฏิบัติศาสนกิจแห่งการรักษาโรคโดยอำนาจศักดิ์สิทธิ์ เรื่องแรกคือกรณีของนางสาว เอฟ. แลมมาส สมาชิกของคริสตจักรแบ๊บติสต์ในเมืองเนลสัน

มิสแลมมาสถูกใส่โครงเหล็กตั้งแต่ศีรษะจรดเท้าเป็นเวลา 19 ปี และได้รับการดูแลทางการแพทย์อย่างดีที่สุดตลอดช่วงเวลานั้น ในปี 1921 เธอเขียนจดหมายถึงราทานา และหลังจากได้รับจดหมายตอบกลับ เธอก็ใช้เวลานานในการอธิษฐาน ในระหว่างนั้น พลังของพระเจ้าได้ทำให้เธอสามารถนั่ง ยืน และเดินได้โดยไม่ต้องพึ่งพาใคร ทุกคนที่รู้จักเธอต่างประหลาดใจ แพทย์ประจำตัวของเธอยืนยันว่าเธอหายดีแล้ว
มิสแลมมาสได้แบ่งปันเรื่องราวการรักษาของเธอ และเพียงหกเดือนหลังจากหายดี เธอก็ใช้เวลาหกเดือนเดินทางไปเยี่ยมโบสถ์แบ๊บติสต์หลายแห่ง รวมถึงโบสถ์แทเบอร์นาเคิลในโอ๊คแลนด์ เพื่อพูดคุยเกี่ยวกับพลังของพระเจ้าในการรักษา และสร้างความสนใจอย่างมากในการสอนเรื่องการรักษาด้วยพลังแห่งพระเจ้า

เรื่องราวการหายป่วยของเธอถูกเล่าอย่างครบถ้วนให้แก่บาทหลวงโจเซฟ เคมป์ฟัง ซึ่งท่านได้ตีพิมพ์คำให้การของเธอในหนังสือเล่มเล็กที่น่าทึ่งเล่มหนึ่ง ซึ่งได้รับการพิมพ์ซ้ำถึงสี่ครั้ง
โดยฉบับพิมพ์ครั้งแรกขายหมดภายในสามสัปดาห์หลังจากวางจำหน่าย

คำบรรยายเหตุการณ์ที่นำไปสู่การรักษาของเธอมีดังนี้:
"คุณหมอบอกผลการตรวจให้ฉันฟังและบอกว่าทำอะไรไม่ได้แล้ว ฉันหมดหวังไปแล้ว ฉันถามเขาว่าเคยได้ยินเรื่องราตานา ชายผู้ทำการรักษาอย่างน่าอัศจรรย์ไหม เขาตอบว่า "เคยได้ยินบ้างเล็กน้อย"
จากนั้นฉันก็เล่าเรื่องของชายผู้มหัศจรรย์คนนั้นและการรักษาที่น่าอัศจรรย์ให้เขาฟัง และฉันก็ให้เอกสารกับเขาอ่าน เขามานั่งข้างเตียงฉันและอ่านทั้งหมด เขาประทับใจมากจนในที่สุดก็คะยั้นคะยอให้ฉันเขียนจดหมาย"

เขาบอกว่าถ้าฉันมีความศรัทธามากพอที่จะเชื่อ เขาก็ไม่เห็นเหตุผลว่าทำไมฉันจะไม่หายป่วยด้วย

... ฉันอ่อนแรงจนแทบจับปากกาไม่ได้ แต่ฉันก็พยายามเขียนจดหมายถึงรัตนะทีละเล็กทีละน้อย อธิบายกรณีของฉันอย่างคร่าวๆ... ฉันไม่ได้ทำอะไรต่อจนกระทั่งได้รับจดหมายตอบกลับจากรัตนะในอีกหนึ่งสัปดาห์ต่อมา เขาบอกให้ฉันเชื่อในพระเยซูคริสต์ด้วยสุดจิตสุดใจและในอำนาจแห่งการรักษาของพระองค์ ให้ภาวนาอย่างจริงจังและไม่รู้จักเหน็ดเหนื่อย และให้ภาวนาซ้ำๆ เขาบอกว่าเขาจะภาวนาเพื่อฉันด้วย

เขาอ้างข้อความจากพระคัมภีร์ข้อหนึ่งว่า "ท่านทั้งหลายไม่อาจรับใช้พระเจ้าและเงินทองได้" มันไม่ใช่จดหมายแบบที่ฉันคาดหวัง แต่ยิ่งอ่านมากเท่าไหร่ ก็ยิ่งรู้สึกว่ามีอะไรมากกว่านั้น ฉันตั้งใจแน่วแน่ว่าจะทำหน้าที่ของตัวเอง จึงใช้เวลาเกือบทั้งวันอธิษฐานอย่างจริงจัง ฉันอธิษฐานทุกครั้งที่อยู่คนเดียว อธิษฐานแล้วอธิษฐานเล่าด้วยหัวใจและจิตวิญญาณทั้งหมด จนกระทั่งฉันทรมานใจในการอธิษฐาน... พอตกกลางคืน ฉันรู้สึกแย่กว่าเดิม ฉันเหนื่อยล้าจากการอธิษฐานอย่างจริงจังมากจนบอกพระเจ้าไปว่านี่เป็นงานของพระองค์ และฉันมอบทุกอย่างไว้กับพระองค์โดยสิ้นเชิง

จากนั้นฉันก็เข้านอน ทุกครั้งที่ตื่นขึ้นมาฉันก็อธิษฐาน และเช้าวันรุ่งขึ้นฉันก็เริ่มภารกิจนั้นอีกครั้ง เพราะฉันตั้งใจแน่วแน่ที่จะทำหน้าที่ของฉัน มันเป็นเรื่องดีที่รู้ว่ารัตนะกำลังอธิษฐานเพื่อฉันอยู่ห่างออกไปหลายไมล์ ฉันอธิษฐานอย่างสุดกำลัง วิงวอนพระองค์อย่างเจ็บปวดให้ทรงรักษาฉัน คำพูดสุดท้ายที่ฉันจำได้ดีคือ "โอ้พระเจ้า พระองค์ทรงยิ่งใหญ่ ทรงฤทธานุภาพ ทรงทำได้ทุกสิ่ง โอ้ หากเป็นพระประสงค์ของพระองค์ โปรดรักษาฉันในเวลานี้ด้วยเถิด"

ทันใดนั้น ปาฏิหาริย์อันยิ่งใหญ่ก็เกิดขึ้น ชีวิตและพละกำลังหลั่งไหลเข้ามาในตัวฉัน จากความรู้สึกอ่อนแอและเจ็บป่วยอย่างที่สุด ฉันก็แข็งแรงและหายดีในทันที การเปลี่ยนแปลงนั้นยิ่งใหญ่มากจนฉันลุกขึ้นจากเตียงได้โดยไม่เจ็บปวดและไม่ต้องพยุง! ! ฉันเหยียดเท้าออกจากเตียงและอธิษฐานขอพละกำลัง ฉันลุกขึ้นยืนและเดินได้อย่างง่ายดายและอิสระ ฉันไม่รู้สึกเวียนหัวเลย ฉันรู้ในทันทีว่าฉันหายดีแล้วจริงๆ

เช่นเดียวกับที่พระเยซูคริสต์ทรงรักษาผู้คนให้หายดีเมื่อพระองค์ทรงอยู่บนโลก พระองค์ก็ทรงรักษาฉันให้หายดีเช่นกัน แม้ว่าฉันจะอ่อนแอเหมือนเด็กทารกและผอมแห้ง แต่เมื่อพลังอันยิ่งใหญ่เข้ามาในตัวฉัน ฉันก็รู้สึกดีขึ้นอย่างสมบูรณ์ ฉันมองดูนาฬิกาเพื่อบันทึกเวลาของเหตุการณ์อันน่าอัศจรรย์นี้ มันคือเวลา 5.30 น. ของวันที่ 24 กุมภาพันธ์ ค.ศ. 1921 มันวิเศษเกินกว่าจะเขียนบรรยายได้ คำพูดหรือปากกาไม่อาจบรรยายสิ่งใดที่มหัศจรรย์เช่นนี้ได้

เหตุการณ์นี้เกิดขึ้นหลังจากที่ฉันได้รับจดหมายของรัตนะเพียงสิบเก้าชั่วโมง ฉันขอบคุณและสรรเสริญพระเจ้าในทันทีสำหรับความดีอันน่าอัศจรรย์ของพระองค์ที่มีต่อฉัน "จากนั้นขณะเดินไปที่ประตู ฉันก็ตะโกนบอกพ่อแม่ว่าฉันหายแล้ว พวกท่านลุกขึ้นและรีบเข้ามาด้วยสีหน้าเปี่ยมสุขและซาบซึ้งใจ ฉันจะไม่มีวันลืมใบหน้าอันสดใสของพวกท่านตราบเท่าที่ฉันยังมีชีวิตอยู่... แม้แต่คนที่แข็งแรงที่สุดในโลก แม้จะมีสุขภาพสมบูรณ์ หากนอนราบอยู่บนเตียงเกือบปี ก็คงลุกขึ้นเดินไม่ได้โดยไม่รู้สึกเวียนหัวและอ่อนแรง เพราะมันขัดกับกฎของธรรมชาติ แต่ถึงแม้ว่าฉันจะอยู่ในภาวะใกล้ตายจนถึงช่วงเวลาที่ไม่มีวันลืมนั้น ฉันก็หายดีในทันที ซึ่งสิ่งนี้เพียงอย่างเดียวก็แสดงให้เห็นถึงปาฏิหาริย์อันยิ่งใหญ่แล้ว"
ข้อความที่ตัดตอนมาจาก *"ประวัติศาสตร์ของขบวนการคาริสมาติกในนิวซีแลนด์"* โดยบาทหลวง
เจ.อี. วอร์สฟอร์ด ต้นฉบับตีพิมพ์ในชื่อ *"ฉันได้รับการรักษาอย่างไร ปาฏิหาริย์ในนิวซีแลนด์"* โดยบาทหลวง โจเซฟ เคมป์ ปี 1921

เอฟเอฟ บอสเวิร์ธ – เด็กหูหนวก 6 คนหายเป็นปกติในคืนเดียว

เช้านี้ เด็กหนุ่มสาวที่ฉลาดหลักแหลมหกคนในเมืองเล็กๆ แห่งรอเชลล์ รัฐอิลลินอยส์ นั่งเรียนในห้องเรียนพิเศษที่ชั้นใต้ดินของโบสถ์แบ๊บติสต์ และท่องจำคำศัพท์ง่ายๆ ที่ครูสอนซ้ำแล้วซ้ำเล่า ครู บอกพวกเขาว่าอีกไม่นานพวกเขาจะรู้จักตัวอักษรทั้งหมด และจะสามารถพูดได้

เด็กหญิงสองคนและชายหนุ่มสี่คนในชั้นเรียนนั้นไม่ได้มีความผิดปกติทางจิตใจหรือร่างกายแต่อย่างใด แต่เมื่อเดือนที่แล้วพวกเขาพูดไม่ได้และไม่ได้ยิน พวกเขาหูหนวกมาตั้งแต่เกิด สี่คนในครอบครัวเดียวกัน

เมื่อเดือนที่แล้ว สมาชิกอาวุโสของโบสถ์ในเมืองนั้น ไปที่บ้านของครอบครัวฮูสตัน และบอกว่าพระเจ้าจะรักษาเด็กหูหนวกทั้งสี่คนให้หายได้ ถ้าพวกเขามีศรัทธา ที่ชิคาโกมีบาทหลวงเอฟ.เอฟ. บอสเวิร์ธ กำลังเทศนาอยู่ที่โบสถ์กอสเปลแทเบอร์นาเคิล เธอเสริมว่ามีคนป่วยนับพันคนหายดีหลังจากที่ท่านได้อธิษฐานให้พวกเขา ทำไมไม่ส่งเด็กๆ ไปที่ชิคาโกล่ะ?

เด็ก ๆ จากเมืองฮูสตันทั้งสี่คนและเด็กคนอื่น ๆ อีกสองคนถูกส่งไปชิคาโก คืนหนึ่งในระหว่างการนมัสการในโบสถ์ พวกเขาได้ขึ้นไปบนแท่น เมื่อบาทหลวงบอสเวิร์ธถามว่ามีผู้ป่วยหรือผู้ทุพพลภาพคนใดต้องการให้สวดภาวนาให้หรือไม่ การรักษาเกิดขึ้นทันทีสำหรับเด็กทั้งหกคนในคืนนั้น พวกเขาเป็นพยานยืนยัน วันรุ่งขึ้น ชั้นเรียนของพวกเขาในห้องใต้ดินของโบสถ์ในเมืองโรเชลล์ยังคงดำเนินต่อไป
แต่ครูและนักเรียนต้องเผชิญกับการปฏิวัติทางการศึกษา
ข้อความที่ตัดตอนมาจากหนังสือพิมพ์ Los Angeles Times ฉบับวันที่ 6 พฤษภาคม 1928

การส่งมอบโรคกล้ามเนื้อเสื่อม

ฉันออกจากโรงพยาบาลในเมืองยังส์ทาวน์หลังจากป่วยเป็นโรคกล้ามเนื้อเสื่อม ซึ่งเป็นโรคร้ายแรง แพทย์บอกว่าอาการของฉันหมดหวังแล้ว แต่หนึ่งปีต่อมา ฉันกลับมาเป็นปกติและแข็งแรงดี จากที่เมื่อปีก่อนฉันยังยกแก้วน้ำไม่ได้เลย วันนี้ฉันดูแลบ้านแปดห้อง สามี และลูกเล็กๆ สองคนได้ มีเพียงพระเยซูเท่านั้นที่สามารถนำพาการเปลี่ยนแปลงอันน่าอัศจรรย์นี้มาสู่สภาพของฉันได้

ปัญหาของฉันเริ่มต้นในฤดูร้อนปี 1956 เมื่อฉันรู้สึกเหนื่อยล้ามาก เรากำลังย้ายเข้าบ้านใหม่ ฉันจึงคิดว่านั่นอาจเป็นสาเหตุที่ฉันรู้สึกเหนื่อยล้าตลอดเวลา จากนั้นฉันก็รู้ว่าฉันกำลังจะมีลูกคนที่สอง ฉันยิ่งเหนื่อยล้ามากขึ้นเรื่อยๆ

ประมาณเดือนที่สาม ฉันเริ่มเสียการทรงตัว ฉันล้มง่าย และบ่อยมาก ฉันกังวลเกี่ยวกับลูกมาก แต่พระเจ้าทรงประทานความมั่นใจภายในแก่ฉันว่าลูกจะปลอดภัย

ในช่วงหลายเดือนต่อมา ฉันอ่อนแอลงมาก ฉันไม่สามารถปอกมันฝรั่ง ยกนมหนึ่งควอร์ต หรือแม้แต่กินอาหารเองได้ ฉันต้องเดินขาแข็งเพื่อไม่ให้ล้ม แพทย์ของฉันงุนงงกับอาการของฉัน แต่ฉันไม่สามารถเข้ารับการตรวจที่จำเป็นได้เนื่องจากฉันกำลังตั้งครรภ์ ด้วยความช่วยเหลือจากพระเจ้า ฉันได้ให้กำเนิดลูกสาวตัวน้อย เธอเป็นเด็กที่แข็งแรง เธอเกิดเมื่อวันที่ 20 มิถุนายน 1957 และแพทย์อนุญาตให้ฉันออกจากโรงพยาบาลโดยหวังว่าฉันจะไม่ประสบปัญหาใดๆ อีก อย่างไรก็ตาม กำลังของฉันก็เริ่มอ่อนแรงลงอีกครั้ง อาการของฉันแย่ลงอย่างรวดเร็วจนกระทั่งฉันไม่สามารถอุ้มหรือเปลี่ยนผ้าอ้อมให้ลูกได้ ฉันไม่สามารถแม้แต่จะเปิดหรือปิดเข็มกลัดนิรภัยได้ ต้องมีคนอื่นช่วยแต่งตัวให้เธอทุกวัน ฉันถูกแนะนำให้ใช้รถเข็น แต่ฉันปฏิเสธ เพราะมีการอธิษฐานเพื่อฉันแล้ว และฉันวางใจในพระเจ้าที่จะรักษาฉัน ฉันจะเดินได้บ้างเป็นครั้งคราว เพียงไม่กี่ก้าวในแต่ละครั้ง แต่ฉันต้องนั่งอยู่บนเก้าอี้เกือบทุกวัน

ในช่วงเวลานั้น ฉันไม่สามารถถือพระคัมภีร์ได้ ดังนั้นฉันจึงดีใจมากทุกครั้งที่บาทหลวงรอย อาร์มสตรอง มาเยี่ยม เขาจะอ่านพระคัมภีร์ให้ฟัง และฉันก็จะขอให้พระวิญญาณบริสุทธิ์ช่วยให้ฉันจำทุกสิ่งที่เขาอ่านให้ฟังได้ ในเดือนกรกฎาคม อาการของฉันทรุดลงอย่างรวดเร็ว และฉันรู้ว่าฉันคงอยู่ได้ไม่นานเว้นแต่พระเจ้าจะทรงทำปาฏิหาริย์ กล้ามเนื้อเสื่อมลงจนเนื้อหนังห้อยติดกับกระดูกเหมือนผ้าที่แขวนอยู่บนราวตากผ้า ฉันไม่สามารถกินอาหารเองหรือดูแลตัวเองได้ในหลายๆ ด้าน ฉันถูกส่งตัวไปโรงพยาบาลและเข้ารับการตรวจทางห้องปฏิบัติการเป็นเวลาสิบสามวัน ในขณะที่อยู่ในโรงพยาบาล ฉันรู้สึกสิ้นหวัง ฉันบอกพระเจ้าว่าฉันรู้ว่าไม่มีความหวังใดๆ ในโลกนี้ที่จะทำให้ฉันหายดี ฉันบอกพระองค์ว่าฉัน วางใจให้พระองค์รักษาฉัน และฉันขอให้พระองค์ทรงเริ่มการรักษาในทันที

ดังนั้นฉันจึงเริ่มพิสูจน์คำสัญญาของพระเจ้า ในตอนแรกฉันไม่สามารถแม้แต่จะยกมือขึ้นเหนือใบหน้าขณะนอนอยู่ในโรงพยาบาล

แต่ทุกเช้าฉันจะอธิษฐานและพยายามยกมือขึ้นไปแตะใบหน้า ภายในห้าวันฉันก็สามารถควบคุมมือและแตะใบหน้าได้ สิ่งนี้ทำให้ฉันเชื่อมั่นว่าพระเจ้าทรงตอบคำอธิษฐานและฉันก็ไม่มีความกลัวอีกต่อไป

วันที่ 10 สิงหาคม 1957 คุณหมอบอกสามีของฉันว่าฉันเป็นโรคกล้ามเนื้อเสื่อมชนิดรุนแรงมาก และบอกว่าอาจทำให้เสียชีวิตได้ พวกเขาพาฉันกลับบ้านและดูแลฉันให้สบายที่สุดเท่าที่จะทำได้ โดยคิดว่าคงเป็นเพียงแค่เรื่องของเวลาเท่านั้น คุณหมอไม่รู้เลยว่าพลังแห่งการรักษาอันยิ่งใหญ่ได้เริ่มทำงานในตัวฉันแล้ว เมื่อเวลาผ่านไป ฉันออกกำลังกายอย่างเต็มที่ และค่อยๆ ฟื้นฟูพละกำลังกลับมา ทุกครั้งที่ฉันขยับตัว ฉันจะภาวนาด้วยศรัทธา ฉันเริ่มก้าวเดิน ฉันเริ่มเปิดประตูตู้ครัว ฉันสามารถเปิดลิ้นชักและหยิบช้อนส้อมออกมาได้

ฉันแค่เดินหน้าต่อไป โดยพึ่งพาความช่วยเหลือจากพระเจ้า และโอ้ ฉันรู้สึกสงบและปีติยินดีเหลือเกินเมื่อได้เห็นสิ่งที่เกิดขึ้น แทนที่จะเป็นความตาย พระเจ้ากลับประทานชีวิตใหม่ พลังใหม่ ความหวังใหม่ให้แก่ฉัน บางครั้งฉันก็ท้อแท้ เพราะมันยากที่จะทนคิดได้ว่าฉันยังไม่สามารถดูแลลูกๆ ได้ ฉันยึดมั่นในพระสัญญาของพระวจนะของพระเจ้าและต่อสู้กับศัตรูในจิตวิญญาณของฉัน ฉันขอให้พระเจ้าทรงอนุญาตให้ฉันดูแลลูกๆ อีกครั้ง แม้ว่าในเวลานั้นมันดูเหมือนเป็นไปไม่ได้ ฉันยังไม่สามารถติดเข็มกลัดนิรภัยได้เลย แต่ฉันก็ยังคงอ่านพระคัมภีร์และพบสิ่งต่างๆ มากมายในนั้นที่ให้กำลังใจฉัน

สรรเสริญพระเจ้า! ภายในห้าสัปดาห์ ฉันสามารถอุ้มลูกน้อยจากเตียงไปวางในเปลได้ ฉันสามารถอาบน้ำให้เธอ ติด เข็มกลัดให้เธอ และแต่งตัวได้เอง ฉันดีใจจนแทบจะควบคุมตัวเองไม่ได้ ค่อยๆ ฉันเริ่มซักผ้า รีดผ้า ทำงานบ้าน และทำอาหารบ้าง ดูเหมือนว่ายิ่งฉันทำมากเท่าไหร่ พระเจ้าก็ยิ่งทรงช่วยให้ฉันทำได้มากขึ้นเท่านั้น ภายในฤดูร้อนปี 1958 ฉันก็เกือบจะเป็นปกติแล้ว มันเป็นการต่อสู้แห่งศรัทธาอย่างต่อเนื่อง แต่พระเจ้าทรงประทาน ชัยชนะให้แก่ฉัน ฉันได้กล่าวในโบสถ์ว่าหายดีเกือบสมบูรณ์แล้ว แต่บอกว่าฉันยังวิ่งไม่ได้และใส่รองเท้าส้นสูงไม่ได้

ฉันบอกว่าพระเจ้าจะทรงช่วยเหลือฉันต่อไป และกล้ามเนื้อเหล่านั้นจะพัฒนาขึ้นอย่างสมบูรณ์ สองเดือนต่อมา ฉันก็สามารถวิ่งได้ดีทีเดียวและใส่รองเท้าส้นสูงได้แล้ว

วันนี้ หนึ่งปีนับจากวันที่ฉันถูกส่งกลับบ้านเพื่อรอความตาย ฉันมีสุขภาพแข็งแรงเป็นปกติ และมีความสุขที่ได้รู้ว่าพระเยซูไม่เพียงแต่ช่วยเราให้พ้นจากบาปได้เท่านั้น แต่พระองค์ยังทรงรักษาโรคภัยไข้เจ็บของเราได้ ไม่ว่าอาการของเราจะดูเหมือนรักษาไม่หายเพียงใดก็ตาม

คำให้การของนางโฮเวิร์ด ฟาวเลอร์ ในหนังสือพิมพ์ "Pentecostal Evangel" ฉบับวันที่ 16 พฤศจิกายน 1958

โรลแลนด์และไฮดี้ เบเกอร์ – เปิดสวรรค์เหนือกาโบเดลกาโด

ผู้นำมุสลิมยอมรับว่าจังหวัดทางเหนือสุดของชายฝั่งโมซัมบิกแห่งนี้ ซึ่งครั้งหนึ่งเคยถูกนักเผยแพร่ศาสนามองว่า "เข้าไม่ถึง" กำลังตกอยู่ภายใต้อิทธิพลของคริสเตียน การพัฒนาฐานที่ตั้งและโรงเรียนสอนพันธกิจของเราบนที่ดินผืนใหญ่ที่สุดที่มีอยู่ในเมืองท่าเพมบาได้ก่อให้เกิดความฮือฮาอย่างมาก พระกิตติคุณกำลังแพร่กระจายไปยังหมู่บ้านต่างๆ ในเวลาเดียวกัน เมื่อฤทธิ์อำนาจของพระวิญญาณบริสุทธิ์ทรงหลั่งไหลลงมา

เรื่องนี้เกิดขึ้นได้อย่างไร? นี่คือตัวอย่างหนึ่ง เฟลิโต อูตูอี นักประกาศข่าวประเสริฐวัย 22 ปีที่เราดูแลและอบรมในพระเจ้า พยายามขออนุญาตจากหัวหน้าหมู่บ้านชาวมุสลิมเพื่อไปเผยแพร่ศาสนา หัวหน้าหมู่บ้านปฏิเสธซ้ำแล้วซ้ำเล่า เฟลิโตบอกเขา ว่า พระเยซูจะรักษาคนป่วย ในที่สุดหัวหน้าหมู่บ้านก็ถามว่า "ถ้าคุณมา ผมจะได้เห็นสิ่งนั้นเกิดขึ้นไหม?" "ใช่!" เฟลิโตตอบอย่างเรียบง่าย ดังนั้นหัวหน้าหมู่บ้านจึงตกลงที่จะให้มีการประชุมในหมู่บ้านของเขา

ในคืนของการออกไปประกาศข่าวประเสริฐ
การประชุมเริ่มต้นด้วยบรรยากาศที่เงียบสงบและเปิดกว้าง
แตกต่างจากการชุมนุมบางครั้งที่เรามักเผชิญกับการรบกวนจากปีศาจที่ดังและรุนแรง
เฟลิโตเทศนาพระกิตติคุณที่บริสุทธิ์และเรียบง่าย และถามว่า
"ใครบ้างที่ตระหนักถึงความต้องการพระผู้ช่วยให้รอดของตน?"
เสียงร้องออกมาจากความมืด "ฉันต้องการการให้อภัย! ฉันต้องการการให้อภัย!"
เสียงดังสนั่นเกิดขึ้นเมื่อผู้คนวิงวอนขอความรอดและพากันไปข้างหน้าเพื่ออธิษฐาน
จากนั้นเฟลิโตก็ประกาศว่าเขาและทีมงานจะอธิษฐานเพื่อผู้ป่วย การรักษาเกิดขึ้นทีละคน
แม่คนหนึ่งพาลูกชายวัยแปดขวบที่หูหนวกมา และเขาก็ได้รับการรักษาทันที

เฟลิโตถามหัวหน้าเผ่าว่า "ท่านเห็นไหม?" ทันทีที่หัวหน้าเผ่าได้ยิน
เขาก็ขอไมโครโฟนและบอกกับคนของเขาว่า "นี่เป็นเรื่องจริง! ไม่มีมนุษย์คนไหนทำได้!
มีแต่พระเจ้าเท่านั้นที่ทำได้! พาคนป่วยมาอีก! พาคนป่วยทั้งหมดมา!"
ชายคนหนึ่งพาลูกสาวตัวน้อยวัย 7 ขวบของเขามา ซึ่งลูกสาวตาบอดสนิท
เธอได้รับการอธิษฐาน และพ่อของเธอก็ถามเธออย่างเร่งรีบว่า "ลูกเห็นไหม?"
แล้วน้ำตาก็ไหลอาบหน้าเขา เมื่อลูกสาวมองเห็นใบหน้าของเขาเป็นครั้งแรกในชีวิต!
และการรักษาเยียวยาก็ดำเนินต่อไปในคืนนั้น

ตลอดปีที่ผ่านมา การออกไปประกาศข่าวประเสริฐของเราได้เกิดผลดีแบบนี้บ่อยครั้ง
เราไม่ได้เทศน์นานหรือใช้คำพูดที่ซับซ้อน ผู้คนตอบสนองด้วยความเชื่ออย่างเรียบง่าย
และทันทีที่พวกเขาเห็นว่าพระเยซูทรงเป็นจริงและจะทรงสัมผัสพวกเขาด้วยอัศจรรย์
พวกเขาก็ต้องการพระองค์! พวกเขาต้องการความรอด พวกเขาต้องการคริสตจักร
พวกเขาต้องการศิษยาภิบาลเดี๋ยวนี้! หัวหน้าของพวกเขาวิงวอนเราว่า "อย่าทิ้งพวกเราไป!
คุณจะทิ้งพวกเราไปแบบนี้ไม่ได้! พวกเราไม่เคยเห็นปาฏิหาริย์แบบนี้มาก่อน!"

คุณ ต้องกลับมาสอนพวกเรา!" ไฮดี้ได้รับพรพิเศษในการช่วยเหลือคนหูหนวก ตาบอด
และขาพิการ และเห็นพวกเขาได้รับการรักษาเกือบทุกครั้งที่ออกไปช่วยเหลือผู้คน
ครั้งหนึ่งเธออธิษฐานในตอนดึกเพื่อชายพิการและตาบอดคนหนึ่ง
แต่เขาไม่ได้รับการรักษาทันที
แต่เธอบอกชาวบ้านให้ส่งคนมาบอกเธอทันทีที่เขาได้รับการรักษา ดังนั้นในวันรุ่งขึ้น
เธออยู่กับเพื่อนชาวมุสลิมที่ดีและเป็นนักธุรกิจชั้นนำในเมือง

เมื่อคนส่งข่าววิ่งอย่างเหนื่อยหอบมาที่หน้าต่างรถที่พวกเขานั่งอยู่ "เขาหายแล้ว! เขาสามารถเดินและมองเห็นได้!" คนส่งข่าววิ่งมาเจ็ดชั่วโมงเพื่อบอกเธอ... ด้วยน้ำตาและความประหลาดใจ เพื่อนชาวมุสลิมของเราร้องไห้ "อธิษฐานเพื่อฉันด้วย! อธิษฐานเพื่อฉันเดี๋ยวนี้!"

รายงานจากจดหมายข่าวของ Iris Ministries ซึ่งเป็นพันธกิจที่ก่อตั้งโดยโรลแลนด์และไฮดี้ เบเกอร์ เมื่อวันที่ 14 กันยายน 2548 อยากอ่านเพิ่มเติม? เข้าชมเว็บไซต์ได้ที่: www.irismin.org

ทีมแรนดี้ คลาร์ก – เด็กชายพิการตั้งแต่กำเนิดได้รับการรักษาให้หาย

คุณแม่ท่านหนึ่งพาเด็กชายวัย 5 ขวบมาเข้าร่วมการประชุมที่เมืองกุนตูร์ ประเทศอินเดีย เด็กชายคนนี้พิการมาตั้งแต่เกิด แขนและมือเป็นอัมพาต นิ้วมือแข็งทื่อและงอไปด้านหลังเป็นมุม 45 องศา ขณะที่ฉันคุกเข่าอยู่ข้างๆ เขา พระวิญญาณบริสุทธิ์ทรงเทความเมตตากรุณาอย่างมากมายลงในใจฉันสำหรับเด็กคนนี้ แขนของเขาอ่อนแรงและมือแข็งทื่อเป็นอัมพาต หลังจากจับมือเขาไว้ขณะอธิษฐานประมาณ 5 นาที นิ้วก้อยของเขากระตุกเล็กน้อย ฉันอธิษฐานต่อไปโดยหยุดหลายครั้งเพื่อตรวจสอบความคืบหน้าในการรักษา ฉันมีลูกชายวัยใกล้เคียงกับเขา และพระเจ้าทรงบอกฉันให้ภาวนาเหมือนกับว่ากำลังอธิษฐานให้ลูกชายของฉัน การมองเข้าไปในดวงตาของเด็กคนนี้ทำให้ฉันน้ำตาไหล

พระเจ้าทรงรักษาและฟื้นฟูแขน มือ และนิ้วของเขาให้หายสนิท
รายงานโดย แครี่ เครเมอร์ จากทีมงานของแรนดี้ คลาร์ก เมื่อวันที่ 26 มกราคม 2548
จากรายงาน Global Awakening ฉบับวันที่ 31 มกราคม 2549
นำมาใช้โดยได้รับอนุญาตจากพวกเขาแล้ว

เอเธล วิลลิทส์ –
เด็กหญิงพิการที่ได้รับการรักษาให้หาย

ครอบครัวของฉันเคยเข้าร่วมพิธีรักษาโรคที่จัดโดยเอเธล อาร์. วิลลิทส์ ในเมืองแอครอน รัฐโอไฮโอ ในปี 1938 คุณนายวิลลิทส์จัดพิธีในศาลาไม้ขนาดใหญ่ที่เคลื่อนย้ายได้ การประชุมจัดขึ้นทุกคืนและบ่ายวันอาทิตย์ อาคารมักจะเต็มไปด้วยผู้คนทุกครั้งที่มีการประชุม รถพยาบาลหลายสิบคันจะจอดข้างศาลาและนำผู้ป่วยลงจากเปลเรียงกันสองแถวขวางด้านหน้าอาคาร ทุกครั้งที่มีการรักษา ผู้คนจะได้รับการรักษาและกลับบ้าน คุณนายวิลลิทส์จะเทศนาสั่งสอนผู้คนเกี่ยวกับการรับการรักษาและการรับพระเยซูคริสต์เข้ามาในชีวิตของพวกเขาก่อนที่จะมีการรักษา จากนั้นเธอก็จะอธิษฐานเพื่อผู้ป่วยในทุกการประชุม ผนังด้านหน้าของศาลาด้านหลังผู้เทศนาเรียงรายไปด้วยไม้ค้ำยันและอุปกรณ์พยุง

หนึ่งในประสบการณ์การรักษาอันน่าอัศจรรย์ที่เราได้สัมผัสด้วยตนเอง คือการรักษาเด็กหญิงตัวเล็กๆ ที่มีร่างกายผิดรูป เธอไม่มีคางที่เห็นได้ชัด มีก้อนเนื้อที่ท้ายทอย และมือและเท้าทั้งสองข้างก็ผิดรูป เธอถูกพาไปข้างหน้าเพื่อรับการอธิษฐาน และได้รับการรักษาให้หายทันที เนื่องจากมีคนจำนวนมาก เราจึงไม่ได้เห็นเธอในคืนนั้น แต่เรานั่งอยู่ข้างหลังเธอและพ่อแม่ของเธอในคืนถัดมา เด็กน้อยมีหมวกคลุมรอบคางที่ยื่นออกมา และไม่มีก้อนเนื้อที่ท้ายทอย เธอเล่นกับเท้าของเธอด้วยมือเล็กๆ ของเธอ เธอได้รับการรักษาให้หายอย่างสมบูรณ์และกลับมาเป็นปกติด้วยฤทธิ์อำนาจของพระเยซูคริสต์

คำให้การส่วนตัวของพอล ไชเดสเตอร์ นำมาใช้โดยได้รับอนุญาตจากเขาแล้ว

สตีเฟน เจฟฟรีย์ส –
หญิงพิการหายดีเมื่อได้เห็นพระเยซูในที่ประชุม

ไม่มีคำใดจะบรรยายความหมายทั้งหมดที่เกิดขึ้นหลังจากชีวิตที่เต็มไปด้วยความทุกข์ทรมานได้อย่างครบถ้วน ตั้งแต่ยังเล็ก ฉันก็เจ็บป่วยอยู่เสมอ ไม่เคยได้พักผ่อนครบปีโดยไม่ต้องนอนพักรักษาตัวเลย แล้วในปี 1900 ไม่กี่วันก่อนแต่งงาน ฉันช่วยยกเครื่องบิดผ้า ทำให้ตัวเองบาดเจ็บภายใน เพียงห้าสัปดาห์หลังแต่งงาน ฉันก็ต้องนอนพักรักษาตัวนานถึงสิบสัปดาห์ จากนั้นก็เริ่มลุกเดินได้บ้าง แต่ก็ยังคงเจ็บปวดอยู่ตลอดเวลา เหตุการณ์นี้ดำเนินไปหลายปี บางครั้งก็ลุกเดินได้ แต่ส่วนใหญ่ต้องนอนอยู่บนเตียง ในฤดูร้อนปี 1906 เราอาศัยอยู่ที่สถานที่แห่งหนึ่งชื่อธอร์น ใกล้กับดอนคาสเตอร์ (ก่อนหน้านี้เราเคยอาศัยอยู่ที่ดอนคาสเตอร์ ซึ่งฉันได้รับการรักษาจากแพทย์ไม่ต่ำกว่าหกคน รวมทั้งเป็นผู้ป่วยนอกที่โรงพยาบาล และได้รับแจ้งซ้ำแล้วซ้ำเล่าว่าไม่สามารถทำอะไรได้แล้ว)

ที่ธอร์น ฉันเป็นโรคเยื่อหุ้มสมองอักเสบ และนอนป่วยหนักใกล้ตายอยู่หลายสัปดาห์ มีการสวดภาวนาขอให้ฉันหายป่วยแม้กระทั่งที่โบสถ์ประจำตำบลนั้น เพื่อเห็นแก่ลูกคนเดียวที่พระเจ้าประทานให้เรา พระเจ้าทรงได้ยินคำอธิษฐานมากมายเหล่านั้น ทรงช่วยชีวิตฉันไว้ แต่ฉันต้องสวมแว่นกันแดด เพราะเส้นประสาทตาได้รับผลกระทบอย่างมาก แสงทำให้ฉันอาเจียนอย่างรุนแรง – ซึ่งแพทย์เรียกว่าโรคทางสมอง เมื่อไปเยี่ยมเพื่อนที่ปีเตอร์โบโรห์ในอีกไม่กี่เดือนต่อมา เพื่อนๆ ที่นั่นแนะนำให้ฉันไปขอคำแนะนำจากแพทย์ของพวกเขา รวมถึงที่โรงพยาบาลปีเตอร์โบโรห์ด้วย เพราะชีวิตของฉันเต็มไปด้วยความทุกข์ทรมาน หากฉันไม่รู้จักความสงบสุขที่มาจากพระเยซู ฉันคงไม่สามารถมีชีวิตอยู่และอดทนได้ โอ้ ขอสรรเสริญพระเยซูผู้ทรงเป็นบุรุษแห่งกัลวารี ผู้ทรงเห็นอกเห็นใจ ผู้ทรงเปิดตาฝ่ายวิญญาณของฉัน และทำให้ฉันเห็นถึงความต้องการพระผู้ช่วยให้รอด และถึงแม้การยอมรับพระองค์เมื่ออายุ 21 ปีหมายความว่าฉันถูกไล่ออกจากบ้าน ฮallelujah! พระองค์ทรงประทานความพึงพอใจอย่างเหลือล้น

คุณหมอที่ปีเตอร์โบโรห์ หลังจากตรวจอย่างละเอียดแล้ว ยืนยันสิ่งที่แพทย์คนก่อนๆ บอกไว้ คือรักษาไม่หาย คำวินิจฉัยคือ โรคหัวใจ โรคปอด ที่จริงแล้ว คุณหมอบอกกับเพื่อนของฉันเป็นการส่วนตัวว่า ฉันเต็มไปด้วยโรคภัยไข้เจ็บ แทบไม่มีอวัยวะส่วนไหนแข็งแรงเลย มีมะเร็ง ลำไส้บิดเล็กน้อย

คุณหมอสรุปว่าข้างในตัวฉันเหมือน ฟองน้ำเน่าๆ และถ้าฉันยังมีชีวิตอยู่ ฉันก็จะตาบอดสนิทในที่สุด แต่ด้วยพระคุณของพระเยซู ฉันไม่จำเป็นต้องใส่แว่นเลยตอนนี้ ฉันสมบูรณ์แข็งแรงดี ฉันสรรเสริญพระนามอันประเสริฐของพระองค์ โอ้ ฮallelujah สำหรับสิ่งที่พระเจ้าทรงทำเพื่อฉัน ฉันจะไม่หยุดสรรเสริญพระองค์! ในปี 1910 เรามาอยู่ที่กริมสบี (สามีของฉันทำงานในทางรถไฟ)

ฉันมาถึงที่นี่เมื่อวันที่ 26 ธันวาคม พอจะใช้ชีวิตได้ตามปกติ แม้จะเจ็บปวดอย่างมาก จนกระทั่งวันที่ 5 เมษายน ค.ศ. 1911 ฉันต้องนอนพักบนเตียงอีกครั้ง เมื่อหมอมาตรวจ เขาบอกว่าอย่างมากที่สุดก็อีกสองสัปดาห์ก็คงจะหาย แต่สภาพของฉันแย่มาก หมอคิดว่าฉันคงอยู่ไม่ถึงสองสัปดาห์ด้วยซ้ำ แต่แล้วหลายสัปดาห์ หลายเดือน และแม้กระทั่งหลายปีก็ผ่านไป ฉันนอนอยู่บนเตียงตลอด และโอ้ ความทรมานนั้น แม้ว่าฉันจะได้รับมอร์ฟีนเพื่อบรรเทาความเจ็บปวด ในปริมาณที่เพิ่มขึ้นเรื่อยๆ จนบางคนที่รู้ปริมาณยังประหลาดใจที่ฉันไม่รู้สึกอยากยา
ขอขอบคุณพระองค์ผู้ทรงกระทำการอัศจรรย์! ครั้งแล้วครั้งเล่าที่สามีของฉันถูกเรียกตัวมา เพื่อให้เขาออกจากหน้าที่ทันทีหากเขาต้องการเห็นฉันยังมีชีวิตอยู่
ฉันเกือบตายมาหลายครั้งจนมีผู้หญิงเข้ามาในบ้านเพื่อเตรียมศพของฉันสำหรับการฝัง
สองครั้งที่บ้านเกิดไฟไหม้และฉันก็ทำอะไรไม่ถูก และคงถูกไฟไหม้ตายหากไม่มีคนมาช่วย

สามปีแรกที่ฉันนอนอยู่ ฉันไม่เคยออกไปนอกบ้านเลย ความปรารถนาที่จะออกไปข้างนอกในช่วงฤดูร้อนปีที่สี่นั้นรุนแรงมากจนสามีของฉันต้องเ ช่ารถม้าพิเศษ (เนื่องจากฉันต้องนอนราบ เก้าอี้อาบน้ำจึงใช้ไม่ได้) ฤดูร้อนถัดมา เราสั่งทำรถม้าที่เมืองฮัลล์ และฉันก็ถูกพาออกไปข้างนอก โดยถูกยกจากเตียงในครัวขึ้นไปบนเตียงในรถม้าสำหรับผู้ป่วยกระดูกสันหลัง
รถม้าถูกเข็นมาใกล้เตียงของฉัน ฉันไม่เคย แต่งตัวเลย ที่จริงแล้วฉันทิ้งเสื้อผ้าและรองเท้าทั้งหมดไป โดยคิดว่าฉันจะไม่ต้องการมันอีกแล้ว ดังนั้นหลายปีจึงผ่านไป และถึงแม้ว่าฉันจะรู้จักพระเยซู ฉันก็ยังคิดว่ามันเป็นพระประสงค์ของพระองค์ที่ฉันจะต้องทนทุกข์
และได้แต่ภาวนาขอพระคุณและความอดทน โอ้ ฉันช่างตาบอดเหลือเกิน ที่คิดว่ามันเป็นพระประสงค์ของพระองค์ที่จะให้ฉันทนทุกข์
ทรงทำให้บุตรของพระองค์ทุกข์ทรมาน

ขอขอบคุณพระเจ้า การปลดปล่อยมาถึงแล้ว
สามีของฉันอ่านเจอเรื่องการรักษาโรคในลอนดอนหลายกรณี
ผ่านทางผู้รับใช้คนหนึ่งของพระองค์ คือ ศิษยาภิบาลสตีเฟน เจฟฟรีย์ส
เราอธิษฐานว่าหากมีพระพรใด ๆ เตรียมไว้สำหรับข้าพเจ้า
ขอให้พระองค์ทรงส่งผู้ส่งสารของพระองค์มายังเมืองกริมสบี ท่านก็มา
และหลังจากเข้าร่วมการนมัสการและได้ฟังถ้อยคำอันไพเราะจากหนังสือ Life in Jesus ข้าพเจ้าจึงขอให้พระเจ้าทรงนำทางข้าพเจ้า พระองค์ทรงนำข้าพเจ้าไปยังยากอบ 5:14,15 ในการนมัสการครั้งต่อไป ข้าพเจ้าจึงสามารถ...
ข้าพเจ้าเชื่อฟังพระวจนะของพระองค์ ได้รับการเจิมด้วยน้ำมันในพระนามของพระเจ้า
ข้าพเจ้าได้รับการเจิมอย่างน่าอัศจรรย์ในเวลานั้น แต่ก็ไม่หายดี ฮallelujah
คำตอบมาถึงในอีกสองสัปดาห์ต่อมา ในวันที่ 5 มีนาคม ค.ศ. 1922 เวลาประมาณ 15.30 น.
พระองค์ผู้ทรงฟื้นคืนพระชนม์เสด็จมาด้วยฤทธิ์อำนาจและทรงยกข้าพเจ้าขึ้นจากรถม้า
ขอถวายพระเกียรติแด่พระนามอันประเสริฐของพระองค์!
การรอคอยสองสัปดาห์นั้นไม่อาจลดทอนความเชื่อที่พระองค์ประทานให้
ข้าพเจ้ารู้ว่าพระองค์จะไม่ทรงทอดทิ้งข้าพเจ้า

เมื่อวันที่ 28 กุมภาพันธ์ ฉันขอให้สามีซื้อรองเท้าให้
เพราะฉันมั่นใจมากว่าพระองค์ทรงซื่อสัตย์
แม้ว่าเท้าของฉันจะไม่ได้แตะพื้นมาเกือบสิบเอ็ดปีแล้วก็ตาม ขอถวายเกียรติแด่พระเยซู!
พระองค์ทรงทำให้ฉันมีความหวัง คืนวันศุกร์ที่ 3 มีนาคม ความเจ็บปวดนั้นรุนแรงมาก
ดูเหมือนว่าปีศาจจะรู้ว่าเวลาของมันในร่างกายมนุษย์นี้มีจำกัด มันทรมานเหลือเกิน
แต่พระเจ้าทรงนำฉันให้เห็นว่าในคืนนั้นฉันต้องหยุดใช้มอร์ฟีน
ฉันต้องการให้พระเยซูได้รับการยกย่อง ดังนั้นฉันจึงพูดว่า "ใช่แล้ว พระเจ้า
แม้ว่ามันจะหมายถึงความตาย ข้าพเจ้าก็เป็นของพระองค์
ขอทรงทำกับข้าพเจ้าตามพระประสงค์ของพระองค์
โปรดประทานพระวิญญาณของพระองค์แก่ข้าพเจ้า เพื่อให้ข้าพเจ้าซื่อสัตย์ต่อพระองค์"

ตั้งแต่บ่ายวันศุกร์ถึงบ่ายวันอาทิตย์ — เวลาผ่านไปช้าเหลือเกิน การต่อสู้กับศัตรู
การพยายามบรรเทาความทุกข์ด้วย มอร์ฟีนนั้นช่างขมขื่น
แต่พระองค์ทรงวิงวอนเพื่อข้าพเจ้าและประทานชัยชนะ

เมื่อถูกเข็นไปยังท่าเรือลี้ภัยเก่าในถนนฟรีแมน ซึ่งเป็นสถานที่จัดประชุม ข้าพเจ้ายังคงทุกข์ทรมานและหมดหนทางยิ่งกว่าเดิม แต่ขอสรรเสริญพระเจ้า ในระหว่างการประชุม ซึ่งเป็นการประชุมเพื่อแบ่งปันคำพยาน ข้าพเจ้าได้เห็นพระเยซู พระผู้ทรงคุณค่าแห่งกัลวารี

พระองค์ทรงยืนขึ้นและมองมา ด้วยความรักและความสงสารในดวงตาของพระองค์ จากนั้นดูเหมือนว่ามีมืออันทรงพลังวางอยู่ใต้ตัวฉัน และฉันก็ถูกยกขึ้นไปเรื่อยๆ จนฉันคิดว่าฉันได้ขึ้นไปถึงสวรรค์แล้ว จากนั้นฉันก็ถูกลดระดับลงอย่างนุ่มนวล และฉันก็เห็นว่าฉันยังคงอยู่ในที่ประชุม แต่รู้สึกเบาเหมือนอากาศ โอ้ ความสุข โอ้ ความปีติยินดี เมื่อฉันตระหนักว่าพระผู้รักษาเองได้เสด็จมาและนำชีวิตใหม่มาให้ ชีวิตแห่งการฟื้นคืนชีพที่แท้จริง ในที่ที่เคยมีเพียงความตายที่ยังมีชีวิตอยู่ ในพระนามของพระองค์ ฉันลุกขึ้นจากรถม้า เดินไปรอบๆ ห้องโถงด้วยดวงตาที่เปี่ยมด้วยน้ำตาและมือที่ยกขึ้น ขณะที่ผู้คนร้องเพลงซ้ำแล้วซ้ำเล่าว่า "ขอสรรเสริญพระนามของพระเยซู!" ฮallelujah! ฮallelujah! ไม่มีมือมนุษย์ใดแตะต้องตัวฉัน ศิษยาภิบาลและผู้ร่วมงานอยู่บนเวทีเมื่อพระองค์เสด็จมา พระเยซู พระผู้ช่วยให้รอดของฉัน ทรงเปลี่ยนแปลงฉัน ฉันอยากให้คนอื่นๆ รู้จักพระองค์และมีชีวิตของพระองค์ นี่ไม่ใช่การรักษา แต่เป็นพระผู้รักษาเองที่นำชีวิต สุขภาพ และพลังงานมาให้

ผู้คนหลายร้อยคนในเมืองกริมสบีและที่อื่นๆ เห็นผมถูกเข็นไปมาเป็นเวลาหลายปี ในสภาพเหมือนศพ แต่ตอนนี้พวกเขาเห็นผมเดินไปตามถนน ทำงานบ้าน แม้กระทั่งซักผ้าเอง ทั้งหมดนี้เป็นเพราะพระเยซู ผมเป็นหนี้บุญคุณพระองค์ทุกอย่าง แพทย์และพยาบาล พนักงานรถไฟ ตำรวจ และคนอื่นๆ ต่างยืนตะลึงเมื่อเห็นการเปลี่ยนแปลงอันน่าอัศจรรย์ที่เกิดขึ้น แม้ว่าพวกเขาจะไม่เข้าใจก็ตาม เป็นเวลาสิบปีกับสิบเอ็ดเดือนที่ผมเป็นมนุษย์ที่นอนติดเตียงอย่างช่วยไม่ได้

ตอนนี้ฉันเปี่ยมไปด้วยชีวิตชีวา เดินได้ไกลหลายไมล์ สุขภาพดีกว่าที่เคยเป็นมา ทั้งหมดนี้พระเยซูทรงซื้อไว้ให้ฉันที่กัลวารี และตอนนี้พระองค์ได้ประทานความสมบูรณ์ การรับบัพติศมาในพระวิญญาณบริสุทธิ์ การพูดภาษาต่างๆ ทั้งหมดนี้เพื่อสรรเสริญพระองค์ โอ้ หัวใจของฉันเต็มเปี่ยมไปด้วยพระองค์ ฉันต้องการให้พระองค์แต่เพียงผู้เดียวได้รับการยกย่อง

ฉันเป็นเพียงคนบาปที่ได้รับการช่วยให้รอดโดยพระคุณอันน่าอัศจรรย์ของพระองค์
ที่ของฉันคือแทบพระบาทอันล้ำค่าของพระองค์
ฉันปรารถนาให้ผู้อื่นได้รับทุกสิ่งที่พระองค์ทรงปรารถนาจะประทานให้
ชีวิตช่างแตกต่างไปเหลือเกิน ฉันเฝ้ามองและรอคอยการเสด็จมาของพระองค์
พระเยซูผู้ทรงประเสริฐ อ่อนโยน เจ้าบ่าวผู้ทรงเป็นที่รักของหัวใจฉัน
ขอให้พระองค์เสด็จมาโดยเร็วเถิด พระเยซูเจ้า

ดิฉันอยากจะบอกตรงนี้ว่า แพทย์บอกว่าไม่พบร่องรอยของโรคใดๆ เหลืออยู่แล้ว ดิฉันสามารถอ่านหนังสือและเย็บผ้าได้โดยไม่ต้องใส่แว่นตา ในวัย 52 ปี ขอถวายพระเกียรติแด่พระเยซู! โอ้ ขอสรรเสริญพระองค์ ดิฉันสรรเสริญพระองค์! ฮาเลลูยา! – คุณนาย บี. อัลทอฟต์, 6 ถนนสแตนสเต็ด, กริมสบี

ส่วนหนึ่งจากหนังสือ “Stephen Jeffreys” เขียนโดย Agnes Adams

เรย์มอนด์ ที. ริชีย์ – การรักษาบาดแผลจากสงครามขั้นรุนแรง

แอล.ซี. เดอวีส์ จากฮูสตัน รัฐเท็กซัส สังกัดกองทัพที่ 1 กองกำลังรบอเมริกัน ถูกนำตัวออกจากป่าอาร์กอนเมื่อวันที่ 13 พฤศจิกายน สองวันหลังจากการลงนามในสนธิสัญญาหยุดยิง เนื่องจากป่วยหนักด้วยไข้สูง เขาถูกนำตัวส่งโรงพยาบาลหลายแห่ง ซึ่งแพทย์และศัลยแพทย์ผู้เชี่ยวชาญได้ทำการรักษาเป็นเวลาหลายเดือน แต่ในที่สุดก็ประกาศว่าหมดหวังแล้ว พวกเขาจึงส่งตัวผู้ป่วยให้แพทย์ฝึกหัดในโรงพยาบาลเพื่อรอความตาย โดยมีการออกใบรับรองไว้แล้ว เมื่อถูกนำตัวส่งโรงพยาบาลครั้งแรก ทหารผู้นี้อาเจียนและทรมานอย่างมาก จากโรงพยาบาลแห่งนั้น เขาถูกย้ายไปที่โรงพยาบาลฐานทัพที่ 119 ที่วิชี ซึ่งรัฐบาลดูแลรักษาอยู่ที่แหล่งน้ำยอดนิยมแห่งนี้ เขาอยู่ที่นั่นหลายเดือน อาการของเขาทรุดลงเรื่อยๆ จากที่นี่เขาถูกส่งไปยังบอร์โดซ์เพื่อส่งต่อไปยังสหรัฐอเมริกา

เขาแทบจะนอนอยู่บนเตียงตลอดเวลา สภาพร่างกายของเขาแย่เกินกว่าจะกลับไปร่วมหน่วยได้ ในที่สุดเขาก็ขึ้นฝั่งที่นิวยอร์กและถูกส่งตัวไปที่โรงพยาบาลยกพลขึ้นบกหมายเลข 3 จากนั้นเขาก็ถูกส่งตัวไปที่โรงพยาบาลฐานทัพที่เจฟเฟอร์สัน บาร์แรกส์ เมืองเซนต์หลุยส์ รัฐมิสซูรี ที่นั่นมีการถ่ายภาพเอ็กซ์เรย์ ซึ่งแสดงให้เห็นว่ากระเพาะอาหารของเขาถูกทำลายไปมากจนมีลักษณะคล้ายฟองน้ำ หลังจากนั้นจึงมีการผ่าตัดในวันที่ 8 พฤษภาคม 1919 ในระหว่างการผ่าตัดครั้งนี้ แพทย์ได้ตัดไส้ติ่ง ลำไส้ส่วนใหญ่ และกระเพาะอาหารบางส่วนออก การผ่าตัดครั้งนี้ร้ายแรงมากจนดูเหมือนว่าชีวิตจะดับสูญไป ชีพจรเต้นเบามากจนแพทย์ไม่สามารถตรวจจับชีพจรหรือการหายใจได้ และไตก็ไม่ทำงาน น้ำในร่างกายแห้งเหือดไป และการเน่าเปื่อยเริ่มเกิดขึ้นจากหน้าอกลงไป ตอนนี้เห็นได้ชัดแล้วว่ากรณีนี้หมดหวังแล้ว และจึงมีการออกใบมรณบัตร

จากภาวะหมดสติอย่างสิ้นเชิงนั้น ประกายแห่งชีวิตอันริบหรี่ได้ปรากฏขึ้น และผู้ป่วยเริ่มฟื้นคืนสติ “ตอนนี้” เดอวีส์กล่าว “พระเจ้าผู้ที่ข้าพเจ้าปฏิเสธได้เริ่มตรัสกับข้าพเจ้า ในขณะที่คนทางบ้านอธิษฐานขอให้ชีวิตของข้าพเจ้าได้รับการไว้ชีวิต แพทย์ที่ดูแลยอมรับว่าพวกเขาได้ทำในสิ่งที่ตนทำได้หมดแล้ว เหลือเพียงพระเจ้าเท่านั้นที่จะทรงทำในส่วนที่เหลือ เมื่ออาการดีขึ้นจนสามารถออกจากโรงพยาบาลได้ ข้าพเจ้าจึงเข้ารับการฝึกอบรมวิชาชีพที่วิทยาลัยแห่งรัฐไอโอวา เมืองเอมส์ รัฐไอโอวา แต่หลังจากอยู่ที่นั่นได้สามสัปดาห์ ก็จำเป็นต้องกลับไปโรงพยาบาลอีกครั้ง จากนั้นข้าพเจ้าจึงเดินทางไปยังเมืองเดสโมอินส์ รัฐไอโอวา ที่นั่นพบว่าจำเป็นต้องให้ข้าพเจ้าเข้ารับการผ่าตัดอีกครั้ง หลังจากกรีดแผลแล้ว แพทย์ก็สรุปว่าพวกเขาไม่สามารถทำอะไรต่อได้อีก และพวกเขาก็เย็บแผลให้ข้าพเจ้า ข้าพเจ้าได้รับแจ้งว่าพวกเขาได้ทำทุกอย่างที่ทำได้แล้ว และอีกไม่นานความตายก็จะมาเยือน ข้าพเจ้าออกจากโรงพยาบาลกลับบ้าน ที่ซึ่งข้าพเจ้าจะต้องตาย”

“ตอนที่ผมอยู่ที่ฮิวสตัน ผมได้ยินเรื่องการฟื้นฟูทางศาสนาแบบดั้งเดิมและการรักษาโรคอย่างน่าอัศจรรย์ที่เกิดขึ้นจากการอธิษฐาน ผมไปร่วมงานและได้ฟังนักเทศน์เรย์มอนด์ ที. ริชีย์ และเริ่มสนใจการประชุมเหล่านั้น

ที่นี่ผมสำนึกผิดในบาปของตัวเองและมอบชีวิตให้กับพระเจ้า ไม่กี่คืนต่อมา ผมได้รับการอธิษฐานและได้รับการรักษาอย่างอัศจรรย์ ผมสูง 5 ฟุต 11 นิ้ว และน้ำหนักลดลงจนเหลือไม่เกิน 100 ปอนด์ ตอนนี้ผมหนักประมาณ 200 ปอนด์ กินอาหารดี และมีสุขภาพแข็งแรงสมบูรณ์ ในช่วงที่ผมป่วย ผมถูกห้ามไม่ให้ไปโรงเรียนอย่างถาวรเนื่องจากความพิการถาวร แพทย์ระบุว่าผมจะไม่สามารถกลับไปเรียนได้อีกเลย โดยคณะกรรมการฝึกอบรมวิชาชีพของสำนักงานทหารผ่านศึกสหรัฐฯ จัดอันดับผมเป็นชั้น "D"

ส่วนหนึ่งจากหนังสือ "สิ่งที่พระเจ้าทรงกระทำ" โดย เอลอยส์ เมย์ ริชีย์

สมิธ วิกลส์เวิร์ธ – พยาบาลหายจากโรคร้ายแรง

นางสาว เอช. ทอดด์ จากเมืองนาเรมเบิร์น รัฐนิวเซาท์เวลส์ ให้การว่า "ขณะที่ฉันทำงานเป็นพยาบาลในซิดนีย์ ฉันประสบอุบัติเหตุร้ายแรง กระดูกสะบ้าเข่าแตกและกระดูกอ่อนภายในเคลื่อน ทำให้เกิดอาการข้ออักเสบและโรคข้ออักเสบเรื้อรัง ฉันได้รับการรักษาที่ดีที่สุดทั้งในซิดนีย์และออเรนจ์ แต่ก็ไม่สามารถบรรเทาอาการได้อย่างถาวร ฉันแค่ลุกขึ้นมาได้สักพักแล้วก็กลับไปนอนบนเตียงอีก เป็นเช่นนี้เรื่อยมาเป็นเวลาสิบแปดเดือน ซึ่งเป็นช่วงเวลาที่ยาวนานและเหน็ดเหนื่อย โดยเฉพาะอย่างยิ่งหลังจากนั้นประมาณสิบสี่เดือน ฉันโชคร้ายที่กล้ามเนื้อขาอีกข้างฉีกขาด ทำให้ต้องพักรักษาตัวเป็นเวลาหกสัปดาห์ ความเจ็บปวดนั้นรุนแรงมากในบางครั้ง ฉันเป็นคนพิการอย่างแท้จริงและไม่มีโอกาสที่จะกลับไปประกอบอาชีพได้อีกเลย แม้ว่าฉันจะมีสุขภาพแข็งแรงดี แต่การที่ต้องพิการทั้งสองขาและต้องพึ่งพาผู้อื่นในการดูแลนั้นเป็นเรื่องยากที่จะมองไปในอนาคต"

"ฉันช่างตาบอดเหลือเกิน เพราะนับตั้งแต่ถูกส่งไปรักษาตัวที่ออเรนจ์ ฉันได้ใช้ชีวิตอยู่ท่ามกลางผู้คนที่เชื่อและพยายามชักชวนให้ฉันฟังคำสอนในพระคัมภีร์เกี่ยวกับการรักษาโรคด้วยฤทธิ์อำนาจของพระเจ้า แต่ฉันคิดต่างออกไป จริงอยู่พระคัมภีร์ได้กล่าวถึงสิ่งมหัศจรรย์ในสมัยก่อน แต่สำหรับฉันแล้ว

วันเหล่านั้นได้ผ่านไปแล้ว และสิ่งต่างๆ ก็แตกต่างออกไป มีการพูดถึงนักเทศน์สมิธ วิกลส์เวิร์ธกันอย่างมาก แต่ฉันไม่สนใจ หลังจากที่นักเทศน์เริ่มภารกิจของเขา ซึ่งกินเวลาเพียงห้าวัน พี่ชายของฉันพร้อมกับคนอื่นๆ ได้พูดโน้มน้าวใจฉันอย่างมากเกี่ยวกับความจริงของคำสอนในพระคัมภีร์เกี่ยวกับการรักษาโรคด้วยฤทธิ์อำนาจของพระเจ้า และถึงแม้ว่าฉันจะต่อต้านมันมาโดยตลอดจนถึงตอนนั้น ฉันก็กลับไปอ่านพระคัมภีร์อีกครั้ง และเหมือนกับลูกชายที่หลงผิด ในที่สุดฉันก็พูดว่า 'ฉันจะลุกขึ้นและไปหาพระบิดาของฉัน'" และขอสรรเสริญพระเจ้าผู้ทรงเมตตาที่ทรงเตรียมพระพรมากมายไว้ประทานแก่ข้าพเจ้า ข้าพเจ้าเป็นคริสเตียนมาหลายปีแล้ว แต่ข้าพเจ้าต้องได้รับการปลุกให้ตื่นก่อนจึงจะได้ยินเสียงของพระองค์และให้พระองค์ทรงเจิมดวงตาของข้าพเจ้า ขณะที่อ่านพระคัมภีร์ ข้าพเจ้าสะดุดกับถ้อยคำที่ว่า "สิ่งหนึ่งที่ข้าพเจ้ารู้ก็คือ เมื่อก่อนข้าพเจ้าตาบอด แต่บัดนี้ข้าพเจ้ามองเห็นแล้ว" ยอห์น 9:25 ถ้อยคำนี้วนเวียนอยู่ในใจข้าพเจ้าตลอดวันศุกร์และวันเสาร์ รวมถึงพระวจนะของพระเจ้าที่ว่า "เราคือองค์พระผู้เป็นเจ้า อย่าเปลี่ยนแปลง" พระคัมภีร์เหล่านี้วนเวียนอยู่ในใจข้าพเจ้าอย่างต่อเนื่อง จนข้าพเจ้าตัดสินใจไปที่มิชชั่นในคืนนั้นเพื่ออธิษฐาน

"ขาข้างหนึ่งของฉันมีอุปกรณ์เหล็กและหนังเพื่อป้องกันไม่ให้ข้อเข่าล็อกและถูกกดทับ ซึ่งทำให้เจ็บปวดอย่างรุนแรง ส่วนอีกข้างหนึ่งพันด้วยผ้าพันแผลแน่นหนา ฉันใช้ไม้ค้ำยันเดินไปที่รถเพื่อไปร่วมการประชุม และถึงแม้จะเจ็บปวดอย่างมาก ฉันก็เชื่อว่าฉันจะหายดี หลังจากฟังคำเทศน์จบ ฉันก็ไปรวมกับผู้ที่จะได้รับการดูแล และขณะที่นักเทศน์วางมือบนตัวฉันและอธิษฐาน ฉันก็มีประสบการณ์ที่แปลกประหลาดแต่สวยงามราวกับว่ามีน้ำเย็นพุ่งออกมาเป็นสายแรงใส่บริเวณ ที่บาดเจ็บทั้งสองข้างของฉัน แรงนั้นรุนแรงมากจนทำให้ฉันเจ็บด้วย และฉันรู้ว่านั่นคือพระเจ้า แต่เมื่อหันหลังกลับเพื่อจะจากไป ฉันก็ไม่ได้รู้สึกดีขึ้น และแสดงความผิดหวังต่อคนสองสามคน"

"ตลอดทางกลับบ้าน ฉันร้องไห้อย่างหนัก และระบายความในใจต่อพระเจ้า และกล่าวซ้ำๆ ว่า 'ข้าแต่พระเจ้า ข้าพระองค์เชื่อ โปรดช่วยข้าพระองค์ในความไม่เชื่อด้วย' เมื่อถึงบ้าน มีคนช่วยฉันลงจากรถ และหลังจากเดินไปได้ไม่กี่ก้าว ฉันก็บอกว่าฉันคิดว่าฉันเดินเองได้แล้ว ทันทีที่ฉันถึงธรณีประตู แสงสว่างจ้าก็พุ่งตรงมาที่ฉัน สว่างมากจนเกือบทำให้ฉันเซ

และในทันทีนั้นฉันก็ร้องออกมาว่า ‘ขอถวายพระเกียรติแด่พระเจ้า ข้าพระองค์หายแล้ว’ และข้าพระองค์ก็หายจริงๆ ฉันเดินไปทั่วบ้านสรรเสริญพระเจ้า และเดินขึ้นลงระเบียงหลังบ้าน สรรเสริญพระเจ้าและเดินเหมือนก่อนเกิดอุบัติเหตุ เมื่อเห็นไม้ค้ำยัน ฉันพูดว่า ‘เอาไปคืนเพื่อนใจดีที่ให้ฉันยืมเถอะ ฉันไม่ต้องการมันอีกแล้ว’” ดังนั้นไม้ค้ำยันจึงถูกส่งคืนก่อนเที่ยงคืนเล็กน้อย ฮallelujah! เมื่อตื่นขึ้นในเช้าวันรุ่งขึ้น ฉันก็ทิ้งอุปกรณ์พยุงที่เป็นเหล็กและหนัง รวมถึงผ้าพันแผล และไม่เคยแตะต้องมันอีกเลย เพราะฉันหายดีเป็นปกติแล้ว

“สองวันต่อมา ฉันก็ได้รับการบัพติศมาในพระวิญญาณบริสุทธิ์อย่างแสนหวาน ตามที่กล่าวไว้ในกิจการ 2:4 พระคัมภีร์มีความหมายต่อฉันมากกว่าที่เคยเป็นมา ตอนนี้ฉันมองเห็นพระเจ้าของฉันเป็นพระผู้ช่วยให้รอดจากบาป แพทย์ผู้ยิ่งใหญ่ ผู้ทรงบัพติศมาด้วยพระวิญญาณบริสุทธิ์ และพระองค์ผู้ที่จะเสด็จมาเพื่อเจ้าสาวของพระองค์ในไม่ช้า”

ส่วนหนึ่งจากหนังสือ Miracles in Australia and New Zealand โดย Smith Wigglesworth

เอเจ ไบเออร์ส – หญิงผู้หายจากอาการป่วยหลังจากทนทุกข์ทรมานมา 35 ปี

ฉันเกิดมาพร้อมกับความเจ็บป่วยและไม่มีใครคาดคิดว่าฉันจะรอดชีวิตได้ เป็นเวลาสามสิบห้าปีที่ฉันไม่เคยได้หายใจอย่างปกติเลยสักครั้ง และบ่อยครั้งที่ฉันถามพระเจ้าว่าทำไมฉันต้องทนทุกข์ทรมานเช่นนี้ พระองค์ทรงตอบว่า “เพื่อเราจะได้สำแดงฤทธิ์อำนาจของเราผ่านทางเจ้า” ฉันกล่าวว่า “พระเจ้า ถ้าเป็นเช่นนั้น ฉันก็อยากจะยอมจำนนต่อพระประสงค์ของพระองค์” ในหนึ่งปีฉันไปโรงพยาบาลห้าครั้ง และทุกครั้งก็อยู่ในสภาพใกล้ตาย ฉันมีอาการปวดเส้นประสาทเรื้อรังที่หัวใจ โรคหวัดเรื้อรังทั่ว ร่างกาย ไต และปัญหาเกี่ยวกับระบบสืบพันธุ์เพศหญิง ฉันเกือบจะสูญเสียการมองเห็น ดวงตาของฉันอ่อนแอมาตลอดชีวิต ทำให้ต้องผ่าตัดเมื่อตอนเป็นเด็กและต้องใส่แว่นตาเป็นเวลาหลายปี

เรามีแพทย์และศัลยแพทย์ที่ดีที่สุดตลอดเวลา แต่ดูเหมือนว่าพวกเขาจะทำอะไรให้ฉันไม่ได้เลย ในที่สุดพวกเขาก็บอกฉันว่าการผ่าตัดอาจทำให้ฉันมีโอกาสฟื้นตัวได้ ตอนนั้นฉันคิดว่าฉันคงรอดจากการผ่าตัดไม่ได้ แต่ฉันบอกกับพระเจ้าว่าถ้าหากนั่นเป็นวิธีที่พระองค์จะทรงรับฉันกลับบ้าน ฉันก็ยินดี แต่ถ้าพระองค์มีวิธีอื่นหรือแผนการที่ดีกว่าสำหรับฉัน โปรดบอกฉันด้วย ฉันพูดว่า "พระเจ้า ข้าพเจ้าทราบว่าพระองค์สามารถรักษาข้าพเจ้าได้โดยไม่ต้องผ่าตัด ถ้าพระองค์ทรงประสงค์ เพราะพระวจนะของพระองค์กล่าวว่า 'พระเยซูคริสต์ทรงเป็นเช่นเดิมเมื่อวานนี้ วันนี้ และตลอดไป' และผู้ที่วางใจในพระองค์จะไม่ได้รับความอับอาย" และในความทุกข์ทรมานของฉัน ฉันก็พักพิงอยู่ในพระเจ้า ฉันไม่เคยได้ยินการเทศนาความจริงอย่างครบถ้วน และยังไม่เคยพบกับผู้บริสุทธิ์ที่แท้จริงของพระเจ้า แต่ในขณะที่ผู้คนรอบข้างกำลังรอให้ฉันตาย พระเจ้าได้ส่งผู้ประกาศพระกิตติคุณที่แท้จริงสองคนมาหาฉัน (พี่น้องครีเบลและโครส) ฉันบอกพวกเขาว่าฉันรู้ว่าพระเจ้าทรงส่งพวกเขามา พวกเขาบอกว่าจะอธิษฐานเผื่อฉัน

ไม่กี่วันต่อมา ฉันถูกนำตัวออกจากโรงพยาบาลและส่งไปที่โอ๊คแลนด์ ฉันได้ขอให้พระเจ้าทรงนำทางฉัน ดังนั้นฉันจึงรอคอยพระองค์อยู่ วันหนึ่งเมื่อฉันอยู่ในภาวะใกล้ตายอีกครั้ง พระเจ้าตรัสกับฉันให้ไปตามพี่ครอสมา เขามาในวันรุ่งขึ้น ด้วยคำตอบของการอธิษฐาน ฉันสามารถลุกจากเตียงได้ พี่ครอสเจิมฉันในนามของพระเยซูและอธิษฐานด้วยความเชื่อ ฉันมั่นใจว่าคำอธิษฐานนั้นได้รับการตอบรับ ฉันสามารถลุกจากเตียงได้ บ้าง แต่ความทุกข์ทรมานของฉันในครั้งนี้รุนแรงกว่าเดิม และฉันรู้สึกว่าพระเจ้าทรงทอดทิ้งฉันโดยสิ้นเชิง

ฉันรู้สึกว่าเขาน่าจะอยู่แถวๆ นั้น แต่ไกลเหลือเกิน ในขณะเดียวกัน พลังแห่งความมืดก็เข้าครอบงำฉันและดูเหมือนจะฉีกฉันเป็นชิ้นๆ ฉันไม่เพียงแต่ทุกข์ทรมาน แต่ยังเจ็บปวดอย่างแสนสาหัส ซึ่งกินเวลานานหลายคืนหลายวัน คุณเห็นไหม ฉันต้องเรียนรู้บทเรียนที่พระเจ้าทรงประสงค์ให้ฉัน นอกจากนั้น ฉันยังหนีห่างจากพระเจ้า และฉันจำเป็นต้องได้รับการลงโทษอย่างหนัก พระเจ้าทรงอยู่เคียงข้างฉันและเสริมกำลังฉัน แม้ว่าในเวลานั้นฉันจะไม่รู้ตัวก็ตาม

วันหนึ่งความรู้สึกนั้นเกิดขึ้นกับข้าพเจ้าว่าพระเจ้าทรงคิดถึงข้าพเจ้า และข้าพเจ้าจึงร้องออกมาว่า "ข้าพเจ้าจะไม่ตาย แต่จะมีชีวิตอยู่ และประกาศพระราชกิจของพระเจ้า" จากนั้นข้าพเจ้าได้ไปที่ที่ประชุมโอ๊คแลนด์ในเดือนมกราคม ปี 1910 และได้รับการเจิมจากพี่ไบเออร์ส พี่ครีเบลและพี่โฮลคอมบ์วางมือบนข้าพเจ้าและอธิษฐานขอให้พระเจ้าทรงสัมผัสร่างกายของข้าพเจ้า ข้าพเจ้าไม่รู้สึกแตกต่างไปจากเดิมในขณะนั้น แต่ข้าพเจ้าวางใจในพระเจ้า และเต็มใจที่จะรับการรักษาในแบบที่พระเจ้าทรงเห็นสมควรที่จะประทานให้ ข้าพเจ้ามั่นใจว่าคำอธิษฐานนั้นอยู่ต่อหน้าพระบัลลังก์ของพระเจ้า คืนนั้นเองข้าพเจ้ารู้สึกว่าพระเยซูเสด็จมาที่ข้างเตียงของข้าพเจ้าและวางพระหัตถ์เบาๆ บนศีรษะของข้าพเจ้า จากนั้นข้าพเจ้ารู้สึกถึงฤทธิ์อำนาจของพระเจ้าไหลผ่านร่างกายของข้าพเจ้าทั้งหมด ข้าพเจ้าร้องออกมาว่า "พระเจ้าเยซู ข้าพเจ้าไม่คู่ควรกับสิ่งเหล่านี้เลย" ข้าพเจ้าเห็นบางสิ่งบางอย่างคล้ายฝนที่ตกลงมาจากสวรรค์ สีสันทั้งหมดของรุ้งกินน้ำ แต่ชัดเจนและสว่างกว่ามาก

ฉันแทบหาคำพูดใดๆ มาบรรยายความรู้สึกขอบคุณไม่ได้เลย ราวกับว่าฉันเพิ่งฟื้นคืนชีพจากความตาย ฉันเริ่มมองเห็นสิ่งต่างๆ รอบตัวได้ชัดเจนขึ้น และตระหนักว่าพระเจ้าทรงรักษาฉันจากโรคภัยไข้เจ็บทั้งหมดจริงๆ ทุกอย่างดูเหมือนจะเป็นเรื่องที่เหลือเชื่อ แต่ขอสรรเสริญพระเจ้า มันเป็นเช่นนั้นจริงๆ ฉันเริ่มแข็งแรงขึ้น มีความอยากอาหารมากขึ้น และค่อยๆ สามารถกลับมาทำหน้าที่ต่างๆ ในชีวิตได้อีกครั้ง — มารี สปอลดิง

ส่วนหนึ่งจากหนังสือ "200 ตัวอย่างการรักษาอันศักดิ์สิทธิ์ที่แท้จริง" โดย เอ.แอล. ไบเออร์ส

จอร์จ เจฟฟรีย์ส – ชายพิการหายดีในทันที

นายเจมส์ เกร็กสัน ได้รับการรักษาอย่างปาฏิหาริย์ที่เมืองลีดส์ในเดือนเมษายน ปี 1927 ฝูงชนจำนวนมากที่ได้เห็นปาฏิหาริย์นั้นจะจดจำวันที่เขาหายดีอย่างกะทันหันไปอีกนาน

เขาเป็นคนพิการอย่างสิ้นเชิง การเคลื่อนไหวเพียงอย่างเดียวของเขาคือการลากขาที่บิดเบี้ยวไปตามพื้นอย่างเจ็บปวด

ผมประกอบอาชีพเป็นช่างเหล็ก เมื่อวันที่ 2 กุมภาพันธ์ ค.ศ. 1922 ผมประสบอุบัติเหตุร้ายแรง ผมตกลงมาจากที่สูงลงไปในกล่องถ่านหิน กระดูกทุกชิ้นเคลื่อนที่ผิดตำแหน่ง กระดูกสันหลังของผมก็ได้รับบาดเจ็บ ผมถูกนำตัวส่งโรงพยาบาล ซึ่งผมได้รับการรักษาทุกอย่างที่โรงพยาบาลสามารถให้ได้ แต่ผมก็กลายเป็นคนพิการที่ช่วยเหลือตัวเองไม่ได้และหมดหวัง ผมต้องคลานไปตามพื้น ขาของผมบิดเบี้ยวและผมต้องลากขาไปในท่าไขว้ ผมนั่งไม่ได้ แต่ต้องนอน ชีวิตของผมเป็นทุกข์ ในเย็นวันพุธ ภรรยาของผมอ่านข่าวในหนังสือพิมพ์เกี่ยวกับหญิงตาบอดคนหนึ่งที่กลับมามองเห็นได้ในงานชุมนุมหาเสียงของอาจารย์ใหญ่จอร์จ เจฟฟรีย์ส ขณะที่เธออ่าน ผมเชื่อมั่นว่าผมจะหายได้หากผมได้ไปร่วมงานชุมนุมนั้น ผมจึงไปในวันเสาร์โดยใช้ไม้ค้ำยันและลากขาไปข้างหลัง คืนนั้นผมได้รับการช่วยให้รอดพ้น: พระองค์ทรงอภัยโทษบาปทั้งหมดของผม จากนั้นผมก็ไปที่โคลีเซียมอีกครั้งในวันอาทิตย์ มีแต่พระเจ้าเท่านั้นที่รู้ว่าฉันไปอยู่ที่นั่นได้อย่างไร และเมื่อไปถึงแล้วฉันก็ต้องดิ้นรนอย่างมากเพื่อเข้าไปข้างใน แต่มีบางคนสงสารฉันและลากฉันไปด้านหลัง

จากนั้นเหล่าผู้ติดตามก็แบกผมเข้าไปและวางผมลงตรงหน้าแท่น หนึ่งในผู้ร่วมงานฟื้นฟูจิตวิญญาณเดินมาหาผมและพูดว่า “พี่น้องครับ ท่านดูไม่ค่อยสบายเลยครับ ผมจะช่วยให้ท่านสบายขึ้นได้ไหมครับ ” ผมตอบว่า “ผมไม่เคยสบายเลย” เพราะผมเจ็บปวดทั้งกลางวันและกลางคืน อาจารย์ใหญ่ได้อธิษฐานเผื่อผม และเมื่อท่านวางมือลงบนตัวผม ผมรู้สึกราวกับว่ามีมือหลายสิบมือวางอยู่ทั่วร่างกาย และผมรู้สึกว่ากระดูกทุกชิ้นกลับเข้าที่ ผมได้รับการปลดปล่อยในทันทีและหายดีอย่างสมบูรณ์ ผมเหลือแต่หนังหุ้มกระดูก ดวงตาของผมลึกเข้าไปในเบ้าตา ภายในสองสัปดาห์ผมน้ำหนักเพิ่มขึ้นสองสโตนห้าปอนด์ และน้ำหนักก็เพิ่มขึ้นเรื่อยๆ ผมสามารถกลับไปทำงานได้แข็งแรงเหมือนเดิม ผมไม่เคยขาดงานเพราะเจ็บป่วยอีกเลยนับตั้งแต่นั้นมา ฮallelujah! ขอถวายพระเกียรติแด่พระเจ้า! สรรเสริญพระเจ้า!”

ส่วนหนึ่งจากหนังสือ *"รังสีบำบัด"* โดย จอร์จ เจฟฟรีย์ส

ทีมของแรนดี้ คลาร์ก – สองพี่น้องหูหนวกและเป็นใบ้ได้รับการรักษาให้หาย

แม่ของเด็กชายสองคนพาพวกเขามาหาฉัน เธอขอให้ฉันอธิษฐานเผื่อลูกชายคนโตซึ่งหูหนวกและเป็นใบ้ หลังจากอธิษฐานเสร็จ ฉันขอให้เขาเปล่งเสียง และเขาก็พูดได้ ฉันต้องถามแม่ว่าเขาหูหนวกและเป็นใบ้จริงหรือเปล่า เพราะเขาพูดได้ชัดเจนมาก ล่ามของฉันบอกว่า "ใช่ เขาเป็น" เธอชี้ไปที่ลูกชายคนเล็กของแม่และบอกว่าเขาก็หูหนวกและเป็นใบ้เช่นกัน ตอนแรกฉันไม่เชื่อเธอ แต่เธอยืนยันว่าเขาหูหนวกและเป็นใบ้เหมือนพี่ชายของเขา พระเจ้าทรงมา และเด็กชายได้ยินและพูดได้ ฉันขอให้บาทหลวงเจมส์ตรวจสอบให้แน่ใจอีกครั้งว่าเด็กชายทั้งสองหูหนวกและเป็นใบ้จริง และทั้งสองก็ได้รับการรักษา ท่านยืนยันแล้ว

รายงานโดย ชาร์ลส์ โพลสตัน จากรายงาน Global Awakening ฉบับวันที่ 3 กุมภาพันธ์ 2548 นำมาใช้โดยได้รับอนุญาตแล้ว

เจนนี่ สมิธ – หายดีหลังจากทนทุกข์ทรมานอย่างหนักมานานหลายปี

เราขอยกตัวอย่างการรักษาอีกกรณีหนึ่ง ซึ่งเรื่องราวนี้มีผู้คนมากมายได้อ่านและได้ยินจากปากของผู้ที่ได้รับการรักษาโรคด้วยตนเองมาแล้วไม่น้อย เรื่องราวอันน่าทึ่งของเจนนี่ สมิธ แห่งฟิลาเดลเฟีย ได้ถูกเล่าขานไว้ในหนังสือเล่มเล็กชื่อ "จากบาคาถึงบิวลาห์" โรคของเธอซึ่งลึกลับ เจ็บปวด และเรื้อรังมานานจนบาทหลวงของเธอประกาศว่า "เป็นเรื่องราวแห่งความทุกข์ทรมานที่หาได้ยากยิ่ง" นั้น

“ไม่อาจบรรยายได้อย่างละเอียดในที่นี้ กล่าวโดยสรุปก็คือ เธอเป็นคนพิการที่ช่วยเหลือตัวเองไม่ได้อยู่ประมาณสิบหกปี และต้องทนทุกข์ทรมานอย่างแสนสาหัสอยู่เกือบตลอดเวลา”

แขนขาข้างหนึ่งของเธอเกิดอาการกระตุกอย่างรุนแรงและควบคุมไม่ได้ จนต้องเก็บไว้ในกล่องแข็งแรง และมักใช้ของหนักทับไว้ ในระหว่างที่เธอต้องทนทุกข์ทรมานอย่างแสนสาหัส ศรัทธาและความทุ่มเทของเธอดูเหมือนจะได้รับการฝึกฝนอย่างเข้มข้น จนกระทั่งเธอใช้ที่นอนของเธอเป็นแท่นเทศน์ เพื่อเร่งเร้าชีวิตฝ่ายจิตวิญญาณของผู้คนที่อยู่รอบตัวเธอ ในขณะเดียวกัน เธอก็เริ่มยึดมั่นในพระสัญญาของพระเจ้าเกี่ยวกับการรักษาโรคทางกาย และได้รับสัญญาณแห่งอำนาจของพระองค์ในการบรรเทาอาการบางส่วน เธอจึงขอพรและได้รับการฟื้นฟูอย่างสมบูรณ์

เรื่องราวนี้เล่าจากคำพูดของเธอเอง หลังจากที่เธอต้องทนทุกข์ทรมานอย่างผิดปกติมาทั้งวัน เพื่อนคริสเตียนไม่กี่คนได้มารวมตัวกันรอบๆ ตัวเธอในตอนเย็น ขณะที่เธอนอนอยู่บนเก้าอี้ปรับเอนได้ เธอกล่าวว่า “ช่วงเย็นนั้นอุทิศให้กับการอธิษฐาน โดยมีบาทหลวงเอเวอเร็ตเป็นผู้นำ หลังจากผ่านไปชั่วโมงกว่าๆ บางคนก็ต้องจากไป พี่น้องคนหนึ่งซึ่งฉันไม่เคยรู้จักมาก่อน ขณะที่เขายื่นมือมาจับมือฉันก่อนจากไป เขาพูดว่า ‘น้องสาวของฉัน คุณขอมากเกินไป คุณกังวลมากเกินไปที่จะหายดี’”

“พระเจ้าทรงใช้ประโยชน์จากท่านได้ดีกว่าขณะที่ท่านนอนอยู่บนเตียง มากกว่าตอนที่ท่านยืนอยู่” ฉันรู้สึกขอบคุณสำหรับคำพูดของพี่น้องผู้นั้น จากนั้นฉันก็พิจารณาไตร่ตรองถึงหัวใจของตัวเอง พระเจ้าผู้ทรงเมตตาทรงทราบว่าฉันตอบอย่างซื่อสัตย์ว่า “ไม่ ฉันไม่ได้กังวลเรื่องที่จะหายดี ฉันได้รับชัยชนะเหนือสิ่งนั้นแล้ว หากความร้อนของเตาหลอม เพิ่มขึ้นเป็นพันเท่า ฉันก็สามารถกล่าวได้ว่า ขอให้เป็นไปตามพระประสงค์ของพระองค์ และการรู้สึกเจ็บปวดจะเป็นสิ่งหวานชื่นหากแสดงให้ฉันเห็นอย่างชัดเจนว่านั่นเป็นพระประสงค์ของพระบิดาที่ฉันต้องทนทุกข์ และฉันเชื่อว่าเวลานั้นมาถึงแล้วที่ฉันจะได้รู้ถึงพระประสงค์นั้น” จนถึงจุดนี้ของการประชุม ยังไม่มีความเป็นเอกภาพทางความคิดอย่างที่ฉันรู้สึกว่าควรจะมี ฉันจึงกล่าวกับผู้ที่ยังอยู่ว่า

“พวกท่านสามารถรอกับฉันจนถึงเช้าได้ไหม ถ้าจำเป็น ฉันรู้สึกว่าพระบิดาของเราจะประทานพรแก่เราโดยการรอคอย เรามีความเห็นพ้องต้องกันในเรื่องนี้หรือไม่”

คุณหมอมอร์แกน แพทย์ประจำตัวของฉัน เป็นคนแรกที่พูดว่า 'ฉันจะอยู่ต่อ และฉันเห็นด้วยกับคุณอย่างเต็มที่' พวกเขาทั้งหมดมารวมตัวกันรอบเก้าอี้ของฉัน กลุ่มเล็กๆ นั้นไม่มีวันลืมช่วงเวลานั้นได้เลย ตอนนี้เป็นเวลาหลังเก้าโมงแล้ว เรายังคงรอคอยอยู่ต่อหน้าพระเจ้า บางครั้งก็มีคนใดคนหนึ่งอ้างอิงข้อความจากพระคัมภีร์ที่เหมาะสมพร้อมกับแสดงความคิดเห็น หรือร่วมกันอธิษฐานสั้นๆ สำหรับตัวฉันเอง ฉันนอนนิ่งๆ ด้วยความคาดหวังอย่างเงียบๆ ยังคงทุกข์ทรมานอยู่ แต่มีความรู้สึกถึงการทรงสถิตของพระเจ้าอย่างน่าอัศจรรย์

ส่วนใหญ่แล้วฉันแทบจะไม่สนใจสิ่งรอบข้างเลย เพราะฉันจดจ่ออยู่กับการสนทนากับพระบิดาบนสวรรค์ ประมาณ 11 นาฬิกา ฉันได้รับการชี้นำให้กล่าวคำถวายตัวแด่พระเจ้าอีกครั้งว่า “ข้าพเจ้าขอถวายร่างกายนี้ใหม่ — ดวงตาเหล่านี้เพื่อมองเห็น ริมฝีปากเหล่านี้เพื่อพูด หูเหล่านี้เพื่อได้ยิน และหากเป็นพระประสงค์ของพระองค์ เท้าเหล่านี้เพื่อเดิน — เพื่อพระเยซู ทุกสิ่งทุกอย่างที่เป็นของข้าพเจ้า — ทุกสิ่งทุกอย่างเป็นของพระองค์ พระบิดาที่รัก ขอเพียงให้พระประสงค์อันล้ำค่าของพระองค์สำเร็จ” จนถึงเวลานั้น ความทุกข์ทรมานก็ยังไม่ลดลง หรือกำลังกายจะไม่เพิ่มขึ้น ที่จริงแล้ว ฉันอ่อนแอกว่าปกติเสียอีก หลังจากความเงียบไปครู่หนึ่ง จู่ๆ ก็มีภาพที่ชัดเจนมากปรากฏขึ้นในใจฉัน คือภาพการรักษาแขนที่เหี่ยวแห้ง ดูเหมือนว่าฉันจะเห็นมันถูกดันออกมาอย่างสมบูรณ์

ในขณะเดียวกันนั้นเอง พระวิญญาณบริสุทธิ์ได้ประทานความเชื่อแก่จิตวิญญาณของข้าพเจ้า เพื่อให้ข้าพเจ้าสามารถเรียกร้องพรเช่นเดียวกันได้ ดูเหมือนว่าสวรรค์ได้เปิดออกในขณะนั้น และข้าพเจ้ารู้สึกถึงการรับบัพติศมาแห่งพละกำลัง อย่างชัดเจนและแน่นอน ราวกับว่ามีกระแสไฟฟ้า แล่นผ่านร่างกาย ข้าพเจ้ารู้สึกได้อย่างแน่นอนว่าพละกำลังเข้ามาที่หลังและแขนขาที่อ่อนแรงของข้าพเจ้า เมื่อวางมือลงบนที่วางแขนของเก้าอี้ ข้าพเจ้าก็ยกตัวเองขึ้นมานั่ง

พี่น้องตระกูลการ์ริเกสซึ่งนั่งอยู่ทั้งสองข้างของเก้าอี้ ต่างก็รีบเข้ามาช่วยข้าพเจ้า อย่างไรก็ตาม นั่นไม่จำเป็นเลย

ดร.มอร์แกนซึ่งนั่งอยู่ใกล้ๆ ก้าวออกมาข้างหน้าและลดแผ่นรองเท้าลง และในขณะที่มือของเพื่อนๆ ยังคงอยู่บนไหล่ของฉัน ฉันก็ลุกขึ้นยืน ซิสเตอร์แฟนนี้จำไม่ได้เลยว่าเคยเห็นฉันยืนมาก่อน เธอตกใจมากจนยกมือทั้งสองข้างขึ้นและกรีดร้องว่า 'โอ้ เจนนี่ เจนนี่!' ไม่มีคำใดจะบรรยายความรู้สึกของฉันได้ ร่างกายของฉันยังคงเต็มไปด้วยความสรรเสริญขณะที่ฉันพูดถึงช่วงเวลานั้น ขณะที่ฉันยืนอยู่ พี่เอ็นวีเอชจีวางมือลงบนศีรษะของฉันและกล่าวว่า 'จงสรรเสริญพระเจ้าผู้ทรงประทานพรทุกประการ' ความคิดแรกของฉันคือ 'ฉันคุกเข่าได้ไหม?' ฉันขออนุญาต และคุกเข่าลงอย่างเป็นธรรมชาติราวกับว่าฉันเคยทำมาก่อน

สัมผัสแห่งพระเจ้ามีอยู่มากมายจนไม่มีใครพูดอะไรสักคำ เราต่างเทใจบริสุทธิ์ในการขอบคุณและสรรเสริญอย่างเงียบๆ จากนั้นฉันก็ลุกขึ้นเดินข้ามห้องไปอย่างง่ายดายและเป็นธรรมชาติ ไม่มีอาการชาหรือความรู้สึกไม่สบายใดๆ ฉันนั่งลงบนเก้าอี้โยกสักพัก มันช่างวิเศษเหลือเกินที่ฉันไม่ต้องเรียนรู้ที่จะเดิน แขนขาและร่างกายของฉันดูเหมือนได้รับการสร้างใหม่”
ส่วนหนึ่งจากหนังสือ *“กระทรวงแห่งการเยียวยา”* โดย เอ.เจ. กอร์ดอน

RA Torrey –
ความพิการของเด็กได้รับการรักษาจนหาย

มีบาทหลวงนิกายเมธอดิสต์ท่านหนึ่งอยู่ที่ดาโคตา ท่านมีบุตรที่ผิดรูป กระดูกสันหลังของเด็กมีความผิดปกติ ทำให้เด็กตัวงอและท้องป่อง เจ็บปวดอยู่ตลอดเวลา และนอนไม่หลับ พ่อแม่จึงพาเด็กไป มินนิอาโพลิสเพื่อพบแพทย์ผู้เชี่ยวชาญ แต่แพทย์บอกว่าไม่มีความหวังสำหรับเด็กแล้ว อาจจะต้องใส่เฝือกเพื่อให้เด็กมีชีวิตอยู่ได้ แต่คงอยู่ได้ไม่เกินสองหรือสามปี ถึงแม้พ่อแม่จะเป็นชาวเมธอดิสต์ แต่พวกเขาก็ปรารถนาสุขภาพของลูกมาก จึงลองศึกษา “วิทยาศาสตร์คริสเตียน” แต่ก็ไม่พบความช่วยเหลือใดๆ จากระบบที่ผิดพลาดนั้น

จากนั้นบาทหลวงจึงพูดกับภรรยาว่า "พาเด็กไปหาพี่ทอร์เรย์เถอะ" พวกเขาจึงพาเด็กมาที่บ้านของฉัน เด็กหญิงตัวเล็กๆ อายุประมาณสองขวบ ตัวผิดรูปและเจ็บปวดอย่างมาก ฉันอุ้มเด็กไว้ในอ้อมแขนและอธิษฐานเพื่อเธอ พระเจ้าประทานความเชื่อที่จำเป็น และเด็กก็หายดี ความโล่งใจมาถึงทันที คืนนั้นเธอได้นอนหลับอย่างปกติเป็นครั้งแรก แม้แต่ส่วนที่ผิดปกติของร่างกายก็กลับมาเป็นปกติแล้ว

ประมาณสิบแปดปีต่อมา ผมกำลังจัดประชุมอยู่ที่เมืองเพโทสกี รัฐมิชิแกน ในการประชุมช่วงบ่ายครั้งหนึ่ง มีบาทหลวงนิกายเมธอดิสต์จากเมืองใกล้เคียงคนหนึ่งเข้ามา เขาขึ้นกล่าวในที่ประชุมและเล่าเรื่องนี้ โดยบอกว่าเขาเป็นพ่อของลูกสาวคนนั้น และเธอก็หายดีอย่างสมบูรณ์และมีคุณสมบัติเหมาะสมที่จะไปทำงานเผยแผ่ศาสนาในต่างแดน ไม่กี่วันต่อมา เธอก็มาหาเราในฐานะหญิงสาวที่สวยงามและสมบูรณ์แบบ เธอมาร่วมพิธีนมัสการเช้าวันอาทิตย์ที่หอประชุมของเราในลอสแอนเจลิสเมื่อไม่กี่สัปดาห์ก่อน

ส่วนหนึ่งจากหนังสือ "การเยียวยาจากพระเจ้า" โดย อาร์.เอ. ทอร์เรย์

เอซี วัลเดซ ซีเนียร์ – สร้างดวงตาใหม่

ผมรู้จักชายคนหนึ่งชื่อ "มาร์ตินตาบอด" บริเวณที่ควรจะเป็นดวงตาของเขามีแต่ส่วนที่แบนราบ แพทย์ผู้เชี่ยวชาญที่ดีที่สุดในสหรัฐอเมริกาที่มหาวิทยาลัยจอห์นส์ ฮอปกินส์ ได้ตรวจเขาแล้ว พวกเขาบอกว่าเขาไม่มีทางมองเห็นได้เลย มาร์ตินตาบอดแต่งงานกับหญิงสาวที่น่ารักซึ่งดูแลเขาเป็นอย่างดี ขณะที่เขาและภรรยาไปร่วมพิธีทางศาสนาและได้ยินเรื่องปาฏิหาริย์ที่เกิดขึ้นรอบตัว พวกเขาก็มีศรัทธา เพิ่มมากขึ้น คืนหนึ่งระหว่างพิธี ผมได้เห็นบางสิ่งที่ทำให้ผมตื่นเต้นมาจนถึงทุกวันนี้—การทำงานของพระเจ้าที่ไม่อาจหยั่งรู้และอธิบายได้ มาร์ตินตาบอดลุกขึ้นยืน เขาไม่รู้ว่าทำไม รอยแดงปรากฏขึ้นก่อนในบริเวณที่ควรจะเป็นดวงตา บริเวณเหล่านั้นเริ่มบวมและปูดขึ้น จากนั้นก็มีบางสิ่งที่ไม่จริงเกิดขึ้น ดวงตาขนาดเท่าลูกไก่เริ่มก่อตัวขึ้นทีละน้อย พวกมันขยายใหญ่ขึ้นจนมีขนาดปกติ "โอ้

พระเจ้า ข้าพเจ้ามองเห็นแล้ว!" มาร์ตินตะโกน น้ำตาแห่งความกตัญญูเริ่มไหลออกมาจากดวงตาใหม่ของมาร์ติน ผมทำได้เพียงประหลาดใจกับการทำงานของพระเจ้า น้ำตาไม่ได้คลอเบ้าแค่ของมาร์ตินเท่านั้น!

ส่วนหนึ่งจากหนังสือ *"Fire on Azusa Street"* โดย เอ.ซี. วัลเดซ ซีเนียร์

ไบรอัน เฟนิโมร์ – การหายป่วยอย่างไม่คาดคิดของบาทหลวงแบ๊บติสต์

ผมกำลังจัดประชุมอยู่ที่วิสคอนซิน มีชายคนหนึ่งชวนชายอีกคนหนึ่งมาร่วมประชุมด้วย ชายคนนั้นเป็นบาทหลวงแบปติสต์ในอเมริกาใต้ และเขาเกลียดการประชุมของกลุ่มคาริสมาติก ส่วนชายที่ชวนมานั้นเป็นผู้สนับสนุนบาทหลวงคนนี้ และเป็นหนึ่งในผู้บริจาครายใหญ่ที่สุดของเขาด้วย ชายคนนั้นบอกกับบาทหลวงว่าเขาต้องมาประชุม และบาทหลวงก็รู้สึกว่าตัวเองไม่มีทางเลือกมากนัก ลองนึกภาพท่าทีของบาทหลวงคนนั้นในการมาประชุมที่ผมกำลังจัดขึ้นและกำลังอธิษฐานเพื่อคนป่วยดูสิครับ

เขาโกรธฉันมาก ที่จริงฉันสังเกตเห็นว่าเขาโกรธฉันตั้งแต่ช่วงกลางของการประชุมแล้ว ใบหน้าของเขาไม่มีรอยยิ้ม แต่กลับเต็มไปด้วยความโกรธอย่างเหลือเชื่อและสายตาที่บอกว่า "ฉันจะฆ่าแก" ฉันรู้ว่าถึงแม้เขาจะเป็นพี่น้องในพระคริสต์ แต่เขาก็อยากให้ฉันไปสวรรค์ก่อนเขา ฉันรู้ว่าฉันควรหยุดมองเขา เพราะเขากำลังทำลายความเชื่อของฉัน ดังนั้นฉันจึงหยุดมองไปทางนั้น ฉันเหลือบมองเขาอีกครั้งหนึ่ง และเขาก็มีสีหน้าที่โกรธจัด ฉันคิดในใจว่า "ฉันไม่รู้ว่าจะทำอย่างไร แต่ฉันจะออกจากห้องนี้ไปก่อนที่เขาจะจับได้" เมื่อการประชุมสิ้นสุดลง เราเริ่มอธิษฐานเพื่อผู้คน มีหญิงคนหนึ่งที่มีอาการแพ้ที่ทำให้ชีวิตของเธอทุกข์ทรมาน และพระเจ้าทรงรักษาเธอตรงนั้นเลย มันทำให้ทุกคนในห้องตกใจมาก ศิษยาภิบาลเห็นเช่นนั้น ดังนั้นฉันจึงเชิญทีมงานพันธกิจขึ้นไปอธิษฐานด้วย

ขณะที่ผู้คนกำลังรับคำอธิษฐานอยู่นั้น ฉันสังเกตเห็นบาทหลวงกำลังลุกขึ้น คราวนี้เขาไม่ได้มองไปที่ประตู แต่เขามองมาที่ฉันขณะที่เดินเข้ามา ฉันคิดในใจว่า "โอ้ ไม่นะ เขาจะมาทำร้ายฉันแน่" ฉันพยายามยืนในท่าที่ "ศักดิ์สิทธิ์" ที่สุดเท่าที่จะทำได้ขณะที่เขาเดินเข้ามา เขาหยุดอยู่ตรงหน้าฉันแล้วพูดว่า "รักษาผมด้วย" ฉันตกใจมากจึงถามว่า "อะไรนะ?" เขาบอกว่า "ผมอยากได้รับการรักษาเดี๋ยวนี้" เมื่อฉันถามเขาว่าเขาเป็นอะไร เขาบอกว่า "ผมมีปัญหาเกี่ยวกับกระเพาะอาหารและหัวเข่าของผมเจ็บมาก ผมอยากได้รับการรักษาเดี๋ยวนี้" เขาไม่ได้ถามด้วยซ้ำว่าฉันจะอธิษฐานให้เขาหรือไม่ เขาแค่ต้องการได้รับการรักษาเท่านั้น

ฉันจึงเชิญพระวิญญาณบริสุทธิ์ให้เสด็จมา ฉันบอกเขาว่า "คุณรู้ใช่ไหมว่าฉันรักษาคุณไม่ได้ ดังนั้นเรามาคอยพระเจ้าทำเถิด" เรานั่งอยู่ตรงนั้นและฉันเฝ้าดูเขาอยู่พักหนึ่ง ฉันบอกเขาว่า "ฉันจะไม่ทำอะไรเลยจนกว่าพระเจ้าจะเสด็จมา" เขาถามว่า "นั่นหมายความว่าอย่างไร" ฉันก็แค่บอกว่า "คุณจะรู้เองเมื่อเราไปถึงที่นั่น" พระเจ้าเริ่มทรงสถิตอยู่กับเขา เขายืนอยู่โดยกางแขนออกและหลับตา แขนของเขาเริ่มสั่น ฉันถามเขาว่าเขารู้สึกได้ไหม เขาถามว่า "รู้สึกอะไร" ฉันบอกให้เขาเปิดตาและมองดู เขาเปิดตาและมองดูแขนของเขาเหมือนกับว่ามันไม่ใช่ของเขา เขาถามว่า "มันเกิดขึ้นได้อย่างไร" เขามองดูแขนของเขาเหมือนกับว่ามันเป็นสิ่งที่ไม่ได้ติดอยู่กับตัวเขา ฉันบอกเขาว่าเขากำลังรู้สึกถึงพระวิญญาณบริสุทธิ์ แต่เขาก็ยังไม่เข้าใจอย่างถ่องแท้ และเขาก็พูดว่า "แต่ผมควบคุมแขนของตัวเองไม่ได้ และผมก็ไม่รู้สึกอะไรเลย" ฉันให้ความมั่นใจกับเขาว่าไม่เป็นไรและบอกให้เขาผ่อนคลาย

เหงื่อของเขาไหลออกมาอย่างมาก ไหลลงมาตามใบหน้าและรวมกันอยู่ข้างคางทั้งสองข้าง มากเสียจนกลายเป็นสายน้ำที่ไหลลงมาเป็นแอ่งบนหน้าอก ผมถามเขาว่ารู้สึกร้อนไหม คำตอบคือ "ไม่" เขาไม่สามารถรับรู้ถึงร่างกายของตัวเองได้เลย น่าประหลาดใจที่เมื่อผมถามเขาว่ารู้สึกอะไรบ้าง เขาตอบว่า "ผมไม่รู้สึกอะไรเลย" ผมเริ่มถามพระเจ้าว่าพระองค์กำลังทำอะไรอยู่ และพระเจ้าตรัสกับผมว่า "ไบรอัน เรากำลังดูแลเขาอยู่ แต่เขาไม่รู้ตัว เขาแยกตัวออกไป ดังนั้นจงเข้าไปใกล้ชิดและทำในสิ่งที่เราบอกให้ทำ"

พระเจ้าบอกให้ผมเอามือไปใกล้ท้องของเขา ผมจึงขออนุญาตเขาและบาทหลวงก็ตกลง พระเจ้าตรัสว่า "บอกเขาว่าเราจะรักษาเขา แล้วเราจะทำให้เขาเป็นผู้ประกาศข่าวประเสริฐด้านการรักษา และส่งเขากลับไปยังประเทศของเขา" ฉันคิดว่า "โอ้ ไม่นะ แย่แล้ว" แต่ฉันก็ทำตามที่พระเจ้าทรงขอ ฉันเอามือไปใกล้ท้องเขาแล้วบอกเขาว่า "พระเจ้าจะทรงรักษาคุณ และพระองค์จะทรงทำให้คุณเป็นผู้ประกาศข่าวประเสริฐด้านการรักษา แล้วพระองค์จะทรงส่งคุณกลับไปยังประเทศของคุณในฐานะผู้ปลุกเร้าการฟื้นฟู"

เขาตัวสั่นไปหมด และฉันถามเขาว่าเขาต้องการการรักษาเรื่องอะไร เขาบอกว่า "ปวดท้องและปวดเข่า" พระเจ้าบอกให้ฉันอธิษฐานเพื่อเข่าของเขา ฉันจึงเอามือลงไปจับเข่าของเขาอย่างรวดเร็ว พระเจ้าบอกให้ฉันพูดกับเข่าและสั่งให้ความเจ็บปวดหายไป (เห็นไหม มันง่ายเมื่อพระเจ้าบอกให้เราทำอะไร) ฉันพูดว่า "ในนามของพระเยซู ฉันสั่งให้ความเจ็บปวดหายไป" ชายคนนั้นขยับขาไปมาสักพักแล้วพูดว่า "อืม มันไม่เจ็บแล้ว" จากนั้นพระเจ้าก็ตรัสกับฉันว่า "เขาไม่ได้บอกคุณหรอก แต่ตอนนี้เขามีปัญหาเกี่ยวกับระบบย่อยอาหารหลายอย่าง และจงเริ่มอธิษฐานขอให้สิ่งเหล่านั้นหายไป" ขณะที่ฉันอธิษฐาน ฉันเห็นภาพลำไส้ที่มีการอักเสบอยู่มากมาย ฉันเริ่มสั่งให้การอักเสบหายไป และท้องของเขาก็เริ่มขยับ พระเจ้าทรงรักษาเขาตรงนั้นทันที นั่นสนุกมากเลย

โรลแลนด์และไฮดี เบเกอร์ – คนตาบอดมองเห็น คนหูหนวกได้ยิน และหลายคนได้รับการช่วยให้รอด

เมื่อภาพยนตร์จบลงและพระเยซูกำลังลอยขึ้นไปในอากาศกลับสู่สวรรค์ เราก็เปิดไฟนีออนสว่างขึ้นสองสามดวง และไฮดี้ก็กระโดดขึ้นไปทักทายฝูงชนพร้อมกับล่ามภาษามาคัวของเธอ เธอเริ่มด้วยการพูดภาษามาคัวเอง ซึ่งทำให้ทุกคนตื่นเต้น ลองนึกภาพหญิงสาวชาวอเมริกันผมบลอนด์พูดภาษาถิ่นของชนเผ่าที่ไม่ค่อยมีคนรู้จักในหมู่บ้านแห่งนี้สิ! จากนั้น "มาม่า ไอดา" ก็ถ่ายทอดความรู้สึกจากใจจริง บรรยายถึงพระเยซูผู้ทรงพระชนม์อยู่ ผู้ทรงเป็นความหวังเดียวแห่งความรอดของพวกเขา บุคคลเดียวที่พวกเขาต้องค้นหาและมีไว้ตลอดไป พระองค์คือพระเจ้าที่ทรงสำแดงพระองค์เอง ใครต้องการพระองค์? ใครต้องการการให้อภัยของพระองค์ พระทัยของพระองค์ ชีวิตนิรันดร์ของพระองค์? คราวนี้ไม่มีใครขว้างปาหินและทราย ไม่มีใครตะโกน เยาะเย้ย หรือก่อกวนการชุมนุม ทุกคนในฝูงชนนี้ต่างกระตือรือร้นที่จะแสวงหาข่าวดีนี้ ความรอดนี้ที่ได้มอบให้แก่พวกเขาเป็นครั้งแรก

แต่เดี๋ยวก่อน ยังมีอีก! ทุกคนที่ต้องการการรักษา จงออกมาข้างหน้า! โดยเฉพาะคนตาบอดและคนหูหนวก! พระเยซูมาที่นี่เพื่อรักษา! ฝูงชนเล็กๆ ค่อยๆ ขยับไปข้างหน้า โดยไม่รู้แน่ชัดว่าจะเกิดอะไรขึ้น ไฮดี้พบหญิงตาบอดคนหนึ่งและเริ่มอธิษฐานอย่างอ่อนโยนและนุ่มนวลเพื่อเธอ นาทีผ่านไป ปล่อยให้ความเชื่อและความรักไหลเวียน ต่อสู้เพื่อการรักษา ยืนหยัดมั่นคง ผ่อนคลายในพลังของพระองค์ ในไม่ช้าหญิงคนนั้นก็มองเห็นได้ แต่ชัดเจนแค่ไหน? จงอธิษฐานต่อไป ยกกุญแจ นิ้วมือ และสิ่งอื่นๆ ขึ้น เธอระบุได้ทั้งหมด ตอนนี้เธอมองเห็นได้อย่างชัดเจน เธอมีความสุขมาก และข่าวก็แพร่กระจายไปทั่วฝูงชน เรารู้สึก ตื่นเต้นมาก คนหูหนวกและเป็นใบ้ปรากฏตัวขึ้นอีกครั้ง ไฮดี้และพวกเราทุกคนกำลังอธิษฐาน อดทน อย่าหยุด อธิษฐานต่อไป เริ่มพูดคุย กระตุ้น เขาได้ยินไหม? เขาพูดซ้ำคำได้ไหม? ในไม่กี่นาที เขาก็ทำได้! แล้วเขาก็เริ่มพูดประโยคทั้งหมดได้อย่างชัดเจนและง่ายดาย ผู้คนรู้และพากันดีใจอย่างสุดขีด เป็นเวลาหลายปีแล้วที่ไม่มีใครได้ยินเขาพูด — พวกเขาจำไม่ได้ว่านานแค่ไหน

คนทั้งหมู่บ้านรู้จักคนสองคนนี้และสิ่งที่พระเยซูเพิ่งทำเพื่อพวกเขา
ตอนนี้ใครอยากติดตามพระเยซูบ้าง? ทุกคน!! เดี๋ยวนี้เลย!
หมู่บ้านกลับมามีชีวิตชีวาอีกครั้งและจะไม่เหมือนเดิมอีกต่อไป...

เราร่วมกันอธิษฐาน เราเฉลิมฉลอง
มิชชันนารีที่มาเยี่ยมและศิษยาภิบาลท้องถิ่นผลัดกันให้กำลังใจผู้เชื่อใหม่
เรายังคงอธิษฐานเพื่อผู้ป่วยต่อไป
เราเริ่มคิดกันแล้วว่าจะหาศิษยาภิบาลมาประจำหมู่บ้านนี้ได้อย่างไร
และจะเสริมสร้างสิ่งที่ได้ทำสำเร็จในคืนเดียวให้แข็งแกร่งยิ่งขึ้น

จากจดหมายข่าวของ Iris Ministries ฉบับวันที่ 9 พฤศจิกายน 2547
หากต้องการทราบข้อมูลเพิ่มเติม โปรดเยี่ยมชมเว็บไซต์ของพวกเขาที่:
www.irismin.org

ชาร์ลส์ สเปอร์เจียน – คนวิกลจริตได้รับการปลดปล่อย

อีกคนหนึ่งซึ่งเป็นผู้มาเยือนลอนดอนจากเวลส์
ผู้ซึ่งได้รับความทุกข์ทรมานทางจิตใจอย่างหนักอันเนื่องมาจากความบกพร่องทางร่างกายห
รือโรคภัยไข้เจ็บ
ได้วิงวอนครอบครัวของเขาอย่างน่าสงสารให้ไปตามมิสเตอร์สเปอร์เจียนมาเพื่อสวดภาวนา
ข้างเตียงของเขา ครอบครัวคิดว่ามันเป็นการเพ้อเจ้อของคนเสียสติ
แต่ในที่สุดพวกเขาก็ยอมตกลงที่จะขอให้มิสเตอร์สเปอร์เจียนมาเยี่ยมเขา
การสวดภาวนาของมิสเตอร์สเปอร์เจียนในวันนั้นมีผลอย่างมากต่อคนเสียสติผู้น่าสงสารแล
ะดูเหมือนจะช่วยฟื้นฟูสมดุลทางจิตใจของเขาได้บ้าง
ครอบครัวต่างประหลาดใจและดีใจกับผลของการวิงวอนนั้นมาก
แม้ว่าพวกเขาจะเชื่อว่ามันเกิดจากสาเหตุทางธรรมชาติทั้งหมด
แต่พวกเขาก็ได้วิงวอนอย่างจริงจังให้มิสเตอร์สเปอร์เจียนกลับมาอีกครั้ง
ในคืนนั้นเอง หลังจากเสร็จสิ้นพิธีสวดมนต์เย็น นายสเปอร์เจียนได้มาที่บ้านและอยู่พักหนึ่ง
สวดภาวนาด้วยใจจริงเพื่อขอให้ผู้ป่วยหายดี
ซึ่งผู้ป่วยผู้น่าสงสารก็ร่วมสวดภาวนาด้วยอย่างน่าเวทนา

นายสเปอร์เจียนเองกล่าวในภายหลังว่า ในขณะที่เขาสวดภาวนาด้วยใจจริงและพยายามเชื่อว่าผู้ป่วยจะหายดี แต่เขาก็ไม่สามารถโน้มน้าวตัวเองได้ว่าการมาเยี่ยมของเขานั้นมีประโยชน์อะไร นอกจากการทำให้พยาบาลที่รู้สึกไม่สบายใจกับเสียงร้องของชายผู้น่าสงสารนั้นสงบลงเท่านั้น อย่างไรก็ตาม ในคืนหลังจากที่สวดภาวนาเสร็จ ชายป่วยก็ตื่นขึ้นมาอย่างตกใจและร้องไห้ ซึ่งทำให้พยาบาลตกใจ แต่พบว่าเขามีสติสัมปชัญญะครบถ้วน เขาบอกว่าเขาฝันเห็นพระผู้ช่วยให้รอด และพระผู้ช่วยให้รอดทรงรับรองกับเขาว่าปีศาจถูกขับไล่ออกไปแล้ว ไม่กี่วันต่อมา เขาก็สามารถออกจากบ้านได้ และหลังจากนั้นไม่นานก็ย้ายไปแคนาดา ซึ่งเขาประสบความสำเร็จในฐานะนักธุรกิจ และเสียชีวิตในปี 1882

ข้อความที่ตัดตอนมาจากหนังสือ "ชีวประวัติของชาร์ลส์ แฮดดอน สเปอร์เจียน" ปี 1892 โดยรัสเซลล์ เอช. คอนเวลล์

ฟรานซิส แมคนิตต์ – ผู้หญิงที่มีขาลีบหายดีแล้ว

ตัวอย่างที่น่าทึ่งที่สุดของการเยียวยาผ่านการภาวนาอย่างลึกซึ้งที่ฉันเคยเห็น เกิดขึ้นหลังจากที่เราจัดค่ายปฏิบัติธรรมในสังฆมณฑลซอนซอน ริโอเนโกร โคลอมเบีย อเมริกาใต้ ในเดือนกุมภาพันธ์ ปี 1975 บิชอปอัลฟอนโซ อูริเบ ได้เชิญฉันไปจัดค่ายปฏิบัติธรรมสำหรับพระสงฆ์ที่นั่น และทีมของเราประกอบด้วยคุณพ่อคาร์ลอส อัลดูนาเต้ SJ (จากชิลี) ซิสเตอร์ฌานน์ ฮิลล์ OP คุณนายวิลเลียม คัลลาแกน และอัลเบอร์โต เดล คอร์รัล ในฐานะล่าม แม้ว่าค่ายปฏิบัติธรรมนี้จะเป็นสำหรับพระสงฆ์ แต่คนอื่นๆ ก็ได้ยินเรื่องนี้และมาที่บริเวณค่ายปฏิบัติธรรมเพื่อขอรับการภาวนา

ดังนั้นจึงไม่ใช่เรื่องน่าแปลกใจสำหรับฉันที่พบว่าหลังจากเสร็จสิ้นการประชุมครั้งสุดท้าย (ประมาณ 4 โมงเย็น) คุณนายคาลลาแกน ซิสเตอร์ฌานน์ และคนอื่นๆ กำลังสวดภาวนาให้กับหญิงสาวชาวโคลอมเบียคนหนึ่ง พวกเขาเรียกฉันไปดูขาที่ผิดรูปของเธอ และบอกฉันว่ามีบางอย่างเกิดขึ้นแล้ว นั่นคือ ขาของเธอโตขึ้นประมาณหนึ่งนิ้วหรือมากกว่านั้น ฉันจึงเข้าร่วมสวดภาวนากับพวกเขาด้วย เมื่อได้พูดคุยกับเทเรซา ปาติโน หญิงสาววัย 19 ปี

ฉันพบว่าเธอเหยียบของมีคมในบึงเมื่อตอนอายุเพียงห้าขวบ
เนื่องจากขาดการรักษาพยาบาลที่เหมาะสม
จึงเกิดการติดเชื้อและลุกลามไปยังกระดูกจนกลายเป็นโรคกระดูกอักเสบ
ส่งผลให้ขาข้างขวาของเธอผิดรูปตั้งแต่เข่าลงไป
สั้นกว่าขาอีกข้างประมาณหกนิ้วและบิดเบี้ยว
นอกจากนี้ยังมีแผลเป็นลึกจากการพยายามปลูกถ่ายกระดูกที่ไม่ประสบความสำเร็จ

ขณะที่เราสวดภาวนาอย่างอ่อนโยนเป็นเวลาสองชั่วโมง
ขาของเธอก็ดูเหมือนจะยาวขึ้นประมาณหนึ่งนิ้ว
มีพวกเราประมาณแปดคนร่วมกันสวดภาวนา ผลัดกันจับขาของเธอ
(เนื่องจากการคุกเข่าเป็นเวลานานหลายชั่วโมงอาจทำให้เจ็บปวด)
แม้แต่บิชอปเองก็ร่วมสวดภาวนาในกลุ่มด้วย
จากนั้นเราก็พักรับประทานอาหารเย็นและกลับมาสวดภาวนาอีกสองชั่วโมงในคืนนั้น
ปรากฏว่าขาของเธอก็ยาวขึ้นอีกหนึ่งนิ้ว นอกจากนี้ ขาที่บิดงอก็ค่อยๆ เหยียดตรงขึ้น
คุณมองไม่เห็นการเปลี่ยนแปลงนั้น เพราะมันค่อยเป็นค่อยไปมาก
แต่โดยการเปรียบเทียบความยาวทุกๆ 10 นาที
เราก็สามารถเห็นการเปลี่ยนแปลงที่เกิดขึ้นได้

วันรุ่งขึ้น พวกเราไปรวมตัวกันที่บ้านของอัลแบร์โต เดล คอร์รัล ในเมืองเมดิลลิน—พร้อมกับบิชอปอู
ริเบอีกครั้ง—และสวดภาวนาอีกสองชั่วโมงในตอนเช้าและสองชั่วโมงในตอนบ่าย
การสวดภาวนาแบบนี้ทำให้เหนื่อยล้ามาก วันนั้นขาดูเหมือนจะยาวขึ้นอีกหนึ่งนิ้ว
(เมื่อวันก่อนยาวขึ้นประมาณสามนิ้ว)
ดังนั้นในตอนเย็นจึงเหลือความแตกต่างระหว่างขาทั้งสองข้างเพียงประมาณสองนิ้วเท่านั้น
แต่ที่น่าทึ่งที่สุดก็คือ เท้าขวาซึ่งแบนและไม่มีส่วนโค้งเลย กลับยาวขึ้นและเปลี่ยนรูปร่างจนมีส่วนโค้งเหมือนเท้าปกติ นิ้วเท้าของ
เท้าที่ผิดรูปซึ่งมีขนาดประมาณครึ่งหนึ่งของนิ้วเท้าอีกข้าง
ก็ยาวขึ้นจนเกือบเท่ากับนิ้วเท้าปกติของเธอ ในช่วงเวลาไม่กี่ชั่วโมง
นิ้วเท้าข้างขวาของเธอยาวขึ้นเกือบสองเท่า!

ยังมีเหตุการณ์ผิดปกติอื่นๆ เกิดขึ้นอีกหลายอย่าง ซึ่งช่วยให้เราเข้าใจปัจจัยบางอย่างเกี่ยวกับการรักษาที่เราได้เรียนรู้ไปแล้วได้ดียิ่งขึ้น ปัจจัยเหล่านั้นเกี่ยวข้องกับความสัมพันธ์ระหว่างการรักษาทางร่างกายและการรักษาทางจิตวิญญาณ สองครั้งที่เราตระหนักว่าจำเป็นต้องมีการรักษาในระดับจิตวิญญาณ การตระหนักรู้ทั้งสองครั้ง—ครั้งหนึ่งในตอนเช้า ครั้งหนึ่งในตอนบ่าย—เกิดขึ้นเพราะการรักษาและการเจริญเติบโตดูเหมือนจะหยุดชะงัก หลังจากที่หยุดชะงักครั้งแรก เราพบว่าเทเรซ่าจำเป็นต้องให้อภัยแม่ของเธอสำหรับสิ่งที่เกิดขึ้นหลังจากที่กระดูกงอกแล้ว เนื่องจากครอบครัวของเธอฐานะยากจน แม่ของเทเรซ่าจึงต้องยกเทเรซ่าให้คนอื่นไปอยู่ด้วย ซึ่งพวกเขาสามารถจ่ายค่ารักษาพยาบาลที่เหมาะสมให้เธอได้ นั่นเป็นสิ่งเดียวที่ทำได้ในสถานการณ์นั้น แต่สำหรับเทเรซ่าในวัยเด็ก มันดูเหมือนเป็นการถูกปฏิเสธ หลังจากที่เราขอให้เทเรซ่าให้อภัยแม่ของเธอ และหลังจากที่เราอธิษฐานขอให้เธอได้รับการเยียวยาภายในจากความรู้สึกถูกปฏิเสธ ขาของเทเรซ่าก็เริ่มเหยียดตรงและเจริญเติบโตอีกครั้ง

เหตุการณ์ที่สองเกิดขึ้นในช่วงบ่าย เมื่อขาของเธอเหมือนจะหยุดการเจริญเติบโตอีกครั้ง (ซึ่งเป็นเรื่องยากที่จะตรวจสอบได้เพราะทำได้เพียงวัดเปรียบเทียบในช่วงเวลาประมาณครึ่งชั่วโมงเท่านั้น) คราวนี้เราพบว่าพี่ชายของเทเรซ่าได้รับบาดเจ็บสาหัสจากอุบัติเหตุทางรถยนต์เมื่อหลายปีก่อน และเธอได้ถวายความพิการของตนเองแด่พระเจ้า หากพระองค์จะทรงช่วยชีวิตพี่ชายของเธอ ดังนั้นเธอจึงรู้สึกผิดที่ขาของเธอหายดี เพราะดูเหมือนเป็นการผิดคำสัญญาที่เคยให้ไว้กับพระเจ้า บิชอปอูริเบจึงเข้ามาช่วยเหลือโดยใช้อำนาจของท่าน ในฐานะตัวแทนของพระเจ้า เพื่อปลดปล่อยเธอจากผลกระทบของคำปฏิญาณดังกล่าว และขาของเธอก็เริ่มหายดีอีกครั้ง

เมื่อวันแห่งการอธิษฐานสิ้นสุดลง เราก็สังเกตเห็นว่าแผลเป็นลึกบนขาของเธอเริ่มตื้นขึ้น และยกเว้นเพียงสองจุดเท่านั้น แผลเป็นนั้นก็กลายเป็นสีขาวแทนที่จะเป็นสีม่วงเหมือนเมื่อวันก่อน เนื่องจากตอนนี้ขาขวาของเธอโตพอที่จะแตะพื้นได้แล้ว (หลายปีที่ผ่านมาเธอต้องใช้ไม้ค้ำยันเพราะขาขวาของเธอสั้นเกินไปที่จะแตะพื้น)

เทเรซ่าจึงอยากลองเดินเป็นครั้งแรกนับตั้งแต่สมัยเด็ก
แต่เราบอกให้เธอรอจนกว่าจะไปตรวจกับแพทย์ก่อน

อัลเบอร์โตเสนอที่จะพาเธอไปหาหมอและจัดตั้งทีมที่จะอธิษฐานร่วมกับเธอต่อไป
บิชอปอูริเบก็สัญญาว่าจะแวะไปบ้านของเธอและอธิษฐานร่วมกับเธอสัปดาห์ละครั้ง
ตั้งแต่นั้นมา ขาของเธอก็ยาวขึ้นเรื่อยๆ จนเหลือเพียงครึ่งนิ้วเท่านั้น ในการอธิษฐานครั้งหนึ่ง
เท้าของเธอเริ่มบิดเบี้ยว จนรอยแผลเป็นที่เคยเป็นเกลียวลงมาตามขา
กลายเป็นเส้นตรงจากเข่าถึงเท้า กลุ่มจึงไปพบแพทย์
แพทย์ตรวจเทเรซ่าแล้วบอกว่ากระดูกยังคงหักและอ่อนแอ และแนะนำว่าอย่าเพิ่งเดิน
อัลเบอร์โตเล่าถึงพัฒนาการเพิ่มเติมว่า: ไม่นานหลังจากที่เธอไปพบแพทย์
กลุ่มก็มารวมตัวกันอีกครั้งพร้อมกับบิชอปอูริเบเพื่ออธิษฐานเพิ่มเติม
ขณะที่เราวางมือบนตัวเทเรซ่า เราสังเกตเห็นว่าบริเวณที่กระดูกหักนั้นค่อนข้างอุ่น
และก้อนนั้นก็ลดขนาดลงอย่างมาก

เราสวดภาวนาประมาณสองชั่วโมง และในที่สุดบิชอปอูริเบก็ขอให้เทเรซาเหยียดขาและเท้า
ซึ่งเป็นสิ่งที่มักทำให้เธอเจ็บปวดมาก เทเรซาเหยียดขาออกอย่างลังเล
และขณะที่เธอทำเช่นนั้น กระดูกก็อยู่กับที่เป็นครั้งแรกในรอบหลายปี
เธอไม่รู้สึกเจ็บปวดหรืออึดอัดใดๆ ขณะที่ขยับขา

พวกเราทุกคนต่างดีใจและรู้สึกขอบคุณมาก เพราะดูเหมือนว่ากระดูกจะเชื่อมติดกันแล้ว
อย่างไรก็ตาม เราแนะนำให้เทเรซ่าไปพบแพทย์ก่อนที่จะใช้ขาของเธอ หลายวันต่อมา
เธอไปพบแพทย์ถึงสองคน ซึ่งทั้งสองคนยืนยันว่ากระดูกของเธอเชื่อมติดกันแล้ว”
ตอนนี้ เทเรซ่าสามารถเดินได้อีกครั้งเป็นครั้งแรกในรอบ 14 ปี
เป็นไปไม่ได้ที่จะคำนวณได้อย่างแม่นยำว่าต้องใช้เวลาในการอธิษฐานภาวนาไปกี่ชั่วโมงจึง
จะเกิดการรักษาอันน่าอัศจรรย์นี้ และไม่มีใครอธิษฐานภาวนาให้มากเท่านี้
และยังคงจำเป็นต้องมีการอธิษฐานภาวนาต่อไปอีก
เพราะขาของเธอยังต้องการการรักษาเพิ่มเติม แต่การรักษาเกือบทั้งหมด
ซึ่งจำเป็นต้องให้ขาและเท้าของเธอเจริญเติบโต ยืดตรง และซ่อมแซมกัน—
ในขณะที่แพทย์หมดหวังที่จะมีการพัฒนาไปมากกว่านี้แล้ว—ได้เกิดขึ้นแล้วในตอนนี้
อีกครั้ง—เป็นไปไม่ได้ที่จะพูดอย่างแน่ชัด—
ฉันคิดว่าการรักษาของเทเรซ่าคงไม่เกิดขึ้นเลยหากเราไม่ได้เรียนรู้เกี่ยวกับเรื่องเวลาที่จำเป็น

ในการอธิษฐานเพื่อการรักษา และหากไม่มีเพื่อนๆ ที่เต็มใจใช้เวลาหลายชั่วโมงอยู่รอบๆ เทเรซ่าเพื่ออธิษฐาน

การได้เห็นการเปลี่ยนแปลงเกิดขึ้นกับขาที่ผิดรูปอย่างของเทเรซาเป็นเรื่องที่น่าตื่นเต้น การได้เห็นน้ำตาแห่งความซาบซึ้งในดวงตาของเธอขณะที่รู้สึกว่าขาของเธอแข็งแรงขึ้นนั้นเป็นรางวัลสูงสุดที่มนุษย์ทุกคนต้องการหลังจากใช้เวลาหลายชั่วโมงในการอธิษฐานกับเธอ แต่เมื่อคุณเริ่มอธิษฐาน คุณไม่มีทางรู้เลย—เว้นแต่พระเจ้าจะทรงเปิดเผย—ว่าจะเกิดอะไรขึ้นมากน้อยแค่ไหน หรือไม่เกิดขึ้นมากน้อยแค่ไหน และมันเป็นงานหนัก—บางครั้งก็เหนื่อยล้า ไม่น่าแปลกใจที่พระเยซูทรงเรียกการรักษาของพระองค์ว่า "การงาน"—"การงานที่เราทำในนามของพระบิดาเป็นพยานของเรา" (ยอห์น 10:25) มากกว่าที่จะเรียกว่า "ปาฏิหาริย์" การได้เห็นผลของการอธิษฐานอย่างต่อเนื่องทำให้ฉันมีมุมมองใหม่เกี่ยวกับการรักษา มันเคยเป็นว่าเมื่อฉันเดินผ่านคนพิการ ฉันจะสงสัยว่าการอธิษฐานจะรักษาเขาได้หรือไม่ แต่ในขณะเดียวกันฉันก็รู้สึกว่าโอกาสที่จะหาย—ถึงแม้จะเป็นไปได้—ก็มีน้อยมาก ตอนนี้เมื่อฉันเห็นคนพิการ ฉันแค่สงสัยว่าเขาจะหายได้หรือไม่ หรืออย่างน้อยก็ดีขึ้นอย่างมาก หากมีใครสักคนที่สามารถใช้เวลามานั่งข้างๆ เขาและอธิษฐาน

ข้อความที่ตัดตอนมาจากหนังสือ *"พลังแห่งการเยียวยา"* โดย ฟรานซิส แมคนัตต์ ในเวลานั้น ฟรานซิส แมคนัตต์ เป็นบาทหลวงคาทอลิกและมีบทบาทสำคัญอย่างยิ่งในการฟื้นฟูจิตวิญญาณภายในคริสตจักรคาทอลิก ในทศวรรษ 1970 เขาได้ลาออกจากตำแหน่งบาทหลวง แต่งงานในที่สุด เข้าร่วมสังฆมณฑลเอพิสโคปัลแห่งฟลอริดา และก่อตั้ง Christian Healing Ministries คุณสามารถหาข้อมูลเพิ่มเติมได้ที่เว็บไซต์ของกระทรวง: www.christianhealingmin.org

ไฮดี เบเกอร์ และ ซูพรีซา ซิโธล – บาทหลวงได้รับการรักษาให้หายดีในภาวะใกล้ตาย

3 สิงหาคม มาปูโต โมซัมบิก — ซูร์เปรซา ซิโทเล ผู้อำนวยการระดับชาติของเราในโมซัมบิก ดูเหมือนจะไม่มีความคิดในแง่ลบเลย เขาเปี่ยมล้นด้วยพระวิญญาณบริสุทธิ์ ยิ้มกว้างและหัวเราะได้ง่ายในทุกสถานการณ์ เขาเป็นเพื่อนร่วมทางของผมในป่าเสมอ และเราไปประกาศพระวจนะด้วยกันทุกที่ พระเยซูทรงเรียกเขาอย่างอัศจรรย์ให้พ้นจากพ่อแม่ที่เป็นหมอผีในหมู่บ้าน และทรงแต่งตั้งเขาให้เป็นผู้นำที่ทรงพลังในหมู่คริสตจักรของเรา

แต่สักครู่ในวันนี้ เขาจริงจังกว่าครั้งไหน ๆ เขาคุยโทรศัพท์มาจากแอฟริกาใต้ และอีกครั้งที่เรากำลังเผชิญกับการทดสอบศรัทธา ไซมอน นดูบานี หนึ่งในศิษยาภิบาลที่เข้มแข็งที่สุดของเราและเป็นสมาชิกคณะกรรมการผู้นำของเราในแอฟริกาใต้ กำลังป่วยหนัก ที่จริงแล้ว เขาใกล้ตายแล้ว เริ่มจากอาการไอและท้องเสีย อาการของเขาแย่ลงเรื่อย ๆ มาเป็นปีแล้ว แต่เนื่องจากไม่มีเงินไปหาหมอ จึงไม่ได้รับการวินิจฉัยโรค ผู้คนต่างคาดเดาว่าเขาอาจเป็นมะเร็งกระเพาะอาหารระยะลุกลาม หรือเอดส์ — แต่ผลตรวจ HIV ของเขาเป็นลบ ปกติแล้วเขาเป็นคนตัวใหญ่มาก แต่ตอนนี้เขาผอมลงอย่างเห็นได้ชัด ในสามวันที่ผ่านมา อาการของเขาทรุดลงอย่างรวดเร็ว เขาเจ็บปวดมาก กินอะไรไม่ได้ เดินไม่ได้ วันนี้เขาขยับตัวหรือพลิกตัว บนเตียงไม่ได้ด้วยซ้ำ สายตาพร่ามัว และในไม่กี่ชั่วโมงที่ผ่านมา เขาพูดและได้ยินไม่ได้แล้ว

มันยากที่จะเข้าใจ แต่ไซมอนเป็นหนึ่งในนักเทศน์ที่มีพรสวรรค์ที่สุดของเรา และแสดงให้เห็นถึงศรัทธาอันยิ่งใหญ่ พระเยซูทรงใช้เขาในการรักษาคนตาบอดและคนพิการในทันที ผู้คนมากมายที่สิ้นหวังในคริสตจักรของเขาได้มาขอให้เขาอธิษฐาน และได้รับการปลดปล่อย เขาเป็นที่รู้จักในฐานะผู้รับใช้พระเจ้าที่ยิ่งใหญ่ แต่ตอนนี้เขากำลังจะตาย ยากจนและหมดหนทาง เขาไม่มีเงิน ไม่มีประกัน หรือสวัสดิการด้านสุขภาพ ครอบครัวของเขาไม่มีพาหนะ ภรรยาของเขากำลังร้องไห้และใกล้ตายแล้ว

นี่เป็นข่าวร้ายจริงๆ ชื่อเสียงของพระเจ้าจะเป็นอย่างไร? คริสตจักรของเราจะรับมือกับความท้อแท้เช่นนี้ได้อย่างไร? เราจะพูดอะไร? ซูร์เปรซาและฉันอธิษฐานผ่านทางโทรศัพท์ และเราก็ยังคงอธิษฐานต่อไป

พร้อมกับคนอื่นๆ อีกมากมาย
ซูร์เปรซาขับรถพาไซมอนไปโรงพยาบาลและอุ้มร่างผอมแห้งของเขาไปที่ห้อง
ไซมอนอยู่ในอาการโคม่า และซูร์เปรซายังต้องอุ้มเขาไปห้องน้ำทุกๆ สิบนาที
มันยุ่งเหยิงมาก แพทย์คาดว่าไซมอนจะเสียชีวิตในคืนนี้
ถ้าเขามีชีวิตอยู่ได้สามวันก็จะเป็นปาฏิหาริย์
ภรรยาของไซมอนหวาดกลัวและเสียใจมากจนไม่กล้ามาเยี่ยมเขาที่โรงพยาบาล

ซูร์เปรซา ไฮดี และฉันมีงานประชุมใหญ่ที่จะจัดขึ้นในอีกไม่กี่วันข้างหน้าในโมซัมบิก
เราต้องไปประกาศข่าวดีแก่ผู้ป่วยและผู้ยากไร้หลายพันคนที่ไม่มีความหวังใดๆ
นอกจากพระเยซู เราไม่สามารถปกป้องเกียรติของพระองค์ได้ เราจะยังคงรักพระองค์ต่อไป
ซิมอนเป็นของพระองค์ พระเยซู ขอพระองค์ทรงเป็นพระเจ้าและแพทย์ของเขา
เราเป็นของพระองค์ และเราจะดำเนินชีวิตเพื่อพระองค์ต่อไป

และแล้วตลอดทั้งคืนและวันรุ่งขึ้น เราก็ยังคงอธิษฐานเพื่อไซมอนต่อไป —
และเตรียมตัวสำหรับการประชุมของเราในมาปูโตและทางเหนือ อีกคืนหนึ่งผ่านไป
ไซมอนก็ยังคงมีชีวิตอยู่ได้อย่างยากลำบาก เรายังคงเดินหน้าต่อไป
ไม่มีทิศทางใดนอกจากขึ้นไปสู่พระหทัยของพระองค์ วันเสาร์มาถึง
และซูร์เปรซาคาดว่าจะเปิด การประชุมระดับภูมิภาคสำหรับจังหวัดทางใต้ของเราในคืนนี้
แต่เขายังคงอยู่ที่โรงพยาบาลกับไซมอน ฉันโทรหาเขาอีกครั้ง ต่อสู้กับการต่อสู้แห่งศรัทธา
เพราะเขาต้องขับรถไปโมซัมบิกทันที

ซูร์เปรซาตอบด้วยน้ำเสียงที่เรียบเฉยอย่างสง่างาม "อืม
ดูเหมือนปาฏิหาริย์ครั้งใหญ่ได้เกิดขึ้นแล้ว ฉันนั่งอยู่กับไซมอนตั้งแต่เช้านี้
และเราคุยและหัวเราะกันเป็นชั่วโมงๆ ที่จริงแล้ว
ไซมอนจำไม่ได้ด้วยซ้ำว่าไปโรงพยาบาลมาทำไม หรือทำไมเขาถึงมาที่นี่! เขาไม่เป็นไร
หมอจะให้เลือดเพิ่ม ทำการทดสอบอีกเล็กน้อย แล้วก็ส่งเขากลับบ้าน..."

ซูร์เปรซาให้เงินไซมอนไว้สำหรับค่าอาหารและค่าเดินทาง แล้วก็ออกเดินทางไปมาปูโต
ที่นั่นเราได้มีการประชุมที่ยอดเยี่ยม
หลายวันต่อมาเราได้รับโทรศัพท์แจ้งว่าไซมอนหายดีเป็นร้อยเปอร์เซ็นต์แล้ว
และทำทุกอย่างได้เหมือนเดิม... พระเยซูทรงเป็นผู้กำหนดทุกอย่าง!

จากจดหมายข่าวของ Iris Ministries ฉบับวันที่ 14 สิงหาคม 2545 หากต้องการอ่านเพิ่มเติม โปรดไปที่: www.irismin.org

เจมส์ มัวร์ ฮิกสัน – หญิงผู้หายจากโรคแพ้ภูมิตัวเอง (ลูปัส)

หนึ่งในตัวอย่างที่งดงามที่สุดของการเยียวยาของพระคริสต์ในยุคของเรา คือเรื่องราวของหญิงยากจนคนหนึ่งที่ป่วยเป็นโรคแพ้ภูมิตัวเอง (ลูปัส) เธอหาเลี้ยงชีพด้วยการรับจ้างซักผ้า แต่เมื่อเวลาผ่านไป ผู้คนเริ่มกลัวที่จะจ้างเธอเพราะโรคของเธอ เธอรู้สึกว่าตัวเองเป็นคนนอก และไม่รู้ว่าจะใช้ชีวิตอย่างไร ความทุกข์ทรมานและความเดือดร้อนของเธอมากมายจนเธอคิดจะจบชีวิตตัวเอง เธอถูกนำตัวมาเพื่อรับการอธิษฐานและการวางมือ และฉันจะไม่มีวันลืมภาพของหญิงยากจนคนนั้น ที่ดูน่าเวทนาอย่างที่สุด ใบหน้าของเธอเต็มไปด้วยโรคภัยไข้เจ็บ ฉันทำได้เพียงจับมือเธอและวางไว้ในพระหัตถ์ของพระคริสต์ ขณะที่เราอธิษฐานด้วยกัน ฉันรู้สึกถึงความเมตตาของพระองค์มากจนกลั้นน้ำตาไว้ไม่อยู่ ฉันรู้ว่าพระเยซูทรงอยู่ กับเรา แต่ดวงตาฝ่ายวิญญาณของเธอเปิดออกเพื่อเห็นพระองค์ และเธอบอกฉันในภายหลังว่า “ฉันเห็นพระเจ้า พระองค์ทรงยืนอยู่ตรงหน้าฉัน และพระหัตถ์ของพระองค์อยู่เหนือมือของคุณ” องค์พระผู้เป็นเจ้าทรงรักษาหญิงผู้นั้น และวันนี้เราสามารถกล่าวด้วยหัวใจทั้งหมดของเรา หรือเป็นความจริงที่ว่า 'จงสรรเสริญองค์พระผู้เป็นเจ้าเถิด โอจิตวิญญาณของข้าพเจ้า และอย่าลืมพระคุณทั้งหลายของพระองค์ ผู้ทรงอภัยโทษบาปทั้งปวงของเจ้า ผู้ทรงรักษาโรคภัยไข้เจ็บทั้งปวงของเจ้า ผู้ทรงไถ่ชีวิตของเจ้าจากความพินาศ ผู้ทรงประทานความรักและความเมตตากรุณาแก่เจ้า'

ส่วนหนึ่งจากหนังสือ *“เจ้าบ่าวมาแล้ว”* โดย เจมส์ มัวร์ ฮิกสัน

คำสาปถูกทำลาย และหญิงคนหนึ่งก็เดินได้

ในสุภาษิต 17:19 กล่าวว่า "ผู้ใดตอบแทนความดีด้วยความชั่ว ผู้นั้นจะได้รับคำสาปแช่ง" ความจริงก็คือ หากคุณทำชั่วต่อผู้ที่ทำดีต่อคุณ คำสาปแช่งก็จะเกิดขึ้น อีกตัวอย่างหนึ่งคือในมาระโก 11:12-14, 21 และ 22 นี่คือเรื่องที่พระเยซูทรงสาปแช่งต้นมะเดื่อ ในกรณีนี้พระองค์ทรงสาปแช่งต้นมะเดื่อ แต่ผลกระทบนั้นไม่ปรากฏให้เห็นในทันที ผู้คนคิดว่าเพราะคำสาปแช่งนั้นไม่มีผล แต่ความจริงแล้วมันมีผล ไม่ว่าคุณจะเห็นผลในทันทีหรือในอีกสิบปีข้างหน้า ผลกระทบนั้นจะเกิดขึ้นกับผู้คนอย่างแน่นอน

ครั้งหนึ่งตอนที่ฉันไปเม็กซิโก ฉันได้อธิษฐานเผื่อหญิงคนหนึ่งที่มีอาการป่วยทางร่างกาย สิ่งหนึ่งที่พระเจ้าบอกฉันคือ พี่น้องของเธอสาปแช่งเธอตั้งแต่เธออายุสามขวบ เธอเกือบจะเป็นอัมพาตทั้งตัว และเราต้องเข้าไปช่วยเธอให้อภัยพี่น้องของเธอ ฉันต้องทำลายอำนาจของคำสาปแช่งที่มีต่อเธอ และเมื่อฉันทำได้ พระเจ้าก็ทรงรักษาเธอให้หายสนิท เธอถอดไม้เท้าช่วยเดินออกแล้วโยนทิ้งไป พระเจ้าก็ทรงรักษาเธอให้หายทันที ฉันรู้สึกทึ่งมากที่ปาฏิหาริย์สามารถเกิดขึ้นได้จริง คุณรู้ไหมว่าเธอได้รับการอธิษฐานเผื่อในโบสถ์กี่ครั้งแล้วที่ไม่ได้รับการรักษา? มีสาเหตุที่แท้จริงว่าทำไมถึง เป็นเช่นนั้น เมื่อคุณกำลังช่วยเหลือผู้คนในด้านอารมณ์ จิตวิญญาณ หรือร่างกาย และไม่มีความก้าวหน้า คุณจำเป็นต้องเริ่มขุดลึกลงไปและตรวจสอบร่องรอยต่างๆ ในชีวิตของคนๆ นั้นให้มากขึ้น

มีเหตุผลว่าทำไมเรื่องนี้ถึงยังคงอยู่
คุณรู้ไหมว่าทำไมคริสตจักรถึงสับสนเกี่ยวกับการรักษาโรค?
เราไม่เข้าใจว่าทำไมพระเจ้าตรัสว่าจะรักษาคนป่วย แต่พวกเขากลับไม่ได้รับการรักษา
โปรดเข้าใจด้วยความเมตตาว่าเรื่องนี้ไม่ได้เกิดขึ้นโดยไม่มีสาเหตุ
ไม่มีสิ่งใดในจักรวาลนี้เกิดขึ้นโดยไม่มีสาเหตุ

ความสำเร็จที่ยิ่งใหญ่กว่า - 1- ลิงก์พอดแคสต์เสียง

บทที่ 1 บทนำ - https://anchor.fm/otakada.org/episodes/Introd–to-Enough-is-Enough-to-Captivity-of-Satan-and-Welcome-to-Freedom-in-Christ—light-baptism-eshkai

บทที่ 2 ตอนที่ 1 - https://anchor.fm/otakada.org/episodes/Part-1-Enough-is-Enough-to-Captivity-of-Satan-welcome-to-freedom-powered-by-hunger-and-anger-part-1-esfrdk

บทที่ 3 ตอนที่ 2
https://anchor.fm/otakada.org/episodes/Enough-is-Enough-to-Captivity-and-welcome-to-Freedom—How-to-heal-or-be-cured-of-COVID–19–part-2-er35cm

บทที่ 4 ตอนที่ 3 -
https://anchor.fm/otakada.org/episodes/Enough-is-Enough-to-CAPTIVITY-of-the-devil–Welcome-to-FREEDOM-in-Christ-Jesus—Activation-part-3-er5bu4

บทที่ 5 ตอนที่ 4 -
https://anchor.fm/otakada.org/episodes/Enough-to-Captivity-of-Satan–Welcome-to-the-Freedom-in-Christ-can-Christians-be-demonized–Part-4-errv2l

บทที่ 6 และ 7 – ตอนที่ 5 และ 6 -
https://anchor.fm/otakada.org/episodes/Seven-7-critical-steps-to-deliverance--How-to-Identify-and-Expel-Demon-Groupings-part-5-6-esap4h

บทที่ 8 ตอนที่ 7 - https://anchor.fm/otakada.org/episodes/The-Holy-Ghost-POWER-resident-in-YOU-in-wordstransferred-through-the-air-into-WATER-and-OIL-part-7-esv324

บทที่ 9 ตอนที่ 8 - ลิงก์พอดแคสต์:
https://anchor.fm/otakada.org/episodes/Part-8—Enough-is-Enough-to-Captivity-of-Satan-and-Welcome-to-Freedom-in-Christ-Jesus—Where-on-et3d3

บทที่ 10 ตอนที่ 9 -
https://anchor.fm/otakada.org/episodes/Freedom-from-Schizophrenia--QA-and-Practical-guidelines-on-Healing--deliverance-and-restoration-etgret

วีรกรรมที่ยิ่งใหญ่กว่า - ตอนที่ 1 - ลิงก์วิดีโอ

YouTube

บทนำบทที่ 1 - https://youtu.be/B-JVbeIMBDY
บทที่ 2 ตอนที่ 1 - https://youtu.be/MrjLuZC8N1c
บทที่ 3 ตอนที่ 2 - https://youtu.be/ydFE_lD8SqU
บทที่ 4 ตอนที่ 3 - https://youtu.be/4A2heCj3B5I
บทที่ 5 ตอนที่ 4 - https://youtu.be/ILEBjZeQAMs
บทที่ 6 และ 7 – ตอนที่ 5 และ 6 – https://youtu.be/mzXVmNH880Q
บทที่ 8 ตอนที่ 7 - https://youtu.be/gUuO1IuRKnc
บทที่ 9 ตอนที่ 8 - https://youtu.be/9wzp-2vYLDQ
บทที่ 10 ตอนที่ 9 - https://youtu.be/f4NEJFp7A18

วีรกรรมอันยิ่งใหญ่ - 1 - บทที่ 1 -

บทนำเกี่ยวกับความพอเพียงของการถูกจองจำ

และการต้อนรับสู่เสรีภาพในพระคริสต์

ส่องแสงแห่งพระเจ้าในโลกที่เสื่อมทรามนี้ + คำอธิษฐานเพื่อรับบัพติศมาในพระวิญญาณบริสุทธิ์ + 2 เรื่องโดยเทรเวอร์ ฟาร์เรล จากเทรเวอร์ เพลส และโรเบิร์ต ดับเบิลยู. ชัมบัค เกี่ยวกับชีวิต *ของชายคนหนึ่ง* ที่รอดพ้นจากเก้าอี้ไฟฟ้า - บทนำ

ข้อพระคัมภีร์อ้างอิง:

มัทธิว 5:14-16

การแปลเรื่องความหลงใหล

***14** "ชีวิตของท่านส่องสว่างไปทั่วโลก จงให้ผู้อื่นเห็นแสงสว่างของท่านจากระยะไกล*
*เพราะท่านจะซ่อนเมืองที่ตั้งอยู่บนยอดเขาได้อย่างไร? **15***
และใครเล่าจะจุดตะเกียงแล้วซ่อนไว้ในที่มืด?[b]
*แต่จงวางไว้ในที่ที่ทุกคนในบ้านจะได้รับประโยชน์จากแสงสว่างนั้น **16***
ฉะนั้นอย่าซ่อนแสงสว่างของท่าน! จงให้มันส่องสว่างเจิดจ้าต่อหน้าผู้อื่น
เพื่อว่าการกระทำอันน่าสรรเสริญของท่านจะเป็นแสงสว่างแก่พวกเขา
และพวกเขาจะสรรเสริญพระบิดาของท่านในสวรรค์"

ในขณะที่ผมกำลังนำเสนอบทนำของหนังสือ Enough is Enough to Captivity of Satan and Welcome to Freedom in Christ – Beaming the light of God in this Perverse World + Baptism in the Holy Ghost + 2 Stories ผมอยากให้พวกเราสังเกต จดจำ และนำ (ปลุกเร้า) คุณลักษณะสำคัญเจ็ดประการนี้ *A, B, C, D, E*, F และ G มาใช้ในตัวเรา

เพื่อให้เราประสบความสำเร็จในการส่องแสงแห่งพระคริสต์ไปยังโลกที่อยู่ภายใต้อิทธิพลแ
ละการควบคุมของปีศาจ อิสรภาพในพระคริสต์จะแสดงออกได้ก็ต่อเมื่ออยู่ในผลดีรอบ ๆ
ชีวิตของเรา
คุณลักษณะทั้งเจ็ดนี้มีความสำคัญอย่างยิ่งในฐานะส่วนประกอบที่จะช่วยให้เราเป็นทุกสิ่งที่เ
ราจำเป็นต้องเป็นและทำ คุณลักษณะเหล่านั้นได้แก่:

1- ก: ความพร้อมใช้งาน

2- B: ความกล้าหาญ

3- C: ความเห็นอกเห็นใจ

4- D: ความมุ่งมั่น

5- E: Earnest Love

6-F: ความโกรธเกรี้ยวรุนแรง

7-G: ความหิวโหยครั้งใหญ่

เราต้องอธิษฐานขอพระวิญญาณบริสุทธิ์ให้ทรงช่วยปลุกคุณลักษณะเหล่านี้ในตัวเราในระดั
บต่างๆ เมื่อโอกาสมาถึง
หรือเมื่อเราสร้างโอกาสเหล่านั้นขึ้นเองด้วยการทรงนำของพระวิญญาณบริสุทธิ์

ความผิดพลาดที่ร้ายแรงที่สุดที่เราอาจทำได้เมื่อเผชิญกับสถานการณ์และอุปสรรคที่ยากลำบ
ากในโลกของเรา
คือการเริ่มสงสัยในของขวัญและความสามารถที่พระเจ้าประทานให้แก่เราแต่ละคน
เพื่อที่จะนำพระองค์ไปสู่โลกที่มืดมิดของเรา
สิ่งที่เราไม่ควรทำคือการฝังของขวัญเหล่านั้นไว้และไม่ทำอะไรเลย
เราทุกคนมั่นใจได้ว่าพระเจ้าจะทรงเรียกเราให้รับผิดชอบ
ต่อวิธีที่เราใช้สมบัติภายในตัวเราเพื่อพระสิริของพระองค์

เมื่อพิจารณาพระคัมภีร์ข้างต้น คำถามที่อาจเกิดขึ้นคือ แสงสว่างนี้คืออะไร? มันเกี่ยวข้องกับของประทานที่พระเจ้าประทานให้แก่ฉันอย่างไร และฉันควรทำอย่างไรเพื่อให้แสงสว่างภายในตัวฉันเป็นที่รู้จักและแสดงออกในโลกที่มืดมิดเพื่อพระสิริของพระเจ้า?

จุดเริ่มต้นคือการมองไปที่พระเยซู เพราะพระเยซูทรงเป็นแสงสว่างของโลก เราต้องส่องแสงแห่งพระองค์ออกไปสู่ผู้อื่นในโลกของเรา ลองดูพระธรรมลูกา 4:18,19 ในวิสัยทัศน์และพันธกิจของพระเยซู เพราะพันธกิจและวิสัยทัศน์ของพระองค์ก็คือพันธกิจและวิสัยทัศน์ของเราด้วยเช่นกัน:

ลูกา 4:18-21

การแปลเรื่องความหลงใหล

18-19 ***"พระวิญญาณของพระเจ้าทรงสถิตอยู่กับข้าพเจ้า และพระองค์ทรงเจิมข้าพเจ้าให้เป็นความหวังแก่คนยากจน เป็นอิสระแก่คนใจแตกสลาย เป็นดวงตาใหม่แก่คนตาบอด และเพื่อประกาศแก่ผู้ถูกจองจำว่า 'ท่านทั้งหลายได้รับการปลดปล่อยแล้ว!' ข้าพเจ้ามาเพื่อแบ่งปันข่าวสารแห่งปีจูบิลี เพราะเวลาแห่งการทรงรับอันยิ่งใหญ่ของพระเจ้าได้เริ่มต้นขึ้นแล้ว"***

20 ***หลังจากที่พระองค์อ่านจบ พระองค์ก็ม้วนหนังสือและส่งคืนให้แก่รัฐมนตรี แล้วประทับนั่งลง ทุกคนจ้องมองพระเยซูด้วยความสงสัยว่าพระองค์จะตรัสอะไร*** ***21***
แล้วพระองค์ก็ตรัสเสริมว่า "พระคัมภีร์เหล่านี้ได้เป็นจริงต่อหน้าพวกท่านในวันนี้แล้ว"

พระเยซูทรงทำทุกวิถีทางตามที่คำพยากรณ์ได้กล่าวไว้ เพื่อให้ผู้คนไม่สงสัยในพันธกิจและวิสัยทัศน์นี้ พระองค์ทรงทำให้สำเร็จ คุณสามารถอ่านเรื่องราวได้ใน:

มัทธิว 4:23-25

การแปลเรื่องความหลงใหล

พันธกิจแห่งการรักษาของพระเยซู

23 *พระเยซูทรงปฏิบัติศาสนกิจไปทั่วแคว้นกาลิลี พระองค์ทรงสอนในธรรมศาลา*
ประกาศความหวังแห่งอาณาจักร และทรงรักษาโรคภัยไข้เจ็บทุกชนิดในหมู่ประชาชน ***24***
ชื่อเสียงของพระองค์แพร่ไปทั่วทุกหนแห่ง!
มีคนจำนวนมากที่เจ็บปวดและทุกข์ทรมานจากโรคภัยไข้เจ็บทุกชนิดถูกนำมาหาพระเยซูเพื่อรับการรักษา—คนที่เป็นโรคลมชัก คนเป็นอัมพาต และผู้ที่ถูกปีศาจรบกวนต่างก็ได้รับการปลดปล่อย ทุกคนที่ถูกนำมาหาพระเยซูได้รับการรักษา!

25 *ผลที่ตามมาคือมีผู้คนมากมายติดตามพระองค์ไป รวมทั้งผู้คนจากแคว้นกาลิลี เยรูซาเล็ม ดินแดนยูดาห์ เขตเมืองสิบเมืองที่รู้จักกันในชื่อเดคาโพลิส และผู้คนจากดินแดนที่อยู่เลยแม่น้ำจอร์แดนไป*

และหลังจากฝึกฝนเหล่าสาวกเป็นเวลา 3 ปี พระองค์ก็ทรงส่งพวกเขาไปดำเนินพันธกิจและวิสัยทัศน์ที่ทรงประกาศไว้ เราสามารถเห็นภาพบางส่วนของสิ่งนั้นได้ใน

กิจการ 5:12-16

การแปลเรื่องความหลงใหล

เหล่าอัครสาวกทำการอัศจรรย์ ปาฏิหาริย์ และสิ่งมหัศจรรย์ต่างๆ

12 *อัครทูตได้ทำการอัศจรรย์และหมายสำคัญมากมายท่ามกลางประชาชน* ***13***
และบรรดาผู้เชื่อก็สามัคคีกันอย่างน่าอัศจรรย์ พวกเขาประชุมกันเป็นประจำในลานพระวิหาร ณ บริเวณที่เรียกว่าสวนของโซโลมอน ไม่มีใครกล้าทำร้ายพวกเขา เพราะทุกคนต่างให้ความเคารพนับถือพวกเขา

14 ผู้คนจำนวนมากขึ้นเรื่อยๆ เชื่อในองค์พระผู้เป็นเจ้าและเข้าร่วมกับพวกเขา—
ฝูงชนจำนวนมากทั้งชายและหญิง 15 อันที่จริง เมื่อผู้คนรู้ว่าเปโตรจะเดินผ่านมา
พวกเขาก็แบกคนป่วยออกไปที่ถนนและวางลงบนเตียงและเสื่อ
เพราะรู้ว่าฤทธิ์อำนาจอันน่าอัศจรรย์ที่แผ่ออกมาจากเขาจะปกคลุมพวกเขาและรักษาพวกเข
า 16 ผู้คนจำนวนมากหลั่งไหลเข้ามาในเยรูซาเล็มจากหมู่บ้านใกล้เคียง
พวกเขานำคนป่วยและคนที่มีผีสิงมาด้วย—และทุกคนก็หายดี!

แล้วอะไรทำให้คนธรรมดาเหล่านี้กลายเป็นยอดมนุษย์ของพระเจ้าผู้ทรงฤทธานุภาพ? อะไรช่วยคุณได้ด้วยคุณลักษณะ ABCDEFG ที่เราได้กล่าวถึงไปข้างต้น? คำตอบอยู่ในคำกล่าวสุดท้ายของพระเยซู

กิจการ 1:3-8

การแปลเรื่องความหลงใหล

3 หลังจากทนทุกข์ทรมานบนไม้กางเขนแล้ว
พระเยซูทรงปรากฏพระองค์ให้เหล่าอัครสาวกเหล่านั้นเห็นหลายครั้งในช่วงเวลาสี่สิบวัน
พระเยซูทรงพิสูจน์ให้พวกเขาเห็นด้วยหมายสำคัญมากมายว่าพระองค์ทรงฟื้นคืนชีพแล้ว

ระหว่างการพบปะเหล่านั้น
พระองค์ทรงสอนความจริงเกี่ยวกับอาณาจักรของพระเจ้าแก่พวกเขา 4
และทรงร่วมรับประทานอาหารกับพวกเขา พระเยซูทรงสั่งสอนพวกเขาว่า
"อย่าออกจากเยรูซาเล็ม
แต่จงรออยู่ที่นี่จนกว่าท่านจะได้รับของประทานที่เราได้บอกท่านไว้
คือของประทานที่พระบิดาทรงสัญญาไว้ 5 เพราะยอห์นได้ให้บัพติศมาท่านในน้ำ แต่
ในอีกไม่กี่วันข้างหน้า ท่านจะได้รับบัพติศมาในพระวิญญาณบริสุทธิ์!"

6 ทุกครั้งที่พวกเขารวมตัวกัน พวกเขาก็ถามพระเยซูว่า "พระเจ้าข้า
ถึงเวลาแล้วหรือที่พระองค์จะทรงปลดปล่อยอิสราเอลและฟื้นฟูอาณาจักรของเรา?"

7 ***พระองค์ตรัสตอบว่า***
"พระบิดาเป็นผู้กำหนดวันเวลาที่แน่นอนและกำหนดเวลาที่จะสำเร็จ
พวกท่านไม่ได้รับอนุญาตให้รู้กำหนดเวลาของทุกสิ่งที่พระองค์ทรงเตรียมไว้ด้วยพระอำนา
จของพระองค์เอง ***8*** ***แต่เราสัญญากับพวกท่านว่า***
พระวิญญาณบริสุทธิ์จะลงมาอยู่กับพวกท่าน และพวกท่านจะเต็มเปี่ยมด้วยฤทธิ์เดช
และพวกท่านจะเป็นผู้ส่งสารของเราไปยังเยรูซาเล็ม ทั่วแคว้นยูเดีย และแคว้นต่างๆ
ที่อยู่ห่างไกล แม้กระทั่งในที่ที่ไกลที่สุดในโลก!"

จอห์นเน้นย้ำข้อเท็จจริงที่ว่าซาตานเป็นผู้บงการในโลกของเรา และย้ำอีกครั้งถึงภารกิจที่พระเยซูเสด็จมาในโลกเพื่อปฏิบัติใน 1 ยอห์น 5:19 และ 1 ยอห์น 3:8 และฉันได้อ่านว่า:

1 ยอห์น 5:19

การแปลเรื่องความหลงใหล

19 ***เรารู้ว่าเราเป็นบุตรของพระเจ้า***
และโลกทั้งใบอยู่ภายใต้ความทุกข์ยากและอิทธิพลของมารร้าย

และ **1 ยอห์น 3:8**

การแปลเรื่องความหลงใหล

8 ***แต่ผู้ที่ประพฤติบาปนั้นเป็นของมาร เพราะมารได้กระทำบาปมาตั้งแต่ต้น***
เหตุที่พระบุตรของพระเจ้าทรงปรากฏมาก็เพื่อลบล้างและทำลายกิจการของมาร

พระเยซูตรัสไว้ในมัทธิว 12:29 ว่า "ไม่มีใครสามารถบุกเข้าไปในบ้านของคนแข็งแรงและเอาทรัพย์สินของเขาไปได้ เว้นแต่เขาจะมัดคนแข็งแรงนั้นเสียก่อน แล้วจึงจะปล้นบ้านของเขาได้"

เราไม่สามารถยึดเมืองได้ด้วยกำลังของเราเอง
แต่ต้องด้วยฤทธิ์อำนาจของพระวิญญาณบริสุทธิ์:

ฟังคำกล่าวของยอห์นผู้ให้บัพติศมาใน ลูกา **3:16**

การแปลเรื่องความหลงใหล

***16** แต่ยอห์นได้กล่าวอย่างชัดเจนแก่พวกเขาว่า "จะมีผู้หนึ่งมา ซึ่งทรงฤทธิ์ยิ่งกว่าข้าพเจ้า พระองค์ทรงเป็นผู้สูงสุด อันที่จริง ข้าพเจ้าไม่คู่ควรแม้แต่จะเป็นทาสของพระองค์ ข้าพเจ้าทำได้เพียงให้บัพติศมาแก่พวกท่านในแม่น้ำนี้ แต่พระองค์จะให้บัพติศมาแก่พวกท่านในพระวิญญาณบริสุทธิ์และในไฟอันโหมกระหน่ำของพระองค์"*

พระวิญญาณบริสุทธิ์เป็นผู้ช่วยที่จะช่วยเราในการขยายอาณาจักรของพระเจ้าในโลกที่มืดมิด โดยการส่องแสงแห่งพระคริสต์หลังจากทำลายฐานที่มั่นของศัตรูคือซาตานแล้ว วิธีที่เราได้รับการเตรียมพร้อมคือผ่านทางการรับบัพติศมาในพระวิญญาณบริสุทธิ์

การรับบัพติศมาในพระวิญญาณบริสุทธิ์เป็นประสบการณ์ที่เสริมพลังให้ผู้เชื่อที่เต็มเปี่ยมด้วยพระวิญญาณ พร้อมสำหรับการเป็นพยานและการรับใช้ ซึ่งเราสามารถแสดงคุณลักษณะทั้ง 7 ประการข้างต้นได้อย่างง่ายดาย

คุณสามารถรับบัพติศมาแห่งพระวิญญาณบริสุทธิ์ได้โดยการอธิษฐานคำอธิษฐานนี้ เพื่อให้น้ำแห่งชีวิตไหลออกมาจากภายในตัวคุณดุจแม่น้ำที่ทำให้คุณสดชื่นและมีพลังในการรับใช้เพื่อส่องแสงแห่งพระองค์ไปทั่วโลก แม้จะเผชิญกับการต่อต้านอย่างรุนแรงก็ตาม:

ขอให้เราอธิษฐาน:

ข้าแต่พระเจ้า ขอทรงโปรดให้ข้าพระองค์เป็นภาชนะแห่งฤทธิ์อำนาจของพระองค์
ในนามของพระเยซู
ขอให้ฟ้าสวรรค์เปิดออก และขอให้พระสิริของพระองค์ลงมาสถิตอยู่กับข้าพระองค์

ในนามของพระเยซู ข้าแต่พระเจ้า ขอทรงโปรดประทานบัพติศมาแก่ดวงตา หู และปากของข้าพระองค์ เพื่อให้ข้าพระองค์ได้รับ ได้ยิน และพูดถึงสิ่งมหัศจรรย์ ข้าพระองค์รับเอาไฟใหม่และการเจิมใหม่ ในนามของพระเยซู ขอให้ไฟของพระเจ้าเผาผลาญการกระทำแห่งความมืดทุกอย่างในชีวิตของข้าพระองค์

ขอให้พระวิญญาณของพระเจ้าทรงชำระสติปัญญา เจตจำนง และอารมณ์ของข้าพเจ้าให้บริสุทธิ์ ในพระนามของพระเยซูคริสต์

ขอให้พระวิญญาณของพระเจ้าทรงชำระจิตวิญญาณ จิตใจ และร่างกายของข้าพเจ้าให้บริสุทธิ์ ในพระนามของพระเยซูคริสต์

ขอทรงโปรดประทานบัพติศมาแก่ข้าพระองค์ด้วยพระวิญญาณบริสุทธิ์และไฟ ตามที่พระองค์ทรงสัญญาไว้ในลูกา 3:16

ข้าแต่พระเจ้า
ขอให้พระวิญญาณของพระองค์ทรงหลั่งลงมาเหนือพระกายของพระคริสต์ทั่วโลกอีกครั้งหนึ่ง ข้าแต่พระบิดา ในนามของพระเยซู
ข้าพเจ้าปรารถนาทุกสิ่งที่พระองค์ทรงมีให้แก่ข้าพเจ้า

ข้าพเจ้าปรารถนาการทรงสถิตของพระวิญญาณบริสุทธิ์
พร้อมของประทานทั้งปวงของพระวิญญาณที่จะทรงทำงานในชีวิตของข้าพเจ้า
ดังนั้นข้าพเจ้าจึงถ่อมตนต่อหน้าพระองค์ในเวลานี้
และขอพระองค์โปรดประทานบัพติศมาแก่ข้าพเจ้าด้วยพระวิญญาณบริสุทธิ์ในเวลานี้
ข้าพเจ้ามอบตัวให้ดำเนินชีวิตตามของประทานที่พระวิญญาณบริสุทธิ์จะทรงสำแดงหรือส่องสว่างผ่านข้าพเจ้า

ขอให้การเจิม พระสิริ
และฤทธานุภาพของพระเจ้ามาสถิตอยู่กับข้าพเจ้าและเข้ามาในชีวิตของข้าพเจ้าในเวลานี้

ขอให้ข้าพเจ้าได้รับพลังในการรับใช้ตั้งแต่วันนี้เป็นต้นไป

ด้วยคุณลักษณะทั้งเจ็ดประการที่กล่าวมาข้างต้น ได้แก่ ความพร้อม ความกล้าหาญ ความเมตตา ความมุ่งมั่น และความรักอันจริงใจ ความกระหายอันแรงกล้าและยิ่งใหญ่

ขอบคุณพระเยซูเจ้า

ที่ทรงประทานบัพติศมาแก่ข้าพเจ้าด้วยพระวิญญาณบริสุทธิ์ของพระองค์ อาเมน"

ข้าพเจ้ามอบลิ้นของข้าพเจ้าให้พระวิญญาณบริสุทธิ์ทรงประทานถ้อยคำแก่ข้าพเจ้า

เพื่อพระองค์จะทรงตรัสผ่านข้าพเจ้า

ข้าพเจ้ารับบัพติศมาแห่งพระวิญญาณบริสุทธิ์ด้วยความเชื่อ บัพติศมาเป็นของข้าพเจ้าแล้ว และบัดนี้ข้าพเจ้าได้รับแล้ว

ตอนนี้ จงเริ่มสรรเสริญพระเจ้า และปล่อยให้ถ้อยคำที่เกิดขึ้นภายในใจของคุณไหลออกมาจากปากของคุณ คุณต้องเป็นคนพูด ส่วนพระวิญญาณบริสุทธิ์จะประทานถ้อยคำให้คุณ

คุณสามารถทำสิ่งเหล่านี้ได้ที่บ้าน ในรถ ที่ทำงาน หรือที่ใดก็ตามที่คุณรู้สึกอยากอธิษฐาน หรือได้รับการกระตุ้นให้ภาวนา

เพื่อเป็นการยืนยันคำแนะนำของเรา ต่อไปนี้คือเรื่องจริงสองเรื่องที่แสดงให้เห็นถึงการประยุกต์ใช้คุณลักษณะทั้ง 7 ประการที่เราได้เรียนรู้ในวันนี้

เราทุกคนถูกเรียกให้ประกาศข่าวประเสริฐและแสดงให้เห็นถึงการทรงสถิตของพระเจ้าโดยการรักษาผู้ป่วย เราทุกคนมีความสามารถในการทำสิ่งพื้นฐาน ไม่ใช่ทุกคนจะมีหน้าที่หลักหรือตำแหน่งในด้านการรักษาและการปลดปล่อยจากสิ่งชั่วร้าย

ภารกิจหลักของเราอาจเป็นการบริหารงาน โดยได้รับการเสริมพลังจากพระวิญญาณบริสุทธิ์ เราอาจอยู่ในตำแหน่งนายกรัฐมนตรีในรัฐบาล และสามารถเปลี่ยนแปลงชะตากรรมของประเทศไปสู่ความชอบธรรมโดยการออกกฎหมายที่เอื้อประโยชน์ต่อพระประสงค์ของพระเจ้า

บางคนอาจเป็นแพทย์ในโรงพยาบาลที่ให้การรักษาแก่ผู้ป่วยผ่านการดลใจจากพระเจ้าและการแพทย์

วันนี้เราขอเสนอเรื่องราวสองเรื่องนี้ และผมขอแนะนำให้คุณสังเกตคุณลักษณะทั้ง 7 ข้อข้างต้นในเรื่องราวเหล่านี้:

เรื่องแรกเป็นเรื่องราวของเทรเวอร์
เด็กชายวัยสิบสามปีที่กล้าหาญในการแก้ไขปัญหาความอยุติธรรมในสังคมสำหรับคนไร้บ้าน
และเรื่องที่สองเป็นเรื่องการเผชิญหน้ากันระหว่างหญิงคนหนึ่งที่ลูกชายของเธอจะถูกประหารชีวิตด้วยเก้าอี้ไฟฟ้า
และคำอธิษฐานในนาทีสุดท้ายของนักเทศน์ช่วยยับยั้งการประหารชีวิตไว้ได้

เทรเวอร์ ฟาร์เรลล์

เทรเวอร์ เฟอร์เรลล์ (เกิดปี 1972) เป็นพลเมืองอเมริกันที่ได้รับความสนใจจากสาธารณชนตั้งแต่อายุยังน้อยจากความพยายามช่วยเหลือคนไร้บ้าน เขาเริ่มต้นโครงการ "Trevor's Campaign for the Homeless" ในปี 1983 เมื่ออายุ 11 ปี ในวันที่ 8 ธันวาคม 1983 เขาได้ดูรายการข่าวเกี่ยวกับคนเร่ร่อน ซึ่งกระตุ้นให้เขาถามพ่อแม่ของเขา แฟรงค์และเจเน็ต เฟอร์เรลล์ ว่าเขาจะช่วยได้อย่างไร พวกเขาจึงขับรถพาเขาไปฟิลาเดลเฟียในคืนนั้นเพื่อนำที่นอนไปให้ชายไร้บ้านคนหนึ่งที่นอนอยู่บนทางเท้าหน้า Union League ใน Center City ต่อมาเขาและพ่อแม่ได้ก่อตั้งที่พักพิงสำหรับคนไร้บ้านชื่อ "Trevor's Place" พ่อแม่ของเขายังได้เขียนหนังสือชื่อเดียวกันว่า "Trevor's Place" เพื่ออธิบายถึงการกระทำที่ได้ทำไป พร้อมทั้งเรียกร้องให้มีการช่วยเหลือเพิ่มเติม หนังสือเล่มนี้ได้รับการตีพิมพ์ในปี 1985

ผลงานของเทรเวอร์ ฟาร์เรล ได้รับการยกย่องจากประธานาธิบดีโรนัลด์ เรแกน ในสุนทรพจน์แถลงนโยบายประจำปี 1986 ภาพยนตร์โทรทัศน์ที่สร้างจากเรื่องราวการทำงานของศูนย์พักพิง ชื่อเรื่อง Christmas on Division Street ออกอากาศในปี 1991 โดยมีนักแสดง เฟรด ซาเวจ รับบทเป็นเทรเวอร์ นอกจากนี้ ในตอนหนึ่งของซีรีส์ Lifestories: Families in Crisis ปี 1994 ที่ชื่อว่า Brotherly Love: The Trevor Ferrell Story ก็ได้กล่าวถึงความพยายามของเขาด้วย

เมื่อฟาร์เรลอายุ 18 ปี ครอบครัวของเขาก็ยุติความพยายามในการรณรงค์หาเสียง ฟาร์เรลทำงานให้กับบริษัท United Parcel Service และ经营 ร้านขายของมือสองบนถนนแลงคาสเตอร์ในฟิลาเดลเฟีย ในปี 1985 ฟาร์เรลได้รับรางวัล Samuel S. Beard Award สำหรับบุคคลที่ทำคุณประโยชน์ต่อสาธารณะมากที่สุดที่มีอายุต่ำกว่า 35 ปี ซึ่งเป็นรางวัลที่มอบให้เป็นประจำทุกปีโดย Jefferson Awards

เรื่องราวฉบับเต็ม:

เรื่องที่ 1:
เรื่องราวของเทรเวอร์ในการเผยแพร่ความรักของพระคริสต์ไปสู่โลกที่ไร้ความเอาใจใส่และไร้ความรัก

เรื่องจริงเกี่ยวกับเด็กชายชื่อเทรเวอร์ เรื่องราวนี้แสดงให้เห็นว่าสิ่งเล็กๆ น้อยๆ ที่เด็กๆ สามารถทำได้นั้นสร้างความแตกต่างอย่างมาก คืนหนึ่งเทรเวอร์กำลังทำสิ่งที่เด็กอายุ 13 ปีคนอื่นๆ ทำกัน นั่นคือการดูทีวี ในข่าวเขาเห็นเรื่องราวเกี่ยวกับคนไร้บ้านที่นอนอยู่กลางถนนท่ามกลางอากาศหนาวเย็นในย่านใจกลางเมืองฟิลาเดลเฟียที่เขาอาศัยอยู่

เทรเวอร์ไม่เคยหยุดคิดเลยว่าตัวเองโชคดีแค่ไหนที่อาศัยอยู่ในย่านชานเมืองที่ค่อนข้างดีของเมืองเดียวกัน

เรื่องราวของคนไร้บ้านเหล่านั้นทำให้เขารู้สึกสะเทือนใจและเริ่มคิดว่าเขาจะทำอะไรได้บ้างเพื่อช่วยเหลือคนเหล่านั้น มันอาจเป็นเรื่องง่ายสำหรับเทรเวอร์ที่จะลืมเรื่องนี้ไป เพราะมีเรื่องราวเศร้าๆ มากมายที่เราเห็นในทีวีอยู่บ่อยๆ

เรื่องนี้อาจเป็นเพียงอีกเรื่องหนึ่งที่เขาเมินเฉยไปก็ได้ เทรเวอร์อาจจะคิดว่า “ฉันจะทำอะไรได้ล่ะ ฉันก็แค่เด็กคนหนึ่ง” แต่เขาไม่ได้คิดแบบนั้น แทนที่จะเป็นเช่นนั้น เขาเริ่มคิดว่าเขาจะช่วยได้อย่างไร

และนั่นทำให้เขานึกขึ้นได้ว่ามีผ้าห่มเหลือใช้ที่ไม่ได้ใช้แล้วอยู่ในโรงรถ ดังนั้น

เขาจึงไปหาพ่อและถามว่าเขาจะเอาผ้าห่มเหล่านั้นไปให้คนที่ไม่มีบ้านอยู่ใจกลางเมืองในคืนนั้นได้หรือไม่

พ่อของเทรเวอร์อาจคิดว่าคำขอแบบนั้นแปลกไปหน่อย
มันง่ายที่เราจะอยากยึดติดกับสิ่งที่เรามี
ง่ายที่ผู้ใหญ่จะคิดว่าพวกเขาทำงานหนักเพื่อจะได้สิ่งที่ตัวเองมี
แล้วทำไมพวกเขาถึงต้องให้คนอื่นไปล่ะ? ฉันคิดว่ามันก็เหมือนกับเด็กที่คิดว่าฉันใช้เวลาเก็บเงินค่าขนมนานมากเพื่อซื้อจักรยานคันใหม่นี้
แล้วทำไมฉันถึงต้องให้เพื่อนที่ต้องการกลับบ้านอย่างเร่งรีบยืมล่ะ?

พ่อของเทรเวอร์เป็นคนใจดี
เขาขับรถพาเทรเวอร์ไปในเมืองเพื่อแจกผ้าห่มส่วนเกินที่มีอยู่ไม่กี่ผืนให้แก่คนไร้บ้านตามท้องถนน ผมคิดว่าพอถึงเวลาเข้านอนคืนนั้น
คนเหล่านั้นคงมีความสุขมากที่ได้ความอบอุ่นจากผ้าห่มใหม่เหล่านั้น

เทรเวอร์เองก็มีความสุขเช่นกัน เขารู้สึกดีที่ได้แจกผ้าห่ม เขารู้สึกอบอุ่นจากภายในราวกับว่าตัวเองก็ได้รับการห่อหุ้มด้วยผ้าห่มแห่งอารมณ์เช่นกัน
แต่เขาก็รู้ว่ามันมีความเสี่ยงอยู่—มันอาจจะรู้สึกดีจนคุณอยากทำมันอีกครั้ง

วันต่อมา เทรเวอร์ไปที่ร้านขายของชำในละแวกบ้านและสถานที่สาธารณะอื่นๆที่มีป้ายประกาศ เขาติดป้ายขอรับบริจาคผ้าห่มหรืออาหารที่ไม่ต้องการแล้วจากผู้คน
ผลลัพธ์ที่ได้นั้นน่าประหลาดใจ ความเมตตาแพร่กระจายอย่างรวดเร็ว
เทรเวอร์พบว่ามีผู้คนมากมายเต็มใจช่วยเหลือ
จนภายในหนึ่งสัปดาห์เขาก็ได้เติมอาหารและผ้าห่มเต็มโรงรถของพ่อ
สิ่งที่เทรเวอร์เริ่มต้นด้วยความเมตตาได้เติบโตและแพร่กระจายไปทั่วชุมชน
ไม่นานนักความเอื้อเฟื้อเผื่อแผ่ของผู้คนก็ล้นออกมาจากโรงรถของพ่อ
และเทรเวอร์กับพ่อของเขาต้องมองหาอาคารที่ใหญ่กว่าเพื่อเก็บของบริจาคทั้งหมด
คุณเชื่อหรือไม่ว่าตอนนี้มีโกดังพิเศษหลายแห่งทั่วฟิลาเดลเฟียที่เก็บอาหารและผ้าห่มเพื่อเลี้ยงดูและให้ความอบอุ่นแก่คนไร้บ้าน สถานที่เหล่านั้นทั้งหมดเรียกว่า “Trevor's Place”

การนำเรื่องราวที่ 1 มาพิจารณาประกอบการเรียกร้องของเรา :

'เป็นไปได้ไหมว่าพระเจ้าอาจกำลังทรงเรียกใครสักคนให้มาแก้ไขปัญหาเด็กกำพร้าในไนจีเรีย โดยการจัดหาที่พัก อาหาร และการศึกษาตามหลักศาสนาคริสต์ เพื่อสร้างคนรุ่นใหม่ที่ชอบธรรมในแผ่นดินของเรา? ถ้าเราไม่ทำเช่นนั้น ซาตานจะฉวยโอกาสจากพวกเขาเพื่อจุดประสงค์ในการฆ่า ขโมย และทำลาย เราจะพูดอะไรก็ได้ แต่ภารกิจของเราคือการส่องแสงและความรักของพระคริสต์ออกไป แม้จะมีอุปสรรคมากมาย และนั่นจะทำให้พวกเขาเปิดใจอยากฟังสิ่งที่เราพูดเกี่ยวกับพระเยซูของเรา อ่านมัทธิว 25:1-46'

เรื่องที่ 2: ชายคนหนึ่งรอดพ้นจากโทษประหารด้วยเก้าอี้ไฟฟ้า – เรื่องเล่าจากลูกสาวของบาทหลวง – พลังแห่งการอธิษฐานวิงวอนในการส่องแสงแห่งพระคริสต์ไปยังโลกที่ไม่ *ยุติธรรม*

ในปี 1960 ขณะที่ท่านกำลังเทศนาอยู่ที่เมืองนวร์ก รัฐนิวเจอร์ซีย์ เวลา 21:30 น. หญิงคนหนึ่งเดินลงมาตามทางเดินกลาง และคุณพ่อของผม อาร์.วี. ชัมบัค รู้ว่านั่นหมายความว่าอย่างไร มันหมายความว่าจะมีคนมาขัดจังหวะคำเทศนาของท่าน เธอเดินลงมาตามทางเดินกลางและยืนอยู่ตรงหน้าท่านผู้เทศนาในคืนนั้น ท่านถือพระคัมภีร์อยู่ในมือและกำลังเทศนาอย่างยอดเยี่ยม! ใครกล้ามาขัดจังหวะคนของพระเจ้ากัน?

ที่จริงแล้ว หญิงผู้มีค่าคนนั้นกำลังขัดจังหวะพระองค์ด้วยศรัทธาอันแรงกล้า เหมือนกับที่ชายสี่คนพังหลังคาที่พระเยซูกำลังสอนอยู่เพื่อให้เพื่อนของพวกเขาได้รับปาฏิหาริย์ ศรัทธาของพวกเขาทำให้พระเจ้าทรงเคลื่อนไหว และนั่นคือสิ่งที่ศรัทธาที่แท้จริงทำได้

เมื่อหญิงคนนั้นในเมืองนิวอาร์กเข้ามาหาพ่อของฉัน เธอกล่าวว่า “พี่ชัมบัค โปรดยกโทษให้ฉันด้วย ฉันไม่เคยขัดขวางนักเทศน์คนไหนมาก่อนเลยในชีวิต แต่ครั้งนี้เป็นเรื่องฉุกเฉิน ลูกชายของฉันกำลังจะถูกประหารด้วยเก้าอี้ไฟฟ้าตอนสิบโมง”

จาก คำสารภาพของตัวเขาเอง พี่ชัมบัคคิดว่า "โอ้ พระเจ้า!" เธอทำให้เขาหมดกำลังใจในการเทศน์ไปเลย เมื่อได้ยินเช่นนั้น เขาก็ไม่สามารถเทศน์ต่อได้อีกเลย

เขาเคยสวดภาวนาให้กับคนที่กำลังจะตายในโรงพยาบาล แต่เขาไม่เคยสวดภาวนาให้กับใครก็ตามที่กำลังจะตายด้วยเก้าอี้ไฟฟ้า ชายคนนี้ถูกคณะลูกขุนตัดสินว่ามีความผิด เขาถูกตัดสินว่ามีความผิด เขาจะต้องตายเพื่อชดใช้กรรมในข้อหาฆาตกรรมที่พวกเขาบอกว่าเขาก่อ และมันกำลังจะเกิดขึ้นในอีกสามสิบนาที บราเดอร์ชัมบัคไม่สามารถเทศน์ได้! เขาปิดหนังสือ เขาไม่สามารถแม้แต่จะสวดภาวนา! เขาขอให้ทุกคนในโบสถ์ยืนขึ้น

ผู้คนมักถามพ่อของฉันว่า "ฉันต้องการพระวิญญาณบริสุทธิ์ไหม?" เมื่อเราพบกับความต้องการเช่นเดียวกับที่ผู้หญิงคนนี้ประสบ คนๆ นั้นมักไม่รู้ว่าจะอธิษฐานอย่างไร นี่จึงเป็นเหตุผลว่าทำไมเราทุกคนจึงต้องการพระวิญญาณบริสุทธิ์อย่างเต็มเปี่ยม!

พระวิญญาณบริสุทธิ์ทรงเริ่มอธิษฐานผ่านพ่อของฉัน ท่านบอกว่ารู้สึกเหมือนมีคนเอาเสื้อคลุมมาสวมให้ท่าน— มันคือเสื้อคลุมแห่งการเจิมเพื่อการอัศจรรย์ และท่านก็รู้สึกถึงการเจิมนั้น พรสองเท่าได้ลงมาสถิตอยู่กับท่านขณะที่ท่านอธิษฐานเป็นภาษาแปลกๆ จากนั้น ท่านก็เริ่มแอบฟังพระวิญญาณบริสุทธิ์โดยการอธิษฐานเป็นภาษาอังกฤษ เมื่อท่านเริ่มอธิษฐานเป็นภาษาอังกฤษ สิ่งที่ท่านพูดนั้นทำให้ท่านตกใจ:

"ข้าแต่พระเจ้า ในนามของพระเยซู โปรดทรงสำแดงความผิดแก่ฆาตกรตัวจริงโดยทางพระวิญญาณบริสุทธิ์ ขอให้เขาสารภาพความผิด"

ข้างในใจพ่อผมกำลังตำหนิตัวเองอยู่ เขาคิดว่า "หุบปากไปซะ ไอ้โง่ คนนั้นถูกตัดสินว่ามีความผิดไปแล้ว" เขาภาวนาขอให้พระเจ้าช่วยจับตัวฆาตกรตัวจริง เขาไม่รู้หรอก แต่พระวิญญาณบริสุทธิ์รู้ว่าลูกชายของหญิงคนนั้นไม่ได้ก่ออาชญากรรม

พระวิญญาณบริสุทธิ์กำลังอธิษฐานผ่านพ่อผมว่า
"จงจับตัวฆาตกรตัวจริงมาและทำให้เขาสารภาพ"

หลังจากพ่อสวดมนต์เสร็จ เขามองไปที่หญิงคนนั้นแล้วพูดว่า "กลับบ้านไป เข้านอนเถอะ! ลูกชายของคุณจะไม่ตายบนเก้าอี้ไฟฟ้าหรอก!" เขาตำหนิตัวเองอีกครั้ง คิดในใจว่า "หุบปากซะ ไอ้คนเทศน์โง่! จำไว้ว่าพรุ่งนี้เย็นต้องกลับมาที่นี่เพื่อเทศน์อีก!"

บางครั้งพระวิญญาณบริสุทธิ์จะตรัสสิ่งต่างๆ ที่ยากจะเชื่อ บางครั้งเมื่อคุณเทศนา คุณอาจพูดสิ่งต่างๆ ที่ทำให้คุณตกใจ แต่ไม่ใช่คุณที่พูด แต่เป็นพระวิญญาณบริสุทธิ์ต่างหาก

คุณพร้อมสำหรับผลลัพธ์ของเรื่องนี้หรือยัง?

พ่อกลับไปที่โรงแรมแล้วเข้านอน
เช้าวันรุ่งขึ้นท่านตื่นขึ้นมาแล้วไปที่ร้านอาหารที่อยู่ห่างออกไปหนึ่งช่วงตึก
ระหว่างทางเข้าไป ท่านซื้อหนังสือพิมพ์นิวยอร์กเดลีนิวส์ โอ้ พระเจ้า! คุณเคยตะโกนออกมาตอนเห็นหนังสือพิมพ์ไหม? พ่อทำ คุณรู้ไหมว่าพาดหัวข่าวว่าอะไร? "ชายคนหนึ่งรอดพ้นจากเก้าอี้ไฟฟ้า – เรื่องราวอยู่ในหน้า 3" พ่อไม่ได้กินอาหารเช้า โอ้ ไม่เลย ท่านนั่งลงบนขอบทางเท้าแล้วฉีกหนังสือพิมพ์เปิดไปที่หน้าสาม พ่อจำสิ่งที่หนังสือพิมพ์เขียนได้ทุกอย่าง ท่านบอกชื่ออัยการเขตได้ ชื่อของเขาคือคุณโฮแกน เรื่องราวเขียนว่า "เมื่อคืนเวลา 21:40 น. คุณโฮแกนได้รับโทรศัพท์จากชายคนหนึ่ง" (จำไว้ว่าตอน 21:30 น. ผู้หญิงคนนั้นรบกวนพิธี ตอน 21:40 น. พระเจ้าทรงตอบคำอธิษฐานของผู้หญิงคนนั้น โอ้ ฮallelujah!) ชายอีกฝั่งพูดว่า "คุณกำลังเผาคนผิดแล้ว"

"คุณหมายความว่ายังไง? นี่ใคร?" นายโฮแกนถาม

"ไม่ต้องสนใจว่าเป็นใคร
แต่คุณมีชายคนหนึ่งที่ถูกกำหนดโทษประหารด้วยเก้าอี้ไฟฟ้าในข้อหาฆาตกรรมชายคนหนึ่งในย่านอัปเปอร์บรองซ์ คุณพบศพของเขาในอพาร์ตเมนต์ชั้นสอง นอนคว่ำหน้า มีบาดแผลถูกแทง"

นายโฮแกนถามว่า "คุณรู้เรื่องนี้ได้อย่างไร?"

เขาพูดว่า "ผมเป็นคนก่ออาชญากรรม"

"คุณอยู่ไหน?" นายโฮแกนถาม

เขาตอบว่า "ผมอยู่ห่างจากสถานีตำรวจแห่งหนึ่งเพียงสองช่วงตึก และกำลังจะเข้าไปมอบตัวครับ"

นายโฮแกนสั่งระงับการประหารชีวิต
เขาไปที่สถานีตำรวจและสอบปากคำผู้ต้องสงสัยคนใหม่จนถึงตีสาม
โดยถามคำถามเดิมซ้ำๆ ว่า "ทำไมคุณถึงยอมมอบตัว?"

คำตอบเดิมซ้ำแล้วซ้ำเล่า "เพื่อน ฉันไม่เคยคิดจะมอบตัวเลย แต่เมื่อฉันโทรหาคุณเมื่อคืนนี้ มีบางอย่างเข้าสิงฉันและทำให้ฉันสารภาพ"

หวังว่าคุณคงนึกถึงคุณลักษณะทั้ง 7 ข้อจากเรื่องราวข้างต้นได้แล้วใช่ไหมคะ?

จงไปและทำเช่นเดียวกันในกลุ่มที่พระเจ้าทรงเรียกคุณเข้าไป จงทำตามหัวใจของคุณ!

ขอพระเจ้าทรงขยายชีวิตของคุณ
จนกระทั่งพรสวรรค์ของคุณส่องแสงสว่างไปยังโลกที่มืดมิด ในนามของพระเยซูคริสต์ อาเมน

(2) เรื่อง – เรื่องที่หนึ่ง: โดย Norvel Hayes:

การทำงานของปาฏิหาริย์ – ปาฏิหาริย์สร้างสรรค์บนมือของลูกสาวและวีรกรรมของโรเบิร์ต ชัมบัคในอินเดีย + บทสวดภาวนาเพื่อการปลดปล่อยตนเอง + บทสวดภาวนาเพื่อการรักษา การปลดปล่อย และการฟื้นฟู ตอนที่ 1

เพื่อนรักทั้งหลาย

ยินดีต้อนรับสู่ชุดการเตรียมความพร้อมเพื่อความรอดโดยสมบูรณ์ — การเยียวยา การปลดปล่อย และการฟื้นฟู — ทั้งจิตวิญญาณ จิตใจ และร่างกาย สำหรับคุณ สำหรับเพื่อนของคุณ และสำหรับทุกคนที่ต้องการสัมผัสจากพระเจ้าอย่างยิ่ง

วันนี้ฉันขอเสนอเรื่องราวที่น่าตื่นเต้นสองเรื่องเพื่อเสริมสร้างศรัทธาของคุณ
เพื่อที่คุณจะได้เชื่อมต่อด้วยศรัทธาและรับปาฏิหาริย์สำหรับตัวคุณเองหรือเพื่อผู้อื่นในวันนี้
ในตอนท้ายของข้อความนี้
มีคำอธิษฐานและช่องทางการติดต่อเพื่อเชื่อมต่อกับพลังของพระเจ้าผ่านสื่อนี้
เพื่อการเยียวยา การปลดปล่อย และการฟื้นฟู — ทั้งจิตวิญญาณ จิตใจ และร่างกาย ในนามของพระเยซูคริสต์ อาเมน ดังนั้น โปรดรอติดตาม!

ซีรีส์ชุดนี้ที่มีชื่อว่า **"พอแล้วกับความเจ็บป่วย ความยากจน และความตายทางจิตวิญญาณ ยินดีต้อนรับสู่การเยียวยา การปลดปล่อย และการฟื้นฟูจิตวิญญาณ จิตใจ และร่างกายของคุณ"** เหมาะสำหรับคุณหากคุณตอบว่าใช่กับคำถามใดๆ เหล่านี้:

1) คุณเคยสูญเสียสิ่งของหรือบุคคลใดบุคคลหนึ่งไป หรือคุณกำลังสูญเสียสิ่งของหรือบุคคลใดบุคคลหนึ่งไป หรือคุณกำลังตกอยู่ในความทุกข์ทรมานและความหวาดกลัวว่าจะสูญเสียสิ่งของหรือบุคคลใดบุคคลหนึ่งไปอย่างต่อเนื่องหรือไม่?

2) มีใครในกลุ่มเพื่อนของคุณกำลังประสบกับการสูญเสียอยู่ในขณะนี้หรือไม่?

ดังนั้น ชุดการเตรียมความพร้อมนี้จึงเหมาะสำหรับคุณ เหมาะสำหรับลูกชายและลูกสาวของคุณ เหมาะสำหรับพ่อแม่ของคุณ เหมาะสำหรับลุงป้าของคุณ เหมาะสำหรับหลานชายหลานสาวของคุณ เหมาะสำหรับเพื่อนและศัตรูของคุณ เหมาะสำหรับทุกคนที่มีลมหายใจของพระเจ้าผู้ทรงพระชนม์อยู่ในตัว

ในแง่ดี ผมขอขอบคุณทุกท่านสำหรับคำแสดงความยินดีเกี่ยวกับการแต่งกายเป็นนักบวช ซึ่งสะท้อนถึงตำแหน่งทูตของพระคริสต์ เราทุกคนควรตระหนักว่าเราเป็นทูตและได้รับการทรงเรียกให้ดำรงตำแหน่งนักบวช เราจำเป็นต้องใช้ภาพและตัวอย่างประกอบเพื่อให้คำพูดที่เขียนเชื่อมโยงกับประสบการณ์ในชีวิตประจำวันของเรา เพื่อที่เราจะได้เตือนตัวเองอยู่เสมอถึงความรับผิดชอบอันยิ่งใหญ่ในการรับใช้มวลมนุษยชาติ ทั้งผู้ที่ได้รับการไถ่บาปแล้วและยังไม่ได้รับการไถ่บาป และลงมือทำงาน เราต้องทำในสิ่งที่พูด เราต้องเป็นผู้ที่สร้างหลักฐานได้

ในช่วงเวลาแห่งการรอคอยของฉันนั้น เป็นการชี้นำให้ฉันรับใช้ในบทบาทนั้น และแต่งกายให้เหมาะสมกับงานที่พระองค์ทรงเรียกฉันให้ทำ เราทุกคนเป็นปุโรหิตหลวง – เราทุกคน ผู้เชื่อในพระคริสต์ ล้วนอยู่ในชนชั้นสูงด้วยตัวเราเอง เราเป็นบุตรและธิดาของพระผู้สร้างจักรวาล พระเยซูคริสต์ทรงเป็นพี่น้องของเรา และเราถูกเรียกให้รับใช้ผู้อื่นในพระนามของพระเยซู อาเมน

เพื่อเป็นการยืนยันข้อเท็จจริงข้างต้น ข้าพเจ้าขอเรียกอัครสาวก **เปโตร ยอห์น และเปาโล** ขึ้นให้การเป็นพยานในวันนี้:

1 เปโตร 2:9

พระคัมภีร์ฉบับขยายความ

9 แต่ท่านทั้งหลายเป็น ชนชาติที่ทรงเลือกสรร เป็นปุโรหิตหลวง
เป็นประชาชาติที่ถวายตัวไว้ เป็นชนชาติพิเศษที่เป็น กรรมสิทธิ์ ของพระเจ้า
เพื่อท่านจะได้ประกาศพระราชกรณียกิจอันประเสริฐ (การอัศจรรย์ คุณธรรม
และความสมบูรณ์แบบ)
ของพระองค์ผู้ทรงเรียกท่านทั้งหลายออกจากความมืดมาสู่แสงสว่างอันน่าอัศจรรย์ของพระ
องค์

วิวรณ์ 1:5-6

พระคัมภีร์ฉบับขยายความ

5 และจากพระเยซูคริสต์ ผู้ทรง เป็น พยานที่ซื่อสัตย์ และ น่า เชื่อถือ ผู้ทรง เป็นบุตร หัว ปี
จากบรรดาผู้ตาย และผู้ทรงปกครองเหนือบรรดากษัตริย์แห่งแผ่นดินโลก
ขอถวายเกียรติแด่พระองค์ผู้ทรงรักเราเสมอ และ ผู้ทรง ชำระ ล้าง บาป
ของเราด้วยพระโลหิตของพระองค์เอง (การสิ้นพระชนม์เพื่อบูชา) 6
และทรงสร้างเราให้เป็นอาณาจักรในฐานะพลเมืองของพระองค์ เป็นปุโรหิต ของ พระเจ้า
และพระบิดาของพระองค์ ขอ ถวาย เกียรติ อำนาจ ความ ยิ่งใหญ่ และ การปกครอง
แด่พระองค์เป็น นิจนิรันด ร์ อาเมน

2 โครินธ์ 5:20

พระคัมภีร์ฉบับขยายความ

20 ฉะนั้น เราจึงเป็นทูตของพระคริสต์ เสมือนว่าพระเจ้าทรงวิงวอนผ่านทางเรา เรา
(ในฐานะผู้แทนของพระคริสต์) ขอร้องท่านทั้งหลายในนามของพระคริสต์ให้ กลับคืนดี
กับพระเจ้า

ในบ้านของพระเจ้าไม่มีกลุ่มคนพิเศษใด ๆ เพราะเราทุกคนเป็นพี่น้องกัน พระเยซูเสด็จมาเพื่อเปลี่ยนแปลง สิ่ง ที่เป็นอยู่เดิมในสมัยของพระองค์ และในฐานะที่เป็นส่วนหนึ่งของพระคริสต์ เราต้องสนับสนุน การเปลี่ยนแปลง นั้น เพื่อให้พระราชกิจของพระองค์ดำเนินไปได้โดยไม่ถูกขัดขวางจากประเพณีของมนุษย์

ข้าพเจ้าขอเรียกมาร์คขึ้นมาเป็นพยาน
เพื่อให้การยืนยันถึงสิ่งที่พระเยซูตรัสเกี่ยวกับพระบัญญัติของพระองค์และธรรมเนียมปฏิบัติของมนุษย์:

มาระโก 7:8

พระคัมภีร์ฉบับขยายความ

8 พวกเจ้าไม่สนใจ และ ละเลยพระบัญญัติของพระเจ้า และยึดมั่นในธรรมเนียมปฏิบัติของมนุษย์"

ดังนั้น หากคำสั่งในมาระโก 16:15-18 ไม่ได้ผลในคริสตจักรของเรา ก็หมายความว่าประเพณีของมนุษย์ได้เข้ามาแทนที่พระบัญญัติของพระเจ้าที่ให้ไปประกาศข่าวประเสริฐและสร้างสาวก พร้อมทั้งแสดงฤทธิ์อำนาจของพระองค์แก่ผู้ที่ไม่เชื่อ

ถ้าพระเจ้าทรงแต่งตั้งเราแล้ว การแต่งตั้งของมนุษย์คืออะไร?
นอกจากการสืบทอดประเพณีของมนุษย์เท่านั้น ให้พระเจ้าเป็นพระเจ้า และให้ผู้ชาย ผู้หญิง หรือองค์กรใดๆ เป็นคนโกหก!!!

บทบาทของเราไม่เหมือนกับบทบาทความรับผิดชอบในโลกนี้
เราต้องเป็นผู้นำที่รับใช้ในทุกด้าน อ่านคำสอนของพระเยซูได้ที่นี่

มาระโก 9:35

พระคัมภีร์ฉบับขยายความ

35 เมื่อพระองค์ประทับลง [เพื่อสอน] พระองค์จึงเรียกสาวกสิบสองคนมาตรัสกับพวกเขาว่า "ถ้าใครอยากจะเป็นคนแรก เขาต้องเป็นคนสุดท้าย [ในความสำคัญ] และเป็นผู้รับใช้ของทุกคน"

บัดนี้ ถึงเวลาการเทศนา: **พอแล้วกับความเจ็บป่วย ความยากจน และความตายทางจิตวิญญาณ ขอต้อนรับสู่การเยียวยา การปลดปล่อย และการฟื้นฟูจิตวิญญาณ จิตใจ และร่างกายของคุณ (ชุด เทศนา)**

ซีรีส์วันนี้คือ พอแล้ว! ด้วยแรงผลักดันจากความกระหายที่จะได้รับจากพระเจ้า และความโกรธแค้นต่อปีศาจที่ปล้นมรดกของเราไปอย่างหน้าด้าน! – ตอนที่ 1

ในตอนท้ายของข้อความนี้
ฉันจะเชิญชวนคุณผ่านช่องทางเหล่านี้ให้เข้ามามีความสัมพันธ์กับพระเยซูผู้ทรงพระชนม์อยู่
เพื่อความรอดของจิตวิญญาณของคุณ
จากนั้นเพื่อการปลดปล่อยเพื่อความรอดของจิตใจของคุณ
และการเยียวยาและการฟื้นฟูเพื่อความรอดของร่างกายของคุณและสิ่งใดก็ตามที่คุณสูญเสียไปในนามของพระเยซูคริสต์ ฉันได้วางคำอธิษฐานขอความเห็นชอบไว้ที่นั่น คุณเพียงแค่ต้องสัมผัสและคุณจะได้รับการเยียวยาให้หายดี แต่ก่อนอื่น เราต้องพูดคุยกันก่อนเพื่อให้คุณอยู่ในสภาพจิตใจที่เหมาะสมที่จะรับการทรงสถิตจากพระเจ้า

พระเยซูทรงประกาศอย่างชัดเจนถึงพันธกิจและวิสัยทัศน์ของพระองค์
ซึ่งก็คือการนำมาซึ่งความรอดและอิสรภาพสำหรับมนุษยชาติทุกคน ไม่ว่าจะเป็นคนผิวดำ ผิวขาว ผิวสีน้ำตาล เตี้ย สูง ฯลฯ ดังที่กล่าวไว้ในลูกา 4:17-21

ลูกา **4:17-21**

การแปลเรื่องความหลงใหล

16–17 เมื่อพระองค์เสด็จมาถึงนาซาเร็ธ [ต] ที่ซึ่งพระองค์ทรงฟื้นขึ้นจากความตาย พระองค์เสด็จเข้าไปในธรรมศาลาตามที่ทรงทำเสมอในวันสะบาโต

เมื่อพระเยซูเสด็จมาข้างหน้าเพื่ออ่านพระคัมภีร์ [b]
พวกเขายื่นม้วนหนังสือของอิสยาห์ผู้เผยพระวจนะให้พระองค์
พระองค์ทรงคลี่ม้วนหนังสือออกและอ่านถึงข้อความที่เขียนไว้ว่า 18–19
"พระวิญญาณของพระเจ้าทรงสถิตอยู่กับข้าพเจ้า
และพระองค์ทรงเจิมข้าพเจ้าให้เป็นความหวัง [c] สำหรับคนยากจน
เป็นอิสรภาพสำหรับคนใจแตกสลาย และเป็นดวงตาใหม่ [d] สำหรับคนตาบอด
และเพื่อประกาศแก่ผู้ถูกจองจำ [e] ว่า 'ท่านทั้งหลายได้รับการปลดปล่อยแล้ว!'
ข้าพเจ้ามาเพื่อ แบ่งปัน ข่าวสารแห่งการปลดปล่อย [[f]เพราะ
เวลาแห่งการยอมรับอันยิ่งใหญ่ของพระเจ้า [g] ได้เริ่มต้นขึ้นแล้ว" [h]

20 หลังจากที่พระองค์อ่านจบ พระองค์ก็ม้วนหนังสือและส่งคืนให้แก่ รัฐมนตรี แล้วนั่งลง
ทุกคนจ้องมองพระเยซูด้วยความสงสัยว่าพระองค์กำลังจะตรัสอะไร 21
แล้วพระองค์ก็ตรัสเสริมว่า "พระคัมภีร์เหล่านี้ได้เป็นจริงในวันนี้ต่อหน้าพวกท่านแล้ว"

พระเยซูทรงแสดงให้เราเห็นด้วย และทรงบัญชาให้เราไปทำเช่นเดียวกัน คือนำอิสรภาพมาสู่ผู้ถูกจองจำ อ่านได้ใน มารก **16:15-19**

การแปลเรื่องความหลงใหล

15
และพระองค์ตรัสกับพวกเขาว่า
"จงไปทั่วโลกและประกาศข่าวประเสริฐอันน่าอัศจรรย์แก่คนทั้งโลก! 16
ผู้ใดเชื่อข่าวดีและรับบัพติศมาผู้นั้นจะได้รับความรอด
และผู้ใดไม่เชื่อข่าวดีผู้นั้นจะถูกพิพากษาลงโทษ 17
และหมายสำคัญอัศจรรย์เหล่านี้จะปรากฏแก่ผู้ที่เชื่อ คือ
พวกเขาจะขับไล่ปีศาจด้วยฤทธิ์อำนาจแห่งนามของเรา พวกเขาจะพูดภาษาแปลกๆ 18
พวกเขาจะได้รับการคุ้มครองจากงูและจากการดื่มของมีพิษอย่างอัศจรรย์ และ พวก เขา
จะวางมือบนคนป่วยและรักษาเขา"

19 หลังจากตรัสสิ่งเหล่านี้แล้ว พระเยซูก็เสด็จขึ้นสู่สวรรค์และประทับนั่ง ณ
ที่ประเสริฐที่สุด เบื้องขวาของพระเจ้า!

ถ้าคุณพิจารณาข้อความข้างต้นอย่างละเอียด ในข้อ 16 เราจะเห็นความรอดสำหรับจิตวิญญาณของเรา ในข้อ 17 เราจะเห็นความรอดสำหรับจิตใจของเรา และในข้อ 18 เราจะเห็นความรอดสำหรับร่างกายของเรา

หลายคนพอใจกับข้อที่ 16 แล้ว นั่นคือการช่วยให้รอดพ้นทางจิตวิญญาณ โดยละเลยจิตใจและร่างกายของเรา เราละเลยสองข้อสุดท้ายซึ่งสำคัญมากสำหรับการที่เราจะได้รับ อิสรภาพอย่างสมบูรณ์ ที่น่าสนใจคือ ทั้ง 3 ข้อนี้ต้องการให้เราเชื่อด้วยศรัทธาจึงจะได้รับ เราไม่มีปัญหาในการสารภาพว่าพระเยซูทรงเป็นพระเยซู แต่เรามีปัญหาในการสารภาพเรื่องการรักษาและการปลดปล่อย และการอ้างสิทธิ์ในชัยชนะที่พระเยซูทรงประทานให้เราด้วยพระโลหิตของพระองค์เอง ดังนั้น ด้วยความไม่รู้ เราจึงต้องทนทุกข์และวันเวลาของเราก็สั้นลง เรายังล้มเหลวในการส่องแสงแห่งพระคริสต์ไปสู่โลกด้วยการพิสูจน์ให้เห็นอย่างเป็นรูปธรรม เราพูด พูด และพูด แต่ไม่มีการยืนยันข่าวสารนั้น

พระเยซูไม่เคยส่งใครออกไปโดยปราศจากหมายสำคัญและอัศจรรย์ เพราะสิ่งลึกซึ้งย่อมดึงดูดสิ่งลึกซึ้งเช่นกัน มนุษย์เป็นสิ่งมีชีวิตฝ่ายวิญญาณ และจิตวิญญาณของพวกเขาสอดคล้องกับเหตุการณ์เหนือธรรมชาติ เนื่องจากคริสตจักรส่วนใหญ่มองข้ามเรื่องเหนือธรรมชาติไป ทางเลือกอื่นๆ ที่น่าสนใจน้อยกว่าจึงเข้ามาแทนที่ในหมู่ผู้เชื่อ มันเป็นเรื่องที่น่าเศร้า เป็นเรื่องน่าเสียดาย และควรทำให้เรารู้สึกโกรธต่อคำโกหกที่เราหลงเชื่อจากศัตรูแห่งจิตวิญญาณของเรา และกระหายที่จะได้รับทุกสิ่งที่พระเจ้าทรงเตรียมไว้ให้เรา

เราไม่สามารถดึงพลังจากโลกแห่งวิญญาณด้วยหัวใจที่เย็นชาและทัศนคติที่ว่า "ฉันก็โอเค" แล้วยังคาดหวังสิ่งที่ดีที่สุดจากพระเจ้าได้

มัทธิว 5:3,6 เป็น พยานในวันนี้ (ฉบับแปล Passion Translation)

3 ***“ทรัพย์สมบัติมากมายเพียงใดที่เสนอให้แก่ท่าน*** [ก] ***เมื่อท่านรู้สึกถึงความยากจนทางวิญญาณ!*** [ข] ***เพราะไม่ต้องเสียค่าใช้จ่ายใดๆ ในการเข้าสู่อาณาจักรแห่งสวรรค์***

6 ***“ท่านจะมั่งคั่งเพียงใดเมื่อท่าน*** _ปรารถนา_ ***ความชอบธรรม!*** [ก] ***เพราะท่านจะถูกล้อมรอบด้วยผลอันอุดม*** สมบูรณ์

ถ้าคุณดูที่ข้อ 3 มันพูดถึงความยากจน – เมื่อคุณรู้สึกถึงความยากจน ความรอดก็จะถูกประทานให้แก่คุณ อย่าพยายามบังคับให้ผู้คนมอบชีวิตให้กับพระคริสต์ พวกเขาต้องไปถึงจุดที่ ตระหนักว่าพวกเขายากจนเพียงใดหากปราศจากพระคริสต์ โดยอาศัยชีวิตของเราเป็นตัวอย่างแก่ผู้ที่ไม่เชื่อ อันที่จริง เราได้รับคำสั่งว่าการรักษา การปลดปล่อย และการฟื้นฟูควรเป็นเครื่องหมายแก่ผู้ที่ไม่เชื่อ เพราะเราไม่มีเครื่องหมาย ผู้คนจึงลังเล แม้แต่ในโบสถ์ – เฉยเมยต่อสิ่งต่างๆ ของพระเจ้าอย่างสิ้นเชิง จงแสดงเครื่องหมายและดูความรอดของพระเจ้า

ในข้อที่สองของข้อที่ 6 ใช้คำว่า “ปรารถนา” ความชอบธรรม คำอื่นที่ใช้แทนความชอบธรรมได้คือ “ความดี” หรือ “ความยุติธรรม” พระเยซูกำลังบอกว่า ถ้าคุณไม่ปรารถนาความดีหรือความยุติธรรม ความอุดมสมบูรณ์ก็จะไม่เกิดขึ้นในชีวิตของคุณและชีวิตของฉัน

ฉันจะอธิบายให้คุณเข้าใจได้อย่างไรว่า
ถ้าผู้สร้างจักรวาลได้ประทานทุกสิ่งที่ฉันต้องการสำหรับการดำรงชีวิตและความดีงามแล้ว แต่ถ้าฉันไม่ปรารถนาสิ่งเหล่านั้น ความดีงาม หรือความยุติธรรมเหล่านั้น นั่นก็คือความอยุติธรรมและความน่าเกลียดชังที่ยิ่งใหญ่กว่าในประสบการณ์ชีวิตประจำวันของเรา

พระเยซูยังตรัสถึงผลที่ตามมาจากการไม่กระตือรือร้นด้วย – ข้าพเจ้าขอเรียกพยานขึ้นมากล่าวว่า:

วิวรณ์ 3:16

พระคัมภีร์ฉบับขยายความ

16 เพราะฉะนั้นเพราะเจ้าเป็นคนเฉื่อยชา (ไร้ประโยชน์ทางจิตวิญญาณ) ไม่ร้อนไม่เย็น ข้าจะคายเจ้าออกจากปากของข้า [ปฏิเสธเจ้าด้วยความรังเกียจ]

พระเจ้าทรงห่วงใยดวงวิญญาณอย่างมาก
ถึงขนาดที่พระองค์ต้องส่งพระบุตรของพระองค์มาสิ้นพระชนม์เพื่อเรา
เพื่อเราจะได้ทวงคืนสิ่งที่ถูกขโมยไป
พระองค์ทรงบอกให้เราและท่านทั้งหลายออกไปรบที่ประตูเมืองของศัตรูและช่วยดวงวิญญาณให้กลับคืนมา จงแสดงให้เห็นว่าท่านกำลังทวงคืนสิ่งที่ถูกขโมยไปโดยหมายสำคัญเพื่อให้คนอื่นๆ ที่ลังเลอยู่ได้เข้ามามีส่วนร่วมด้วย อ่านพยานหลักฐานอีกข้อหนึ่ง: **1 ยอห์น 3:8**

พระคัมภีร์ฉบับขยายความ

8 ผู้ที่กระทำบาป [แยกตัวออกจากพระเจ้าและทำให้พระองค์ขุ่นเคืองด้วยการกระทำที่ไม่เชื่อฟัง ความไม่แยแส หรือการกบฏ] ก็เป็นของมาร [และรับเอาอุปนิสัยและคุณธรรมภายในมาจากมัน ไม่ใช่จากพระเจ้า] เพราะมารได้ทำบาป และ ละเมิดกฎบัญญัติของพระเจ้าตั้งแต่ต้น พระบุตรของพระเจ้าทรงปรากฏมาเพื่อจุดประสงค์ นี้ คือเพื่อทำลายกิจการของมาร

และพระเยซูทรงเรียกท่านให้ทำเช่นเดียวกัน และจงตั้งใจจริง จงมั่นคงและทวงคืนทุกสิ่ง
ไม่ใช่เพียงบางส่วน แต่ทุกสิ่งที่ศัตรูได้ขโมยไป
และจงกระหายในทุกสิ่งที่พระองค์ทรงเตรียมไว้ให้ท่าน

ฉันมีเรื่องเล่าสอง (2) เรื่องเพื่อสนับสนุนข้อความในวันนี้ เพื่อเสริมสร้างความเชื่อของคุณ จากนั้นเราจะอธิษฐานขอความรอดของจิตวิญญาณ จิตใจและร่างกายในนามของพระเยซูคริสต์

ขณะที่คุณอ่านเรื่องราวเหล่านี้ ให้มองหา **A, B, C, D, E** ที่ขับเคลื่อนด้วย **F** และ **G** – คำชมเชย: **A – ความพร้อม ใช้งาน** ; B – **ความกล้า หาญ; C – ความเห็น อกเห็นใจ**

; D – **ความมุ่งมั่น;** E – **ความรักอันแรงกล้า** ; ที่ขับเคลื่อนด้วย **F: ความโกรธเกรี้ยว** และ G: **ความหิวกระหายอย่างใหญ่หลวง**

เรื่องที่หนึ่ง: โดย นอร์เวล เฮย์ส: การสร้างปาฏิหาริย์ – ปาฏิหาริย์แห่งการสร้างสรรค์บนมือของลูกสาวของเขา

ฉันได้ไปเยี่ยมชมโบสถ์ต่างๆ ทั่วประเทศ และโดยรวมแล้วคริสตจักรมีความรู้เกี่ยวกับของประทานแห่งการอัศจรรย์น้อยกว่าของประทานอื่นๆ ของพระวิญญาณบริสุทธิ์

พระเจ้าทรงมีของประทานที่ทรงมอบให้แก่คริสตจักร เรียกว่า การทำการอัศจรรย์

การอัศจรรย์คืออะไร? มันคือของประทานแห่งพลังอำนาจที่พลังจากพระเจ้าถูกส่งลงมาจากสวรรค์สู่โลก เพื่อทำสิ่งที่เหนือความเข้าใจของมนุษย์ เมื่อพระเจ้าทรงทำการ อัศจรรย์ ปาฏิหาริย์เหนือธรรมชาติ มันยากที่มนุษย์จะเชื่อได้

ลูกสาวของฉันเริ่มมีตุ่มขึ้นทั่วตัว โดยเฉพาะที่มือ

กล้ามเนื้อเป็นก้อนคืออะไร?

ปมกล้ามเนื้อคือบริเวณกล้ามเนื้อที่แข็งและไวต่อความรู้สึก ซึ่งจะตึงและหดตัวแม้ในขณะที่กล้ามเนื้ออยู่ในสภาวะพัก เส้นใยกล้ามเนื้อที่ตึงเหล่านี้สามารถทำให้เกิดอาการปวดในส่วนอื่นๆ ของร่างกายเมื่อถูกสัมผัส เรียกอีกอย่างว่าจุดกดเจ็บ

ฉันทำอะไรไม่ได้เลย ฉันภาวนาแล้วภาวนาอีก จากนั้นฉันก็ขอให้ศัลยแพทย์ผ่าตัดเอาออก แต่พวกมันก็กลับมาอีก และพาญาติพี่น้องมาด้วย ฉันภาวนาอีก พวกมันก็ตัวใหญ่ขึ้น ฉันภาวนาอีก พวกมันก็แพร่กระจายออกไป ฉันไม่รู้จะทำอย่างไรดี

ฉันมีข่าวดีมาบอก: พระเยซูทรงรู้ว่าควรทำอย่างไร

คืนหนึ่งฉันกำลังเดินอยู่ในห้องนั่งเล่นอย่างสงบ จู่ๆ ฉันก็เหมือนหลุดเข้าไปอยู่ในอีกโลกหนึ่ง ฉันไม่ได้อยู่ในห้องนั่งเล่นอีกต่อไปแล้ว ฉันอยู่ในโลกที่พระเจ้าทรงสถิตอยู่ พระองค์เริ่มตรัสกับฉัน

เขาถามว่า "คุณจะทนกับเนื้องอกที่ขึ้นบนตัวลูกสาวคุณไปอีกนานแค่ไหน?"

"ฉันจะต้องทนกับพวกเขาไปอีกนานแค่ไหน? พวกเขาไม่ได้ทำร้ายฉันนะ พระเจ้า"

เขาพูดว่า "คุณเป็นหัวหน้าของบ้านหลังนี้"

ผู้ชายบางคนไม่รู้ตัวว่าสิ่งที่เกิดขึ้นในบ้านของพวกเขานั้นเป็นความผิดของพวกเขาเอง ทั้งของพวกเขาและของซาตาน พระเจ้าทรงตรัสกับฉันอย่างชัดเจนและไม่คลุมเครือเลยว่ามันเป็นความผิดของฉัน เพราะลูกสาวของฉันมีก้อนเนื้อ 42 ก้อนบนร่างกาย

จะเป็นความผิดของฉันได้ยังไง? ปีศาจต่างหากที่เป็นคนทำให้มันเกิดขึ้น ฉันรู้ แต่ฉันมีสิทธิ์ มีอำนาจ มีกำลัง และมีพระนามของพระเยซูที่จะทำลายอำนาจของมันและขับไล่มันออกไป เพื่อขอปาฏิหาริย์จากพระเจ้าให้ลูกสาวของฉัน ส่วนที่น่าเศร้าก็คือ ฉันไม่ได้ทำมัน ดังนั้นเมื่อวัน สัปดาห์ และเดือนผ่านไป ร่างกายเล็กๆ ของเธอก็เต็มไปด้วยปมมากขึ้นเรื่อยๆ เพราะความไม่รู้ของฉันเกี่ยวกับของประทานแห่งการอัศจรรย์ และความล้มเหลวของฉันในการใช้อำนาจเหนือปีศาจในบ้านของฉันเอง ลูกสาวของฉันจึงมีมือที่น่าเกลียดที่สุดในโรงเรียนมัธยม

พระเจ้าบอกให้ฉันสาปแช่งสิ่งเหล่านั้นในพระนามของพระองค์ แล้วพวกมันก็จะหายไป แต่พระองค์ตรัสว่าฉันต้องเชื่อและห้ามสงสัย

ในขณะที่เขาพูดเช่นนั้น ฉันก็เริ่มกลับคืนสู่ร่างของตัวเอง ยืนอยู่ตรงนั้นในห้องนั่งเล่น ฉันกำลังค่อยๆ กลายร่างเป็นนอร์เวล เฮย์สอีกครั้ง ฉันพบว่าตัวเองยืนร้องไห้และตัวสั่นอยู่ตรงนั้น

ฉันหมดหวังแล้ว ลูกสาวอ้อนวอนขอความช่วยเหลือจากฉันมาตลอด มือของเธออัปลักษณ์มากจนเธออายแม้กระทั่งจะไปออกเดท

เมื่อฉันกลับมาจากการพูดคุยกับพระเจ้า ฉันก็เดินเข้าไปและสาปแช่งพวกเขาในนามของพระเยซู บอกให้พวกเขาตายและหายไป ฉันประกาศชัยชนะเพื่อขออำนาจจากพระเจ้าให้มาประทานมือใหม่ให้ลูกสาวของฉัน และทำการอัศจรรย์ให้เธอ

คุณต้องพูดในสิ่งที่คุณคิด ตราบใดที่คุณยังพูดจาอ้อมค้อมและปัดความรับผิดชอบในการยืนหยัดอย่างมั่นคงบนพระวจนะของพระเจ้า ฉันมีข่าวร้ายมาบอกคุณ: คุณจะไม่ได้อะไรเลย สิ่งที่คุณจะได้ทำก็แค่สวดภาวนาไปเรื่อยๆ เท่านั้น

คุณจะเป็นครูสอนพระคัมภีร์ นักเทศน์พระคัมภีร์ นักประกาศข่าวประเสริฐ หรืออะไรก็ได้ที่คุณต้องการ แต่ถ้าคุณไม่ยึดมั่นในพระวจนะของพระเจ้าในบ้านของคุณเอง ปีศาจจะเข้ามาทำร้ายครอบครัวของคุณ คุณต้องขับไล่ปีศาจออกไป

คุณต้องโกรธแค้นปีศาจและอ้างสิทธิ์ในอำนาจของพระเจ้าด้วยความเชื่อ

บ่ายวันหนึ่ง ฉันได้ยินเสียงดังในห้องของโซนา เหมือนเสียงตู้เสื้อผ้าพลิกคว่ำ เธอวิ่งลงมาตามทางเดินพร้อมกับยกมือขึ้นมาปิดหน้า ร้องไห้พลางพูดว่า “พ่อ! พ่อ! หนูรู้สึกกลัว นี่มันน่าขนลุก ดูมือหนูสิ หนูมีมือใหม่! หนูมีมือใหม่!”

ฉันมองดู และเห็นว่ามือทั้งสองข้างของเธอนั้นเงาวับ เป็นมือที่สวยที่สุดเท่าที่ฉันเคยเห็นในเด็กหญิงอายุ 16 ปี ฉันจับมือเล็กๆ ของเธอขึ้นมาดู มือของเธอดูเหมือนผิวเด็กทารก เปล่งปลั่งสดใสราวกับผิวเด็กทารกหลังอาบน้ำ

เธอบอกว่า “หนูยืนอยู่ตรงนั้นเฉยๆ ค่ะ คุณพ่อ แล้วหนูก็มองไปทางอื่นแค่ไม่กี่วินาที พอหนูมองกลับมา หนูมีมือใหม่! หนูมีมือใหม่! หนูเข้าใจแล้วว่าทำไมพระเยซูถึงทำแบบนี้ให้คุณพ่อ เพราะคุณพ่อทำงานรับใช้พระองค์ คุณพ่อหมายความว่าพระเยซูรักเด็กหญิงอายุ 16 ปีมากพอที่จะให้มือใหม่กับหนูเหรอคะ?”

ฉันเดินเข้าไปหาเธอและจับมือเธออีกครั้ง ฉันพูดว่า “ใช่จ้ะ ที่รัก พระเยซูทรงรักเด็กหญิงอายุ 16

ปีมากพอที่จะเสด็จมาที่บ้านของพวกเธอและประทานปาฏิหาริย์อย่างสมบูรณ์แบบ นั่นคือการมีมือใหม่ให้พวกเธอ”

ฉันอยากให้คุณรู้ว่าฉันพูดถึงเรื่องมือของลูกสาวฉันอยู่เสมอ ฉันแบ่งปันเรื่องนี้ทุกครั้งที่มีโอกาส ฉันเคยเล่าเรื่องนี้ในรายการทีวีหลายครั้ง และตอนที่ฉันเล่าเรื่องนี้ในรายการทีวีที่ลอสแอนเจลิส พิธีกรถึงกับร้องไห้จนทำอะไรไม่ถูกเลย ไม่ว่าฉันจะเล่าเรื่องนี้ที่ไหน พระวิญญาณของพระเจ้าก็จะทรงเจิมและสถิตอยู่เหนือฉันขณะที่ฉันเล่าถึงปาฏิหาริย์ของพระเจ้าที่เกิดขึ้นกับลูกสาวฉัน

คุณเห็นไหม
พระเจ้าทรงต้องการให้คุณรู้และเชื่อว่าพระองค์ทรงเป็นพระเจ้าผู้ทรงกระทำการอัศจรรย์

ฉันอยากให้คุณรู้ว่าคุณสามารถมาถึงจุดที่คุณเชื่อพระคัมภีร์ด้วยตัวคุณเองได้ คุณสามารถเชื่อในปาฏิหาริย์ด้วยตัวคุณเองได้ เมื่อสิ่งต่างๆ ดูเหมือนเป็นไปไม่ได้ จงมองไปที่พระเจ้าและเชื่อในพระองค์ด้วยตัวคุณเอง เพียงแค่ยืนอยู่ตรงนั้นเพราะคุณเป็นลูกของพระเจ้า จงกล่าวว่า “ฉันเชื่อในพระเจ้า” แล้วพระองค์จะทรงปลดปล่อยพลังของพระองค์เพื่อคุณ มันเป็นการระเบิดของพลังที่ยิ่งใหญ่พอที่จะปกคลุมต้นส้ม มันเป็นการระเบิดของพลังที่สามารถทำให้หัวขวานลอยได้ มันมากพอที่จะทำให้ลาพูดได้ มันมากพอที่จะสร้างมือใหม่ได้ มันเป็นการระเบิดของพลังที่จะให้สิ่งที่คุณปรารถนา และพระเจ้าทรงทำมันอย่างง่ายดาย

พลังอันยิ่งใหญ่ได้มาเยือนบ้านของฉัน ทำให้ลูกสาวของฉันมีมือใหม่หัดเล่น ทุกครั้งที่ฉันโทรหาเธอและพูดว่า “ที่รักพระวิญญาณบริสุทธิ์บอกพ่อให้เล่าเรื่องปาฏิหาริย์ที่พระเยซูทรงทำเพื่อมือของลูกให้พวกเขาฟัง” เธอก็จะถามเสมอว่า “พ่อบอกพวกเขาหรือยังคะว่าตอนที่พระเยซูทรงทำปาฏิหาริย์ให้หนูแล้ว ปมเหล่านั้นก็ไม่กลับมาอีกเลย?” ไม่มีอะไรกลับมาอีกเลย พระเจ้าทรงเป็นพระเจ้าผู้ทรงกระทำปาฏิหาริย์

ปาฏิหาริย์เป็นของขวัญ ของขวัญแห่งการทำการอัศจรรย์นั้นเป็นของคุณตามที่พระวิญญาณทรงประสงค์ แต่จงฟังให้ดี พระวิญญาณบริสุทธิ์ทรงประสงค์ให้แก่ผู้ที่เชื่อในพระธรรม 1 โครินธ์ บทที่ 12 เสมอ คุณเห็นไหม นั่นคือส่วนที่งดงาม พระวิญญาณทรงประสงค์ให้แก่ผู้เชื่อพระคัมภีร์เสมอ! ขอถวายพระเกียรติแด่พระเจ้าตลอดไป

คำอธิษฐานขอปาฏิหาริย์

ถ้าคุณต้องการปาฏิหาริย์จากพระเจ้า และคุณปรารถนาปาฏิหาริย์จากพระเจ้า และคุณเชื่อว่าพระเยซูคือผู้ทรงกระทำปาฏิหาริย์ให้แก่คุณ จงรับปาฏิหาริย์ของคุณเดี๋ยวนี้ ไม่สำคัญว่าจะเป็นปาฏิหาริย์อะไร พระเยซูจะประทานปาฏิหาริย์ที่คุณต้องการให้โดยพระวิญญาณของพระเจ้า ตามที่พระวิญญาณทรงประสงค์

จงกล่าวว่า "ขอบคุณพระเยซู พระองค์ทรงเป็นผู้ทรงกระทำการอัศจรรย์ พระวจนะเป็นความจริง ความจริงจะนำมาซึ่งการอัศจรรย์แก่ข้าพเจ้า หากข้าพเจ้าเชื่อ และข้าพเจ้าเชื่อ มันเป็นของขวัญจากสวรรค์สำหรับผู้เชื่อ มันเป็นพลังมหาศาลที่ระเบิดออกมาและทำสิ่งที่เป็นไปไม่ได้"

"ขอบคุณพระเยซูสำหรับบทที่สิบสองของพระธรรม 1 โครินธ์
ข้าพเจ้ารับปาฏิหาริย์นี้ในพระนามของพระเยซู
ขอบคุณพระเยซูสำหรับปาฏิหาริย์ของข้าพเจ้า"

เรื่องที่ 2: อินเดีย โดย ชัมบัค

เมื่อครั้งที่ผมเป็นศิษยาภิบาลในโบสถ์แห่งหนึ่งในช่วงต้นทศวรรษ 1950 เราได้ให้การสนับสนุนมิชชันนารีในอินเดียโดยการจ่ายเงินเดือนให้เขา เขาใช้เวลาอยู่ที่นั่นสามสิบปี—สามสิบปีอันยาวนาน

ครั้งหนึ่ง เขาเล่าเรื่องที่ทำให้ผมรู้สึกท้อแท้และไม่อยากสนับสนุนเขาอีกต่อไป เขาบอกว่าเขาใช้เวลาสามสิบปีในอินเดียและไม่เคยเห็นชาวมุสลิมคนไหนกลับใจใหม่เลย ผมจึงถามว่า "ผมกำลังลงทุนอะไรอยู่? เราลงทุนเงินและจ้างคนคนนั้นมาเทศนาสั่งสอนในอินเดีย

แต่ไม่มีใครได้รับความรอดเลยสักคน ถึงเวลาแล้วที่เราจะต้องจัดลำดับความสำคัญใหม่" ดังนั้นผมจึงไปอินเดียเพื่อหาคำตอบว่าเกิดอะไรขึ้น

ครั้งแรกที่ผมไปเยือนในปี 1956 ผมเทศน์ให้คนฟัง 50,000 คน ผมไปเยี่ยมชมตลาดทุกแห่ง ผมเห็นขอทาน คนตาบอด และคนพิการทางขา ผมไม่เคยเห็นคนป่วยมากมายขนาดนี้มาก่อน อินเดียเป็นหนึ่งในประเทศที่ยากจนที่สุดในโลก มีคนไร้บ้านและคนยากจนมากมายเหลือเกิน

เราลงทุนไปหลายพันดอลลาร์เพื่อสร้างโครงสร้างที่ช่วยปกป้องผู้คนจากแสงแดดที่ร้อนจัด เพื่อให้พวกเขาได้ฟังพระกิตติคุณ ในวันเปิดงานนั้น ผมตื่นเต้นมาก ผมเทศนาไปสองชั่วโมง และล่ามแปลอีกสองชั่วโมง รวมเป็นสี่ชั่วโมง พวกเขาต้องการให้ผมเทศนาต่อ เมื่อผมประกาศเชิญชวนให้ผู้คนออกมาสารภาพบาป ผมก็ผิดหวังมาก ผมเทศนาให้คน 50,000 คนฟัง แต่ไม่มีใครเลยสักคนที่ยอมรับพระเยซู

ความคิดของฉันย้อนกลับไปถึงมิชชันนารีคนนั้น และฉันก็พูดว่า "โอ้ พระเจ้า" แต่ฉันรู้ว่าพระเจ้าทรงเรียกเราให้ทำมากกว่าแค่เทศนาพระวจนะ พระองค์ทรงเรียกเราให้แสดงให้เห็นถึงพระกิตติคุณ

ถึงแม้จะไม่มีใครออกมาสารภาพว่าตนเป็นพระคริสต์ และฝูงชนก็ดูเหมือนจะพร้อมสำหรับการอวยพรแล้วก็ตาม ผมก็กล่าวว่า "ผมยังไม่จบแค่นี้ พระเจ้าตรัสว่าหมายสำคัญจะตามมาหลังจากพระวจนะของพระองค์ ผมทำในสิ่งที่พระเจ้าทรงเรียกผมให้ทำแล้ว ตอนนี้ผมจะให้พระเจ้าทรงทำในสิ่งที่พระองค์ตรัสว่าจะทำ" ผมเชิญคนสามคนจากฝูงชนออกมาข้างหน้า พวกเขาเป็นขอทาน ผมรู้ว่าพวกเขาเป็นใคร คนหนึ่งตาบอด คนหนึ่งหูหนวกและเป็นใบ้ และอีกคนหนึ่งเป็นหญิงพิการที่ไม่เคยเดินตรงได้เลย เธอเดินในแนวนอนโดยใช้ส้นเท้าและฝ่ามือ เธอเป็นโรคที่ทำให้เธอยืนตรงไม่ได้

ต่อหน้าผู้ชม 50,000 คน ผมได้วางมือบนหญิงตาบอดเป็นคนแรก ผมกล่าวว่า "ในนามของพระเยซู ผมขอสั่งให้ดวงตาที่บอดคู่นี้มองเห็น" ทันใดนั้น

พระเจ้าก็ทรงเปิดตาของเธอ และเธอก็วิ่งผ่านฝูงชนไปพลางตะโกนเป็นภาษาของตัวเองว่า "ฉันมองเห็นแล้ว! ฉันมองเห็นแล้ว!"

จากนั้นฉันก็ไปหาคนหูหนวกและเป็นใบ้คนนั้น แล้วเอานิ้วสอดเข้าไปในหูของเขา และเอานิ้วโป้งกดที่ลิ้นของเขา ฉันพูดว่า "ในนามของพระเยซู ฉันขอสั่งให้วิญญาณที่ทำให้หูหนวกและเป็นใบ้นี้ออกมา!" ทันใดนั้น วิญญาณก็ตอบสนอง และชายคนนั้นก็เริ่มพูดภาษาอังกฤษได้ภายในไม่กี่นาที เขาไม่รู้ภาษาของตัวเองมาก่อน เขาเคยเป็นคนหูหนวกและเป็นใบ้ แต่พระเจ้าทรงเปิดหูของเขาและทำให้ลิ้นของเขาพูดได้

เมื่อถึงเวลาที่จะอธิษฐานเพื่อหญิงพิการ ฉันกล่าวว่า "ตอนนี้ฉันจะวางมือบนหญิงคนนี้ในนามของมูฮัมหมัด ฉันจะให้เวลากับท่านอย่างเท่าเทียมกัน" ล่ามของฉันไม่ต้องการแปลคำพูดนี้ "โปรดทำตามที่ฉันขอเถอะครับ จงเชื่อมั่นในการทรงนำของพระวิญญาณ" ซึ่งสอดคล้องกับการเล่าเรื่องของเขาในภายหลังมากกว่า เดิมทีแล้วเขาพูดว่า "จงทำตามที่ฉันบอก คุณเป็นล่ามของฉัน ฉันเป็นคนของพระเจ้า"

ไม่มีใครในผู้ชมคาดหวังว่าเธอจะลุกขึ้น เพราะพวกเขารู้ว่ามูฮัมหมัดตายแล้ว ฉันจึงพูดว่า "นี่แหละคือความแตกต่างระหว่างพระเจ้าที่คุณนับถือกับพระเจ้าที่ฉันนับถือ ฉันไม่ได้มาที่นี่เพื่อดูหมิ่นพระเจ้าของคุณ ฉันมาเพื่อเชิดชูพระเจ้าของฉัน คุณไปเยี่ยมศาลเจ้าของคุณ ฉันไปเยี่ยมศาลเจ้าของฉัน แต่ศาลเจ้าของฉันว่างเปล่า เพราะพระองค์ไม่อยู่ที่นั่นอีกแล้ว นี่คือความแตกต่างระหว่างหลุมฝังศพ ฉันมาเพื่อบอกให้คุณรู้ว่าพระเยซูของฉันไม่ได้ตาย พระองค์ทรงมีชีวิตอยู่ และพระองค์ทรงเป็นเช่นเดิมในวันนี้เช่นเดียวกับเมื่อวานนี้"

ฉันวางมือบนหญิงผู้นั้นในนามของมูฮัมหมัดและกล่าวว่า "จงลุกขึ้นและเดินไปในนามของมูฮัมหมัด" มีคนถามฉันว่าถ้าเธอลุกขึ้นมาฉันจะทำอย่างไร ฉันเดาว่าฉันคงจะเปลี่ยนศาสนา แต่เธอก็ไม่ได้ลุกขึ้นมา

ดังนั้นข้าพเจ้าจึงกล่าวว่า "ข้าพเจ้าจะใช้พระนามที่อยู่เหนือทุกพระนาม คือพระนามของพระเยซู—พระเมษโปดกผู้ทรงถูกสังหารเพื่อโลก

พระเยซูสิ้นพระชนม์เพื่อชาวอินเดียและเพื่อโลกทั้งปวง”
หญิงผู้นั้นไม่ได้ก้าวเดินอย่างมั่นคงมาเป็นเวลาห้าสิบแปดปีแล้ว
ข้าพเจ้าวางมือบนนางในนามของพระเยซูแห่งนาซาเร็ธและกล่าวว่า “ในนามของพระเยซู จงลุกขึ้นและเดินเถิด” นางจึง ยืนขึ้นและเดินได้เป็นครั้งแรกในชีวิต เพราะพระเยซูคริสต์คือพระเจ้า!

คุณรู้ไหมว่าเกิดอะไรขึ้น? คนในฝูงชนนั้นเริ่มกระโดดลงมาจากต้นไม้ และฝูงชนกลุ่มใหญ่ก็วิ่งตรงมาหาฉัน ฉันกระโดดหลบไปอยู่หลังล่าม ฉันคิดว่าพวกเขาจะจับฉันทาด้วยน้ำมันดินและขนนก แล้วไล่ฉันออกจากประเทศของพวกเขา ฉันไม่เคยเห็นฝูงชนมากมายขนาดนี้มาก่อน พวกเขาตะโกนอะไรบางอย่างเสียงดังลั่น ฉันถามล่ามว่า “พวกเขากำลังพูดอะไรกัน?”

เขาพูดว่า “พวกเขากำลังตะโกนว่า ‘พระเยซูทรงมีชีวิตอยู่! พระเยซูคือพระคริสต์! พระเยซูคือพระเจ้า!’ พวกเขากำลังมาเพื่อรับความรอด” ช่างน่าตื่นเต้นอะไรเช่นนี้! ไม่มีใครมาเลยสักคนตอนที่ผมเทศน์ แต่เมื่อพวกเขาได้เห็นการสาธิตพระกิตติคุณ พวกเขาก็มาหาผม

พระเจ้าทรงเรียกคริสตจักรเพื่อแสดงฤทธานุภาพของพระองค์ คุณไม่ดีใจหรือว่าพระองค์ทรงมีชีวิตอยู่ทุกวันนี้?

แล้วฟิลิปก็ลงไปยังเมืองสะมาเรียและประกาศพระคริสต์แก่พวกเขา และฝูงชนก็พร้อมใจกันฟังสิ่งที่ฟิลิปกล่าว และได้ยินและเห็นปาฏิหาริย์ที่เขาได้กระทำ

(กิจการ 8:5-6)

ความรอดสำหรับจิตวิญญาณของคุณ:

คำอธิษฐานเพื่อความรอด – จงกล่าวออกมาและตั้งใจจริงเดี๋ยวนี้!

คุณเห็นด้วยกับทุกสิ่งที่คุณได้อ่านมาจนถึงตอนนี้หรือไม่? ถ้าใช่ อย่ารอช้า

เริ่มต้นชีวิตใหม่ใน พระเยซูคริสต์ได้เลย จำไว้ว่า คำอธิษฐานนี้ไม่ใช่สูตรวิเศษ คุณเพียงแค่แสดงความรู้สึกในใจต่อพระเจ้าเท่านั้น จงอธิษฐานไปพร้อมกับเรา:

"พระบิดา ข้าพเจ้าทราบว่าข้าพเจ้าได้ละเมิดพระบัญญัติของพระองค์
และบาปของข้าพเจ้าได้ทำให้ข้าพเจ้าห่างเหินจากพระองค์ ข้าพเจ้าเสียใจอย่างสุดซึ้ง
และบัดนี้ข้าพเจ้าต้องการหันเหจากชีวิตที่เต็มไปด้วยบาปในอดีตมาหาพระองค์
โปรดยกโทษให้ข้าพเจ้า และช่วยข้าพเจ้าให้หลีกเลี่ยงการทำบาปอีก
ข้าพเจ้าเชื่อว่าพระเยซูคริสต์ พระบุตรของพระองค์ ได้สิ้นพระชนม์เพื่อบาปของข้าพเจ้า
ทรงฟื้นคืนพระชนม์จากความตาย ทรงมีชีวิตอยู่ และทรงฟังคำอธิษฐานของข้าพเจ้า
ข้าพเจ้าขอเชิญพระเยซูมาเป็นพระเจ้าในชีวิตของข้าพเจ้า
ให้ทรงปกครองและครองราชย์ในหัวใจของข้าพเจ้าตั้งแต่วันนี้เป็นต้นไป
โปรดส่งพระวิญญาณบริสุทธิ์มาช่วยข้าพเจ้าให้เชื่อฟังพระองค์
และทำตามพระประสงค์ของพระองค์ตลอดชีวิตที่เหลืออยู่ของข้าพเจ้า
ในนามของพระเยซูคริสต์ ข้าพเจ้าอธิษฐาน อาเมน"

คุณสามารถเริ่มต้นการเดินทาง 40 วันในแบบของคุณเองได้ทางออนไลน์ผ่านลิงก์นี้ https://www.otakada.org/get-free-40-days-online-discipleship-course-in-a-journey-with-jesus/

คุณกำลังป่วยหรือต้องการการปลดปล่อยหรือการฟื้นฟูอยู่หรือไม่?

สำหรับผู้ที่เจ็บป่วยหรือไม่สบายในรูปแบบใดก็ตาม หรือต้องการการปลดปล่อย หรือการฟื้นฟู โปรดแตะจุดด้านล่างด้วยความเชื่อ ***(ความเชื่อคือการมองเห็นผลลัพธ์เชิงบวกที่ชัดเจนของสถานการณ์ปัจจุบันของคุณ โดยรู้ว่าพระเยซูได้ทรงทำส่วนของพระองค์เมื่อกว่า 2000 ปีที่แล้วเพื่อรับประกันการรักษาและการปลดปล่อย การฟื้นฟูของคุณเป็นเหมือนเงินมัดจำ โดยเชื่อมั่นว่าเงินมัดจำนั้นพร้อมให้คุณเบิกใช้ได้ เหมือนยอดเงินคงเหลือในบัญชีธนาคารของคุณ โดยไม่ต้องถามคำถามใดๆ เพราะเราเห็นด้วยกับคุณและประกาศว่า จงหายดีในนามของพระเยซูคริสต์ อาเมน)***

ด้วยอำนาจที่พระองค์ทรงมอบให้แก่ข้าพเจ้าและพวกเขา ข้าพเจ้าขอใช้อำนาจนั้นด้วยความเชื่อ พร้อมกับความโกรธแค้นที่มีต่อศัตรู และความกระหายที่จะได้รับสิ่งที่พระองค์ทรงประทานให้แก่เราทุกคนอย่างไม่คิดค่าตอบแทน ข้าพเจ้าขอสาปแช่งความเจ็บป่วย โรคภัยไข้เจ็บทุกอย่าง ไม่ว่าจะเป็นมะเร็ง โควิด-19 วิญญาณแห่งความอ่อนแอ การถูกปีศาจเข้าสิงหรือการถูกกดขี่ วิญญาณแห่งความยากจน ความล้มเหลว ความล่าช้าในการบรรลุสิ่งที่พระเจ้าทรงกำหนดและประทานไว้แล้ว

เราเข้ามาต่อต้านความผิดปกติ เราผูกมัดพวกมัน เราสาปแช่งพวกมันถึงรากเหง้า และเราขับไล่พวกมันออกไปโดยอำนาจในพระนามของพระเยซูคริสต์ อาเมน เราขอให้การเยียวยา การปลดปล่อย และการฟื้นฟูเกิดขึ้นในชีวิตของพวกเขาในพระนามอันยิ่งใหญ่ของพระเยซูคริสต์ ขอบคุณพระเจ้าสำหรับคำพยานที่ดำรงอยู่เพื่อพระสิริ พระเกียรติ และการนมัสการของพระองค์ ขอบคุณสำหรับดวงวิญญาณที่กำลังเพิ่มเข้ามาในอาณาจักรของพระองค์อันเป็นผลจากข่าวสารนี้ ปาฏิหาริย์ที่เราได้เห็นและสำแดงออกมาเพื่อพระสิริของพระองค์ในพระนามของพระเยซู อาเมน สำเร็จแล้ว! จงชื่นชมยินดี!

แตะจุดที่ไฮไลต์ไว้ตรงนี้ แล้วกล่าวด้วยปากของคุณว่า – ฉันหายดีแล้ว ฉันได้รับการปลดปล่อยแล้ว และฉันได้รับการฟื้นฟูแล้ว ทั้งในจิตวิญญาณ จิตใจ ร่างกาย และทุกสิ่งรอบตัวฉัน ในนามของพระเยซูคริสต์ อาเมน!!!

จงเริ่มทำในสิ่งที่คุณทำไม่ได้มาก่อน และเริ่มสารภาพบาปจนกว่าการเยียวยาอย่างสมบูรณ์ การปลดปล่อย และการฟื้นฟูจะเกิดผลในชีวิตของคุณในนามของพระเยซู อาเมน จงกระหายหาพระเจ้าอยู่เสมอ

จงโกรธแค้นและทวงคืนทุกสิ่งที่ศัตรูได้ยึดไว้ในนามของพระเยซู อาเมน

หมายเหตุ:

จงเป็นพยานถึงการรักษาเพื่อพระสิริของพระเจ้าและเพื่อความอับอายของศัตรู!

ส่งอีเมลหรือ WhatsApp มาหาเราหากคุณยังต้องการให้เราเห็นด้วยกับคุณในประเด็นนี้ และมาร่วมงาน

สัมมนาเตรียมความพร้อมที่จะเริ่มในวันพฤหัสบดีหน้า
รายละเอียดเพิ่มเติมจะแจ้งให้ทราบในเว็บไซต์ของเราเร็วๆ นี้!

วีรกรรมอันยิ่งใหญ่ – 1 – บทที่ 3 –

ค้นหาคำตอบจากเหล่าผู้ยิ่งใหญ่ได้ในตอนที่ 2

พอแล้วกับการถูกจองจำ และขอต้อนรับสู่เสรีภาพ – วิธีรักษาหรือเยียวยาจากโควิด-19 มะเร็ง และโรคอื่นๆ – ตอนที่ 2

นี่คือชุดฝึกอบรมเพื่อการเยียวยา การปลดปล่อย และการฟื้นฟูทั้งตนเองและผู้อื่น!

การฝึกอบรมเชิงปฏิบัติการเพื่อการเยียวยา การปลดปล่อย และการฟื้นฟู

ค้นหาลิงก์พอดแคสต์ที่ให้รายละเอียดเกี่ยวกับการบำบัดและการปลดปล่อย

ดูที่นี่ https://anchor.fm/otakada.org/episodes/Enough-is-Enough-to-Captivity-and-welcome-to-Freedom—How-to-heal-or-be-cured-of-COVID–19–part-2-er35cm
ลิงก์ YouTube: https://youtu.be/ydFE_lD8SqU ในวิดีโอนี้ คุณจะได้พบกับวิธีการรักษาหรือหายจาก COVID-19, วิธีการรักษาหรือหายจากโรคมะเร็ง, วิธีการรักษาหรือหายจากความดันโลหิตสูง และอื่นๆ กระบวนการง่ายๆ ผ่านการปฏิบัติศาสนกิจในการรักษา ปลดปล่อย และฟื้นฟูจิตวิญญาณ จิตใจ ร่างกาย และทุกสิ่งรอบตัวคุณ

ขอให้สนุก!

วีรกรรมอันยิ่งใหญ่ - 1 - บทที่ 4 -

เรียนรู้จากวีรบุรุษผู้ยิ่งใหญ่ - ตอนที่ 3

พอแล้วกับการถูกจองจำโดยปีศาจ และขอต้อนรับสู่เสรีภาพในพระเยซูคริสต์ – การลงมือปฏิบัติในสงครามประจำวัน – คำอธิษฐานประกาศประจำวันเพื่อการฝึกฝนอย่างเป็นรูปธรรมแทนการอธิษฐาน – ตอนที่ 3 – บทเขียนโดย ซินดี้ ทริมม์

เพื่อนรัก

การนำตนเองหรือผู้อื่นออกจากอาณาจักรแห่งการถูกจองจำของปีศาจไปสู่อาณาจักรแห่งอิสรภาพนั้น เป็นการกระทำแห่งสงคราม เป็นการประกาศสงคราม ไม่ใช่ต่อมนุษย์ แต่ต่อศัตรูแห่งจิตวิญญาณของเรา เปาโลกล่าวตักเตือนชาวโครินธ์ใน **2 โครินธ์ 10:2-6**

พระคัมภีร์ฉบับขยายความ

2
ข้าพเจ้าขอให้เมื่อข้าพเจ้ามาถึง
ข้าพเจ้าจะไม่ถูกผลักดันให้แสดงความกล้าหาญอย่างที่ข้าพเจ้าตั้งใจจะแสดงต่อคนกลุ่มน้อย
ที่มองเราเหมือนกับว่าเราดำเนินชีวิตตามเนื้อหนัง [เหมือนมนุษย์ที่ปราศจากพระวิญญาณ]
3 ***เพราะถึงแม้เราดำเนินชีวิตในเนื้อหนัง [ในฐานะมนุษย์ที่ต้องตาย] เราก็ไม่ได้ทำสงคราม***
[ฝ่ายวิญญาณ] ตามเนื้อหนังและใช้อาวุธของมนุษย์ *4*
อาวุธที่เราใช้ในการต่อสู้ไม่ใช่อาวุธทางกายภาพ [อาวุธแห่งเนื้อหนังและเลือด]
อาวุธของเรามีฤทธิ์เดชจากพระเจ้าเพื่อทำลายป้อมปราการ *5*
เรากำลังทำลายข้อโต้แย้งที่ซับซ้อนและทุกสิ่งที่เย่อหยิ่งและทะนงตนที่ตั้งตนต่อต้านความรู้
[ที่แท้จริง] ของพระเจ้า
และเรากำลังจับความคิดและจุดประสงค์ทุกอย่างให้มาอยู่ภายใต้การเชื่อฟัง ของพระคริสต์

6 พร้อมที่จะลงโทษการกระทำที่ไม่เชื่อฟังทุกอย่าง เมื่อการเชื่อฟังของท่าน [ในฐานะคริสตจักร] สำเร็จแล้ว

พระเยซูตรัสว่า "เราจะสร้างคริสตจักรของเรา และประตูแห่งนรกจะเอาชนะมันไม่ได้" พระองค์ได้ประทานกุญแจสำคัญคือของประทานแห่งพระวิญญาณ ดังที่เปาโลได้ตักเตือนชาวโครินธ์ใน 1 โครินธ์ 12 ของประทานเหล่านี้ล้วนมีไว้เพื่อการต่อสู้ เมื่อเราไม่ใช้ของประทาน เราก็ต้องสูญเสียในฐานะคริสเตียน

ขณะที่เรากำลังทำสงครามกับศัตรูในปีนี้ ประกาศว่าพอแล้วกับการถูกจองจำ เราต้องพร้อมที่จะใช้ของประทานแห่งพระวิญญาณอย่างเต็มที่! เกราะเหล่านี้เป็นเกราะฝ่ายวิญญาณและสามารถใช้ได้ด้วยวิธีการฝ่ายวิญญาณ เราไม่สามารถต่อสู้กับศัตรูด้วยความรู้ทางปัญญาหรือเหตุผล การโต้แย้ง การเจรจา หรือความอ่อนโยน เราไม่สามารถบังคับใช้หรือสวมเกราะทั้งหมดโดยใช้อาวุธทางกายภาพที่ติดอยู่กับโลกได้ เอเฟซัส 6:11-18 สามารถบังคับใช้ได้โดยใช้ของประทานฝ่ายวิญญาณทั้ง 9 (เก้า) อย่างใน 1 โครินธ์ 12 นั่นคือเหตุผลที่เราไม่สามารถเพิกเฉยต่อเรื่องนี้ได้ หากเราเพิกเฉย จะไม่มีทางใดเลยที่เราจะสามารถดึงตัวเองหรือผู้คนออกมาได้ด้วยวิธีการบังคับใช้ที่ทำให้เรามองเห็นผลลัพธ์ทางกายภาพบนโลกนี้ได้

กลไกแห่งการปลดปล่อยจากการถูกจองจำของปีศาจและการต้อนรับสู่เสรีภาพในพระคริสต์

ในพอดแคสต์และวิดีโอ YouTube นี้ ผมได้รวมคำอธิษฐานประกาศความเชื่อประจำวัน 100 คำ ความยาว 50 นาที ซึ่งจะช่วยคุณต่อสู้กับการต่อสู้แห่งความเชื่อด้วยการรุก เพราะนั่นคือเหตุผลที่พระคริสต์เสด็จมา เพื่อทำลายกิจการของมารร้าย (1 ยอห์น 3:8) นั่นคือแก่นแท้ของพันธกิจของเรา คือการทำสงครามและนำผู้คนเข้าสู่ราชอาณาจักรของพระเจ้า นี่คือกลไกประจำวันที่หากทำอย่างจริงจัง จะรับประกันชัยชนะตลอดเวลา การอธิษฐานอย่างไม่หยุดหย่อนคือเครื่องเฝ้าระวังเพื่อความสำเร็จในการดำเนินงานเพื่อราชอาณาจักรของพระเจ้าบนโลก – พระเยซูทรงเป็นแบบอย่างในการอธิษฐานอย่างไม่หยุดหย่อน และเราก็ต้องทำเช่นนั้นด้วย

ขอให้สนุกกับการฟังพอดแคสต์/รับชมวิดีโอ และร่วมแสดงความคิดเห็นได้ตามต้องการ แต่ขอให้ทำเป็นประจำทุกวัน นอกจากนี้ ผมยังได้เพิ่มไฟล์ข้อความ/PDF ให้ดาวน์โหลดผ่านลิงก์ในบล็อกด้วย โปรดหาเวลาอย่างน้อยหนึ่งชั่วโมงเพื่อการอธิษฐาน นี่เป็นเพียงจุดเริ่มต้นเท่านั้น

ป.ล. เมื่อเราหรือผู้อื่นถูกโจมตี ชั่วโมงที่เราไม่ได้อธิษฐานในที่ลับ จะกลายเป็นชั่วโมงแห่งความทุกข์ทรมานในพันธนาการของซาตาน ซาตานเป็นนายที่โหดร้าย เราต้องไม่ปล่อยให้มีช่องโหว่ เราต้องโจมตีกลับในนามของพระเยซูคริสต์ อาเมน

การสวดภาวนาประกาศความเชื่อ 50 นาที ประกอบด้วยการประกาศความเชื่อ 100 ครั้ง: การเปิดใช้งานสู่สงคราม – การประกาศรายวัน

ฉันได้รวบรวมคำสั่งสอน 92 ข้อไว้ในที่นี้ และ 100 ข้อในเวอร์ชันเสียง ซึ่งจะทำหน้าที่เป็นแรงกระตุ้นในการประกาศการปรากฏตัวและสถานะการปฏิบัติหน้าที่ของคุณในทางจิตวิญญาณ คำประกาศเหล่านี้อยู่ในรูปแบบของคำอธิษฐาน คล้ายกับคำสาบานของเจ้าหน้าที่ แต่ละข้อมีพื้นฐานมาจากพระคัมภีร์ ฉันได้อ้างอิงพระคัมภีร์ที่ใช้ในการสร้างแต่ละส่วนไว้แล้ว

จงใช้คำอธิษฐานนี้ทุกวัน และอธิษฐานจากใจจริง ท่องจำไว้ ใช้ข้อพระคัมภีร์ที่อ้างอิงในบทภาวนาประจำวัน ศึกษาข้อพระคัมภีร์เหล่านั้น พวกมันจะเสริมกำลังให้คุณต่อสู้กับการต่อสู้แห่งความเชื่อที่ดี สังเกตดูว่าสถานการณ์และสภาพแวดล้อมจะเปลี่ยนแปลงไปในทางที่ดีขึ้น จำไว้ว่า มีเพียงเมื่อคุณอยู่ท่ามกลางการต่อสู้หรือสถานการณ์ที่เป็นไปไม่ได้ และเมื่อไม่มีใครหรือสิ่งใดที่จะช่วยคุณหรือปลดปล่อยคุณได้นอกจากพระเจ้าเท่านั้น นักรบที่แท้จริงจึงถือกำเนิดขึ้น แทนที่จะยอมแพ้ ยอมจำนน หรือตกเป็นเหยื่อของกลยุทธ์ของศัตรู จงพิจารณาช่วงเวลาแห่งการต่อสู้ การทดสอบ และการล่อลวงของคุณว่าเป็น โอกาสจากพระเจ้าที่จะได้รับการฝึกฝนในศิลปะแห่งการอธิษฐานเชิงกลยุทธ์และการต่อสู้ทางจิตวิญญาณ

จงมั่นใจว่าช่วงเวลาเหล่านี้เป็นสนามฝึกฝนที่แท้จริงที่พระเจ้าทรงเลือกไว้เพื่อนำคุณไปสู่การปกครองที่แท้จริง เช่นเดียวกับดาวิด ช่วงเวลาเหล่านี้อาจเป็นสนามฝึกฝนที่พระเจ้าทรงใช้เพื่อฝึกฝนคุณสำหรับเหตุการณ์สุดท้าย **: การเพิ่มศักยภาพสูงสุดและการบรรลุเป้าหมายในทั้งห้าด้าน**

พระคัมภีร์กล่าวไว้ในโยบ 22:27-28 ว่า "จงอธิษฐานต่อพระองค์และพระองค์จะทรงฟังเจ้า" คำว่า "อธิษฐาน" *ในที่นี้* หมายถึง "เรียบเรียง สร้าง หรือออกแบบ" คำประกาศต่อไปนี้แต่ละข้อได้ถูกเรียบเรียง สร้าง และออกแบบโดยอิงจากพระคัมภีร์ มีการอ้างอิงพระคัมภีร์ไว้ตอนท้ายของแต่ละคำประกาศ ขณะที่ท่านอธิษฐาน จงอธิษฐานด้วยความมั่นใจว่า "ประตูแห่งนรกจะเอาชนะท่านไม่ได้" (มัทธิว 16:18) จำไว้ว่า คำประกาศเหล่านี้มีไว้เพื่อต่อสู้กับวิญญาณชั่วร้าย ไม่ใช่ต่อสู้กับคน อย่าแสดงความเมตตา อย่าจับตัวประกัน! จำไว้ว่าให้ใช้คำที่กว้างที่สุดเท่าที่จะเป็นไปได้ และใช้คำที่เฉพาะเจาะจงที่สุดเท่าที่จะเป็นไปได้เมื่อมีรายละเอียด โดยใช้คำว่า "ฉัน" แทน "คุณ" หรือ "เขา" แทน "เธอ" หรือ "เขา" แทน "เธอ" หรือ "เรา" แทน "พวกเขา" เป็นต้น

คำอธิษฐานเพื่อปลุกพลังในการต่อสู้ทางจิตวิญญาณ

<u>ผู้บัญญัติกฎหมายและผู้บังคับใช้กฎหมาย</u> อย่างเป็นทางการของพระเจ้า :

1. **ข้าพเจ้ามา** ในนามของพระเยซูผู้ทรงฟื้นคืนพระชนม์ ผู้ทรงเป็นของพระองค์และรับใช้พระองค์ "เพื่อว่าเมื่อเอ่ยพระนามของพระเยซู ทุกหัวเข่าจะก้มลงกราบ ทั้งในสวรรค์ ในโลก และใต้โลก และทุกลิ้นจะสารภาพว่าพระเยซูคริสต์เป็นองค์พระผู้เป็นเจ้า" (ฟิลิปปี 2:10-11; ดูสดุดี 82 ด้วย)

2. **ข้าพเจ้ามีอิทธิพล** และบังคับใช้แผนการและจุดประสงค์ดั้งเดิมของพระเจ้าเหนือกว่าแผนการและจุดประสงค์ของซาตาน (ดาเนียล 6)
3. **ข้าพเจ้าประกาศ** และยืนยันว่า ในการต่อสู้ครั้งนี้ อาวุธใดๆ ไม่ว่าจะเป็นอาวุธภายในหรือภายนอก ไม่ว่าจะเป็นด้านอารมณ์ การเงิน สังคม ร่างกาย จิตวิทยา ความสัมพันธ์ระหว่างบุคคล จิตวิญญาณ หรือองค์กร ที่สร้างขึ้นมาต่อต้านข้าพเจ้า จะไม่ประสบความสำเร็จ (1 ซามูเอล 17:47; อิสยาห์ 54:17; เยเรมีย์ 51:20; ยอห์น 14:30; 2 โครินธ์ 7:5; เอเฟซัส 4:27)
4. **ข้าพเจ้าสวม** เกราะแห่งแสงสว่างและของพระเจ้า (โรม 13:12; เอเฟซัส 6:13–17)

- **ความจริงจะปกป้องบั้นเอวของข้าพเจ้า (สดุดี 51:6)**

- **เกราะแห่งความชอบธรรมเพื่อปกปิดหัวใจและทรวงอกของข้าพเจ้า (สดุดี 5:12; 2 โครินธ์ 6:7)**

- **พระกิตติคุณแห่งสันติสุขปกคลุมเท้าของข้าพเจ้า (อิสยาห์ 52:7)**

- **โล่แห่งศรัทธาจะปกป้องร่างกายของข้าพเจ้าทั้งในด้านการป้องกันและการโจมตี (ฮีบรู 10:38; 11:1, 6)**

- **หมวกแห่งความรอดเพื่อคลุมศีรษะของข้าพเจ้า (อิสยาห์ 59:17; 1 เธสะโลนิกา 5:8)**

- **ดาบแห่งพระวิญญาณ ซึ่งก็คือพระวจนะของพระเจ้า (เอเฟซัส 6:17; วิวรณ์ 1:16)**

- **พระเยซูคริสต์เจ้า (โรม 13:14)**

    - **เสื้อคลุมแห่งความชอบธรรม (อิสยาห์ 61:10)**
    - **พระสิริของพระเจ้าคือรางวัลของข้าพเจ้า (อิสยาห์ 58:8)**

- **ข้าพเจ้าประกาศ** และยืนยันว่าอาวุธที่ข้าพเจ้าใช้ในการต่อสู้ไม่ใช่อาวุธฝ่ายเนื้อหนัง แต่เป็นอาวุธที่ทรงฤทธิ์เดชโดยพระเจ้า (1 ซามูเอล 17:45; โรม 13:12; 2 โครินธ์ 10:3–6; เอเฟซัส 6:13–18)
- **ข้าพเจ้าทำลาย** ป้อมปราการและโค่นล้มความคิดจินตนาการที่ไร้สาระและสิ่งสูงส่งทุกอย่างที่ยกตนเองขึ้นต่อต้านความรู้เรื่องพระเยซูคริสต์ ความคิดของข้าพเจ้าอยู่ภายใต้การปกครองของพระคริสต์แล้ว (อิสยาห์ 14:13-14; เอเสเคียล 28:2; 2 โครินธ์ 10:5)
- **ข้าพเจ้ากล่าว** ว่า การเจิมของพระเจ้าทำลายแอกทุกอย่างในชีวิตของข้าพเจ้า และจิตวิญญาณ ร่างกาย และจิตใจของข้าพเจ้าทำงานอย่างเป็นระเบียบตามระบบระเบียบของพระเจ้า (1 โครินธ์ 9:27; 14:40)
- **ข้าพเจ้าขอ** ประกาศว่า ข้าพเจ้าหายดีแล้วและเต็มเปี่ยมด้วยพระวิญญาณบริสุทธิ์ ความเจ็บป่วยและโรคภัยไข้เจ็บอยู่ห่างไกลจากข้าพเจ้า (อิสยาห์ 53:5)
- **ข้าพเจ้าได้กำหนด** ขอบเขตและพรมแดนอันศักดิ์สิทธิ์ และบัญญัติและสถาปนากฎแห่งอาณาจักรแห่งสวรรค์เพื่อปกครองกิจกรรมทั้งหมดภายใน (1 พงศาวดาร 4:10; สดุดี 147:14; อิสยาห์ 60:18)
- **ข้าพเจ้าขอปฏิเสธ** (ไม่อนุญาตและคัดค้าน) การลงโทษอันชั่วร้าย การกระทำที่บ่อนทำลาย คำสั่งห้าม คำสั่ง ข้อบังคับ หรือคำบัญชาใดๆ ที่ขัดต่อพระประสงค์ของพระเจ้าเกี่ยวกับชีวิต การรับใช้ และครอบครัวของข้าพเจ้า (มัทธิว 18:18)
- **ข้าพเจ้าขอเพิกถอน** คำตัดสินและคำสั่งอันชั่วร้ายที่เกี่ยวข้องกับการรับใช้ของข้าพเจ้า ชีวิตของข้าพเจ้า และชีวิตของสมาชิกในครอบครัว เพื่อน และผู้ร่วมงาน (อิสยาห์ 38:1–5; 39:6–8; มัทธิว 16:19)
- **ข้าพเจ้าควบคุม** น่านฟ้า กาแล็กซี ระบบ ทรงกลม ชั้นบรรยากาศสตราโตสเฟียร์ ซีกโลก บรรยากาศ อาณาจักร ภูมิภาค และอาณาเขตต่างๆ (เยเรมีย์ 1:10; มัทธิว 16:19; 18:18; 1 โครินธ์ 6:2–3; เอเฟซัส 2:6; วิวรณ์ 5:10; 11:12)

- **ข้าพเจ้าขับไล่** ปีศาจร้ายและแต่งตั้งมิคาเอล อัครทูตสวรรค์องค์อื่นๆ และเหล่าทูตสวรรค์ให้จัดการกับความขัดแย้ง การโต้เถียง การต่อสู้ และการต่อต้านใดๆ ของซาตานเกี่ยวกับคำสั่งนี้ (2 พงศ์กษัตริย์ 7:5–7; 2 พงศาวดาร 32:21; ดาเนียล 3:24–25; 6:22; 10:13; สดุดี 91:11; 103:20; ฮีบรู 1:14)
- **ข้าพเจ้าขอประกาศ** ความสำเร็จของพระราชกิจอันศักดิ์สิทธิ์และทูตสวรรค์ การสนับสนุน การเสริมกำลัง และความช่วยเหลือ ตามพระวจนะของพระองค์ในสดุดี 103:20 ทูตสวรรค์ทรง "เสริมกำลังอย่างยิ่งใหญ่" เพื่อรวบรวมและปกป้องตัวข้าพเจ้า ทรัพย์สิน และสิ่งของต่างๆ (2 พงศ์กษัตริย์ 6:17; ดาเนียล 3:15–30; กิจการ 12:1–10)
- **พระเยโฮวาห์-กิบบอร์** จงต่อสู้กับผู้ที่ต่อสู้กับเรา จงต่อสู้กับผู้ที่ต่อสู้กับเรา จงถือโล่และเกราะ และลุกขึ้นมาช่วยเหลือเรา! จงชักหอกและหอกซัดออกมา และปิดกั้นทางของผู้ที่ไล่ตามและข่มเหงเรา จงสวมใส่เครื่องทรงแห่งสงคราม จงรวบรวมยุทโธปกรณ์และกระสุนจากคลังแสงอันศักดิ์สิทธิ์ของพระองค์ จงทำให้ลูกธนูของพระองค์ส่องประกาย จงรวบรวมโล่ของพระองค์ และให้การแก้แค้นเป็นเป้าหมายสูงสุดของพระองค์ ขณะที่พระองค์โค่นล้มรถม้า ม้า และผู้ขี่ม้า ขอให้ความหวาดกลัวเข้าครอบงำจิตใจของศัตรูของเรา และทำให้หัวใจของพวกเขาล้มเหลว
- **ข้าพเจ้าประกาศ** และยืนยันว่า โดยพระองค์ ข้าพเจ้าวิ่งฝ่ากองทัพและกระโดดข้ามกำแพง พระองค์ทรงเป็นพระเจ้าของข้าพเจ้า พระเจ้าผู้ทรงประทานกำลังแก่ข้าพเจ้าและทำให้ทางของข้าพเจ้าสมบูรณ์ พระองค์ทรงทำให้เท้าของข้าพเจ้าเหมือนเท้าของกวางตัวเมีย ประทานความมั่นคงให้ข้าพเจ้าเพื่อที่ข้าพเจ้าจะสามารถยืนหยัดและก้าวหน้าไปบนที่สูงอันอันตรายแห่งการทดสอบและความยากลำบาก พระองค์ทรงตั้งข้าพเจ้าไว้อย่างมั่นคงบนที่สูงของข้าพเจ้า พระองค์ทรงสอนมือของข้าพเจ้าให้ทำสงครามและนิ้วของข้าพเจ้าให้ต่อสู้ ประทานพละกำลังและความสามารถเหนือธรรมชาติให้ข้าพเจ้าเพื่อที่แขนของข้าพเจ้าจะหักคันธนูเหล็กได้ พระองค์ทรงเป็นศิลา โล่

และหอคอยอันแข็งแกร่งของข้าพเจ้า
พระองค์ทรงประทานโล่แห่งความรอดของพระองค์แก่ข้าพเจ้า
และพระหัตถ์ขวาของพระองค์ทรงสถาปนาข้าพเจ้าให้เป็นผู้ชนะในสงครามนี้
จงบดขยี้ศัตรู จงมอบคอของมันให้ข้าพเจ้า
จงให้ข้าพเจ้าไล่ตามและตามทันพวกมันจนกว่าพวกมันจะบาดเจ็บและถูกทำลาย
ล้มลงแทบเท้าของข้าพเจ้า ไม่ลุกขึ้นมาอีก
จงสถาปนาพระนามของข้าพเจ้าในสวรรค์
ขอให้ผู้ที่ได้ยินเรื่องของข้าพเจ้าน้อมตัวและเชื่อฟังข้าพเจ้า

- **ข้าพเจ้าขอประกาศ** ว่า พระองค์ทรงอวยพรข้าพเจ้า พระองค์ทรงเสริมกำลังข้าพเจ้า ไม่ใช่ด้วยกำลังหรืออำนาจของข้าพเจ้าเอง แต่ด้วยพระวิญญาณของพระเจ้า เพราะเมื่อศัตรูเข้ามาเหมือนน้ำท่วม พระวิญญาณของพระองค์จะทรงยกธงขึ้นต่อสู้กับเขา (อพยพ 15:3; เฉลยธรรมบัญญัติ 32:41–42; สดุดี 7:13; 18:29–50; 35:1–8; 144:5–7; อิสยาห์ 42:13–14; 59:16–19; ฮักกัย 2:22)
- **ข้าพเจ้าห้าม** และไม่อนุญาตให้บุคคลที่เป็นซาตานซึ่งมีเจตนาร้ายต่อชีวิต การรับใช้ และครอบครัวของข้าพเจ้ากระทำการใดๆ ที่เป็นการต่อต้าน และข้าพเจ้าขอประกาศสงครามกับพวกเขา (เนหะมีย์ 4:14)
- **ข้าพเจ้าไม่เห็นด้วย** และห้ามการแทรกแซง การขัดขวาง หรือการต่อต้านใดๆ จากฝ่ายปีศาจ (ดาเนียล 10:1–13)
- **ข้าพเจ้าต่อต้าน** การโต้แย้ง เจตนา การยั่วยุ และการเจรจาต่อรองของซาตานที่เกี่ยวกับชีวิตและจิตวิญญาณของข้าพเจ้า และขอวางจุดประสงค์แห่งคำพยากรณ์และชะตากรรมอันศักดิ์สิทธิ์ไว้เหนือกว่า และต่อต้านกิจกรรมและพลังต่อต้านทั้งหมดที่ขัดแย้งกับพระประสงค์ของพระเจ้าในพระเยซูคริสต์เกี่ยวกับชีวิตของข้าพเจ้า (1 ซามูเอล 1:1–8; 1 พงศ์กษัตริย์ 22:1–23; 1 พงศาวดาร 21:1–2; โยบ 1:7–12; 3:25; ยูดา 9)
- **ข้าพเจ้าขอผูกมัด** การคุกคามของซาตานและขับไล่การรวมกลุ่มของซาตาน (2 ซามูเอล 11:1-2) ข้าพเจ้าขอหยุดยั้งและห้ามการสอดแนมของซาตานทั้งหมด (1 ซามูเอล 18; มัทธิว 26:4; มาระโก 11:18; ลูกา 6:11; กิจการ 16:16-19)

- **ข้าพเจ้าละทิ้ง** ภาระอันเป็นเท็จและขจัดความรู้สึกหนักอึ้ง ความกดดันและความหดหู่ใจ ข้าพเจ้ามอบสิ่งเหล่านั้นไว้กับพระเจ้าผู้ทรงค้ำจุน ข้าพเจ้าจะไม่หวั่นไหว (สดุดี 12:5; 54:2; 55:22; อิสยาห์ 10:27; 61:3; มัทธิว 11:28–30; ยอห์น 14:1)
- **ข้าพเจ้าประกาศ** และยืนยันว่า โดยการเจิมนั้น พันธสัญญา ข้อตกลง โซ่ตรวน เครื่องพันธนาการ ข้อจำกัด ความปรารถนา และการถูกจองจำทั้งหมดที่ขัดแย้ง ต่อต้าน หรือขัดขวางการสำเร็จตามแผนการและพระประสงค์ดั้งเดิมของพระเจ้า ได้ถูกทำลายลงแล้ว ข้าพเจ้าได้รับการปลดปล่อยจากพันธมิตร ความจงรักภักดี พันธะทางจิตวิญญาณ วิญญาณแห่งมรดก และคำสาปแช่งที่สืบทอดมาจากบรรพบุรุษ/ซาตาน/ปีศาจ ข้าพเจ้าตัดขาดสิ่งเหล่านั้นด้วยดาบของพระเจ้า คือพระโลหิตและพระวิญญาณ ข้าพเจ้าพูดกับดีเอ็นเอของข้าพเจ้าและประกาศว่า ข้าพเจ้าเป็นอิสระจากอิทธิพลใดๆ ที่ส่งต่อจากรุ่นสู่รุ่น ไม่ว่าจะเป็นทางชีววิทยา สังคม อารมณ์ สรีรวิทยา จิตวิทยา จิตวิญญาณ หรือช่องทางอื่นๆ ที่ข้าพเจ้าไม่รู้จัก แต่พระเจ้ารู้จัก ข้าพเจ้าต่อต้านวิญญาณทุกดวงที่ทำหน้าที่เป็นผู้เฝ้าประตูหรือผู้เฝ้าทางเข้าจิตวิญญาณของข้าพเจ้า และข้าพเจ้าปฏิเสธพันธมิตร สมาคม ความจงรักภักดี หรือพันธสัญญาใดๆ ทั้งที่รู้ตัวหรือไม่รู้ตัว ข้าพเจ้าเปิดใจรับการปลดปล่อยจากพระเจ้า พระบิดา ขอให้เป็นไปตามพระประสงค์ของพระองค์ในเวลานี้! จงทำให้สิ่งต่างๆ ที่เกี่ยวกับข้าพเจ้าสมบูรณ์ (เฉลยธรรมบัญญัติ 5:9; 7:8–9; ปัญญาจารย์ 7:26; อิสยาห์ 61:1; กิจการ 8:9–13; กาลาเทีย 5:1; 1 เธสะโลนิกา 5:23–24; 2 ทิโมธี 2:25)
- **ข้าพเจ้าขอประกาศ** และยืนยันว่า เกราะแห่งการอธิษฐาน การเจิม กำแพงไฟ ม่านควัน และ *สายเลือด* จะก่อตัวเป็นรั้วป้องกันรอบตัวข้าพเจ้า และซ่อนข้าพเจ้าจากภัยพิบัติของศัตรู วิญญาณชั่วร้าย และบุคคลชั่วร้ายทั้งปวง ทำให้พวกมันติดตามหรือสืบหาข้าพเจ้าในโลกวิญญาณได้ยาก หากไม่ใช่เป็นไปไม่ได้เลย รั้วป้องกันเหล่านี้จะไม่มีรูหรือการเจาะทะลุใดๆ (อพยพ 12:13; โยบ 1:7-10; สดุดี 91; ซาคาริยาห์ 2:5)

- **ข้าพเจ้าประกาศ** พระนามของข้าพเจ้าในบรรยากาศ และประกาศว่าเหล่านักรบแห่งการอธิษฐาน ผู้วิงวอน และผู้เฝ้าระวังเชิงพยากรณ์กำลังช่วยข้าพเจ้าอยู่ในอาณาจักรแห่งวิญญาณ ข้าพเจ้ากล่าวว่าพวกเขาจะไม่หยุดหรือลงมาจากหอคอยเฝ้าระวังจนกว่าภารกิจของพวกเขาจะสำเร็จ
ข้าพเจ้าประกาศและยืนยันว่าพวกเขาจะดำเนินภารกิจการวิงวอนภายใต้การนำของพระวิญญาณบริสุทธิ์และพระเยซูคริสต์ ผู้ทรงเป็นผู้วิงวอนหลักของข้าพเจ้า (เยเรมีย์ 27:18; เอเสเคียล 3:17; ลูกา 18:7; ยอห์น 16:13; โรม 8:26–27, 34; ฮีบรู 7:25)
- **ข้าพเจ้าประกาศ**
และยืนยันว่าพระวิญญาณของพระเจ้าทรงสถิตอยู่กับข้าพเจ้า—
พระวิญญาณแห่งปัญญา ความเข้าใจ คำแนะนำจากพระเจ้า พลังเหนือธรรมชาติ ความรู้ และความเกรงกลัวพระเยโฮวาห์อย่างที่สุด ขณะที่ข้าพเจ้าก้าวหน้าไป ข้าพเจ้าก็ได้รับพลังจากพระเจ้าและเพิ่มพูนทักษะและความเข้าใจ (อิสยาห์ 11:2-3; เอเฟซัส 1:17-18; โคโลสี 1:9-11; 3:10)
- **ข้าพเจ้าทำลาย** และลบล้างความประทับใจ ภาพลวงตา การคาดการณ์ การรับรู้ คำแนะนำ ความสงสัย และการหลอกลวงของซาตานที่ถูกสร้างขึ้นเพื่อเป็นเหยื่อล่อหรือซุ่มโจมตีจิตวิญญาณของข้าพเจ้าและผู้ที่ได้รับมอบหมายให้ร่วมอธิษฐานกับข้าพเจ้า เพื่อข้าพเจ้าในนามของข้าพเจ้า และผู้ที่ทำงานร่วมกับข้าพเจ้าได้รับมอบหมายให้ดูแลข้าพเจ้า และมีปฏิสัมพันธ์กับข้าพเจ้าทุกวัน (1 พงศ์กษัตริย์ 22:5–40; กิจการ 13:50; 2 เธสะโลนิกา 2)
- **ข้าพเจ้าต่อต้าน** อุบายของมารอย่างแข็งขัน และห้ามมิให้มีการฉวยเอาความคิดอันศักดิ์สิทธิ์ แรงบันดาลใจ การเปิดเผย ความเข้าใจ สติปัญญา ความรู้ และความรู้ที่มาจากบัลลังก์ของพระบิดาบนสวรรค์ของข้าพเจ้าไป โดยเฉพาะอย่างยิ่งความคิดและความรู้สึกที่ริเริ่ม กระตุ้น สนับสนุน และเสริมสร้างอำนาจแห่งอาณาจักรของข้าพเจ้าในโลกและในสวรรค์ และผู้ที่อำนวยความสะดวกให้พระประสงค์แห่งการไถ่บาปของพระเจ้า (มัทธิว 13:19; เอเฟซัส 6:11)

- **ข้าพเจ้าได้หยุดยั้ง** การกระทำที่ก่อกวน รบกวน และทำลายล้างทั้งปวง ด้วยเหตุนี้พระบุตรของพระเจ้าจึงทรงปรากฏพระองค์ เพื่อจะทรงทำลายกิจการของศัตรู (ยอห์น 2:15-17; กิจการ 16:16-19; 1 ยอห์น 3:8)
- **ข้าพเจ้าเอาชนะ** การยับยั้ง ข้อห้าม และข้อจำกัดทั้งปวงของซาตาน ข้าพเจ้าประกาศและยืนยันว่ากำแพงที่มองไม่เห็นและไม่อาจเอาชนะได้ทั้งหมดถูกทำลายไปแล้ว (โยชูวา 6:1; โคโลสี 1:16)
- **ข้าพเจ้าทำการ** พิพากษาตามพระประสงค์ของพระเจ้าต่อกิจกรรมของซาตาน/ปีศาจ และข้าพเจ้าทำสงครามในจิตวิญญาณของเอลียาห์และเยฮู (1 พงศ์กษัตริย์ 18; 2 พงศ์กษัตริย์ 9:1–10:28)
- **ข้าพเจ้าไม่เห็นด้วย ปฏิเสธ** ทำลาย เพิกถอน และต่อต้านอย่างแข็งขันต่อการกระทำ การวางแผน การบิดเบือน การบ่อนทำลาย กลยุทธ์ กลอุบาย แผนการ และอุบายใดๆ ของซาตาน ที่ออกแบบมาเพื่อขัดขวาง ป้องกัน ทำให้ผิดหวัง ทำลาย ปฏิเสธ หรือทำให้แผนการและจุดประสงค์ดั้งเดิมของพระเจ้าล่าช้าจากการสำแดงอย่างรวดเร็วและฉับไว โดยเฉพาะอย่างยิ่งในเวลาและฤดูกาลที่ถูกต้อง (ดาเนียล 7:25)
- **ข้าพเจ้าขอห้าม** การเปลี่ยนแปลงแก้ไขเวลาหรือกฎหมายใดๆ ที่เกี่ยวข้องกับชีวิตและการรับใช้ของข้าพเจ้า หรือชีวิตของครอบครัวของข้าพเจ้า ข้าพเจ้าเคลื่อนไหวอย่างสอดคล้องและสลับจังหวะไปตามการเคลื่อนไหวที่ประสานกันเป็นจังหวะและทำนองของพระเจ้า (ปฐมกาล 1:1–5; ดาเนียล 6:1–15; 7:15–27)
- **ข้าพเจ้าขอยืนยัน** ว่า หากกฎหมาย พระราชบัญญัติ ประมวลกฎหมาย ร่างกฎหมาย กฎบัตร และรัฐธรรมนูญมีการเปลี่ยนแปลง ก็ให้เปลี่ยนแปลงไปเพื่อประโยชน์ของข้าพเจ้า เพื่อข้าพเจ้าจะได้เจริญรุ่งเรืองในสถานที่ที่ข้าพเจ้าได้รับมอบหมายและในแผ่นดินที่ข้าพเจ้ามีถิ่นฐานอยู่ (ดาเนียล 6:25-28)
- **ข้าพเจ้าประกาศ** และยืนยันว่า เวลาและฤดูกาลของข้าพเจ้าอยู่ในพระหัตถ์ของพระเจ้า และจะไม่ถูกเปลี่ยนแปลงหรือปรับเปลี่ยนโดยใครหรือสิ่งใดๆ

ข้าพเจ้าปฏิบัติหน้าที่ภายใต้การเจิมของบุตรแห่งอิสสาคาร์ และพระเจ้าประทานความสามารถอันศักดิ์สิทธิ์แก่ข้าพเจ้าในการแยกแยะเวลาและฤดูกาลของข้าพเจ้าได้อย่างแม่นยำ (1 พงศาวดาร 12:32; สดุดี 31:15; ปัญญาจารย์ 3:1–8; ดาเนียล 2:21–22)

- **ข้าพเจ้าประกาศ** และยืนยันว่า ดวงตาแห่งจิตวิญญาณของข้าพเจ้าทำงานได้ด้วยสายตาที่คมชัด เพื่อความเข้าใจและการตีความการเคลื่อนไหวของพระเจ้าอย่างถูกต้อง หูของข้าพเจ้าปรับเข้ากับความถี่ที่ถูกต้องของพระวิญญาณ และข้าพเจ้าได้รับการสื่อสารที่ชัดเจน (2 พงศ์กษัตริย์ 6:17; โยบ 42:5; สดุดี 119:18; อิสยาห์ 29:18; เยเรมีย์ 1:11–16; 2 โครินธ์ 4:4; 7:2; เอเฟซัส 4:18; วิวรณ์ 4:1)
- **ข้าพเจ้าประกาศ** ว่า ในวันนี้ข้าพเจ้าจะดำเนินชีวิตตามตารางเวลา/ปฏิทินอันศักดิ์สิทธิ์ของพระเจ้า ข้าพเจ้าประกาศว่า แผนการของพระเจ้าคือแผนการของข้าพเจ้า ข้าพเจ้าไม่ใช่ของตนเอง ข้าพเจ้าถูกไถ่ด้วยราคาแล้ว ดังนั้น ข้าพเจ้าจึงยอมจำนนต่อพระองค์แต่เพียงผู้เดียว ข้าพเจ้าประกาศว่า เช่นเดียวกับพระเยซู “เรามา ใน หนังสือเล่มนั้นมีเขียนถึงเราไว้” (สดุดี 40:7; ดูเพิ่มเติม สดุดี 139:16; 1 โครินธ์ 7:23; ยากอบ 4:7)
- **ข้าแต่พระบิดา โปรดล้มล้าง** แผนการของผู้ก่อความวุ่นวาย ผู้เยาะเย้ย ผู้ล้อเลียน ผู้ข่มเหง และผู้ทำลายชื่อเสียง โปรดเปิดโปงตัวแทนของซาตาน และประทานกลยุทธ์และยุทธวิธีจากพระเจ้าแก่ข้าพระองค์ เพื่อให้ข้าพระองค์สามารถระบุ ต่อต้าน และเอาชนะแผนการและอุบายที่วางไว้เพื่อทำลายข้าพระองค์ (เอสเธอร์ 9:25; สดุดี 5:10; 7:14–16; 34:21; 35:1–8; 52:5; 83:13–17; 141:10; สุภาษิต 26:27; 28:10; ดาเนียล 3, 6; มัทธิว 7:15–23; 2 โครินธ์ 11:14–15)
- **ชักหอกออกมาและขัดขวางพวกเขาเสีย**
- **ขอให้พวกเขาได้รับความอับอายขายหน้าและต้องประสบกับความยากลำบาก**
- **ปล่อยให้พวกเขาพ่ายแพ้ด้วยแผนการของตนเองเถอะ**
- **จงปล่อยให้พวกเขาถูกขับไล่กลับไปและเกิดความสับสนวุ่นวาย**

- ปล่อยให้พวกเขาเป็นเหมือนแกลบที่ปลิวไปตามลม
- ขอให้ทูตสวรรค์ของพระเจ้าข่มเหงพวกเขาเถิด
- ขอให้ทางเดินของพวกเขาเป็นทางมืดและลื่น
  โดยมีทูตสวรรค์ของพระเจ้าไล่ตามและลงโทษพวกเขา
- ขอให้ผู้ที่แสวงหาและต้องการชีวิตของข้าพเจ้าได้รับความอับอายและเสื่อมเสียเกียรติ
- ขอให้ผู้ที่วางแผนทำร้ายข้าพเจ้าต้องพ่ายแพ้และประสบความโชคร้าย
- ขอให้ความหายนะมาเยือนพวกเขาอย่างฉับพลัน
- ปล่อยให้พวกเขาประสบความพินาศด้วยตนเอง
- ปล่อยให้ความหายนะมาเยือนพวกเขาโดยไม่ทันตั้งตัว
- ปล่อยให้พวกเขาสะดุดล้มลงและประสบกับความพินาศที่พวกเขาวางแผนไว้สำหรับข้าเองเถิด
- ขอให้พวกเขาได้รับบาดเจ็บและถูกทำลายด้วยอาวุธที่พวกเขาคิดค้นขึ้นมาเพื่อทำร้ายเราเอง
- ขอให้พวกเขาติดกับดักเดียวกับที่พวกเขาดักจับฉันเถิด
- ปล่อยให้พวกเขาตกลงไปในหลุมที่พวกเขาขุดไว้สำหรับข้าเถิด
- ขอให้พวกเขาถูกแขวนคอด้วยบ่วงที่พวกเขาสร้างขึ้นเพื่อฉันนั่นเอง
- ขอให้พวกเขาถูกเผาไหม้ในกองไฟที่พวกเขาจุดขึ้นเพื่อฉันเถิด
- ขอให้พวกมันถูกสัตว์ร้ายที่พวกมันเตรียมไว้สำหรับข้าทำลายเสียเถิด
- ลงโทษพวกเขาขณะที่พวกเขากำลังก่อเรื่องวุ่นวายอยู่
- ขอให้กรรมตามสนองพวกเขาเป็นสองเท่า
- ดึงพวกมันออกมาจากที่อยู่อาศัยของพวกมัน
- กำจัดพวกมันให้หมดไปจากโลกของคนเป็น
- ขอให้ความชั่วร้ายทำลายล้างพวกเขา
  และขอให้ความหายนะเป็นชะตาของพวกเขา
- ทำให้พวกเขาเหมือนล้อที่หมุนด้วยความสับสน
- จงทำให้มันเหมือนกับตอซังที่ปลิวไปตามลม
- จงทำให้มันเหมือนไม้ที่ถูกเผาไหม้ด้วยไฟ
- จงลงโทษพวกเขาด้วยพายุของพระองค์

- **จงทำให้ความหวาดกลัวและความสยดสยองเข้าครอบงำจิตใจพวกเขา**
- **ขอให้พวกเขาประสบกับความสับสนและความเดือดร้อนตลอดไป**
- **ข้าพเจ้าขอใช้** กองทัพแห่งสวรรค์ต่อสู้กับกองทัพแห่งความมืด (1 ซามูเอล 17) จงเข้าควบคุม ยับยั้ง และระงับการเคลื่อนไหวของเหล่าปีศาจและกิจกรรมของซาตานที่มาจาก:
- **โลกใต้ดินและหกอาณาเขต (อิสยาห์ 14:9, 15; 38:18; ดาเนียล 7:1–28; วิวรณ์ 20:13–14)**
- **ความตาย (โยบ 34:22; 1 โครินธ์ 15:55)**
- **นรก/เชโอล/ฮาเดส (อิสยาห์ 14:19)**
- **หลุมศพ (อสย. 38:10; อสค. 31:15)**
- **หลุม (เอเสเคียล 32:23)**
- **เหวเบื้องล่าง บริเวณก้นเหว (อิสยาห์ 38:17; สดุดี 30:3)**
- **ดินแดนแห่งทะเล (โยบ 41:1–31; เอเสเคียล 26:16)**
- **สวรรค์ (เอเฟซัส 2:6; 6:12; วิวรณ์ 12:7)**
- **อาณาจักรบนโลก อาณาจักรใต้โลก และอาณาจักรบนสวรรค์ (อิสยาห์ 14:12–14; เยเรมีย์ 1:10; ลูกา 11:16–26; โรม 8:14–23; ฟิลิปปี 2:10)**
- **ข้าพเจ้าขอวาง** พระวจนะแห่งคำพยากรณ์ไว้เหนือมาตรการ กลยุทธ์ และยุทธวิธีที่ไร้ผลทั้งหมดของศัตรู (1 ทิโมธี 1:18-20)
- **ข้าพเจ้าจะลบล้าง** และโค่นล้มถ้อยคำที่ชั่วร้าย ความปรารถนาร้าย เวทมนตร์ การทำนาย การร่ายมนตร์ คำสาปแช่ง และสิ่งชั่วร้ายต่างๆ คำอธิษฐานที่เกี่ยวข้องกับไสยศาสตร์ และทุกคำพูดที่ไร้สาระซึ่งขัดแย้งกับแผนการและจุดประสงค์ดั้งเดิมของพระเจ้า
- **ข้าพเจ้าขอเพิกถอน** คำสาปแช่งที่เกี่ยวข้องกับถ้อยคำเหล่านี้ และประกาศว่าถ้อยคำเหล่านั้นจะไม่คงอยู่ จะไม่เกิดขึ้นจริง จะไม่หยั่งราก และการกระทำอันรุนแรงทางวาจาของพวกเขาจะย้อนกลับไปหาพวกเขาเป็นสองเท่า
- **ข้าพเจ้าขอประกาศ** ว่าลิ้นที่โกหกทุกอย่างนั้นผิด และความจริงย่อมชนะ จงเอาตะขอเกี่ยวจมูกของพวกเขา จงมัดริมฝีปากของพวกเขา

และจงซ่อนข้าพเจ้าให้พ้นจากภัยพิบัติแห่งลิ้นของพวกเขา (โยบ 5:21; สดุดี 5:6-10; อิสยาห์ 37:29)

- **ข้าพเจ้า** ต่อต้านความเท็จ การใส่ร้าย การคาดเดา การกล่าวหา การบิดเบือน และการทำลายชื่อเสียง ข้าแต่พระบิดา ขอทรงดลบันดาลให้ฟ้าสวรรค์ก้มลงด้วยการพิพากษาอันศักดิ์สิทธิ์ ขอทรงส่งสายฟ้าลงมาสลายพวกเขา ขอทรงยิงลูกศรลงมาทำลายพวกเขา ขอทรงส่งพระหัตถ์จากเบื้องบนมาช่วยข้าพเจ้าให้พ้นจากพวกเขา ข้าพเจ้าจะไม่สูญเสียดินแดนหรือพื้นที่ใดๆ จากความพยายามหรือความคิดริเริ่มที่บ่อนทำลายของพวกเขา (1 พงศ์กษัตริย์ 21:1–16; สดุดี 144:5–7)
- **ข้าพเจ้าห้ามมิให้** ผู้กล่าวหาพี่น้องกระทำการหรือมีอิทธิพลต่อจิตใจหรือความคิดของผู้ใดที่มาติดต่อกับข้าพเจ้า (วิวรณ์ 12:10)
- **ข้าพเจ้าขอลบล้าง** ผลกระทบของความอัปยศอดสูใดๆ และประกาศว่า พระพร พระคุณ เกียรติ และความปรารถนาดีจากพระเจ้า จะเข้ามาแทนที่ความรู้สึก ความคิด และการรับรู้ในแง่ลบทั้งหมดที่มีต่อตัวข้าพเจ้า ครอบครัวของข้าพเจ้า และงาน/พันธกิจที่ข้าพเจ้าได้รับเรียกให้ทำ
- **ข้าพเจ้าประกาศ** และยืนยันว่า ความสูงส่งและความยิ่งใหญ่เป็นส่วนของข้าพเจ้า (ปฐมกาล 12:1-3; สดุดี 5:12)
- **ข้าแต่พระบิดา** ขอทรงทำลายล้างร้ายของแม่มดและพ่อมดหมอผีที่ต่อต้านการเจิม เหมือนอย่างที่พระองค์ทรงทำกับยานเนสและยัมเบรสในสมัยของโมเสส ขอทรงทำลายล้างร้ายของคนโกหก โหร นักจิตวิทยา ผู้ทำนายอนาคต หมอผี และคนอื่นๆ ทำนองนั้น ขอทรงทำให้พวกหมอดูเป็นคนโง่ และทำให้ความรู้ที่มืดมนของพวกเขาเป็นความโง่เขลา (อิสยาห์ 44:25; 2 ทิโมธี 3:8)
- **จงตำหนิ** และทำลายพันธมิตรของซาตาน และจับกุมพวกมันด้วยพระวิญญาณ ขอให้ความพยายามและการกระทำลับๆ ล่อๆ ทุกอย่างล้มเหลว (2 พงศาวดาร 20:35; เนหะมีย์ 4:7-8; เอสเธอร์ 3-9; โยบ 5:12-14; สดุดี 35:4; 55:9; 70:2; 83:17; 129:5)

- **ทำให้เครื่องมือที่พวกเขาประดิษฐ์ขึ้นนั้นใช้งานไม่ได้ จนมือของพวกเขาไม่สามารถปฏิบัติงานได้**
- **จับพวกมันด้วยวิธีการที่แยบยลและเจ้าเล่ห์ของพวกมันเอง**
- **ให้พวกเขาพบความมืดในเวลากลางวัน และคลำทางในตอนเที่ยงเหมือนในเวลากลางคืน**
- **ปล่อยไวรัสศักดิ์สิทธิ์เพื่อบุกรุกฐานข้อมูลของซาตาน และสั่งให้พวกมันถูกทำลายล้าง**
- **ขอให้การสื่อสารและการสร้างเครือข่ายอันชั่วร้ายในอนาคตทั้งหมดล้มเหลว ความพยายามใดๆ จะนำมาซึ่งความไม่สอดคล้องและความเข้าใจผิดเท่านั้น**
- **ส่งวิญญาณแห่งความสับสนไปในหมู่พวกเขา**
- **จงปล่อยให้ลิ้นของพวกเขาแยกออกจากกัน**
- **ขจัดและโค่นล้มการก่อวินาศกรรม การบ่อนทำลาย และความล้มเหลวต่างๆ**
- **ขอให้การตอบโต้ทุกครั้งล้มเหลว**
- **ขอทรงยืนยัน** ถ้อยคำของบ่าวของพระองค์ท่ามกลางพวกเขา และขอทรงทำให้คำแนะนำของบรรดาผู้ส่งสารของพระองค์สำเร็จ (อิสยาห์ 44:26)
- **ส่ง** ทูตสวรรค์ผู้ทรงฤทธานุภาพและพยากรณ์ไปโจมตีและบงการความคิดชั่วร้าย (โยชูวา 5:13-14; สดุดี 103:20-22)
- **จงจับกุม** ผู้ที่กระทำการตามวิญญาณของเยเซเบลหรือเบลิอัล อย่าให้พวกเขาขัดขืนการเจิม แย่งชิงอำนาจ หรือได้เปรียบในทางโลกหรือในทางวิญญาณ (1 ซามูเอล 10:27; 1 พงศ์กษัตริย์ 19:1–5; 21:1–16)
- **ข้าพเจ้าห้าม** การแสดงออกของซาตาน และกล่าวว่ามาตรการ "ทำแท้ง" และ "การแท้งบุตร" จากพระเจ้าเกิดขึ้นในครรภ์และตู้อบของซาตาน (2 โครินธ์ 10:5)
- บัดนี้ พระบิดา พระองค์ทรงมอบงานใหญ่ให้ข้าพเจ้าทำ ข้าพเจ้าต่อสู้เพื่อการปลดปล่อยเงินทองและทรัพยากรทั้งหมดที่เป็นของข้าพเจ้า ทุกสิ่งทุกอย่างที่เตรียมไว้สำหรับข้าพเจ้าก่อนการสร้างโลก ซึ่งเกี่ยวข้องกับชีวิตของข้าพเจ้า (การรับใช้ การทรงเรียก) และความชอบธรรม จงมาถึงข้าพเจ้าเดี๋ยวนี้ ข้าพเจ้าจะไม่ยอมให้ถูกปฏิเสธ

ข้าพเจ้าจะไม่ยอมรับสิ่งทดแทน ข้าพเจ้าขอเรียกทรัพยากรจากทิศเหนือ ทิศใต้ ทิศตะวันออก และทิศตะวันตก ข้าพเจ้าประกาศและยืนยันว่าทรัพยากรทุกอย่างที่จำเป็นสำหรับข้าพเจ้าในการทำตามแผนการและจุดประสงค์ดั้งเดิมของพระเจ้า จงมาถึงข้าพเจ้าโดยไม่ชักช้าเดี๋ยวนี้ (2 เปโตร 1:3)

- **ข้าพเจ้าประกาศ** และยืนยันว่าทรัพย์สมบัติของคนชั่วจะไม่ถูกเก็บสะสมไว้เพื่อข้าพเจ้าอีกต่อไป แต่จะถูกปล่อยออกมาเดี๋ยวนี้ ขอให้ผู้ที่ยึดถือทรัพย์สมบัติของข้าพเจ้าไว้นานเกินควร จงได้รับความทุกข์ทรมานอย่างแสนสาหัส จนกว่าพวกเขาจะปล่อยสิ่งที่ควรเป็นของข้าพเจ้าออกมา ข้าพเจ้าสั่งซาตานให้ "คายมันออกมา" คายมันออกมา ปล่อยมันไป และให้มันหายไป (โยบ 20:15–18; สดุดี 66:12; ปัญญาจารย์ 2:26)
- **พระเยโฮวาห์-ยีเรห์** โปรดปลดปล่อยอำนาจของกษัตริย์ทั้งหลาย! ในนามของพระเยซู โปรดบัญชาให้ประตูสองบานเปิดออก โปรดนำหน้าข้าพเจ้าและทำให้ทางที่คดเคี้ยวตรงไป โปรดทำลายประตูทองเหลืองให้แตกเป็นเสี่ยงๆ และตัดเหล็กกั้นออก โปรดประทานแก่ข้าพเจ้า ตามความร่ำรวยในพระสิริของพระองค์ พระเมตตาอันอ่อนโยนและพระคุณอันหาที่เปรียบมิได้ของพระองค์ ทรัพย์สมบัติแห่งความมืด และทรัพย์สมบัติที่ซ่อนเร้นอยู่ในที่ลับ (อิสยาห์ 45:1-3) ข้าพเจ้าประกาศว่าพระพรของไซรัสไหลเวียนอย่างไม่ติดขัดและไม่แปดเปื้อนในชีวิตของข้าพเจ้า (อิสยาห์ 60:10-17; ฟิลิปปี 4:19)
- **จงเงย** หน้าขึ้นเถิด โอเหล่าประตูทั้งหลาย (ผู้เฝ้าประตู) และจงเปิดออกตลอดไปเถิด โอเหล่าประตูที่ยืนยง (ผู้เฝ้าประตู) เพื่อพระราชาแห่งสง่าราศี พระเจ้าผู้ทรงฤทธิ์และทรงอำนาจ พระเจ้าแห่งกองทัพทั้งหลาย จะเสด็จเข้ามา (สดุดี 24:7-10) ข้าพเจ้าขอประกาศว่าข้าพเจ้าตระหนักดีว่าไม่อาจปฏิเสธการเข้าเฝ้าพระองค์ได้ ดังนั้น ข้าพเจ้าจะไม่ยอมและไม่อาจถูกปฏิเสธในสิ่งที่ควรเป็นของข้าพเจ้า!
- **ข้าพเจ้าประกาศ** และยืนยันการปลดปล่อยกองกำลังของคนต่างชาติ ทองคำและเงินจากเมืองทาร์ชิชแห่งผู้เผยพระวจนะของข้าพเจ้า

และราชินีแห่งเชบาผู้เผยพระวจนะของข้าพเจ้าจะเสด็จมาพร้อมกับทรัพย์สิน/ทรัพยากร/ของประทานอันล้ำค่าทุกอย่างที่เหมาะสมสำหรับบุตรชายและบุตรหญิงของพระราชาแห่งราชาทั้งหลาย

- **เราประกาศ** และยืนยันว่า เราจะดูดน้ำนมของคนต่างชาติจากอกของกษัตริย์ (อิสยาห์ 60:16) เราจะขยายใหญ่ขึ้นเหมือนความอุดมสมบูรณ์ของทะเลที่แปรเปลี่ยนเป็นของเรา (อิสยาห์ 60:5) บุตรของคนต่างชาติจะสร้างกำแพงของเรา และกษัตริย์ของพวกเขาจะปรนนิบัติเรา (โยบ 27:16-17; อิสยาห์ 60)
- **ข้าพเจ้าประกาศ** และยืนยันว่า พระเจ้าของข้าพเจ้าได้ทรงนำข้าพเจ้ามายังสถานที่อันมั่งคั่ง และข้าพเจ้าอาศัยอยู่ในโกเชนแห่งการพยากรณ์ ข้าพเจ้าเจริญรุ่งเรืองและมั่งคั่งขึ้นในดินแดนที่ข้าพเจ้าอาศัยอยู่และถูกส่งมาในฐานะทูต ของพระเจ้า ในฐานะผู้แทนอย่างเป็นทางการของพระองค์ ข้าพเจ้าได้รับสิทธิพิเศษ ความเคารพ และเกียรติยศทางการทูตและชนชั้นสูงทุกประการ พระคุณ ความจริง ความดี และความเมตตาเป็นผู้คุ้มครองข้าพเจ้า
- **ข้าพเจ้าประกาศ** ว่า ปัญญาเป็นที่ปรึกษาของข้าพเจ้า พระวิญญาณบริสุทธิ์เป็นที่ปรึกษาของข้าพเจ้า พระเยซูคริสต์เป็นทนายความของข้าพเจ้า พระเจ้า เอล เอลยอน ผู้พิพากษาแต่เพียงผู้เดียวของข้าพเจ้าได้ทรงประกาศแล้ว และข้าพเจ้าจึงตั้งมั่นว่า เจ้าหน้าที่ของข้าพเจ้าคือสันติสุข ผู้เก็บภาษีของข้าพเจ้าคือความชอบธรรม กำแพงของข้าพเจ้าคือความรอด และประตูของข้าพเจ้าคือการสรรเสริญ (ปฐมกาล 47:27; อิสยาห์ 60:17-18)
- **ข้าพเจ้าขอประกาศ** และยืนยันว่า เวลาแห่งความโปรดปรานที่ข้าพเจ้าได้รับจะไม่ถูกขัดขวาง (สดุดี 102:13)
- **ข้าพเจ้าขออธิษฐาน** ให้ชีวิตของข้าพเจ้า การรับใช้ และชีวิตของสมาชิกในครอบครัว เพื่อนร่วมงาน และมิตรสหายทุกคน ได้รับการเจิมจากพระเจ้าในด้านความมั่งคั่งและความเจริญรุ่งเรือง เพื่อที่พระเจ้าและพระนามของพระเจ้าแต่เพียงผู้เดียวจะได้รับการยกย่อง:
- **การเจิมยาเบซ (1 พงศาวดาร 4:10)**

- **การเจิมตามแบบอับราฮัม (ปฐมกาล 12:1–3)**
- **การเจิมโดยเมลคีเซเดค (ปฐมกาล 14:18; ฮีบรู 5:6–10)**
- **การเจิมโยเซฟ (สดุดี 105:21)**
- **การเจิมแบบยาโคบ (ปฐมกาล 28:1; 30:43)**
- **การเจิมอิสอัค (ปฐมกาล 26:1–14)**
- **การเจิมของพระเมสสิยาห์ (ลูกา 8:1–3)**
- **การเจิมแบบโซโลมอน (1 พงศาวดาร 29; 2 พงศาวดาร 9)**
- **การเจิมเจ็ดประการในสวนเอเดน (ปฐมกาล 1:28, 30; 2:15)**
- **การเจิมอุสซียาห์ (2 พศด. 26:5–15)**
- **การเจิมของโยชูวา (โยชูวา 6:1–3)**
- **ฉันได้** รับพรมากมายทุกวัน (สดุดี 68:19)
- **ข้าพเจ้า** ต่อต้านวิญญาณแห่งการขาดแคลน พระเจ้าทรงอวยพรการงานที่มือข้าพเจ้าทำ โดยพระองค์และผ่านทางพระองค์ ข้าพเจ้าจึงกระทำการอันยิ่งใหญ่ได้ ข้าพเจ้าขอย้ำอีกครั้งว่า ข้าพเจ้าจะไม่ยอมถูกปฏิเสธ (ดาเนียล 11:32)!
- **ข้าพเจ้าขอประกาศ** ความสำเร็จและความก้าวหน้าในพระนามของพระเยซู (2 โครินธ์ 2:14) **ข้าพเจ้าขอ** ประกาศว่าอาณาจักรแห่งสวรรค์ปกครองและครองราชย์อยู่ (วิวรณ์ 11:15)
- **ข้าพเจ้าส่ง** ถ้อยคำเหล่านี้ออกไปดุจดั่งลมยูโรไคลดอนในแดนวิญญาณ เพื่อทำลายล้างค่ายของศัตรู ขอให้ลมทั้งสี่แห่งพระวิญญาณและแห่งสวรรค์พัดโหมกระหน่ำดุจดั่งลมทำลายล้างและพิชิต (เยเรมีย์ 51:1; กิจการ 27:14)
- **ข้าพเจ้าขอประกาศ** และยืนยันว่า คำอธิษฐานนี้และคำอธิษฐานในอนาคตทั้งหมดจะมีลักษณะเหมือนกระสุนศักดิ์สิทธิ์ในอาณาจักรแห่งวิญญาณ และจะพุ่งตรงไปยังเป้าหมาย (สดุดี 57:4)
- **ข้าพเจ้าประกาศ** ว่ากฎที่ควบคุมคำอธิษฐานนี้และกลยุทธ์และยุทธวิธีในการต่อสู้ฝ่ายวิญญาณทั้งหมดนั้นมีผลผูกพันตามพระวจนะ พระโลหิต และพระวิญญาณ (1 ยอห์น 5:7-8)

- ข้าพเจ้าประกาศ ว่า วิญญาณชั่วร้ายทุกดวงที่ถูกปลดปล่อยจากการปฏิบัติหน้าที่ชั่วร้ายนั้น บัดนี้จงมาเป็นส่วนหนึ่งของแท่นรองเท้าของพระเยซู (สดุดี 110:1) *ข้าพเจ้าขอปิดท้ายคำอธิษฐานนี้ในนามของพระเยซู...อาเมน!*
- **พระบิดา ขอทรงเปิดเผยทรัพย์สมบัติอันไร้ขีดจำกัดแห่งพระสิริและพระคุณของพระองค์แก่เรา จนกระทั่งพลังเหนือธรรมชาติหลั่งไหลเข้ามาในจิตใจของเราด้วยฤทธานุภาพอันศักดิ์สิทธิ์และพลังอันยิ่งใหญ่ของพระองค์ ในพระนามของพระเยซูคริสต์ อาเมน เอเฟซัส 3:16-21**
- **พระวิญญาณบริสุทธิ์ เมื่อเรากระตุ้นพระวิญญาณของพระองค์ในเราอยู่เสมอและแสดงออกโดยความเชื่อในชีวิตของผู้อื่น ขอให้ชีวิตของพระคริสต์หลั่งไหลเข้ามาในตัวเราอย่างลึกซึ้ง ขอให้ความรักของพระคริสต์เป็นแหล่งกำเนิดและรากเหง้าแห่งชีวิตของเรา ในนามของพระเยซูคริสต์ อาเมน เอเฟซัส 3:16-21**
- **เราได้รับการเสริมพลังและอำนาจจากพระเจ้า เพื่อจะได้สัมผัสถึงความรักอันยิ่งใหญ่และน่าอัศจรรย์ของพระคริสต์ในทุกมิติ ในนามของพระเยซูคริสต์ อาเมน เอเฟซัส 3:16-21**
- **เราได้รับการประทานความรักของพระองค์ลงมาในชีวิตของเรา จนกระทั่งเราเต็มเปี่ยมล้นด้วยพระพรของพระเจ้าในพระนามของพระเยซูคริสต์ อาเมน เอเฟซัส 3:16-21**
- **เราได้รับความกล้าหาญและสติปัญญาอันมั่นคง เพื่อแสดงออกถึงฤทธานุภาพอันยิ่งใหญ่ของพระเจ้าที่ทรงทำงานในเรา เพื่อให้เราบรรลุผลสำเร็จมากกว่าที่เราร้องขอ มากกว่าความฝันที่เหลือเชื่อที่สุดของเรา และเกินกว่าจินตนาการที่ยิ่งใหญ่ที่สุดของเรา ในนามของพระเยซูคริสต์ อาเมน เอเฟซัส 3:16-21**
- **พระบิดา เราขอวิงวอนขอฤทธิ์อำนาจอัศจรรย์ของพระองค์มาสถิตอยู่ภายในเรา เพื่อทรงเสริมกำลังเราอย่างต่อเนื่องทั้งในฤดูกาลและนอกฤดูกาล**

เพื่อให้เราทำสิ่งยิ่งใหญ่ในพระนามของพระเยซูคริสต์ อาเมน เอเฟซัส 3:16-21

- ขอพระองค์ทรงโปรดประทานพระคุณและสติปัญญาแก่บรรดาพระเจ้าและแก่บรรดามนุษย์ทั้งหลาย ในนามของพระเยซูคริสต์ อาเมน เอเฟซัส 3:16-21
- จงรับคำสรรเสริญอันรุ่งโรจน์ทั้งหลายที่หลั่งไหลเข้ามาอย่างต่อเนื่องอันเป็นผลมาจากพระราชกรณียกิจในอดีต ปัจจุบัน และอนาคต ในนามของพระเยซู อาเมน เอเฟซัส 3:16-21
- ถ้อยคำเหล่านี้ที่ได้ออกไปแล้ว จะไม่กลับมาหาเราโดยเปล่าประโยชน์ แต่จะสำเร็จตามวัตถุประสงค์ที่ส่งไป และจะกลับมาเป็นพยานเพื่อถวายเกียรติแด่พระเจ้าของเรา (อิสยาห์ 55:11)

- ข้าพเจ้าประกาศและยืนยันว่าการงานและการดำเนินชีวิตของข้าพเจ้าเป็นไปตามพระวจนะที่เขียนไว้ของพระเจ้า การทรงตรัสรู้และการนำทางของพระวิญญาณบริสุทธิ์นำข้าพเจ้าให้สอดคล้องกับพระวจนะทุกวันในนามของพระเยซูคริสต์ อาเมน ยอห์น 16:13, 2 ทิโมธี 3:15-16

- ข้าพเจ้าประกาศและยืนยันว่า ตั้งแต่วันนี้เป็นต้นไป เมื่อข้าพเจ้าวางมือบนคนป่วย พวกเขาจะหายดี ข้าพเจ้าจะพูดภาษาใหม่ๆ ข้าพเจ้าจะมีความสามารถในการแปล คนป่วยจะหายดีในทันที และข้าพเจ้าขอปกป้องตนเอง ครอบครัวของข้าพเจ้า และทุกคนรอบข้างด้วยพระโลหิตอันประเสริฐของพระเยซูคริสต์ จากอาการเจ็บป่วยต่างๆ ของผู้ที่เราอธิษฐานเผื่อ ไม่ว่าจะเป็นทางจิตวิญญาณ ทางจิตใจ หรือทางร่างกาย ในนามของพระเยซูคริสต์ มาระโก 16:15-18, ยอห์น 7:38, ลูกา 10:19

- ข้าพเจ้าขอประกาศและยืนยันว่า ตั้งแต่วันนี้เป็นต้นไป ข้าพเจ้าจะฝึกพูดภาษาแปลกๆ อย่างน้อย 1 ชั่วโมงหรือมากกว่านั้น เพื่อเสริมสร้างตนเองในพระวิญญาณบริสุทธิ์ เพื่อที่ข้าพเจ้าจะสามารถปฏิบัติหน้าที่ที่พระเจ้าทรงเรียกข้าพเจ้าได้อย่างมีประสิ

ทธิภาพ ยูดา **1:20,** มาระโก **16:17,** อิสยาห์ **28:11, 1** โครินธ์ **14:39, 1** โครินธ์ **14:18**

- ข้าพเจ้าขอประกาศและยืนยันว่า ตั้งแต่วันนี้เป็นต้นไป ข้าพเจ้าจะปฏิบัติการในอาณาจักรเหนือธรรมชาติแห่งการรักษา การปลดปล่อย ปาฏิหาริย์ และความร่ำรวย เพื่อถวายพระเกียรติแด่พระเจ้าผู้ทรงฤทธานุภาพ มาระโก **16:15-18;** มัทธิว **28:17-20;** วิวรณ์ **5:12; 1** ทิโมธี **5:18;** ฟีลิปปี **4:19;** สุภาษิต **8:18; 1** พงศ์กษัตริย์ **10:23;** ปฐมกาล **49:25;** เฉลยธรรมบัญญัติ **18:1-14**

- ข้าพเจ้าประกาศและยืนยันว่า ข้าพเจ้าจะปลุกเร้าของประทานที่ข้าพเจ้าได้รับจากพระวิญญาณบริสุทธิ์ เพื่อให้ของประทานนั้นปรากฏออกมา ซึ่งพระวิญญาณบริสุทธิ์ได้ทรงมอบไว้ในตัวข้าพเจ้าแล้ว **(**สดุดี **80:2,** สดุดี **35:23, 2** ทิโมธี **1:6, 2** เปโตร **1:13)**

- ตั้งแต่วันนี้เป็นต้นไป ข้าพเจ้าขอประกาศและยืนยันว่า ข้าพเจ้าจะปฏิบัติงานในขอบเขตของของประทานแห่งการพยากรณ์ – คำแห่งความรู้ คำแห่งปัญญา การตีความภาษาต่าง ๆ และภาษาต่าง ๆ เพื่อการเสริมสร้าง การชี้นำ และการสำแดงพระวจนะของพระเจ้า และเพื่อการต่อสู้ทางจิตวิญญาณ **(**โรม **15:12;** โรม **14:19;** เอเฟซัส **4:29,12,16; 1** โครินธ์ **14:12,3,26; 2** โครินธ์ **12:19;** ยูดา **1:20)**

- ข้าพเจ้าประกาศและยืนยันว่า ข้าพเจ้าทำงานและดำเนินชีวิตด้วยความสำนึกว่า พระเจ้าพระบิดา พระบุตร และพระวิญญาณบริสุทธิ์ทรงสถิตอยู่ในข้าพเจ้า และข้าพเจ้าเป็นทูตของพระองค์ นำความจริงแห่งสวรรค์มาสู่โลกโดยรอบข้าพเจ้า และให้โลกรู้ถึงพระประสงค์ของอาณาจักรของพระเจ้าในทุกเรื่อง สุภาษิต **13:14;** เอเฟซัส **6:20; 2** โครินธ์ **5:20; 2** โครินธ์ **6:1,16** ยอห์น **17:10,23,26**

- ข้าพเจ้าขอประกาศและยืนยันว่า นับจากวันนี้เป็นต้นไป การรักษา การปลดปล่อย ปาฏิหาริย์ การสร้างและการแจกจ่ายความมั่งคั่ง จะเป็นวิถีชีวิตของข้าพเจ้า ไม่ใช่เพียงเหตุการณ์หนึ่งในนามของพระเยซูคริสต์ พอแล้วกับการรักษาแบบเดิมๆ มัทธิว 4:23; มัทธิว 16:10; มัทธิว 14:21; ลูกา 6:35; กิจการ 10:38; เอเฟซัส 6:7; ฟิลิปปี 2:13; ยากอบ 2:26 โยชูวา 1:8 ยากอบ 1:27; ยากอบ 4:17

- ข้าพเจ้าประกาศและยืนยันว่า ตั้งแต่วันนี้เป็นต้นไป ข้าพเจ้าจะตายจากชีวิตแห่งตนทุกวัน ข้าพเจ้าจะแบกไม้กางเขนของข้าพเจ้า และจะดำเนินตามการดลใจและการนำทางของพระวิญญาณบริสุทธิ์ในข้าพเจ้า เพื่อให้ฤทธิ์อำนาจของพระวิญญาณบริสุทธิ์ในข้าพเจ้าเกิดผลสูงสุดในชีวิตของข้าพเจ้า มาระโก 10:21; มัทธิว 16:24, ลูกา 9:23; มาระโก 8:34; 2 โครินธ์ 4:16; 1 โครินธ์ 15:34

- ข้าพเจ้าขอประกาศและยืนยันว่า ผลของพระวิญญาณ – ความรักอันศักดิ์สิทธิ์ที่อบอุ่นในทุกแง่มุม – ความปีติยินดีที่ล้นเหลือ; สันติสุขที่สงบลง; ความอดทนที่ยั่งยืน; ความเมตตาในการกระทำ; ชีวิตที่เปี่ยมด้วยคุณธรรม; ความเชื่อที่ยั่งยืน; ความอ่อนโยนในจิตใจ; และพละกำลังแห่งพระวิญญาณนั้น ไม่มีขีดจำกัดในตัวข้าพเจ้า ในนามของพระเยซูคริสต์ อาเมน มัทธิว 7:20-23; กาลาเทีย 5:19-21

- ข้าพเจ้าประกาศและยืนยันว่า ข้าพเจ้าจะนำผู้คนมาหาพระคริสต์ และบัพติศมาพวกเขาด้วยพระวิญญาณ โดยมีหลักฐานคือ การพูดภาษาแปลกๆ และเตรียมพวกเขาให้เชื่อฟังทุกสิ่งที่พระเยซูได้ทรงสอนข้าพเจ้าในพระวจนะของพระองค์ มัทธิว 28:18-20; มาระโก 16:15-18

- ข้าพเจ้าขอประกาศและยืนยันว่า ข้าพเจ้าจะรักพระเจ้าด้วยสุดจิตสุดใจและสุดกำลัง และจะรักผู้อื่นเหมือนรักตนเอง โดยจะปฏิบัติต่อผู้อื่นด้วยความเคารพและซื่อสัตย์สุจริต มัทธิว 22:37

- ข้าพเจ้าขอรับความรักของพระเจ้า พระคุณของพระเยซูคริสต์องค์พระผู้เป็นเจ้า และการทรงสถิตอยู่ของพระวิญญาณบริสุทธิ์
  เพื่อให้คำมั่นสัญญาเหล่านี้เกิดผลอันยั่งยืนในพระนามของพระเยซูคริสต์ อาเมน

วีรกรรมอันยิ่งใหญ่ - 1 - บทที่ 5 -

เรียนรู้จากวีรบุรุษผู้ยิ่งใหญ่ - ตอนที่ 4

พอแล้วกับการถูกซาตานจับเป็นเชลย และขอต้อนรับสู่เสรีภาพในพระคริสต์– คริสเตียนสามารถถูกปีศาจเข้าสิงได้หรือไม่? คำโกหกที่ซาตานผู้จับเป็นเชลยใช้เพื่อกักขังคริสเตียนจำนวนมากไว้ด้วยความไม่รู้ วิธีค้นหาการปรากฏตัวของพวกมันในชีวิตของคุณและขับไล่พวกมันออกไป + เรื่องจริงจากคำให้การของผู้ช่วยระดับสูงในสภาคองเกรสเกี่ยวกับการปลดปล่อยตนเองโดยได้รับการชี้นำโดยเดเร็ก พรินซ์ ตอนที่ 4 + บทสวดมนต์เพื่อการปลดปล่อยตนเอง + คำอธิษฐานเพื่อการเยียวยา การปลดปล่อย และการฟื้นฟู

พี่น้องที่รัก นี่คือตอนที่ 4 ของ "พอแล้วกับการถูกซาตานจับเป็นเชลยและขอต้อนรับสู่เสรีภาพในพระเยซูคริสต์"

ในชุดบทความนี้ เรากำลังสร้างกองทัพนักรบเพื่อเข้าปะทะกับศัตรูในแนวหน้าและปลดปล่อยผู้ถูกจองจำให้เป็นอิสระในพระคริสต์ในสามระดับ ได้แก่ การช่วยให้รอดทางจิตวิญญาณ ซึ่งเรียกว่าการบังเกิดใหม่ การช่วยให้รอดทางจิตใจ ซึ่งเรียกว่าการปลดปล่อย และการช่วยให้รอดทางร่างกาย ซึ่งเรียกว่าการรักษา

นี่คือกลยุทธ์แบบลงมือทำด้วยตนเองในกรอบการทำงานแบบกระจายอำนาจ และพระเยซูคริสต์ทรงเป็นผู้บัญชาการสูงสุดของเรา

หน้าที่ของเราคือการเตรียมความพร้อมให้คุณลงมือทำ เพื่อปลดปล่อยตัวคุณเอง คนที่คุณรัก และคนอื่นๆ ในแวดวงของคุณ

เป้าหมายของเราคือการปลุกยักษ์ที่หลับใหลอยู่ในผู้เชื่อทุกคน และทำให้คุณเรียนรู้ความคิดแบบนักรบในสนามรบ และดำเนินแคมเปญที่ประสบความสำเร็จโดยไม่สูญเสียใครในนามของพระเยซู

คุณต้องเข้าใจว่า "**การป้องกันที่ดีที่สุด** คือการโจมตีที่ดี" เป็นสุภาษิตที่ถูกนำไปใช้ในหลายสาขา รวมถึงเกมและการสู้รบทางทหาร และยังเป็นที่รู้จักกันในฐานะหลักการเชิงกลยุทธ์ในการรุกในสงครามอีกด้วย

ถ้าคุณพิจารณาพระธรรมเอเฟซัส บทที่ 6 ตั้งแต่ข้อที่ 12 เป็นต้นไป คุณจะเห็นได้อย่างรวดเร็วว่าพระเจ้าไม่ได้ทรงจัดเตรียมเกราะป้องกันหลังให้คุณ เพราะพระองค์ทรงคาดหวังให้เราต่อสู้และไม่ถอยหนีในทุกช่วงเวลา ไม่มีที่ว่างสำหรับทหารที่หนีหรือการวิ่งกลับไปต่อสู้อีกครั้ง เพราะการต่อสู้ได้สิ้นสุดลงแล้วในสวรรค์

หน้าที่ของเราคือใช้สิทธิอำนาจและพลังที่เราได้รับจากพระวิญญาณบริสุทธิ์เพื่อยืนยันชัยชนะนั้น เพราะศัตรูจะพยายามก้าวล้ำขอบเขตของมันเสมอ เพื่อทดสอบว่าเราไม่รู้หรือไม่ น่าเสียดายที่หลายคนไม่รู้ถึงอุบายของมารร้าย

โปรดอ่านข้อความนี้:

1 เปโตร 5:7-9

พระคัมภีร์ฉบับขยายความ

*7 จงมอบความห่วงใยทั้งหมดของท่าน (ความวิตกกังวล ความกังวล
และความห่วงใยทั้งหมดของท่าน) ไว้กับพระองค์อย่างเด็ดขาด
เพราะพระองค์ทรงห่วงใยท่าน (ด้วยความรักอย่างสุดซึ้ง
และทรงเฝ้าดูแลท่านอย่างระมัดระวัง)*
*8 จงมีสติสัมปชัญญะ
(มีความสมดุลและควบคุมตนเองได้) จงตื่นตัวและระมัดระวังอยู่เสมอ
ศัตรูของท่านคือมารร้าย มันวนเวียนอยู่เหมือนสิงโตคำราม (หิวกระหายอย่างดุร้าย)
คอยหาเหยื่อที่จะกัดกิน*
9 แต่จงต่อต้านมัน จงมั่นคงในความเชื่อของท่าน

(ต่อต้านการโจมตีของมัน—มั่นคง แน่วแน่ ไม่หวั่นไหว) เพราะท่านรู้ว่าพี่น้องของท่านทั่วโลกก็กำลังประสบกับความทุกข์เช่นเดียวกัน (ท่านไม่ได้ทุกข์อยู่เพียงลำพัง)

จากข้อพระคัมภีร์เหล่านี้ คุณจะเห็นได้ว่าซาตานกระหายที่จะกลืนกินเราอย่างรุนแรง อยากจะกินเราทั้งเป็นทั้งอาหารกลางวัน อาหารเย็น และอาหารค่ำ เพื่อต่อสู้กับศัตรูประเภทนี้ คุณจำเป็นต้องมีคุณสมบัติดังต่อไปนี้ ดังที่เราได้เน้นไว้ก่อนหน้านี้แล้ว คือ **A, B, C, D, E, F** และ **G** **ฉันต้องเน้นย้ำว่าคำอธิษฐานนี้ไม่ได้เหมาะสำหรับทุกคน มีเพียงคนกลุ่มน้อยเท่านั้นที่จะมีคุณสมบัติเหมาะสมที่จะเข้าร่วมได้ด้วยคุณลักษณะทั้ง 7 ประการนี้**

มีรายละเอียดดังต่อไปนี้ :

A. **ความพร้อมใช้งาน (จิตวิญญาณ จิตใจ และร่างกาย)**
B. **ความกล้าหาญ**
C. **ความเห็นอกเห็นใจผู้อื่น**
D. **การกำหนด**
E. **รักแท้**
F. **ความโกรธเกรี้ยวรุนแรง**
G. **ความหิวโหยครั้งใหญ่**

หากคุณขาดคุณสมบัติเหล่านี้เป็นอย่างน้อย การรณรงค์ให้ประสบความสำเร็จจะเป็นไปไม่ได้ เพราะส่วนประกอบทั้งหมดข้างต้นต้องผสมผสานกันเพื่อสร้างศรัทธาดุจเมล็ดมัสตาร์ดที่จะนำมาซึ่งการเปลี่ยนแปลง เพราะพระเจ้าทรงเลี้ยงดูผู้หิวโหย ไม่ใช่เด็กที่หนาวเย็นหรือเฉื่อยชา ไม่ว่าจะเป็นการรักษา การปลดปล่อย และการฟื้นฟูทั้งภายในและภายนอก ผลตอบแทนพร้อมให้เก็บเกี่ยวแล้ว แต่ต้องอาศัยศรัทธาที่แน่วแน่และมั่นคงดุจเมล็ดมัสตาร์ดจึงจะสามารถเก็บเกี่ยวผลตอบแทนเหล่านั้นเข้ามาสู่ประสบการณ์ของเราได้

วันนี้ เราจะมาดู **เรื่อง "พอแล้วกับการถูกจองจำโดยซาตาน" และ "ยินดีต้อนรับสู่เสรีภาพในพระคริสต์ – คริสเตียนสามารถถูกปีศาจเข้าสิงได้หรือไม่?" คำโกหกที่ซาตานผู้จองจำใช้เพื่อกักขังคริสเตียนจำนวนมากไว้ด้วยความไม่รู้ วิธีที่จะค้นพบการปรากฏตัวของพวกมันในชีวิตของคุณและขับไล่พวกมันออกไป + เรื่องจริงจากคำให้การของผู้ช่วยระดับสูงในสภาคองเกรสเกี่ยวกับการปลดปล่อยตนเองโดยได้รับการ ชี้นำ ตอนที่ 4**

เราจะมาดูคำโกหกที่ซาตานใช้เพื่อผูกมัดหลายคนไว้โดยการเปิดโปงมัน

ตามความเข้าใจของผม วิญญาณชั่วร้ายหรือปีศาจเป็น "กองกำลังฝ่ายวิญญาณแห่งความชั่วร้าย" ระดับล่าง (เอเฟซัส 6:12) ที่ซาตานส่งมาต่อต้านมนุษยชาติ

พวกมันมีจุดประสงค์หลักสามประการที่ซาตานกำหนดไว้:

1. เพื่อทรมานและทำให้เราทุกข์ทรมานเป็นอันดับแรก;
2. ประการที่สอง **เพื่อกีดขวางไม่ให้เรารู้จักพระคริสต์ในฐานะพระผู้ช่วยให้รอด; และหากวิธีนั้นไม่ได้ผล วิธีที่สามคือ...**
3. เพื่อขัดขวางไม่ให้เรารับใช้พระคริสต์ได้อย่างมีประสิทธิภาพ

ในการตอบคำถามที่ว่า คริสเตียนสามารถถูกปีศาจเข้าสิงได้หรือไม่? คำ ตอบคือ ได้ คริสเตียนสามารถถูกปีศาจเข้าสิงได้ เริ่มต้นจากการถูกอิทธิพลภายนอกเข้าครอบงำจิตใจ การถูกครอบงำบางส่วนที่ปีศาจเข้าควบคุมจิตใจเพียงบางส่วน และการถูกครอบงำอย่างสมบูรณ์ที่ผู้ถูกครอบงำสูญเสียเจตจำนงเสรี

ศัตรูจะเข้าถึงเราได้ก็ต่อเมื่อเราเปิดประตูแห่งความขมขื่น การไม่ให้อภัย ความขุ่นเคือง ความหยิ่งผยอง และการกบฏ ฯลฯ ซึ่งเป็นสิ่งที่รบกวนคริสเตียนจำนวนมาก ทำให้ศัตรูมีที่ยืนและที่อยู่อาศัยในจิตใจของเรา

พระวิญญาณบริสุทธิ์จะสถิตอยู่ในภาชนะที่ไม่สะอาดหมดจดได้ หากพระองค์ได้รับอนุญาตให้เข้าถึงส่วนสำคัญและควบคุมบุคลิกภาพของมนุษย์ นั่นคือหัวใจ

คำสอนที่ว่าทุกด้านในชีวิตของคนเราต้องสะอาดหมดจดก่อนที่พระวิญญาณบริสุทธิ์จะทรงสถิตอยู่ภายในนั้น อาจก่อให้เกิดผลเสียสองประการ ประการแรก อาจทำให้ผู้เชื่อที่จริงใจบางคนท้อแท้จากการแสวงหาการทรงสถิตของพระวิญญาณบริสุทธิ์

เพราะพวกเขาคิดว่า “ฉันไม่มีวันทำได้ตามมาตรฐานนั้น” หรือประการที่สอง คำสอนแบบนี้อาจกดดันผู้ที่ได้รับบัพติศมาแห่งพระวิญญาณบริสุทธิ์แล้ว ให้ตกอยู่ในความหน้าซื่อใจคดที่คิดว่าตนเองชอบธรรม ความคิดของพวกเขาเป็นประมาณนี้: “ฉันต้องสมบูรณ์แบบถึงจะได้รับพระวิญญาณบริสุทธิ์ ดังนั้นฉันต้องสมบูรณ์แบบอยู่ตลอดเวลา” ผลที่ตามมาคือวิถีชีวิตคริสเตียนจอมปลอม คนเหล่านี้ยังคงโมโหง่าย แต่ตอนนี้พวกเขาเรียกมันว่าความโกรธที่ชอบธรรม พวกเขายังคงวิพากษ์วิจารณ์ศิษยาภิบาลหรือเพื่อนคริสเตียน แต่พวกเขาเรียกมันว่าการพิจารณา พวกเขายังคงตามใจความต้องการทางกายมากเกินไป แต่พวกเขาให้เหตุผลว่า “ทุกสิ่งเป็นสิ่งที่ถูกต้องตามกฎหมาย”

การต่อสู้กับบาปเป็นการต่อสู้เพื่อชีวิตและความตาย ไม่ใช่เรื่องน่าอับอายที่จะยอมรับว่าบาปยังคงส่งผลต่อชีวิตของเรา ตรงกันข้าม อันตรายที่ยิ่งใหญ่ที่สุดของเราอยู่ที่การปฏิเสธที่จะยอมรับมัน ซึ่งทำให้เราไม่พร้อมที่จะต่อต้านการล่อลวงเมื่อมันมาถึง หากพระวิญญาณบริสุทธิ์รอจนกว่าเราจะสมบูรณ์แบบแล้วจึงเข้ามาสถิตอยู่ในเรา มันก็เหมือนกับอาจารย์ที่พูดกับนักเรียนว่า “ฉันจะเริ่มสอนพวกคุณเมื่อพวกคุณสอบผ่านแล้ว” นักเรียนก็จะตอบว่า “แต่อาจารย์ครับ นั่นไม่ใช่สิ่งที่เราต้องการ! เราต้องการให้อาจารย์เริ่มสอนเราตอนนี้ เพื่อที่เราจะได้เรียนรู้สิ่งที่จำเป็นในการสอบผ่าน” ตอนนี้ต่างหากที่เราต้องการพระวิญญาณบริสุทธิ์ เพื่อที่เราจะได้รับความช่วยเหลือจากพระองค์อย่างต่อเนื่องในการเอาชนะอำนาจของความชั่วร้ายและบรรลุถึงมาตรฐานความบริสุทธิ์ของพระเจ้า หนึ่งในด้านความขัดแย้งที่เราต้องการความช่วยเหลือจากพระวิญญาณบริสุทธิ์อย่างยิ่งคือการต่อสู้กับปีศาจ

พระวิญญาณบริสุทธิ์จะไม่ทรงยับยั้งความช่วยเหลือหากพระองค์ทรงตรวจพบว่ามีปีศาจสิงอยู่ในเรา ตรงกันข้าม พระองค์ทรงเห็นความต้องการของเราชัดเจนยิ่งกว่าที่เราเห็นเอง และพระองค์ทรงเสริมกำลังเราให้ขับไล่ปีศาจเหล่านั้นออกไป เพราะพระองค์ทรงมีพระเมตตาต่อเรา พระองค์จึงทรงเต็มใจที่จะมาสถิตอยู่ในเรา และทรงทำงานร่วมกับเราเพื่อสถาปนาชัยชนะของพระคริสต์เหนืออำนาจทั้งปวงของศัตรู

ความก้าวหน้าของเราขึ้นอยู่กับระดับที่เราให้ความร่วมมือกับพระวิญญาณบริสุทธิ์ที่อยู่ภายใ
นเรา

ขอเน้นย้ำอีกครั้งว่า

พระวิญญาณบริสุทธิ์ไม่ได้มาสถิตอยู่ในเราเพราะเราสมบูรณ์พร้อมอยู่แล้ว
แต่พระองค์มาเพื่อช่วยเราให้สมบูรณ์พร้อมยิ่งขึ้น แน่นอนว่า
พระวิญญาณบริสุทธิ์จะไม่ช่วยเราในการต่อสู้กับปีศาจหาก
เราตั้งใจที่จะดำเนินชีวิตอยู่ในบาปต่อไป
แต่ถ้าเราตระหนักถึงบาปของเราและกลับใจอย่างจริงใจ
พระองค์จะต่อสู้กับปีศาจที่ครอบงำเราไปพร้อมกับเรา ด้วยความช่วยเหลือของพระองค์
เราจะสามารถขับไล่พวกมันออกไปและเป็นอิสระได้
ลองพิจารณาเรื่องราวด้านล่างนี้เพื่อยืนยันว่า
คริสเตียนที่บังเกิดใหม่และเต็มเปี่ยมด้วยพระวิญญาณบริสุทธิ์
อาจเป็นที่อยู่อาศัยของปีศาจได้ หากเราเปิดช่องให้พวกมันเข้ามาในชีวิตของเราโดยเจตนา

เรื่องจริงจากคำให้การของอดีตผู้ช่วยระดับสูงในสภาค องเกรสที่หลุดพ้นจากปีศาจด้วยการปลดปล่อยตนเองภ ายใต้การชี้นำ โดยเดเร็ก พรินซ์:

ในคำให้การต่อไปนี้ ผู้ช่วยสมาชิกรัฐสภาในกรุงวอชิงตัน ดี.ซี.
จะพูดอย่างตรงไปตรงมาเกี่ยวกับปัญหาที่เธอเผชิญ:
ฉันรับบัพติศมาในพระวิญญาณเมื่อประมาณเจ็ดปีที่แล้ว ในช่วงปลายเดือนมิถุนายนปีที่แล้ว
ในโบสถ์แห่งหนึ่งในวอชิงตัน ดี.ซี.
ฉันได้รับการรักษาอาการหูหนวกจากความเสียหายของเส้นประสาทอย่างฉับพลัน
จากนั้นในเดือนสิงหาคม แพทย์ของฉันยืนยันว่าฉันหายจากซีสต์และเนื้องอกในเต้านมแล้ว
ฉันเป็นเจ้าหน้าที่ระดับสูงของสมาชิกสภาผู้แทนราษฎรคนหนึ่ง
และในขณะที่เขาเป็นการส่วนตัวและรู้สึกยินดีกับประสบการณ์การรักษาของฉัน
แต่คำพยานของฉันกลับไม่ได้รับการยอมรับในแวดวงการเมืองที่ฉันเกี่ยวข้อง
ในเดือนกันยายน
ฉันลาออกจากงานและใช้เวลาหลายเดือนต่อมาพักผ่อนและใช้เวลากับพระเจ้า
จากนั้นในช่วงกลางเดือนธันวาคม ฉันก็เริ่มรู้สึกหดหู่และสิ้นหวัง
สัปดาห์แรกของเดือนมกราคมนั้นแย่มาก! วันหนึ่งฉันโมโหมาก ฉันอยู่คนเดียวที่นี่

และมันเกี่ยวข้องกับเรื่องเล็กน้อยที่สุด ฉันตระหนักได้ทันทีถึงบาปที่ฉันได้กระทำ นั่นคือความโกรธ และขณะที่ฉันพยายามอธิษฐานขออภัยโทษเป็นภาษาอังกฤษ ฉันรู้สึกหายใจไม่ออก...ไม่ใช่เพราะอารมณ์ แต่เป็นแรงกดดันที่ชัดเจนที่ลำคอของฉัน เป็นแรงทางกายภาพที่แท้จริง เพื่อนคนหนึ่งแนะนำว่าฉันอาจต้องการการขับไล่ปีศาจ ดังนั้นฉันจึงซื้อเทปของคุณที่เกี่ยวกับเรื่องการขับไล่ปีศาจและศาสตร์แห่งปีศาจ

ฉันหลีกเลี่ยงเรื่องที่เกี่ยวข้องกับวิญญาณ ปีศาจ ผี และอะไรทำนองนั้นมาโดยตลอด เพราะเชื่อว่าถ้าฉันปล่อยพวกมันไป พวกมันก็จะปล่อยฉันไปเช่นกัน ฉันไม่อยากยุ่งเกี่ยวกับวิญญาณและปีศาจเลย! อย่างไรก็ตาม ฉันได้ฟังเทปของคุณเกี่ยวกับการปลดปล่อย ฉันวางพระคัมภีร์ไว้บนโต๊ะและติดตามไปพร้อมๆ กับที่คุณอ่านพระคัมภีร์ ในตอนท้ายของเทป เมื่อคุณให้คำแนะนำแก่ชั้นเรียนของคุณ ฉันก็ตัดสินใจทำตามด้วย จากนั้นคุณก็เริ่มอธิษฐานเพื่อการปลดปล่อย แต่เทปก็จบลงอย่างกระทันหัน และเกือบจะเป็นสิ่งสุดท้ายที่คุณพูดในเทปคือ "จำไว้ว่า พระเยซูคือผู้ช่วยให้รอดของคุณ" ฉันไม่รู้ว่าจะเกิดอะไรขึ้นหรือควรทำอย่างไร ดังนั้นคำอธิษฐานของฉันต่อพระเจ้าคือ ฉันไม่รู้ว่าจะทำอย่างไร แต่เนื่องจากพระองค์ทรงเป็นผู้ช่วยให้รอดของฉัน ฉันจึงมอบตัวเองให้กับพระองค์อย่างสมบูรณ์

ฉันเอ่ยชื่อสิ่งที่ไม่ใช่ของพระเจ้าที่ฉันรู้สึกว่าเป็นสิ่งชั่วร้ายและบาป และซึ่งฉันไม่ต้องการให้เป็นส่วนหนึ่งของฉัน—ความโกรธแค้น การไม่ให้อภัย ความสงสัย ความวิตกกังวล ความกลัว ฯลฯ อย่างที่ฉันได้กล่าวไปแล้ว ฉันไม่รู้ว่าจะเกิดอะไรขึ้น ภายในเวลาไม่กี่นาที ไม่เกินสองหรือสามนาที ฉันเริ่มอาเจียนและคลื่นไส้อย่างรุนแรงที่สุด หลังจากนั้นประมาณสิบนาที ฉันรู้สึกว่าบริเวณท้องของฉันจะไม่เหมือนเดิมอีกต่อไป! แต่ฉันไม่รู้สึกหรือเชื่อว่าฉันได้รับการปลดปล่อยอย่างสมบูรณ์

จากนั้นฉันขอให้ปีศาจหรือวิญญาณเหล่านั้นบอกชื่อของตัวเอง และสั่งให้พวกมันออกมา แต่มันไม่ออกมา ทำไมฉันก็ไม่รู้ จากนั้นฉันขอให้พระเจ้าบอกฉันว่ามีอีกไหม และพวกมันชื่ออะไร เพื่อที่ฉันจะได้ขอให้พระองค์ช่วยปลดปล่อยฉันจากพวกมัน ตัวแรกคือวิญญาณฆ่าตัวตาย และพลังนั้นน่ากลัวมาก ฉันรู้สึกได้ถึงมันไปจนถึงศีรษะ ฉันรู้สึกโล่งขึ้นบ้าง แต่ไม่ทั้งหมด ฉันขอให้พระเจ้าบอกฉันว่ามีอีกไหม

และฉันก็ได้รับคำตอบว่าเป็นวิญญาณคนหูหนวก การปลดปล่อยจากวิญญาณนั้นวิเศษมาก! มันยาวนานกว่าสิ่งอื่นใด และพลังนั้นดึงท้องของฉันไปด้านหลัง และฉันรู้สึกได้ถึงการถอนรากถอนโคนอย่างรุนแรงของกระเพาะอาหาร และในขณะเดียวกันฉันก็รู้สึกถึงแรงกดดัน ในศีรษะ ฉันได้รับการปลดปล่อยอย่างสมบูรณ์ และตั้งแต่นั้นมาก็ได้รับความสงบสุขที่น่าอัศจรรย์

ลักษณะเด่นอะไรบ้างที่ช่วยให้เราสามารถระบุลักษณะเหล่านั้นในชีวิตได้?

เราได้กล่าวไว้ก่อนหน้านี้แล้วว่า ปีศาจมีจุดประสงค์หลักสามประการที่ซาตานมอบหมายให้ คือ ประการ *แรก เพื่อทรมานและทำให้เราทุกข์ทรมาน ประการที่สอง เพื่อขัดขวางไม่ให้เรารู้จักพระคริสต์ในฐานะพระผู้ช่วยให้รอด และประการที่สาม เพื่อขัดขวางไม่ให้เราได้รับใช้พระคริสต์อย่างมีประสิทธิภาพ*
ในการบรรลุจุดประสงค์เหล่านี้ ปีศาจมักจะมองไม่เห็น พวกมันไม่สามารถมองเห็นได้ด้วยตาของมนุษย์ อย่างไรก็ตาม เราสามารถรับรู้ถึงการปรากฏตัวและกิจกรรมของพวกมันได้ในลักษณะเดียวกับที่เราจดจำการปรากฏตัวของลม อันที่จริง นี่เป็นการเปรียบเทียบที่เหมาะสม เพราะในภาษาฮีบรูและกรีก คำว่าวิญญาณก็คือคำเดียวกับคำว่าลม เราไม่เคยเห็นลมจริงๆ แต่เราเห็นผลกระทบที่ลมก่อให้เกิด เช่น ฝุ่นฟุ้งกระจายบนถนน เมฆลอยผ่านท้องฟ้า ต้นไม้เอนไปในทิศทางเดียวกัน ฝนพัดผ่านสายตาของเรา **"สัญญาณ"** **เหล่านี้ล้วน**เผยให้เห็นถึงการปรากฏตัวและกิจกรรมของลม เช่นเดียวกับปีศาจ เรามักจะไม่เห็นพวกมัน แต่เราจดจำการปรากฏตัวของพวกมันได้จากพฤติกรรมบางอย่างที่เป็นลักษณะเฉพาะ
ด้านล่างนี้คือพฤติกรรมที่พบได้บ่อยที่สุดของพวกมัน: **1. ปีศาจล่อลวง 2. ปีศาจก่อกวน 3. ปีศาจทรมาน 4. ปีศาจบังคับ 5. ปีศาจทำให้เป็นทาส 6. ปีศาจทำให้เสพติด 7. ปีศาจทำให้แปดเปื้อน 8. ปีศาจหลอกลวง 9. ปีศาจทำร้ายร่างกาย เราจะขยายความในหัวข้อเหล่านี้ในตอนที่ 5 ของซีรีส์นี้ แต่สำหรับตอนนี้ มาดูสัญญาณเตือนที่จะบอกให้เราลงมือปฏิบัติกัน**

สัญญาณเตือน – อาจจำเป็นต้องช่วยเหลือ – สิ่งที่ควรระวังเมื่อพบสัญญาณเตือน:

ลักษณะต่อไปนี้สมควรได้รับการตรวจสอบอย่างละเอียดถี่ถ้วน หากพบว่าเด่นชัด เกิดขึ้นต่อเนื่อง หรือเกิดขึ้นซ้ำๆ เป็นระยะเวลานาน หรือมีแนวโน้มรุนแรงขึ้นเรื่อยๆ แทนที่จะลดลง โปรดตรวจสอบตัวเองว่าตรงกับสัญญาณเตือนเหล่านี้หรือไม่ คำอธิบายพฤติกรรมโดยย่อต่อไปนี้อาจเป็นสัญญาณขอความช่วยเหลือ:

1. ความคิดสับสนหรือไม่เป็นระเบียบ: สูญเสียการติดต่อกับความเป็นจริง – อาการหลงผิด (การยึดมั่นในความเชื่อที่ผิดพลาดแม้จะมีหลักฐานขัดแย้ง) – ภาพหลอน; การพูดที่ไม่ต่อเนื่อง
2. อาการหมกมุ่น: การจดจ่ออยู่กับเรื่องหรือความคิดใดความคิดหนึ่งโดยไม่สนใจสิ่งอื่น การบังคับตนเอง ความต้องการที่ควบคุมไม่ได้
3. ไม่สามารถรับมือได้: กับปัญหาเล็กน้อย กับกิจวัตรประจำวัน
4. ความยากลำบากในการสร้าง/รักษามิตรภาพ: ทักษะทางสังคมไม่ดี การแยกตัว การถอนตัวออกจากสังคม วิถีชีวิตแบบ "โทนเนอร์" (Toner lifestyle)
5. รูปแบบของความล้มเหลวในทุกด้าน: ที่โรงเรียน ที่ทำงาน ในด้านกีฬา และในความสัมพันธ์ส่วนตัว
6. ภาวะซึมเศร้าเรื้อรังหรือรุนแรง: การขู่ฆ่าตัวตาย/พยายามฆ่าตัวตาย
7. ความไม่เป็นผู้ใหญ่: พฤติกรรมแบบเด็กเล็ก (เช่น ปัสสาวะรดที่นอน), การพึ่งพาแม่มากเกินไป (การเกาะติดมากเกินไปในวัยเด็ก การพึ่งพาอย่างต่อเนื่องในวัยรุ่นและวัยยี่สิบ), การไม่สามารถตามทันกลุ่มเพื่อนได้
8. กลุ่มอาการเจ็บป่วยทางกายหลายอย่างที่ไม่เป็นไปตามแบบแผนทั่วไปและ/หรือไม่ตอบสนองต่อการรักษา
9. การละเลยสุขอนามัยส่วนบุคคล (สภาพแวดล้อมรกและไม่ถูกสุขอนามัย) หรือความกังวลที่มากเกินไปเกี่ยวกับความเป็นระเบียบเรียบร้อยและความสะอาด
10. ปรับตัวเข้ากับผู้คนและสถานที่ใหม่ได้ยาก
11. ความวิตกกังวลและความกังวลใจที่มากเกินไป: โรคกลัวต่างๆ ความรู้สึกว่าตนเองกำลังถูกกลั่นแกล้ง
12. นอนมากเกินไปหรือน้อยเกินไป

13. ความเห็นแก่ตัวมากเกินไป: การไม่ใส่ใจต่อความรู้สึก การกระทำ ความคิดของผู้อื่น
การขาดความเห็นอกเห็นใจต่อความเจ็บปวดหรือความต้องการของผู้อื่น
14. น้ำหนักขึ้นหรือลงอย่างรวดเร็วและมากผิดปกติ
15. อารมณ์ที่จืดชืด ไร้อารมณ์ (เช่น ไม่มีปฏิกิริยาโกรธ ดีใจ หรือเศร้าต่อสิ่งเร้า) หรืออารมณ์ที่ไม่เหมาะสม (เช่น อารมณ์แปรปรวนอย่างฉับพลัน ทำตัวไร้สาระในเวลาที่จริงจัง หรือร้องไห้โดยไม่มีเหตุผล)
16. ภาพลักษณ์และทัศนคติเชิงลบต่อตนเอง: ความรู้สึกด้อยกว่าผู้อื่น ความรู้สึกไร้ค่า
17. การเปลี่ยนแปลงแผนอย่างกะทันหันและบ่อยครั้ง: ไม่สามารถยึดติดกับงาน โปรแกรมการเรียน การจัดที่อยู่อาศัย การไม่รักษาคำมั่นสัญญา หรือการไม่ปฏิบัติตามการตัดสินใจ
18. ความก้าวร้าวสุดขีด (ความชอบต่อสู้ ความเป็นศัตรู ความรุนแรง ความโกรธแค้น) หรือการยอมจำนนอย่างเกินเหตุ (ขาดความสามารถในการแข่งขันและการยืนหยัดในตนเองตามปกติ การปฏิเสธที่จะเผชิญหน้า การหลีกเลี่ยงการโต้เถียง)
19. การกระทำที่เสี่ยงอันตรายโดยไม่สมเหตุสมผลหรือไม่เป็นไปตามหลักเหตุผล
20. ขาดความกระตือรือร้นและพลังใจ: เฉื่อยชา เศร้าหมอง อารมณ์หดหู่เป็นประจำ ขาดอารมณ์ขันหรือไม่มีอารมณ์ขันเลย

หกขั้นตอนพื้นฐานสู่การปลดปล่อยของคุณมีดังนี้:

1. ระบุปัญหาของคุณ
2. ให้อภัย อธิษฐาน และปรับปรุงความสัมพันธ์กับพระเจ้าให้ดีขึ้น
3. จงทำลายคำสาปและพันธะทางวิญญาณที่ผูกมัดตัวคุณและลูกหลานของคุณ
4. ขับไล่ปีศาจของคุณออกไป
5. จงอธิษฐานขอให้จิตวิญญาณและร่างกายของคุณได้รับการเยียวยา
6. จงควบคุมชีวิตของคุณด้วยการเปลี่ยนวิธีคิดและการกระทำของคุณ

คำอธิษฐานสั้น ๆ เพื่อการปลดปล่อยตนเอง

*"ข้าแต่พระเยซูคริสต์เจ้า
ข้าพเจ้าเชื่อว่าพระองค์ทรงสิ้นพระชนม์บนไม้กางเขนเพื่อบาปของข้าพเจ้า
และทรงฟื้นคืนพระชนม์จากความตาย พระองค์ทรงไถ่ข้าพเจ้าด้วยพระโลหิตของพระองค์
และข้าพเจ้าเป็นของพระองค์ และข้าพเจ้าปรารถนาที่จะมีชีวิตอยู่เพื่อพระองค์
ข้าพเจ้าสารภาพบาปทั้งหมดของข้าพเจ้า ทั้งที่รู้และไม่รู้
ข้าพเจ้าเสียใจในบาปเหล่านั้นทั้งหมด ข้าพเจ้าละทิ้งบาปเหล่านั้นทั้งหมด
ข้าพเจ้าให้อภัยผู้อื่นทั้งหมด เช่นเดียวกับที่ข้าพเจ้าต้องการให้พระองค์ทรงให้อภัยข้าพเจ้า
โปรดอภัยให้ข้าพเจ้าในเวลานี้และชำระข้าพเจ้าด้วยพระโลหิตของพระองค์
ข้าพเจ้าขอบคุณพระองค์สำหรับพระโลหิตของพระเยซูคริสต์ซึ่งชำระข้าพเจ้าให้บริสุทธิ์จา
กบาปทั้งหมดในเวลานี้
และข้าพเจ้ามาหาพระองค์ในเวลานี้ในฐานะผู้ช่วยให้รอดของข้าพเจ้า
พระองค์ทรงทราบถึงความต้องการพิเศษของข้าพเจ้า สิ่งที่ผูกมัด สิ่งที่ทรมาน
สิ่งที่ทำให้แปดเปื้อน วิญญาณชั่วร้าย วิญญาณที่ไม่บริสุทธิ์
ข้าพเจ้าอ้างสิทธิ์ในพระสัญญาของพระองค์ที่ว่า
"ผู้ใดก็ตามที่เรียกนามของพระเจ้าก็จะได้รับการช่วยให้รอด"
ข้าพเจ้าเรียกหาพระองค์ในเวลานี้ ในนามของพระเยซูคริสต์เจ้า
โปรดช่วยข้าพเจ้าให้รอดและปลดปล่อยข้าพเจ้าให้เป็นอิสระ ซาตาน
ข้าพเจ้าละทิ้งเจ้าและกิจการทั้งหมดของเจ้า ข้าพเจ้าปลดปล่อยตัวเองจากเจ้า
ในนามของพระเยซู และข้าพเจ้าสั่งให้เจ้าออกไปจากข้าพเจ้าในเวลานี้ ในนามของพระเยซู
อาเมน!"*

จงให้สิ่งนั้นมาจากใจของคุณ แล้วคุณจะได้เห็นความรอดของพระเจ้า!

คุณป่วยหรือต้องการการฟื้นฟูหรือไม่?

*สำหรับผู้ที่เจ็บป่วยหรือไม่สบายในรูปแบบใดก็ตาม หรือต้องการการปลดปล่อย หรือการฟื้นฟู โปรดแตะจุดด้านล่างด้วยความเชื่อ (ความเชื่อคือการมองเห็นผลลัพธ์เชิงบวกที่ชัดเจนของสถานการณ์ปัจจุบันของคุณ โดยรู้ว่าพระเยซูได้ทรงทำส่วนของพระองค์เมื่อกว่า **2000** ปีที่แล้วเพื่อรับประกันการรักษาและการปลดปล่อยของคุณ การฟื้นฟูเป็นเหมือนเงินมัดจำ*

โดยเชื่อมั่นว่าเงินมัดจำนั้นพร้อมให้คุณเบิกใช้ได้ เหมือนยอดเงินคงเหลือในบัญชีธนาคารของคุณ โดยไม่ต้องถามคำถามใดๆ เพราะเราเห็นด้วยกับคุณและประกาศว่า จงหายดีในนามของพระเยซูคริสต์ อาเมน)

ด้วยอำนาจที่พระองค์ทรงมอบให้แก่ข้าพเจ้าและพวกเขา ข้าพเจ้าขอใช้อำนาจนั้นด้วยความเชื่อ พร้อมกับความโกรธแค้นของพวกเขาที่มีต่อศัตรู และความกระหายที่จะได้รับสิ่งที่พระองค์ทรงประทานให้แก่พวกเขาอย่างไม่คิดค่าตอบแทน ข้าพเจ้าขอสาปแช่งทุกความเจ็บป่วย ทุกโรคภัยไข้เจ็บ ไม่ว่าจะเป็นมะเร็ง โควิด-19 ไม่ว่าจะเป็นวิญญาณแห่งความอ่อนแอ ไม่ว่าจะเป็นการถูกปีศาจเข้าสิงหรือการถูกกดขี่ ไม่ว่าจะเป็นวิญญาณแห่งความยากจน ความล้มเหลว ความล่าช้าในการบรรลุสิ่งที่พระเจ้าทรงกำหนดและปลดปล่อยไว้แล้ว เราต่อต้านความผิดปกติ ข้าพเจ้าผูกมัดพวกมัน เราสาปแช่งพวกมันถึงรากเหง้า และเราขับไล่พวกมันออกไปด้วยอำนาจในพระนามของพระเยซูคริสต์ อาเมน เราขอให้มีการปลดปล่อยการรักษา การปลดปล่อย และการฟื้นฟูเข้ามาในชีวิตของพวกเขาในพระนามอันยิ่งใหญ่ของพระเยซูคริสต์ ขอบคุณพระเจ้าสำหรับคำพยานที่ดำรงอยู่เพื่อพระสิริ พระเกียรติ และการนมัสการของพระองค์ ขอบคุณสำหรับดวงวิญญาณที่กำลังเพิ่มเข้ามาในอาณาจักรของพระองค์อันเป็นผลจากข้อความนี้ ปาฏิหาริย์ที่เรากำลังเห็นอยู่ในขณะนี้และกำลังสำแดงเพื่อพระสิริของพระองค์ในพระนามของพระเยซู อาเมน สำเร็จแล้ว! จงชื่นชมยินดี!

แตะจุดที่ไฮไลต์ไว้ว่าเป็นจุดสัมผัส แล้วกล่าวคำสารภาพด้วยปากของคุณว่า – ฉันคือ ฉันได้รับการเยียวยา ฉันได้รับการปลดปล่อย และฉันได้รับการฟื้นฟูทั้งในจิตวิญญาณ จิตใจ ร่างกาย และทุกสิ่งรอบตัวฉัน ในนามของพระเยซูคริสต์ อาเมน!!!

จงเริ่มทำในสิ่งที่คุณทำไม่ได้มาก่อน และเริ่มสารภาพบาปจนกว่าการเยียวยาอย่างสมบูรณ์ การปลดปล่อย และการฟื้นฟูจะเกิดผลในชีวิตของคุณในนามของพระเยซู อาเมน จงกระหายหาพระเจ้าอยู่เสมอ
จงโกรธแค้นและทวงคืนทุกสิ่งที่ศัตรูได้ยึดไว้ในนามของพระเยซู อาเมน

หมายเหตุ:
จงเป็นพยานถึงการรักษาเพื่อพระสิริของพระเจ้าและเพื่อความอับอายของศัตรู!
ส่งอีเมลหรือ **WhatsApp**
มาหาเราหากคุณยังต้องการให้เราเห็นด้วยกับคุณในประเด็นนี้
และมาร่วมงานสัมมนาเตรียมความพร้อมที่จะเริ่มในวันพฤหัสบดีหน้า
รายละเอียดเพิ่มเติมจะแจ้งให้ทราบในเว็บไซต์ของเราเร็วๆ นี้!

วิธีระบุและขับไล่กลุ่มปีศาจและนิมิตของการต่อสู้ครั้งสุดท้ายและวิธีเอาชนะอย่างมีกลยุทธ์ในแนวรบทั้งสี่ (4) แนว ตามที่เล่าโดยแฟรงค์และไอดา เม แฮมมอนด์ – ตอนที่ 5 และตอนที่ 6 + บทสวดมนต์เพื่อการปลดปล่อยตนเอง + คำอธิษฐานเพื่อการเยียวยา การปลดปล่อย และการฟื้นฟู

พี่น้องที่รัก วันนี้เราขอนำเสนอตอนที่ 5 และตอนที่ 6 ของชุดบทความเรื่อง "พอแล้วกับการถูกจองจำ และขอต้อนรับสู่เสรีภาพในพระคริสต์"

เมื่อคุณและผมใช้เวลาอธิษฐานเกี่ยวกับปัญหาต่างๆ ใน ชีวิตของเรา ครอบครัว คริสตจักร ประเทศของเรา และประเทศต่างๆ ทั่วโลก เป็นเวลากว่า 90 วัน เหมือนที่เราทำเมื่อปีที่แล้ว ตั้งแต่ วันที่ 1 ตุลาคม ถึง 29 ธันวาคม 2020 โดยขอให้พระเจ้าทรงประทานอาณาจักรของพระองค์และพระประสงค์ของพระองค์ในทั้งห้าด้านนี้ มีหนทางที่พระเจ้าจะทรงประทานสิ่งที่อยู่ในพระทัยของพระองค์สำหรับบุตรธิดาแต่ละคนในห้าด้านนั้นให้แก่เรา

ฉันเชื่ออย่างแรงกล้าว่า ในช่วงเวลานี้ เกี่ยวข้องกับการปลดปล่อยจากพันธนาการของซาตานไปสู่เสรีภาพที่พระองค์ทรงสิ้นพระช

นม์เพื่อประทานให้แก่เรา มีคนมากมายมอบชีวิตให้แก่พระคริสต์ทุกวัน แต่ถ้าคุณและฉันมองชีวิตของเราอย่างวิพากษ์วิจารณ์ด้วยมุมมองของพระวิญญาณบริสุทธิ์ เราจะพบว่ามีบางส่วนในชีวิตของเราที่ตกอยู่ภายใต้พันธนาการของซาตานอย่างชัดเจน ซึ่งการอธิษฐานอย่างไม่หยุดหย่อนไม่สามารถแก้ไขได้ในจิตวิญญาณ ในจิตใจ หรือในร่างกายของเราและทุกสิ่งรอบตัวเรา มันต้องอาศัยการต่อสู้โดยตรงกับศัตรูแห่งจิตวิญญาณของเรา — การบังคับใช้พระบัญชาของอาณาจักรที่เราทิ้งไว้บนชั้นวางที่เต็มไปด้วยฝุ่นในตู้เสื้อผ้าของเรา การขอให้พระเจ้าเสด็จมาต่อสู้ในสงครามที่พระองค์ทรงชนะเพื่อเราแล้ว และมอบกุญแจให้เราทำสงคราม...เพื่อครอบครองจนกว่าพระองค์จะเสด็จกลับมานั้น เป็นการวางความรับผิดชอบและลำดับความสำคัญที่ผิดพลาด เป็นการจัดลำดับการบังคับบัญชาที่ผิดที่ผิดทาง

การกระทำที่ถูกต้องตามหลักการสงครามเช่นนี้ ผมคิดว่าเป็นกรณีที่แรงงานมีน้อยในแนวหน้าของการสู้รบกับศัตรู

ผมกำลังบอกว่า เราควรช่วยคนบาปให้รอดพ้นมากมาย และเตรียมพวกเขาให้พร้อมที่จะต่อสู้ในสงครามแห่งความเชื่อ เพื่อที่พวกเขาจะได้สัมผัสกับอิสรภาพที่พระคริสต์ทรงสิ้นพระชนม์และฟื้นคืนพระชนม์เพื่อประทานให้แก่เราทุกคน พื้นที่ที่เราต้องเข้าไปครอบครองคือในจิตใจและร่างกายของเรา เพื่อที่โดยไม่ต้องพูดมาก คนบาปจะได้เห็นสิ่งที่เรากำลังประสบอยู่ทุกวัน — อิสรภาพในพระคริสต์ — ครบวงจร ไม่ใช่แค่ในจิตวิญญาณ แต่ในจิตใจและร่างกายของเราด้วย

ผมขอขอบคุณ **ดร. จอห์น เลค, เดเร็ก พรินซ์, แฟรงค์ แฮมมอน, ไอดา เม** และอีกหลาย ๆ ท่านที่จากไปอยู่กับพระเจ้าแล้ว ที่ผมได้รับการชี้นำจากงานเขียนของพวกเขาในระหว่างที่ผมค้นคว้าเกี่ยวกับความสำเร็จของเหล่าผู้บริสุทธิ์ในช่วง 100 ปีที่ผ่านมา และเหตุผลที่ว่าทำไมคริสเตียนในยุคปัจจุบันจำนวนมาก รวมทั้งตัวผมเองด้วย จึงขาดพลังและสิทธิอำนาจที่พระเยซูคริสต์ทรงมอบให้แก่เราในมาระโก 16:15-19 ในการต่อสู้และดำเนินแคมเปญต่อต้านอำนาจแห่ง ความมืดอย่างประสบความสำเร็จ และบังคับใช้สิ่งที่พระองค์ทรงได้รับชัยชนะแล้วบนโลกนี้

เอกสารเหล่านี้พิสูจน์แล้วว่ามาในเวลาที่เหมาะสมและให้ความรู้ครบถ้วนเกี่ยวกับเรื่องอำนาจและสิทธิอำนาจของผู้เชื่อในพระคริสต์เหนืออาณาจักรแห่งความชั่วร้าย ซึ่งมักถูกปกปิดเป็นความลับโดยคนกลุ่มน้อยที่มีความสำเร็จเพียงเล็กน้อย เพราะพวกเขาไม่สามารถขยายอิทธิพลของตนได้ มันกลายเป็นเรื่องของชนชั้น เป็นเรื่องของความภาคภูมิใจที่ belongs to all believers

ข้าพเจ้าทราบว่านี่เป็นอุบายของศัตรูเพื่อกักขังผู้คนมากมายไว้ด้วยความไม่รู้ ด้วยอำนาจในพระนามที่อยู่เหนือทุกพระนาม คือพระนามของพระเยซูคริสต์ผู้ทรงเป็นที่รักยิ่งของเรา ข้าพเจ้าขอกล่าวว่า "พอแล้วกับการถูกจองจำโดยปีศาจ" นี่เป็นไปได้แล้ว หากเราเต็มใจ เราจะได้กินผลแห่งความรอดของเรา—ข้าพเจ้าได้เรียบเรียงใหม่แล้ว มาอ่านกันเถอะ

อิสยาห์ 1:19 (ฉบับ NKJV):

หากเจ้า เต็มใจ และเชื่อฟัง เจ้า จะได้กิน ผลผลิตที่ดีของแผ่นดินนั้น

เพื่อจะได้ **กิน** ของดี **เราต้อง** เต็มใจ **และเชื่อฟังที่จะปฏิบัติตามคำสั่งทั้งหมดในพระวจนะของพระองค์ ทั้งด้วยความคิด คำพูด และการกระทำ** บางครั้งพระเจ้า **จะ** บอกให้เรา **ทำ** บางสิ่ง และ **เราก็เชื่อฟัง** พระองค์ แต่ **เราอาจทำ** ด้วยความไม่เต็มใจหรือด้วยท่าทีที่ปราศจากความรัก นั่นไม่ใช่ส่วนของเราในนามของพระเยซู เราเต็มใจและเชื่อฟังคำสั่งทั้งหมดที่พระเยซูได้ทรงมอบให้แก่เราในมาระโก 16:15-19 ด้วยจิตวิญญาณแห่งความรักต่อพระเจ้าและรักผู้อื่นเหมือนรักตนเอง ในนามของพระเยซู อาเมน

หากเราไม่เต็มใจและไม่เชื่อฟังที่จะปฏิบัติตามคำสั่งเหล่านั้น จะไม่มีช่องว่างในตัวเราและรอบตัวเรา ศัตรูจะกัดกินสิ่งดีงามของแผ่นดิน – ดวงวิญญาณของชายหญิง เด็กชายและเด็กหญิง บิดามารดา และ

ทุกสิ่งทุกอย่างที่เกี่ยวข้องกับชีวิตและความชอบธรรม – สิ่งเหล่านี้จะไม่ใช่ส่วนของเรา ในนามของพระเยซู อาเมน

ดังนั้นทัศนคติของเราควรเป็นอย่างไร? ลองอ่านและพิจารณาไตร่ตรองข้อความนี้อย่างช้าๆ - :

2 เปโตร 1:3

พระคัมภีร์ฉบับขยายความ

3

เพราะฤทธิ์อำนาจของพระองค์ได้ทรงประทานทุกสิ่งที่จำเป็นสำหรับการดำเนินชีวิตฝ่ายวิญญาณและความเป็นผู้ทรงธรรมแก่เราอย่างครบถ้วน โดยผ่านทาง** ความ รู้ ที่ แท้จริง **และส่วนตัวเกี่ยวกับพระองค์ผู้ทรงเรียกเราด้วยพระสิริและความเลิศล้ำของพระองค์เอง

นั่นควรจะเป็นทัศนคติของเรา เราเป็นผู้พิชิตในพระคริสต์ – ทั้งอดีต ปัจจุบัน และอนาคต! เราชนะเสมอ เราไม่ใช่ผู้แพ้ในทุกแนวรบ อาเมน?

ดังนั้น ในตอนที่ 4 เราได้สำรวจหัวข้อเรื่อง – คริสเตียนสามารถถูกปีศาจเข้าสิงได้หรือไม่?
คำโกหกที่ซาตานขายให้เราเพื่อปกปิดการกระทำของมันในชีวิตของเรา
คุณและฉันจะรู้ได้อย่างไรว่ามันกำลังทำงานอยู่ภายในและรอบตัวเรา
และเราจะขับไล่มันออกไปได้อย่างไร
และเราได้สรุปเรื่องนั้นด้วยเรื่องราวการปลดปล่อยตนเองของหญิงคนหนึ่งจากระยะไกล
คุณสามารถค้นหาเรื่องราวนั้นได้จากลิงก์ด้านล่างนี้ หรือไปที่เว็บไซต์ของเราโดยตรงที่ https://www.otakada.org

ในส่วนที่ 5 และส่วนที่ 6 นี้ เราจะสำรวจ **"เจ็ด (7) ขั้นตอนสำคัญสู่การปลดปล่อย + วิธีการระบุและขับไล่กลุ่มปีศาจและวิสัยทัศน์ของความขัดแย้งครั้งสุดท้ายและวิธีการเอาชนะอย่างมีกลยุทธ์ในแนวหน้าสี่ (4) ด้านของการต่อสู้ – ส่วนที่ 5 และส่วนที่ 6"**
ที่คริสตจักรโอตาคาดะไซเบอร์ เรากำลังเผยแพร่เนื้อหากว่า 2 ล้านชิ้นไปทั่วโลก และพระเจ้าทรงเปลี่ยนแปลงชีวิตผู้คนผ่านสัจธรรมนิรันดร์ในพระวจนะของพระองค์!

ร่วมกับคุณ เรากำลังสร้างวิหารทางจิตวิญญาณอันยิ่งใหญ่
ในหัวใจของเรา

เพื่อให้พระวิญญาณของพระเจ้าทรงสถิตและทรงทำงานได้อย่างสะดวกในยุคสมัยนี้ ดังนั้นจงอยู่กับเราและร่วมสร้างไปกับเรา!

เกี่ยวกับวันแห่งพระเจ้า เปาโลเขียนถึงชาวเธสะโลนิกาใน

1 เธสะโลนิกา 5:14-23

พระคัมภีร์ฉบับขยายความ

14 เราขอวิงวอนท่านทั้งหลายผู้เชื่ออย่างจริงจัง จงตักเตือนผู้ที่ประพฤติผิด
(ผู้ที่ไม่รู้จักระเบียบวินัย ผู้ดื้อรั้น ผู้ประพฤติไม่เรียบร้อย) จงให้กำลังใจผู้ที่ขี้ขลาด
(ผู้ที่ขาดความกล้าหาญทางจิตวิญญาณ) จงช่วยเหลือผู้ที่อ่อนแอ (ทางจิตวิญญาณ)
จงอดทนกับทุกคน (จงควบคุมอารมณ์ของท่านอยู่เสมอ) 15
จงระวังอย่าให้ใครตอบแทนความชั่วด้วยความชั่ว
แต่จงแสวงหาสิ่งที่ดีสำหรับกันและกันและสำหรับคนทั้งปวงเสมอ 16
จงชื่นชมยินดีในความเชื่อของท่านอยู่เสมอ 17 จงอธิษฐานอย่างไม่หยุดหย่อนและ ต่อเนื่อง
18 ในทุกสถานการณ์ (ไม่ว่าสถานการณ์จะเป็นอย่างไร)
จงขอบพระคุณและขอบพระคุณพระเจ้าอยู่เสมอ
เพราะนี่เป็นพระประสงค์ของพระเจ้าสำหรับท่านในพระเยซูคริสต์ 19 อย่าดับ
(อย่าปราบปราม หรือไม่ตอบสนองต่อการทรงงานและการนำทางของ)
พระวิญญาณบริสุทธิ์ 20
อย่าดูหมิ่นหรือปฏิเสธของประทานแห่งการพยากรณ์หรือคำพยากรณ์
(การเปิดเผยที่กล่าวออกมา—คำสั่งสอน คำตักเตือน หรือคำเตือน) 21 แต่จงทดสอบ ทุก สิ่ง
อย่างรอบคอบ / เพื่อท่านจะได้รู้ว่าสิ่งใดดี] จงยึดมั่นในสิ่งที่ดี 22 จงละเว้นจากความชั่วทุกรูปแบบ
[จงถอยห่างและหลีกเลี่ยงมัน]
23 ขอพระเจ้าแห่งสันติสุขทรงชำระท่านให้บริสุทธิ์โดยทั่วถึง
(คือแยกท่านออกจากสิ่งที่ไม่บริสุทธิ์และหยาบคาย ทำให้ท่านบริสุทธิ์ สมบูรณ์
และไม่เสียหาย อุทิศแด่พระองค์ แยกไว้เพื่อพระประสงค์ของพระองค์)
และขอให้จิตวิญญาณ จิตใจ
และร่างกายของท่านสมบูรณ์และปราศจากตำหนิเมื่อพระเยซูคริสต์องค์พระผู้เป็นเจ้าเสด็จ
มา

ในจดหมายฉบับสุดท้ายที่เขียนถึงผู้เชื่อ
เปโตรได้เตือนเราไม่ให้เพิกเฉยต่ออุบายของศัตรูด้วยเช่นกัน

1 เปโตร 5:7-9

พระคัมภีร์ฉบับขยายความ

7 จงมอบความห่วงใยทั้งหมดของท่าน (ความวิตกกังวล ความกังวล และความห่วงใยทั้งหมดของท่าน) ไว้กับพระองค์อย่างเด็ดขาด เพราะพระองค์ทรงห่วงใยท่าน (ด้วยความรักอย่างสุดซึ้ง และทรงเฝ้าดูแลท่านอย่างระมัดระวัง)
8 จงมีสติสัมปชัญญะ (มีความสมดุลและควบคุมตนเองได้) จงตื่นตัวและระมัดระวังอยู่เสมอ ศัตรูของท่านคือมารร้าย มันวนเวียนอยู่เหมือนสิงโตคำราม (หิวกระหายอย่างดุร้าย) คอยหาเหยื่อที่จะกัดกิน
9 แต่จงต่อต้านมัน จงมั่นคงในความเชื่อของท่าน (ต่อต้านการโจมตีของมัน—มั่นคง แน่วแน่ ไม่หวั่นไหว) เพราะท่านรู้ว่าพี่น้องของท่านทั่วโลกก็กำลังประสบกับความทุกข์เช่นเดียวกัน (ท่านไม่ได้ทุกข์อยู่เพียงลำพัง)

ในการตอบคำถามที่ว่า – ปีศาจสามารถสิงสู่คริสเตียนได้หรือไม่? เราจะเห็นส่วนสุดท้ายของคำถามนี้

1 เธสะโลนิกา 23 กล่าวว่า 23 ***ขอพระเจ้าแห่งสันติสุขทรงชำระท่านให้บริสุทธิ์โดยทั่วถึง [คือแยกท่านออกจากสิ่งที่ไม่บริสุทธิ์และหยาบคาย ทำให้ท่านบริสุทธิ์ สมบูรณ์ และไม่เสียหาย อุทิศแด่พระองค์ แยกไว้เพื่อพระประสงค์ของพระองค์] และขอให้จิตวิญญาณ จิตใจ และร่างกายของท่านสมบูรณ์และปราศจากตำหนิเมื่อพระเยซูคริสต์องค์พระผู้เป็นเจ้าเสด็จมา***

คำว่า "การชำระให้บริสุทธิ์" ในภาษากรีกหมายถึง "การปลดปล่อย" หมายถึงการปลดปล่อยในความคิดของเรา ซึ่งนำไปสู่ความรู้สึกผิดๆ

และนำไปสู่การกระทำที่ผิดพลาด สิ่งเหล่านี้อยู่ในขอบเขต **ของ อารมณ์** สติปัญญา และ **เจตจำนง**
จิตวิญญาณได้รับการฟื้นฟูหรือกลับมามีชีวิตอีกครั้งจากสภาพที่ตายแล้ว
เมื่อเราได้รับความรอดทางจิตวิญญาณโดยความเชื่อ ซึ่งเป็นการกระทำโดยเจตจำนง
จิตวิญญาณและร่างกายต้องการการทำงาน ซึ่งก็ต้องอาศัยการกระทำโดยเจตจำนงเช่นกัน

ด้วยเหตุนี้เปาโลจึงเขียนไว้ในฟิลิปปี **2:12b,13** ว่า
“จงทำงานเพื่อความรอดของตนเองด้วยความเกรงกลัวและตัวสั่น
เพราะพระเจ้าทรงเป็นผู้ทรงกระทำในท่านทั้งหลาย
ทั้งในด้านความตั้งใจและในการกระทำตามพระประสงค์อันดีของพระองค์”
ในชุดบทความนี้
เรากำลังสร้างกองทัพนักรบเพื่อเข้าปะทะกับศัตรูในแนวหน้าและปลดปล่อยผู้ถูกจองจำให้เป็นอิสระในพระคริสต์ในสามระดับ ได้แก่ การช่วยให้รอดทางจิตวิญญาณ ซึ่งเรียกว่าการบังเกิดใหม่ การช่วยให้รอดทางจิตใจ ซึ่งเรียกว่าการปลดปล่อย และการช่วยให้รอดทางร่างกาย ซึ่งเรียกว่าการรักษา

นี่คือกลยุทธ์แบบลงมือทำด้วยตนเองในกรอบการทำงานแบบกระจายอำนาจ
เป็นการกระทำด้วยเจตจำนงที่แน่วแน่ และพระเยซูคริสต์ทรงเป็นผู้บัญชาการสูงสุดของเรา
หน้าที่ของเราคือการเตรียมความพร้อมให้คุณลงมือทำ เพื่อปลดปล่อยตัวคุณเอง คนที่คุณรัก และคนอื่นๆ ในแวดวงของคุณ
เป้าหมายของเราคือการปลุกยักษ์ที่หลับใหลอยู่ในผู้เชื่อทุกคน
และทำให้คุณเรียนรู้ความคิดแบบนักรบในสนามรบ
และดำเนินแคมเปญที่ประสบความสำเร็จโดยไม่สูญเสียใครในนามของพระเยซู

คุณต้องเข้าใจว่า " **การป้องกันที่ดีที่สุด** คือการโจมตีที่ดี"
เป็นสุภาษิตที่ถูกนำไปใช้ในหลายสาขา รวมถึงเกมและการสู้รบทางทหาร
และยังเป็นที่รู้จักกันในฐานะหลักการเชิงกลยุทธ์ในการรุกในสงครามอีกด้วย

เราได้กล่าวไปแล้วในตอนที่ 4 ว่า ไม่มีที่ว่างให้ทหารหนีหรือวิ่งกลับไปต่อสู้อีก
เพราะการต่อสู้ในสวรรค์ได้จบลงแล้ว
หน้าที่ของเราคือใช้สิทธิอำนาจและพลังที่ได้รับจากพระวิญญาณบริสุทธิ์เพื่อยืนยันชัยชนะนั้

น เพราะศัตรูจะพยายามล้ำเส้นอยู่เสมอ เพื่อทดสอบว่าเราไม่รู้หรือไม่ น่าเสียดายที่หลายคนไม่รู้ถึงอุบายของปีศาจ

เพื่อเผชิญหน้ากับศัตรูประเภทนี้ในฐานะกองทัพที่มีระเบียบวินัย เราต้องการสิ่งต่อไปนี้ ดังที่เราได้เน้นไว้ก่อนหน้านี้ในข้อ **A, B, C, D, E, F** และ **G**
ผมต้องเน้นย้ำว่าชุดหลักสูตรนี้ไม่ได้เหมาะสำหรับทุกคน
มีเพียงผู้ที่ได้รับการคัดเลือกเท่านั้นที่จะมีคุณสมบัติเหมาะสมสำหรับการเข้าร่วม
โดยต้องมีคุณสมบัติทั้ง 7 ประการนี้

มีรายละเอียดดังต่อไปนี้ :

A. **ความพร้อมใช้งาน (จิตวิญญาณ จิตใจ และร่างกาย)**
B. **ความกล้าหาญ**
C. **ความเห็นอกเห็นใจผู้อื่น**
D. **การกำหนด**
E. **รักแท้**
F. **ความโกรธเกรี้ยวรุนแรง**
G. **ความหิวโหยครั้งใหญ่**

หากคุณขาดคุณสมบัติเหล่านี้เป็นอย่างน้อย
การรณรงค์ให้ประสบความสำเร็จจะเป็นไปไม่ได้
เพราะส่วนประกอบทั้งหมดข้างต้นต้องผสมผสานกันเพื่อสร้างศรัทธาดุจเมล็ดมัสตาร์ดที่จะนำมาซึ่งการเปลี่ยนแปลง เพราะพระเจ้าทรงเลี้ยงดูผู้หิวโหย ไม่ใช่เด็กที่หนาวเย็นหรือเฉื่อยชา ไม่ว่าจะเป็นการรักษา การปลดปล่อย และการฟื้นฟูทั้งภายในและภายนอก
ผลตอบแทนพร้อมให้เก็บเกี่ยวแล้ว
แต่ต้องอาศัยศรัทธาที่แน่วแน่และมั่นคงดุจเมล็ดมัสตาร์ดจึงจะสามารถเก็บเกี่ยวผลตอบแทนเหล่านั้นเข้ามาสู่ประสบการณ์ของเราได้

วันนี้ พอแล้วกับการถูกซาตานจับเป็นเชลย และยินดีต้อนรับสู่อิสรภาพในพระเยซูคริสต์ - เจ็ด (7) ขั้นตอนสำคัญสู่การปลดปล่อย + วิธีระบุและขับไล่กลุ่มปีศาจ

และนิมิตแห่งความขัดแย้งครั้งสุดท้าย และวิธีเอาชนะอย่างมีกลยุทธ์ในแนวหน้าสี่ (4) ด้านของการต่อสู้ – ตอนที่ 5 ตอนที่ 6

ตามความเข้าใจของผม วิญญาณชั่วร้ายหรือปีศาจเป็น "กองกำลังฝ่ายวิญญาณแห่งความชั่วร้าย" ระดับล่าง (เอเฟซัส 6:12) ที่ซาตานส่งมาต่อต้านมนุษยชาติ
พวกมันมีจุดประสงค์หลักสามประการที่ซาตานกำหนดไว้:

1. เพื่อทรมานและทำให้เราทุกข์ทรมานเป็นอันดับแรก;
2. ประการที่สอง เพื่อกีดขวางไม่ให้เรารู้จักพระคริสต์ในฐานะพระผู้ช่วยให้รอด;
และหากวิธีนั้นไม่ได้ผล วิธีที่สามคือ...
3. เพื่อขัดขวางไม่ให้เรารับใช้พระคริสต์ได้อย่างมีประสิทธิภาพ

ต่อไปนี้คือคุณลักษณะเก้า (9) ประการของปีศาจ

1. ปีศาจล่อลวง 2. ปีศาจคุกคาม 3. ปีศาจทรมาน 4. ปีศาจบังคับ 5. ปีศาจทำให้เป็นทาส 6. ปีศาจทำให้เสพติด 7. ปีศาจทำให้แปดเปื้อน 8. ปีศาจหลอกลวง 9. ปีศาจทำร้ายร่างกาย

ต่อไปนี้เราจะพิจารณาขั้นตอนเจ็ด (7) ขั้นตอนสู่การปลดปล่อย ดังนี้ 1) ความซื่อสัตย์ 2) ความอ่อนน้อมถ่อมตน 3) การสำนึกผิด 4) การสละ 5) การให้อภัย 6) การอธิษฐาน 7) การต่อสู้
รายละเอียดมีดังนี้:

เจ็ดขั้นตอนสู่การปลดปล่อย

1. ความซื่อสัตย์

คนเราต้องซื่อสัตย์ต่อตัวเองและต่อพระเจ้า
หากหวังจะได้รับพรแห่งการปลดปล่อยจากพระองค์
การขาดความซื่อสัตย์จะทำให้บางส่วนของชีวิตเราตกอยู่ในความมืดมิด
วิญญาณชั่วร้ายเจริญเติบโตได้ดีในความมืดมิดเช่นนั้น

ความซื่อสัตย์จะช่วยนำพวกมันออกมาสู่แสงสว่าง บาปใดๆ ที่ไม่ได้สารภาพหรือกลับใจ
จะทำให้วิญญาณชั่วร้ายมี "สิทธิ์ตามกฎหมาย" ที่จะคงอยู่ต่อไป
จงขอให้พระเจ้าช่วยให้เรามองเห็นตัวเองอย่างที่พระองค์ทรงมองเห็น
และนำสิ่งใดก็ตามที่ไม่ใช่มาจากพระองค์ปรากฏออกมา
ข้าพเจ้าสารภาพบาปของข้าพเจ้าต่อพระองค์
และข้าพเจ้าไม่ได้ปกปิดความผิดชั่วช้าของข้าพเจ้า ข้าพเจ้ากล่าวว่า
ข้าพเจ้าจะสารภาพการล่วงละเมิดของข้าพเจ้าต่อพระเจ้า
และพระองค์ทรงยกโทษบาปชั่วช้าของข้าพเจ้า สดุดี 32:5
ข้าแต่พระเจ้า ขอทรงค้นดูข้าพระองค์และทรงทราบใจข้าพระองค์
ขอทรงทดสอบข้าพระองค์และทรงทราบความคิดข้าพระองค์
และขอทรงดูว่ามีทางชั่วร้ายใดๆ ในตัวข้าพระองค์หรือไม่
และขอทรงนำข้าพระองค์ไปในทางนิรันดร์ สดุดี 139:23,24

2. ความอ่อนน้อมถ่อมตน

นี่หมายถึงการยอมรับว่าตนเองต้องพึ่งพาพระเจ้าและการจัดเตรียมของพระองค์เพื่อความรอดพ้น
พระเจ้าทรงต่อต้านคนหยิ่งยโส แต่ทรงประทานพระคุณแก่คนถ่อมตน
ฉะนั้นจงยอมจำนนต่อพระเจ้า จงต่อต้านมาร แล้วมันจะหนีไปจากท่าน ยากอบ 4:7
นอกจากนี้ยังเกี่ยวข้องกับการเปิดใจอย่างเต็มที่กับผู้รับใช้ของพระเจ้าที่ปฏิบัติหน้าที่ในการปลดปล่อยด้วย
จงสารภาพความผิดของกันและกัน และจงอธิษฐานเผื่อกันและกัน
เพื่อท่านจะได้รับการรักษาให้หาย ยากอบ 5:16ก

3. การกลับใจ

การกลับใจคือการหันเหออกจากบาปและซาตานอย่างแน่วแน่
บุคคลนั้นต้องเกลียดชังความชั่วร้ายทุกอย่างในชีวิตและเลิกเห็นด้วยกับมัน
"คนสองคนจะเดินไปด้วยกันได้หรือ นอกจากจะไม่เห็นพ้องต้องกัน?" (อาโมส 3:3)
คนเราต้องรังเกียจบาปของตนเอง
และที่นั่นเจ้าทั้งหลายจะระลึกถึงวิถีทางของตน
และการกระทำทั้งปวงที่เจ้าทั้งหลายได้กระทำไว้ ซึ่งเจ้าทั้งหลายได้แปดเปื้อน

และเจ้าทั้งหลายจะรังเกียจตนเองในสายตาของตนเองเพราะความชั่วร้ายทั้งปวงที่เจ้าทั้งหลายได้กระทำไว้ เอเสเคียล 20:43

การปลดปล่อยไม่ได้มีไว้เพียงเพื่อบรรเทาปัญหาเท่านั้น แต่เพื่อที่จะเป็นเหมือนพระเยซูมากขึ้นผ่านการเชื่อฟังทุกสิ่งที่พระเจ้าทรงเรียกร้อง การกลับใจคือการหันเหจาก ทุกสิ่งที่ขัดขวางการเติบโตทางจิตวิญญาณ การรับใช้ และการสามัคคีธรรม การกลับใจต้องมีการสารภาพบาปทั้งหมดอย่างเปิดเผย และเป็นการลิดรอนสิทธิของวิญญาณชั่วร้าย

4. การสละสิทธิ์

การละทิ้งคือการละทิ้งความชั่ว การละทิ้งเป็นการกระทำที่เกิดจากการสำนึกผิด เมื่อยอห์นผู้ให้บัพติศมาเห็นพวกฟาริสีและพวกสะดูซีจำนวนมากมารับบัพติศมา เขาจึงกล่าวแก่พวกเขาว่า "โอ พวกเจ้าเป็นพวกงูพิษ ใครเล่าเตือนพวกเจ้าให้หนีจากพระพิโรธที่จะมาถึง? จงแสดงผลแห่งการกลับใจให้สมควรเถิด" มัทธิว 3:7-8
การแสดงผลแห่งการกลับใจให้ผลนั้นไม่ใช่แค่เพียงคำพูด แต่เป็นการแสดงให้เห็นถึงการกลับใจ...หลักฐานที่แสดงว่าบุคคลนั้นได้หันเหจากบาปของตนอย่างแท้จริงแล้ว ตัวอย่างเช่น หากบุคคลใดกลับใจจากตัณหา เขาอาจต้องทำลายสื่อลามกอนาจาร หากบุคคลใดกลับใจจากความผิดพลาดทางศาสนา เขาอาจต้องละทิ้งความเชื่อนั้นอย่างสิ้นเชิงโดยการทำลายวรรณกรรมและสิ่งของทั้งหมดที่เกี่ยวข้องกับความผิดพลาดนั้น

และผู้ที่เชื่อจำนวนมากได้มาสารภาพและแสดงการกระทำของตน พวกนั้นหลายคนซึ่งใช้เวทมนตร์แปลกๆ ได้นำหนังสือของตนมารวมกันและเผาต่อหน้าคนทั้งปวง และพวกเขาคำนวณราคาหนังสือเหล่านั้นแล้วพบว่ามีมูลค่าห้าหมื่นเหรียญเงิน (กิจการ 19:18,19)
การสละหมายถึงการตัดขาดอย่างเด็ดขาดจากซาตานและสิ่งต่างๆ ที่มันกระทำ

5. การให้อภัย

พระเจ้าทรงให้อภัยบาปแก่ทุกคนที่สารภาพบาปและขอการให้อภัยผ่านทางพระบุตรของพระองค์โดยไม่คิดค่าตอบแทน (ดู 1 ยอห์น 1:9) พระองค์ทรงคาดหวังให้เราให้อภัยผู้อื่นทุกคนที่เคยทำผิดต่อเราไม่ว่าในทางใดก็ตาม
เพราะถ้าท่านทั้งหลายยกโทษให้แก่คนอื่น
พระบิดาบนสวรรค์ก็จะทรงยกโทษให้แก่ท่านด้วย
แต่ถ้าท่านทั้งหลายไม่ยกโทษให้แก่คนอื่น
พระบิดาของท่านก็จะไม่ทรงยกโทษให้แก่ท่านเช่นกัน มัทธิว 6:14,15
ความเต็มใจที่จะให้อภัยเป็นสิ่งสำคัญยิ่งต่อการปลดปล่อย (ดู มัทธิว 18:21-35) ไม่มีผู้รับใช้พระเจ้าคนใดสามารถทำการปลดปล่อยได้ เว้นแต่ผู้รับการปลดปล่อยจะปฏิบัติตามเงื่อนไขของพระเจ้า

6. การอธิษฐาน

จงขอพระเจ้าทรงช่วยปลดปล่อยท่านให้เป็นอิสระในนามของพระเยซู
ผู้ใดก็ตามที่เรียกหาพระนามของพระเจ้า ผู้นั้นจะได้รับการช่วยให้รอด โยเอล 2:32

7. สงคราม

การอธิษฐานและการต่อสู้เป็นกิจกรรมสองอย่างที่แยกจากกันโดยสิ้นเชิง การอธิษฐานคือการอธิษฐานต่อพระเจ้า และการต่อสู้คือการต่อสู้กับศัตรู การต่อสู้ของเรากับอำนาจของปีศาจไม่ใช่การต่อสู้ทางกาย แต่เป็นการต่อสู้ทางจิตวิญญาณ (ดู เอเฟซัส 6:10-12; 2 โครินธ์ 10:3-5) จงใช้อาวุธแห่งการยอมจำนนต่อพระเจ้า คือพระโลหิตของพระคริสต์ พระเยซูคริสต์ พระวจนะของพระเจ้า และคำพยานของคุณในฐานะผู้เชื่อ (ดู ยากอบ 4:7; วิวรณ์ 12:11; เอเฟซัส 6:17) จงระบุวิญญาณชั่วร้ายเหล่านั้น เรียกชื่อพวกมันโดยตรงด้วยน้ำเสียงที่หนักแน่น และด้วยความเชื่อจงสั่งให้พวกมันไปในนามของพระเยซู จงเข้าสู่การต่อสู้ด้วยความแน่วแน่และความมั่นใจในชัยชนะ พระคริสต์จะไม่มีวันล้มเหลว! พระองค์ทรงเป็นผู้ช่วยให้รอด!

"และหมายสำคัญเหล่านี้จะติดตามผู้ที่เชื่อ ในนามของเรา พวกเขาจะขับไล่ปีศาจ" มาระโก 16:17ก

"ดูเถิด เราให้ฤทธิ์อำนาจแก่ท่านทั้งหลาย เพื่อจะเหยียบงูและแมงป่อง และมีอำนาจเหนืออำนาจทั้งปวงของศัตรู และไม่มีสิ่งใดจะทำร้ายท่านได้เลย" ลูกา 10:19
"พระเจ้าทรงเป็นศิลาของข้าพเจ้า เป็นป้อมปราการของข้าพเจ้า และเป็นผู้ช่วยให้รอดของข้าพเจ้า" สดุดี 18:2ก

เรากำลังขยายความเรื่องนี้โดยการแบ่งกลุ่มปีศาจให้คุณ ปีศาจตัวหนึ่งทำหน้าที่เป็นฐานที่มั่น และปีศาจตัวอื่นๆ จะติดตามปีศาจหลักนี้ไปสร้างความเสียหายเพิ่มเติมในชีวิตของเหล่าผู้รับใช้พระคริสต์ ซึ่งคุณก็เป็นส่วนหนึ่งด้วย พวกมันจะเข้ามาเกาะติดตามนิสัยที่ไม่ดีบางอย่างของเรา โดยเกิดจากการกระทำตามเจตจำนงของเรา และนั่นก็ดึงดูดพวกมันเข้ามาเหมือนแม่เหล็ก ให้เข้ามาอาศัยอยู่ในจิตวิญญาณและร่างกายของผู้เชื่อ จำไว้ว่า ความมืดดึงดูดความมืด แสงสว่างขับไล่ความมืด

สิ่งใดก็ตามที่เราทำแล้วพระเจ้าไม่เห็นด้วยหรือไม่สอดคล้องกับสิ่งที่ดีงามในพระคัมภีร์ สิ่งเหล่านั้นคือความมืด ลองอ่านพระธรรมกาลาเทีย บทที่ 5 ที่เปาโลได้อธิบายถึงวิธีที่เราจะรักษาอิสรภาพที่พระคริสต์ประทานให้ สิ่งใดก็ตามที่อยู่นอกเหนืออิสรภาพคือสิ่งที่ดึงดูดใจของอาณาจักรแห่งความมืด จำไว้ว่าพวกมันกำลังมองหาที่อยู่อาศัยอย่างกระวนกระวาย และร่างกายมนุษย์ก็เป็นหนึ่งในเป้าหมายสำคัญที่สุด โปรดอ่านข้อความนี้:

กาลาเทีย **5:13-25**

พระคัมภีร์ฉบับขยายความ

13 พี่น้องทั้งหลาย พระองค์ทรงเรียกท่านทั้งหลายให้มีอิสรภาพ
แต่จงอย่าให้อิสรภาพของท่านกลายเป็นโอกาสให้แก่ [ก] นิสัยบาป (ความเป็นโลก
ความเห็นแก่ตัว) แต่จง [ข] รับใช้ด้วยความรักและแสวงหาสิ่งที่ดีที่สุดให้แก่กันและกัน 14
เพราะธรรมบัญญัติทั้งสิ้น [เกี่ยวกับความสัมพันธ์ระหว่างมนุษย์]
นั้นสำเร็จได้ในข้อเดียวคือ "จงรักเพื่อนบ้านเหมือนรักตนเอง [นั่นคือ
จงห่วงใยผู้อื่นโดยไม่เห็นแก่ตัวและทำสิ่งต่างๆ เพื่อประโยชน์ของเขา]" 15

แต่ถ้าท่านทั้งหลายกัดกินและทำลายล้างกันและกัน [ในการทะเลาะวิวาทและความขัดแย้ง]
จงระวังว่าท่าน [พร้อมด้วยพี่น้องทั้งหลายของท่าน] จะไม่ถูกทำลายล้างโดยกันและกัน

16 แต่เราบอกว่า จงดำเนินชีวิตตามพระวิญญาณบริสุทธิ์เป็นประจำ
(จงแสวงหาพระองค์และตอบสนองต่อการทรงนำของพระองค์)
แล้วท่านทั้งหลายจะไม่ทำตามความปรารถนาของ ธรรมชาติ บาป (ซึ่ง
ตอบสนองอย่างหุนหันพลันแล่นโดยไม่คำนึงถึงพระเจ้าและพระบัญญัติของพระองค์) 17
เพราะธรรมชาติบาปมีความปรารถนาซึ่งขัดแย้งกับพระวิญญาณ
และความปรารถนาของพระวิญญาณก็ขัดแย้งกับ ธรรมชาติ บาป เพราะทั้งสอง
(ธรรมชาติบาปและพระวิญญาณ) ขัดแย้งกันโดยตรง (ขัดแย้งกันอยู่ตลอดเวลา)
เพื่อว่าท่านทั้งหลาย (ในฐานะผู้เชื่อ) จะไม่ทำตามใจปรารถนาเสมอไป 18 แต่
ถ้าท่านได้รับการทรงนำและชี้นำโดยพระวิญญาณ ท่านก็จะไม่ต้องอยู่ภายใต้พระบัญญัติ 19
บัดนี้ การกระทำของ ธรรมชาติ บาป นั้น ปรากฏชัดเจนแล้ว ได้แก่ การผิดศีลธรรมทางเพศ
ความไม่บริสุทธิ์ ความลุ่มหลงในกามารมณ์ (ความไม่รับผิดชอบโดยสิ้นเชิง
ขาดการควบคุมตนเอง) 20 การบูรูปเคารพ การ ใช้ เวทมนตร์ ความเป็นศัตรู การทะเลาะวิวาท ความอิจฉา ริษยา
ความโกรธ การโต้เถียง การแตกแยก การแบ่งฝักแบ่งฝ่าย (ที่ส่งเสริมลัทธิเท็จ) 21 ความ ริษยา
การเมาสุรา การประพฤติที่ก่อความวุ่นวาย และสิ่งอื่นๆ ในทำนองเดียวกันนี้
ข้าพเจ้าขอเตือนท่านล่วงหน้า เหมือนที่ข้าพเจ้าได้เตือนมาแล้วว่า
ผู้ที่กระทำสิ่งเหล่านี้จะไม่ได้รับมรดกในราชอาณาจักรของพระเจ้า 22
แต่ผลของพระวิญญาณ (ผลแห่งการทรงสถิตอยู่ภายในเรา) คือ ความรัก
(ความห่วงใยผู้อื่นโดยไม่เห็นแก่ตัว) ความยินดี สันติสุข (ภายใน) ความอดทน
(ไม่ใช่ความสามารถในการรอคอย แต่เป็นการกระทำของเราขณะรอคอย) ความเมตตา
ความดี ความซื่อสัตย์ 23 ความอ่อนโยน การควบคุมตนเอง
ไม่มีกฎหมายใดต่อต้านสิ่งเหล่านี้ 24 และบรรดาผู้ที่อยู่ในพระเยซูคริสต์ได้ตรึงกางเขน
ธรรมชาติ บาป พร้อมกับกิเลสตัณหาและความอยากต่างๆ ของ มัน แล้ว

25 ถ้าเราอ้างว่าดำเนินชีวิตโดยพระวิญญาณบริสุทธิ์
เราก็ต้องดำเนินชีวิตตามพระวิญญาณด้วย (ด้วยความซื่อสัตย์สุจริต ความมีคุณธรรม
และความกล้าหาญทางศีลธรรม—
การประพฤติของเราได้รับการเสริมพลังจากพระวิญญาณบริสุทธิ์)

กลุ่มปีศาจ

ปีศาจถูกจำแนกตามธรรมชาติของมัน *ปีศาจแห่งความเกลียดชัง* เรียกว่า "ความเกลียดชัง" ปีศาจแต่ละตัวมีความเชี่ยวชาญเฉพาะด้าน ปีศาจแห่งความเกลียดชังไม่ส่งเสริมกิเลสตัณหา มันส่งเสริมแต่ความเกลียดชังเท่านั้น เมื่อปีศาจได้รับคำสั่งให้ตั้งชื่อตัวเอง พวกมันมักจะตั้งชื่อตามธรรมชาติของมัน เช่น *การกบฏ การสาป* แช่ง *ความเฉยเมย* เป็นต้น บางครั้งปีศาจอาจตั้งชื่อส่วนตัว เช่น "จิม" หรือ "เชอร์ลีย์" บางครั้งพวกมันอาจตั้งชื่อที่ไม่คุ้นเคย นี่เป็นกลอุบายเพื่อป้องกันไม่ให้ผู้ทำพิธีขับไล่ปีศาจรู้ถึงธรรมชาติที่แท้จริงของพวกมัน ผู้ทำพิธีควรสั่งให้ปีศาจเปิดเผยธรรมชาติของมัน โดยกล่าวว่า "ธรรมชาติของเจ้าคืออะไร ปีศาจ?"

ปีศาจที่สิงสถิตอยู่ภายในนั้น มักไม่พบอยู่ตัวเดียว พวกมันมักอยู่รวมกันเป็นกลุ่ม กลุ่มเหล่านี้อาจเรียกว่าอาณานิคม ตระกูล หรือครอบครัว เมื่อตรวจพบหรือสังเกตเห็นปีศาจตัวใดตัวหนึ่ง ควรระวังและมองหาพวกพ้องของมันทันที กลุ่มปีศาจจะรวมตัวกันเพื่อควบคุมชีวิตด้านใดด้านหนึ่งของบุคคลนั้น ดังนั้นจึงมีรูปแบบที่พบได้ค่อนข้างชัดเจนในกลุ่มใดกลุ่มหนึ่ง ปีศาจบางประเภทจะพบซ้ำแล้วซ้ำเล่าในรูปแบบเดียวกัน อย่างไรก็ตาม ไม่ควรคิดว่ารูปแบบนั้นจะเหมือนเดิมเสมอไป

ความเป็นไปได้ในการจัดกลุ่มนั้นไม่มีขีดจำกัด

ในแต่ละกลุ่มจะมี *"ผู้มีอำนาจ"* หรือวิญญาณปกครองอยู่ บ่อยครั้งในระหว่างการปฏิบัติศาสนกิจ วิญญาณปกครองจะถูกระบุอย่างเฉพาะเจาะจง แต่ไม่จำเป็นเสมอไปที่จะต้องระบุว่าเป็นวิญญาณปกครองเพื่อที่จะทำการปลดปล่อย การระบุเช่นนั้นมักจะมีเหตุผล ประการแรก พระวิญญาณบริสุทธิ์อาจทรงชี้นำลำดับขั้นตอน ผู้ปฏิบัติศาสนกิจด้านการปลดปล่อยจะต้องตื่นตัวต่อแผนการต่อสู้ใดๆ ที่พระเจ้าอาจประทานให้ มีสถานการณ์ที่พระเจ้าจะทรงสั่งให้จัดการกับวิญญาณปกครองก่อน แล้วจึงจัดการกับพวกพ้องของมัน ในบางครั้ง การทรงนำของพระเจ้าอาจเป็นการขับไล่วิญญาณที่อ่อนแอกว่าก่อน แล้วจึงขับไล่วิญญาณปกครองเป็นคนสุดท้าย

ดูเหมือนว่าจะไม่มีประโยชน์อะไรที่จะตั้งคำถามว่าทำไมพระเจ้าจึงทรงนำทางไปในทางหนึ่งแล้วไปอีกทางหนึ่ง
ทหารที่ดีได้รับการฝึกฝนให้ปฏิบัติตามคำสั่งโดยไม่ตั้งคำถามกับผู้บังคับบัญชา
บางครั้งเขาอาจได้รับอิสระในการเลือกเส้นทางการโจมตีของตนเอง
และในบางครั้งคำสั่งของเขาก็ค่อนข้างเฉพาะเจาะจง
เช่นเดียวกันนี้ก็เป็นจริงในสงครามฝ่ายวิญญาณ

เหตุผลประการที่สองที่ควรระบุวิญญาณปกครองคือ
เพื่อประโยชน์ของผู้ที่ได้รับการปลดปล่อย
การรู้ว่าควรระวังวิญญาณใดเป็นพิเศษในอนาคตนั้นมีประโยชน์มาก
วิญญาณบางตนมีความเกี่ยวข้องกับรูปแบบนิสัยที่ต้องเปลี่ยนแปลง และส่วนต่างๆ ของมนุษย์ฝ่ายเนื้อหนังที่ต้องถูกตรึงกางเขน หลังจากการปลดปล่อยแล้ว บุคคลนั้นจะต้องต่อสู้กับปัญหาต่างๆ ด้วยตนเองเพื่อรักษาการปลดปล่อยนั้นไว้
การรู้ว่ากำลังต่อสู้กับอะไร
และอะไรคือเนื้อหนังและอะไรคือวิญญาณชั่วร้ายนั้นมีประโยชน์มาก
จากประสบการณ์ที่ได้รับจากการทำพิธีปลดปล่อยหลายร้อยครั้งและการจัดการกับกลุ่มปีศาจ ผมเชื่อมั่นว่าวิญญาณปกครองเป็นวิญญาณแรกที่บุกรุกเข้ามาในพื้นที่ใดพื้นที่หนึ่ง เนื่องจากเป็นตัวแรกที่เข้ามาได้ จึงสามารถสถาปนาตนเองเป็นผู้ปกครองได้ จากนั้นก็กลายเป็นกุญแจสำคัญในการเปิดทางให้วิญญาณอื่นๆ เข้ามา เมื่อขับไล่ปีศาจออกไป มักจะพบเห็นการสั่งวิญญาณปกครองว่า "ออกมาและนำพวกพ้องของเจ้ามาด้วย!" หรือ "ออกมาและนำรากเหง้าของเจ้ามาด้วย!" หากส่วนใดส่วนหนึ่งของกลุ่มไม่ถูกขับไล่ออกไป ก็จะเปิดทางให้กลุ่มนั้นกลับเข้ามาได้อีก ด้วยเหตุนี้ การปลดปล่อยจึงควรดำเนินการอย่างละเอียดถี่ถ้วนที่สุดเท่าที่จะเป็นไปได้

อาจพบวิญญาณประเภทเดียวกันมากกว่าหนึ่งตนในกลุ่มเดียวกัน ตัวอย่างเช่น กลุ่มวิญญาณแห่งความขมขื่นอาจมี *ปีศาจแห่งความแค้น หลายตน* นอกจากนี้ ปีศาจประเภทเดียวกันอาจปรากฏอยู่ในหลายกลุ่ม ตัวอย่างเช่น *ปีศาจแห่งความโกรธ* อาจพบในกลุ่มวิญญาณแห่งความขมขื่น
และปีศาจแห่งความโกรธอีกตนหนึ่งอาจพบในกลุ่มวิญญาณแห่งความสมบูรณ์แบบ
ในพิธีขับไล่วิญญาณครั้งหนึ่ง มีวิญญาณหลายกลุ่มถูกขับไล่ออกไป ในแต่ละกลุ่มมี *วิญญาณแห่งความหดหู่* *การ*

ที่จะรู้ว่าวิญญาณทุกกลุ่มที่รวมกันอยู่นั้นได้รับการจัดการเรียบร้อยแล้ว ต้องอาศัยพลังแห่งการหยั่งรู้เหนือธรรมชาติเท่านั้น

ตัวอย่างเช่น: รสขม

ความขม

ในฮีบรู 12:15 มีคำเตือนว่า "เกรงว่ารากแห่งความขมขื่นจะงอกขึ้นมาทำให้ท่านเดือดร้อน และทำให้คนจำนวนมากเป็นมลทิน" รากแห่งความขมขื่นเป็นสาเหตุของ "ความเดือดร้อน" มากมาย ความขมขื่นที่เก็บไว้ในใจเป็นเวลานานจะเปิดประตูให้ปีศาจเข้ามาครอบงำ นี่อาจเป็นช่องทางที่พบบ่อยที่สุดสำหรับการกระทำของปีศาจ ในกรณีส่วนใหญ่ ความขมขื่นนั้นมักเกิดขึ้นกับคนในครอบครัวโดยตรง

วิญญาณแห่งความขมขื่น จะคอยเก็บรักษาเหตุการณ์ที่เจ็บปวดเอาไว้ สิ่งต่างๆ ที่เกิดขึ้นเมื่อหลายปีก่อนยังคงสดใหม่และชัดเจนในความทรงจำราวกับว่าเพิ่งเกิดขึ้นในวันนี้ ดังนั้น บุคคลนั้นจึงไม่เพียงแต่รับมือกับปัญหาในปัจจุบันเท่านั้น แต่ยังต้องเผชิญกับบาดแผลที่สะสมอยู่ตลอดเวลา *วิญญาณแห่งการไม่ให้อภัย* จะคอยเก็บรักษาทุกรายละเอียดของความเจ็บปวดเหล่านั้นไว้ และทบทวนมันอย่างต่อเนื่องในจิตใจของบุคคลนั้น แม้แต่ความเจ็บปวดเล็กน้อยที่สุดก็ไม่ได้รับการให้อภัยหรือลืมเลือน เมื่อใดก็ตามที่พบทัศนคติแห่งความขมขื่น ก็อาจคาดได้ว่าจะพบปีศาจแห่ง *ความขมขื่น* *ความขุ่นเคือง* และ *ความเกลียดชัง* ในบางกรณี ห่วงโซ่ของวิญญาณอาจขยายไปถึงวิญญาณอื่นๆ หรือทั้งหมดในกลุ่มนั้นด้วย รายชื่อกลุ่มปีศาจต่อไปนี้แสดงถึงรูปแบบที่พบเห็นได้จริงในระหว่างการทำพิธีขับไล่ปีศาจ

การจัดกลุ่มเหล่านี้เป็นเพียงตัวอย่างคร่าวๆ ของสิ่งที่อาจพบเจอเท่านั้น รายชื่อนี้ไม่ได้ครอบคลุมทุกอย่าง และการจัดกลุ่มเหล่านี้ก็ไม่ได้คงที่เสมอไป

มีการอธิบายถึงกลุ่มต่างๆ ที่ระบุไว้ เพื่อให้เข้าใจถึงปัญหาที่เกิดจากสุราแต่ละกลุ่มได้ดียิ่งขึ้น กลุ่มส่วนใหญ่ค่อนข้างเข้าใจได้ง่ายอยู่แล้ว

เราเชื่อว่าข้อมูลต่อไปนี้จะเป็นประโยชน์อย่างยิ่งสำหรับผู้ที่กำลังก้าวเข้าสู่พันธกิจการขับไล่ปีศาจ มันจะช่วยให้ทุกคนเข้าใจได้ดียิ่งขึ้นว่าปีศาจรวมกลุ่มกันได้อย่างไร การศึกษาและประสบการณ์หลายปีถูกสรุปไว้ในไม่กี่หน้า

กลุ่มปีศาจทั่วไป

1. รสขม

ความขุ่นเคือง ความเกลียดชัง การไม่ให้อภัย ความรุนแรง อารมณ์ฉุนเฉียว ความโกรธ การแก้แค้น การฆาตกรรม

2. การกบฏ

ความดื้อรั้น ความหัวแข็ง การไม่เชื่อฟัง การไม่ยอมจำนน

3. ความขัดแย้ง

การโต้เถียง การทะเลาะวิวาท การทะเลาะเบาะแว้ง การต่อสู้

4. การควบคุม

ความหวงแหน การครอบงำ เวทมนตร์

5. การแก้แค้น

การทำลายล้าง ความอาฆาต ความเกลียดชัง ความซาดิสม์ ความเจ็บปวด ความโหดร้าย

6. การกล่าวหา

การตัดสิน การวิจารณ์ การหาข้อผิดพลาด

7. การปฏิเสธ

ความกลัวการถูกปฏิเสธ การปฏิเสธตนเอง

8. ความไม่มั่นคง

ความรู้สึกด้อยกว่า ความสงสารตัวเอง ความเหงา ความขี้อาย ความไม่กล้า
ความรู้สึกไม่เพียงพอ ความไร้ความสามารถ

9. ความอิจฉา

ความอิจฉา ความสงสัย ความไม่ไว้วางใจ ความเห็นแก่ตัว

10. การถอนเงิน

การงอน การเหม่อลอย จินตนาการ การเสแสร้ง ความไม่เป็นจริง

11. หลบหนี

ความเฉยเมย ความอดทนอดกลั้น ความเฉื่อยชา ความง่วงนอน แอลกอฮอล์ ยาเสพติด

12 ความเฉื่อยชา

ความเฉยเมย ความเฉื่อยชา ความเซื่องซึม

13. โรคซึมเศร้า

ความสิ้นหวัง ความท้อแท้ ความท้อแท้ ความพ่ายแพ้
ความหดหู่ ความสิ้นหวัง การฆ่าตัวตาย ความตาย โรคนอนไม่หลับ ความเจ็บป่วย

14. ความหนักแน่น

ความเศร้าโศก ภาระ ความรังเกียจ

15. ความกังวล

ความวิตกกังวล ความกลัว ความหวาดหวั่น ความระแวง

16. ความวิตกกังวล

อาการปวดหัวจากความเครียด พฤติกรรมกระวนกระวาย ความตื่นเต้น นอนไม่หลับ
การเดินเตร่ไปมา

17. ความอ่อนไหว

ความตระหนักรู้ในตนเอง ความกลัวมนุษย์ ความกลัวการไม่ได้รับการยอมรับ

18. การข่มเหง

ความไม่ยุติธรรม ความกลัวการตัดสิน ความกลัวการประณาม ความกลัวการกล่าวหา ความกลัวการถูกตำหนิ ความอ่อนไหว

19. โรคทางจิต

ความวิกลจริต ความบ้าคลั่ง ความคลั่งไคล้ ความบกพร่องทางสติปัญญา ความชรา โรคจิตเภท

20. โรคจิตเภท

21. ความหวาดระแวง

ความอิจฉา ความริษยา ความสงสัย ความไม่ไว้วางใจ การข่มเหง ความกลัว การเผชิญหน้า

22. ความสับสน

ความหงุดหงิด ความไม่สอดคล้องกัน ความหลงลืม

23. ความสงสัย

ความไม่เชื่อ ความสงสัย

24. ความลังเลใจ

การผัดวันประกันพรุ่ง การประนีประนอม ความสับสน การลืมเลือน ความเฉยเมย

25. การหลอกตัวเอง

การหลอกตัวเอง การล่อลวงตัวเอง ความเย่อหยิ่ง

26. การเชื่อมโยงจิตใจ

ความสับสน ความกลัวมนุษย์ ความกลัวความล้มเหลว วิญญาณลึกลับ วิญญาณในลัทธิวิญญาณนิยม

27. การบูชารูปเคารพทางจิตใจ

ปัญญาชนนิยม การหาเหตุผลเข้าข้างตนเอง ความภาคภูมิใจ อัตตา

28. **ความกลัว (ทุกประเภท)**

โรคกลัว (ทุกชนิด) โรคฮิสทีเรีย

29. **ความกลัวต่อผู้มีอำนาจ**

การโกหก การหลอกลวง

30. **ความภาคภูมิใจ**

อัตตา ความเย่อหยิ่ง ความชอบธรรมในตนเอง ความทะนงตน ความอวดดี

31. **การเสแสร้ง**

การแสดงละคร การเสแสร้ง ความซับซ้อน ความโอ้อวด

32. **ความโลภ**

การขโมย ความโลภในวัตถุ ความตะกละ ความไม่พอใจ

33. **ความสมบูรณ์แบบ**

ความภาคภูมิใจ ความเย่อหยิ่ง อัตตา ความคับข้องใจ การวิพากษ์วิจารณ์ ความหงุดหงิด ความไม่ยอมรับ ความโกรธ

34. **การแข่งขัน**

การโต้เถียงเรื่องการขับรถ ความภาคภูมิใจในตนเอง

35. **ความใจร้อน**

ความกระวนกระวาย ความคับข้องใจ ความไม่ยอมรับ ความขุ่นเคือง การวิพากษ์วิจารณ์

36. **ภาระเท็จ**

ความรับผิดชอบจอมปลอม ความเห็นอกเห็นใจจอมปลอม

37. **ความโศกเศร้า**

ความเศร้าโศก ความเจ็บปวดใจ ความเสียใจ การร้องไห้ ความเศร้า ความโหดร้าย

38. **ความเหนื่อยล้า**

ความเหนื่อยล้า ความอ่อนเพลีย ความเกียจคร้าน

39. ความเจ็บป่วย

(โรคภัยไข้เจ็บใดๆ)

40. ความตาย

41. การสืบทอดมรดก

(ทางกาย) (ทางอารมณ์) (ทางจิตใจ) (คำสาปแช่ง)

42. สมาธิสั้น

ความกระสับกระส่าย แรงกดดันในการขับขี่

43. การสาปแช่ง

หลักสูตรการดูหมิ่นศาสนา การล้อเล่น การนินทา การวิจารณ์ การใส่ร้าย การเยาะเย้ย การดูถูก การต่อว่า

นิโคติน แอลกอฮอล์ **เสพติดและควบคุมไม่ได้**

ยา เวชภัณฑ์

ความตะกละของคาเฟอีน

45. ความตะกละ

ความวิตกกังวล การกินอย่างควบคุมไม่ได้ ความไม่พอใจ ความหงุดหงิด ความเกียจคร้าน ความสงสารตัวเอง การให้รางวัลตัวเอง

46. การกล่าวโทษตนเอง

ความเกลียดชังตนเอง การประณามตนเอง

47. ความผิด

การประณาม ความอับอาย

ความรู้สึกไร้ค่า ความอับอาย

48. ความไม่บริสุทธิ์ทางเพศ

ความใคร่ จินตนาการ ความใคร่ การสำเร็จความใคร่ด้วยตนเอง การรักร่วมเพศ การรักเพศเดียวกัน การนอกใจ การผิดประเวณี การร่วมประเวณีกับญาติ การค้าประเวณี การเปิดเผยการข่มขืน ความเย็นชาทางเพศ

49. ลัทธิ

พยานพระเยโฮวาห์

คริสเตียนไซเอนซ์

ลัทธิโรซิครูเซียน

ลัทธิเทโอโซฟี

ยูแรนเทีย

ซูบุด

ลาติฮาน

ความสามัคคี

มอร์มอน

ศาสนาบาไฮ

ลัทธิเอกเทวนิยม (สมาคม กลุ่ม

และหน่วยงานทางสังคมที่ใช้คัมภีร์ไบเบิลและพระเจ้าเป็นพื้นฐาน

แต่ละเว้นการไถ่บาปด้วยพระโลหิตของพระเยซูคริสต์)

50. ไสยศาสตร์

การดูดวงจากกระดานอุยจา, การวิเคราะห์ลายมือ, ลายมืออัตโนมัติ,

พลังจิตเหนือธรรมชาติ

การสะกดจิต ดวงชะตา โหราศาสตร์

การลอยตัว การทำนายโชคชะตา เวทมนตร์น้ำ ไพ่ทาโรต์ ลูกตุ้ม เวทมนตร์ดำ

เวทมนตร์ขาว การร่ายมนตร์ คาถา เครื่องรางของขลัง ฯลฯ

51. ศาสนา

พิธีกรรมนิยม รูปแบบนิยม ความหมกมุ่นในหลักคำสอน การล่อลวง

ความผิดพลาดทางหลักคำสอน ความกลัวพระเจ้า ความกลัวนรก

ความกลัวการสูญเสียความรอด ความเคร่งศาสนา ฯลฯ

52. **ลัทธิวิญญาณนิยม**

การติดต่อสื่อสารกับวิญญาณ เวทมนตร์เรียกวิญญาณ ฯลฯ

53. **ศาสนาเท็จ**

พุทธศาสนา ลัทธิเต๋า ฮินดู อิสลาม ชินโต ลัทธิขงจื๊อ เป็นต้น

การต่อสู้ครั้งสุดท้าย – ความฝันทางจิตวิญญาณ

เราทุกคนรู้ว่าตลอดประวัติศาสตร์ในพระคัมภีร์ พระเจ้าทรงตรัสกับผู้รับใช้ของพระองค์ผ่านทางนิมิตและความฝันเป็นครั้งคราว ในวันเพนเตโคสต์ เปโตรได้อ้างคำกล่าวจากผู้เผยพระวจนะโยเอลว่า: และในวันสุดท้าย พระเจ้าตรัสว่า เราจะเทพระวิญญาณของเราลงมาเหนือมนุษย์ทั้งปวง และบุตรชายและบุตรหญิงของเจ้าจะพยากรณ์ และคนหนุ่มของเจ้าจะเห็นนิมิต และคนแก่ของเจ้าจะฝัน (กิจการ 2:17)

เมื่อวันที่ 9 กรกฎาคม พ.ศ. 2513 พระเจ้าทรงตรัสกับข้าพเจ้าในความฝันฝ่ายวิญญาณ พระองค์ทรงทำให้ข้าพเจ้าเข้าใจอย่างชัดเจนว่า ข้าพเจ้าจะต้องประกาศความจริงที่ทรงสำแดงแก่ข้าพเจ้าผ่านความฝันนี้ ข้าพเจ้าอธิษฐานขอให้ความจริงนี้เป็นพรและแรงบันดาลใจแก่ท่านเช่นเดียวกับที่ได้เป็นแก่ผู้อื่นอีกมากมายที่ได้รับฟังความจริงนี้

ความฝัน

เมื่อความฝันเริ่มต้นขึ้น ฉันพบว่าตัวเองกำลังเดินเข้าไปในสนามกีฬาขนาดใหญ่ อัฒจันทร์เต็มไปด้วยผู้คน และบรรยากาศเต็มไปด้วยความตื่นเต้นและความคาดหวังกับสิ่งที่กำลังจะเกิดขึ้น มันจะเป็นเกมเบสบอล และผมก็จะเป็นหนึ่งในผู้เล่น ผมสวมชุดยูนิฟอร์มเรียบร้อยแล้ว ชุดยูนิฟอร์มของทีมผมเป็นสีแดงและสีขาว ฉันเห็นสมาชิกของทีมฝ่ายตรงข้าม พวกเขาสวมชุดยูนิฟอร์มสีดำและสีขาว ขณะที่ผมเดินลงสนาม ผมก็รู้ว่าเพื่อนร่วมทีมทุกคนกำลังทะเลาะกันอย่างดุเดือดอยู่ข้างสนามกับสมาชิกทีมฝ่ายตรง

ข้าม ผมไม่อยากเข้าไปยุ่งเกี่ยวด้วย จึงเดินลงสนามไป หวังว่าคนอื่นๆ จะตามมาสมทบกับผมในไม่ช้า ขณะที่ผมเดินลงสนาม สมาชิกทีมฝ่ายตรงข้ามคนหนึ่งก็เดินตามผมออกมาด้วย ผมรู้สึกกังวลใจที่จะต้องเริ่มการแข่งขันเสียที จากตำแหน่งของดวงอาทิตย์ ผมรู้ว่าเหลือเวลาอีกประมาณสองชั่วโมงก่อนหมดเวลา การแข่งขันต้องเริ่มขึ้นโดยเร็ว ในที่สุด การโต้เถียงข้างสนามก็ยุติลง และทีมต่างๆ ก็เริ่มเข้าประจำตำแหน่ง ทีมของเราเป็นฝ่ายรับลูก ส่วนทีมฝ่ายตรงข้ามเป็นฝ่ายตีลูก ผมเดินออกไปที่สนามด้านซ้าย โดยรู้ตัวว่ายังไม่ได้รับมอบหมายตำแหน่งที่จะเล่น ผมมองหาโค้ชและเห็นว่าเขาอยู่กลางสนาม เขาทำท่าทางให้ผมไปประจำตำแหน่งที่เบสที่สาม และผมก็ไปประจำตำแหน่งนั้นทันที

ทีมของเราเริ่ม "พูดคุยให้กำลังใจกัน" อย่างที่เขาว่ากัน เราต่างตะโกนให้กำลังใจกันและกัน และร่วมสนุกไปกับการแข่งขัน ต่อมา เราเริ่มทำการวอร์มอัพร่างกาย - ยืดแขน งอ เข่า และยืดหลัง ตอนนี้ถึงเวลาเริ่มเกมแล้ว ผู้ขว้างโยนลูกแรกข้ามโฮมเพลท ผู้ตีฝ่ายตรงข้ามฟาดลูกด้วยแรงทั้งหมดที่มี เขาตีได้สำเร็จ ลูกเบสบอลลอยสูงมาก ผมมองดูมันลอยสูงเหนือหัวผมแล้วกลับมาตกลงนอกสนาม ความกลัวเข้าครอบงำหัวใจผม ผมคิดว่า “ถ้าผู้เล่นของพวกเขาทุกคนแข็งแกร่งขนาดนั้น เราจะมีโอกาสอะไร” ผมตระหนักว่าผมต้องระมัดระวังเป็นอย่างมาก ผมขยับน้ำหนักตัวจากเท้าหนึ่งไปอีกเท้าหนึ่ง ถ้าลูกต่อไปมาทางผม ผมต้องว่องไวเหมือนแมวพร้อมที่จะกระโจนไปในทิศทางใดก็ได้เพื่อรับลูกและทำให้ผู้เล่นฝ่ายตรงข้ามออก ในจุดนี้ความฝันก็จบลง เมื่อผมตื่นขึ้นและเริ่มนึกถึงความฝัน ปฏิกิริยาแรกของผมคือความผิดหวัง ผมรักเบสบอลและรู้สึกผิดหวังที่ผมไม่ได้ฝันจนจบ

การตีความ

ความฝันทางจิตวิญญาณนั้นไม่สามารถตีความได้โดยตรง — ต้องอาศัยการตีความ เมื่อพระวิญญาณบริสุทธิ์ทรงเตือนสติข้าพเจ้าในเช้าวันรุ่งขึ้น พระองค์ก็เริ่มให้การตีความแก่ข้าพเจ้า ข้าพเจ้าคว้าดินสอและกระดาษแล้วเริ่มเขียนการตีความอย่างรวดเร็วที่สุดเท่าที่จะทำได้ ทุกอย่างกระจ่างในเวลาเพียงไม่กี่นาที ข้าพเจ้าเขียนออกมาโดยไม่ขัดจังหวะเลยขณะที่พระวิญญาณกำลังทรงประทานการตีความแก่ข้าพเจ้า

สนามแข่งขันเปรียบเสมือนโลกทั้งใบ อัฒจันทร์ที่เต็มไปด้วยผู้ชมคือภาพที่ปรากฏในฮีบรู 12:1

ฉะนั้น เมื่อเห็นว่าเราเองก็ถูกล้อมรอบด้วยพยานมากมายเช่นนี้...
พระเจ้าตรัสกับข้าพเจ้าว่า ผู้ที่อยู่ในอัฒจันทร์นั้นคือพยานจำนวนมาก พวกเขาคือคริสเตียนทุกคนที่เคยมีชีวิตอยู่ และตอนนี้กำลังมองลงมายังโลกจากสวรรค์ บรรดาบรรพบุรุษและผู้บริสุทธิ์ในยุคพันธสัญญาเดิมและพันธสัญญาใหม่ต่างก็อยู่ในอัฒจันทร์นั้น มีทั้งอับราฮัม ยาโคบ อิสอัค โยเซฟ ดาวิด ดาเนียล เยเรมีย์ อิสยา ห์ เปโตร ยากอบ และยอห์น และคนอื่นๆ อีกมากมาย พวกเขาคือผู้ที่เคยอยู่ใน "การแข่งขันชิงชัย" ในยุคก่อนๆ หลายคนประสบความสำเร็จและอยู่ใน "หอเกียรติยศ" ดังที่บันทึกไว้ในฮีบรูบทที่ 11 พวกเขากำลังเฝ้ารออย่างใจจดใจจ่อที่จะเห็นว่าพวกเราที่อยู่ในสนามในยุคนี้จะทำได้ดีแค่ไหน

แล้วพระเจ้าตรัสกับข้าพเจ้าว่า "นี่คือการแข่งขันชิงแชมป์โลก! นี่คือการต่อสู้ครั้งสุดท้ายระหว่างกองกำลังแห่งความชั่วร้ายและกองกำลังแห่งความชอบธรรม นี่จะเป็นการตัดสินแชมป์โลก!"

จากนั้นฉันก็ได้รับแจ้งความหมายของเครื่องแบบ เครื่องแบบของเราเป็นสีแดงและสีขาว สีแดงหมายถึงพระโลหิตของพระเยซู เป็นเครื่องหมายบ่งบอกว่าเราเป็นผู้ที่อยู่ในพระหัตถ์ของพระเจ้า พระโลหิตแสดงถึงพลังอำนาจของเราในพระเยซูคริสต์ "พวกเขาเอาชนะมัน (ซาตาน) ด้วยพระโลหิตของพระเมษโปดก..." (วิวรณ์ 12:11) สีขาวหมายถึงความบริสุทธิ์ ผู้ที่อยู่ในทีมของพระเจ้าในวันนี้จะต้องมีความบริสุทธิ์ พระวิญญาณทรงเน้นย้ำอย่างมากถึงความบริสุทธิ์ส่วนบุคคลและความชอบธรรมในทางปฏิบัติ นี่ไม่ใช่เวลาที่จะเดินด้วยเท้าข้างหนึ่งอยู่ในโลกและอีกข้างหนึ่งอยู่ในอาณาจักรของพระเจ้า! ทีมฝ่ายตรงข้ามแต่งกายด้วยชุดสีดำและสีขาว

สีดำเป็นสัญลักษณ์ของความชั่วร้าย มันบ่งบอกถึงซาตานและการกระทำชั่วร้ายของมัน ทีมฝ่ายตรงข้ามถูกระบุอย่างชัดเจนว่าเป็นปีศาจและเหล่าวิญญาณชั่วร้ายของมัน

ฉันรู้สึกงุนงง ทีมของปีศาจยังมีสีขาวในเครื่องแบบด้วย นี่หมายความว่าอย่างไร? ในขณะที่คำถามกำลังก่อตัวขึ้นในใจฉัน พระวิญญาณบริสุทธิ์ก็ทรงให้คำตอบ... สีดำและสีขาวแสดงถึงการผสมผสานระหว่างความชั่วร้ายและความดี ซาตานไม่เคยมาหาเราด้วยความมืดมิดและความชั่วร้ายเพียงอย่างเดียว มันมาหาเราด้วยสีขาวด้วย สีดำและสีขาวแสดงถึงการผสมผสานระหว่าง *ความจริง* และ *ความผิดพลาด* นี่คือหนึ่งในกลยุทธ์ที่ยิ่งใหญ่ที่สุดของซาตาน ในปัจจุบันนี้ มีการผสมผสานระหว่างความดีและความชั่วร้าย ความจริงและความผิดพลาด มากกว่าที่เคยเป็นมา พระวิญญาณตรัสอย่างชัดเจนว่า ในสมัยสุดท้ายบางคนจะละทิ้งความเชื่อ โดยหันไปเชื่อคำล่อลวงของวิญญาณชั่วร้ายและคำสอนของพวกปีศาจ (1 ทิโมธี 4:1) ทำไมฉันถึงเข้าไปพัวพันกับความขัดแย้งนี้? พระเจ้าทรงแสดงให้ฉันเห็นว่า การปรากฏตัวของฉันในเหตุการณ์นั้น ในฐานะตัวแทนคนหนึ่ง ฉันเป็นตัวแทนของคริสเตียนจำนวนมากที่กำลังก้าวเข้าสู่สนามรบฝ่ายวิญญาณ เพื่อต่อสู้กับอำนาจของนรก

ฉันถามว่า "แต่พระเจ้า ทำไมเพื่อนร่วมทีมของฉันทุกคนถึงไปยืนอยู่ข้างสนามโต้เถียงกับทีมฝ่ายตรงข้าม?" พระเจ้าทรงอธิบายว่านี่เป็นเพียงกลยุทธ์อีกอย่างหนึ่งของศัตรู มันพยายามทำให้ประชากรของพระเจ้าอยู่ข้างสนาม ออกจากการกระทำหลัก และทำให้พวกเขาติดอยู่กับที่ พระองค์ทรงแสดงให้ฉันเห็นว่านี่เป็นตัวแทนของการแบ่งแยกในนิกายต่างๆ ของ *ศาสนาคริสต์* ปีศาจได้ทำให้คริสเตียนอยู่ข้างสนามปกป้องหลักคำสอนและประเพณีของตนเอง โดยไม่รู้ตัวเลยว่าพวกเขาถูกปีศาจหลอกลวง ถึงเวลาแล้วที่ประชากรของพระเจ้าจะต้องรวมเป็นหนึ่งเดียวและลงมือทำภารกิจที่อยู่ตรงหน้า! ในความเป็นจริง นี่คือสิ่งที่กำลังเกิดขึ้นอันเป็นผลมาจากการเทลงมาอย่างมากมายของพระวิญญาณบริสุทธิ์ทั่วโลกในปัจจุบัน

สิ่งที่ผมกังวลคือวันกำลังจะหมดลงแล้ว เหลือแสงสว่างเพียงไม่กี่ชั่วโมงเท่านั้น แท้จริงแล้วกลางคืนกำลังจะมาถึง เมื่อไม่มีใครสามารถทำงานได้

เรากำลังอยู่ในช่วงเวลาสุดท้ายของประวัติศาสตร์มนุษยชาติ เราต้องใช้ทุกนาทีให้คุ้มค่า เราต้องตระหนักว่าในฐานะคริสเตียน เราต้องลงสนามและเอาชนะซาตานและสมุนของมัน

ในที่สุดทีมต่างๆ ก็เริ่มเคลื่อนลงสู่สนาม คนๆ เดียวไม่สามารถสร้างทีมได้! ช่วงชีวิตคริสตจักรที่เรากำลังก้าวเข้าสู่ต้องอาศัยการทำงานเป็นทีม...ความสามัคคี! แล้วพระเจ้าก็ทรงเตือนข้าพเจ้าว่ามี ผู้เล่น *เก้าคน* ในทีมเบสบอล เลขเก้าหมายถึง ของประทาน แห่งพระวิญญาณ *เก้าอย่าง และ ผล* ของพระวิญญาณเก้าอย่าง ผู้ที่อยู่ในทีมของพระเจ้าในการต่อสู้ครั้งสุดท้ายกับกองกำลังของซาตานจะปฏิบัติงานภายใต้การนำของพระวิญญาณบริสุทธิ์ ของประทานแห่งพระวิญญาณ – คำแห่งปัญญา คำแห่งความรู้ ความเชื่อ ของประทานแห่งการรักษา การทำการอัศจรรย์ การพยากรณ์ การแยกแยะวิญญาณ การพูดภาษาต่างๆ และการตีความภาษาต่างๆ (ดู 1 โครินธ์ 12:8-10) – จะทำงานในพันธกิจของพวกเขา ผลของพระวิญญาณ – ความรัก ความยินดี สันติสุข ความอดทน ความอ่อนโยน ความดี ความเชื่อ ความสุภาพ การรู้จักควบคุมตนเอง – จะปรากฏให้เห็น (ดู กาลาเทีย 5:22,23) สรรเสริญพระเจ้า! พระองค์ทรงนำทีมของพระองค์ลงสู่สนามใน *ยุคของเรา* เป็น ทีม *ที่เต็มเปี่ยมด้วยพระวิญญาณบริสุทธิ์* ของประทานแห่งพระวิญญาณ พระวิญญาณบริสุทธิ์กำลังได้รับการฟื้นฟูในคริสตจักร ผลแห่งพระพรปรากฏให้เห็นในหมู่ประชากรของพระเจ้าอย่างที่ไม่เคยเป็นมาก่อน อุปสรรคที่แยกเราออกจากกันและทำให้เราถูกมองข้ามมานานกำลังถูกทำลาย อุปสรรคทางนิกายกำลังพังทลายลง คำถามทางหลักคำสอนที่แบ่งแยกกำลังถูกฝังกลบ พระเยซูทรงเป็นองค์พระผู้เป็นเจ้า! เรากำลังสัมผัสถึงกระแสแห่งความรัก เราอยู่บนพื้นฐานเดียวกัน เราสามารถนมัสการและรับใช้ในนามพระวิญญาณบริสุทธิ์ร่วมกันได้

เมื่อผมก้าวลงสู่สนามรบ สมาชิกทีมฝ่ายตรงข้ามก็ก้าวลงมาพร้อมกับผมด้วย ในความเป็นจริง ผมก้าวลงสู่สนามรบแห่งความขัดแย้งเมื่อผมได้สัมผัสกับพระวิญญาณบริสุทธิ์ ในเวลานั้นเองที่ผมได้รับพลังและกลายเป็นภัยคุกคามต่อปีศาจ หลังจากประสบการณ์นั้น ของประทานแห่งพระวิญญาณก็เริ่มทำงานในงานรับใช้ของผม และพลังส่วนใหญ่ที่เกิดขึ้นนั้นมุ่งเป้าไปที่ปีศาจ การรับบัพติศมาในพระวิญญาณบริสุทธิ์ไม่ได้หมายความว่าปัญหาของผมจะหมดไป

ในความเป็นจริง ปัญหาของผมดูเหมือนจะยิ่งใหญ่กว่าเดิมเสียอีก ชั่วข้ามคืนเพื่อนส่วนใหญ่ของผมกลายเป็นศัตรูที่ปฏิเสธผมและกล่าวหาผมว่าหยิ่งยโสและหลอกลวง ความกลัวเข้าครอบงำหัวใจของผม และผมสงสัยว่าอะไรจะเกิดขึ้นกับผม พลังของปีศาจได้ก้าวลงสู่สนามรบเพื่อต่อต้านผม!

ณ จุดนี้ ผมกำลังยืนอยู่ในมุมที่สับสนวุ่นวาย คุณรู้ไหมว่าการอยู่ในมุมที่สับสนวุ่นวายหมายความว่าอย่างไร? สำนวนนี้ใช้เพื่ออธิบายถึงคนที่สับสนและไม่รู้ว่า ตัวเองอยู่ที่ไหน ผมรู้ว่าผมอยู่ในความขัดแย้งและอยู่ในสนาม แต่ไม่รู้ว่าบทบาทของผมคืออะไร นี่เป็นการอธิบายสถานการณ์ที่ผมเผชิญได้อย่างเหมาะสมและชัดเจนหลังจากได้รับการรับบัพติศมาในพระวิญญาณบริสุทธิ์ นี่ไม่ใช่หรือ? อธิบายถึงคริสเตียนจำนวนมากอย่างไร? พวกเขาเหมือนอยู่นอกสนาม พวกเขาไม่เคยพบพระประสงค์ของพระเจ้าสำหรับชีวิตของพวกเขา พวกเขาเดินเตร่ไปอย่างไร้จุดหมาย พวกเขาไม่ได้ช่วยเหลือทีมอย่างแท้จริง ตำแหน่งที่พวกเขาควรอยู่กลับว่างเปล่า มีช่องว่างในทีม แต่โค้ชอยู่ที่นั่นพร้อมที่จะให้คำแนะนำ! โค้ชคือใคร? เขาคือพระวิญญาณบริสุทธิ์ และพระองค์อยู่ที่ไหน? นี่เป็นลักษณะที่แปลกประหลาดของความฝัน โดยปกติแล้วโค้ชจะอยู่ข้างสนามหรือในห้องพักนักกีฬา แต่ในความฝันนี้โค้ชอยู่ตรงกลางสนาม พระวิญญาณบริสุทธิ์อยู่ที่ไหนในปัจจุบัน? พระองค์อยู่ท่ามกลางพวกเรา พระองค์อยู่ที่นั่นเพื่อให้คำแนะนำแก่เราเมื่อเรามองไปที่พระองค์ พระองค์ทรงแสดงให้ฉันเห็นว่าฉันควรอยู่ที่เบสที่สาม เราจะมาทำความเข้าใจความหมายของเรื่องนี้ในอีกสักครู่ สมาชิกทีมต่าง ๆ ต่างรีบหาตำแหน่งของตนเอง เกมกำลังจะเริ่มขึ้นในไม่ช้า เราเริ่มตะโกนให้กำลังใจซึ่งกันและกัน โอ้ ช่างเป็นภาพโบสถ์ที่สวยงามอะไรเช่นนี้

และให้เราพิจารณาซึ่งกันและกัน เพื่อกระตุ้นให้เกิดความรักและการกระทำดี อย่าละทิ้งการประชุมร่วมกันของเรา เหมือนอย่างที่บางคนทำ แต่จงตักเตือนซึ่งกันและกัน และยิ่งมากขึ้นเมื่อท่านเห็นว่าวันนั้นใกล้เข้ามาแล้ว (ฮีบรู 10:24,25) จากนั้นการฝึกฝนของเราก็เริ่มต้นขึ้น พระเจ้าทรงแสดงให้ฉันเห็นว่า การออกกำลังกายของนักกีฬาเปรียบได้กับการฝึกฝนทางจิตวิญญาณของคริสเตียน

หากเราต้องการรักษาสภาพร่างกายให้พร้อมสำหรับการต่อสู้ทางจิตวิญญาณ
เราต้องปฏิบัติตามกฎและระเบียบวินัยของการฝึกฝนทางจิตวิญญาณ งอเข่าเพื่ออธิษฐาน
ยกแขนขึ้นเพื่อสรรเสริญ โค้งหลังเพื่อบูชา! ฮallelujah!
ผู้เข้าร่วมการแข่งขันชิงแชมป์โลกจะอยู่ในสภาพที่ดีที่สุดเสมอ อย่าให้ใครพูดถึงเราว่า...
ลูกหลานของโลกนี้ในยุคสมัยของพวกเขานั้นฉลาดกว่าลูกหลานของแสงสว่าง ลูกา 16:8b
หากนักกีฬาชายสามารถควบคุมชีวิตและรักษาสภาพร่างกายให้สมบูรณ์ที่สุดเพื่อคว้าชัยชนะทางโลกได้
แล้วคริสเตียนควรทุ่มเทมากแค่ไหนเพื่อเตรียมพร้อมอย่างเต็มที่สำหรับความขัดแย้งที่ยิ่งใหญ่ที่สุดทั้งหมด

บัดนี้ ถึงเวลาที่การต่อสู้จะเริ่มต้นขึ้นแล้ว
พระเจ้าทรงแสดงให้ฉันเห็นว่าทีมของเรากำลังอยู่ในสนามรบในเชิงรับ
พระองค์ตรัสกับฉันว่า ประชากรของพระองค์อยู่ในสถานการณ์นี้มานานพอแล้ว
ถึงเวลาที่จะเอาชนะปีศาจและรุกบ้างแล้ว การป้องกันที่ดีนั้นสำคัญ
แต่ทีมรุกต่างหากที่จะทำคะแนนได้ ผ่านสงครามฝ่ายวิญญาณ คริสตจักรกำลังรุกในวันนี้
ปีศาจกำลังถูกขับไล่ อำนาจและอิทธิพลแห่งความมืดฝ่ายวิญญาณกำลังถูกโจมตีและพ่ายแพ้
พระเยซูเคยตรัสว่า...
ถ้าข้าพเจ้าขับไล่ปีศาจด้วยนิ้วหัวแม่มือของพระเจ้าได้
ไม่ต้องสงสัยเลยว่าอาณาจักรของพระเจ้ามาถึงท่านแล้ว ลูกา 11:20

นี่คือวันแห่งการต่อสู้ฝ่ายวิญญาณและชัยชนะฝ่ายวิญญาณ
ก่อนที่อาณาจักรของพระเจ้าจะกลายเป็นความจริงในชีวิตของคุณหรือของฉันได้
เราต้องเผชิญหน้าและเอาชนะพลังแห่งนรกที่คุกคามเราเสียก่อน
ก่อนที่คริสตจักรจะสามารถทำให้สิ่งที่พระเจ้าทรงพยากรณ์ไว้เกี่ยวกับคริสตจักรผู้มีชัยชนะของพระองค์สำเร็จ (มัทธิว 16:18) คริสตจักรต้อง...
เป็นการต่อต้านปีศาจ
ข่าวสารและการปฏิบัติการต่อสู้ทางจิตวิญญาณกำลังแพร่กระจายอย่างรวดเร็วในคริสตจักรในปัจจุบัน ปีศาจกำลังถูกต่อต้านและถูกบังคับให้หนีไป
เป็นครั้งแรกที่เราได้เห็นด้านหลังของปีศาจ เป็นภาพที่งดงาม!

ผมจำเรื่องราวของเด็กชายกลุ่มหนึ่งที่กำลังเล่นบอลกันอยู่ในสนามได้ วันหนึ่งมีชายคนหนึ่งเดินผ่านมา เขาถามเด็กชายคนหนึ่งว่าเกมเป็นอย่างไรบ้าง เด็กชายตอบว่าเล่นได้ดี ชายคนนั้นถามถึงคะแนน เด็กชายบอกว่า 35 ต่อ 0 ชายคนนั้นอยากรู้ว่าทีมไหนเป็นฝ่ายนำ เด็กชายบอกว่าทีมอีกฝ่ายนำ ชายคนนั้นจึงพูดว่าทีมของเด็กชายกำลังแพ้อย่างยับเยิน เด็กชายทำหน้าสงสัยและพูดว่า "โอ้ ไม่ครับ! พวกเราไม่ได้แพ้" คราวนี้ชายคนนั้นยิ่งงง เขาอยากรู้ว่าเด็กชายคิดได้อย่างไรว่าทีมของพวกเขาไม่แพ้ ทั้งๆ ที่คะแนนตามหลังอยู่ 35 ต่อ 0
จากนั้นเด็กชายจึงอธิบายว่า "ครับ เรายังไม่ได้เริ่มตีลูกเลยครับ"
ภาพของคริสตจักรช่างน่าเศร้า! ปีศาจได้เอาเปรียบมาตลอด แต่ถึงเวลาแล้วที่คริสตจักรจะต้องเป็นฝ่ายรุกและเอาชนะปีศาจ อาเมน!

จากนั้นก็มีการขว้างลูกแรก ผู้ตีฝ่ายตรงข้ามตีลูกอย่างแรง ลูกลอยสูงและไกลมาก แต่ก็เป็นลูกฟาวล์ พระเจ้าตรัสว่า "เราต้องการจะแสดงให้พวกท่านเห็นการกระทำของศัตรู มันเหมือนกับลูกที่ถูกตีไปเมื่อครู่ ศัตรูมีอำนาจอยู่บ้าง และสิ่งที่เขาทำนั้นมักจะสูงและน่าประทับใจมาก แต่ก็เป็นลูกฟาวล์ตลอดทาง"

ความกลัวที่เกิดขึ้นในใจของฉันนั้นเป็นเรื่องปกติสำหรับผู้รับใช้ของพระเจ้าหลายคน เมื่อพวกเขาเห็นสิ่งที่ปีศาจกำลังทำ พวกเขาตั้งคำถามว่าจะมีโอกาสได้รับชัยชนะหรือไม่ พวกเขาเริ่มคิดถึงการถูกรับขึ้นสวรรค์ แต่พระเจ้าไม่ได้ทรงสร้างคริสตจักรแบบนั้น! พระองค์ทรงเป็นพระเจ้าแห่งคริสตจักรที่เข้มแข็ง
พระองค์ทรงรอคอยคนรุ่นอย่างพวกเราที่จะออกไปต่อสู้ ภายใต้การนำของพระองค์ สิ่งต่างๆ จะสำเร็จ ศัตรูจะพ่ายแพ้ คุณอยู่ในทีมหรือไม่? คุณกำลังรุกต่อสู้กับปีศาจอยู่หรือไม่?

ในความฝันนั้น ฉันตระหนักได้ว่าฉันต้องพร้อม ฉันต้องทำอย่างดีที่สุด ฉันต้องสามารถเคลื่อนไหวไปในทิศทางใดก็ได้ที่จำเป็น และกำจัดคู่ต่อสู้ให้ได้
จงระมัดระวังในการดำเนินชีวิต อย่าประพฤติอย่างคนโง่เขลา แต่จงประพฤติอย่างคนฉลาด จงใช้เวลาให้เป็นประโยชน์ เพราะวันเวลาเหล่านั้นเป็นวันเวลาที่ชั่วร้าย (เอเฟซัส 5:15,16)

ความฝันดูเหมือนจะจบลงก่อนกำหนด ฉันถามพระเจ้าว่าทำไมฉันถึงไม่ได้รับอนุญาตให้เห็นตอนจบของเกม พระเจ้าทรงถามฉันกลับว่าทำไมฉันถึงอยากเห็นมันจนจบ ฉันอธิบายว่าฉันปรารถนาที่จะรู้ผลลัพธ์ จากนั้นพระเจ้าก็ตรัสสิ่งสวยงามกับฉันว่า "ลูกเอ๋ย" พระองค์ตรัส "เจ้าไม่จำเป็นต้องรู้ผลลัพธ์ เจ้าก็รู้แล้ว พระวจนะของเราได้สัญญาไว้กับเจ้าแล้วว่าเจ้าอยู่ในทีมที่ชนะ มันจะเป็นไปตามที่เราได้กล่าวไว้ ไม่ เจ้าไม่จำเป็นต้องรู้ผลลัพธ์ แต่เจ้าจำเป็นต้องรู้ว่าตอนจบจะเป็นอย่างไร"

ความขัดแย้งได้เริ่มต้นขึ้นแล้ว!

ใช่แล้ว เพื่อนคริสเตียนที่รัก เราอยู่ในช่วงปลายยุคแล้ว สงครามครั้งสุดท้ายระหว่างกองกำลังของซาตานและกองทัพของพระเจ้าได้เริ่มขึ้นแล้ว เราเห็นหลักฐานของมันอยู่ทุกหนทุกแห่ง นี่คือเสียงเรียกสู่สงคราม ไม่มีเวลาให้ล่าช้าอีกต่อไปแล้ว สงครามได้เริ่มต้นขึ้นแล้ว! คุณมีส่วนร่วมด้วยหรือไม่?

ภาคต่อ

การตีความความฝันยังไม่จบลง ฉันได้รับคำอธิบายเกี่ยวกับฐานต่างๆ ฐานแรกหมายถึง *ความสัมพันธ์ทางสังคม* ฐานที่สองคือ *ความสัมพันธ์ทางธุรกิจ* และฐานที่สามคือ *ความสัมพันธ์ในโบสถ์* นี่คือเหตุผลที่ฉันได้รับมอบหมายให้ดูแลฐานที่สาม หน้าที่ของฉันคือการขับไล่ปีศาจออกไปเมื่อมันพยายามเข้ามาในฐานที่สาม – ในโบสถ์ ฐานที่มั่นหมายถึงสิ่งที่มันสื่อถึงอย่างแท้จริง นั่นคือ *ความสัมพันธ์ในครอบครัว* พระวิญญาณทรงแสดงให้ฉันเห็นว่าทุกสิ่งเริ่มต้นที่ฐานที่มั่นและจบลงที่ฐานที่มั่น เมื่อสมาชิกในทีมของพระเจ้าลงสนาม พวกเขาต้องเริ่มต้นที่บ้านและตีให้ได้ผลที่นั่น ไม่ว่าพวกเขาจะบริหารจัดการฐานที่มั่นของความสัมพันธ์ทางสังคม ธุรกิจ หรือแม้แต่คริสตจักรได้อย่างน่าประทับใจเพียงใด หากพวกเขาไม่ได้เริ่มต้นอย่างถูกต้องที่บ้าน พวกเขาก็เป็นเพียงคนหน้าซื่อใจคดเท่านั้น! ในปัจจุบัน พระเจ้าทรงให้ความสำคัญกับการดำเนินชีวิตในครอบครัวอย่างถูกต้อง พระองค์ทรงจัดระเบียบครอบครัวของเรา พระองค์ทรงฟื้นฟูบทบาทของสามีและบิดาในบ้านให้กลับมามีอำนาจอีกครั้ง บ้านกำลังกลายเป็นศูนย์กลางของชีวิตฝ่ายวิญญาณ นี่คือระเบียบอันศักดิ์สิทธิ์ของพระเจ้า

เราจะไม่สามารถมีความสัมพันธ์ที่ดีในด้านอื่นๆ ของชีวิตได้ จนกว่าชีวิตในบ้านของเราจะถูกต้องเสียก่อน

บ้าน. ทีมของปีศาจกำลังขว้างลูกบอลเร็วและลูกบอลโค้งใส่บ้าน ปีศาจต้องถูกกำจัดก่อนเป็นอันดับแรกในการโจมตีบ้านของเรา สมาชิกแต่ละคนในครอบครัวต้องรับบทบาทที่พระเจ้าทรงกำหนดไว้:

ภรรยาทั้งหลาย จงเชื่อฟังสามีของตน เหมือนอย่างที่เชื่อฟังองค์พระผู้เป็นเจ้า... สามีทั้งหลาย จงรักภรรยาของตน เหมือนอย่างที่พระคริสต์ทรงรักคริสตจักร และทรงสละพระองค์เองเพื่อคริสตจักร... ลูกๆ จงเชื่อฟังบิดามารดาของตนในองค์พระผู้เป็นเจ้า เพราะนี่เป็นสิ่งที่ถูกต้อง (เอเฟซัส 5:22, 25, 6:1)

บททดสอบแรกของการดำเนินชีวิตแบบคริสเตียนเกิดขึ้นที่บ้าน หากความรัก ความสุข และสันติสุขของพระวิญญาณบริสุทธิ์ไม่ปรากฏออกมาจากชีวิตของเราในความสัมพันธ์กับสมาชิกในครอบครัวของเราเอง นั่นหมายความว่าซาตานได้ชัยชนะเหนือเราแล้ว เมื่อใดก็ตามที่เห็นได้ชัดว่าซาตานได้เข้ามามีอิทธิพลในบ้านของเราและในตัวเราเอง นั่นคือสัญญาณของการต่อสู้ทางจิตวิญญาณ จงเอาชนะปีศาจในชีวิตของคุณเองและในครอบครัวของคุณ แล้วคุณจะสามารถนำการต่อสู้ไปสู่ด้านอื่นๆ ของชีวิตได้ ในคำอุปมาเรื่องเศษไม้และท่อนไม้ พระเยซูทรงแสดงให้เราเห็นว่าเราต้องจัดการชีวิตของเราเองให้เรียบร้อยก่อนจึงจะสามารถรับใช้ผู้อื่นได้ ขอให้แน่ใจว่าไม่มี *หมูอยู่ในห้องรับแขกของเราเอง*

คำอธิษฐานสั้น ๆ เพื่อการปลดปล่อยตนเอง

"ข้าแต่พระเยซูคริสต์เจ้า
ข้าพเจ้าเชื่อว่าพระองค์ทรงสิ้นพระชนม์บนไม้กางเขนเพื่อบาปของข้าพเจ้า และทรงฟื้นคืนพระชนม์จากความตาย พระองค์ทรงไถ่ข้าพเจ้าด้วยพระโลหิตของพระองค์ และข้าพเจ้าเป็นของพระองค์ และข้าพเจ้าปรารถนาที่จะมีชีวิตอยู่เพื่อพระองค์ ข้าพเจ้าสารภาพบาปทั้งหมดของข้าพเจ้า ทั้งที่รู้และไม่รู้ ข้าพเจ้าเสียใจในบาปเหล่านั้นทั้งหมด ข้าพเจ้าละทิ้งบาปเหล่านั้นทั้งหมด ข้าพเจ้าให้อภัยผู้อื่นทั้งหมด เช่นเดียวกับที่ข้าพเจ้าต้องการให้พระองค์ทรงให้อภัยข้าพเจ้า

โปรดอภัยให้ข้าพเจ้าในเวลานี้และชำระข้าพเจ้าด้วยพระโลหิตของพระองค์ ข้าพเจ้าขอบคุณพระองค์สำหรับพระโลหิตของพระเยซูคริสต์ซึ่งชำระข้าพเจ้าให้บริสุทธิ์จากบาปทั้งหมดในเวลานี้ และข้าพเจ้ามาหาพระองค์ในเวลานี้ในฐานะผู้ช่วยให้รอดของข้าพเจ้า พระองค์ทรงทราบถึงความต้องการพิเศษของข้าพเจ้า สิ่ง ที่ผูกมัด สิ่งที่ทรมาน สิ่งที่ทำให้แปดเปื้อน วิญญาณชั่วร้าย วิญญาณที่ไม่บริสุทธิ์ ข้าพเจ้าอ้างสิทธิ์ในพระสัญญาของพระองค์ที่ว่า "ผู้ใดก็ตามที่เรียกนามของพระเจ้าก็จะได้รับการช่วยให้รอด" ข้าพเจ้าเรียกหาพระองค์ในเวลานี้ ในนามของพระเยซูคริสต์เจ้า โปรดช่วยข้าพเจ้าให้รอดและเป็นอิสระ ซาตาน ข้าพเจ้าละทิ้งเจ้าและกิจการทั้งหมดของเจ้า ข้าพเจ้าปลดปล่อยตัวเองจากเจ้า ในนามของพระเยซู และข้าพเจ้าสั่งให้เจ้าออกไปจากข้าพเจ้าในเวลานี้ ในนามของพระเยซู อาเมน!"

จงให้สิ่งนั้นมาจากใจของคุณ แล้วคุณจะได้เห็นความรอดของพระเจ้า!

คุณป่วยหรือต้องการการฟื้นฟูหรือไม่?

สำหรับผู้ที่เจ็บป่วยหรือไม่สบายในรูปแบบใดก็ตาม หรือต้องการการปลดปล่อย หรือการฟื้นฟู โปรดแตะจุดด้านล่างด้วยความเชื่อ

(ความเชื่อคือการมองเห็นผลลัพธ์เชิงบวกที่ชัดเจนของสถานการณ์ปัจจุบันของคุณ โดยรู้ว่าพระเยซูได้ทรงทำส่วนของพระองค์เมื่อกว่า 2000 ปีที่แล้วเพื่อรับประกันการรักษาและการปลดปล่อยของคุณ การฟื้นฟูเป็นเหมือนเงินมัดจำ โดยเชื่อมั่นว่าเงินมัดจำนั้นพร้อมให้คุณเบิกใช้ได้ เหมือนยอดเงินคงเหลือในบัญชีธนาคารของคุณ โดยไม่ต้องถามคำถามใดๆ เพราะเราเห็นด้วยกับคุณและประกาศว่า จงหายดีในนามของพระเยซูคริสต์ อาเมน)

ด้วยอำนาจที่พระองค์ทรงประทานแก่ข้าพเจ้าและพวกเขา ข้าพเจ้าขอใช้อำนาจนั้นด้วยความเชื่อ พร้อมกับความโกรธแค้นที่มีต่อศัตรู และความกระหายที่จะได้รับสิ่งที่พระองค์ทรงประทานให้แก่พวกเขาอย่างไม่คิดค่าตอบแทน ข้าพเจ้าขอสาปแช่งทุกความเจ็บป่วย ทุกโรคภัยไข้เจ็บ ไม่ว่าจะเป็นมะเร็ง โควิด-19 ไม่ว่าจะเป็นวิญญาณแห่งความอ่อนแอ ไม่ว่าจะเป็นการถูกปีศาจเข้าสิงหรือการถูกกดขี่

ไม่ว่าจะเป็นวิญญาณแห่งความยากจน ความล้มเหลว ความล่าช้าในการบรรลุสิ่งที่พระเจ้าทรงกำหนดและปลดปล่อยไว้แล้ว เราต่อต้านความผิดปกติ ข้าพเจ้าผูกมัดพวกมัน เราสาปแช่งพวกมันถึงรากเหง้า และเราขับไล่พวกมันออกไปด้วยอำนาจในพระนามของพระเยซูคริสต์ อาเมน เราขอให้มีการปลดปล่อยการรักษา การปลดปล่อย และ การฟื้นฟูในชีวิตของพวกเขาในพระนามอันยิ่งใหญ่ของพระเยซูคริสต์

ขอบคุณพระเจ้าสำหรับคำพยานที่ดำรงอยู่เพื่อพระสิริ พระเกียรติ และการนมัสการของพระองค์

ขอบคุณสำหรับดวงวิญญาณที่กำลังเพิ่มเข้ามาในอาณาจักรของพระองค์อันเป็นผลจากข้อค วามนี้

ปาฏิหาริย์ที่เรากำลังเห็นอยู่ในขณะนี้และกำลังสำแดงเพื่อพระสิริของพระองค์ในพระนามข องพระเยซู อาเมน สำเร็จแล้ว! จงชื่นชมยินดี!

แตะจุดที่ไฮไลต์ไว้ตรงนี้ แล้วกล่าวด้วยปากของคุณว่า – ฉันหายดีแล้ว ฉันได้รับการปลดปล่อยแล้ว และฉันได้รับการฟื้นฟูแล้ว ทั้งในจิตวิญญาณ จิตใจ ร่างกาย และทุกสิ่งรอบตัวฉัน ในนามของพระเยซูคริสต์ อาเมน!!!

จงเริ่มทำในสิ่งที่คุณทำไม่ได้มาก่อน และเริ่มสารภาพบาปจนกว่าการเยียวยาอย่างสมบูรณ์ การปลดปล่อย และการฟื้นฟูจะเกิดผลในชีวิตของคุณในนามของพระเยซู อาเมน

จงกระหายหาพระเจ้าอยู่เสมอ

จงโกรธแค้นและทวงคืนทุกสิ่งที่ศัตรูได้ยึดไว้ในนามของพระเยซู อาเมน

หมายเหตุ:

จงเป็นพยานถึงการรักษาเพื่อพระสิริของพระเจ้าและเพื่อความอับอายของศัตรู!

ส่งอีเมลหรือ **WhatsApp** มาหาเราหากคุณยังต้องการให้เราเห็นด้วยกับคุณในประเด็นนี้ และมาร่วมงานสัมมนาเตรียมความพร้อมที่จะเริ่มในวันพฤหัสบดีหน้า รายละเอียดเพิ่มเติมจะแจ้งให้ทราบในเว็บไซต์ของเราเร็วๆ นี้!

วีรกรรมอันยิ่งใหญ่ **- 1 -** บทที่ **8 -**

เรียนรู้จากวีรบุรุษผู้ยิ่งใหญ่ในตอนที่ **7**

–

พลังแห่งพระวิญญาณบริสุทธิ์ที่สถิตอยู่ในตัวคุณ ถ่ายทอดผ่านถ้อยคำในอากาศลงสู่ น้ำและน้ำมัน เพื่อเป็นเครื่องมือในการรักษาปลดปล่อย และฟื้นฟูในชีวิตของคุณและผู้อื่น – มีตัวอย่างบทสวดอธิษฐานเหนือน้ำและน้ำมัน + 2 เรื่องราวเกี่ยวกับการปลดปล่อยของศิษยาภิบาลและ... เด็กหญิงวัย 6 ขวบที่เป็นโรคจิตเภทและปีศาจร้ายอื่นๆ อีกมากมาย เป็นบทเรียนสำหรับคุณ โดยแฟรงค์และไอดา เม – ตอนที่ 7 + คำอธิษฐานเพื่อการเยียวยา การปลดปล่อยและการฟื้นฟู

เพื่อนๆ ที่รัก วันนี้เราขอนำเสนอตอนที่ 7 ของชุดบทความเรื่อง "พอแล้วกับการถูกจองจำและขอต้อนรับสู่เสรีภาพในพระคริสต์"

เรากล่าวว่า ด้วยรูปแบบนิสัยที่ไม่ดีหรือวิถีชีวิตที่ไม่สอดคล้องกับพระคัมภีร์ เราทำให้ตัวเองในฐานะคริสเตียนกลายเป็นที่อยู่อาศัยที่ดึงดูดใจสำหรับพลังแห่งความมืด โดยการเลือกที่จะไม่เชื่อฟังแบบแผนการดำเนินชีวิตของพระเจ้า เรากลายเป็นทาสที่เรายอมจำนนต่อการเชื่อฟัง เพื่อสนับสนุนประเด็นนี้ นี่คือคำกล่าวของเปาโลใน

โรม 6:16 พระคัมภีร์ฉบับขยายความ คลาสสิก

16 พวกท่านไม่รู้หรือว่า ถ้าพวกท่านยอมจำนนต่อผู้ใดเพื่อทำตามพระประสงค์ของเขา พวกท่านก็เป็นทาสของผู้นั้น ไม่ว่าจะเป็นทาสของบาปซึ่งนำไปสู่ ความตาย หรือทาสของการเชื่อฟังซึ่งนำไปสู่ความชอบธรรม
(การกระทำที่ถูกต้องและการมีสถานะที่ถูกต้องต่อพระเจ้า)?

และพระเยซูทรงกล่าวถึงข้อเท็จจริงนี้ว่า นายท่านผู้นี้ – ซาตาน – เป็นนายท่านที่โหดร้ายและทำลายล้าง... อ่านตรงนี้

ยอห์น 10:10

พระคัมภีร์ฉบับขยายความ คลาสสิก

10 โจรมาก็เพื่อจะขโมย ฆ่า และทำลายเท่านั้น ส่วนเรามาเพื่อพวกเขาจะได้มี ชีวิต และ มีความสุขในชีวิต และมีชีวิตอย่างอุดมสมบูรณ์ (จน ล้น เหลือ)
พระเจ้าประทานอิสรภาพในการเลือกให้แก่เรา
แต่พระองค์ไม่ได้ประทานอิสรภาพในการเลือกผลลัพธ์ของการเลือกของเรา
นี่คือคำตักเตือนของโมเสสต่อชาวอิสราเอล
และโดยนัยเดียวกันนี้ต่อคริสเตียนในยุคปัจจุบัน:

เฉลยธรรมบัญญัติ 30:16-20

พระคัมภีร์ฉบับขยายความ คลาสสิก

16 [ถ้าเจ้าเชื่อฟังพระบัญญัติของพระเจ้าของเจ้าซึ่ง] ข้าพเจ้าสั่งเจ้าในวันนี้ คือให้รักพระเจ้าของเจ้า ให้ดำเนินตามทางของพระองค์ และให้รักษาพระบัญญัติและกฎเกณฑ์และระเบียบของพระองค์ แล้วเจ้าจะมีชีวิตอยู่และทวีจำนวนขึ้น และพระเจ้าของเจ้าจะอวยพรเจ้าในแผ่นดินที่เจ้าเข้าไปครอบครอง
17 แต่ถ้าจิตใจและความคิดของคุณหันเหไป และคุณไม่ยอมฟัง แต่กลับถูกชักจูงไปนมัสการและปรนนิบัติพระเจ้าอื่น
18 วันนี้เราขอประกาศแก่ท่านว่า ท่านจะต้องพินาศอย่างแน่นอน และท่านจะไม่ได้มีชีวิตอยู่นานในแผ่นดินที่ท่านข้ามแม่น้ำจอร์แดนเข้าไปครอบครอง

19 ในวันนี้เราขอเรียกฟ้าและดินเป็นพยานต่อท่านว่า เราได้วางชีวิตและความตาย พรและคำสาปแช่งไว้ต่อหน้าท่านแล้ว เพราะฉะนั้นจงเลือกชีวิต เพื่อท่านและลูกหลานของท่านจะได้มีชีวิตอยู่ต่อไป
20 และจงรักพระเจ้าของท่าน จงเชื่อฟังพระสุรเสียงของพระองค์ และจงยึดมั่นในพระองค์ เพราะพระองค์ทรงเป็นชีวิตของท่านและเป็นความยืนยาวแห่ง วันเวลาของท่าน เพื่อท่านจะได้อาศัยอยู่ในแผ่นดินซึ่งพระเจ้าทรงสาบานว่าจะประทานให้แก่บรรพบุรุษของท่าน คืออับราฮัม อิสอัค และยาโคบ

ด้วยการเลือกโดยเจตนา
คริสเตียนหลายคนได้ทำให้ตัวเองเป็นเหมือนดินที่อุดมสมบูรณ์และเป็นฐานที่มั่นสำหรับปีศาจ ความจริงก็คือ หลายคนไม่รู้ตัว และนั่นเป็นแผนการของพลังแห่งความชั่วร้าย จนกว่าเราจะยอมให้พระวิญญาณบริสุทธิ์ส่องแสงมายังเราเพื่อการปลดปล่อย
เราทราบดีว่ามีหลายด้านในชีวิตของเราที่เราควบคุมไม่ได้อย่างสิ้นเชิง
หรือตกอยู่ภายใต้การครอบงำ
ซึ่งการอธิษฐานอย่างไม่หยุดหย่อนไม่ได้ช่วยอะไรเลยตลอดหลายปีที่ผ่านมา
เพราะต้นเหตุที่แท้จริงยังไม่ได้รับการแก้ไข ซึ่งเป็นสาเหตุของการเยียวยา การปลดปล่อย และการฟื้นฟูอย่างสมบูรณ์ในจิตวิญญาณ จิตใจ และร่างกายของเรา

วันนี้ในตอนที่ 7 ของซีรีส์ "พอแล้วกับการถูกจองจำโดยซาตาน และยินดีต้อนรับสู่เสรีภาพในพระคริสต์" เราขอเสนอข้อมูลเชิงลึกเกี่ยวกับวิธีการปลุกพลัง **พระวิญญาณบริสุทธิ์ที่สถิตอยู่ในตัวคุณและฉัน ผ่านถ้อยคำที่ถ่ายทอดทางอากาศสู่ในน้ำและน้ำมัน เพื่อเป็นตัวแทนในการรักษา การปลดปล่อย และการฟื้นฟูในชีวิตของคุณและผู้อื่น + 2 เรื่องราวเกี่ยวกับการปลดปล่อยของศิษยาภิบาลและเด็กหญิงอายุ 6 ขวบ เป็นบทเรียนสำหรับคุณ – ตอนที่ 7**

โปรดจำไว้ว่า เรากำลังเตรียมพร้อมที่จะปฏิบัติตามคำสั่งในมาระโก 16:15 ให้สำเร็จ
มาระโก 16:16-20
พระคัมภีร์ฉบับขยายความ คลาสสิก

16 **ผู้ใดเชื่อ (ผู้ที่ยึดมั่น วางใจและพึ่งพาพระกิตติคุณและพระองค์ผู้ทรงเป็นที่มาของพระกิตติคุณ) และรับบัพติศมาแล้ว ผู้นั้นจะได้รับความรอด (จาก โทษ แห่งความตายชั่วนิรันดร์) แต่ผู้ใดไม่เชื่อ (ผู้ที่ไม่ยึดมั่น วางใจและพึ่งพาพระกิตติคุณและพระองค์ผู้ทรงเป็นที่มาของพระกิตติคุณ) ผู้นั้นจะถูกพิพากษาลงโทษ**
17 **และเครื่องหมายยืนยันเหล่านี้จะปรากฏแก่ผู้ที่เชื่อ คือ พวกเขาจะขับไล่ปีศาจในนามของเรา และพวกเขาจะพูดภาษาใหม่ๆ ได้**
18 **พวกเขาจะจับงูได้ และถึงแม้พวกเขาจะดื่มสิ่งใดที่เป็นพิษ มันก็จะไม่ทำร้ายพวกเขา พวกเขาจะวางมือบนคนป่วย และคนป่วยก็จะหายดี**
19 **แล้วพระเยซูเจ้าทรงตรัสกับพวกเขาแล้ว ก็เสด็จขึ้นสู่สวรรค์และประทับนั่งอยู่เบื้องขวาของพระเจ้า**
20 **และพวกเขาก็ออกไปประกาศข่าวประเสริฐทุกหนทุกแห่ง ในขณะที่พระเจ้าทรงทำงานร่วมกับพวกเขาและทรงยืนยันข่าวประเสริฐนั้นด้วยหมายสำคัญและอัศจรรย์ต่างๆ ที่เกิดขึ้นควบคู่กันไป อาเมน (ขอให้เป็นเช่นนั้น)**

เราได้กล่าวไว้ในบทความก่อนหน้านี้แล้วว่า เพื่อให้การปฏิบัติตามคำสั่งของพระเยซูต่อผู้เชื่อทุกคนในพระคริสต์ประสบความสำเร็จนั้น ไม่มีที่ว่างสำหรับทหารที่หนีหรือวิ่งกลับไปต่อสู้อีก เพราะการต่อสู้ได้สิ้นสุดลงแล้วในสวรรค์ หน้าที่ของเราคือการใช้อำนาจและพลังที่เราได้รับผ่านทางพระวิญญาณบริสุทธิ์เพื่อยืนยันชัยชนะนั้น เพราะศัตรูจะพยายามล้ำเส้นอยู่เสมอ เพื่อทดสอบว่าเราไม่รู้หรือไม่ น่าเสียดายที่หลายคนไม่รู้ถึงอุบายของมารร้าย

เรากล่าวว่าในการเผชิญหน้ากับศัตรูประเภทนี้ในฐานะกองทัพที่มีระเบียบวินัย เราต้องการสิ่งต่อไปนี้ ดังเช่น **A, B, C, D, E, F** และ **G** **ผมต้องเน้นย้ำว่าหลักสูตรนี้ไม่ได้เหมาะสำหรับทุกคน มีเพียงผู้ที่ได้รับการคัดเลือกเท่านั้นที่จะมีคุณสมบัติเหมาะสมสำหรับการเข้าร่วม โดยมีคุณสมบัติทั้ง 7 ประการดังนี้ :**

A. **ความพร้อมใช้งาน (จิตวิญญาณ จิตใจ และร่างกาย)**
B. **ความกล้าหาญ**

C. **ความเห็นอกเห็นใจผู้อื่น**

D. **การกำหนด**

E. **รักแท้**

F. **ความโกรธเกรี้ยวรุนแรง**

G. **ความหิวโหยครั้งใหญ่**

หากคุณขาดคุณสมบัติเหล่านี้เป็นอย่างน้อย
การรณรงค์ให้ประสบความสำเร็จจะเป็นไปไม่ได้
เพราะส่วนประกอบทั้งหมดข้างต้นต้องผสมผสานกันเพื่อสร้างศรัทธาดุจเมล็ดมัสตาร์ดที่จะนำมาซึ่งการเปลี่ยนแปลง เพราะพระเจ้าทรงเลี้ยงดูผู้หิวโหย ไม่ใช่เด็กที่หนาวเย็นหรือเฉื่อยชา ไม่ว่าจะเป็นการรักษา การปลดปล่อย และการฟื้นฟูทั้งภายในและภายนอก
สมบัติพร้อมให้เก็บเกี่ยวแล้ว
แต่ต้องอาศัยศรัทธาที่แน่วแน่และมั่นคงดุจเมล็ดมัสตาร์ดเพื่อนำสมบัติเหล่านั้นมาสู่ประสบการณ์ของเรา เรากำลังพูดถึงดวงวิญญาณ ดวงวิญญาณ และดวงวิญญาณอีกมากมาย และทุกสิ่งที่เราต้องการในฐานะกองทัพของพระเจ้าผู้ทรงพระชนม์อยู่
เพื่อทำสงครามให้ประสบความสำเร็จ
เราอยู่ที่นี่เพื่อเตรียมความพร้อมให้คุณด้วยการเรียนรู้จากผู้ที่มาก่อนเรา

มาดูส่วนแรกของการนำเสนอของเราในวันนี้กัน — **พลังแห่งพระวิญญาณบริสุทธิ์ที่สถิตอยู่ในตัวคุณ ถ่ายทอดผ่านถ้อยคำในอากาศสู่ น้ำ และน้ำมัน เพื่อเป็นตัวแทนในการอัศจรรย์ — การรักษา การปลดปล่อย และการฟื้นฟูในชีวิตของคุณและผู้อื่น — — มีตัวอย่างบทสวดมนต์รวมอยู่ด้วย**

เราเริ่มต้นด้วยพระเยซู ผู้ทรงเป็นผู้ริเริ่มและผู้ทำให้ความเชื่อของเราสมบูรณ์ ผู้ทรงมีพระวิญญาณบริสุทธิ์สถิตอยู่ภายในพระองค์ ณ ที่นี้:

ยอห์น 9:1-7

พระคัมภีร์ฉบับขยายความ คลาสสิก

9 ขณะที่พระองค์ทรงเดินผ่านไป พระองค์ทรงสังเกตเห็นชายคนหนึ่งตาบอดมาตั้งแต่เกิด

[2] เหล่าสาวกทูลพระองค์ว่า "อาจารย์ ใครทำบาป ชายผู้นี้หรือบิดามารดาของเขา ที่ทำให้เขาเกิดมาตาบอด?"

[3] พระเยซูตรัสตอบว่า ไม่ใช่ว่าชายผู้นี้หรือบิดามารดาของเขาทำบาป แต่เขาเกิดมาตาบอด เพื่อให้พระราชกิจของพระเจ้าปรากฏชัดในตัวเขา

[4] เราต้องทำงานของพระองค์ผู้ทรงส่งเรามา และต้องขยันขันแข็งในกิจการของพระองค์ขณะที่ยังมีแสงสว่างอยู่ เพราะกลางคืนกำลังจะมาถึงแล้ว ซึ่งในเวลานั้นจะไม่มีใครทำงานได้อีก

[5] ตราบใดที่ฉันยังอยู่ในโลก ฉันก็เป็นแสงสว่างของโลก

[6] เมื่อพระองค์ตรัสเช่นนั้นแล้ว พระองค์ก็ทรงถ่มน้ำลายลงบนพื้นดิน แล้วทรงผสมน้ำลายของพระองค์กับดินเหนียว และทรงทาดินเหนียวนั้น (เหมือนยาขี้ผึ้ง) บนดวงตาของชายผู้นั้น

[7] และพระองค์ตรัสกับเขาว่า จงไปล้างตัวที่สระสิโลอัม ซึ่งมีความหมายว่า "ถูกส่งไป" เขาจึงไปล้างตัวและกลับมามองเห็นได้ชัดเจน

หากปาฏิหาริย์เช่นนี้เกิดขึ้นในยุคของเราโดยผู้เชื่อในพระคริสต์คนใดก็ตาม เราก็จะรีบตัดสินและกล่าวว่า "บางทีเราอาจใช้ไสยศาสตร์" เหมือนกับที่กล่าวหาพระเยซูหลังจากปาฏิหาริย์อันน่าทึ่งนี้ หากคุณอ่านจนจบบทที่ 9 ของพระธรรมยอห์น

พระเยซูทรงแสดงให้เราเห็นหลักการที่เราสามารถและควรนำไปใช้ในยุคสมัยของเรา เพราะเรามีพระวิญญาณบริสุทธิ์อยู่ภายใน และเมื่อเราพูดกับสิ่งใดด้วยพลังของพระวิญญาณบริสุทธิ์ที่สถิตอยู่ภายใน ความตั้งใจในใจของเราก็จะสำเร็จ ข้าพเจ้าจะนำพระคัมภีร์อื่นๆ มาเป็นพยานถึงพลังอันยิ่งใหญ่ของถ้อยคำที่จะส่งผลกระทบและเปลี่ยนแปลงสถานการณ์ที่เสื่อมโทรมและไร้ชีวิตชีวา จากนั้น ข้าพเจ้าจะรวมคำอธิษฐานง่ายๆ เหมือนบทพูดที่เราสามารถนำไปใช้และปรับให้เข้ากับสถานการณ์และสภาพแวดล้อมของเราได้:

สุภาษิต 18:20-21
พระคัมภีร์ฉบับขยายความ คลาสสิก

20 ตัวตน [ทางศีลธรรม] ของมนุษย์จะเต็มเปี่ยมด้วยผลจากคำพูดของเขา
และเขาต้องพึงพอใจกับผลที่ตามมาจากคำพูดของเขา [ไม่ว่าจะเป็นความดีหรือความชั่ว]
21 ความตายและชีวิตอยู่ในอำนาจของลิ้น และผู้ที่ตามใจลิ้นนั้นจะได้รับผลของลิ้นนั้น
[คือความตายหรือชีวิต]

*สุภาษิต **18:4,6,16***

พระคัมภีร์ฉบับขยายความ คลาสสิก

4 ถ้อยคำจากปากของคน [ที่รอบคอบและชาญฉลาด] เปรียบเสมือนน้ำลึก
[ที่อุดมสมบูรณ์และยากจะหยั่งถึง]
และน้ำพุแห่งปัญญาอันเฉียบแหลมและเป็นไปตามพระประสงค์ของพระเจ้า
เปรียบเสมือนลำธารที่ไหลริน [ที่ใสสะอาด สดชื่น บริสุทธิ์ และให้ชีวิต]
6 ปากของคนโง่ที่มั่นใจในตัวเองมากเกินไปนั้น นำมาซึ่งความขัดแย้ง
และปากของเขาก็เชื้อเชิญให้ถูกทำร้าย
16 พรสวรรค์ของคนๆ หนึ่งจะเปิดโอกาสให้เขา และนำเขาไปพบกับผู้ยิ่งใหญ่

ก่อนเริ่มอธิษฐาน ผมขอปิดท้ายด้วยคำกล่าวของพระเยซูเกี่ยวกับพลังในถ้อยคำของเรา

*มาระโก **11:20-26***

พระคัมภีร์ฉบับขยายความ คลาสสิก

20 ในตอนเช้า ขณะที่พวกเขากำลังเดินผ่านไป พวกเขาสังเกตเห็นว่าต้นมะเดื่อเหี่ยวแห้ง
ไปจนถึงราก
21 แล้วเปโตรนึกขึ้นได้จึงทูลพระองค์ว่า “พระอาจารย์ ดูเถิด
ต้นมะเดื่อที่พระองค์ทรงกำหนดไว้นั้นเหี่ยวแห้งไปแล้ว!”
22 พระเยซูจึงตรัสตอบพวกเขาว่า “จงมีความเชื่อในพระเจ้า [อย่างสม่ำเสมอ]”
23 เราบอกความจริงแก่ท่านทั้งหลายว่า ผู้ใดกล่าวแก่ภูเขานี้ว่า
“จงถูกยกขึ้นและถูกโยนลงไปในทะเล!” และไม่สงสัยเลยในใจ
แต่เชื่อว่าสิ่งที่เขาพูดนั้นจะเกิดขึ้น สิ่งนั้นก็จะเกิดขึ้นแก่เขา
24 ด้วยเหตุนี้ ข้าพเจ้าจึงบอกท่านทั้งหลายว่า สิ่งใดก็ตามที่ท่านขอในคำอธิษฐาน จงเชื่อมั่น
(วางใจและมั่นใจ) ว่าสิ่งนั้นจะได้รับแก่ท่าน และท่านจะได้รับสิ่งนั้น
25 และเมื่อใดก็ตามที่ท่านยืนอธิษฐาน หากท่านมีเรื่องขัดแย้งกับใคร จงให้อภัยเขาและ ปล่อย
วาง เรื่อง นั้น ไป

เพื่อพระบิดาของท่านผู้ทรงสถิตในสวรรค์จะได้ทรงอภัยโทษความผิดพลาดและความบกพร่องของท่านด้วย และปล่อยวางเรื่องนั้นไปเช่นกัน

26 / ข / แต่ถ้าท่านไม่ให้อภัยพระบิดาของท่านในสวรรค์ก็จะไม่ทรงให้อภัยความผิดและความบกพร่องของท่านเช่นกัน

ถ้าคุณดูที่ข้อ 23 พระองค์ตรัสว่า "ผู้ใดก็ตามที่กล่าว" ซึ่งรวมถึงคุณด้วย ไม่ได้บอกว่า "ถ้าคุณเป็นผู้ได้รับการเจิมจากพระเจ้า ไม่ว่าจะเป็นชายหรือหญิง" เงื่อนไขเดียวคือ "และไม่สงสัยเลย เชื่อว่าสิ่งที่เขาพูดจะเกิดขึ้น และจะสำเร็จแก่เขา"

โปรดจำไว้ว่า นี่เป็นช่วงเวลาก่อนที่พระวิญญาณบริสุทธิ์จะทรงประทานมา ตอนนี้คุณและผมต่างก็มีพระวิญญาณบริสุทธิ์สถิตอยู่ภายในเราแล้ว สิ่งที่เราต้องทำก็คือกระตุ้นพระองค์ให้ทรงสถิตอยู่ภายใน โดยการนมัสการ สรรเสริญ และการพูดภาษาแปลกๆ เพื่อเสริมสร้างความเชื่อของเราให้แข็งแกร่งขึ้น

เพื่อที่จะประกาศถ้อยคำเหล่านั้นออกมาและเกิดผล

เอาล่ะ มาเริ่มกันเลย ตัวอย่างบทสวดภาวนา

ตัวอย่างบทสวดมนต์ที่จะกล่าวลงในน้ำหรือน้ำมันก่อนนำไปใช้หรือดื่มเพื่อให้ได้ผลลัพธ์ตามที่ตั้งใจไว้ โปรดจำไว้ว่า คุณต้องมองเห็นผลลัพธ์ที่ต้องการอย่างชัดเจนขณะที่กล่าวคำอธิษฐานเหล่านั้นลงในน้ำหรือน้ำมัน เพื่อให้เป็นตัวแทนแห่งการเยียวยา การปลดปล่อย และการฟื้นฟู ทำเช่นนี้ต่อไปจนกว่าสถานการณ์หรือเหตุการณ์จะเปลี่ยนแปลงไป

เริ่มพูด : น้ำหรือน้ำมัน ข้าพเจ้าสูดลมหายใจแห่งชีวิตที่สถิตอยู่ภายในข้าพเจ้าผ่านการสารภาพความรอดโดยความเชื่อในพระนามของพระเยซูคริสต์

และด้วยฤทธิ์อำนาจและการทรงสถิตของพระวิญญาณบริสุทธิ์ที่อยู่ภายในข้าพเจ้าในขณะนี้ – (เป่าลมเข้าไปในน้ำหรือน้ำมันด้วยความเชื่อในตอนนี้ สังเกตผลลัพธ์ที่ต้องการซึ่งสอดคล้องกับพระคัมภีร์)

จงเจิมน้ำหรือน้ำมันด้วยฤทธิ์อำนาจของพระวิญญาณบริสุทธิ์ เพื่อการรักษา (ระบุสิ่งที่คุณต้องการรักษา) การปลดปล่อย (ระบุสิ่งที่คุณต้องการปลดปล่อย) และการฟื้นฟูในพระนามของพระเยซูคริสต์ (ระบุสิ่งที่คุณต้องการฟื้นฟู) –

(เป่าลมจากส่วนลึกของหัวใจด้วยฤทธิ์อำนาจของพระวิญญาณบริสุทธิ์ลงไปในน้ำหรือน้ำมัน – จงพูดภาษาแปลกๆ ตามที่ใจปรารถนา)
ขณะที่ข้าพเจ้าดื่มน้ำศักดิ์สิทธิ์นี้ หรือใช้น้ำมันนี้ทา ขอให้พลังแห่งการเจิมของพระวิญญาณบริสุทธิ์แผ่ซ่านไปทั่วร่างกาย ภายในร่างกาย และนำมาซึ่งการเยียวยาอย่างสมบูรณ์ การปลดปล่อยอย่างสมบูรณ์ และการฟื้นฟูอย่างสมบูรณ์ ในนามของพระเยซูคริสต์ อาเมน (ระบุส่วนต่างๆ ของร่างกายที่คุณต้องการการเยียวยา การปลดปล่อย และการฟื้นฟู)
ข้าพเจ้าขอประกาศถึงระเบียบอันศักดิ์สิทธิ์และการปรับสมดุลอย่างสมบูรณ์ในจิตวิญญาณ จิตใจ และร่างกายของข้าพเจ้า ในนามของพระเยซูคริสต์ อาเมน

ขอบคุณพระองค์ พระบิดา ขอบคุณพระองค์ พระเยซู ขอบคุณพระองค์ พระวิญญาณบริสุทธิ์ผู้ทรงเมตตา สำหรับการรักษาอย่างสมบูรณ์ (รักษาจากอะไร? โปรดระบุชื่อโรค แล้วดูผลลัพธ์ของการรักษา) การปลดปล่อย (จากอะไร? โปรดระบุชื่อโรค แล้วดูผลลัพธ์ของการปลดปล่อย) และการฟื้นฟู (จากอะไร? โปรดระบุชื่อโรค แล้วดูผลลัพธ์ของการฟื้นฟู) อาเมนและอาเมน

ป.ล. – จงเริ่มมองเห็นผลลัพธ์เสมอ จงเริ่มสารภาพถึงผลลัพธ์เสมอ จงเริ่มสัมผัสประสบการณ์ผลลัพธ์และเป็นพยานถึงผลลัพธ์เพื่อพระสิริของพระองค์และเพื่อพระพรของท่านในพระนามของพระเยซูคริสต์ อาเมน
จงทำซ้ำเช่นนี้ต่อไปจนกว่าผลลัพธ์จะสำเร็จ
และจงบอกต่อผู้อื่นที่ต้องการการสัมผัสจากพระเจ้าในพระนามของพระเยซูคริสต์ อาเมน

ทีนี้ ลองใช้เรื่องราว 2 เรื่องเกี่ยวกับการปลดปล่อยของบาทหลวงและเด็กหญิงวัย 6 ขวบ เป็นบทเรียนสำหรับคุณดู

เรื่องที่ 1
ฉันควรเป็นผู้รับใช้ด้านการปลดปล่อยวิญญาณชั่วร้ายหรือไม่? แฟรงค์ แฮมมอนด์ ได้ชักนำฉันเข้าสู่การปลดปล่อยวิญญาณชั่วร้ายได้อย่างไร – การปลดปล่อยวิญญาณชั่วร้ายของศิษยาภิบาล

"คุณเข้ามาทำงานรับใช้ด้านการปลดปล่อยได้อย่างไร?" ผมถูกถามบ่อยมาก แน่นอนว่าไม่ใช่สิ่งที่ผมปรารถนาหรือแสวงหา ผมมักจะบอกคนอื่นว่า "ถ้าคุณมองออกไปข้างนอกบนพื้นดิน คุณจะเห็นร่องที่เกิดจากนิ้วเท้าของผมตอนที่ผมถูกลากเข้ามาในงานนี้" พระเจ้าไม่ได้ทรงเรียกผมให้เข้ามาทำงานรับใช้ด้านนี้ — พระองค์ทรงผลักดันผมเข้ามา! ในมัทธิว 9:38 พระเยซูตรัสกับผู้ติดตามของพระองค์ให้ภาวนาขอให้พระเจ้าแห่งการเก็บเกี่ยว "ส่ง" คนงานออกไป การตีความตามตัวอักษรคือ พระองค์จะ "ผลักดัน" หรือ "บังคับ" คนงานออกไป นี่คือวิธีที่ผมได้รับ "การทรงเรียก" พระเจ้าไม่ได้ทรงถามผม พระองค์ทรงบอกผม!

นับเป็นการค้นพบที่น่าตื่นเต้นอย่างยิ่งที่ได้เรียนรู้ว่าพระเยซูทรงเป็น "เช่นเดิมเมื่อวานนี้ วันนี้ และตลอดไป" (ฮีบรู 13:8) เมื่อฉันได้รับการรับบัพติศมาในพระวิญญาณบริสุทธิ์ ฉันก็พบว่าปาฏิหาริย์ไม่ได้สิ้นสุดลงเมื่ออัครสาวกทั้งสิบสองคนเสียชีวิต หรือเมื่อพระคัมภีร์ได้รับการรวบรวมเสร็จสมบูรณ์ ปาฏิหาริย์ยังคงมีอยู่จนถึงทุกวันนี้ ฉันไปฟังคำเทศนาของแคธรีน คูลแมน และได้เห็นปาฏิหาริย์แห่งการรักษามากมายในงานเทศนานั้น ศรัทธาของฉันได้รับการเสริมสร้าง และฉันเริ่มคิดถึงเพื่อนๆ ที่ต้องการการรักษา

มีเพื่อนบาทหลวงท่านหนึ่งที่ผมห่วงใยมาก ผมอยากเห็นเขาหายป่วยมากกว่าใครๆ ที่ผมนึกออก เขาต้องทนทุกข์ทรมานจากอาการปวดหัวอย่างต่อเนื่องมานานถึงสิบหกปี ซึ่งเป็นผลมาจากอาการบาดเจ็บที่ศีรษะอย่างรุนแรง แพทย์ไม่สามารถให้ทางแก้ไขได้ พวกเขาแนะนำให้ผ่าตัดสมองเพื่อตรวจสอบ แต่เฟรดไม่ยอมรับการผ่าตัดที่อันตรายเช่นนั้นโดยที่โอกาสที่จะช่วยได้น้อยมาก เพราะความเจ็บปวดทำให้เขานอนไม่หลับและประสาทของเขาก็พังทลายลง เขาไม่สามารถศึกษาและเตรียมการเทศนาได้อย่างเหมาะสม ความเจ็บปวดอย่างต่อเนื่องทำให้เขาหงุดหงิดและอารมณ์เสีย ครอบครัวของเขาก็เครียดมาก เด็กๆ ไม่สามารถส่งเสียงอะไรได้ ทุกอย่างหมุนรอบความทุกข์ทรมานของเฟรด

ฉันบอกเฟรดว่าฉันจะอธิษฐานเพื่อเขาจนกว่าฉันจะเห็นเขาหายดี ทุกวันเป็นเวลาหนึ่งสัปดาห์ ฉันใช้เวลาอธิษฐานเพื่อเขา

แล้วเช้าวันหนึ่งขณะที่ฉันกำลังอธิษฐานอยู่
พระเจ้าก็ตรัสกับฉันว่าปัญหาของเฟรดเกิดจากวิญญาณชั่วร้าย
ฉันได้ยินเสียงของพระเจ้าจริงหรือ? ฉันจะแบ่งปันเรื่องนี้กับเพื่อนของฉันได้อย่างไร? เขาจะคิดอย่างไร? ที่จริงแล้ว ฉันรู้อะไรเกี่ยวกับปีศาจบ้าง? ฉันเคยได้ยินเรื่องพวกมันบ้างในงานประชุมสองสามครั้งที่ฉันเคยเข้าร่วม แต่ฉันไม่เคยอ่านอะไรเกี่ยวกับเรื่องนี้มาก่อน ฉันจะแน่ใจได้อย่างไร? ฉันควรทำอย่างไร?

ความรู้สึกอยากบอกเรื่องนี้กับเฟรดไม่หายไป มันยิ่งทวีความรุนแรงขึ้นเรื่อยๆ วันหนึ่งขณะที่เราอยู่ด้วยกัน ฉันจึงค่อยๆ พูดถึงเรื่องนี้อย่างระมัดระวัง “เฟรด ฉันสัญญาว่าจะอธิษฐานเผื่อคุณจนกว่าพระเจ้าจะรักษาคุณ” ฉันย้ำ “ฉันอธิษฐานเผื่อคุณทุกวัน เมื่อวันก่อนพระเจ้าบอกฉันว่าปัญหาของคุณคืออะไร” ฉันหยุดรอปฏิกิริยาของเฟรด เขาตั้งใจฟังฉันดีทีเดียว “ขอบคุณพระเจ้า” เขาพูด “พระเจ้าบอกอะไรคุณบ้าง” “เฟรด ฉันไม่รู้ว่าคุณจะคิดยังไงกับเรื่องนี้” ฉันพูดโดยเลือกใช้คำพูดอย่างระมัดระวังที่สุดเท่าที่จะทำได้
“แต่พระเจ้าบอกฉันว่าอาการปวดหัวของคุณเกิดจากปีศาจ” ฉันกลั้นหายใจขณะเฝ้ามองสีหน้าของเขาเพื่อดูปฏิกิริยา ฉันไม่รู้ว่าเฟรดมีความรู้เรื่องปีศาจมากกว่าฉัน เขารับฟังอย่างใจเย็น “ขอบคุณพระเจ้า!” เขาอุทาน ดูเหมือนจะดีใจมากด้วยซ้ำ
“ในพระคัมภีร์ไม่ได้บอกเหรอว่าสามารถขับไล่ปีศาจได้?
ฉันอยากให้คุณขับไล่มันออกจากตัวฉัน”

“เดี๋ยวก่อนนะ” ฉันแย้ง “ฉันไม่รู้เรื่องการขับไล่ปีศาจหรอก แต่ฉันคิดว่าฉันอาจจะหาคนที่รู้วิธีทำได้
ให้เวลาฉันสองสามวันในการอธิษฐานหาคนที่สามารถทำเรื่องนี้ให้คุณได้
ฉันจะแจ้งให้คุณทราบทันทีที่ฉันหาเจอ”

ฉันตรงไปที่การอธิษฐานขอให้พระเจ้าทรงนำทางฉันไปยังผู้รับใช้พระเจ้าในการปลดปล่อยวิญญาณชั่วร้าย พระองค์ตรัสว่า “เจ้าจงทำเถิด” ดังนั้นฉันจึงอธิษฐานอีกครั้ง ฉันอธิบายอย่างละเอียดถี่ถ้วนต่อพระเจ้าว่าฉันไม่มีคุณสมบัติเหมาะสมเพียงใด
ฉันคงฟังดูแย่กว่าโมเสสที่พุ่มไม้ที่ลุกไหม้ที่พยายามหาข้อแก้ตัวว่าทำไมเขาถึงไม่สามารถนำประชาชนของเขาออกจากอียิปต์ได้ พระเจ้าไม่ทรงประทานทางเลือกอื่นใดให้ฉัน ฉันต้องทำหน้าที่นี้

ความคิดมากมายเริ่มวนเวียนอยู่ในหัวฉัน จะเกิดอะไรขึ้นถ้าฉันโจมตีวิญญาณปีศาจโดยตรง? พวกมันจะไม่หมายหัวฉันเป็นพิเศษเหรอ? ฉันคงเดือดร้อนแน่ๆ สถานการณ์ช่างน่ากลัวเหลือเกิน

หนึ่งสัปดาห์ต่อมา ผมได้คุยกับเฟรดอีกครั้ง ผมเล่าผลการอธิษฐานให้เขาฟัง มันดูไม่สมเหตุสมผลที่ผมจะเป็นคนดูแลเขา แต่เขาก็ยินดีที่จะทำ ตามเราตกลงกันว่าจะอธิษฐานอีกหนึ่งสัปดาห์และศึกษาพระคัมภีร์ในเรื่องนี้ จากนั้นเราและภรรยาของเราจะมาพบกันและดูว่าจะเกิดอะไรขึ้น

วันนั้นมาถึงแล้ว วันที่เราต้องทำการเทศน์ตามที่วางแผนไว้ เฟรดและภรรยาของเขาจะมาทานอาหารเย็นที่บ้านเรา จากนั้นเราจะไปที่โบสถ์เพื่อประชุมอธิษฐาน หรืออะไรก็ตามแต่ ผมค่อนข้างดีใจที่วันนั้นเรามีธุระยุ่ง เพราะจำเป็นต้องเดินทางไปทำธุรกิจนอกเมือง เรากลับมาถึงบ้านประมาณสองชั่วโมงก่อนที่เฟรดและภรรยาจะมาถึง ที่หน้าประตูบ้านผมมีแผ่นพับเล็กๆ วางทับด้วยก้อนหิน เพื่อนคนหนึ่งเดินทางมาที่เมืองนี้และหาผมไม่เจอจึงทิ้งแผ่นพับเล็กๆ นี้ไว้ให้ ผมแทบไม่เชื่อสายตาตัวเองเมื่ออ่านชื่อเรื่อง — *“บทนำเกี่ยวกับการขับไล่ปีศาจ”* โดย เดเร็ก พรินซ์ เพื่อนของผมไม่รู้เรื่องการเทศน์ที่กำลังจะเกิดขึ้น เวลาช่างลงตัวเหลือเกิน ต้องเป็นพระเจ้าแน่ๆ!

ภายในไม่กี่นาที ฉันก็อ่านเนื้อหาในแผ่นพับจนจบ มันใช้งานได้จริงและเต็มไปด้วยข้อมูลที่เป็นประโยชน์ เราสามารถคาดการณ์ถึงปรากฏการณ์บางอย่างได้เมื่อปีศาจออกมา อย่างน้อยฉันก็รู้สึกมั่นใจมากขึ้นเกี่ยวกับเรื่องทั้งหมดนี้ เมื่อเฟรดมาถึง ฉันให้เขาและภรรยาอ่านแผ่นพับก่อนที่เราจะเริ่มการปฏิบัติศาสนกิจ

เราใช้เวลาอธิษฐานสักพักก่อนที่จะท้าทายปีศาจ และในตอนนั้นผมคิดแค่เรื่องปีศาจตัวเดียวเท่านั้น ความเข้าใจของผมไม่ได้มีมากกว่านั้น เฟรดยังคงคุกเข่าอยู่เมื่อผมเสนอว่าเราควรเริ่มพูดกับปีศาจได้แล้ว ผมกับภรรยาวางมือบนศีรษะของเขาและเราทั้งสองพูดว่า

“ข้าพเจ้าขอสั่งให้ปีศาจออกมาจากตัวเขาในนามของพระเยซู”
หลังจากที่ผมออกคำสั่งและภรรยาพูดซ้ำแล้ว เราก็รอเพื่อดูว่าจะเกิดอะไรขึ้น ในที่สุดผมก็ถามว่า “เฟรด คุณรู้สึกอะไรบ้างไหม? คุณคิดว่ามีอะไรเกิดขึ้นหรือเปล่า?” เฟรดส่ายหัวปฏิเสธ เขาไม่รู้สึกอะไรเลย เราปรึกษากันสั้นๆ และตัดสินใจลองอีกครั้ง

เราออกคำสั่งนั้นอีกหลายครั้ง เกิดอะไรขึ้นกับเฟรด? ใบหน้าของเขาบิดเบี้ยว! เขาพยายามพูด แต่พูดอะไรไม่ออก ดูเหมือนเขาจะสำลัก ตอนนี้ไม่ใช่เวลาที่จะผ่อนปรน เราจึงยังคงออกคำสั่งให้ปีศาจออกมาจากตัวเขา เฟรดเริ่มไออย่างรุนแรง อาการนี้กินเวลาประมาณหนึ่งนาที จากนั้นเขาก็ทรุดตัวลงไปนอนราบกับพื้น “มันออกมาแล้วหรือยัง เฟรด?” ฉันถาม “ฉันคิดว่าอย่างนั้น” เขาพูดเบาๆ เขาแทบพูดไม่ได้ “ฉันอ่อนแรงจนลุกไม่ขึ้น” เขาอธิบาย เราอธิษฐานเพื่อเฟรดและขอบคุณพระเจ้าที่ทรงช่วยเขาให้รอดพ้น อย่างน้อยห้านาทีต่อมา เฟรดจึงสามารถลุกขึ้นนั่งได้

ภรรยาของเฟรดนั่งอธิษฐานอยู่ตลอดเวลา ตอนนี้ฉันได้ยินเธอร้องเพลงเบา ๆ ฉันจำทำนองได้ มันเป็นเพลงสวดที่คุ้นเคย... “Amazing Grace” ฉันคิดว่าจะร่วมร้องเพลงกับเธอด้วย และขณะที่ฉันตั้งใจฟังเพื่อจับใจความ ฉันก็รู้ว่าเธอกำลังร้องเพลงเป็นภาษาแปลก ๆ ไม่กี่สัปดาห์ก่อนหน้านี้ ฉันได้อธิษฐานขอให้เธอได้รับการบัพติศมาในพระวิญญาณบริสุทธิ์ และเธอก็สามารถพูดภาษาแปลก ๆ ได้เพียงประโยคสั้น ๆ เท่านั้น ตอนนี้เธอกำลังร้องเพลงได้อย่างอิสระเต็มที่ พวกเราทั้งสี่คนต่างดีใจ
หนึ่งสัปดาห์ต่อมา ผมได้เจอเฟรดอีกครั้ง ผมอยากรู้เรื่องอาการปวดหัวของเขามาก ผมมั่นใจว่าเขาจะบอกว่ามันหายไปแล้ว “แฟรงค์ ผมไม่รู้จะทำยังไงดี” เฟรดเริ่มพูด “แต่ผมยังปวดหัวอยู่เลย มันไม่ได้ดีขึ้นเลย” ความรู้สึกผิดหวังอย่างรุนแรงเข้ามาครอบงำผม ทำไมงานรับใช้พระเจ้าถึงได้ยิ่งใหญ่ขนาดนี้ แต่กลับไม่ได้ผล เราทั้งคู่ต่างงุนงง
เฟรดบอกผมว่าเขารับตำแหน่งเป็นศิษยาภิบาลในโบสถ์แห่งหนึ่งในรัฐอื่นแล้ว เขาจะย้ายไปทันที หกเดือนต่อมาเราจึงได้เจอกันอีกครั้ง เราไปเที่ยวใกล้ๆ กับสถานที่รับใช้ใหม่ของเขา จึงขับรถไปอีกหน่อย เพื่อไปเยี่ยมและค้างคืน ในเย็นวันนั้นขณะที่เราอธิษฐาน เราตัดสินใจว่าเราควรจะไปเยี่ยมเฟรดอีกครั้ง

ในช่วงหลายเดือนที่ผ่านมา เราได้เรียนรู้เกี่ยวกับปีศาจมากขึ้น อาจมีมากกว่าหนึ่งตัว บางทีเราอาจยังไม่ได้กำจัดตัวที่ทำให้เขาปวดหัว เราจะพยายามให้มากขึ้นกว่าเดิม

เราให้เฟรดนั่งบนเก้าอี้ขณะที่เราล้อมรอบเขา เขาให้ความร่วมมือเป็นอย่างดี เขาเต็มใจทำทุกอย่างที่ให้ความหวังที่จะกำจัดความเจ็บปวดเรื้อรังที่กำลังทำลายชีวิตเขา ในขณะนั้นเราไม่รู้วิธีตรวจจับวิญญาณประเภทต่างๆ และไม่เคยได้รับการหยั่งรู้เหนือธรรมชาติเกี่ยวกับปีศาจตัวใดตัวหนึ่งมาก่อน ดังนั้นเราจึงออกคำสั่งทั่วไปให้ปีศาจใดก็ตามที่อยู่ในตัวเขาออกมา ทุกครั้งที่เราออกคำสั่ง เฟรดจะมีอาการไอ เขา感觉到มีแรงกดดันในลำคอซึ่งจะบรรเทาลงได้ด้วยการไอ เหตุการณ์นี้เกิดขึ้นประมาณหกครั้ง “อาการปวดหัวหายหรือยัง” ฉันถาม “ไม่ มันเจ็บกว่าเดิมอีก” เฟรดอธิบาย เราบอกได้ว่ายังมีบางอย่างอยู่ในตัวเฟรด ฉันจำได้ว่าเคยฟังเทปเกี่ยวกับการขับไล่ปีศาจซึ่งบาทหลวงสั่งให้ปีศาจบอกชื่อตัวเอง เราจึงตัดสินใจว่าควรลองทำแบบนั้น
“ชื่ออะไร?” ฉันถามปีศาจที่ฉันแน่ใจว่ายังสิงอยู่ในตัวเฟรด “ในนามของพระเยซู ฉันขอสั่งให้เจ้าบอกชื่อของเจ้ามา”
ใบหน้าของเขาเริ่มบิดเบี้ยวเหมือนกับตอนที่ทำพิธีครั้งแรก เรายังคงสั่งให้มันบอกชื่อตัวเอง ริมฝีปากของเฟรดเบะออกและปากของเขาบิดเบี้ยวเป็นรอยย่น อย่างช้าๆ และด้วยเสียงที่แทบจะไม่ได้ยิน มีคำหนึ่งคำถูกพูดออกมา – “ปา..ปา..อี..น” มันฟังดูง่ายมาก ทำไมเราถึงไม่คิดออกก่อนหน้านี้? “*ปีศาจแห่งความเจ็บปวด* จงออกไปจากเฟรด!” เราพูดอย่างหนักแน่น “ในนามของพระเยซู จงออกไปจากเขา!” ภรรยาของเฟรดคงรู้สึกได้ในจิตวิญญาณของเธอว่าอะไรกำลังจะเกิดขึ้น เธอคว้าหนังสือพิมพ์จากโต๊ะกาแฟแล้วโยนลงบนพื้นระหว่างเท้าของเฟรด ทันทีนั้นเฟรดก็ไอและอาเจียนเสมหะก้อนใหญ่สองก้อนลงบนกระดาษ ปีศาจออกไปแล้ว! และความเจ็บปวดก็หายไป! เกือบห้าปีผ่านไปแล้ว และเฟรดก็ยังหายดี พระเจ้าทรงตอบคำอธิษฐานของเรา!

เรื่องที่ 2) ไอดา เมย์ เล่าถึงการปลดปล่อยเด็กหญิงวัย 6 ขวบจากโรคจิตเภทและปีศาจร้ายอื่นๆ อย่างน่าอัศจรรย์

การขับไล่ปีศาจออกจากเด็กที่ชัดเจนที่สุดเท่าที่ฉัน (ไอดา เมย์) เคยทำมา คือกรณีของเด็กหญิงอายุหกขวบคนหนึ่ง เราจะเรียกเธอว่าแมรี่

พ่อของแมรี่มาหาเราเพื่อขอรับการขับไล่ปีศาจ ในระหว่างการสัมภาษณ์ เขาเล่าถึงความยากลำบากในการเลี้ยงดูลูกสาวของเขา เขาและภรรยาหย่าร้างกันแล้ว และเขากำลังเลี้ยงดูเด็กหญิงคนนี้อยู่ เขาบอกว่าเธอเป็นเด็กที่เลี้ยงยากมาก เพราะดื้อรั้น เอาแต่ใจ และต่อต้าน เขาค่อนข้างกังวล เพราะนิสัยของเธอทำให้เขาโกรธมากเกินไปจนลงโทษเธออย่างรุนแรงเกินไป เราบอกเขาว่าเด็กหญิงคนนี้ต้องการการขับไล่ปีศาจมากพอๆ กับเขา หรืออาจจะมากกว่าด้วยซ้ำ และยืนยันให้เขานำเธอมาหาเรา
ไม่กี่วันต่อมา แมรี่ก็มาหาเราหลังจากกลับจากโรงเรียนโดยตรง ฉันต้องบอกว่าขณะที่ฉันกำลังทำความรู้จักกับเธอและอธิบายให้เธอฟังว่าฉันต้องการอธิษฐานเผื่อเธอ เธอดื่มน้ำส้มไปประมาณครึ่งกระติก เธออยู่ไม่สุขมาก กระโดดขึ้นลงจากม้านั่งในโบสถ์ตลอดเวลา และไม่สามารถนั่งนิ่งๆ ขณะที่เราคุยกันได้เลย

ฉันพูดว่า “แมรี่ พ่อของเธอเล่าให้ฉันฟังว่าเธอรู้ว่ามีวิญญาณชั่วร้าย” ดวงตาของเธอเบิกกว้าง
และเธอก็เริ่มเล่าให้ฉันฟังอย่างจริงจังว่าทุกคืนเธอต้องแน่ใจว่าประตูทุกบานล็อกสนิทก่อนเข้านอน เมื่อเธอลุกขึ้นมากลางดึกเพื่อไปดื่มน้ำหรือเข้าห้องน้ำ เธอจะรู้สึกกลัวและต้องแน่ใจด้วยตัวเองว่าประตูทุกบานล็อกแน่นหนาแล้ว ฉันพูดว่า “ใช่ นั่นแหละคือความกลัว แมรี่ เธอมีปีศาจแห่งความกลัวอยู่ในตัว พวกมันทำให้เธอหวาดกลัว และฉันอยากจะอธิษฐานเพื่อเธอและขอให้พวกมันออกจากตัวเธอ พวกมันเข้าไปอยู่ในตัวเธอแล้ว และเมื่อฉันอธิษฐาน พวกมันจะออกมาจากปากของเธอและจากไป” เธอรับฟังคำพูดของฉันด้วยศรัทธาที่เรียบง่ายเหมือนเด็ก

ฉันขอให้เธอมานั่งบนม้านั่งข้างๆ ฉันขณะที่ฉันอธิษฐาน เธอก็มา แต่เธอกระสับกระส่ายมากจนฉันต้องอุ้มเธอมานั่งบนตักเพื่อให้เธออยู่ใกล้ๆ ฉัน เธอนั่งบนตักฉันโดยหันหลังให้ฉัน
ฉันเริ่มอธิษฐานด้วยความเชื่อและไว้วางใจว่าพระเยซูจะทรงปลดปล่อยเธอให้เป็นอิสระ พระวิญญาณบริสุทธิ์ทรงบอกฉันอย่างชัดเจนให้พูดด้วยเสียงเบามาก...เบากว่าเสียงสนทนาปกติ และให้คิดว่าทุกคำพูดที่ออกมาจากปากของมารีย์หลังจากนั้น เป็นคำพูดของปีศาจหรือคำพูดที่ได้รับการดลใจจากปีศาจ

จากนั้นข้าพเจ้าก็เริ่มกล่าวกับพวกปีศาจ ข้าพเจ้ากล่าวว่า "พวกปีศาจที่สิงอยู่ในร่างของมารีย์ ข้าพเจ้าอยากให้พวกเจ้ารู้ว่า
มารีย์ได้รับการปกป้องด้วยพระโลหิตของพระเยซูผ่านทางความสัมพันธ์ของบิดาของเธอกับพระเยซู
เช่นเดียวกับที่บิดาในสมัยของโมเสสได้พรมเลือดที่วงกบประตูเพื่อปกป้องครอบครัวทั้งหมด มารีย์ก็อยู่ภายใต้การปกป้องของพระโลหิตเช่นกัน พวกปีศาจ ข้าพเจ้าอยากให้พวกเจ้ารู้ด้วยว่า
บิดาของมารีย์ได้ยินและยอมรับความจริงจากพระวจนะของพระเจ้าเกี่ยวกับพวกปีศาจแล้ว บัดนี้เขารู้แล้วว่าสิ่งที่เขาต่อสู้ด้วยคือพวกเจ้า ไม่ใช่มารีย์"

ฉันรู้สึกว่าแมรี่กำลังกระซิบ จึงโน้มตัวไปดูว่าฉันจะได้ยินสิ่งที่เธอพูดหรือไม่ เธอกระซิบว่า "ฉันไม่ชอบสิ่งที่คุณพูด" ฉันตอบว่า "ฉันรู้ว่าพวกคุณไม่ชอบหรอก พวกปีศาจ เพราะฉันกำลังเปิดโปงพวกคุณ และฉันรู้เรื่องพวกคุณ แมรี่ถูกพวกคุณทรมานมาตั้งแต่ก่อนเกิด ขณะที่เธอยังอยู่ในครรภ์มารดา พวกคุณบางส่วนได้เข้าไปในตัวเธอ
แต่พระเจ้าตรัสว่าพวกคุณไม่อาจอยู่ในร่างกายของเธอได้อีกต่อไป"
ปีศาจในร่างแมรี่เริ่มกระซิบอีกครั้ง คราวนี้ด้วยน้ำเสียงที่ดื้อรั้นและไม่ยอมฟัง "ฉัน...ไม่...ชอบ...สิ่งที่...สิ่งที่..." "เจ้า...กำลัง...พูดว่า!"
ฉันระมัดระวังที่จะพูดด้วย เสียงเบาที่สุดขณะตอบว่า "มันจะไม่ดีขึ้นสำหรับเจ้าหรอก ปีศาจ แต่จะแย่ลงไปอีก เพราะเจ้าจะถูกขับไล่ออกจากร่างนางในวันนี้ เจ้ากำลังจะสูญเสียบ้านของเจ้า" เมื่อได้ยินเช่นนั้น ปีศาจก็กรีดร้องออกมาและโต้ตอบอีกครั้งว่า "ฉันไม่ชอบสิ่งที่เจ้าพูด ตอนนี้หุบปากซะ!" ฉันตอบว่า "ไม่ ฉันจะไม่หยุด แต่จะพูดต่อไปจนกว่าเจ้าจะออกจากร่างนางไป"

ฉันยังคงพูดกับเหล่าปีศาจอย่างแผ่วเบาต่อไป "เอาล่ะ เหล่าปีศาจทั้งหลาย จงเริ่มเผยตัวตนออกมาทีละตัว ในนามของพระเยซู" ทันใดนั้นแมรี่ก็เริ่มพูดกระซิบว่า "พวกเจ้าไม่รักฉัน ถ้าพวกเจ้ารักฉัน พวกเจ้าคงไม่กอดฉันไว้" ฉันตอบว่า "ถูกต้องแล้ว ปีศาจแห่งการปฏิเสธ เจ้าปิดกั้นเธอจากความสัมพันธ์แห่งความรัก เจ้าทำให้เธอคิดว่าไม่มีใครรักเธอ เจ้าทำให้เธอคิดว่าพระเจ้าไม่รักเธอด้วยซ้ำ เจ้าจะต้องออกมาจากตัวเธอ ปีศาจแห่งการปฏิเสธ ในนามของพระเยซู" ทีละตัว

เหล่าปีศาจก็เริ่มเผยตัวตนออกมา พวกมันออกมาเร็วมากจนฉันมักจะมีเวลาแค่เอ่ยชื่อตัวหนึ่ง อีกตัวก็จะโผล่ขึ้นมาแล้ว

เหล่าปีศาจกำลังทำให้แมรี่ดิ้นรนเพื่อจะลงจากตักของฉัน แม้ว่าฉันจะยังอุ้มเธอไว้ในอ้อมแขนได้อย่างหลวมๆ ก็ตาม ในที่สุดฉันก็ต้องใช้วิธีเอาขาข้างหนึ่งของเธอมาไว้ระหว่างขาของฉัน เพื่อรั้งเธอไว้ เหมือนถูกบีบรัดและตรึงไว้ด้วยร่างกาย
ปีศาจแห่งความเกลียดชังเอาหน้าเข้ามาใกล้ฉันจนจมูกชนกัน แล้วกรีดร้องว่า "ฉันเกลียดเธอ" ฉันยังคงพูดเบาๆ กับปีศาจนั้นว่า "ออกมาเถอะ ปีศาจแห่งความเกลียดชัง" เธอเริ่มกรีดร้องว่า "ฉันต้องการมีด ฉันต้องการ..."
"มีด" ฉันถาม "เจ้าต้องการมีดไปทำอะไร?" ปีศาจกัดฟันของแมรี่แล้วพูดว่า "เช่นนั้น" "ฉันฆ่าแกได้" "เอาล่ะ เจ้าปีศาจฆาตกร" ฉันสั่ง "ออกมาในนามของพระเยซู"
จากนั้น แมรี่ก็ลุกขึ้นยืน ยืดไหล่ตรง เอามือเท้าสะเอว แล้วตอบกลับว่า "ไม่มีใครเคยบอกฉันได้ว่าต้องทำอะไร!" ฉันเลยพูดว่า "ความดื้อรั้น ออกมาสิ!"

เสียงของปีศาจตัวต่อไปเปลี่ยนไปอย่างเห็นได้ชัด มันพูดว่า "ฉันทำแต่สิ่งที่ฉันอยากทำ" ฉันพูดว่า "ความเห็นแก่ตัวจะออกมา" จากนั้นเสียงก็เปลี่ยนไปอีกครั้ง "เจ้าจะไม่มีวันทำให้ฉันออกมาได้" เสียงใหม่พูด "ความดื้อรั้น เจ้าก็ต้องออกมาด้วย" ฉันยืนยัน จากนั้นแมรี่ก็ยกมือขึ้นเหมือนกรงเล็บและพุ่งเข้าหาใบหน้าของฉัน ดวงตาของเธอเบิกกว้างและเธอกรีดร้อง ฉันพูดว่า "ความบ้าคลั่ง เจ้าจงออกมาจากแมรี่ในนามของพระเยซู" เธอเริ่มข่วนผมและส่ายหัวอย่างรุนแรง ฉันพูดว่า "ความเจ็บป่วยทางจิตและความวิกลจริต จงออกมา" ต่อมาฉันเรียกวิญญาณของโรคจิตเภท "พวกปีศาจแห่งโรคจิตเภท ข้าขอเรียกมือพวกเจ้า พวกเจ้าจงนำบุคลิกสองด้านที่ตรงข้ามกันออกมา ซึ่งพวกเจ้ากำลังสร้างขึ้นในตัวนาง บุคลิกหนึ่งฝังรากลึกอยู่ในความรู้สึกถูกปฏิเสธและความสงสารตัวเอง ส่วนอีกบุคลิกหนึ่งฝังรากลึกอยู่ในความกบฏและความขมขื่น บุคลิกทั้งสองนั้นไม่ใช่แมรี่ตัวจริง ข้าขอปลดปล่อยและปล่อยให้แมรี่ตัวจริงเป็นอย่างที่พระเยซูต้องการให้เธอเป็น"
หลังจากนั้นนางก็ตะปบใส่ข้าอย่างรุนแรง ข่วนแขนข้า และพุ่งเข้าหาข้าแล้วกัดเสื้อข้าเป็นรู เมื่อนางเงยหน้าขึ้นมาพร้อมกับส่วนหนึ่งของเสื้อที่ติดอยู่ในปาก

นางดูตกใจมากราวกับว่านางคาดหวังว่าข้าจะตบหน้านาง ข้าบอกได้เลยว่าคนที่ตกใจคือแมรี่ตัวจริง ข้าจึงพูดกับพวกปีศาจว่า "ไม่ พวกปีศาจ ข้าจะไม่ทำร้ายแมรี่ที่ทำลายเสื้อข้า เพราะข้าสามารถแยกนางออกจากพวกเจ้าได้ แมรี่ถูกลงโทษทางร่างกายมานานเกินไปแล้วสำหรับสิ่งที่พวกเจ้าทำผ่านนาง แต่พวกปีศาจอย่างพวกเจ้ากลับแทบไม่ได้รับโทษเลย"

วันนี้มันต่างออกไป พวกปีศาจอย่างพวกแกต้องรับโทษ ส่วนแมรี่จะได้เป็นอิสระ" แมรี่ดูโล่งใจอยู่ครู่หนึ่ง จากนั้นปีศาจตัวอื่นๆ ก็เริ่มปรากฏตัวออกมา

ในที่สุด หลังจากผ่านไปประมาณยี่สิบหรือสามสิบนาทีของการทำพิธีปลดปล่อย แมรี่ก็เริ่มกรีดร้องเสียงยาวต่อเนื่องและอ้อนวอนขอให้ปล่อยเธอไป เธอพูดว่า "อย่าจับขาฉัน! อย่าจับขาฉัน!" พระวิญญาณบริสุทธิ์ทรง ประทานความเข้าใจแก่ฉันว่า ตอนนี้เนื้อหนังของเธอเริ่มปั่นป่วนแล้ว และฉันควรปล่อยเธอและให้เธอนั่งบนม้านั่งข้างๆ ฉัน ฉันจึงสั่งว่า "แมรี่ ฉันจะให้เจ้านั่งบนม้านั่ง"

"โอเคไหม?" เธอร้องไห้เบาๆ แล้วพูดว่า "หนูไม่ชอบให้คุณกอดหนูแบบนั้น" ฉันเลยพูดว่า "ก็ขอโทษที่ต้องกอดหนูแน่นขนาดนั้น แต่ปีศาจร้ายมันทำให้หนูดิ้นหนีฉัน" ฉันมักจะระมัดระวังที่จะโยนความผิดไปให้ปีศาจเสมอ ด้วยท่าทางแบบเด็กๆ ของเธอ เธอดูเหมือนจะซาบซึ้งที่ในที่สุดพวกมันก็ได้รับความผิดแทนตัวเธอเอง แมรี่นั่งอยู่ข้างๆ ฉันครู่หนึ่ง เธออยู่นิ่งและผ่อนคลายมาก พระวิญญาณบริสุทธิ์บอกฉันว่า ตอนนี้ฉันควรออกคำสั่งให้ปีศาจที่เหลืออยู่ออกมาโดยเร็ว ฉันจึงพูดว่า "บัดนี้ ในนามของพระเยซู ฉันขอสั่งให้ปีศาจทุกตนที่ยังคงอยู่ในแมรี่ออกมา ออกมาเดี๋ยวนี้ในนามของพระเยซู!"

ทันใดนั้นแมรี่ก็รู้สึกคลื่นไส้ และก่อนที่ฉันจะคว้ากระดาษทิชชู่ได้ เธอก็อาเจียนออกมาเป็นก้อนเมือกขนาดใหญ่ มันเต็มมือเล็กๆ ของเธอและมือของฉัน เธอมองขึ้นมาและยิ้มจางๆ จากนั้นก็ดูเหมือนจะสงบลงทันที โปรดจำไว้ว่า ในตอนต้นของเรื่องนี้ ฉันได้กล่าวไว้ว่า แมรี่กำลังดื่มน้ำส้มจากกระติกน้ำร้อนขณะที่เธอมาปฏิบัติศาสนกิจ แต่สิ่งที่เธออาเจียนออกมานั้นไม่มีร่องรอยของน้ำส้มเลย และไม่มีเมือกใดๆ ออกมาจากกระเพาะของเธอด้วย

เรานั่งคุยกันประมาณสิบห้านาที แมรี่นั่งเงียบๆ อย่างผ่อนคลาย ต่างจากท่าทีที่กระตือรือร้นมากเกินไปของเธอเมื่อก่อนหน้านี้

พ่อของเธอตกตะลึง
เขาเฝ้ามองเหตุการณ์การขับไล่ปีศาจอันวุ่นวายด้วยอารมณ์ที่ปะปนและสับสน เนื่องจากไม่คุ้นเคยกับการปรากฏตัวของปีศาจ และไม่สามารถแยกแยะเสียงต่างๆ ของปีศาจได้เหมือนกับที่หูอันได้รับการฝึกฝนของฉันทำได้
พ่อของแมรี่คิดว่าแมรี่ตัวจริงกำลังถูก ปฏิบัติอย่างโหดร้าย และกล่าวว่าครั้งหนึ่งเขาทำได้เพียงพยายามไม่เข้าไปแทรกแซง
แม้ว่าฉันจะไม่ได้พบแมรี่ด้วยตัวเองนับตั้งแต่เธอได้รับการปลดปล่อย แต่ฉันได้รับรายงานที่ดีหลายฉบับ ส่วนใหญ่บอกว่า "เธอเปลี่ยนไปมาก" "เธอไม่เหมือนเดิมเลย" "ฉันกอดเธอได้ และเธอก็ตอบสนองต่อความรัก" "คุณคงไม่ทำแบบนั้นหรอก"
ฉันเชื่อว่าเธอเป็นเด็กผู้หญิงคนเดียวกัน"

แม้ขณะที่ฉันเขียนอยู่นี้ น้ำตาฉันก็ยังชุ่มไปด้วยน้ำตา เธอคือผู้ช่วยชีวิตเพียงคนเดียวที่ทำให้ฉันร้องไห้ การต่อสู้นั้นดุเดือดมาก และสันติสุขหลังจากนั้นก็งดงามเหลือเกิน ฉันกลั้นน้ำตาไว้ไม่อยู่
ขอถวายพระเกียรติแด่พระเจ้า!

คำอธิษฐานสั้น ๆ เพื่อการปลดปล่อยตนเอง

"ข้าแต่พระเยซูคริสต์เจ้า
ข้าพเจ้าเชื่อว่าพระองค์ทรงสิ้นพระชนม์บนไม้กางเขนเพื่อบาปของข้าพเจ้า และทรงฟื้นคืนพระชนม์จากความตาย พระองค์ทรงไถ่ข้าพเจ้าด้วยพระโลหิตของพระองค์ และข้าพเจ้าเป็นของพระองค์ และข้าพเจ้าปรารถนาที่จะมีชีวิตอยู่เพื่อพระองค์
ข้าพเจ้าสารภาพบาปทั้งหมดของข้าพเจ้า ทั้งที่รู้และไม่รู้
ข้าพเจ้าเสียใจในบาปเหล่านั้นทั้งหมด ข้าพเจ้าละทิ้งบาปเหล่านั้นทั้งหมด
ข้าพเจ้าให้อภัยผู้อื่นทั้งหมด เช่นเดียวกับที่ข้าพเจ้าต้องการให้พระองค์ทรงให้อภัยข้าพเจ้า โปรดอภัยให้ข้าพเจ้าในเวลานี้และชำระข้าพเจ้าด้วยพระโลหิตของพระองค์

ข้าพเจ้าขอบคุณพระองค์สำหรับพระโลหิตของพระเยซูคริสต์ซึ่งชำระข้าพเจ้าให้บริสุทธิ์จากบาปทั้งหมดในเวลานี้
และข้าพเจ้ามาหาพระองค์ในเวลานี้ในฐานะผู้ช่วยให้รอดของข้าพเจ้า
พระองค์ทรงทราบถึงความต้องการพิเศษของข้าพเจ้า สิ่งที่ผูกมัด สิ่งที่ทรมาน สิ่งที่ทำให้แปดเปื้อน วิญญาณชั่วร้าย วิญญาณที่ไม่บริสุทธิ์
ข้าพเจ้าอ้างสิทธิ์ในพระสัญญาของพระองค์ที่ว่า
"ผู้ใดก็ตามที่เรียกนามของพระเจ้าก็จะได้รับการช่วยให้รอด"
ข้าพเจ้าเรียกหาพระองค์ในเวลานี้ ในนามของพระเยซูคริสต์เจ้า
โปรดช่วยข้าพเจ้าให้รอดและเป็นอิสระ ซาตาน ข้าพเจ้าละทิ้งเจ้าและกิจการทั้งหมดของเจ้า
ข้าพเจ้าละทิ้งตัวเองจากเจ้า ในนามของพระเยซู
และข้าพเจ้าสั่งให้เจ้าออกไปจากข้าพเจ้าในเวลานี้ ในนามของพระเยซู อาเมน!"

จงให้สิ่งนั้นมาจากใจของคุณ แล้วคุณจะได้เห็นความรอดของพระเจ้า!

คุณป่วยหรือต้องการการฟื้นฟูหรือไม่?

*สำหรับผู้ที่เจ็บป่วยหรือไม่สบายในรูปแบบใดก็ตาม หรือต้องการการปลดปล่อยหรือการฟื้นฟู โปรดแตะจุดด้านล่างด้วยความเชื่อ (ความเชื่อคือการมองเห็นผลลัพธ์เชิงบวกที่ชัดเจนของสถานการณ์ปัจจุบันของคุณ โดยรู้ว่าพระเยซูได้ทรงทำส่วนของพระองค์เมื่อกว่า **2000** ปีที่แล้วเพื่อรับประกันการรักษาและการปลดปล่อย การฟื้นฟูของคุณเป็นเหมือนเงินมัดจำ โดยเชื่อมั่นว่าเงินมัดจำนั้นพร้อมให้คุณเบิกใช้ได้ เหมือนยอดเงินคงเหลือในบัญชีธนาคารของคุณ โดยไม่ต้องถามคำถามใดๆ เพราะเราเห็นด้วยกับคุณและประกาศว่า จงหายดีในนามของพระเยซูคริสต์ อาเมน)*

ด้วยอำนาจที่พระองค์ทรงประทานแก่ข้าพเจ้าและพวกเขา
*ข้าพเจ้าขอใช้อำนาจนั้นด้วยความเชื่อ พร้อมกับความโกรธแค้นที่มีต่อศัตรูและความกระหายที่จะได้รับสิ่งที่พระองค์ทรงประทานให้แก่พวกเขาอย่างไม่คิดค่าตอบแทน ข้าพเจ้าขอสาปแช่งทุกความเจ็บป่วย ทุกโรคภัยไข้เจ็บ ไม่ว่าจะเป็นมะเร็ง โควิด-**19** ไม่ว่าจะเป็นวิญญาณแห่งความอ่อนแอ ไม่ว่าจะเป็นการถูกปีศาจเข้าสิงหรือการถูกกดขี่*

ไม่ว่าจะเป็นวิญญาณแห่งความยากจน ความล้มเหลว ความล่าช้าในการบรรลุสิ่งที่พระเจ้าทรงกำหนดและปลดปล่อยไว้แล้ว เราต่อต้านความผิดปกติ ข้าพเจ้าผูกมัดพวกมัน เราสาปแช่งพวกมันถึงรากเหง้า และเราขับไล่พวกมันออกไปด้วยอำนาจในพระนามของพระเยซูคริสต์ อาเมน เราขอให้การเยียวยา การปลดปล่อย และการฟื้นฟูเกิดขึ้นในชีวิตของพวกเขาในพระนามอันยิ่งใหญ่ของพระเยซูคริสต์ ขอบคุณพระเจ้าสำหรับคำพยานที่ดำรงอยู่เพื่อพระสิริ พระเกียรติ และการนมัสการของพระองค์ ขอบคุณสำหรับดวงวิญญาณที่กำลังเพิ่มเข้ามาในอาณาจักรของพระองค์อันเป็นผลจากข้อค วามนี้ ปาฏิหาริย์ที่เรากำลังเห็นอยู่ในขณะนี้และกำลังสำแดงเพื่อพระสิริของพระองค์ในพระนามข องพระเยซู อาเมน สำเร็จแล้ว! จงชื่นชมยินดี!

แตะจุดที่ไฮไลต์ไว้ตรงนี้ แล้วกล่าวด้วยปากของคุณว่า — ฉันหายดีแล้ว ฉันได้รับการปลดปล่อยแล้ว และฉันได้รับการฟื้นฟูแล้ว ทั้งในจิตวิญญาณ จิตใจ ร่างกาย และทุกสิ่งรอบตัวฉัน ในนามของพระเยซูคริสต์ อาเมน!!!

จงเริ่มทำในสิ่งที่คุณทำไม่ได้มาก่อน และเริ่มสารภาพบาปจนกว่าการเยียวยาอย่างสมบูรณ์ การปลดปล่อย และการฟื้นฟูจะเกิดผลในชีวิตของคุณในนามของพระเยซู อาเมน จงกระหายหาพระเจ้าอยู่เสมอ จงโกรธแค้นและทวงคืนทุกสิ่งที่ศัตรูได้ยึดไว้ในนามของพระเยซู อาเมน

หมายเหตุ:
จงเป็นพยานถึงการรักษาเพื่อพระสิริของพระเจ้าและเพื่อความอับอายของศัตรู!
ส่งอีเมลหรือ WhatsApp
มาหาเราหากคุณยังต้องการให้เราเห็นด้วยกับคุณในประเด็นนี้
และมาร่วมงานสัมมนาเตรียมความพร้อมที่จะเริ่มในวันพฤหัสบดีหน้า
รายละเอียดเพิ่มเติมจะแจ้งให้ทราบในเว็บไซต์ของเราเร็วๆ นี้!

วีรกรรมอันยิ่งใหญ่ - 1 - บทที่ 9 -

เรียนรู้จากวีรบุรุษผู้ยิ่งใหญ่ในตอนที่ 8

พระประสงค์และอำนาจสูงสุดของพระเจ้าอยู่ที่ไหนกันแน่ในบทสนทนาเรื่องเสรีภาพทั้งหมดนี้? ทำไมคนที่เราอธิษฐานเผื่อจึงไม่ได้รับการรักษา ปลดปล่อย หรือฟื้นฟูทุกคน? ทำไมบางคนถึงได้รับการรักษาแบบค่อยเป็นค่อยไปหรือเพียงบางส่วน? อะไรคืออุปสรรคต่อการรักษา การปลดปล่อย และการฟื้นฟู? และข้อควรทำและข้อห้ามบางประการ + เรื่องราวหนึ่งเรื่อง (1) เพื่อยืนยันหัวข้อนี้และทำลายอำนาจของวิญญาณแห่งความกลัว โดย บราเดอร์โรเบิร์ต ชัมบัค – ตอนที่ 8 + บทพูดเกี่ยวกับการปลดปล่อยตนเองและคำอธิษฐานเพื่อการรักษา การปลดปล่อย และการฟื้นฟู

เพื่อนๆ ที่รัก วันนี้เราขอนำเสนอตอนที่ 8 ของชุดบทเรียนเรื่อง "พอแล้วกับการถูกจองจำและขอต้อนรับสู่เสรีภาพในพระคริสต์" ความเชื่อมาจากการได้ยิน และการได้ยินมาจากการฟังพระวจนะของพระเจ้า – โรม 10:17 ชุดบทเรียนที่ 8 นี้ อาจเป็นอุปสรรคสุดท้ายที่ขัดขวางไม่ให้ใครบางคนได้รับการเยียวยาในวันนี้ ทั้งสำหรับตนเองและผู้อื่น นี่คือวันแห่งการเริ่มต้นใหม่แห่งเสรีภาพ ดังนั้นจงอยู่กับเราต่อไป เหล่ากองทัพของพระเจ้าผู้ทรงพระชนม์อยู่ นี่คือชุดบทเรียนเพื่อเสริมสร้างศักยภาพ

พระเยซูทรงกล่าวเป็นนัยว่าซาตานเป็นโจร เป็นเจ้านายที่โหดร้ายและทำลายล้าง... โปรดอ่านตรงนี้

ยอห์น 10:10

พระคัมภีร์ฉบับขยายความ คลาสสิก

10 โจรมาก็เพื่อจะขโมย ฆ่า และทำลายเท่านั้น ส่วนเรามาเพื่อพวกเขาจะได้มี ชีวิต และมีความสุขในชีวิต และมีชีวิตอย่างอุดมสมบูรณ์ (จน ล้น เหลือ)

ในการรับมือกับศัตรูนี้ พระเยซูทรงบัญชาบรรดาผู้เชื่อในพระองค์ทุกคนดังนี้:

มาระโก 16:16-20

พระคัมภีร์ฉบับขยายความ คลาสสิก

16
ผู้ใดเชื่อ (ผู้ที่ยึดมั่น วางใจและพึ่งพาพระกิตติคุณและพระองค์ผู้ทรงเป็นที่มาของพระกิตติคุณ) และรับบัพติศมาแล้ว ผู้นั้นจะได้รับความรอด (จาก โทษ แห่งความตายชั่วนิรันดร์) แต่ผู้ใดไม่เชื่อ (ผู้ที่ไม่ยึดมั่น วางใจและพึ่งพาพระกิตติคุณและพระองค์ผู้ทรงเป็นที่มาของพระกิตติคุณ) ผู้นั้นจะถูกพิพากษาลงโทษ
17
และเครื่องหมายยืนยันเหล่านี้จะปรากฏแก่ผู้ที่เชื่อ คือ พวกเขาจะขับไล่ปีศาจในนามของเรา และพวกเขาจะพูดภาษาใหม่ๆ ได้
18 พวกเขาจะจับงูได้ และถึงแม้พวกเขาจะดื่มสิ่งใดที่เป็นพิษ มันก็จะไม่ทำร้ายพวกเขา พวกเขาจะวางมือบนคนป่วย และคนป่วยก็จะหายดี
19
แล้วพระเยซูเจ้าทรงตรัสกับพวกเขาแล้ว ก็เสด็จขึ้นสู่สวรรค์และประทับนั่งอยู่เบื้องขวาของพระเจ้า
20
และพวกเขาก็ออกไปประกาศข่าวประเสริฐทุกหนทุกแห่ง ในขณะที่พระเจ้าทรงทำงานร่วมกับพวกเขาและทรงยืนยันข่าวประเสริฐนั้นด้วยหมายสำคัญและอัศจรรย์ต่างๆ ที่เกิดขึ้นควบคู่กันไป อาเมน (ขอให้เป็นเช่นนั้น)

เราได้กล่าวไว้ในบทความก่อนหน้านี้แล้วว่า เพื่อที่จะปฏิบัติตามคำสั่งของพระเยซูได้อย่างสำเร็จสำหรับผู้เชื่อทุกคน ในการเผชิญหน้ากับศัตรูประเภทนี้ในฐานะกองทัพที่มีระเบียบวินัย เต็มใจที่จะเชื่อฟังคำสั่งของผู้บัญชาการสูงสุดของเรา เราจำเป็นต้องมีคุณสมบัติดังต่อไปนี้

เรียงตาม **A, B, C, D, E, F** และ **G**
ผมต้องเน้นย้ำว่าบทความชุดนี้ไม่ได้เหมาะสำหรับทุกคน
มีเพียงผู้ที่ได้รับการคัดเลือกเพียงไม่กี่คนเท่านั้นที่จะ
มีคุณสมบัติเหมาะสมสำหรับการเข้าร่วม โดยมีคุณสมบัติทั้ง 7 ประการดังนี้ :

A. **ความพร้อมใช้งาน (จิตวิญญาณ จิตใจ และร่างกาย)**
B. **ความกล้าหาญ**
C. **ความเห็นอกเห็นใจผู้อื่น**
D. **การกำหนด**
E. **รักแท้**
F. **ความโกรธเกรี้ยวรุนแรง**
G. **ความหิวโหยครั้งใหญ่**

หากคุณขาดคุณสมบัติเหล่านี้เป็นอย่างน้อย
การรณรงค์ให้ประสบความสำเร็จจะเป็นไปไม่ได้
เพราะส่วนประกอบทั้งหมดข้างต้นต้องผสมผสานกันเพื่อสร้างศรัทธาดุจเมล็ดมัสตาร์ดที่จะนำมาซึ่งการเปลี่ยนแปลง เพราะพระเจ้าทรงเลี้ยงดูผู้หิวโหย ไม่ใช่เด็กที่หนาวเย็นหรือเฉื่อยชา ไม่ว่าจะเป็นการรักษา การปลดปล่อย และการฟื้นฟูทั้งภายในและภายนอก
สมบัติพร้อมให้เก็บเกี่ยวแล้ว
แต่ต้องอาศัยศรัทธาที่มั่นคงดุจเมล็ดมัสตาร์ดเพื่อนำสมบัติเหล่านั้นมาสู่ประสบการณ์ของเรา
เรากำลังพูดถึงดวงวิญญาณ ดวงวิญญาณ และดวงวิญญาณอีกมากมาย
และทุกสิ่งที่เราต้องการในฐานะกองทัพของพระเจ้าผู้ทรงพระชนม์อยู่
เพื่อทำสงครามให้ประสบความสำเร็จ
เราอยู่ที่นี่เพื่อเตรียมความพร้อมให้คุณด้วยการเรียนรู้จากผู้ที่มาก่อนเรา

ในส่วนที่ 8 ของวันนี้ เราจะมาสำรวจคำถามสำคัญบางข้อที่มักผุดขึ้นในใจของผู้เชื่อ ซึ่งมักเป็นอุปสรรคต่อการรับสิ่งต่างๆ จากพระเจ้าที่ทรงประทานให้เราอย่างอิสระ
โดยเฉพาะอย่างยิ่งเมื่อเราได้ทำทุกอย่างแล้ว
แต่เสรีภาพกลับยังไม่มาถึงเราเหมือนโรคระบาด
คำถามเหล่านี้คืออะไร?

พระประสงค์และอำนาจสูงสุดของพระเจ้าอยู่ที่ไหนกันแน่ในบทสนทนาเรื่องเสรีภาพทั้งหมดนี้? ทำไมคนที่เราอธิษฐานเผื่อจึงไม่ได้รับการรักษา ปลดปล่อย หรือฟื้นฟูทุกคน? ทำไมบางคนถึงได้รับการรักษาแบบค่อยเป็นค่อยไปหรือเพียงบางส่วน? อะไรคืออุปสรรคต่อการรักษา การปลดปล่อย และการฟื้นฟู? และยังมีข้อควรทำและข้อห้ามบางประการ พร้อมเรื่องราวหนึ่งเรื่อง (1) เพื่อยืนยันหัวข้อนี้และทำลายอำนาจของวิญญาณแห่งความกลัว

เรามาเริ่มตอบคำถามเหล่านั้นทีละข้อกันเลย

1) การอธิษฐานว่า "หากเป็นพระประสงค์ของพระองค์" ขณะทำการรักษาและปลดปล่อยนั้นถูกต้องหรือไม่?

เมื่อเราได้ยืนยันข้อเท็จจริงแล้วว่า เป็นพระประสงค์ของพระเจ้าที่จะให้ทุกคนที่มาหาพระองค์ด้วยความเชื่อได้รับการรักษา ดังที่เราได้พิสูจน์อย่างครบถ้วนแล้วในส่วนที่ 1 ถึง 7 ของชุดบทความนี้เกี่ยวกับการเลิกเป็นเชลยและต้อนรับสู่เสรีภาพ ดังนั้นจึงไม่มีที่ใดที่เราจะต้องอธิษฐานว่า **"หากเป็นพระประสงค์ของพระองค์"** เมื่อทำการรักษาและปลดปล่อยอีกต่อไปแล้ว เราก็รู้พระประสงค์ของพระเจ้าในเรื่องนี้อยู่แล้ว เราทราบว่าพระประสงค์ของพระเจ้าคือให้ทุกคนได้รับการรักษาและปลดปล่อยหากพวกเขายินดีที่จะเชื่อ พระเยซูคือแบบอย่างของเรา และเราไม่เคยเห็นพระเยซูอธิษฐานว่า "ถ้าเป็นพระประสงค์ของพระองค์" ขณะทำการรักษาและปลดปล่อยเลย แม้แต่ครั้งเดียว! แล้วทำไมเราจึงสร้างหลักศาสนศาสตร์และทำสิ่งต่างๆ ที่ขัดแย้งกับพระวจนะของพระองค์เอง? เพราะพระเยซูคือพระวจนะ (ยอห์น 1:14) – แบบอย่างที่สมบูรณ์แบบ มีชีวิต และหายใจได้ในชีวิตและการรับใช้ของเรา

ครั้งเดียวที่พระองค์ตรัสว่า "ไม่ใช่ตามใจข้าพเจ้า แต่ตามพระประสงค์ของพระองค์" (มัทธิว 26:39,42) คือในสวนเกทเซมานี ขณะที่พระองค์เตรียมตัวจะไปที่ไม้กางเขน นี่เป็นการอธิษฐานเพื่อยอมจำนนต่อแผนการของพระบิดา

ทุกครั้งที่ผู้คนขอให้พระองค์รักษา พระองค์ตรัสว่า "ข้าพเจ้าเต็มใจ" ยกเว้น *หญิงชาวซีโรฟีนิเซีย* ที่ขอให้พระเยซูรักษาลูกสาวของเธอจากผีร้าย เหตุผลเดียวก็คือ ก่อนหน้านี้ พระเยซูทรงดำเนินการตามพันธสัญญากับชาวยิว แต่เพราะความเชื่อและความเพียรพยายามของหญิงคนนั้น เธอจึงได้รับการรักษาตามที่ขอ คนอื่นๆ อีกหลายคนที่ไม่ได้ทำพันธสัญญากับพระองค์ก็ได้รับการรักษาเช่นกัน เพียงเพราะความเชื่อของพวกเขา ผ่านทางมาระโก 16:14-19 เราจึงได้รับพลังที่จะทำเช่นเดียวกัน แม้แต่กับผู้ที่ไม่เชื่อที่เชื่อโดยการรับบัพติศมาในพระวิญญาณบริสุทธิ์ – กิจการ 1:4-8 เขาต้องเลือกที่จะดำเนินชีวิตตามคำสั่งและยอมจำนนต่อแผนการไถ่บาปของพระบิดา ซึ่งจะเกิดขึ้นได้ก็ต่อเมื่อพระองค์ทรงสิ้นพระชนม์บนไม้กางเขนเท่านั้น

เราจะเคยอธิษฐานเผื่อคนบาปที่มาหาเราเพื่อขอรับการให้อภัยหรือไม่? พ้นบาปทั้งหลายด้วยความเชื่อในพระ **เยซู "พระเจ้า หากเป็นพระประสงค์ของพระองค์ โปรดเถิด" อภัยโทษบาปของเขาและประทานพร เขาได้รับชีวิตนิรันดร์ มิฉะนั้น หาก ไม่ใช่ความประสงค์ของคุณที่จะให้เขาทำเช่นนั้น จงไปลงนรกซะ"** ไม่มีทาง! เรา เราจะไม่สวดภาวนาเช่นนั้นเด็ดขาด เพราะเรารู้ว่าพระเจ้าทรงสัญญาไว้ว่า "โดยพระนามของพระองค์ ผู้ใดเชื่อในพระองค์ก็จะได้รับการอภัยโทษบาป" (กิจการ 10:43) และ "พระเจ้าทรงรักโลกมากจนทรงประทานพระบุตรองค์เดียวของพระองค์ เพื่อผู้ใดเชื่อในพระองค์จะไม่พินาศ แต่จะมีชีวิตนิรันดร์" (ยอห์น 3:16)

วิธีที่ถูกต้องในการให้การรักษาและการปลดปล่อยคือ การทำเช่นนั้นโดยรู้ดีว่าพระเจ้าทรงปรารถนาให้ผู้ป่วยได้รับการรักษาและการปลดปล่อย เราอยู่ที่นี่เพื่อทำให้พระประสงค์ของพระองค์สำเร็จบนโลกนี้ เช่นเดียวกับในสวรรค์ วิธีการของเราในการต้อนรับทุกคนให้มารับการรักษาและการปลดปล่อยต้องเหมือนกับวิธีการของเราเมื่อพวกเขามารับการอภัยบาป เพียงแค่เชื่อ! – เหมือนกันทุกอย่าง!

2) ในเมื่อพระเจ้าทรงมีอำนาจสูงสุด พระองค์จะไม่ทรงรักษาผู้คนเมื่อใดก็ตามที่พระองค์ทรงประสงค์หรือ?

นี่เป็นคำถามที่จริงใจที่หลายคนถาม และเป็นคำถามที่ตอบยากมากเช่นกัน ไม่ต้องสงสัยเลยว่าพระเจ้าทรงฤทธานุภาพยิ่งใหญ่ พระองค์ทรงทำได้ทุกสิ่ง พระองค์สามารถรักษาและปลดปล่อยใครก็ได้ในทันที เรายังรู้ว่าพระเจ้าทรงเป็นผู้ทรงอำนาจสูงสุดและทรงกระทำตามพระประสงค์ของพระองค์เองและในเวลาใดก็ได้ที่พระองค์ทรงปรารถนา ไม่มีใครหยุดพระองค์ได้ ดังนั้นทำไมพระเจ้าผู้ทรงดี ทรงฤทธานุภาพ ทรงรัก ทรงรักษาและปลดปล่อย จึงไม่ทรงรักษาคนป่วยทุกคนและปลดปล่อยคนถูกกดขี่ทุกคน? ทำไมเรายังเห็นพี่น้องของเราบางคน แม้แต่ผู้ที่รับใช้พระเจ้าอย่างซื่อสัตย์และรักพระองค์อย่างสุดซึ้ง ต้องทนทุกข์ทรมาน เจ็บป่วย และเสียชีวิตอันเป็นผลมาจากความเจ็บป่วยเรื้อรัง? ทำไมพระเจ้าในอำนาจสูงสุดของพระองค์จึงไม่ทรงรักษาพวกเขาและทำให้พวกเขาหายดี?

เราจะกล่าวถึงเรื่องนี้ในสามส่วน:

ก. อำนาจสูงสุดของพระเจ้าและความรับผิดชอบของมนุษย์

ข. อำนาจสูงสุดของพระเจ้าและการใช้ศรัทธา

ค. เราดำเนินชีวิตตามความจริงที่ได้รับการเปิดเผย และแสวงหาความจริง ไม่ทราบ

ก. อำนาจสูงสุดของพระเจ้าและความรับผิดชอบของมนุษย์

สดุดี 115:3,16 3 แต่พระเจ้าของเราทรงสถิตอยู่ในสวรรค์ พระองค์ทรงกระทำทุกสิ่งตามพระประสงค์ 16 สวรรค์ทั้งหลายเป็นของพระเจ้า แต่แผ่นดินโลกนั้น พระองค์ทรงมอบให้แก่มนุษย์

พระเจ้าทรงมีอำนาจสูงสุดและทรงทำทุกสิ่งตามพระประสงค์ ดังที่พระคัมภีร์กล่าวไว้ อย่างไรก็ตาม ในอำนาจสูงสุดของพระองค์ พระองค์ทรงตัดสินใจที่จะมอบโลกนี้ให้แก่มนุษย์ และทรงกำหนดว่าภายใต้สภาวะปกติ พระองค์จะไม่ทรงแทรกแซงความรับผิดชอบและการตัดสินใจของมนุษย์

พระเจ้าทรงกำหนดเช่นนี้ถึงขนาดที่แม้แต่ในสวนเอเดน เมื่ออาดัมและเอวาใกล้จะฝ่าฝืนและทำบาป พระเจ้าก็ไม่ได้ทรงแทรกแซง แม้ว่าพระองค์จะทรงทำได้ก็ตาม อันที่จริง พระเจ้าทรงรู้เรื่องทั้งหมดนี้ล่วงหน้าแล้ว แต่พระองค์ก็ยังทรงสร้างมนุษย์และวางเขาไว้ในสวนเอเดน

ลองพิจารณาดู พระเจ้าในอำนาจสูงสุดของพระองค์ได้ทรงจัดเตรียมของขวัญแห่งความรอดให้แก่ทุกคนโดยไม่คิดค่าตอบแทน เพียงเพราะความรอดได้ถูกจัดเตรียมไว้สำหรับทุกคนแล้ว ไม่ได้หมายความว่าทุกคนจะได้รับความรอดโดยอัตโนมัติ แต่ละคนต้องรับผิดชอบที่จะรับการจัดเตรียมแห่งความรอดนี้ พระคัมภีร์ยังกล่าวไว้ว่า "ผู้ใดเชื่อในพระบุตร ผู้นั้นจะมีชีวิตนิรันดร์ และผู้ใดไม่เชื่อในพระบุตร ผู้นั้นจะไม่เห็นชีวิต แต่พระพิโรธของพระเจ้าจะอยู่กับเขา" (ยอห์น 3:36)

ในทำนองเดียวกัน ในด้านการรักษาและการปลดปล่อยนั้น ภายใต้สถานการณ์ปกติ เรามีหน้าที่รับผิดชอบหลายด้านดังนี้:

(ก) เป็นความรับผิดชอบของผู้รับใช้ที่จะเติบโตในพระคุณ (2 เปโตร 3:18) เติบโตในความเข้มแข็งฝ่ายวิญญาณ (เอเฟซัส 3:16) และเติบโตในความเชื่อและความสามารถของเราในการบริหารการเจิมและฤทธิ์เดชของพระเจ้า มีการเจิมที่พร้อมจะทำลายแอกทุกอย่าง ขจัดภาระทุกอย่าง และรักษาทุกสภาพการณ์ เป็นไปได้ไหมว่าเราในฐานะผู้รับใช้ กำลังล้มเหลวในความรับผิดชอบของเราที่จะก้าวเข้าไปและเข้าสู่ระดับของการเจิมนี้? บางทีเราอาจทำเช่นนั้นเพียงบางครั้ง แทนที่จะดำเนินงานในระดับนั้นอย่างสม่ำเสมอมากขึ้น

(ข) เป็นความรับผิดชอบของแต่ละบุคคลที่จะดูแลรักษาร่างกายของตนเอง เชื่อในพระวจนะของพระเจ้า และต่อต้านมารและกิเลสของมัน พระเจ้าจะไม่ทรงทำสิ่งเหล่านี้แทนเรา

ด้วยความเข้าใจเช่นนี้ เราจึงไม่ค่อยเห็นพระเจ้าทรงรักษาโรคโดยไม่เกี่ยวข้องกับความรับผิดชอบของมนุษย์ในด้านต่างๆ เหล่านั้น พระองค์ทรงกำหนดไว้แล้วว่าจะไม่ทรงทำเช่นนั้น นี่เป็นเพียงด้านหนึ่งของอำนาจสูงสุดของพระเจ้า อย่างไรก็ตาม มีบางครั้งที่พระเจ้าทรงกระทำการแม้ว่ามนุษย์จะล้มเหลวในสองด้าน (ก) และ (ข) ดังที่กล่าวมาแล้ว และยังทรงทำให้เกิดการรักษาและการปลดปล่อย นี่จะเป็นข้อยกเว้นที่เราเห็น ไม่ใช่เรื่องปกติ

การที่พระเจ้าทรงกระทำการและรักษาแม้ว่ามนุษย์จะล้มเหลวในสองด้าน (ก) และ (ข) นั้นเป็น อีกด้านหนึ่งของอำนาจสูงสุดของพระเจ้า สองด้านของเหรียญเดียวกันในการทำความเข้าใจอำนาจสูงสุดของพระเจ้า

ข. อำนาจสูงสุดของพระเจ้าและการใช้ศรัทธา

มัทธิว 13:58 58 บัดนี้พระองค์ไม่ได้ทรงทำการอัศจรรย์มากมายที่นั่นเพราะพวกเขาไม่เชื่อ

มาระโก 6:5,6 5 ณ ที่นั้น พระองค์ไม่สามารถทำการอัศจรรย์ใดๆ ได้ นอกจากทรงวางพระหัตถ์บนคนป่วยไม่กี่คนและทรงรักษาเขาให้หาย 6 และพระองค์ทรงประหลาดใจในความไม่เชื่อของพวกเขา

จากนั้นพระองค์ก็เสด็จไปตามหมู่บ้านต่างๆ เพื่อสั่งสอน

พระเยซูเสด็จกลับไปยังบ้านเกิดที่นาซาเร็ธ ที่ซึ่งพระองค์เติบโตมาในฐานะลูกชายของช่างไม้ จนกระทั่งอายุ 30 ปี น่าเสียดายที่ผู้คนในบ้านเกิดของพระองค์ไม่สามารถยอมรับพระองค์ในฐานะที่พระองค์ทรงเป็น พวกเขาเห็นพระองค์เป็นเพียงลูกชายของช่างไม้ มากกว่าที่จะเป็นผู้ที่พระเจ้าทรงส่งมา ผู้ได้รับการเจิมเพื่อรักษาและปลดปล่อย ในสภาพแวดล้อมเช่นนั้น พระเยซูจึงไม่ได้ทรงทำการอัศจรรย์มากมายนักเพราะความไม่เชื่อของพวกเขา

ถ้าพระเจ้าทรงเป็นผู้ทรงอำนาจสูงสุด (ทรงฤทธานุภาพเหนือสิ่งอื่นใดและเป็นอิสระจากสิ่งอื่นใด) และไม่มีใครสามารถหยุดยั้งพระองค์ได้ ทำไมพระองค์จึงยังทรงต้องการให้ประชากรของพระองค์แสดงความเชื่อส่วนตัว หากพวกเขาต้องการสัมผัสกับการอัศจรรย์อันยิ่งใหญ่ของพระองค์ในชีวิตของพวกเขา? อาจดูขัดแย้งกันที่พระเจ้าของเราทรงฤทธานุภาพและทรงอำนาจสูงสุด แต่ในขณะเดียวกันพระองค์ก็อาจถูกจำกัดด้วยความไม่เชื่อของเรา พระองค์มักจะไม่ทรงทำงานหากปราศจากความเชื่อ ถ้าทุกสิ่งเป็นของขวัญแห่งพระคุณที่ได้มาโดยไม่เสียค่าใช้จ่าย แล้วทำไมเราจึงจะได้รับสิ่งเหล่านั้นได้ก็ต่อเมื่อผ่านทางความเชื่อเท่านั้น? เพราะเท่าที่เราเข้าใจ

พระคุณคือการแสดงออกถึงพระลักษณะของพระเจ้าซึ่งเป็นอิสระจากสิ่งที่เราได้กระทำ ในขณะที่ความเชื่อคือการแสดงออกถึงความมั่นใจและความไว้วางใจในพระเจ้าจากฝ่ายเรา

ต่อไปนี้คือสิ่งที่ควรพิจารณา:

1) ด้วยพระปัญญาของพระเจ้า พระองค์ทรงเห็นสมควรให้คุณลักษณะสองประการที่ดูเหมือนขัดแย้งกันนี้ดำรงอยู่ร่วมกันได้ คือ อำนาจสูงสุดอันไม่อาจปฏิเสธได้ของพระเจ้า และแน่นอนว่ามีองค์ประกอบที่สำคัญและจำเป็นอย่างยิ่งคือ ความเชื่อส่วนบุคคลซึ่งก่อให้เกิดผลลัพธ์ที่ทรงพลัง

2) มีบางสิ่งบางอย่างที่ขึ้นอยู่กับอำนาจสูงสุดของพระเจ้าแต่เพียงผู้เดียว เช่น พระประสงค์นิรันดร์ของพระเจ้าและแผนการของพระองค์สำหรับยุคต่างๆ สิ่งเหล่านี้จะสำเร็จได้โดยไม่ขึ้นอยู่กับการใช้ศรัทธาของแต่ละบุคคล และยังมีพระประสงค์เฉพาะบุคคลที่พระเจ้าทรงมี ซึ่งการสำเร็จนั้นขึ้นอยู่กับการร่วมมือของแต่ละบุคคลกับพระเจ้า

3) ในการประทานของประทานทั้งหลายแก่เราอย่างไม่คิดค่าตอบแทนด้วยพระคุณของพระองค์ และในขณะเดียวกันก็ทรงกำหนดให้แต่ละคนต้องรับของประทานเหล่านั้นด้วยความเชื่อ พระเจ้าทรงให้ “โอกาสที่เท่าเทียมกัน” แก่ทุกคนในการรับจากพระองค์ ไม่ว่าจะเป็นเชื้อชาติ สีผิว สถานะทางสังคมหรือเศรษฐกิจ และประสบการณ์ในอดีต ทุกคนมีโอกาสเดียวกันที่จะได้รับสิ่งที่พระเจ้าทรงประทานให้เราอย่างไม่คิดค่าตอบแทนด้วยพระคุณของพระองค์

4) ขอบเขตแห่งความเชื่อถูกกำหนดไว้โดยพระประสงค์และเป้าหมายของพระเจ้า การกระทำใดๆ ที่อยู่นอกเหนือขอบเขตนี้คือการ “ขัดขวาง” พระประสงค์อันสูงสุดของพระเจ้า และไม่มีใครสามารถประสบความสำเร็จในการทำเช่นนั้นได้

ดังนั้น จึงเป็นสิ่งจำเป็นอย่างยิ่งที่ผู้เชื่อทุกคนจะต้องเรียนรู้วิธีดำเนินชีวิตตามความเชื่อ อย่างไรก็ตาม ความเชื่อในพระเจ้ามีสองด้านเสมอ โดยปกติแล้ว พระเจ้าทรงกำหนดไว้แล้วว่าพระองค์จะทรงกระทำสิ่งต่างๆ

โดยตอบสนองต่อความเชื่อเสมอ ***"ตามความเชื่อของท่าน จงเป็นไปตามนั้นเถิด" (มัทธิว 9:29)*** คือคำตอบของพระองค์ต่อความเชื่อ นี่คือวิธีการที่พระองค์ทรงกำหนดไว้ว่าจะทรงกระทำตามปกติ ในทางกลับกัน มีบางครั้งที่พระเจ้าทรงกระทำการรักษาและปลดปล่อยโดยอำนาจสูงสุด แม้ว่าดูเหมือนจะไม่มีความเชื่อก็ตาม สิ่งเหล่านี้เกิดขึ้นได้ แต่เป็นข้อยกเว้น ไม่ใช่เรื่องปกติ

ค. เราดำเนินชีวิตตามความจริงที่ได้ทรงเปิดเผยและแสวงหาสิ่งที่ยังไม่เป็นที่รู้จัก

เฉลยธรรมบัญญัติ 29:29 สิ่งลึกลับทั้งหลายเป็นของพระเจ้าของเรา แต่สิ่งต่างๆ ที่ทรงเปิดเผยแล้วนั้นเป็นของเราและลูกหลานของเราตลอดไป เพื่อเราจะได้ปฏิบัติตามพระบัญญัตินี้ทุกประการ

สุภาษิต 25:2 เป็นพระเกียรติของพระเจ้าที่จะทรงปกปิดเรื่องราว แต่เป็นพระเกียรติของกษัตริย์ที่จะทรงค้นหาเรื่องราวให้กระจ่าง

ปัญญาจารย์ 1:13 และข้าพเจ้าตั้งใจที่จะแสวงหาและค้นคว้าด้วยสติปัญญาเกี่ยวกับสิ่งต่างๆ ที่เกิดขึ้นภายใต้ฟ้าสวรรค์ งานอันหนักหน่วงนี้พระเจ้าทรงมอบให้แก่บุตรแห่งมนุษย์ เพื่อให้พวกเขาได้ฝึกฝนตนเอง

มันคงเป็นเรื่องโง่เขลาอย่างยิ่งหากเราจะอ้างว่าเรารู้คำตอบทั้งหมด ความจริงก็คือเราไม่รู้ มันคงเป็นเรื่องผิดอย่างมากที่จะชี้ไปที่คนที่เราทราบว่าซื่อสัตย์ต่อพระเจ้า รักพระเจ้าอย่างสุดซึ้ง และพร้อมที่จะตายเพื่อพระคริสต์ แล้วบอกว่าเขาไม่มีศรัทธา เมื่อเราเห็นพี่น้องของเราบางคน แม้แต่ผู้ที่รับใช้พระเจ้าอย่างซื่อสัตย์และรักพระองค์อย่างสุดซึ้ง ต้องทนทุกข์ทรมาน เจ็บป่วย และเสียชีวิตอันเป็นผลมาจากความเจ็บป่วยเรื้อรัง และเราถามว่า "ทำไม?" สิ่งที่เราพูดได้ก็คือ "เราไม่รู้"

สิ่งที่เราตั้งใจจะทำคือ การดำเนินชีวิตตามความจริงที่เราทราบอยู่แล้ว เรายึดมั่นในสิ่งที่พระวจนะสอนเรา เราไม่ประนีประนอมกับความจริงที่ได้รับการเปิดเผยอย่างชัดเจน และเรายังคงแสวงหาสิ่งที่ยังไม่ทราบต่อไป นี่ไม่ได้หมายความว่าเรา

เราจะค้นหาคำตอบสำหรับทุกคำถามว่า "ทำไม" สิ่งที่เราแสวงหาคือวิธีที่เราจะสามารถเป็นและสัมผัสประสบการณ์ที่พระเจ้าทรงกำหนดไว้สำหรับเรา
พระองค์ทรงปรารถนาให้เราเป็นเหมือนพระอาจารย์ของเราและรับใช้ดังเช่นที่พระเยซูคริสต์ทรงทำ เราจึงแสวงหาคำตอบว่าจะเติบโตไปสู่สิ่งนี้ได้อย่างไร
แม้ในยามที่เราเผชิญกับสถานการณ์ที่ยังหาคำตอบไม่ได้ในทันที เราก็ยังคง "ดำเนินชีวิตด้วยความเชื่อ ไม่ใช่ด้วยสิ่งที่มองเห็น" (2 โครินธ์ 5:7)

ศรัทธาพร้อมแล้ว เพื่อดำเนินชีวิตตามสิ่งที่ได้รับการเปิดเผย และสิ่งที่เรารู้เกี่ยวกับพระเจ้า แม้ว่า... ท่ามกลางสิ่งที่ไม่รู้มากมายมหาศาล
ศรัทธาเท่านั้นที่ทำได้ ไม่อนุญาตให้สิ่งที่ไม่รู้จักเกิดขึ้น เหนือกว่าสิ่งที่เป็นที่รู้จัก
ศรัทธา ไม่อนุญาตให้ความมืดเข้ามา เกินกว่าจะเอาชนะแสงที่เรามีอยู่ เรามีอยู่แล้ว แต่ศรัทธาถือว่าแสงสว่างที่เรามีอยู่ในปัจจุบันนั้นเพียงพอที่จะก้าวต่อไปได้ แม้ว่าโลกแห่งความมืดมิดอาจรออยู่เบื้องหลังก็ตาม

เรายังคงค้นหาคำตอบว่าเราต้องทำอะไรต่อไป เพื่อที่จะรับใช้และปลดปล่อยผู้คนได้อย่างมีประสิทธิภาพมากขึ้น เหมือนอย่างที่พระเยซูทรงทำ เรายังคงอธิษฐานต่อพระเจ้าในสิ่งที่เราไม่รู้ พระองค์ทรงสัญญาว่า "จงทูลขอต่อเรา และเราจะตอบเจ้า และจะแสดงสิ่งยิ่งใหญ่และมหัศจรรย์ให้เจ้าเห็น ซึ่งเจ้าไม่รู้" (เยเรมีย์ 33:3) โซโลมอนกล่าวว่า "ข้าพเจ้าตั้งใจที่จะรู้ แสวงหาและค้นหาสติปัญญาและเหตุผลของสิ่งต่างๆ..." (ปัญญาจารย์ 7:25) เรายังคงศึกษาค้นคว้าพระคัมภีร์ ฟังพระวิญญาณ เพื่อที่เราจะได้รับความเข้าใจที่เรายังขาดอยู่ ซึ่งจะช่วยให้เรารับใช้ด้วยพลังและอำนาจที่ยิ่งใหญ่กว่า พระเยซูเจ้าทรงสัญญาว่า ถ้าเรายึดมั่นในพระวจนะของพระองค์ เราจะ "รู้ความจริง และความจริงจะทำให้ท่านเป็นอิสระ" (ยอห์น 8:31,32)
เรายังคงมุ่งมั่นที่จะเข้าใกล้พระเจ้ามากขึ้นเรื่อยๆ

ท้ายที่สุดแล้ว แรงผลักดันของเราคือความรักที่มีต่อพระเจ้า เรารักพระองค์เพราะพระองค์ทรงรักเราก่อน (1 ยอห์น 4:19)

ไม่มีสิ่งใดลดทอนความรักของเราที่มีต่อพระองค์ได้
เรายังคงรักพระองค์แม้ในยามที่ความเชื่อถูกทดสอบและความหวังดูเหมือนจะพังทลาย
เราเชื่อว่าสักวันหนึ่งความเชื่อของเราจะปรากฏเป็นจริง
ความหวังของเราจะกลายเป็นความจริง และความรักจะคงอยู่ตลอดไป "และบัดนี้ ความเชื่อ ความหวัง และความรัก ยังคงอยู่ทั้งสามอย่างนี้ แต่สิ่งยิ่งใหญ่ที่สุดในบรรดาสิ่งเหล่านี้คือความรัก" (1 โครินธ์ 13:13)

ทำไมทุกคนถึงไม่หายป่วย?

เรายอมรับอย่างเต็มใจว่าไม่ใช่ทุกคนที่เราให้การช่วยเหลือจะได้รับการรักษาหรือปลดปล่อย
ผมมั่นใจว่านักประกาศข่าวประเสริฐด้านการรักษาและผู้รับใช้พระเจ้าทุกคนเคยเผชิญกับเรื่องนี้และดิ้นรนที่จะหาคำตอบให้กับคำถามที่ว่า
ทำไมเราจึงไม่เห็นทุกคนที่เราให้การช่วยเหลือได้รับการรักษาและปลดปล่อย
คำตอบสำหรับคำถามเช่นนี้เป็นเรื่องส่วนตัวมาก
เนื่องจากสภาพความเป็นจริงอาจแตกต่างกันไปในแต่ละบุคคล
เราตระหนักดีว่าอาจมีหลายสิ่งหลายอย่างที่ขัดขวางไม่ให้บุคคลได้รับการเยียวยาหรือการปลดปล่อย อาจมีสาเหตุหลากหลาย ทั้งที่เรารู้และที่เราไม่รู้

อย่างไรก็ตาม วิธีที่เราตอบสนองต่อ "ความล้มเหลว" เหล่านี้มีความสำคัญ เราต้องระลึกไว้เสมอว่าความล้มเหลวใดๆ เกิดขึ้นจากฝั่งเรา ไม่ใช่จากฝั่งพระเจ้า
พระเจ้าทรงซื่อสัตย์ต่อพระวจนะของพระองค์
เราอยู่ในกระบวนการเรียนรู้และค้นพบความจริงเกี่ยวกับอาณาจักรของพระเจ้าและวิธีการที่พระเจ้าทรงทำงานอย่างต่อเนื่อง ไม่มีใครในพวกเราที่สมบูรณ์แบบในความรู้
เราจำเป็นต้องมุ่งมั่นต่อไปเพื่อค้นพบความจริงที่ซ่อนอยู่ในพระวจนะของพระองค์และโดยพระวิญญาณของพระองค์
เพื่อที่เราจะสามารถเป็นตัวแทนของพระองค์ได้อย่างถูกต้องแม่นยำยิ่งขึ้นและทำสิ่งต่างๆ ที่พระองค์ทรงกำหนดให้เราทำ

นี่คือ

ข้อควรทำ/ข้อควรหลีกเลี่ยงบางประการเมื่อเราเผชิญกับสถานการณ์ที่ผู้ที่เราให้การช่วยเหลือไม่ได้รับการรักษาหรือปลดปล่อย:

อย่าประนีประนอมกับความจริง

เราต้องไม่ยอมประนีประนอมกับความจริง เราต้องไม่เปลี่ยนแปลงความเข้าใจของเราเกี่ยวกับธรรมชาติของพระเจ้า พระวจนะของพระเจ้า และพระราชกิจที่พระคริสต์ทรงกระทำสำเร็จบนไม้กางเขน สิ่งเหล่านี้เป็นสัจธรรมที่แน่นอน พระเจ้าทรงเป็นใคร พระองค์ทรงสัญญาอะไร และพระคริสต์ทรง กระทำสำเร็จบนไม้กางเขนอย่างไร จะไม่เปลี่ยนแปลง เราต้องปฏิเสธการล่อลวงที่จะปรับเปลี่ยนหลักศาสนศาสตร์ของเราเพื่อให้เข้ากับประสบการณ์ของเรา แต่เราต้องมุ่งมั่นที่จะยกระดับประสบการณ์ของเราให้เทียบเท่ากับมาตรฐานของพระวจนะของพระเจ้า

อย่าคาดเดา แค่บอกว่า “ฉันไม่รู้”

เนื่องจากเราไม่มีคำตอบทั้งหมด เราจึงไม่ควรคาดเดาและแสร้งทำเป็นรู้ เมื่อเราไม่แน่ใจ เราควรหลีกเลี่ยงการพูดประโยคเช่น “คุณศรัทธาไม่มากพอ” “มีบาปซ่อนอยู่” “มีคำสาปแช่งจากบรรพบุรุษ” เป็นต้น การพูดด้วยความไม่รู้อาจทำให้คนอื่นเจ็บปวดได้ การพูดเพียงว่า “ฉันไม่รู้ว่าทำไมคุณถึงไม่หาย แต่ความรักของพระเจ้าที่มีต่อคุณนั้นแน่นอน และพระองค์ทรงประสงค์ให้คุณหายดี” ก็เพียงพอแล้ว

จงขอสติปัญญาจากพระเจ้า และจงทำหน้าที่รับใช้บุคคลนั้นต่อไป

จริงอยู่ที่ว่าไม่ใช่ทุกคนที่เราอธิษฐานเผื่อจะได้รับการรักษา แต่สิ่งนี้ไม่ควรทำให้เราท้อถอยและพยายามอย่างเต็มที่เพื่อนำการรักษาและการปลดปล่อยมาสู่ทุกคนเท่าที่จะเป็นไปได้ เราควรอธิษฐานและลองใช้วิธีการต่างๆ ในการช่วยเหลือบุคคลนั้นๆ ทุกครั้งที่เป็นไปได้ เราสนับสนุนให้บุคคลนั้นยังคงมุ่งมั่นในพระเจ้า อธิษฐานต่อไป เชื่อมั่นต่อไป

สรรเสริญพระเจ้าสำหรับการรักษาของพวกเขา และยึดมั่นในพระวจนะของพระเจ้า ขอพระเจ้าประทานปัญญา ขอของประทานแห่งพระวิญญาณที่จะเปิดเผยสิ่งต่างๆ ที่ขัดขวางการรักษาและการปลดปล่อยไม่ให้เกิดขึ้น บางครั้งบุคคลนั้นอาจจำเป็นต้องกลับใจจากบาปบางอย่าง หรือให้อภัยผู้อื่น จงไวต่อพระวิญญาณบริสุทธิ์และดำเนินไปตามสิ่งที่พระวิญญาณของพระเจ้าทรงเปิดเผย

จงถวายเกียรติแด่พระเจ้า ไม่ใช่สภาพการณ์

เราควรสรรเสริญพระเจ้า ไม่ใช่สภาพที่เป็นอยู่ อย่าทำให้ความเจ็บป่วยหรือการกดขี่ข่มเหงของมารใหญ่โตขึ้น ไม่มีโรคภัยไข้เจ็บหรือการงานของปีศาจใดใหญ่กว่าพระเจ้าของเรา เพียงเพราะเราไม่เห็นการรักษาหรือการปลดปล่อย อย่าทำให้ดูเหมือนว่าสิ่งเหล่านี้ยากเกินไปสำหรับพระเจ้าของเรา ไม่มีสิ่งใดที่ยากเกินไปสำหรับพระเจ้าของเรา เราเพียงต้องเรียนรู้วิธีปลดปล่อยพลังของพระองค์อย่างมีประสิทธิภาพมากขึ้น แม้จะมีสภาพที่เป็นอยู่ เราก็ยังชื่นชมยินดี เราอธิษฐานอยู่เสมอ และในทุกสิ่งเราก็ขอบพระคุณ (1 เธสะโลนิกา 5:16-18) เพราะเรารู้ว่าพระองค์ทรงเป็นใคร

"ถึงแม้ว่า" ไม่ใช่ "เพราะว่า"

พระเจ้าสามารถใช้คนๆ หนึ่งได้ "แม้ว่า" เขาจะป่วยไข้ มีอาการเจ็บป่วย หรือมีปัญหาทางร่างกายใดๆ ก็ตาม อย่างไรก็ตาม นั่นไม่ได้หมายความว่าสภาพที่เป็นอยู่นั้นเป็นสิ่งที่ดีที่สุดสำหรับเขาเสมอไป พระเจ้าไม่ได้ใช้เขา "เพราะ" ความเจ็บป่วยหรืออาการป่วยของเขา พระเจ้าทรงทำงานแม้ว่าสถานการณ์จะเป็นเช่นนั้น พระองค์ไม่ถูกจำกัดด้วยข้อจำกัดของเรา พระองค์ทรงทำงานเพราะพระประสงค์และพระคุณที่ประทานแก่เราในพระเยซูคริสต์ (2 ทิโมธี 1:9) ไม่ว่าจะมีโรคภัยไข้เจ็บหรือไม่ก็ตาม! นั่นคือเหตุผลที่พระองค์ทรงเป็นพระเจ้า! ดังนั้นเมื่อพระเจ้าทรงใช้คนๆ หนึ่งแม้ว่าเขาจะป่วยไข้หรือมีอาการป่วย เราจึงถวายเกียรติแด่พระเจ้า ไม่ใช่ความเจ็บป่วย ความเจ็บป่วยนั้นยังคงเป็นสิ่งที่เราต้องต่อสู้และต่อต้านต่อไป

อย่าหยุดพยายาม!

ความล้มเหลวใดๆ เกิดขึ้นจากฝั่งเรา ไม่ใช่จากพระเจ้า จงมุ่งมั่นต่อไปเพื่อรับการเจิมและการเปิดเผยจากพระองค์มากขึ้น เกี่ยวกับวิธีที่จะนำการเยียวยามาสู่ "ทุกคน" และ "มากที่สุดเท่าที่จะเป็นไปได้" เช่นเดียวกับที่พระเยซูทรงทำ พระองค์ทรงเป็นมาตรฐานของเรา เราต้องมุ่งมั่นเพื่อทำพระราชกิจของพระองค์และพระราชกิจที่ยิ่งใหญ่กว่านั้น ยังมีคำถามที่เกี่ยวข้องอีกอย่างน้อยสองข้อที่เราสามารถกล่าวถึงได้ในที่นี้: ทำไมการรักษาบางอย่างจึงค่อยเป็นค่อยไป? และทำไมการรักษาบางอย่างจึงหายเพียงบางส่วนและไม่สมบูรณ์?

เหตุใดการรักษาบางอย่างจึงค่อยเป็นค่อยไป?

ในการปฏิบัติศาสนกิจของพระเยซู นอกเหนือจากเหตุการณ์ที่พระองค์ทรงสัมผัสคนตาบอดสองครั้งแล้ว เราจะเห็นการรักษาและการปลดปล่อยอื่นๆ เกิดขึ้นทันที อย่างไรก็ตาม เมื่อเราปฏิบัติศาสนกิจ หลายครั้งการรักษาเกิดขึ้นอย่างค่อยเป็นค่อยไป คำตอบสำหรับคำถามนี้จึงเป็นเรื่องส่วนตัวและขึ้นอยู่กับสถานการณ์เฉพาะบุคคล ในหลายกรณี เราไม่ทราบว่าทำไมสิ่งต่างๆ จึงเกิดขึ้นอย่างค่อยเป็นค่อยไปแทนที่จะเกิดขึ้นทันที อย่างไรก็ตาม เราต้องมุ่งมั่นต่อไปจนกว่าจะเห็นผลลัพธ์ที่สมบูรณ์ ไม่ว่าจะใช้เวลานานแค่ไหนก็ตาม เราต้องเฉลิมฉลองทุกขั้นตอนของการพัฒนาที่เราเห็นระหว่างทาง เราต้องขอบคุณพระเจ้าสำหรับความก้าวหน้าเล็กๆ น้อยๆ ในการฟื้นตัวที่เราเห็น จงสรรเสริญพระเจ้าต่อไป และมุ่งมั่นต่อไปจนกว่าจะเห็นการรักษาและการปลดปล่อยที่สมบูรณ์

มาระโก 8:22-26 22 แล้วพระองค์เสด็จมาถึงเบธไซดา พวกเขานำคนตาบอดคนหนึ่งมาหาพระองค์ และขอให้พระองค์ทรงสัมผัสเขา 23
พระองค์จึงทรงจับมือคนตาบอดนั้นและนำเขาออกไปนอกเมือง เมื่อพระองค์ทรงถ่มน้ำลายลงบนดวงตาของเขาและวางพระหัตถ์ลงบนเขา

พระองค์ทรงถามเขาว่าเขาเห็นอะไรบ้างหรือไม่ ***24*** *เขาเงยหน้าขึ้นและกล่าวว่า*
"ข้าพเจ้าเห็นคนเหมือนต้นไม้กำลังเดิน" ***25***
แล้วพระองค์จึงทรงวางพระหัตถ์ลงบนดวงตาของเขาอีกครั้งและทำให้เขาเงยหน้าขึ้น
เขาจึงหายเป็นปกติและมองเห็นทุกคนได้อย่างชัดเจน ***26***
แล้วพระองค์จึงทรงส่งเขากลับบ้านไปพลางตรัสว่า "อย่าเข้าไปในเมือง
และอย่าบอกใครในเมืองนั้น"

ทำไมพระเยซูจึงพาชายตาบอดคนนี้ออกไปนอกเมืองเพื่อดูแลเขา? และทำไมพระเยซูต้องสัมผัสเขาถึงสองครั้งก่อนที่สายตาของเขาจะกลับมามองเห็นได้อย่างสมบูรณ์? ทำไมพระเยซูจึงบอกเขาว่าอย่ากลับเข้าไปในเมืองหรือบอกใครในเมือง? คำถามเหล่านี้ล้วนน่าสนใจมาก อย่างน้อยสี่คนในบรรดาสาวกของพระเยซูมาจากเมืองเบธไซดา ได้แก่ อันดรูว์ ซีมอนเปโตร ฟีลิป และนาธาเนล (ยอห์น 1:44) เบธไซดาเป็นหนึ่งในเมืองที่พระเยซูทรงตำหนิเพราะพวกเขาไม่ตอบสนองต่อปาฏิหาริย์อันยิ่งใหญ่ที่พวกเขาเห็น (มัทธิว 11:21-26) เห็นได้ชัดว่าเมืองนี้ไม่เชื่อและไม่ยอมรับปาฏิหาริย์ของพระเยซู อาจเป็นเพราะผู้คนในเมืองนั้น "ฉลาดและรอบคอบ" (มัทธิว 11:25) ซึ่งต่อมาได้ชักจูงคนอื่นๆ ในเมืองให้หลงผิดไปด้วย อย่างน้อยในอีกโอกาสหนึ่งที่บ้านของไจรัส เราเห็นพระเยซูทรงขับไล่ทุกคนที่เยาะเย้ย ไม่เชื่อและไม่ยอมรับการประกาศของพระองค์ (มารก 5:40)

แม้ว่าข้อความในพระธรรมมาระโกจะไม่ได้ระบุไว้อย่างชัดเจน แต่ก็เป็นไปได้ว่าเหตุผลที่พระเยซูทรงพาชายผู้นี้ออกจากเมือง แล้วทรงทำการรักษาเขา และทรงกำชับเขาไม่ให้กลับเข้าไปในเมืองหรือบอกคนในเมืองนั้น ก็เพื่อแยกเขาออกมาและปกป้องเขาจากความไม่เชื่อและการไม่ยอมรับที่แพร่หลายอยู่ในเมืองนั้น เป็นเหตุผลเดียวกันกับที่พระเยซูทรงไม่อนุญาตให้ใครนอกจากเปโตร ยากอบ และยอห์น และพ่อแม่ของเด็กหญิงอยู่ด้วยเมื่อพระองค์ทรงทำให้ลูกสาวของไจรัสฟื้นคืนชีพ ในกรณีอื่นๆ ที่คนตาบอดได้รับการรักษา พระเยซูทรงทำการรักษาอย่างเต็มใจ โดยทรงคืนสายตาให้พวกเขาตามความเชื่อของพวกเขา แม้ว่าข้อความในพระธรรมมาระโกบทที่ 8 จะไม่ได้กล่าวถึงความเชื่อ (หรือการขาดความเชื่อ) ของชายตาบอดคนนี้ที่เบธไซดา แต่ก็เป็นไปได้ว่าพวกเขาอาจได้รับอิทธิพลจากความไม่เชื่อที่แพร่หลายในเมืองนั้น

ความเชื่อของเขาได้รับการเสริมสร้างเมื่อเขาสังเกตเห็นว่าสายตาของเขาดีขึ้นบ้าง และเขาก็สามารถเชื่อได้ว่าจะหายเป็นปกติอย่างสมบูรณ์

บางทีบทเรียนที่เราอาจเรียนรู้ได้จากเหตุการณ์เรื่องชายตาบอดที่เบธไซดา ก็คือ เราควรเรียนรู้ที่จะแยกผู้คนออกจากสภาพแวดล้อมแห่งความสงสัยและความไม่เชื่อ เพื่อช่วยเสริมสร้างศรัทธาของพวกเขา

เราควรส่งเสริมศรัทธาของผู้คนแม้ว่าสภาพร่างกายของพวกเขาจะค่อยๆ ดีขึ้น และควรอดทนต่อไปจนกว่าการรักษาจะเสร็จสมบูรณ์

เหตุใดการรักษาบางครั้งจึงเป็นการรักษาเพียงบางส่วนและไม่สมบูรณ์?

อีกสิ่งหนึ่งที่เราอาจสังเกตเห็นเมื่อทำการรักษาคือ บางครั้งผู้ที่มีปัญหาสุขภาพหลายอย่างได้รับการรักษาในบางอาการ แต่ยังคงมีอาการเจ็บป่วยอื่นๆ อยู่ในร่างกาย ในกรณีนี้ เราอาจไม่ทราบสาเหตุทั้งหมดว่าทำไมการรักษาให้หายขาดจึงไม่เกิดขึ้น เราต้องขอบคุณพระเจ้าสำหรับความก้าวหน้าเล็กๆ น้อยๆ ในการฟื้นตัวที่เราเห็น จงสรรเสริญพระเจ้าต่อไป

และจงมุ่งมั่นต่อไปเพื่อให้เกิดการรักษาและการปลดปล่อยอย่างสมบูรณ์ จงให้กำลังใจบุคคลนั้นต่อไป และอย่าตำหนิหรือประณามเขาในทางใดๆ จงขอให้พระเจ้าทรงเปิดเผยวิธีการรักษาแก่บุคคลนั้น และเปิดเผยสิ่งที่ต้องทำเพื่อให้เกิดการรักษาอย่างสมบูรณ์

เป็นไปได้ว่าสาเหตุของอาการต่างๆ อาจแตกต่างกัน อาการหนึ่งอาจเป็นเพียงความเจ็บป่วยทางกายที่ต้องได้รับการรักษาและหายดีในทันที ส่วนอีกอาการหนึ่งอาจเกิดจากปีศาจที่มีวิญญาณชั่วร้ายดื้อรั้นที่ต้องขับไล่ออกไปเพื่อให้การรักษาเกิดขึ้นได้

บางทีอาการป่วยบางอย่างอาจรักษาได้ด้วยการขับไล่วิญญาณแห่งความเจ็บป่วย ในขณะที่อาการป่วยอีกอย่างหนึ่งอาจรักษาได้โดยการส่งเสริมให้ความเชื่อเกิดขึ้นในหัวใจของพวกเขา เพื่อให้พวกเขาได้รับการรักษา

เราต้องใส่ใจต่อการทรงนำและคำแนะนำของพระวิญญาณบริสุทธิ์เกี่ยวกับวิธีการที่ดีที่สุดในการใช้ฤทธานุภาพของพระเจ้าเพื่อช่วยเหลือแต่ละบุคคล

สามทัศนคติจากใจที่ทำให้พระเจ้าทรงสามารถทำการอัศจรรย์ได้

นอกเหนือจาก ABCDE และ F ที่เราได้กล่าวถึงไปก่อนหน้านี้แล้ว เพื่อที่จะสามารถทำการรักษาและปลดปล่อยผู้คน ตลอดจนกระตุ้นให้ผู้คนพร้อมที่จะรับการรักษาและปลดปล่อยนั้น จำเป็นต้องมีทัศนคติที่สำคัญสามประการ ได้แก่ ศรัทธา ความคาดหวัง และความปรารถนาอย่างแรงกล้า

เมื่อเราปฏิบัติศาสนกิจต่อผู้คน เราต้องดำเนินชีวิตด้วยความเชื่อ ความคาดหวัง และความปรารถนาอย่างแรงกล้า

เราปฏิบัติศาสนกิจเพื่อการรักษาและการปลดปล่อยด้วยความเชื่อในหัวใจ ความไม่เชื่อของเราอาจเป็นอุปสรรคต่อพลังของพระเจ้าที่ไหลผ่านเรา เราต้องคาดหวังว่าผู้คนจะหายดี คาดหวังว่าผู้คนจะได้รับการปลดปล่อยและ สมบูรณ์ มีความปรารถนาอย่างแรงกล้าที่จะเห็นผู้คนได้รับการรักษา สมบูรณ์ และเป็นอิสระเพื่อพระสิริของพระเจ้า

ในการดูแลผู้คน เราต้องช่วยให้พวกเขามีศรัทธา มีความคาดหวัง และมีความปรารถนาอย่างแรงกล้าที่จะได้รับการเยียวยา เราให้กำลังใจพวกเขาผ่านทางพระวจนะ การอธิษฐาน และการนมัสการ เช่นเดียวกับหญิงที่มีเลือดออกไม่หยุด เราต้องให้กำลังใจผู้คนให้คาดหวังว่าจะมีอะไรเกิดขึ้นเมื่อพวกเขายื่นมือออกไปด้วยศรัทธา เช่นเดียวกับหญิงชาวคานาอัน เราต้องให้กำลังใจผู้คนให้มีความมุ่งมั่นที่จะได้รับการเยียวยาและการปลดปล่อย

อุปสรรคต่อการได้รับการเยียวยา

แม้ว่านี่จะไม่ใช่รายการ "อุปสรรค" หรือสิ่งกีดขวางการรับการเยียวยาและการปลดปล่อยที่ครบถ้วนสมบูรณ์ แต่เราจำเป็นต้องตระหนักถึงสิ่งเหล่านี้ในขณะที่เราให้การช่วยเหลือผู้คน หากเราพบว่ามีอุปสรรคอย่างน้อยหนึ่งอย่าง เราควรจัดการกับมันด้วยความรักและการให้กำลังใจ อย่าวิพากษ์วิจารณ์ ประณาม ตำหนิ หรือทำให้บุคคลนั้นอับอายในขณะที่ให้การช่วยเหลือ เราต้องไม่พยายามเข้าไปแทนที่

"พระเจ้า" ในชีวิตของผู้คน เราเป็นเพียงภาชนะดินเผาที่มอบตัวเองไว้ในพระหัตถ์ของพระเจ้าเพื่อใช้ตามพระประสงค์ของพระองค์

• ขาดความรู้ (โฮเซอา 4:6, อิสยาห์ 5:13)

• การขาดความเชื่อ (มารก 6:5,6)

• พิจารณาว่าความเจ็บป่วยนั้นเป็นพระประสงค์ของพระเจ้า

• ขาดความปรารถนาอย่างต่อเนื่องที่จะหายดี ไม่ได้ต้องการหายดีจริงๆ อาจจะแค่ชอบความเห็นอกเห็นใจและความเอาใจใส่จากคนอื่น หรืออาจจะกลัวการใช้ชีวิตอย่างมีความรับผิดชอบตามปกติเมื่อหายดีแล้ว

• การนิ่งเฉยในการต่อต้านความเจ็บป่วย (ท่าทีที่ไม่ถูกต้องซึ่งนำไปสู่ความเชื่อแบบนิ่งเฉย เช่น "ถ้าเป็นพระประสงค์ของพระเจ้า พระองค์จะทรงรักษาฉัน" "พระเจ้าจะทรงรักษาในเวลาของพระองค์" "อะไรจะเกิดขึ้นก็เป็นพระประสงค์ของพระเจ้า" เป็นต้น)

• ทัศนคติที่ไม่ถูกต้องในใจ: ความโกรธ ความขุ่นเคือง ความอิจฉา การไม่ให้อภัย ความขมขื่น และอื่นๆ สุภาษิต 14:30 จิตใจ ที่สงบสุขเป็นดั่งชีวิตแก่ร่างกาย แต่ความอิจฉาริษยาเป็นดั่งความเน่าเปื่อยที่กัดกินกระดูก สุภาษิต 17:22 จิตใจที่ร่าเริงเป็นประโยชน์เหมือนยา แต่จิตใจที่หดหู่ทำให้กระดูกแห้งกร้าน

• พฤติกรรมทำลายสุขภาพ: หากบุคคลยังคงทำสิ่งที่เป็นอันตรายต่อสุขภาพของตนเองอย่างต่อเนื่อง เช่น การดื่มแอลกอฮอล์ การสูบบุหรี่ การใช้ยาเสพติด เป็นต้น

• ปัจจัยอื่นๆ ที่ไม่ทราบ: เราไม่ทราบสาเหตุทั้งหมดที่อาจขัดขวางไม่ให้บุคคลได้รับการเยียวยาและการปลดปล่อย ดังนั้นเราจึงเรียนรู้ที่จะฟังพระวิญญาณบริสุทธิ์ และพระองค์จะทรงแสดงให้เราเห็นว่าควรทำอย่างไรในสถานการณ์ต่างๆ

เรื่องราวหนึ่งเรื่อง _ การเอาชนะอำนาจของวิญญาณแห่งความกลัว โดย บราเดอร์ ชัมบัค –

เดินเล่นไปตามถนนในเซาท์ฟิลาเดลเฟีย

พระคัมภีร์กล่าวว่า "พระเจ้ามิได้ทรงประทานจิตใจแห่งความกลัวแก่เรา..." (2 ทิโมธี 1:7) และยังกล่าวอีกว่า "...ความกลัวก่อให้เกิดความทุกข์ทรมาน..." (1 ยอห์น 4:18) ดังนั้น ฉันจึงสรุปได้ว่า ความกลัวเป็นวิญญาณที่ก่อให้เกิดความทุกข์ทรมาน ผู้คนของพระเจ้าจำนวนมากถูกผูกมัดด้วยวิญญาณแห่งความกลัวนี้

แม้ในขณะที่พวกเขาได้ยินพระวจนะที่ถูกเทศนา

ความกลัวเป็นสิ่งที่ตรงข้ามกับความเชื่อ

มันสามารถขัดขวางไม่ให้คุณกระตือรือร้นในฐานะคริสเตียน

หากคุณถูกพันธนาการด้วยวิญญาณแห่งความกลัว ผมคงไม่ต้องบอกคุณ—

คุณต้องการปาฏิหาริย์แห่งการปลดปล่อย และผมมีข่าวดี—

พระเจ้าทรงปรารถนาให้คุณพ้นจากความกลัวในชีวิต

และพระองค์ทรงพร้อมและเต็มใจที่จะปลดปล่อยคุณให้เป็นอิสระ

ครั้งหนึ่ง ขณะที่ฉันอยู่ที่ฟิลาเดลเฟีย ฉันได้พบกับผู้หญิงคนหนึ่งที่มีปัญหาเรื่อง **ความกลัว**

เมื่อก่อนฉันเคยรับสัมภาษณ์แบบส่วนตัว ที่ผู้คนสามารถมาพบฉันแบบตัวต่อตัวได้

ผู้หญิงคนนี้เข้ามาพยายามสร้างความประทับใจ เธอพูดจาไม่รู้เรื่องนิดหน่อยแล้วก็นั่งลง

ฉันถามว่า "ฉันจะช่วยอะไรคุณได้บ้าง?"

เธอกล่าวว่า "ฉันมาเพื่อให้คุณช่วยอธิษฐานเผื่อฉัน"

ผมบอกว่า "ผมไม่สวดมนต์ตอนกลางวัน ผมสวดมนต์ตอนกลางคืน คุณเห็นไหม เราเทศนาตอนกลางวันเพื่อปลุกเร้าศรัทธาของคุณ

แล้วเราก็วางมือบนคุณในระหว่างการนมัสการตอนกลางคืนเมื่อศรัทธาของคุณมีชีวิตชีวา"

เธอบอกว่า "ฉันมาตอนกลางคืนไม่ได้นะคะ"

ฉันถามว่า "คุณทำงานอยู่หรือเปล่า?"

"เลขที่."

"คุณมีนัดหมายหรือเปล่าคะ/ครับ?"

"เลขที่."

"งั้นกลับมาคืนนี้นะ" ฉันบอกเธอ

"ฉันจะไม่กลับมาแล้ว"

ฉันเลยบอกว่า "ฉันไม่ได้กำลังอธิษฐานอยู่นะ"

อาจฟังดูรุนแรงไปหน่อย แต่ฉันรู้ว่าเธอกำลังปิดบังอะไรบางอย่างจากฉัน ฉันสัมผัสได้ด้วยจิตวิญญาณของตัวเอง ดังนั้นฉันจึงถามเธอว่า "เธอมีปัญหาอะไร ฉันอยากรู้"

เธอบอกว่า "ฉันเป็นโรคความดันโลหิตสูง และเป็นโรคเบาหวาน" ฉันถามว่า "แค่นั้นเองเหรอ?"

"ใช่ค่ะ" เธอตอบ

ฉันบอกว่า "ไม่ คุณโกหกฉัน คุณบอกว่าคุณมาคืนนี้ไม่ได้ เหตุผลที่คุณมาไม่ได้ก็เพราะคุณถูกพันธนาการด้วยวิญญาณแห่งความกลัว"

เธอถามว่า "คุณรู้ได้อย่างไร?"

ฟังนะ เธอเป็นลูกของพระเจ้า เธอรักพระเจ้า แต่เธอยังคงถูกพันธนาการด้วยวิญญาณแห่งความกลัว

เธอกล่าวว่า "ฉันไม่ได้ออกจากบ้านตอนกลางคืนมาสิบสองปีแล้ว โอ้ ท่านพี่ชัมบัค วิญญาณชั่วร้ายนี้ทรมานฉันเหลือเกิน"

ผมบอกว่า "ฟังนะ อยู่ต่อจนถึงคืนนี้ ไปซื้อแซนด์วิชกินที่ร้านข้างๆ ก็ได้ อยู่ที่นี่ก่อน แล้วคืนนี้ผมจะอธิษฐานเผื่อคุณ ผมจะขับไล่วิญญาณแห่งความกลัวนั้นออกไป พระเจ้าประทานอำนาจให้ผมขับไล่ปีศาจได้

และผมจะปลดปล่อยคุณจากวิญญาณชั่วร้ายที่กำลังทรมานจิตใจของคุณ ถ้าคุณอยู่ต่อ และพระเจ้าไม่ช่วยคุณให้พ้นจากมัน ผมกับภรรยาจะไปรับคุณกลับบ้านด้วยตัวเอง"

เธอถามว่า "คุณจะทำอย่างนั้นเหรอ?"

ผมบอกว่า "ผมจะทำเอง ผมจะเข้าไปในบ้านคุณก่อนด้วยซ้ำ คุณไปรอในรถกับภรรยาผมก็ได้ ผมจะเปิดไฟทุกดวง ดู หลังโซฟาและเก้าอี้ เปิดตู้เสื้อผ้า และตรวจสอบให้แน่ใจว่าไม่มีใครอยู่แถวนั้น"

เธอเชื่อแล้ว เธอบอกว่า "ถ้าคุณทำอย่างนั้น ฉันจะอยู่ต่อ"

หลังจากที่ผมเทศน์เสร็จในคืนนั้น ผมเรียกเธอขึ้นมาเป็นคนแรกเพื่ออธิษฐาน ผมวางมือบนเธอ และพลังของพระเจ้าก็เข้าครอบงำเธอ ทำให้เธอล้มลงไปนอนหงาย ผมวางมือบนผู้คนประมาณ 500 คนในคืนนั้น

หลังจากทุกอย่างจบลงแล้ว ผมกับภรรยาก็ออกตามหาผู้หญิงคนนั้น เพราะผมสัญญาว่าจะไปส่งเธอกลับบ้าน แต่ผมหาเธอไม่เจอเลย! ผมวิ่งออกไปข้างนอกแล้วมองหาไปทั่ว ผมพูดว่า "โอ้ พระเจ้า ผมต้องหาผู้หญิงคนนั้นให้เจอ" แต่สุดท้ายผมก็หาเธอไม่เจอ

คืนถัดมาเธอกลับเข้ามาในที่ประชุมพร้อมกับตะโกนและดีใจสุดขีด ในเวลากลางคืนด้วย! ฉันบอกว่า “ขึ้นมาข้างบนสิ ฉันรู้ว่าคุณมีเรื่องราวที่จะเล่า” เธอเล่าเรื่องที่ฉันเล่าให้คุณฟังให้คนอื่นๆ ฟัง เธอพูดว่า “ฉันรู้ว่าพี่ชัมบัคบอกฉันว่าเขาและภรรยาจะพาฉันกลับบ้านเมื่อคืนนี้ แต่ฉันไม่ต้องให้พวกเขาพาฉันกลับบ้าน เพราะเมื่อเขาเอามือวางบนตัวฉัน ปีศาจแห่งความกลัวก็หายไป พระเจ้าช่วยฉันให้เป็นอิสระ! ฉันเดินกลับบ้านเองตลอดทาง” ฉันถามว่า “คุณเดินเหรอ? ในฟิลาเดลเฟีย?” ตอนนี้ฉันเริ่มรู้สึกกังวลแล้ว! เธออาศัยอยู่ห่างออกไปสามสิบช่วงตึกในเซาท์ฟิลาเดลเฟีย นั่นหมายความว่าเธอเดินผ่านย่านที่อันตรายที่สุดของเมืองมาแล้ว! นี่คือผู้หญิงคนเดียวกันกับที่กลัวที่จะออกไปข้างนอกในเวลากลางคืน! เธอกล่าวว่า “ฉันไปถึงที่นั่นประมาณตีสาม ฉันเสียบกุญแจเข้าไปในกลอน แต่ฉันรู้สึกดีมากจนดึงกุญแจออกแล้วเดินไปตามถนนทั้งคืนพลางพูดว่า ‘ปีศาจ แกมันโกหก ฉันไม่กลัวแกอีกต่อไปแล้ว!’” พระเจ้าทรงปลดปล่อยเธอจากความกลัว! หากคุณกำลังถูกครอบงำด้วยวิญญาณแห่งความกลัว พระองค์ก็ทรงต้องการทำเช่นเดียวกันเพื่อคุณ คุณไม่ต้องกลัวอีกต่อไป คุณสามารถหันกลับมาเผชิญหน้ากับศัตรูด้วยความมั่นใจ เพราะพระเจ้าอยู่เคียงข้างคุณ!

ขอให้ฉันได้อธิษฐานเพื่อคุณ:

พระบิดา ในนามของพระเยซู ข้าพเจ้ามาหาพระองค์เพื่อผู้อ่านท่านนี้ ผู้ซึ่งถูกความกลัวครอบงำ ขอบคุณพระองค์สำหรับอำนาจที่พระองค์ประทานให้ข้าพเจ้าเหนือปีศาจ ความกลัว เจ้าวิญญาณชั่วร้ายที่ทรมาน ข้าพเจ้าขอวิงวอนเจ้าโดยพระเยซู จงคลายอำนาจที่ยึดเหนี่ยวชีวิตของบุคคลนี้ ข้าพเจ้าขอสั่งในนามของพระเยซู พระเจ้าโปรดประทานปาฏิหาริย์แห่งการปลดปล่อยแก่เขาหรือเธอ และประทานกำลังให้เขาหรือเธอสามารถยืนหยัดต่อสู้กับศัตรู ในนามของพระเยซู ข้าพเจ้าขอให้สำเร็จ อาเมนและอาเมน

คำอธิษฐานสั้น ๆ เพื่อการปลดปล่อยตนเอง

"ข้าแต่พระเยซูคริสต์เจ้า
ข้าพเจ้าเชื่อว่าพระองค์ทรงสิ้นพระชนม์บนไม้กางเขนเพื่อบาปของข้าพเจ้า
และทรงฟื้นคืนพระชนม์จากความตาย พระองค์ทรงไถ่ข้าพเจ้าด้วยพระโลหิตของพระองค์
และข้าพเจ้าเป็นของพระองค์ และข้าพเจ้าปรารถนาที่จะมีชีวิตอยู่เพื่อพระองค์
ข้าพเจ้าสารภาพบาปทั้งหมดของข้าพเจ้า ทั้งที่รู้และไม่รู้
ข้าพเจ้าเสียใจในบาปเหล่านั้นทั้งหมด ข้าพเจ้าละทิ้งบาปเหล่านั้นทั้งหมด
ข้าพเจ้าให้อภัยผู้อื่นทั้งหมด เช่นเดียวกับที่ข้าพเจ้าต้องการให้พระองค์ทรงให้อภัยข้าพเจ้า
โปรดอภัยให้ข้าพเจ้าในเวลานี้และชำระข้าพเจ้าด้วยพระโลหิตของพระองค์
ข้าพเจ้าขอบคุณพระองค์สำหรับพระโลหิตของพระเยซูคริสต์ซึ่งชำระข้าพเจ้าให้บริสุทธิ์จา
กบาปทั้งหมดในเวลานี้
และข้าพเจ้ามาหาพระองค์ในเวลานี้ในฐานะผู้ช่วยให้รอดของข้าพเจ้า
พระองค์ทรงทราบถึงความต้องการพิเศษของข้าพเจ้า สิ่งที่ผูกมัด สิ่งที่ทรมาน
สิ่งที่ทำให้แปดเปื้อน วิญญาณชั่วร้าย วิญญาณที่ไม่บริสุทธิ์
ข้าพเจ้าอ้างสิทธิ์ในพระสัญญาของพระองค์ที่ว่า
"ผู้ใดก็ตามที่เรียกนามของพระเจ้าก็จะได้รับการช่วยให้รอด"
ข้าพเจ้าเรียกหาพระองค์ในเวลานี้ ในนามของพระเยซูคริสต์เจ้า
โปรดช่วยข้าพเจ้าให้รอดและเป็นอิสระ ซาตาน ข้าพเจ้าละทิ้งเจ้าและกิจการทั้งหมดของเจ้า
ข้าพเจ้าละทิ้งตัวเองจากเจ้า ในนามของพระเยซู
และข้าพเจ้าสั่งให้เจ้าออกไปจากข้าพเจ้าในเวลานี้ ในนามของพระเยซู อาเมน!"

จงให้สิ่งนั้นมาจากใจของคุณ แล้วคุณจะได้เห็นความรอดของพระเจ้า!

คุณป่วยหรือต้องการการฟื้นฟูหรือไม่?

สำหรับผู้ที่เจ็บป่วยหรือไม่สบายในรูปแบบใดก็ตาม หรือต้องการการปลดปล่อย
หรือการฟื้นฟู โปรดแตะจุดด้านล่างด้วยความเชื่อ
(ความเชื่อคือการมองเห็นผลลัพธ์เชิงบวกที่ชัดเจนของสถานการณ์ปัจจุบันของคุณ
โดยรู้ว่าพระเยซูได้ทรงทำส่วนของพระองค์เมื่อกว่า ***2000***

ปีที่แล้วเพื่อรับประกันการรักษาและการปลดปล่อยของคุณ การฟื้นฟูเป็นเหมือนเงินมัดจำ โดยเชื่อมั่นว่าเงินมัดจำนั้นพร้อมให้คุณเบิกใช้ได้ เหมือนยอดเงินคงเหลือในบัญชีธนาคารของคุณ โดยไม่ต้องถามคำถามใดๆ เพราะเราเห็นด้วยกับคุณและประกาศว่า จงหายดีในนามของพระเยซูคริสต์ อาเมน)

ด้วยอำนาจที่พระองค์ทรงประทานแก่ข้าพเจ้าและพวกเขา ข้าพเจ้าขอใช้อำนาจนั้นด้วยความเชื่อ พร้อมกับความโกรธแค้นที่มีต่อศัตรู และความกระหายที่จะได้รับสิ่งที่พระองค์ทรงประทานให้แก่พวกเขาอย่างไม่คิดค่าตอบแทน ข้าพเจ้าขอสาปแช่งทุกความเจ็บป่วย ทุกโรคภัยไข้เจ็บ ไม่ว่าจะเป็นมะเร็ง โควิด-19 ไม่ว่าจะเป็นวิญญาณแห่งความอ่อนแอ ไม่ว่าจะเป็นการถูกปีศาจเข้าสิงหรือการถูกกดขี่ ไม่ว่าจะเป็นวิญญาณแห่งความยากจน ความล้มเหลว ความล่าช้าในการบรรลุสิ่งที่พระเจ้าทรงกำหนดและปลดปล่อยไว้แล้ว เราต่อต้านความผิดปกติ ข้าพเจ้าผูกมัดพวกมัน เราสาปแช่งพวกมันถึงรากเหง้า และเราขับไล่พวกมันออกไปด้วยอำนาจในพระนามของพระเยซูคริสต์ อาเมน เราขอให้มีการปลดปล่อยการรักษา การปลดปล่อย และการฟื้นฟูในชีวิตของพวกเขาในพระนามอันยิ่งใหญ่ของพระเยซูคริสต์ ขอบคุณพระเจ้าสำหรับคำพยานที่ดำรงอยู่เพื่อพระสิริ พระเกียรติ และการนมัสการของพระองค์ ขอบคุณสำหรับดวงวิญญาณที่กำลังเพิ่มเข้ามาในอาณาจักรของพระองค์อันเป็นผลจากข้อความนี้ ปาฏิหาริย์ที่เรากำลังเห็นอยู่ในขณะนี้และกำลังสำแดงเพื่อพระสิริของพระองค์ในพระนามของพระเยซู อาเมน สำเร็จแล้ว! จงชื่นชมยินดี!

แตะจุดที่ไฮไลต์ไว้ตรงนี้ แล้วกล่าวด้วยปากของคุณว่า – ฉันหายดีแล้ว ฉันได้รับการปลดปล่อยแล้ว และฉันได้รับการฟื้นฟูแล้ว ทั้งในจิตวิญญาณ จิตใจ ร่างกาย และทุกสิ่งรอบตัวฉัน ในนามของพระเยซูคริสต์ อาเมน!!!

จงเริ่มทำในสิ่งที่คุณทำไม่ได้มาก่อน และเริ่มสารภาพบาปจนกว่าการเยียวยาอย่างสมบูรณ์ การปลดปล่อย และการฟื้นฟูจะเกิดผลในชีวิตของคุณในนามของพระเยซู อาเมน

จงกระหายหาพระเจ้าอยู่เสมอ
จงโกรธแค้นและทวงคืนทุกสิ่งที่ศัตรูได้ยึดไว้ในนามของพระเยซู อาเมน

หมายเหตุ:
จงเป็นพยานถึงการรักษาเพื่อพระสิริของพระเจ้าและเพื่อความอับอายของศัตรู!
ส่งอีเมลหรือ WhatsApp
มาหาเราหากคุณยังต้องการให้เราเห็นด้วยกับคุณในประเด็นนี้
และมาร่วมงานสัมมนาเตรียมความพร้อมที่จะเริ่มในวันพฤหัสบดีหน้า
รายละเอียดเพิ่มเติมจะแจ้งให้ทราบในเว็บไซต์ของเราเร็วๆ นี้!

การกระทำที่ยิ่งใหญ่กว่า - 1 - บทที่ 10 -

รับคำตอบสำหรับคำถามทั่วไปเกี่ยวกับการรักษา การปลดปล่อย และการฟื้นฟู + แนวทางปฏิบัติในการให้การรักษา การปลดปล่อย และการฟื้นฟู + การสังเคราะห์โรคจิตเภทตามที่พระวิญญาณบริสุทธิ์ทรงเปิดเผยแก่ไอดา เม แฮมมอนด์ และวิธีรับมือกับวิญญาณร้าย

ตอนที่ 9

เพื่อนๆ ที่รัก วันนี้เราขอนำเสนอตอนที่ 9 ของชุดบทความเรื่อง "พอแล้วกับการถูกจองจำและขอต้อนรับสู่เสรีภาพในพระคริสต์" ความเชื่อมาจากการได้ยิน และการได้ยินมาจากการฟังพระวจนะของพระเจ้า – โรม 10:17 พระเจ้าตรัสกับศาสดาโฮเซอาใน โฮเซอา **4:6-7**

พระคัมภีร์ฉบับขยายความ คลาสสิก

6 ประชาชนของข้าพเจ้าถูกทำลายเพราะขาดความรู้ เพราะเจ้า ***[ชนชาติปุโรหิต]*** *ปฏิเสธความรู้ ข้าพเจ้าก็จะปฏิเสธเจ้าด้วย เจ้าจะไม่เป็นปุโรหิตของข้าพเจ้าอีกต่อไป เพราะเจ้าลืมธรรมบัญญัติของพระเจ้าของเจ้า ข้าพเจ้าก็จะลืมลูกหลานของเจ้าด้วย*

7 ยิ่งพวกเขาเจริญ รุ่งเรือง และ ทวีอำนาจมากขึ้นเท่าไร พวกเขาก็ยิ่งทำบาปต่อเรามากขึ้นเท่านั้น เราจะเปลี่ยนความรุ่งเรืองของพวกเขาให้กลายเป็นความอับอาย

ลองพิจารณาถ้อยคำข้างต้นสักครู่ พระเจ้าตรัสว่า เมื่อเราปฏิเสธความรู้ ความรู้เกี่ยวกับพระองค์ตามที่เปิดเผยในพระคัมภีร์ พระองค์ก็จะทรงปฏิเสธเราจากการรับใช้ในฐานะปุโรหิตของพระองค์ด้วย พระองค์ตรัสว่า

เนื่องจากเราลืมพระบัญญัติของพระเจ้า พระองค์ก็จะทรงลืมลูกหลานของเราด้วย กล่าวโดยสรุป พระองค์จะทรงลืมทั้งเราและลูกหลานของเรา นั่นคือความหมายของคำนั้น และสิ่งที่พระเจ้าตรัสว่าจะทรงกระทำอันเป็นผลมาจากความไม่รู้หรือไม่เข้าใจการทำงานขอ งพระเจ้า พระเจ้ายังทรงเชื่อมโยงถ้อยคำเข้ากับส่วนแรกของข้อ 6 ด้วย พระองค์ตรัสว่าเรากำลังทำบาปต่อพระองค์ด้วยขนาดของความมั่งคั่งของเรา ยิ่งเรามั่งคั่งมากเท่าไร เราก็ยิ่งพึ่งพาตนเองมากขึ้นเท่านั้น และยิ่งลืมพระเจ้ามากขึ้นเท่านั้น

คุณรู้สึกแปลกใจไหมที่เวลาเดียวที่เราจริงจังกับการแสวงหาทางออกด้วยพระเจ้า คือตอนที่เราหมดหนทางแล้ว? เมื่อเราป่วยไข้ คนแรกที่นึกถึงคือคนที่เสนอทางเลือกอื่น ในขณะที่ยาหม่องแห่งกิเลียดอยู่ในตัวเรา เราใช้พระเจ้าเป็นเหมือนยางอะไหล่เมื่อทุกอย่างล้มเหลว เมื่อเราได้รับฟังพระวจนะของพระเจ้าหรือสิ่งใดก็ตามที่นำมาซึ่งความรู้แจ้งเพื่อช่วยเราแก้ไข ปัญหา เรามักบอกว่าเราไม่มีเวลา แต่เรากลับไม่รังเกียจที่จะใช้เวลาไปกับสิ่งใดก็ตามที่ให้ความบันเทิงแก่เราหรือสิ่งใดก็ตามที่ ให้ประโยชน์ทางโลกแก่เรา

เราอาจใช้เวลาหลายชั่วโมงในการตรวจสอบเรื่องการเงินของเรา แต่เมื่อพูดถึงเรื่องที่เกี่ยวข้องกับอาณาจักรของพระเจ้า เรากลับรีบดูนาฬิกาหรือหลับไป ก่อนที่จะเริ่มเข้าใจสารที่พระองค์ทรงพยายามสื่อสารให้เราเข้าใจ ซึ่งก็คือการปลดปล่อยเรา เราอาจใช้เวลาหลายชั่วโมงรอพบแพทย์ แต่เราไม่มีเวลาแม้แต่ชั่วโมงเดียวสำหรับการเตรียมความพร้อมที่จำเป็นเพื่อนำเราไปสู่ความ สมบูรณ์ในงานและการดำเนินชีวิตกับพระเจ้า

แล้วเรากำลังหลอกใครกันแน่? พระเจ้าหรือตัวเราเอง? และเราสงสัยว่าทำไมคำอธิษฐานของเราจึงไม่ได้รับความสนใจจากสวรรค์ — วันใดที่เราเริ่มจริงจังกับพระเจ้า พระองค์ก็จะเริ่มจริงจังกับเราเช่นกัน พระเจ้ายังตรัสกับท่านและข้าพเจ้าอยู่ - **เยเรมียา 29:13**

พระคัมภีร์ฉบับขยายความ คลาสสิก

13 แล้วเจ้าทั้งหลายจะแสวงหาเรา สอบถามหาเรา และ ต้องการเรา (ในฐานะสิ่งจำเป็นอย่างยิ่ง) และจะพบเราเมื่อเจ้าแสวงหาเราด้วยสุดใจของเจ้า

ด้วยเหตุนี้ ซีรีส์นี้จึงไม่เหมาะสำหรับทุกคน

ซีรีส์นี้เหมาะสำหรับผู้ที่กระหายหาพระเจ้าอย่างแท้จริง เราต้องมีคุณสมบัติดังต่อไปนี้ก่อน:

***A:* ความพร้อมใช้งาน – จิตวิญญาณ จิตใจ และร่างกาย;**

***ข:* ความกล้าหาญในการใช้อำนาจและสิทธิอำนาจ;**

***ค:* ความเห็นอกเห็นใจที่จะเข้าไปอยู่เคียงข้างผู้คนที่กำลังเจ็บปวด;**

***D:* ความมุ่งมั่นที่จะฝ่าฟันจนกว่าจะได้รับชัยชนะ;**

***E:* ความรักที่จริงใจ ไม่ใช่ความรักที่ตั้งอยู่บนสิ่งผิวเผิน**

***F:* ความโกรธแค้นอย่างรุนแรงต่อซาตานและ**

G:

ความกระหายอย่างแรงกล้าที่จะได้รับความสมบูรณ์แห่งพระเจ้าในตัวเราและรอบตัวเรา เพื่อที่เราจะสามารถเปลี่ยนแปลงโลกเพื่อพระองค์ได้

ฉันอยากให้เราไตร่ตรองพระวจนะของพระเยซูในข้อนี้ - ลูกา **18:7-8**

พระคัมภีร์ฉบับขยายความ คลาสสิก

7 และพระเจ้าผู้ทรงยุติธรรมของเราจะไม่ทรงปกป้อง คุ้มครอง และ แก้แค้น
ให้แก่ผู้ที่พระองค์ทรงเลือกสรร (ผู้ที่พระองค์ทรงเลือก)
ผู้ที่ร้องขอต่อพระองค์ทั้งกลางวันและกลางคืนหรือ? พระองค์จะ ทรง เลื่อน
การลงโทษพวกเขาออกไป หรือ ? [ข] **ชะลอการช่วยเหลือในนามของพวกเขา?**
8 เราบอกท่านทั้งหลายว่า พระองค์จะทรงปกป้อง คุ้มครอง และ แก้แค้น
ให้พวกเขาอย่างรวดเร็ว แต่เมื่อพระบุตรของมนุษย์เสด็จมา พระองค์จะทรงพบ [[c]
ความเชื่อที่ยั่งยืน] บนโลกนี้หรือไม่?

ขอพระเจ้าทรงพบท่านและข้าพเจ้าในความเชื่อเมื่อพระองค์เสด็จมา ความเชื่อแบบที่มาจากการได้ยิน และการได้ยินมาจากพระวจนะของพระเจ้า แล้วจึงลงมือปฏิบัติตามนั้น – โรม 10:17 อาเมน? อาเมน

คำตอบสำหรับคำถามทั่วไปเกี่ยวกับการเจ็บป่วยและการรักษา

ตัวอย่าง: **หนามของเปาโล; ความทุกข์ยากของโยบ; การมอบคนหนึ่งให้แก่ซาตาน; คริสตจักรโครินธ์—ผู้คนอ่อนแอ เจ็บป่วย และเสียชีวิตก่อนวัยอันควรมากมาย;**

โรคกระเพาะของทิโมธี; ความเจ็บป่วยของเฮเซคียาห์; โทรฟิมัสป่วยหนัก; เอปาโฟรดิตัส – เกือบตายเพราะงานของพระคริสต์; ความเจ็บป่วยเป็นการลงโทษจากพระเจ้าหรือไม่? การผสมผสานความเชื่อและการแพทย์เป็นสิ่งที่ถูกต้องหรือไม่? การดูแลสุขภาพเป็นสัญญาณของการไม่เชื่อหรือไม่?

มีหลายตอนในพระคัมภีร์ที่มักถูกเข้าใจผิดและนำไปใช้เป็นพื้นฐานในการยอมรับความเจ็บป่วยและการกระทำชั่วร้ายอื่นๆ ในคำเทศนาวันนี้ เราจะมาดูบางตอนเหล่านั้นและให้ความเข้าใจเกี่ยวกับเรื่องเหล่านี้ เราต้องจำไว้ว่าพระคัมภีร์ทั้งหมดต้องได้รับการตีความโดยพิจารณาจากพระคัมภีร์ส่วนอื่นๆ และจากมุมมองของพระเยซูคริสต์ ทุกสิ่งที่เราSรู้เกี่ยวกับพระเจ้าต้องสอดคล้องกับสิ่งที่เห็นและได้ยินผ่านทางพระเจ้าผู้ทรงมาบังเกิดเป็นมนุษย์ คือพระเยซูคริสต์ สิ่งใดก็ตามที่เราอ้างว่าเข้าใจเกี่ยวกับพระเจ้า แต่ไม่สอดคล้องกับสิ่งที่พระเยซูตรัสและทรงกระทำ ก็สามารถตั้งคำถามและปฏิเสธได้ พระเยซูคริสต์ทรงเป็นหลักธรรมที่สมบูรณ์แบบ พระวจนะผู้ทรงมาบังเกิดเป็นมนุษย์

หนามของเปาโล

2 โครินธ์ 12:7-10 7
และเพื่อไม่ให้ข้าพเจ้าเย่อหยิ่งเกินไปเพราะการสำแดงมากมายนั้น
พระองค์จึงทรงประทานหนามในเนื้อหนังแก่ข้าพเจ้า เป็นทูตของซาตานมาทรมานข้าพเจ้า
เพื่อไม่ให้ข้าพเจ้าเย่อหยิ่งเกินไป 8 เกี่ยวกับเรื่องนี้
ข้าพเจ้าได้อ้อนวอนพระเจ้าสามครั้งให้สิ่งนั้นไปจากข้าพเจ้า 9
และพระองค์ตรัสกับข้าพเจ้าว่า "พระคุณของเราก็เพียงพอสำหรับเจ้าแล้ว
เพราะกำลังของเราจะปรากฏอย่างสมบูรณ์ในความอ่อนแอ" ฉะนั้น
ข้าพเจ้าจึงยินดีอย่างยิ่งที่จะโอ้อวดในความอ่อนแอของข้าพเจ้า
เพื่อฤทธิ์อำนาจของพระคริสต์จะสถิตอยู่กับข้าพเจ้า 10 ฉะนั้น
ข้าพเจ้าจึงยินดีในความอ่อนแอ ในการถูกตำหนิ ในความต้องการ ในการถูกข่มเหง ในความทุกข์ยาก เพื่อเห็นแก่พระคริสต์ เพราะเมื่อข้าพเจ้าอ่อนแอ ข้าพเจ้าจึงเข้มแข็ง

อัครทูตเปาโลได้รับวิวรณ์มากมายอย่างแท้จริง นอกเหนือจากประสบการณ์ส่วนตัว การเยี่ยมเยียน และการถูกรับขึ้นสู่สวรรค์ชั้นที่สามแล้ว เปาโลยังเข้าใจและเขียนพระธรรมวิวรณ์ในพันธสัญญาใหม่ไว้มากมาย

เพื่อไม่ให้เปาโลหยิ่งผยอง พระเจ้าจึงทรงอนุญาตให้มี “หนามในเนื้อ” เกิดขึ้นกับเขา หลายคนคาดเดาว่า “หนามในเนื้อ” นี้คืออะไร บางคนบอกว่าเป็นความเจ็บป่วย ปัญหาที่ตา หรือปัญหาที่มือ

อย่างไรก็ตาม อัครทูตกล่าวว่ามันเป็น “ทูต (ภาษากรีก angelos = ทูตสวรรค์) ของซาตาน” เปาโลกล่าวอย่างชัดเจนว่าหนามในเนื้อนั้นเป็นทูตสวรรค์ของซาตาน คำว่าทูตสวรรค์ในภาษากรีกเป็นคำเดียวกับที่ใช้สำหรับทูตสวรรค์ และตัวอย่างเช่น ใช้ใน “ทูตสวรรค์ของคริสตจักร” ในหนังสือวิวรณ์ บทที่ 2 และ 3 เมื่อพระเจ้าตรัสกับคริสตจักรแต่ละแห่ง ดังนั้น ทูตสวรรค์ของซาตานจึงเป็นสิ่งมีชีวิตฝ่ายวิญญาณที่ต่อต้านเปาโลในการรับใช้ของเขาอย่างต่อเนื่อง “เพื่อโจมตี” (หมายถึงการโจมตีซ้ำๆ) เขา ในบทก่อนหน้านี้ เปาโลได้บรรยายถึงความยากลำบาก ปัญหา และความอ่อนแอมากมายที่เขาต้องเผชิญ นี่คือสิ่งที่เขากล่าวว่า “พวกเขาเป็นผู้รับใช้ของพระคริสต์หรือ?—ข้าพเจ้าพูดอย่างคนโง่—ข้าพเจ้าเป็นมากกว่านั้น ในการทำงาน หนักกว่า ในการถูกเฆี่ยนตีมากกว่า ในคุกบ่อยกว่า ในความตายบ่อยครั้ง”

“ข้าพเจ้าถูกชาวยิวเฆี่ยนตีสี่สิบครั้งลบหนึ่งครั้งถึงห้าครั้ง ข้าพเจ้าถูกตีด้วยไม้สามครั้ง ข้าพเจ้าถูกขว้างด้วยหินครั้งหนึ่ง ข้าพเจ้าประสบอุบัติเหตุเรืออับปางสามครั้ง ข้าพเจ้าอยู่ในทะเลลึกทั้งกลางวันและกลางคืน ข้าพเจ้าเดินทางบ่อยครั้ง เผชิญอันตรายจากน้ำ อันตรายจากโจร อันตรายจากคนชาติเดียวกัน อันตรายจากคนต่างชาติ อันตรายในเมือง อันตรายในถิ่นทุรกันดาร อันตรายในทะเล อันตรายจากพี่น้องเท็จ ข้าพเจ้าเหนื่อยล้าและตรากตรำ นอนไม่หลับบ่อยครั้ง หิวกระหาย อดอาหารบ่อยครั้ง หนาวและเปลือยเปล่า” (2 โครินธ์ 11:23-27) แม้ว่าความยากลำบากบางอย่างข้าพเจ้าจะรับไว้เอง แต่หลายอย่างก็เป็นอุปสรรคต่องานที่ข้าพเจ้ากำลังทำอยู่ สิ่งเหล่านี้ล้วนช่วยให้ “เท้าของเขายังคงเหยียบอยู่บนพื้นดิน” ช่วยให้เขาดำเนินชีวิตด้วยความถ่อมตนโดยรู้ว่าเขาต้องพึ่งพาพระเจ้า เปาโลอธิษฐานสามครั้งเพื่อขอให้ปีศาจนั้นหายไป ในสถานการณ์นี้ พระเจ้าไม่ได้เพียงแค่เอาผู้ส่งสารของซาตานออกไป แต่พระองค์ทรงเรียกเปาโลให้พึ่งพาพระคุณของพระองค์เพื่อก้าวต่อไปข้างหน้าและเอาชนะ

สิ่งที่ปีศาจนั้นกำลังทำอยู่ ดังนั้นเปาโลจึงเข้าใจว่าแม้ในช่วงเวลาที่อ่อนแอที่สุด พระคุณของพระเจ้าก็เพียงพอที่จะทำให้เขามีความเข้มแข็ง

ในฐานะผู้เชื่อในปัจจุบันนี้ ไม่มีใครในพวกเราเคยได้รับการเปิดเผยมากมายเช่นนั้น เราไม่ได้ถูกใช้ในลักษณะเดียวกับเปาโล ที่ได้รับสิทธิพิเศษในการได้รับ "หนามในเนื้อหนัง" ทูตของซาตานที่มาทำร้ายเราเพื่อให้เราถ่อมตน ยิ่งไปกว่านั้น การที่เราอ้างว่าความเจ็บป่วยของเราเป็น "หนามในเนื้อหนัง" ที่ได้รับมาเพื่อจุดประสงค์ทางจิตวิญญาณอันยิ่งใหญ่ เป็นการกล่าวที่ขัดกับพระคัมภีร์และเป็นการยกย่องตนเอง เราต้องต่อสู้กับความเจ็บป่วยในฐานะที่เป็นการกระทำของมารที่ไม่มีสิทธิ์อยู่ในร่างกายของเรา

ปัญหาของโยบ

*โยบ **1:12** ดังนั้นซาตานจึงออกไปจากเบื้องหน้าพระเจ้า*

*โยบ **2:6,7** **6** และองค์พระผู้เป็นเจ้าตรัสกับซาตานว่า "ดูเถิด เขาอยู่ในมือของเจ้าแล้ว แต่ขอทรงไว้ชีวิตเขาเถิด" **7** แล้วซาตานก็ออกไปจากเบื้องหน้าองค์พระผู้เป็นเจ้า และมาทำให้โยบเป็นโรคฝีคันระเรื่อตั้งแต่ฝ่าเท้าจรดศีรษะ*

*โยบ **2:10** ในเรื่องทั้งหมดนี้ โยบไม่ได้ทำบาปด้วยริมฝีปากของเขา*

*โยบ **3:25** สิ่งที่ข้าพเจ้าหวาดกลัวอย่างยิ่งได้เกิดขึ้นกับข้าพเจ้าแล้ว และสิ่งที่ข้าพเจ้าสยดสยองได้เกิดขึ้นกับข้าพเจ้าแล้ว*

*โยบ **42:10** และพระเจ้าทรงฟื้นฟูสิ่งที่โยบสูญเสียไปเมื่อเขาอธิษฐานเพื่อเพื่อนๆ ของเขา แท้จริงแล้วพระเจ้าทรงประทานให้โยบมีทรัพย์สินเป็นสองเท่าของที่เขามีมาก่อน*

*ยากอบ **5:11** แท้จริงแล้ว เรานับว่าผู้ที่อดทนนั้นเป็นผู้ที่ได้รับพร ท่านทั้งหลายได้ยินเรื่องความอดทนของโยบ และได้เห็นจุดจบที่พระเจ้าทรงประสงค์ไว้แล้ว คือพระเจ้าทรงเปี่ยมด้วยความเมตตากรุณา*

*เป็นซาตานที่ทำร้ายโยบและครอบครัวของเขา ทำให้เกิดภัยพิบัติและความเจ็บป่วยสารพัด (โยบ **1:12; 2:7)** เราไม่สามารถโทษพระเจ้าสำหรับสิ่งที่ซาตานทำได้ จริงอยู่ที่พระเจ้าทรงอนุญาตให้ซาตานแตะต้องโยบ ซึ่งโดยปกติแล้วอยู่ภายใต้การคุ้มครองของพระเจ้า เพราะพระเจ้าทรง*

"สร้างรั้วล้อมรอบเขา" (โยบ 1:10) แต่ก็ยังเป็นปีศาจที่ทำให้เกิดภัยพิบัติทั้งหมด โดยใช้พลังของสภาพอากาศและธรรมชาติด้วย

ในโลกปัจจุบันนี้ ซาตานและเหล่าปีศาจได้รับอนุญาตให้ทำการชั่วร้ายต่างๆ โดยทั่วไปแล้ว พระเจ้าไม่ได้ห้ามซาตานและเหล่าปีศาจไม่ให้เข้ามาต่อต้านผู้เชื่อด้วยการล่อลวง อุปสรรค และสิ่งกีดขวางอื่นๆ พวกเราทุกคนต่างเผชิญกับสิ่งเหล่านี้ พระเจ้าทรงอนุญาตให้สิ่งเหล่านี้เกิดขึ้นแม้กระทั่งกับผู้ที่เชื่อในพระองค์ พระเจ้าทรงใช้สิ่งเหล่านี้เป็นส่วนหนึ่งของการฝึกฝนและการเติบโตของเราให้เหมือนพระคริสต์ พระองค์ทรงเรียกเราให้ต่อสู้ในสงครามที่ดี ต่อต้านซาตาน ต่อสู้กับอำนาจแห่งความมืด ดับลูกศรเพลิงทุกดอก และดำเนินชีวิตอย่างมีชัย ในฐานะผู้เชื่อ เราสามารถรับ การคุ้มครองจากพระเจ้า (สดุดี 34:7; สดุดี 91; อิสยาห์ 54:17; 1 ยอห์น 5:18) หรือด้วยความกลัว ความสงสัย หรือการไม่เชื่อฟัง อาจทำให้ตัวเราเองอ่อนแอต่อการโจมตีของปีศาจที่ไม่ควรเอาชนะเราได้ พระเจ้าทรงประทานอาวุธทุกอย่างให้เราเพื่อเอาชนะศัตรู (เอเฟซัส 6:10-18) ซึ่งเป็นสิ่งที่โยบอาจไม่เข้าใจอย่างถ่องแท้ จากสิ่งที่เราได้เรียนรู้ทั้งหมดในพระคัมภีร์ใหม่ ซึ่งแตกต่างจากโยบ ตรงที่จริงๆ แล้วเราไม่จำเป็นต้องพ่ายแพ้ต่อศัตรู แม้ว่ากองกำลังของมันจะยกมาโจมตีเราก็ตาม

ท่ามกลางเหตุการณ์ทั้งหมดที่เกิดขึ้น โยบยังคงรักษาความซื่อสัตย์และศรัทธาในพระเจ้าไว้ เขาแน่วแน่ในความจงรักภักดีต่อพระเจ้า ความอดทนของโยบเป็นสิ่งที่เราควรเอาเป็นแบบอย่าง โดยรู้ว่าพระเจ้าทรงเปี่ยมด้วยความเมตตากรุณา และในที่สุดพระองค์จะทรงเปลี่ยนสิ่งต่างๆ ให้เป็นไปเพื่อประโยชน์ของเรา อีกแง่มุมหนึ่งเกี่ยวกับโยบคือ เขาดูเหมือนจะเป็นคนที่หวาดกลัวอย่างมากว่าภัยพิบัติเช่นนั้นจะเกิดขึ้นกับเขา และมันก็เกิดขึ้นจริง ความกลัวคือศรัทธาที่ผิดทิศทาง มันดึงดูดสิ่งที่ไม่ดีเข้ามาในชีวิตของเรา ในฐานะลูกของพระเจ้า เราสามารถเรียนรู้ที่จะดำเนินชีวิตโดยปราศจากความกลัว และวางใจในศรัทธาแทน

ส่งมอบหนึ่งให้กับซาตาน

1 โครินธ์ 5:1-5 1 มีรายงานว่ามีการผิดศีลธรรมทางเพศเกิดขึ้นในหมู่พวกท่าน และเป็นการผิดศีลธรรมทางเพศที่ร้ายแรงถึงขนาดที่คนต่างชาติไม่เคยเอ่ยถึง คือชายคนหนึ่งร่วมประเวณีกับภรรยาของบิดา! 2 และพวกท่านก็เย่อหยิ่ง และไม่เสียใจเลยสักนิด ที่ผู้ที่กระทำเช่นนั้นจะถูกกำจัดไปจากหมู่พวกท่าน 3 เพราะแท้จริงแล้ว ข้าพเจ้าแม้จะไม่อยู่ด้วยกาย แต่ก็อยู่ด้วยวิญญาณ ได้พิพากษาผู้ที่กระทำเช่นนั้นแล้ว (เสมือนว่าข้าพเจ้าอยู่ด้วย) 4 ในนามของพระเยซูคริสต์องค์พระผู้เป็นเจ้า เมื่อพวกท่านประชุมกันพร้อมกับวิญญาณของข้าพเจ้า และด้วยฤทธิ์อำนาจของพระเยซูคริสต์องค์พระผู้เป็นเจ้า 5 จงมอบผู้นั้นให้แก่ซาตานเพื่อทำลายเนื้อหนังของเขา เพื่อวิญญาณของเขาจะได้รอดในวันของพระเยซูคริสต์องค์พระผู้เป็นเจ้า
1 ทิโมธี 1:20 หนึ่งในนั้นคือฮีเมเนอุสและอเล็กซานเดอร์ ซึ่งข้าพเจ้าได้มอบพวกเขาให้แก่ซาตาน เพื่อพวกเขาจะได้เรียนรู้ที่จะไม่กล่าวคำดูหมิ่นพระเจ้า
2 ทิโมธี 2:17-18 17 และข่าวสารของพวกเขาจะแพร่กระจายไปเหมือนมะเร็ง ฮีเมเนอุสและฟิเลทัสก็เป็นเช่นนั้น 18 พวกเขาหลงผิดไปจากความจริง กล่าวว่าการฟื้นคืนชีพได้ผ่านไปแล้ว และพวกเขาทำลายความเชื่อของบางคน

2 ทิโมธี 4:14-15 14 อเล็กซานเดอร์ช่างทำทองแดงได้ทำร้ายข้าพเจ้ามาก ขอพระเจ้าทรงตอบแทนเขาตามการกระทำของเขา 15 พวกท่านก็ต้องระวังเขาด้วย เพราะเขาได้ขัดขืนคำพูดของเราอย่างมาก
อัครทูตเปาโลกล่าวถึงการมอบใครบางคนให้แก่ซาตานเพียงสองครั้งเท่านั้น ในคริสตจักรโครินธ์นั้น เกี่ยวกับการลงโทษชายคนหนึ่งที่ใช้ชีวิตผิดศีลธรรม ซึ่งในตอนแรกดูเหมือนจะไม่กลับใจ
เปาโลต้องการให้ชายคนนี้ถูกขับออกจากคริสตจักรท้องถิ่นไปชั่วระยะหนึ่ง (1 โครินธ์ 5:13) และมอบให้แก่ซาตานเพื่อทำลายเนื้อหนังของเขา เพื่อจิตวิญญาณของเขาจะได้รอด
เราตระหนักว่าเปาโลกำลังใช้อำนาจของอัครทูตและลงโทษผู้ที่ประพฤติบาปและไม่กลับใจ ชายคนนั้นถูกขับออกจากคริสตจักรท้องถิ่นในแง่หนึ่ง ทั้งทางกายและทางจิตวิญญาณ ซึ่งหมายความว่าการคุ้มครองที่เขาควรได้รับนั้นถูกถอนออกไป และตอนนี้เขามีความเสี่ยงต่อซาตานเพราะบาปของเขา

ซาตานสามารถทำอะไรก็ได้เพื่อทำร้ายเขาในโลกทางกายภาพ แต่สิ่งนี้ได้รับอนุญาตเพื่อให้ชายคนนั้นกลับใจ

ต่อมาเรามีบันทึกใน 2 โครินธ์ ซึ่งหลังจากช่วงเวลาสั้นๆ เปาโลได้กำชับคริสตจักรว่า "การลงโทษที่คนส่วนใหญ่ได้กระทำนั้นก็เพียงพอแล้วสำหรับคนนั้น ดังนั้นตรงกันข้ามท่านทั้งหลายควรให้อภัยและปลอบโยนเขาเสียดีกว่า เกรงว่าเขาจะจมอยู่กับความเศร้าโศกมากเกินไป ฉะนั้นข้าพเจ้าจึงขอให้ท่านทั้งหลายยืนยันความรักของท่านต่อเขาอีกครั้ง" (2 โครินธ์ 2:6-8) ไม่มีบันทึกว่าชายผู้นี้ได้รับอันตรายทางร่างกายแต่อย่างใด อย่างไรก็ตามดูเหมือนว่าเขามีความเศร้าโศกและความสำนึกผิดอย่างแท้จริงมาก จนเปาโลเขียนว่า "เพราะถ้าข้าพเจ้าได้ให้อภัยสิ่งใด ข้าพเจ้าก็ได้ให้อภัยคนนั้นเพื่อท่านทั้งหลายต่อหน้าพระคริสต์" (2 โครินธ์ 2:10)

กรณีที่สองเกี่ยวข้องกับชายสองคนที่ดื้อรั้นในคริสตจักรเอเฟซัส คือ ฮีเมเนอุสและอเล็กซานเดอร์ ฮีเมเนอุสเป็นคนหนึ่งที่กล่าวคำดูหมิ่น (พูดจาไม่ดี) อาจจะเกี่ยวกับเปาโลและสัจธรรมเกี่ยวกับพระคริสต์ และเทศนาคำสอนเท็จที่ว่าการฟื้นคืนชีพได้สิ้นสุดลงแล้ว ทำให้บางคนละทิ้งความเชื่อ อเล็กซานเดอร์ดูเหมือนจะเป็นคนที่ต่อต้านเปาโล พูดจาที่ทำให้เปาโลได้รับความเสียหายอย่างมาก ในทั้งสองกรณีเปาโลใช้อำนาจของอัครสาวกเพื่อขับไล่ชายเหล่านี้ออกจากคริสตจักรและมอบพวกเขาให้กับซาตาน เมื่อพิจารณาจากจิตใจของอัครสาวกแล้ว การกระทำนี้คงทำไปโดยมีเจตนาให้ชายเหล่านี้กลับใจและหันมาสู่ความจริง แต่เราไม่มีบันทึกเกี่ยวกับผลลัพธ์ในกรณีนี้

เป็นความจริงที่ว่าเมื่อใดที่คนเราดำเนินชีวิตในทางที่ไม่เชื่อฟัง กบฏ และเกินขอบเขตที่พระเจ้าทรงกำหนดไว้ คนผู้นั้นก็จะตกเป็นเหยื่อของซาตานได้ อย่างไรก็ตาม ในฐานะผู้เชื่อ เราไม่จำเป็นต้องกลัวว่าจะถูกส่งตัวให้ซาตาน เพราะเรากำลังเข้าใกล้พระเจ้า ไม่ได้ออกห่างจากพระองค์

คริสตจักรโครินธ์—ผู้คนอ่อนแอจำนวนมาก เจ็บป่วยจำนวนมาก และเสียชีวิตก่อนวัยอันควรจำนวนมาก

1 โครินธ์ 11:17-34 17 ในการให้คำแนะนำเหล่านี้ ข้าพเจ้าไม่ได้สรรเสริญท่าน
เพราะท่านมาประชุมกันไม่ใช่เพื่อความดีขึ้น แต่เพื่อความแย่ลง 18 ประการแรก
เมื่อท่านมาประชุมกันในฐานะคริสตจักร ข้าพเจ้าได้ยินว่ามีการแตกแยกในหมู่ท่าน
และข้าพเจ้าเชื่อบางส่วน 19 เพราะจะต้องมีกลุ่มต่างๆ ในหมู่ท่าน เพื่อว่าผู้ที่ได้
รับการรับรองจะได้เป็นที่รู้จักในหมู่ท่าน 20 ฉะนั้น เมื่อท่านมาประชุมกันในที่เดียว
ก็ไม่ใช่เพื่อรับประทานอาหารของพระเจ้า 21 เพราะในการรับประทานอาหารนั้น
แต่ละคนก็รับประทานอาหารของตนก่อนคนอื่น และบางคนก็หิว บางคนก็เมา 22
อะไรกัน! ท่านไม่มีบ้านที่จะกินและดื่มหรือ?
หรือท่านดูหมิ่นคริสตจักรของพระเจ้าและทำให้ผู้ที่ไม่มีอะไรต้องอับอาย?
ข้าพเจ้าจะพูดอะไรกับท่าน? ข้าพเจ้าจะสรรเสริญท่านในเรื่องนี้หรือ?
ข้าพเจ้าไม่สรรเสริญท่าน 23
เพราะข้าพเจ้าได้รับจากพระเจ้าซึ่งข้าพเจ้าได้มอบให้แก่ท่านด้วย
คือว่าในคืนนั้นเองที่พระเยซูถูกทรยศ พระองค์ทรงหยิบขนมปัง 24
เมื่อพระองค์ทรงขอบพระคุณแล้ว พระองค์ทรงหักขนมปังและตรัสว่า "จงรับประทานเถิด
นี่คือกายของเราซึ่งถูกหักเพื่อท่านทั้งหลาย จงทำเช่นนี้เพื่อระลึกถึงเรา" 25
ในทำนองเดียวกัน หลังจากรับประทานอาหารเย็นแล้ว พระองค์ทรงหยิบถ้วยขึ้นมาตรัสว่า
"ถ้วยนี้เป็นพันธสัญญาใหม่ในโลหิตของเรา จงทำเช่นนี้ทุกครั้งที่ท่านดื่มเพื่อระลึกถึงเรา"
26 เพราะทุกครั้งที่ท่านรับประทานขนมปังและดื่มถ้วยนี้
ท่านก็ประกาศการสิ้นพระชนม์ของพระเจ้าจนกว่าพระองค์จะเสด็จมา 27 ฉะนั้น
ผู้ใดรับประทานขนมปังหรือดื่มถ้วยของพระเจ้าอย่างไม่สมควร
ผู้นั้นจะมีความผิดต่อพระกายและพระโลหิตของพระเจ้า 28
แต่จงให้แต่ละคนพิจารณาตนเองเสียก่อน แล้วจึงรับประทานขนมปังและดื่มถ้วยนั้น 29
เพราะผู้ใดรับประทานและดื่มอย่างไม่สมควร
ผู้นั้นก็รับประทานและดื่มการพิพากษาแก่ตนเอง โดยไม่เข้าใจพระกายของพระเจ้า 30
ด้วยเหตุนี้เอง หลายคนในพวกท่านจึงอ่อนแอและเจ็บป่วย และหลายคนก็ล่วงลับไป 31
เพราะถ้าเราจะพิจารณาตนเอง เราก็จะไม่ถูกพิพากษา 32 แต่เมื่อเราถูกพิพากษา

เราก็จะถูกตีสอนโดยพระเจ้า เพื่อเราจะไม่ถูกพิพากษาลงโทษพร้อมกับโลก 33 ฉะนั้น พี่น้องทั้งหลาย เมื่อท่านทั้งหลายมารวมกันเพื่อรับประทานอาหาร จงรอคอยซึ่งกันและกัน 34 แต่ถ้าใครหิวก็ให้เขากินที่บ้านเถิด เกรงว่าท่านจะมาประชุมกันเพื่อรับการพิพากษา และส่วนที่เหลือเราจะจัดการเมื่อเรามาถึง

คริสตจักรโครินธ์ แม้จะเป็นกลุ่มคนที่มีความศรัทธาทางจิตวิญญาณสูง แต่ก็มีปัญหามากมายที่ต้องแก้ไข ในด้านมาตรฐานทางศีลธรรม การประพฤติตนในที่ประชุมคริสตจักร และการอยู่ร่วมกันเป็นชุมชนเดียวกัน ส่วนหนึ่งของปัญหานี้คือการประพฤติตนในการร่วมรับประทานอาหารของพระเจ้า แทนที่จะปฏิบัติด้วยความเคารพและด้วยความหมายทางจิตวิญญาณ กลับกลายเป็นการจัดเลี้ยง การกิน และการดื่มในที่ประชุมคริสตจักร พวกเขาเปลี่ยนมันให้กลายเป็นการร่วมงานเลี้ยง ซึ่งเปาโลกล่าวว่าพวกเขาสามารถทำได้ที่บ้าน สิ่งที่พระเจ้าทรงตั้งใจให้เป็นช่วงเวลาแห่งความเคารพอย่างยิ่งและการประกาศทางจิตวิญญาณเกี่ยวกับการสิ้นพระชนม์ การฟื้นคืนพระชนม์ และการเสด็จกลับมาในไม่ช้าของพระองค์ กลับกลายเป็นเหมือนงานเลี้ยงอาหารกลางวันเสียมากกว่า!

ด้วยเหตุนี้ แทนที่จะได้รับประโยชน์ พระพร และพลังอำนาจจากไม้กางเขนของพระคริสต์ ชาวโครินธ์เหล่านี้กลับลบหลู่แท่นบูชาศักดิ์สิทธิ์ ทำให้ตนเองตกอยู่ในสถานะที่จะถูกพระเจ้าพิพากษา ผลที่ตามมาคือ หลายคนเจ็บป่วย อ่อนแอ และเสียชีวิตก่อนวัยอันควร แทนที่จะได้รับประโยชน์จากไม้กางเขนแห่งการเยียวยา การปลดปล่อย และความสมบูรณ์ จุดประสงค์ของการประทานโต๊ะของพระเจ้า คือเพื่อให้เราประกาศการสิ้นพระชนม์ของพระเจ้าในการเฉลิมฉลองอันศักดิ์สิทธิ์นี้ และสัมผัสกับพระพรอย่างเต็มเปี่ยมแห่งไม้กางเขนของพระเยซูคริสต์ นี่คือแผนการและความปรารถนาของพระเจ้า นี่คือพระประสงค์ของพระเจ้า พระองค์ไม่ทรงประสงค์ให้ประชากรของพระองค์อ่อนแอ เจ็บป่วย และตายก่อนวัยอันควร

อย่างไรก็ตาม การที่เราดูหมิ่นสิ่งศักดิ์สิทธิ์อย่างโจ่งแจ้ง และใช้ช่วงเวลานั้นเป็นเวลาแห่งการเฉลิมฉลองโดยไม่สนใจที่จะพิจารณาชีวิตของตนเองและตระหนักถึงพระกายของพระเจ้า ทำให้เราไม่ได้รับพรที่พระเจ้าทรงประสงค์

และกลับก้าวออกไปจากความคุ้มครองของพระเจ้า ทำให้ตนเองอ่อนแอ เจ็บป่วย และตายก่อนวัยอันควร เราเข้าใจการพิพากษาของพระเจ้าว่าเป็น (ก) การถอนความคุ้มครองจากพระองค์ และ (ข) พระเจ้าทรงอนุญาตหรือทรงมีส่วนร่วมกับสิ่งเหล่านี้ (ความอ่อนแอ ความเจ็บป่วย และความตายก่อนวัยอันควร) เพื่อดึงดูดความสนใจของผู้คน เพื่อนำเรากลับมาสู่เส้นทางที่ถูกต้อง นี่ไม่ใช่พระประสงค์ของพระเจ้า แต่เป็นสิ่งที่เกิดขึ้นเมื่อเราก้าวออกไป จากแผนการของพระเจ้าและดำเนินชีวิตอย่างไม่เชื่อฟัง หากเราพิจารณาตนเองและดำเนินชีวิตอย่างเชื่อฟัง เราก็สามารถหลีกเลี่ยงสิ่งเหล่านี้ได้

ในฐานะผู้เชื่อในปัจจุบัน เราไม่ต้องกลัวความอ่อนแอ ความเจ็บป่วย และความตายก่อนวัยอันควรเพราะการ "ทำผิด" ในการร่วมรับประทานอาหารของพระเจ้า เพราะเราได้รับการสอนวิธีการที่ถูกต้องแล้ว เราจึงรู้ว่าต้องทำอะไรในแต่ละครั้งที่ร่วมรับประทานอาหารของพระเจ้า ไม่ใช่ว่าพระเจ้าทรงรอความผิดพลาดเล็กน้อยเพื่อจะลงโทษเรา! แต่ทุกครั้งที่เราร่วมรับประทานอาหารของพระเจ้า เรานำความปีติยินดีมาสู่พระทัยของพระองค์ และทำให้ศัตรูหวาดกลัว!

ท้องของทิโมธี

1 ทิโมธี 5:23 อย่าดื่มแต่น้ำเปล่าอย่างเดียวอีกต่อไป แต่ควรดื่มไวน์บ้างเล็กน้อยเพื่อสุขภาพกระเพาะอาหารและบรรเทาอาการเจ็บป่วยบ่อยๆ ของคุณ
จากข้อพระคัมภีร์นี้เห็นได้ชัดว่าทิโมธีมีปัญหาเกี่ยวกับกระเพาะอาหารเรื้อรัง และอาจมีอาการเจ็บป่วยทางกายอื่นๆ บ่อยครั้ง ไม่ทราบว่าอาการเหล่านี้เริ่มเกิดขึ้นหลังจากเขามาถึงเอเฟซัสหรือไม่ หรือว่าเป็นปัญหาที่มีมานานแล้ว นอกจากนี้ ยังไม่ทราบว่าทิโมธีมีอาการเหล่านี้เพียงช่วงสั้นๆ หรือเป็นปัญหาเรื้อรัง ดังนั้นการแสดงความคิดเห็นใดๆ ในทำนองนี้จึงเป็นเพียงการคาดเดาเท่านั้น สิ่งที่เราทราบคือทิโมธีได้นำคริสตจักรที่เอเฟซัส และการรับใช้ของเขาไม่ได้หยุดชะงักลงเพราะอาการเจ็บป่วยเหล่านี้

อัครทูตเปาโลแนะนำให้ใช้ไวน์เพื่อรักษาอาการปวดท้องของทิโมธี เนื่องจากมีสรรพคุณทางยา ดังนั้นเราจึงสรุปได้ว่า การใช้ยาสมุนไพรและยาแผนปัจจุบันควบคู่กันไปนั้นเป็นสิ่งที่เหมาะสม ควบคู่ไปกับการอุทิศตนให้แก่พระเจ้า

ความเจ็บป่วยของเฮเซคียาห์

2 พงศ์กษัตริย์ 20:1-7 1 ในสมัยนั้น เฮเซคียาห์ทรงประชวรและใกล้สิ้นพระชนม์
อิสยาห์ผู้เผยพระวจนะ บุตรของอาโมส ได้ไปหาพระองค์และทูลว่า "พระเยโฮวาห์ตรัสว่า
จงจัดบ้านเรือนของเจ้าให้เรียบร้อย เพราะเจ้าจะต้องตายและจะไม่รอดชีวิต" 2
แล้วพระองค์ก็ทรงหันหน้าไปทางกำแพงและอธิษฐานต่อพระเยโฮวาห์ว่า 3
"ข้าแต่พระเยโฮวาห์
ขอทรงระลึกถึงการที่ข้าพระองค์ได้ดำเนินชีวิตต่อหน้าพระองค์ด้วยความซื่อสัตย์และด้วยใจ
ที่ภักดี และได้ทำสิ่งที่ดีในสายพระเนตรของพระองค์" เฮเซคียาห์ทรงร้องไห้อย่างขมขื่น 4
และเมื่ออิสยาห์ยังไม่ออกไปที่ลานกลาง พระวจนะของพระเยโฮวาห์ก็มาถึงพระองค์ว่า 5
"จงกลับไปบอกเฮเซคียาห์ หัวหน้าประชากรของเราว่า 'พระเยโฮวาห์
พระเจ้าของดาวิดบิดาของเจ้า ตรัสว่า "เราได้ยินคำอธิษฐานของเจ้าแล้ว
เราได้เห็นน้ำตาของเจ้าแล้ว เราจะรักษาเจ้าให้หาย
ในวันที่สามเจ้าจงขึ้นไปยังพระวิหารของพระเยโฮวาห์" 6
และเราจะเพิ่มอายุขัยให้แก่เจ้าอีกสิบห้าปี
เราจะช่วยเจ้าและเมืองนี้ให้พ้นจากเงื้อมมือของกษัตริย์แห่งอัสซีเรีย
และเราจะปกป้องเมืองนี้เพื่อเห็นแก่ตัวเราเอง และเพื่อเห็นแก่ดาวิดผู้รับใช้ของเรา" 7
แล้วอิสยาห์ก็กล่าวว่า "จงเอาผลมะเดื่อมาสักก้อน" พวกเขาจึงนำไปวางบนฝี
และเขาก็หายดี

อิสยาห์ 38:21 อิสยาห์ได้กล่าวไว้ว่า "จงนำมะเดื่อก้อนหนึ่งมาประคบที่ฝี แล้วเขาจะหายดี"

กษัตริย์เฮเซคียาห์ทรงประชวรและใกล้สิ้นพระชนม์ หลังจากได้ยินคำเตือนจากผู้เผยพระวจนะ เฮเซคียาห์จึงหันมาหาพระเจ้าและอธิษฐาน พระเจ้าทรงได้ยินคำอธิษฐานของกษัตริย์และทรงให้ผู้เผยพระวจนะสั่งคนให้นำมะเดื่อมาบ

คเป็นยาพอกบริเวณที่เป็นฝี (บางฉบับอ่านว่า 'แผลเปื่อย' หรือ 'เนื้องอก') เฮเซคียาห์ทรงหายจากโรคและทรงมีพระชนม์ชีพอยู่อีก 15 ปี เห็นได้ชัดว่าพระเจ้าทรงรักษาเฮเซคียาห์ได้โดยไม่ต้องใช้ยาพอกที่ทำจากมะเดื่อ ไม่เป็นที่แน่ชัดว่ายาพอกที่ทำจากมะเดื่อมีสรรพคุณทางยาหรือคุณสมบัติในการรักษาฝีหรือไม่ แต่ไม่ว่าจะมีคุณค่าทางยาหรือไม่ เราก็สามารถยืนยันได้ว่าพระเจ้าไม่ได้ทรงต่อต้านการใช้ธาตุธรรมชาติ ในการรักษา (หรือใช้ร่วมกับธาตุธรรมชาติ) แก่ผู้ป่วย

ตุ่มเนื้อด้านซ้ายป่วย

2 ทิโมธี 4:20 เอราสตัสอยู่ที่โครินธ์ แต่ทรอฟิมัสถูกทิ้งไว้ที่มิเลตุสเพราะป่วย อัครทูตเปาโลเป็นผู้ที่รับใช้ด้วยฤทธิ์อำนาจของพระวิญญาณ และได้เห็นการรักษาโรคอย่างน่าอัศจรรย์ ปาฏิหาริย์ เครื่องหมาย และสิ่งมหัศจรรย์เกิดขึ้นในหลายสถานที่ที่ท่านรับใช้ อย่างไรก็ตาม ท่านยังเขียนไว้ว่าท่านได้ทิ้งสมาชิกในทีมคนหนึ่งชื่อโทรฟีมัสให้ป่วยอยู่ที่เมืองมิเลตุส (กิจการ 20:4,15) ก่อนที่จะเดินทางไปยังกรุงโรม แม้ว่าเปาโลเองจะไม่เห็นผลลัพธ์ที่สมบูรณ์แบบ แต่เขาก็ไม่ได้ดูถูกการทำงานของพระวิญญาณ การรักษาโรค ปาฏิหาริย์ ของประทานแห่งพระวิญญาณ เครื่องหมาย และสิ่งอัศจรรย์ต่างๆ อันที่จริง เขาเขียนเน้นย้ำเรื่องเหล่านี้ในจดหมายของเขา เราไม่ทราบแน่ชัดว่าเกิดอะไรขึ้นกับโทรฟีมัส เราไม่รู้ว่านี่เป็นเพียงอาการป่วยชั่วคราวที่เขาหายดีอย่างรวดเร็วหรือไม่ ไม่ว่าอย่างไรก็ตาม เรายอมรับว่าเราไม่ได้มีคำตอบทั้งหมดเสมอไป แต่เราก็ยังคงมุ่งมั่นทำงานของพระเจ้าต่อไป รับใช้ด้วยพลังแห่งพระวิญญาณ เหมือนอย่างที่เปาโลได้ทำ

เอปาโฟรดิตัส—เพื่อพระราชกิจของพระคริสต์ เขาเกือบตาย

ฟิลิปปี 2:25-30 25 แต่ข้าพเจ้าเห็นว่าจำเป็นต้องส่งเอปาโฟรดิตัส น้องชาย เพื่อนร่วมงาน และเพื่อนร่วมรบของข้าพเจ้า ไปหาท่านทั้งหลาย เขาเป็นผู้ส่งสารของท่านและเป็นผู้ช่วยเหลือข้าพเจ้า 26 เพราะเขาคิดถึงท่านทั้งหลาย

และทุกข์ใจที่ท่านได้ยินว่าเขาป่วย 27 แท้จริงแล้วเขาป่วยหนักเกือบตาย
แต่พระเจ้าทรงเมตตาเขา และไม่เพียงแต่เขาเท่านั้น แต่ทรงเมตตาข้าพเจ้าด้วย
เพื่อไม่ให้ข้าพเจ้าต้องเศร้าโศกซ้ำแล้วซ้ำเล่า 28 ฉะนั้นข้าพเจ้าจึงส่งเขาไปด้วย
ความเต็มใจยิ่ง เพื่อว่าเมื่อท่านได้พบเขาอีก ท่านจะได้ชื่นชมยินดี
และข้าพเจ้าจะได้เศร้าโศกน้อยลง 29 ฉะนั้นจงรับเขาไว้ในพระเจ้าด้วยความยินดี
และจงนับถือคนเช่นนี้ 30 เพราะเพื่อการงานของพระคริสต์
เขาเกือบตายโดยไม่ห่วงชีวิตของตน
เพื่อจะทดแทนสิ่งที่ขาดไปในการรับใช้ข้าพเจ้าของท่านทั้งหลาย
ฟิลิปปี 4:18 แท้จริงแล้วข้าพเจ้ามีทุกสิ่งและเหลือเฟือ ข้าพเจ้าอิ่มเอมใจแล้ว
เพราะได้รับสิ่งของที่ท่านส่งมาจากเอปาโฟรดิตัส เป็นกลิ่นหอมน่าชื่นใจ
เป็นเครื่องบูชาที่พระเจ้าทรงพอพระทัย
ฟิลิปปี 1:22-24 22 แต่ถ้าข้าพเจ้ายังคงมีชีวิตอยู่ในโลกนี้
ก็จะเป็นผลจากงานของข้าพเจ้า แต่ข้าพเจ้าเองก็ไม่รู้ว่าจะเลือกอะไร 23
เพราะข้าพเจ้าลำบากใจระหว่างสองสิ่งนี้ คือปรารถนาจะจากไปอยู่กับพระคริสต์
ซึ่งดีกว่ามาก 24 ถึงกระนั้น การอยู่ในโลกนี้ก็จำเป็นสำหรับท่านมากกว่า

เปาโลถูกจำคุกในกรุงโรม
เอปาโฟรดิตัสถูกส่งโดยคริสตจักรในฟิลิปปีไปรับใช้ท่านอัครทูตขณะที่ท่านอยู่ในคุก
ในการรับใช้ท่านอัครทูตเปาโล
เอปาโฟรดิตัสดูเหมือนจะทุ่มเทอย่างหนักจนเกือบตายโดยไม่คำนึงถึงชีวิตของตนเอง
เราไม่ทราบลักษณะที่แน่ชัดของการรับใช้ที่เขาทำและปริมาณงานที่เขาทำ
แต่ก็เพียงพอที่จะสังเกตว่าในระหว่างการรับใช้พระเจ้า เขาล้มป่วยและเกือบตาย
ชีวิตของเขาได้รับการช่วยไว้ด้วยพระเมตตาของพระเจ้า และเอปาโฟรดิตัสก็มีชีวิตอยู่ต่อไป

ถึงแม้เราจะทำงานรับใช้พระเจ้าและประชากรของพระองค์ในฐานะคริสเตียน
แต่ก็ไม่ได้หมายความว่าเราจะมีสุขภาพแข็งแรงและพละกำลังเสมอไป
เราจำเป็นต้องดูแลสุขภาพของตนเองด้วยเช่นกัน
เพราะเราอาจทำงานหนักเกินไปจนเสี่ยงต่อการเสียชีวิตได้

ถึงแม้ว่าการทำงานจนตายเพื่อพระคริสต์อาจดูเหมือนเป็นการกระทำที่น่ายกย่อง
แต่แท้จริงแล้วมันไม่จำเป็นและไม่เกิดประโยชน์ เรามีประโยชน์ต่อพระเจ้า

อาณาจักรของพระองค์ และประชากรของพระองค์บนโลกนี้มากกว่าเมื่อเรายังมีชีวิตอยู่ มากกว่าเมื่อเราตายไปแล้ว แน่นอนว่าการจากไป และอยู่กับพระคริสต์นั้นดีกว่ามาก แต่เพื่อประโยชน์ของคริสตจักรและอาณาจักรของพระองค์ การดูแลสุขภาพ การมีชีวิตที่ยืนยาว มีสุขภาพดี และเกิดผลดีนั้นดีกว่า

ความเจ็บป่วยเป็นการลงโทษจากพระเจ้าใช่หรือไม่?

1 โครินธ์ 11:28-32 *28 แต่จงให้แต่ละคนพิจารณาตนเองเสียก่อน
แล้วจึงรับประทานขนมปังและดื่มถ้วยนั้น 29
เพราะผู้ใดรับประทานและดื่มอย่างไม่เหมาะสม
ผู้นั้นก็รับประทานและดื่มการพิพากษาแก่ตนเอง โดยไม่พิจารณาถึงพระกายของพระเจ้า
30 ด้วยเหตุนี้เอง หลายคนในพวกท่านจึงอ่อนแอและเจ็บป่วย และหลายคนก็ตายไป 31
เพราะถ้าเราพิจารณาตนเอง เราก็จะไม่ถูกพิพากษา 32 แต่เมื่อเราถูกพิพากษา
เราก็จะถูกพระเจ้าตีสอน เพื่อเราจะไม่ถูกพิพากษาลงโทษพร้อมกับโลก*

ฮีบรู 12:5-11 5
*และพวกท่านลืมคำตักเตือนที่กล่าวแก่พวกท่านเหมือนกับที่กล่าวแก่บุตรชายว่า "ลูกเอ๋ย
อย่าดูหมิ่นการตีสอนของพระเจ้า และอย่าท้อแท้เมื่อพระองค์ทรงตักเตือนเจ้า 6
เพราะพระเจ้าทรงรักผู้ใด พระองค์ก็ทรงตีสอนผู้นั้น
และทรงเฆี่ยนตีบุตรชายทุกคนที่พระองค์ทรงรับไว้" 7 ถ้าพวกท่านอดทนต่อการตีสอน
พระเจ้าทรงปฏิบัติต่อพวกท่านเหมือนกับบุตรชาย
เพราะบุตรชายคนใดเล่าที่บิดาจะไม่ตีสอน 8 แต่ถ้าพวกท่านไม่ได้รับการตีสอน
ซึ่งทุกคนก็ได้รับส่วนร่วมแล้ว พวกท่านก็เป็นบุตรนอกสมรสและไม่ใช่บุตรชาย 9
ยิ่งกว่านั้น เรามีบิดาที่เป็นมนุษย์ที่ได้อบรมสั่งสอนเรา และเราก็ให้ความเคารพเขา
เราจะไม่เต็มใจที่จะเชื่อฟังพระบิดาแห่งวิญญาณและดำเนินชีวิตมากกว่านั้นหรือ 10
เพราะพวกเขาได้ตีสอนเราเพียงไม่กี่วันตามที่เขาเห็นสมควร
แต่พระองค์ทรงตีสอนเพื่อประโยชน์ของเรา
เพื่อเราจะได้มีส่วนในความบริสุทธิ์ของพระองค์ 11 การตีสอนใดๆ
ก็ตามดูเหมือนจะไม่เป็นที่น่ายินดีในขณะนี้ แต่กลับเป็นความเจ็บปวด อย่างไรก็ตาม
ในภายหลังมันจะก่อให้เกิดผลแห่งความชอบธรรมและความสงบสุขแก่ผู้ที่ได้รับการฝึกฝน
จากมัน*

วิวรณ์ 3:19 *เราตักเตือนและลงโทษคนมากมายเท่าที่เรารัก ฉะนั้นจงกระตือรือร้นและกลับใจเสียใหม่*

*สดุดี 103:10-13 10 พระองค์มิได้ทรงปฏิบัติต่อเราตามความบาปของเรา
และมิได้ทรงลงโทษเราตามความผิดของเรา 11
เพราะพระเมตตาของพระองค์ยิ่งใหญ่ดุจดังฟ้าสวรรค์ที่อยู่เหนือแผ่นดินโลก 12
ความผิดของเราก็ไกลเพียงใด พระองค์ทรงลบล้างความผิดของเราไปไกลเพียงใด 13
เหมือนอย่างบิดาสงสารบุตรของตน พระเยโฮวาห์ก็ทรงสงสารผู้ที่เกรงกลัวพระองค์เช่นนั้น*

ในฐานะพ่อแม่ เราคนไหนจะอยากแก้ไขและสอนสิ่งที่ดีงามให้ลูกที่ทำผิด ด้วยการทำให้ลูกป่วยไข้ ประสบอุบัติเหตุ นอนป่วยอยู่บนเตียง หรือทำให้ลูกเป็นมะเร็งหรือโรคร้ายแรงอื่นๆ? ฉันคิดว่าคงไม่มีใครทำแบบนั้นหรอก! ส่วนใหญ่เราคงเริ่มด้วยการพูดกับลูกอย่างจริงจัง บางครั้งอาจตีลูกสักครั้งสองครั้ง แล้วอาจตัดสิทธิ์บางอย่างของลูกออกไป ถ้าลูกโตขึ้นแล้ว การตีอาจไม่เหมาะสมอีกต่อไป เราก็จะนั่งลงคุยกับพวกเขาและพยายามอธิบายเพื่อสอนให้พวกเขารู้ว่าอะไรถูกอะไรผิด ถ้าแม้แต่คนชั่วอย่างเรายังปฏิบัติต่อลูกของเราแบบนั้น แล้วพระบิดาบนสวรรค์จะปฏิบัติต่อลูกๆ ของพระองค์ดียิ่งกว่านั้นอีกสักเท่าไร เพื่อแก้ไข สั่งสอน สอน และชี้นำพวกเขาด้วยความรักไปสู่สิ่งที่ดีที่สุดในชีวิตของพวกเขา

ประเด็นเรื่องการลงโทษของพระเจ้ามักถูกเข้าใจผิดและบิดเบือน คนเรามักเจ็บป่วย แล้วอ้างว่าพระเจ้าทำให้พวกเขาป่วยเพื่อสอนบทเรียนทางจิตวิญญาณที่ลึกซึ้ง เราเห็นด้วยว่าแม้แต่พ่อแม่บนโลกนี้ก็คงไม่ทำเช่นนั้นกับลูกของตนเอง แต่เมื่อเรากล่าวหาพระเจ้าว่าทำเช่นนั้น เราก็ทำให้พระเจ้าดูแย่กว่าพ่อแม่บนโลกนี้ ยกตัวอย่างเช่น ผู้เชื่อคนหนึ่งที่ป่วยและต้องนอนพักอยู่บนเตียงหลายวัน (หรือหลายสัปดาห์) ขณะนอนอยู่บนเตียงโดยไม่มีอะไร ทำ ผู้เชื่อคนนั้นก็เริ่มอ่านหนังสือคริสเตียนที่ดีหรือฟังเทศน์มากมาย และด้วยเหตุนี้จึงได้รับความเข้าใจทางจิตวิญญาณและรู้สึกเข้มแข็งขึ้นทางจิตวิญญาณ ในที่สุดผู้เชื่อคนนั้นก็หายดี คำอธิบายที่พบบ่อยที่สุดที่เราได้ยินคือ พระเจ้าทำให้คนนั้นป่วยเพื่อเสริมสร้างความเข้มแข็งทางจิตวิญญาณและสอนบทเรียนทางจิตวิญญาณเหล่านั้น เหตุผลของผมคือ ประการแรก เรากำลังกล่าวหาพระเจ้าว่าทำในสิ่งที่เราในฐานะพ่อแม่จะไม่ทำ ทำให้พระเจ้าดูแย่กว่าเรา

ประการที่สอง หากผู้ศรัทธาคนนั้น ในขณะที่มีสุขภาพแข็งแรง ได้อ่านหนังสือเหล่านั้นและฟังคำเทศนาเหล่านั้น เข/เธอคงได้เรียนรู้บทเรียนทางจิตวิญญาณเหล่านั้นเช่นเดียวกัน!

คำว่า "chasten" คือ คำว่า 'paideuo' ในภาษากรีก ซึ่ง หมายถึง "การฝึกฝน" เด็กคนหนึ่ง กล่าวคือ ได้รับการศึกษา หรือ (โดยนัย) ระเบียบวินัย (โดยการลงโทษ)" ถึง "แนะนำ เรียนรู้ สอน" (พจนานุกรม Strong's Concordance) คำนี้ยังแปลว่า "เรียนรู้" (กิจการ 7:22) เช่น "โมเสสเรียนรู้ในสติปัญญาของชาวอียิปต์ทุกอย่าง และเก่งกาจในคำพูดและการกระทำ" คำนี้ยังแปลว่า "ได้รับการสอน" (กิจการ 22:3) เช่น เปาโลกล่าวถึงการเลี้ยงดูของเขาที่ได้รับการสอนจากกามาลิเอล "แท้จริงแล้ว ข้าพเจ้าเป็นยิว เกิดที่เมืองทาร์ซัสในแคว้นซิลิเซีย แต่ได้รับการเลี้ยงดูในเมืองนี้ที่เท้าของกามาลิเอล ได้รับการสอนตามความเคร่งครัดของธรรมบัญญัติของบรรพบุรุษ และมีความกระตือรือร้นต่อพระเจ้าเช่นเดียวกับพวกท่านทุกคนในวันนี้" คำนี้ยังใช้เพื่อหมายถึงการตีสั่งสอนทางกาย (ลูกา 23:16,22) ซึ่งปีลาตเห็นว่าพระเยซูไม่มีความผิด จึงเสนอที่จะตีสั่งสอนและปล่อยพระองค์ไป โดยหวังว่าจะทำให้พวกยิวพอใจ ดังนั้น การลงโทษจึงเกี่ยวข้องกับการสอน (การเรียนรู้ การฝึกฝน การให้คำแนะนำ) การแก้ไข และบางครั้งก็เป็นการลงโทษ วัตถุประสงค์พื้นฐานของการลงโทษคือการช่วยให้บุคคลเรียนรู้บางสิ่ง การให้คำแนะนำไม่ใช่การทำลาย คือวัตถุประสงค์

โดยปกติแล้ว การตักเตือนเกี่ยวข้องกับการสอน การแก้ไข และการลงโทษที่กระทำด้วยความรักเช่นเดียวกับที่กระทำต่อ เด็ก และจะเกี่ยวข้องกับการตัดสินก็ต่อเมื่ออยู่ในสถานการณ์ที่รุนแรงเท่านั้น โดยทั่วไป การอบรมสั่งสอนมักเกี่ยวข้องกับการอบรมอบรมเด็ก จึงหมายถึงการกระทำด้วยความรัก ไม่ใช่ความโกรธ การอบรมสั่งสอนในสถานการณ์ปกติเกี่ยวข้องกับการสอน การแก้ไข และการลงโทษที่ทำด้วยความรักต่อเด็ก และจะเกี่ยวข้องกับการตัดสินก็ต่อเมื่ออยู่ในสถานการณ์ที่รุนแรงเท่านั้น

ฮีบรูบทที่ 12 อธิบายถึงจุดประสงค์ของการตีสอนของพระเจ้า ซึ่งก็คือการฝึกฝนเราในความบริสุทธิ์และความชอบธรรม ดังนั้น กลับมาที่คำถามเริ่มต้นของเรา: พ่อแม่บนโลกนี้จะใช้ความเจ็บป่วยและโรคภัยไข้เจ็บเพื่อฝึกฝนลูกๆ ให้เรียนรู้ที่จะทำสิ่งที่ถูกต้องหรือไม่? ไม่! ถึงกระนั้น พระเจ้าของเราผู้ทรงเป็นพระบิดาที่ยิ่งใหญ่กว่าอย่างไม่มีที่สิ้นสุด พระบิดาแห่งสวรรค์ผู้ทรงรักนิรันดร์ จะไม่ทรงทำให้ลูกๆ ของพระองค์เจ็บป่วยเพื่อตีสอนพวกเขาในชีวิตประจำวันตามปกติ ในการดำเนินชีวิตประจำวันกับพระองค์ พระเจ้าจะทรงใช้พระวจนะของพระองค์ พระวิญญาณของพระองค์ และการสามัคคีธรรมของบรรดาผู้เชื่อเพื่อนำการตีสอนของพระองค์มาสู่ชีวิตของเรา

เราได้กล่าวถึงคริสตจักรโครินธ์ไปแล้วในบทนี้ ซึ่งพวกเขาประพฤติผิดอย่างสิ้นเชิงและไม่ให้เกียรติพระกระยาหารของพระเจ้า โดยทำให้มันกลายเป็นงานเลี้ยงแทนที่จะเป็นการร่วมรับประทานอาหารอันศักดิ์สิทธิ์ สิ่งที่เกิดขึ้นในกรณีของพวกเขาคือ การไม่เชื่อฟังทำให้พวกเขาพลาดพรแห่งการรักษาสุขภาพ และความสมบูรณ์ที่ตั้งใจไว้ และทำให้ตัวเองอ่อนแอต่อความเจ็บป่วยและความตาย พระเจ้าทรงอนุญาตให้สิ่งเหล่านี้เกิดขึ้นเป็นส่วนหนึ่งของการลงโทษจากพระเจ้า เพื่อให้พวกเขากลับมาสู่การปฏิบัติพระกระยาหารของพระเจ้าอย่างถูกต้อง อย่างไรก็ตาม นี่ไม่ใช่การลงโทษตามปกติของพระเจ้าสำหรับพวกเขาในฐานะผู้เชื่อ แต่เป็นกรณีของการพิพากษาจากพระเจ้า ในแง่ของทุกสิ่งที่พระคัมภีร์เปิดเผยเกี่ยวกับธรรมชาติของพระเจ้าและการงานของพระเจ้าที่เปิดเผยในพระเยซูคริสต์ การที่ผู้เชื่อที่ดำเนินชีวิตกับพระเจ้าจะกล่าวว่าพระเจ้ากำลังลงโทษเขา/เธอด้วยความเจ็บป่วยบางอย่างนั้น ไม่ถูกต้อง

การนำความเชื่อทางศาสนามาใช้ร่วมกับการแพทย์นั้นเหมาะสมหรือไม่?

เมื่อพิจารณาจากกรณีของกษัตริย์เฮเซคียาห์และทิโมธีแล้ว เราเชื่อว่าไม่มีอะไรผิดปกติในการผสมผสานความเชื่อและการแพทย์

พระเจ้าทรงมอบความรู้ เทคโนโลยี และทรัพยากรธรรมชาติให้แก่เรา เพื่อที่เราจะได้ใช้เพื่อจุดประสงค์และเพื่อพระสิริของพระองค์ เราทราบว่าพระประสงค์ของพระเจ้าคือการรักษาและทำให้ผู้คนหายดี เราทราบว่าพระเจ้าจะได้รับพระสิริเมื่อผู้คนได้รับการรักษา ดังนั้นเราจึงไม่ลังเลที่จะใช้ทรัพยากรที่พระเจ้าประทานให้เราเพื่อนำการรักษามาสู่ผู้คน แม้ในยามที่เราให้ยาหรือรับความช่วยเหลือทางการแพทย์ สายตาของเราก็ยังคงจับจ้องไปที่พระเจ้าเพื่อขอการเยียวยาและการรักษา ความเชื่อของเราอยู่ที่พระวจนะของพระองค์ และอำนาจแห่งการรักษามาจากพระองค์อย่างแท้จริง

การดูแลสุขภาพเป็นสัญญาณของการไม่ศรัทธาหรือเปล่า?

หนึ่งในบทเรียนที่เราสามารถเรียนรู้จากเอปาโฟรดิตัสคือ ในขณะที่เราทำงานรับใช้พระเจ้าและประชากรของพระองค์ เราก็จำเป็นต้องมีความรับผิดชอบและดูแลสุขภาพของเราด้วย มิฉะนั้น เราอาจละเลยร่างกายของเราเองและเสี่ยงต่อการเสียชีวิตก่อนวัยอันควรโดยที่ยังทำงานที่ได้รับมอบหมายไม่สำเร็จ ในขณะที่เรามองหาพระเจ้าเพื่อการรักษา การมีสุขภาพที่ดีและความสมบูรณ์แข็งแรง ในฐานะส่วนหนึ่งของความรับผิดชอบของเรา เราจำเป็นต้องดูแลสุขภาพของเรา เราต้องทำในสิ่งที่เราสามารถทำได้และอยู่ในขีดความสามารถของเราเพื่อรักษาสุขภาพที่ดี ตัวอย่างเช่น บางคนอาจใช้บริการตรวจสุขภาพเป็นประจำ (เช่น ประจำปี) ควบคุมอาหาร ออกกำลังกาย และอื่นๆ หากจำเป็น ให้ใช้มาตรการป้องกันตามคำแนะนำของแพทย์ สิ่งเหล่านี้ไม่ใช่สัญญาณของการไม่เชื่อ แต่เป็นการแสดงออกถึง การดูแลตนเองที่ดี ความเชื่อของเราในการรักษาและสุขภาพยังคงอยู่ในพระเจ้า

แนวทางปฏิบัติในการให้การรักษาเยียวยา

วิธีการช่วยเหลือเยียวยา

มีหลายวิธีที่เราสามารถช่วยเหลือผู้ป่วยได้
ไม่มีวิธีการหรือขั้นตอนตายตัวที่เราต้องใช้ทุกครั้ง
สิ่งที่เราพยายามทำคือทำความคุ้นเคยกับวิธีการช่วยเหลือรักษาที่แตกต่างกันไปตามที่พระคัมภีร์ได้กล่าวไว้ เรียนรู้วิธีการช่วยเหลือที่ปรากฏอยู่ในพระคัมภีร์แล้วจงพร้อมที่จะช่วยเหลือในทุกรูปแบบได้ตลอดเวลา จากนั้นจงตั้งสติและอธิษฐานต่อพระเจ้าและใช้วิธีใดก็ตามที่คุณรู้สึกว่าได้รับการทรงอนุญาตจากใจให้ใช้ในการช่วยเหลือรักษา
โปรดจำไว้ว่า การรักษาไม่ได้อยู่ที่วิธีการ แต่ขึ้นอยู่กับตัวบุคคล พระเยซูคือผู้รักษา
การรักษาเกิดขึ้นไม่ใช่เพราะเราทำทุกอย่างถูกต้อง
แต่เกิดขึ้นเพราะฤทธิ์อำนาจของพระองค์ที่ไหลเข้าสู่ผู้ป่วย ทำให้เขาหายดี

โปรดจำไว้ว่าหัวข้อเหล่านี้กล่าวถึงในแง่ของการเตรียมความพร้อมเท่านั้น
ไม่ควรแบ่งแยกหรือแยกส่วนในลักษณะที่ว่าหากเราใช้วิธีใดวิธีหนึ่งแล้วไม่ควรนำไปใช้ร่วมกับวิธีอื่น ในความเป็นจริง ในระหว่างการปฏิบัติศาสนกิจ
เรามักจะใช้วิธีการเหล่านี้ผสมผสานกันเพื่อการรักษาเยียวยา

โปรดจำไว้ว่า แม้ว่าเราจะพูดถึงการรักษาทางกายภาพโดยเฉพาะในที่นี้ แต่ในความเป็นจริงจะมีสถานการณ์ที่เราจะทำการรักษาทางกายภาพ การปลดปล่อยและการเยียวยาภายในไปพร้อมๆ กัน ในที่นี้ไม่มีลำดับที่ตายตัวว่าควรทำในลำดับใด
บางครั้งเราอาจเริ่มต้นด้วยการปลดปล่อย จากนั้นจึงทำการรักษาทางกายภาพและสุดท้ายคือการเยียวยาภายใน
บางครั้งพระเจ้าอาจทรงนำเราไปในทิศทางที่แตกต่างออกไป โปรดจำไว้ด้วยว่าในขณะที่เรากำลังทำการรักษาทางกายภาพ ในเวลาเดียวกันพระเจ้าอาจกำลังทำการปลดปล่อยและการเยียวยาภายในในชีวิตของแต่ละบุคคล
เราอาจไม่รู้ตัวเสมอไปว่าเกิดอะไรขึ้นในตัวบุคคลนั้นเมื่อพวกเขากำลังสัมผัสกับพระเจ้า
ในที่นี้เราจะนำเสนอวิธีการต่างๆ
ในการให้การรักษา/รับการรักษาตามที่ปรากฏในพระคัมภีร์โดยสังเขป

โดยผ่านความศรัทธาส่วนตัวในพระเจ้า

พระเจ้าทรงประกาศว่าพระวจนะของพระองค์เป็นยาสำหรับร่างกายของเราทั้งหมด (สุภาษิต 4:20-22)
ดังนั้นทุกคนสามารถได้รับการเยียวยาได้โดยการใคร่ครวญพระวจนะของพระเจ้าและใช้คว

ามเชื่อที่เกิดจากพระวจนะของพระองค์ (โรม 10:17) เมื่อความเชื่อผสมผสานกับพระวจนะที่เราได้รับ พลังของพระเจ้าก็จะถูกปลดปล่อยออกมาเพื่อทำการอัศจรรย์แห่งการเยียวยา

กฎแห่งศรัทธากล่าวไว้อย่างง่ายๆ ว่า "จงเป็นไปตามศรัทธาของท่าน" (มัทธิว 9:29) เราจะได้รับเสมอเมื่อเราแสดงศรัทธาที่อยู่ในใจของเราออกมา นั่นคือกฎที่พระเจ้าทรงกำหนดไว้

คุณสามารถวางใจในพระเจ้าเพื่อการรักษาตนเองได้ ตัวอย่างเช่น หญิงที่มีเลือดออกไม่หยุด (มัทธิว 9:22) ชายตาบอดสองคน (มัทธิว 9:22-30) คนโรคเรื้อนคนหนึ่งในสิบคน (ลูกา 17:11-19) ชายตาบอดนอกเมืองเยริโค (ลูกา 18:35-42)
ความศรัทธาในพระเจ้าสามารถแสดงออกได้หลากหลายวิธี:

1. การเชื่อและการพูด (มัทธิว 17:20, มาระโก 11:23, โรม 10:9,10) เราเชื่อด้วยใจและสารภาพด้วยปาก นี่เป็นวิธีหนึ่งในการแสดงออกถึงความเชื่อ
2. เชื่อมั่นและปฏิบัติตามความเชื่อของคุณ การใช้ศรัทธาเพื่อผู้อื่น เราสามารถมีความเชื่อในพระเจ้าเพื่อขอให้ผู้อื่นได้รับการรักษา ตัวอย่างเช่น นายร้อยชาวโรมันรักษาคนรับใช้ของเขา (มัทธิว 8:10-13) หญิงชาวคานาอันรักษาลูกสาวของเธอ (มัทธิว 15:28) เปโตรและยอห์นรักษาคนง่อยที่ประตูพระวิหาร (กิจการ 3:16) ความเชื่อในพระเจ้าสามารถเกิดขึ้นได้เมื่อมีคนสองคนขึ้นไปเชื่อร่วมกัน ตัวอย่างเช่น เพื่อนสี่คนกับเพื่อนที่เป็นอัมพาต (มัทธิว 9:2) และกลุ่มผู้อาวุโสที่อธิษฐานด้วยความเชื่อ (ยากอบ 5:14-15) เราสามารถมีความเชื่อร่วมกันในพระเจ้าเพื่อผู้อื่นได้เช่นกัน โดยที่คนจำนวนมากเชื่อร่วมกันในปาฏิหาริย์ ตัวอย่างเช่น เหล่าสาวกมารวมตัวกันรอบเปาโลหลังจากที่เขาถูกขว้างด้วยหินและถูกทิ้งไว้ให้ตาย (กิจการ 14:19-20) ผ่านทางคำอธิษฐานแห่งข้อตกลง มัทธิว 18:18-20 18 "เราบอกความจริงแก่ท่านทั้งหลายว่า สิ่งใดที่ท่านผูกมัดบนโลก สิ่งนั้นก็จะถูกผูกมัดในสวรรค์ และสิ่งใดที่ท่านปลดปล่อยบนโลก สิ่งนั้นก็จะถูกปลดปล่อยในสวรรค์ 19 "เราบอกท่านทั้งหลายอีกว่า ถ้าสองคนในพวกท่านตกลงกันบนโลกในเรื่องใดๆ ที่พวกเขาทูลขอ พระบิดาของเราในสวรรค์จะทรงกระทำสิ่งนั้นให้แก่พวกเขา

20 เพราะที่ใดมีสองหรือสามคนประชุมกันในนามของเรา ที่นั่นเราก็อยู่ท่ามกลางพวกเขา" บางครั้ง เมื่อเราปฏิบัติศาสนกิจเป็นกลุ่ม เราอาจอธิษฐานและ/หรือใช้อำนาจเพื่อผูกมัดสิ่งที่ปีศาจกำลังกระทำอยู่ ปลดปล่อยบุคคลนั้นจากสิ่งที่ศัตรูได้กระทำต่อเขา
เราทำเช่นนี้โดยความเห็นพ้องต้องกัน
พร้อมทั้งแสดงความเชื่อและใช้อำนาจที่พระเจ้าประทานให้
ความเห็นพ้องต้องกันนั้นมีพลัง และสิ่งนี้จะส่งผลอย่างทรงพลัง

ผ่านการอธิษฐานแห่งศรัทธา

ยากอบ 5:14,15 14 *มีใครในพวกท่านป่วยอยู่บ้างหรือ? จงให้เขาเรียกผู้ใหญ่ของคริสตจักรมา และให้พวกเขาสวดอธิษฐานเพื่อเขา และเจิมเขาด้วยน้ำมันในพระนามของพระเจ้า*
15
และคำอธิษฐานด้วยความเชื่อจะช่วยคนป่วยให้หาย และพระเจ้าจะทรงยกเขาขึ้น และถ้าเขาได้กระทำบาป เขาก็จะได้รับการอภัยโทษ

มัทธิว 21:22 *และสิ่งใดก็ตามที่ท่านขอในคำอธิษฐานด้วยความเชื่อมั่น ท่านก็จะได้รับสิ่งนั้น"*

ยอห์น 14:14 ถ้าท่านขอสิ่งใดในนามของฉัน ฉันจะทำสิ่งนั้นให้

กิจการ 28:8 และเหตุการณ์ก็เกิดขึ้นว่า บิดาของปูบลิอุสล้มป่วยด้วยไข้และโรคบิด เปาโลเข้าไปหาเขาและอธิษฐาน แล้ววางมือบนเขาและรักษาเขาให้หาย

พระคัมภีร์ในพระธรรมยากอบเรียกร้องให้ผู้ปกครอง (ผู้นำฝ่ายวิญญาณ) ในคริสตจักรภาวนาด้วยความเชื่อเพื่อผู้ป่วย
โดยกระทำในพระนามของพระเยซูคริสต์และด้วยการเจิมด้วยน้ำมัน
ผู้เชื่อทุกคนสามารถอธิษฐานด้วยความเชื่อเพื่อขอให้ผู้อื่นได้รับการรักษาได้
ดังนั้นเราไม่ควรจำกัดการอธิษฐานด้วยความเชื่อไว้เฉพาะผู้เฒ่าผู้แก่เท่านั้น
การรักษาเกิดขึ้นเพราะเราอธิษฐานด้วยความเชื่อในพระนามของพระเยซูคริสต์เจ้า

โดยผ่านพระบัญชา

มัทธิว 8:16 *เมื่อถึงเวลาเย็น พวกเขานำคนจำนวนมากที่ถูกผีสิงมาหาพระองค์ และพระองค์ทรงขับไล่ผีด้วยพระคำ และทรงรักษาคนป่วยทุกคนให้หาย*

ลูกา 4:38,39 38 บัดนี้พระองค์ทรงลุกขึ้นจากธรรมศาลาและเสด็จเข้าไปในบ้านของซีโมน แต่แม่ของภรรยาซีโมนป่วยเป็นไข้สูง พวกเขาจึงทูลขอพระองค์ให้ทรงดูแลนาง 39 พระองค์จึงทรงยืนอยู่เหนือนางและทรงห้ามไข้ แล้วไข้ก็หายไปทันที นางจึงลุกขึ้นปรนนิบัติพวกเขา

มัทธิว 17:20 พระเยซูจึงตรัสกับพวกเขาว่า "เพราะความไม่เชื่อของพวกเจ้า เราบอกความจริงแก่พวกเจ้าว่า ถ้าพวกเจ้ามีศรัทธาเพียงเท่าเมล็ดมัสตาร์ด พวกเจ้าจะพูดกับภูเขานี้ว่า 'จงเคลื่อนจากที่นี่ไปยังที่นั่น' แล้วมันก็จะเคลื่อนไป และไม่มีสิ่งใดที่เป็นไปไม่ได้สำหรับพวกเจ้า"

เช่นเดียวกับที่เราเห็นพระเยซูทรงทำ เรากล่าวคำสั่งต่อความเจ็บป่วยหรือวิญญาณชั่วร้ายสั่งให้มันออกไป พระเยซูทรงตำหนิไข้ และมันก็ออกไป ในทำนองเดียวกัน เราตำหนิความเจ็บป่วยหรือโรคภัยไข้เจ็บ และสั่งให้มันออกไปในพระนามอันยิ่งใหญ่ของพระเยซู เราทำเช่นนี้ด้วยความเชื่อในใจ พระเยซูตรัสว่า ถ้าเรามีความเชื่อและพูดกับภูเขา สั่งให้มันเคลื่อนไป มันก็จะเคลื่อนไป และไม่มีอะไรที่เป็นไปไม่ได้

เราสามารถกล่าวคำสั่งตำหนิความเจ็บป่วยและโรคภัยไข้เจ็บได้เมื่อบุคคลนั้นอยู่ต่อหน้าเรา หรือแม้กระทั่งเมื่อบุคคลนั้นอยู่ห่างไกลออกไปในสถานที่ที่แตกต่างกัน แท้จริงแล้วไม่มี "ระยะทาง" ในอาณาจักรแห่งวิญญาณ

โดยการวางมือ (ด้วยการเจิมด้วยน้ำมัน และด้วยคำสั่ง)

มัทธิว 8:3 แล้วพระเยซูทรงยื่นพระหัตถ์ออกไปแตะต้องเขาและตรัสว่า "เรายินดีรับใช้ จงหายจากโรคเรื้อนเถิด" ทันใดนั้นโรคเรื้อนของเขาก็หายไป

มัทธิว 8:15 พระองค์จึงทรงแตะพระหัตถ์ของนาง และไข้ก็หายไป นางจึงลุกขึ้นมาปรนนิบัติพวกเขา

มัทธิว 9:29 แล้วพระองค์ก็ทรงแตะดวงตาของพวกเขาพลางตรัสว่า "จงเป็นไปตามความเชื่อของพวกท่านเถิด"

มัทธิว 20:34 พระเยซูทรงสงสารและทรงแตะตาของพวกเขา และทันใดนั้นดวงตาของพวกเขาก็มองเห็นได้ และพวกเขาก็ติดตามพระองค์

มาระโก 6:12-13 12 พวกเขาจึงออกไปประกาศข่าวประเสริฐแก่ผู้คนให้กลับใจ 13 และพวกเขาขับไล่ปีศาจออกไปได้มาก และเจิมคนป่วยด้วยน้ำมันหลายคน และรักษาพวกเขาให้หาย

มาระโก 7:32-35 32 แล้วพวกเขาก็นำคนหูหนวกและพูดไม่ชัดคนหนึ่งมาหาพระองค์ และขอร้องให้พระองค์ทรงวางพระหัตถ์บนเขา 33 พระองค์จึงทรงพาเขาไปอยู่ท่ามกลางฝูงชน แล้วทรงเอานิ้วจิ้มหูเขา และทรงถ่มน้ำลายแล้วแตะลิ้นเขา 34 แล้วพระองค์ทรงเงยพระพักตร์ขึ้นมองฟ้าสวรรค์ ทรงถอนหายใจ แล้วตรัสกับเขาว่า "เอฟฟาธา" คือ "จงเปิดออก" 35 ทันใดนั้นหูของเขาก็เปิดออก และลิ้นที่พูดไม่ชัดก็หายเป็นปกติ เขาจึงพูดได้ชัดเจน

ลูกา 4:40 เมื่อดวงอาทิตย์กำลังจะตกดิน บรรดาผู้ที่มีคนป่วยด้วยโรคต่างๆ ก็พาคนเหล่านั้นมาหาพระองค์ และพระองค์ทรงวางพระหัตถ์บนพวกเขาแต่ละคนและทรงรักษาพวกเขาให้หาย

ลูกา 13:13 และพระองค์ทรงวางพระหัตถ์ลงบนนาง และทันใดนั้นนางก็หายเป็นปกติ และสรรเสริญพระเจ้า

มาระโก 16:17,18 17 และหมายสำคัญเหล่านี้จะติดตามผู้ที่เชื่อ คือ ในนามของเรา พวกเขาจะขับไล่ปีศาจได้ พวกเขาจะพูดภาษาใหม่ได้ 18 พวกเขาจะจับงูได้ และถ้าพวกเขากินสิ่งใดที่เป็นพิษ มันก็จะไม่ทำร้ายพวกเขาเลย พวกเขาจะวางมือบนคนป่วย และคนป่วยก็จะหาย"

การรักษาผู้ป่วยด้วยการวางมือเป็นวิธีการปฏิบัติศาสนกิจที่พบได้ทั่วไป เราวางมือบนผู้ป่วยและสั่งให้โรคภัยไข้เจ็บออกไปในพระนามอันยิ่งใหญ่ของพระเยซู เราคาดหวังว่าฤทธิ์อำนาจของพระวิญญาณบริสุทธิ์จะทรงประทานผ่านการวางมือนี้ การรักษาเยียวยาโดยการวางมือสามารถทำได้หลายวิธี เช่น:

1 การวางมือพร้อมกับการอธิษฐานด้วยความเชื่อในพระนามของพระเยซู

2 การวางมือและการออกคำสั่งในนามของพระเยซู

3 การวางมือพร้อมกับการอธิษฐานด้วยความเชื่อและการเจิมด้วยน้ำมัน

4 การวางมือและการเจิมด้วยน้ำมันในนามของพระเจ้า (ไม่จำเป็นต้องมีการอธิษฐานด้วยวาจา) เมื่อผู้คนได้รับการปรนนิบัติผ่านการว

างมือ พวกเขาอาจจะ "ล้มลง" ในพระวิญญาณหรือไม่ก็ได้ ไม่จำเป็นที่ผู้คนจะต้อง "ล้มลงภายใต้อำนาจ" เมื่อได้รับการวางมือ หากเกิดขึ้นก็ไม่เป็นไร หากไม่เกิดขึ้น เราก็ไม่กังวลมากนัก โดยปกติแล้วเราจะวางมือลงบนบริเวณร่างกายที่ต้องการรักษา นี่เป็นวิธีปฏิบัติทั่วไป แต่ไม่ใช่ข้อกำหนดตายตัว บางครั้ง เมื่อผู้ชายกำลังรักษาผู้หญิง เราอาจขอให้ผู้หญิงวางมือลงบนส่วนของร่างกายที่ได้รับผลกระทบ ในขณะที่ผู้ชายวางมือลงบนศีรษะของผู้หญิง

5 เมื่อคนป่วยสัมผัสคุณ มัทธิว 9:20 ทันใดนั้นเอง หญิงคนหนึ่งซึ่งมีเลือดออกไม่หยุดมาสิบสองปีก็เดินมาจากด้านหลังและแตะชายเสื้อของพระองค์

มัทธิว 14:36 และพวกเขาวิงวอนพระองค์ว่าขอเพียงได้แตะชายเสื้อของพระองค์เท่านั้น และผู้ใดที่แตะชายเสื้อของพระองค์ ผู้นั้นก็หายดีอย่างสมบูรณ์
บางครั้งผู้คนอาจยื่นมือเข้ามาสัมผัสเราด้วยศรัทธา
การสัมผัสของพวกเขานั้นเป็นการแสดงออกถึงศรัทธาและการติดต่อกับพลังของพระเจ้า
พระเจ้าทรงให้เกียรติศรัทธาของพวกเขาในการกระทำนี้ และพวกเขาก็ได้รับการเยียวยา

ผ่านการประกาศความเชื่อ

มัทธิว 8:13 แล้วพระเยซูตรัสกับนายร้อยว่า "จงไปเถิด และตามที่เจ้าเชื่อแล้วก็จงเป็นไปตามนั้นเถิด" และคนรับใช้ของเขาก็หายป่วยในชั่วโมงนั้นเอง
มัทธิว 15:28 แล้วพระเยซูตรัสตอบนางว่า "หญิงเอ๋ย ความเชื่อของเจ้าช่างยิ่งใหญ่เหลือเกิน จงเป็นไปตามที่เจ้าปรารถนาเถิด" และลูกสาวของนางก็หายป่วยในทันทีนั้นเอง
ยอห์น 4:50 พระเยซูตรัสกับเขาว่า "จงไปเถิด ลูกชายของเจ้ายังมีชีวิตอยู่" ชายผู้นั้นจึงเชื่อคำที่พระเยซูตรัสกับเขา และเขาก็ไปตามทางของตน

ยอห์น 5:8,9 8 พระเยซูตรัสกับเขาว่า "จงลุกขึ้น ยกที่นอนของเจ้าแล้วเดินไปเถิด" 9 และทันใดนั้นชายผู้นั้นก็หายดี ยกที่นอนของตนแล้วเดินไปได้ วันนั้นเป็นวันสะบาโต
บางครั้งพระเจ้าอาจทรงนำเราให้ประกาศแก่ผู้ป่วยว่าการรักษาได้สำเร็จแล้ว
อาจไม่จำเป็นต้องมีคำอธิษฐานหรือคำสั่งใดๆ หรือ

อาจมีการผสมผสานกันระหว่างสิ่งเหล่านี้
เราประกาศด้วยความเชื่อและอำนาจว่างานนั้นสำเร็จแล้ว พระเจ้าทรงเป็นผู้ทำงานนั้น ผู้ป่วยจะเห็นว่าการรักษาได้สำเร็จแล้ว

โดยการกระทำด้วยความเชื่อ

มัทธิว 9:6,7 6
"แต่เพื่อท่านทั้งหลายจะได้รู้ว่าบุตรมนุษย์มีอำนาจบนโลกที่จะยกโทษบาปได้" พระองค์จึงตรัสกับคนอัมพาตว่า "จงลุกขึ้น ยกที่นอนของเจ้าไป และกลับไปบ้านของเจ้าเถิด" 7 แล้วเขาก็ลุกขึ้นและกลับไปบ้านของเขา

มัทธิว 12:13 แล้วพระองค์ตรัสกับชายผู้นั้นว่า "จงยื่นมือออกไป" และเขาก็ยื่นมือออกไป และมือของเขาก็หายเป็นปกติเหมือนมืออีกข้าง
ยอห์น 9:7 และพระองค์ตรัสกับเขาว่า "จงไปล้างตัวที่สระสิโลอัม" (ซึ่งแปลว่า "ถูกส่งไป") เขาจึงไปล้างตัวและกลับมามองเห็นได้

กิจการ 3:6-8 6 แล้วเปโตรก็กล่าวว่า "ข้าพเจ้าไม่มีเงินและทอง แต่สิ่งใดที่ข้าพเจ้ามี ข้าพเจ้าจะให้แก่ท่าน ในนามของพระเยซูคริสต์แห่งนาซาเร็ธ จงลุกขึ้นเดินไปเถิด" 7
แล้วเปโตรก็จับมือขวาของเขาและยกเขาขึ้น และทันใดนั้นเท้าและข้อเท้าของเขาก็มีกำลัง 8
เขาจึงกระโดดขึ้นยืนและเดินเข้าไปในพระวิหารกับพวกเขา—เดิน กระโดด และสรรเสริญพระเจ้า
กิจการ 14:8-10 8 ที่เมืองลิสตรา มีชายคนหนึ่งซึ่งเป็นอัมพาตตั้งแต่เกิด นั่งอยู่ เขาเดินไม่ได้เลยตั้งแต่เกิด 9
ชายผู้นั้นได้ยินเปาโลพูด เปาโลจึงสังเกตเขาอย่างถี่ถ้วนและเห็นว่าเขามีความเชื่อที่จะได้รับการรักษา 10
จึงพูดเสียงดังว่า "จงลุกขึ้นยืนเถิด!" แล้วเขาก็ลุกขึ้นเดินได้ทันที

บางครั้งพระวิญญาณบริสุทธิ์อาจทรงนำเราให้บอกผู้ป่วยให้ลงมือทำตามความเชื่อของตน ซึ่งโดยปกติแล้วจะเป็นการแนะนำให้พวกเขาเริ่มทำสิ่งที่พวกเขาไม่สามารถทำได้เนื่องจากความเจ็บป่วย บางครั้งเราอาจช่วยพวกเขา ในเบื้องต้นขณะที่พวกเขาพยายามทำเช่นนั้น เมื่อผู้คนเริ่มลงมือทำตามความเชื่อของตน พลังของพระเจ้าจะทำให้พวกเขาหายดี พวกเขาก็จะก้าวเข้าสู่การเยียวยาของตนเอง

เมื่อผู้คนกระทำด้วยศรัทธา

มัทธิว 9:20-22 20 ทันใดนั้น
หญิงคนหนึ่งซึ่งเป็นโรคเลือดเรื้อรังมาสิบสองปีก็เดินมาจากข้างหลังและแตะชายเสื้อของพร
ะองค์ 21 เพราะนางคิดในใจว่า "ถ้าเพียงแต่ฉันได้แตะชายเสื้อของพระองค์
ฉันก็จะหายดี" 22 แต่พระเยซูทรงหันมา และเมื่อทรงเห็นนาง พระองค์จึงตรัสว่า
"จงชื่นใจเถิด ลูกสาวเอ๋ย ความเชื่อของเจ้าทำให้เจ้าหายดีแล้ว"
และหญิงคนนั้นก็หายดีตั้งแต่นั้นเป็นต้นมา

มาระโก 2:3-5 3 แล้วพวกเขาก็มาหาพระองค์ โดยพาคนอัมพาตคนหนึ่งมาด้วย
ซึ่งมีคนสี่คนช่วยกันหามมา 4 และเมื่อพวกเขาเข้าใกล้พระองค์ไม่ได้เพราะฝูงชน
พวกเขาจึงเจาะหลังคาตรงที่พระองค์ประทับอยู่ เมื่อพวกเขาเจาะเข้าไปได้แล้ว
พวกเขาก็หย่อนเตียงที่คนอัมพาตนอนอยู่ลงมา 5
เมื่อพระเยซูทรงเห็นความเชื่อของพวกเขา พระองค์จึงตรัสกับคนอัมพาตว่า "ลูกเอ๋ย
บาปของเจ้าได้รับการอภัยแล้ว"

ในทำนองเดียวกัน ผู้คนอาจทำสิ่งต่างๆ ด้วยความเชื่อโดยไม่ต้องมีใครบอกให้ทำ เช่นเดียวกับหญิงที่มีเลือดออกไม่หยุดที่เดินฝ่าฝูงชนไปแตะชายเสื้อของพระเยซู นี่คือการกระทำด้วยความเชื่อของเธอ พระเจ้าทรงให้เกียรติการกระทำนั้น ชายสี่คนที่พาเพื่อนที่เป็นอัมพาตมาหาพระเยซูก็กระทำด้วยความเชื่อเช่นกัน พวกเขาถึงกับขึ้นไปบนหลังคาและช่วยเพื่อนลงมาจากหลังคา พระเยซูทรงเห็นความเชื่อของพวกเขา เพื่อนของพวกเขาก็หายดี การกระทำด้วยความเชื่อของพวกเขาเป็นเรื่องระหว่างพวกเขากับพระเจ้า พระเจ้าทรงเห็นจิตใจของพวกเขาและทรงตอบสนอง

โดยของประทานแห่งพระวิญญาณ

1 โครินธ์ 12:7-11 7
แต่การสำแดงของพระวิญญาณนั้นทรงประทานแก่แต่ละคนเพื่อประโยชน์ของทุกคน 8
เพราะพระวิญญาณทรงประทานถ้อยคำแห่งปัญญาแก่คนหนึ่ง
พระวิญญาณทรงประทานถ้อยคำแห่งความรู้แก่คนอีกคนหนึ่ง 9

พระวิญญาณทรงประทานความเชื่อแก่คนอีกคนหนึ่ง
พระวิญญาณทรงประทานของประทานแห่งการรักษาโรคแก่คนอีกคนหนึ่ง ***10***
พระวิญญาณทรงประทานการทำการอัศจรรย์แก่คนอีกคนหนึ่ง
การพยากรณ์แก่คนอีกคนหนึ่ง การแยกแยะวิญญาณแก่คนอีกคนหนึ่ง การพูดภาษาต่างๆ
แก่คนอีกคนหนึ่ง และการตีความภาษาต่างๆ แก่คนอีกคนหนึ่ง ***11***
แต่พระวิญญาณองค์เดียวกันนั้นทรงกระทำสิ่งเหล่านี้ทั้งหมด
โดยทรงประทานแก่แต่ละคนตามที่พระองค์ทรงประสงค์

ฮีบรู ***2:3,4 3*** *เราจะรอดพ้นไปได้อย่างไร หากเราละเลยความรอดอันยิ่งใหญ่เช่นนี้*
ซึ่งในตอนแรกเริ่มนั้นองค์พระผู้เป็นเจ้าทรงตรัสเอง
และได้รับการยืนยันแก่เราโดยบรรดาผู้ที่ได้ยินพระองค์ ***4***
องค์พระผู้เป็นเจ้าทรงเป็นพยานด้วยหมายสำคัญและการอัศจรรย์ต่างๆ ด้วยปาฏิหาริย์ต่างๆ
และของประทานแห่งพระวิญญาณบริสุทธิ์ ตามพระประสงค์ของพระองค์เอง?

พระเจ้าทรงทำการรักษาผ่านทางของประทานแห่งพระวิญญาณ โดยปกติแล้วจะเป็นการทำงานของของประทานแห่งการรักษาและถ้อยคำแห่งความรู้ บางครั้งอาจมีการอัศจรรย์และการทำงานของของประทานแห่งความเชื่อร่วมด้วย ของประทานอื่นๆ แห่งพระวิญญาณอาจทำงานพร้อมกันด้วย เช่น ถ้อยคำแห่งปัญญา การแยกแยะวิญญาณ หรือคำพยากรณ์ที่ถูกปลดปล่อยออกมาในขณะที่ทำการรักษาและปลดปล่อย

เราต้องปรารถนาที่จะให้ของประทานเหล่านี้ปรากฏออกมาเมื่อเราทำการรับใช้ผู้คน เราต้องก้าวออกไปด้วยความเชื่อเพื่อให้ของประทานเหล่านี้ปรากฏออกมา นี่คือส่วนของเรา พระเจ้ามักจะตอบสนองต่อความปรารถนาและความเต็มใจของเราที่จะก้าวออกไปด้วยความเชื่อ โดยทรงบันดาลให้เรามีของประทานแห่งพระวิญญาณเหล่านี้ในรูปแบบใดรูปแบบหนึ่ง

บางครั้งของประทานเหล่านี้จะถูกปลดปล่อยออกมาในขณะที่ไม่มีใครมีความเชื่ออย่างแรงกล้าหรือคาดหวังว่าสิ่งใดจะเกิดขึ้น ทั้งผู้ที่ทำการเทศน์และผู้ที่ได้รับการเทศน์ต่างก็ไม่มีความเชื่ออย่างแรงกล้า แต่การรักษา การปลดปล่อย และปาฏิหาริย์ก็ยังเกิดขึ้นได้เพราะการทำงานของของประทานเหล่านั้น ตัวอย่างเช่น

คนที่ไม่เชื่อพระเจ้าที่บังเอิญมาเข้าร่วมการประชุมในฐานะผู้ชมโดยไม่มีความรู้หรือความเชื่อในพระเยซูคริสต์
อาจได้รับการรักษาอย่างน่าอัศจรรย์ในระหว่างการนมัสการโดยที่ไม่มีใครอธิษฐานหรือทำการเทศน์ให้แก่บุคคลนั้นเลย
นี่จะเป็นการทรงงานอันยิ่งใหญ่ของพระเจ้าที่ดึงดูดความสนใจของบุคคลนั้นและนำเขามาสู่ความเชื่อในพระคริสต์

ผ่านการเจิมแห่งการเยียวยา

ลูกา ***5:17*** ***วันหนึ่งขณะที่พระองค์กำลังสอนอยู่นั้น มีพวกฟาริสีและพวกครูสอนธรรมบัญญัตินั่งอยู่ด้วย พวกเขามาจากทุกเมืองในแคว้นกาลิลี แคว้นยูเดีย และกรุงเยรูซาเล็ม และพระเจ้าทรงสถิตอยู่เพื่อรักษาโรคให้พวกเขา***
ลูกา ***6:19*** ***และฝูงชนทั้งหมดต่างพยายามจะสัมผัสพระองค์ เพราะฤทธิ์อำนาจได้ออกมาจากพระองค์และรักษาพวกเขาให้หายทุกคน***

ลูกา ***8:46-47 46*** *แต่พระเยซูตรัสว่า* ***"มีคนแตะต้องเรา เพราะเรารู้สึกว่ามีฤทธานุภาพออกจากตัวเรา" 47 เมื่อหญิงนั้นเห็นว่าตนเองซ่อนตัวไม่ได้แล้ว นางจึงมาด้วยความตัวสั่น และล้มลงต่อหน้าพระองค์ แล้วทูลพระองค์ต่อหน้าคนทั้งหลายถึงสาเหตุที่นางแตะต้องพระองค์ และบอกว่านางหายป่วยทันที***

การเจิมคือการทรงสถิตและฤทธิ์อำนาจของพระวิญญาณบริสุทธิ์
การเจิมสามารถเสริมพลังให้แก่บุคคลใดบุคคลหนึ่ง
หรือสถิตอยู่เหนือกลุ่มผู้เชื่อเพื่อทำให้ฤทธิ์อำนาจของพระเจ้าปรากฏออกมา
พระเยซูคริสต์ทรงปฏิบัติศาสนกิจโดยฤทธิ์อำนาจของพระวิญญาณบริสุทธิ์ (กิจการ 10:38) ฤทธิ์อำนาจเดียวกันนี้มีให้แก่ผู้เชื่อทุกคน (กิจการ 1:8) และสามารถไหลออกมาจากเราได้เช่นเดียวกับที่ไหลออกมาจากพระเยซู
การเจิมเพื่อการรักษาคือการทรงสถิตและฤทธิ์อำนาจของพระวิญญาณบริสุทธิ์ที่ทำให้เกิดการรักษา เมื่อพระเยซูทรงปฏิบัติศาสนกิจ ฤทธิ์อำนาจของพระเจ้าก็ทรงสถิตอยู่เพื่อรักษาผู้คน ฤทธิ์อำนาจในการรักษา

(คุณธรรมแห่งการรักษาหรือการเจิมเพื่อการรักษา)
ไหลออกมาจากพระองค์และรักษาผู้คนมากมายที่สัมผัสพระองค์

เมื่อเราทำการเยียวยา
เราต้องปรารถนาและคาดหวังว่าพลังแห่งการเยียวยาของพระวิญญาณบริสุทธิ์จะไหลผ่านเราและรักษาผู้ป่วย บางครั้งเราสามารถรับรู้ (รู้สึกได้) ถึงการไหลของพลังแห่งการเยียวยานี้ บางครั้งเราอาจไม่รู้สึกอะไรเลย แต่เราก็ยังคงทำการเยียวยาด้วยความเชื่อ โดยรู้ว่าพลังของพระวิญญาณบริสุทธิ์กำลังถูกปลดปล่อยผ่านเรา

ผ่านการเจิมพิเศษ

กิจการ 5:12-16 12 และโดยมือของอัครทูตนั้น
ได้มีการกระทำหมายสำคัญและอัศจรรย์มากมายท่ามกลางประชาชน
และพวกเขาทั้งหมดก็อยู่พร้อมเพรียงกันในระเบียงของโซโลมอน 13
แต่ไม่มีใครกล้าเข้าร่วมกับพวกเขาเลย แต่ประชาชนก็ยกย่องพวกเขา 14
และผู้เชื่อก็เพิ่มมากขึ้นเรื่อยๆ ทั้งชายและหญิงจำนวนมาก 15
ถึงขนาดที่พวกเขาพาคนป่วยออกมาที่ถนนและวางพวกเขาไว้บนเตียงและที่นอน
เพื่อว่าอย่างน้อยเงาของเปโตรที่เดินผ่านไปจะได้ตกกระทบพวกเขาบ้าง 16
และมีคนจำนวนมากจากเมืองรอบๆ มายังเยรูซาเล็ม
นำคนป่วยและคนที่ถูกผีร้ายรบกวนมาด้วย และพวกเขาทั้งหมดก็ได้รับการรักษาให้หาย

บางครั้ง การเจิมพิเศษสำหรับการรักษาโรคจะเกิดขึ้นกับเราแต่ละคน หรือเกิดขึ้นกับกลุ่มคนทั้งหมด เมื่อสิ่งนี้เกิดขึ้น ปาฏิหาริย์มากมายที่เกิดขึ้นอย่างไม่คาดคิดก็จะเริ่มปรากฏขึ้น เราต้องมีความอ่อนไหวและตระหนักถึงสิ่งนี้ และดำเนินไปตามสิ่งที่พระวิญญาณบริสุทธิ์ปรารถนาจะทำในเวลานั้น เพื่อให้ผู้คนได้รับการสัมผัส เราต้องไม่ขัดขวางการทำงานของพระวิญญาณในเวลานั้น เพราะ พระเจ้าทรงประทานการเจิมพิเศษนี้โดยเจตนาด้วยเหตุผลบางอย่าง
"บรรยากาศแห่งการเยียวยา"
ซึ่งการเจิมแห่งการเยียวยาจะเติมเต็มบรรยากาศทางจิตวิญญาณเหนือการรวมตัวกัน สามารถสร้างขึ้นได้ผ่านการอธิษฐาน การนมัสการ ความเชื่อที่สูงส่ง และความคาดหวัง

แม้ว่าการสร้างบรรยากาศแห่งการเยียวยาจะเป็นประโยชน์และเป็นที่พึงปรารถนา แต่สิ่งนี้อาจไม่สามารถทำได้เสมอไป เพราะเช่นเดียวกับพระเยซู เราอาจต้องปฏิบัติศาสนกิจในสภาพแวดล้อมที่ไม่เป็นมิตร พระเจ้าสามารถเคลื่อนไหวอย่างทรงพลังได้ไม่ว่าสภาพแวดล้อมจะเป็นอย่างไร ดังนั้นเราจึงต้องเปิดใจและไวต่อพระวิญญาณของพระเจ้าอยู่เสมอ

โดยการสำนึกผิดและละทิ้งบาป

ยอห์น 5:14 ต่อมาพระเยซูทรงพบเขาในพระวิหาร และตรัสกับเขาว่า "ดูเถิด เจ้าหายดีแล้ว อย่าทำบาปอีกเลย มิฉะนั้นสิ่งร้ายแรงกว่านี้จะเกิดขึ้นกับเจ้า"

ยอห์น 9:1-3 1 ขณะที่พระเยซูเสด็จผ่านไป
พระองค์ทรงเห็นชายคนหนึ่งตาบอดมาตั้งแต่เกิด 2 พวกสาวกจึงทูลถามพระองค์ว่า
"อาจารย์ ใครทำบาป ชายคนนี้หรือบิดามารดาของเขา ที่ทำให้เขาเกิดมาตาบอด?" 3
พระเยซูตรัสตอบว่า "ทั้งชายคนนี้และบิดามารดาของเขาไม่ได้ทำบาป แต่เพื่อให้พระราชกิจของพระเจ้าปรากฏในตัวเขา"

ไม่ใช่ว่าความเจ็บป่วยทุกอย่างจะบ่งชี้ถึงบาปส่วนตัวของแต่ละบุคคลเสมอไป ดังเช่นกรณีของชายตาบอดแต่กำเนิดในยอห์นบทที่ 9 อย่างไรก็ตาม เป็นไปได้ว่าอาจมีบาปในชีวิตของบุคคลนั้นที่เปิดประตูสู่ความเจ็บป่วยทางกาย เป็นไปได้ว่าชายพิการในยอห์นบทที่ 5 พิการเนื่องจากบาปบางอย่าง เมื่อพระเยซูทรงรักษาเขาและตักเตือนเขาว่า "อย่าทำบาปอีกเลย มิฉะนั้นสิ่งร้ายแรงกว่าจะเกิดขึ้นกับท่าน" เขาก็เข้าใจความหมายนั้น ไม่ใช่ว่าเขาจะไม่ทำ "บาป" อีกเลย แต่พระเยซูทรงหมายถึงบาป (หรือบาปหลายอย่าง) ที่ทำให้เขาพิการตั้งแต่แรก ลองคิดดูว่าจะเกิดอะไรขึ้นหากชายพิการที่ได้รับการรักษาในยอห์นบทที่ 5 ไปทำบาปอีก ดังที่พระเยซูตรัสว่า "สิ่งร้ายแรงกว่า" อาจเกิดขึ้นกับเขา เขาจะต้องกลับใจและละทิ้งบาปนั้นเพื่อได้รับการรักษาและหายดีอีกครั้ง

เมื่อเราทำการเยียวยา พระเจ้าอาจทรงนำเราให้จัดการกับบาปในชีวิตของบุคคลที่กำลังได้รับการเยียวยาก่อน จากนั้นเราจะพูดคุยกับบุคคลนั้นด้วยความรักและนำเขา/เธอไปสู่การกลับใจและการละทิ้งสิ่งต่างๆ ที่เกี่ยวข้องกับบาปนั้น อาจมีการไม่ให้อภัย ความเกลียดชัง ความโกรธ

และทัศนคติที่ไม่ถูกต้องอื่นๆ ที่บุคคลนั้นอาจมีอยู่ ซึ่งจำเป็นต้องละทิ้ง โดยทั่วไปแล้ว เราจะนำบุคคลนั้นไปสู่การละทิ้งรูปแบบการใช้ชีวิต นิสัยบาป การอุทิศตนให้กับวิญญาณชั่วร้าย การตัดความสัมพันธ์กับอำนาจของปีศาจ และการปิดประตู/ทางเข้าต่างๆ

ผ่านการปลดปล่อย

มัทธิว 9:32,33 32 ขณะที่พวกเขากำลังออกไป ก็มีคนนำชายคนหนึ่งซึ่งเป็นใบ้และถูกผีสิงมาหาพระองค์ 33 เมื่อขับไล่ผีออกไปแล้ว ชายใบ้ก็พูดได้ และฝูงชนต่างประหลาดใจกล่าวว่า "ไม่เคยมีเหตุการณ์เช่นนี้เกิดขึ้นในอิสราเอลมาก่อน!"

มัทธิว 12:22 ต่อมามีคนถูกนำตัวมาหาพระองค์ เขาถูกผีสิง ตาบอดและเป็นใบ้ และพระองค์ทรงรักษาเขา จนคนตาบอดและเป็นใบ้สามารถพูดและมองเห็นได้

ลูกา 13:11-13 11 และดูเถิด มีหญิงคนหนึ่งซึ่งถูกวิญญาณชั่วร้ายสิงอยู่เป็นเวลาสิบแปดปี เธอตัวงอและไม่สามารถลุกขึ้นยืนได้เลย 12 แต่เมื่อพระเยซูทรงเห็นเธอ พระองค์จึงทรงเรียกเธอมาหาและตรัสกับเธอว่า "หญิงเอ๋ย เจ้าพ้นจากความเจ็บป่วยแล้ว" 13 แล้วพระองค์ทรงวางพระหัตถ์บนเธอ และทันใดนั้นเธอก็หายเป็นปกติ และเธอก็สรรเสริญพระเจ้า

โปรดสังเกตว่าในกรณีข้างต้น เราพบว่าอาการตาบอด หูหนวก เป็นใบ้ และหลังค่อม เกิดจากการมีอยู่ ของปีศาจ นี่ไม่ได้หมายความว่าทุกอาการตาบอด หูหนวก เป็นใบ้ หรือปัญหาเกี่ยวกับหลัง จะเกิดจากวิญญาณแห่งความเจ็บป่วยเสมอไป บางอาการตาบอดอาจเกิดจากอุบัติเหตุหรือสาเหตุอื่นๆ เราพยายามฟังเสียงของพระวิญญาณของพระเจ้าและปฏิบัติตามการทรงนำของพระองค์ เมื่อเราไม่แน่ใจ เราก็จะดำเนินการรักษาและจัดการกับวิญญาณแห่งความเจ็บป่วยใดๆ ที่อาจมีอยู่ โรคที่รักษาไม่หายหลายอย่างและอาการทางกายภาพอื่นๆ ที่หาสาเหตุไม่พบ มักบ่งชี้ถึงวิญญาณแห่งความเจ็บป่วยที่ต้องขับไล่ออกไป

พระวรสารทั้งสามเล่มยังบันทึกเรื่องราวของเด็กชายคนหนึ่งที่ดูเหมือนจะเป็นโรคลมชักและมีอาการชัก (มัทธิว 17:14-18 มาระโก 9:17-27 ลูกา 9:37-43)

แท้จริงแล้วนี่เป็นกรณีของการถูกปีศาจเข้าสิง ซึ่งทำให้เกิดอาการหูหนวก เป็นใบ้ วิกลจริต และมีแนวโน้มที่จะฆ่าตัวตาย
ดังนั้นเมื่อพระเยซูขับไล่วิญญาณชั่วร้ายออกไป เด็กชายจึงหายป่วย
เราทราบทางการแพทย์ว่าโรคลมชักเกิดจากความไม่สมดุลทางเคมี
ซึ่งต้องอาศัยปาฏิหาริย์ในการรักษา แต่ในบางกรณี อาจมีวิญญาณแห่งความเจ็บป่วยแฝงอยู่ ซึ่งจำเป็นต้องได้รับการจัดการด้วยเช่นกัน

โดยการแสดงออกซึ่งความเชื่อเมื่อร่วมรับประทานอาหารของพระเจ้า

1 โครินธ์ 11:26 เพราะทุกครั้งที่ท่านรับประทานขนมปังนี้และดื่มถ้วยนี้ ท่านก็ประกาศการสิ้นพระชนม์ของพระเจ้าจนกว่าพระองค์จะเสด็จมาอีกครั้ง

ไม้กางเขนของพระเยซูคริสต์องค์พระผู้เป็นเจ้าของเรา คือ "การประกาศการปลดปล่อย" ของเรา เป็นสถานที่ที่การอภัยบาป การเยียวยา และความสมบูรณ์ทั้งกายและใจ รวมถึงทุกสิ่งทุกอย่างที่จำเป็นในการพลิกผันการตกสู่บาป ได้ถูกจัดเตรียมไว้
พระเยซูทรงสถาปนาสิ่งที่เราเรียกว่า "อาหารมื้อสุดท้ายของพระเจ้า" หรือ "โต๊ะของพระเจ้า" เพื่อให้เราได้ร่วมรับประทานบ่อยๆ เพื่อระลึกถึงพระองค์
ทุกครั้งที่เราร่วมรับประทานอาหารมื้อสุดท้ายของพระเจ้า เราก็ "ประกาศการสิ้นพระชนม์ของพระเจ้า"
เราร่วมรับประทานอาหารมื้อสุดท้ายของพระเจ้าโดย "พิจารณาถึงพระกายของพระเจ้า" เรารู้จักสิ่งที่พระคริสต์ทรงกระทำเพื่อ เราในพระกายของพระองค์บนไม้กางเขน
โต๊ะของพระเจ้าเป็นการประกาศหรือการยืนยันถึงความเชื่อของเราในงานที่พระคริสต์ทรงกระทำสำเร็จบนไม้กางเขน
และความจริงที่ว่าพระองค์ทรงฟื้นคืนพระชนม์และจะเสด็จกลับมาอีก
นี่เป็นช่วงเวลาที่เราผสานความเชื่อของเรากับความปรารถนาและความคาดหวังที่จะได้รับพระพรอย่างเต็มเปี่ยมจากไม้กางเขนให้เป็นจริงและมีผลในชีวิตของเรา
เราคาดหวังว่าพระวิญญาณบริสุทธิ์จะทรงประทานพระพรอย่างเต็มเปี่ยมจากไม้กางเขนของพระคริสต์ในทุกส่วนของชีวิตเรา
เราขอเชิญพระวิญญาณของพระเจ้ามาประทานพลังแห่งไม้กางเขนให้เกิดผลในชีวิตของเรา
พระราชกิจของพระคริสต์บนไม้กางเขนสำเร็จลุล่วงด้วยฤทธิ์อำนาจของพระวิญญาณบริสุท

ธิ์ (ฮีบรู 9:14)
พระวิญญาณองค์เดียวกันนี้ทรงสถิตอยู่เพื่อประทานพลังและพระพรแห่งไม้กางเขนให้เกิดผลในชีวิตของเรา ทุกครั้งที่เราร่วมรับประทานอาหารของพระเจ้า เราต้องทำด้วยความคาดหวังเช่นนี้ พระเจ้าจะทรงตอบรับความเชื่อของเราด้วยการอัศจรรย์แห่งการงาน (2 เธสะโลนิกา 1:11)

ชาวโครินธ์พลาดโอกาสรับพระพรนี้ไป เพราะพวกเขาไม่ได้ร่วมรับประทานอาหารของพระเจ้าอย่างเหมาะสม พวกเขากลับใช้มันเป็นเวลาสำหรับการกินเลี้ยงและดื่มสุรา แทนที่จะได้รับพระพรจากพระเจ้า พวกเขากลับนำการพิพากษามาสู่ตนเอง และจบลงด้วยความอ่อนแอ ความเจ็บป่วย และความตายก่อนวัยอันควร "เพราะผู้ใดกินและดื่มอย่างไม่เหมาะสม ผู้นั้นก็กินและดื่มการพิพากษาแก่ตนเอง เพราะไม่เข้าใจพระกายของพระเจ้า ด้วยเหตุนี้เอง หลายคนในพวกท่านจึงอ่อนแอและเจ็บป่วย และหลายคนก็ตายไป" (1 โครินธ์ 11:29,30) ความอ่อนแอ ความเจ็บป่วย และความตายนั้นสามารถหลีกเลี่ยงได้ด้วยการร่วมรับประทานอาหารของพระเจ้าอย่างที่ควรจะเป็น

โดยการใช้ผ้าละหมาด

กิจการ 19:11,12 11 บัดนี้พระเจ้าทรงทำการอัศจรรย์อันน่าอัศจรรย์โดยทางมือของเปาโล 12 แม้กระทั่งผ้าเช็ดหน้าหรือผ้ากันเปื้อนก็ถูกนำมาจากตัวของเขาไปให้คนป่วย และโรคภัยไข้เจ็บก็หายไปจากเขา และวิญญาณชั่วร้ายก็ออกจากเขา ไป

เราเห็นพระเจ้าทรงทำการอัศจรรย์ผ่านทางเปาโล โดยที่ผ้าเช็ดหน้าและผ้ากันเปื้อนที่เปาโลนำไปให้คนป่วยและผู้ถูกผีสิงได้นำมาซึ่งการรักษาและการปลดปล่อย พระเจ้ายังคงทรงทำงานผ่านวิธีการนี้ ดังนั้นในกรณีที่พระเจ้าทรงนำเรา เราสามารถอธิษฐานเหนือผ้าชิ้นต่างๆ แล้วนำไปให้คนป่วย เมื่อนำผ้าเหล่านั้นไปวางบนคนป่วยด้วยความเชื่อ

การรักษาและการปลดปล่อยก็จะเกิดขึ้นกับพวกเขา พระเจ้าสามารถใช้สิ่งของอื่นๆ ได้เช่นกัน เช่น น้ำมัน น้ำ และอื่นๆ

ขอเตือนไว้สักนิดเกี่ยวกับการใช้ผ้า/สิ่งของ/วัตถุต่างๆ บางครั้งหากผู้คนไม่ได้รับการสอนอย่างถูกต้อง พวกเขาอาจนำสิ่งของที่เคยใช้ในการรักษาหรือปลดปล่อยมาใช้เป็นสิ่งบูชา เครื่องราง หรือสิ่งของเหนือธรรมชาติอื่นๆ ที่ดึงดูดความสนใจ สิ่งสำคัญคือเราต้องชี้แจงให้ชัดเจนว่าพระเยซูคริสต์ทรงเป็นผู้ประทานการรักษา และสิ่งของนั้นใช้เป็นเพียงจุดเชื่อมต่อเท่านั้น พระองค์สามารถประทานการรักษาได้แม้ไม่ต้องใช้สิ่งของนั้นก็ตาม

โดยวิธีการที่ผิดปกติอื่นๆ

แม้ว่าเราจะพยายามรวบรวมวิธีการรักษาโรคไว้บ้างแล้ว แต่โปรดจำไว้ว่านี่ไม่ใช่รายการที่ครบถ้วนสมบูรณ์ พระเจ้าอาจใช้วิธีอื่นๆ ที่แปลกประหลาดและไม่ธรรมดา และเราต้องเปิดใจรับพระองค์เสมอ ลองพิจารณาข้อเท็จจริงที่ว่าพระเยซูคริสต์ทรงทำการเทศนาด้วยวิธีที่แปลกประหลาดในบางครั้ง ครั้งหนึ่งเมื่อทรงรักษาคนหูหนวกและเป็นใบ้ พระเยซูทรงสอดนิ้วเข้าไปในหูของคนนั้น แล้วทรงถ่มน้ำลายและแตะลิ้นของคนนั้นด้วยน้ำลายของพระองค์เอง และคนนั้นก็ได้ยินและพูดได้ (มารก 7:32-25) สำหรับคนตาบอดอีกคนหนึ่ง พระเยซูทรงถ่มน้ำลายลงบนดวงตาของเขาและวางพระหัตถ์ลงบนเขา และคนตาบอดก็มองเห็น (มารก 8:22-26) สำหรับคนตาบอดอีกคนหนึ่ง พระเยซูทรงถ่มน้ำลายลงบนพื้นดินและผสมน้ำลายของพระองค์กับดินเหนียว แล้วทรงเอาดินเหนียวนั้นทาที่ดวงตาของคนตาบอดและตรัสกับเขาว่า “จงไปล้างที่สระสิโลอัม” และ คนตาบอดคนนั้นก็หาย (ยอห์น 9:6,7) ในหนังสือ Acts เราอ่านเรื่องราวที่พระเจ้าทรงใช้เงาของเปโตรเพื่อนำการรักษาโรคมาให้

ดังนั้นเราต้องเปิดใจรับฟังการทรงนำของพระเจ้า และปฏิบัติศาสนกิจในรูปแบบที่ไม่ธรรมดา หากพระองค์ทรงนำเราไป อย่างไรก็ตาม อย่าทำให้สิ่งที่พระเจ้าทรงบอกให้เราใช้ในสถานการณ์พิเศษนั้นกลายเป็นกิจวัตรประจำวัน

จงติดตามการทรงนำของพระองค์ต่อไป
เป้าหมายของเราที่นี่ไม่ใช่การส่งเสริมวิธีการใหม่หรือค้นหาเอกลักษณ์ของเราในวิธีการรักษาที่ไม่ธรรมดา
จุดประสงค์ของเราคือการทำให้ผู้คนได้รับการรักษาและถวายเกียรติแด่พระเจ้าในทุกสิ่ง

การให้การเยียวยาแบบตัวต่อตัว

เมื่อทำการรักษาแบบส่วนตัวแก่บุคคลใดบุคคลหนึ่ง หากเป็นไปได้ ควรใช้เวลาเสริมสร้างศรัทธาของบุคคลนั้นผ่านการประกาศพระวจนะ แบ่งปันพื้นฐานของการรักษาและการปลดปล่อยของเรา จากนั้นเราจึงทำการรักษาโดยใช้วิธีการใดๆ ก็ตามที่กล่าวถึงข้างต้นตามความเหมาะสม เราปรารถนาและแสวงหาการหลั่งไหลของของประทานแห่งการรักษาและการทำการอัศจรรย์ ในบทต่อไป เราจะได้เรียนรู้แนวทางที่ง่ายและสะดวกในการทำการรักษาแบบตัวต่อตัว

การเยียวยาในงานชุมนุมขนาดใหญ่

แม้ว่าจะไม่มีรูปแบบหรือลำดับขั้นตอนตายตัวที่ต้องปฏิบัติตามเมื่อทำการเยียวยาในที่ชุมนุมขนาดใหญ่ แต่ต่อไปนี้เป็นวิธีการทั่วไปบางประการในการเยียวยาในสถานที่ขนาดใหญ่ โดยปกติแล้ว
เราจะเทศนาพระวจนะเพื่อเสริมสร้างความเชื่อในหัวใจของผู้คนเท่าที่จะเป็นไปได้
จากนั้นเราพยายามปฏิบัติตามการทรงนำของพระเจ้าในการเยียวยา
บางครั้งพระเจ้าอาจทรงนำเราให้เปิดช่องทางการอธิษฐานเพื่อการรักษา หรือให้ผู้คนออกมาข้างหน้าเพื่อรับการเยียวยา บางครั้ง เราอาจเอ่ยถึงกรณีเฉพาะที่ต้องการการรักษา แล้วจึงทำการเยียวยาหมู่คณะในภายหลัง ไม่มีสูตรตายตัว สิ่งสำคัญคือต้องไวต่อ พระเจ้าและปฏิบัติตามการทรงนำของพระองค์
ด้านล่างนี้เป็นสิ่งที่เรากระทำโดยทั่วไปเมื่อทำการเยียวยาหมู่คณะหลังจากเทศนาพระวจนะเสร็จสิ้น

เราอาจบอกให้ผู้คนวางมือลงบนส่วนของร่างกายที่ต้องการการรักษา หากเป็นไปได้ นี่เป็นขั้นตอนง่ายๆ

ในการแสดงออกถึงศรัทธาและช่วยให้พวกเขามองหาพระเจ้าเพื่อขอปาฏิหาริย์ที่เฉพาะเจาะจง

โดยปกติแล้ว เมื่อเราทำการเยียวยาผู้คนจำนวนมาก เราจะเริ่มต้นด้วยการขับไล่วิญญาณชั่วร้ายและวิญญาณแห่งความเจ็บป่วย เหล่านี้คือปีศาจที่ทำให้ผู้คนจมอยู่ในความเจ็บป่วยและขัดขวางการรักษา ดังนั้นเราจึงต้องทำการปลดปล่อยผู้คนจำนวนมาก เราพยายามที่จะรับฟังพระเจ้าอย่างไวขณะที่พระองค์ทรงเปิดเผยผ่านการแยกแยะวิญญาณว่าวิญญาณชนิดใดบ้างที่จำเป็นต้องถูกขับไล่

จากนั้นเราจึงออกคำสั่งให้ผู้คนได้รับการรักษา ในระหว่างนี้เรายังคงตั้งสติรับฟังพระเจ้าเพื่อรับถ้อยคำแห่งความรู้ และเอ่ยถึงอาการเจ็บป่วยเฉพาะอย่างที่กำลังได้รับการรักษา หรืออธิบายสถานการณ์เฉพาะที่อาจเป็นสาเหตุของโรคหรือปัญหา ถ้อยคำแห่งความรู้หรือคำอธิบายสถานการณ์เฉพาะเหล่านี้จะสร้างศรัทธาในหัวใจของผู้คน และนำพาพวกเขาไปสู่การได้รับปาฏิหาริย์แห่งการรักษา

เราขอเชิญชวนให้ฤทธิ์อำนาจของพระวิญญาณบริสุทธิ์ทรงสถิตอยู่กับพวกเขา พร้อมด้วยพลังแห่งการรักษา (การเจิมเพื่อการรักษา) และเพื่อปลดปล่อยของประทานแห่งการรักษาและอัศจรรย์ออกมา อีกครั้งหนึ่ง พระวิญญาณบริสุทธิ์อาจทรงเปิดเผยอาการเจ็บป่วยเฉพาะอย่างที่กำลังได้รับการรักษา และเราขอประกาศถึงอาการเหล่านั้น

จากนั้นเราจะสนับสนุนให้ผู้คนตรวจสอบการหายป่วยของตนเองและดำเนินชีวิตตามความเชื่อ บ่อยครั้งที่เมื่อผู้คนเริ่มตรวจสอบร่างกายและดำเนินชีวิตตามความเชื่อ ปาฏิหาริย์แห่งการรักษาจะเกิดขึ้น พวกเขาค้นพบว่าตนเองหายป่วยโดยสมบูรณ์หรือดีขึ้นกว่าเดิม สำหรับผู้ที่เห็น ผลดีขึ้นบ้าง ให้เราสนับสนุนให้พวกเขารู้สึกขอบคุณและคาดหวังว่าจะหายป่วยโดยสมบูรณ์

คำบอกเล่าจากประสบการณ์จริงช่วยเสริมสร้างศรัทธา ดังนั้น หากเป็นไปได้ เราขอสนับสนุนให้ผู้คนมาแบ่งปันคำบอกเล่าเกี่ยวกับการรักษาที่เกิดขึ้นในขณะนั้นและสามารถตรวจสอบได้ ในกรณีที่ไม่สามารถรับฟังคำบอกเล่าจากแต่ละบุคคลได้

เราขอให้ผู้คนแสดงให้เห็นว่าตนเองหายดีแล้วโดยการยกมือหรือด้วยวิธีอื่นใด จริงอยู่ที่อาจมีบางอาการที่สามารถตรวจสอบได้เฉพาะผ่านการตรวจและทดสอบทางการแพทย์เท่านั้น ในกรณีเช่นนั้น ขอให้ผู้คนไปพบแพทย์ก่อน ตรวจสอบอาการให้แน่ใจแล้วค่อยมาบอกเล่าในภายหลัง

เมื่อทำการเทศน์ในที่ชุมนุมขนาดใหญ่
โดยปกติแล้วเราไม่สามารถจัดการกับปัญหาเฉพาะบุคคล เช่น บาปที่ยังไม่ได้สารภาพ ปัญหาที่ยังค้างคาอยู่ และอื่นๆ ได้ ปล่อยให้พระวิญญาณบริสุทธิ์จัดการกับแต่ละบุคคลตามที่พระองค์ทรงประสงค์ หากพระวิญญาณบริสุทธิ์ทรงเปิดเผยบาปหรือการกระทำในอดีตบางอย่างที่ต้องกลับใจและละทิ้ง จงกล่าวถึงสิ่งเหล่านั้นและนำผู้คนอธิษฐานในเรื่องดังกล่าว อย่างไรก็ตาม จงทำเช่นนั้นโดยไม่ทำให้ใครอับอายหรือเปิดเผยความผิดของใครเป็นพิเศษ เป้าหมายของเราคือการเสริมสร้างผู้คน ไม่ใช่ทำลายพวกเขา

ทีมรักษา

ลูกา 10:1,9 1 หลังจากนั้น องค์พระผู้เป็นเจ้าทรงแต่งตั้งคนอื่นๆ อีกเจ็ดสิบคน และส่งพวกเขาไปเป็นคู่ๆ
ล่วงหน้าพระองค์ไปยังทุกเมืองและทุกสถานที่ที่พระองค์จะเสด็จไป 9
และให้พวกเขาไปรักษาคนป่วยที่นั่น และกล่าวแก่พวกเขาว่า ‘ราชอาณาจักรของพระเจ้ามาใกล้ท่านแล้ว’

เมื่อพระเยซูคริสต์ทรงส่งเหล่าสาวกออกไป พระองค์ทรงส่งพวกเขาเป็นทีมละสองคน โดยมีภารกิจให้ประกาศอาณาจักรของพระเจ้า รักษาคนป่วย และขับไล่ปีศาจ เมื่อนำแนวคิดนี้มาใช้ในปัจจุบัน เราทราบว่าการรับใช้ด้านการรักษาและการปลดปล่อยเป็นทีมนั้นทรงพลัง เราสามารถมีทีมรักษาเพื่อรับใช้ภายในคริสตจักรท้องถิ่นในระหว่างการนมัสการ หรือทีมรักษาที่ออกไปตามห้างสรรพสินค้า ถนน โรงเรียน/วิทยาลัย และพื้นที่อื่นๆ เพื่อการประกาศข่าวประเสริฐ ทีมรักษาอาจรับใช้ในโรงพยาบาลหรือไปเยี่ยมบ้านเพื่อดูแลผู้ป่วย ทีมรักษาอาจจัดตั้งขึ้นอย่างเป็นทางการ โดยคริสตจักรท้องถิ่น

หรืออาจเป็นการรวมตัวกันอย่างไม่เป็นทางการของกลุ่มคนที่มีใจเดียวกันและมีความกระตือรือร้นที่พร้อมจะรับใช้พระเจ้า

ต่อไปนี้คือองค์ประกอบสำคัญบางประการที่จะช่วยให้ทีมรักษาประสบความสำเร็จ:

- โดยพื้นฐานแล้ว
  ทีมรักษาประกอบด้วยบุคคลตั้งแต่สองคนขึ้นไปที่ได้รับการฝึกอบรมเกี่ยวกับวิธีการรักษาและการขับไล่สิ่งชั่วร้าย
- พวกเขาปฏิบัติหน้าที่ด้วยความสามัคคีและเห็นพ้องต้องกันทุกครั้ง
- ไม่มีใครแสวงหาชื่อเสียงหรือความสำคัญเมื่อปฏิบัติหน้าที่รับใช้พระเจ้า
- พวกเขาให้การสนับสนุนและให้กำลังใจซึ่งกันและกัน
  พวกเขาเข้าใจถึงความศรัทธาและความเสี่ยงที่สมาชิกแต่ละคนต้องเผชิญเมื่อออกไปปฏิบัติศาสนกิจ
  ดังนั้นจึงให้การสนับสนุนซึ่งกันและกันด้วยความศรัทธาอย่างเงียบๆ
- ไม่มีใครสามารถอ้างความดีความชอบส่วนตัวสำหรับการรักษาหรือปาฏิหาริย์ใดๆ ที่พระเจ้าทรงกระทำได้ เกียรติทั้งหมดเป็นของพระเจ้า
- สมาชิกในทีมจะแลกเปลี่ยนเรื่องราวและบทเรียน (ความสำเร็จและข้อผิดพลาด) กับสมาชิกในทีมและกับทีมรักษาอื่นๆ
  เพื่อให้ทุกคนได้รับประโยชน์และเติบโตในการเรียนรู้วิธีการให้การรักษาและการปลดปล่อย
- สมาชิกในทีมจะพบปะกันเป็นประจำเพื่ออธิษฐาน นมัสการ และมีมิตรภาพ ซึ่งจะช่วยสร้างความสามัคคีและความเข้าใจซึ่งกันและกัน
  สิ่งนี้ช่วยให้สมาชิกในทีมเข้าใจกันและทำงานร่วมกันได้อย่างราบรื่นเมื่อออกไปปฏิบัติศาสนกิจ ส่งเสริมให้ผู้คนได้แสดงออกถึงความเชื่อของตน ต่อไปนี้เป็นคำแนะนำง่ายๆ สองสามข้อ
  ในการสนับสนุนให้ผู้คนออกไปแสดงออกถึงความเชื่อของตน:
- จงทำตามพระวิญญาณบริสุทธิ์
  ตรวจสอบให้แน่ใจว่าพระวิญญาณบริสุทธิ์ทรงดลใจให้คุณพูดเช่นนี้กับพวกเขา มิเช่นนั้น จงให้กำลังใจในเชิงบวก
  เพื่อให้พวกเขาทำในสิ่งที่พวกเขาสบายใจที่จะทำในขณะที่แสดงออกถึงความเชื่อของพวกเขา

- อย่าคิดเอาเอง ตัวอย่างเช่น หากบุคคลที่ใช้เครื่องช่วยการมองเห็น (แว่นตาหรือคอนแทคเลนส์) บอกว่าตนกำลังปฏิบัติตามหลักศรัทธา และคิดเอาเองว่าตนกำลังถอดเครื่องช่วยการมองเห็นออก อาจมีผลร้ายแรงตามมาได้! ในทางกลับกัน เมื่อดวงตาของพวกเขาหายดีแล้ว การใส่แว่นตาอาจทำให้พวกเขารู้สึกไม่สบาย นั่นเป็นเวลาที่เหมาะสมที่จะถอดเครื่องช่วยการมองเห็นออก
- อย่าปล่อยให้ความตื่นเต้นในขณะนั้นทำให้คุณทำอะไรโดยไม่คิดหน้าคิดหลัง จงใช้สติปัญญา
- อย่าทำหน้าที่แทนแพทย์ อย่าให้คำแนะนำทางการแพทย์ อย่าบอกให้คนอื่นหยุดยาหรือการรักษา ให้พวกเขาปรึกษาแพทย์ของตนเองก่อนตัดสินใจ
- การสอนผู้คนถึงวิธีการดูแลรักษาแผลของตนเอง หากบุคคลใดได้รับการสัมผัสเพื่อการรักษาในบริเวณใดบริเวณหนึ่ง ก็ไม่ได้หมายความว่าพวกเขาจะไม่เจ็บป่วยด้วยโรคอื่นอีก หรือโรคนั้นจะไม่กลับมาเป็นซ้ำอีก ผู้คนจำเป็นต้องได้รับการสอนวิธีการดูแลรักษาการรักษาทั้งในทางปฏิบัติและผ่านความศรัทธาในพระเจ้า ผู้คนจำเป็นต้องเรียนรู้วิธีการทำสมาธิในพระวจนะ สร้างศรัทธาในพระเจ้าเพื่อรักษาการเยียวยาและดำเนินชีวิตอย่างมีสุขภาพที่ดี ผู้คนจำเป็นต้องเรียนรู้ที่จะกล่าวพระวจนะ ต่อสู้ในการต่อสู้แห่งศรัทธาและเชื่อในพระเจ้าเพื่อรับและรักษาการเยียวยาของตนเอง ดังนั้น หากเป็นไปได้ ควรจัดหาแหล่งข้อมูล (หนังสือ คำเทศนา คำสอน) และแนวทางเพื่อให้ผู้คนสามารถทำเช่นนี้ได้

นอกจากนี้ ยังมีสิ่งพื้นฐานบางอย่างที่เราทุกคนสามารถทำได้ เช่น การรับประทานอาหารที่เหมาะสม การพักผ่อน และการออกกำลังกาย ซึ่งมีความสำคัญต่อสุขภาพที่ดีอย่างต่อเนื่อง

การเตรียมความพร้อมส่วนบุคคลเพื่อการรับใช้ด้านการเยียวยา

แม้ว่าพระเจ้าทรงเป็นผู้รักษา และเป็นฤทธิ์อำนาจของพระองค์ที่รักษาและปลดปล่อยผู้คน แต่ก็มีหลายสิ่งที่เราสามารถทำได้เพื่อเป็นผู้ร่วมงานที่ดีกับพระเจ้าในการประกาศพระวจนะแห่งการรักษาของพระองค์แก่ผู้คน ต่อไปนี้เป็นสิ่งเตือนใจง่ายๆ บางประการ:

การเติบโตในพระวจนะ

ขอให้พระวจนะเกี่ยวกับการรักษา การเจิม การอัศจรรย์ การปลดปล่อย และอำนาจ จงตั้งมั่นอยู่ในใจเราอย่างเต็มเปี่ยมด้วยการใคร่ครวญอย่างต่อเนื่อง
ศรัทธาของเราในพระเจ้าต้องเข้มแข็ง
และหนึ่งในหนทางที่จะพัฒนาศรัทธาคือผ่านทางพระวจนะ
เราต้องไม่หวั่นเกรงต่อความยากลำบากจากความเจ็บป่วยหรือการกดขี่ของปีศาจที่เราพบเจอ

เติบโตในพระพร

เราต้องพัฒนาความสัมพันธ์ที่ลึกซึ้งและความไวต่อพระวิญญาณบริสุทธิ์
การอธิษฐานด้วยภาษาแปลกๆ เป็นส่วนสำคัญในการพัฒนาสิ่งนี้
เรายังเติบโตในพระพรโดยการคบหาสมาคม สังเกต เรียนรู้ และรับจากผู้รับใช้พระเจ้าท่านอื่นๆ
ปรารถนาที่จะสัมผัสถึงการทรงสถิตและฤทธิ์เดชของพระองค์มากขึ้น
ปรารถนาที่จะให้ของประทานแห่งพระวิญญาณทรงสำแดงฤทธิ์เดชมากขึ้น

การเติบโตในความสัมพันธ์ที่ใกล้ชิดผ่านการเชื่อฟัง การอธิษฐาน การนมัสการ และการถือศีลอด

การเติบโตในความสัมพันธ์ของเรากับพระเจ้าผ่านการเชื่อฟัง
การใช้เวลาอยู่กับพระองค์ตามลำพังในการอธิษฐาน การนมัสการ และการถือศีลอด

รักษาความบริสุทธิ์ของจิตใจ

เราต้องรักษาจิตใจให้บริสุทธิ์ เราต้องปกป้องจิตใจของเราจากแรงจูงใจที่ผิดๆ เช่น การแข่งขัน ความอิจฉา ความเย่อหยิ่ง และความเห็นแก่ตัว

เราต้องปกป้องจิตใจของเราจากความหลงใหลในชื่อเสียง ทรัพย์สิน และสิ่งอื่นๆ ที่ไม่เป็นที่พอพระทัยของพระเจ้า

เติบโตในศรัทธาผ่านการก้าวออกไปปฏิบัติธรรม

หนทางเดียวที่จะเดินบนน้ำได้คือการก้าวออกจากเรือ ในเมื่อพระองค์ได้ตรัสและประทานคำว่า "มาเถิด" ให้แก่เราแล้ว ก็ถึงเวลาที่เราต้องก้าวออกไป นี่คือการก้าวแห่งศรัทธา เราต้องเอาชนะความกลัวความล้มเหลว แม้กระทั่งจากประสบการณ์ในอดีต บ่อยครั้งที่ความคิด "ถ้าไม่มีอะไรเกิดขึ้นล่ะ" จะแวบเข้ามาในใจเรา อย่างไรก็ตาม เราสามารถเปลี่ยนความคิดนั้นเป็น "ถ้ามีอะไรเกิดขึ้นล่ะ" เมื่อความสงสัยดูเหมือนจะท่วมท้นจิตใจเรา เราควรให้กำลังใจตัวเองด้วยการพูดว่า "ฉันคาดหวังว่าจะมีอะไรเกิดขึ้น"

ถวายเกียรติแด่พระเจ้าเสมอ

พระเจ้าทรงมองดูจิตใจของเรา เราสรรเสริญพระองค์และถวายเกียรติทั้งหมดแด่พระองค์อย่างแท้จริงหรือไม่ หรือเราเก็บเกียรติบางส่วนไว้สำหรับตัวเอง เราต้องมีจิตใจที่ถวายคำสรรเสริญ เกียรติ ความเคารพ และการนมัสการทั้งหมดแด่พระองค์สำหรับทุกสิ่งที่เกิดขึ้นอยู่เสมอ

ข้อผิดพลาดที่ควรหลีกเลี่ยง

อย่าให้คำสัญญาที่ไม่เป็นความจริง

พวกเราทุกคนที่รับใช้พระเจ้าปรารถนาที่จะไปถึงจุดที่ทุกคนที่เรารับใช้ได้รับการเยียวยา ในการแสวงหาเป้าหมายนี้และความกระตือรือร้นที่จะบรรลุเป้าหมายนั้น เรามักจะกล่าวถ้อยคำที่ค่อนข้างโอ้อวด ตัวอย่างเช่น ถ้าเรายืนขึ้นต่อหน้าผู้คนและพูดว่า "ทุกคนจะได้รับการเยียวยาในคืนนี้" นี่อาจเป็นคำพูดที่ดี แต่การทดสอบที่แท้จริงคือตอนท้ายของการประชุม เมื่อเราตรวจสอบว่าทุกคนได้รับการเยียวยาหรือไม่ ถ้าไม่ แสดงว่ามีคนโกหก!

คำพูดที่เหมาะสมกว่าคือ "ทุกคนสามารถได้รับการเยียวยาในคืนนี้" ซึ่งเป็นคำพูดที่แท้จริงและถูกต้องตามพระวจนะของพระเจ้า ในขณะที่เรากำลังมุ่งมั่นไปสู่มาตรฐานที่สมบูรณ์แบบ ขอให้เราระมัดระวังในสิ่งที่เราพูดและวิธีที่เราทำสิ่งต่างๆ ระหว่างทาง จงพูดแต่สิ่งที่พระเจ้าได้ตรัสไว้เท่านั้น

การหกล้มหรือการได้รับการรักษา — อะไรสำคัญกว่ากัน?

เป้าหมายของเราคือการทำให้ผู้คนได้รับการเยียวยามากกว่าที่จะทำให้พวกเขา "ล้ม" ลงกับพื้น น่าเสียดายที่ในบางกลุ่มคริสเตียน เราเห็นศิษยาภิบาลบางคนมีแนวโน้มที่จะผลักผู้คนหรือใช้ "มือหนัก" ลงมาเพื่อบังคับให้พวกเขาล้มลงกับพื้น แม้ว่าสิ่งนี้จะดูดีในสายตาของผู้ที่กำลังดูอยู่ ราวกับว่าผู้คนกำลัง "ถูกพระวิญญาณทรงลงโทษ" หรือ "ล้มลงภายใต้อำนาจ" แต่นี่ไม่ใช่การกระทำที่เป็นประโยชน์เลย เราควรเน้นที่การเยียวยาผู้คน ไม่ใช่การแสดงให้ดูดี หากผู้คนล้มลงเพราะพวกเขาถูกครอบงำด้วยการทรงสถิตของพระวิญญาณบริสุทธิ์ก็ไม่เป็นไร แต่การทดสอบที่แท้จริงคือเมื่อพวกเขาลุกขึ้นจากพื้นแล้ว พวกเขาได้รับการเยียวยาและได้รับการปลดปล่อยหรือไม่? สุดท้ายนี้ ขอให้เรายึดถือแบบอย่างการรับใช้ของพระเยซู โดยการยื่นมือออกไปรับใช้ผู้คนด้วยการรักษาและการปลดปล่อย

การสังเคราะห์เกี่ยวกับโรคจิตเภทตามที่พระวิญญาณบริสุทธิ์ทรงเปิดเผยแก่ไอดา เมย์ และวิธีการรับมือกับพระวิญญาณ

โรคจิตเภทเป็นปัญหาที่พบได้บ่อยมาก ผู้เชี่ยวชาญด้านสุขภาพจิตบางคนประเมินว่าอาจมีผู้ป่วยโรคจิตเภทในสหรัฐอเมริกามากถึงห้าสิบล้านคน "...คาดว่าผู้ป่วยโรคจิตเภทคิดเป็นประมาณ 50% ของผู้ป่วยที่เข้ารับการรักษาในโรงพยาบาลจิตเวชของรัฐ โดยมีผู้ป่วยรายใหม่ 300,000 รายทุกปี" บางกรณีมีอาการรุนแรง

ในขณะที่บางกรณีมีอาการไม่รุนแรงและไม่จำเป็นต้องได้รับการรักษาจากผู้เชี่ยวชาญ โรคจิตเภทยังคงเป็นปัญหาที่สร้างความสับสนให้กับผู้เชี่ยวชาญด้านสุขภาพจิต สาเหตุและการรักษาจึงยังคงคลุมเครืออยู่

ความผิดปกติ ความบิดเบี้ยว และการเสื่อมถอยของบุคลิกภาพที่เรียกว่าโรคจิตเภทหรือภาวะสมองเสื่อมก่อนวัยอันควรนั้น เป็นสิ่งที่ผู้รับใช้ด้านการขับไล่ปีศาจพบเจออยู่บ่อยครั้ง เกือบทุกคนที่มาหาเราเพื่อขอรับการขับไล่ปีศาจ พบว่ามีเครือข่ายของวิญญาณชั่วร้ายที่ก่อให้เกิดโรคจิตเภทในระดับต่างๆ กัน พระเจ้าทรงเมตตาประทานการ **เปิดเผยพิเศษเกี่ยวกับปัญหานี้แก่เรา** ซึ่งทำให้เราสามารถฟื้นฟูบุคลิกภาพของหลายคนให้กลับมาสมบูรณ์ได้ นับตั้งแต่การเปิดเผยนี้มาถึงภรรยาของผม ไอดา เมย์ ผมได้ขอให้เธอเขียนส่วนที่เหลือนี้

การเปิดเผยของโรคจิตเภท โดย ไอดา เม แฮมมอนด์

เราได้ทำงานอย่างใกล้ชิดในการช่วยเหลือบุคคลหนึ่งที่ไม่ได้แสดงให้เห็นถึงการเปลี่ยนแปลงที่ดีขึ้นมากนักหลังจากได้รับการช่วยเหลือหลายครั้ง บุคคลนี้มีความตั้งใจจริงที่จะได้รับการปลดปล่อย เธอรักพระเจ้ามาก เธอเชื่อด้วยหัวใจทั้งหมดว่าการปลดปล่อยคือคำตอบสำหรับปัญหาของเธอ และเธอร้องขอต่อพระเจ้าด้วยความสิ้นหวัง เธอให้ความร่วมมือกับการช่วยเหลืออย่างเต็มที่ อย่างไรก็ตาม ผลลัพธ์โดยรวมนั้นน่าผิดหวัง ครั้งแล้วครั้งเล่าที่เราคิดว่าเราได้รับชัยชนะแล้ว ไม่กี่วันบุคลิกของเธอก็ดูมั่นคงขึ้น จากนั้นทุกอย่างก็กลับตาลปัตรไปหมด เราก็กลับไปอยู่ที่จุดเริ่มต้นอีกครั้ง

แล้วคืนหนึ่งหลังจากเหตุการณ์วุ่นวายรุนแรงครั้งหนึ่ง ฉันก็ตื่นขึ้นจากหลับใหล พระเจ้าทรงตรัสอยู่ภายในจิตวิญญาณของฉัน พระองค์ตรัสว่า "เราต้องการเปิดเผยให้เจ้าทราบถึงปัญหาของซาราห์ ปัญหานั้นคือ *โรคจิตเภท*" ตอนนั้นฉันไม่ค่อยมีความรู้เรื่องนี้มากนัก ในมหาวิทยาลัยฉันเคยเรียนจิตวิทยามาบ้าง พอที่จะคุ้นเคยกับคำศัพท์ทั่วไป เช่น โรคอารมณ์สองขั้ว โรคจิตเภท โรคหวาดระแวง โรคจิต และโรคประสาท ฉันจึงนึกย้อนไปถึงความทรงจำว่าบางครั้งโรคจิตเภทก็ถูกเรียกว่า "บุคลิกภาพแตกแยก" พระเจ้าทรงให้คำจำกัดความแก่ฉันว่า "โรคจิตเภทคือความผิดปกติ

ความบิดเบี้ยว หรือการแตกสลายของการพัฒนาบุคลิกภาพ เจ้าจะไม่เรียกเธอว่าซาราห์อีกต่อไป แต่จะเรียกว่า 'ซาราห์หนึ่ง' และ 'ซาราห์สอง' เพราะเธอมีมากกว่าหนึ่งบุคลิกในตัว"
ฉันยังคงนอนอยู่บนเตียง – ยังคงง่วงนอนอยู่ – ขณะที่พระเจ้าทรงประทานการเปิดเผยต่อไป พระองค์ทรงสั่งให้ฉันประสานมือเข้าด้วยกัน ฝ่ามือหันเข้าหากัน และนิ้วมือประสานกันแน่น พระองค์ตรัสว่า นี่เป็นการแสดงถึงลักษณะของคนที่เป็นโรคจิตเภท มือแต่ละข้างแทนบุคลิกภาพสองด้านที่อยู่ในตัวคนที่เป็นโรคจิตเภท ซึ่งไม่มีด้านใดเป็นตัวตนที่แท้จริง มือทั้งสองข้างประสานกันแน่น พระองค์ตรัสว่า "มือของเจ้าแทนรังของวิญญาณชั่วร้ายที่ก่อให้เกิดโรคจิตเภท เราอยากให้เจ้ารู้ว่ามันเป็นวิญญาณชั่วร้าย มันเป็นรังของวิญญาณชั่วร้าย และพวกมันเข้ามาในชีวิตของคนคนนี้ตั้งแต่เธอยังเด็กมาก ๆ เราจะแสดงให้เจ้าเห็นว่ามันทำงานอย่างไร"

พระเจ้าทรงสั่งให้ข้าพเจ้าค่อยๆ แยกมือออกจากกันอย่างช้าๆ ขณะที่นิ้วมือค่อยๆ แยกออกจากกัน พระเจ้าทรงแสดงให้ข้าพเจ้าเห็นว่าวิญญาณชั่วร้ายที่อยู่ในผู้ป่วยโรคจิตเภทจะต้องถูกแยกออก ขับไล่ และปล่อยวาง กระบวนการนี้ต้องใช้เวลา มันเป็นเรื่องที่น่าตกใจสำหรับผู้ป่วยที่จะค้นพบว่าบุคลิกภาพส่วนใหญ่ของเขาไม่ใช่ตัวตนที่แท้จริง เขาอาจกลัวที่จะค้นพบว่าบุคลิกภาพที่แท้จริงของเขาคืออะไร เขาต้องการเวลาในการปรับตัวและเลิกเห็นด้วยกับ บุคลิกภาพชั่วร้ายเหล่านั้นทีละจุด เขาต้องเกลียดชังบุคลิกภาพของผู้ป่วยโรคจิตเภทและเลิกเห็นด้วยกับมัน พระเจ้าทรงเตือนความจำข้าพเจ้าเกี่ยวกับอาโมส 3:3 ว่า "คนสองคนจะเดินไปด้วยกันได้อย่างไร ถ้าเขาไม่เห็นพ้องต้องกัน"

นิ้วมือของฉันค่อยๆ แยกออกจากกันทีละนิ้ว แสดงให้เห็นถึงการแยกตัวของบุคลิกปีศาจ (ต่อมา นิ้วแต่ละนิ้วก็ได้รับชื่อเรียกปีศาจ) สองนิ้วสุดท้ายที่แยกออกจากกันคือนิ้วกลางของแต่ละมือ พระเจ้าทรงแสดงให้เห็นว่านิ้วเหล่านี้เป็นตัวแทนของแก่นแท้ของการปฏิเสธและการกบฏของโรคจิตเภท *เมื่อ* สิ่ง *เหล่า* นี้แยกออกจากกันในที่สุด

บุคคลนั้นก็สามารถถือว่าตนเองได้รับการเยียวยา ได้รับการปลดปล่อย และรู้ว่าตัวตนที่แท้จริงคือใคร

ปีศาจที่ควบคุมจิตใจนั้นเรียกว่า "โรคจิตเภท" หรือ "ความสองจิตสองใจ" พระคัมภีร์กล่าวว่า "คนสองจิตสองใจนั้นไม่มั่นคงในทุกทางของเขา" (ยากอบ 1:8) นี่คือคำที่พระคัมภีร์ใช้เรียกผู้ป่วยโรคจิตเภท ฉบับแปล Amplified กล่าวว่า:
เนื่องจากเขาเป็นคนที่มีสองจิตสองใจ ลังเล ไม่แน่ใจ ไม่เด็ดขาด เขาจึงเป็นคนไม่มั่นคง ไม่น่าเชื่อถือ และไม่แน่ใจในทุกสิ่ง (ที่เขาคิด รู้สึก และตัดสินใจ)

วลีที่แปลว่า "สองจิตใจ" มาจากคำภาษากรีกผสมที่แปลตรงตัวว่า "สองวิญญาณ"
ขั้นตอนต่อไปของการเปิดเผยเกิดขึ้นในอีกไม่กี่สัปดาห์ต่อมา
พระเจ้าทรงสั่งให้ฉันวาดโครงร่างมือของฉันลงบนกระดาษ
จากนั้นพระองค์ทรงตั้งชื่อนิ้วเหล่านั้นว่าเป็นวิญญาณชั่วร้ายต่างๆ
และทรงแสดงให้ฉันเห็นว่าวิญญาณชั่วร้ายแต่ละตนตั้งรกรากอยู่ในผู้ป่วยโรคจิตเภทอย่างไร
วิญญาณชั่วร้ายที่ควบคุมผู้ป่วยโรคจิตเภทจะเชิญวิญญาณชั่วร้ายอื่นๆ เข้ามา เพื่อทำให้บุคลิกภาพบิดเบือนไป โรคจิตเภทเริ่มต้นด้วย "การถูกปฏิเสธ" เสมอ
โดยทั่วไปแล้วจะเริ่มต้นในวัยเด็กหรือวัยทารก
และบางครั้งก็เริ่มต้นขณะที่เด็กยังอยู่ในครรภ์มารดา มีหลายสาเหตุที่ทำให้เกิดการถูกปฏิเสธ บางทีเด็กอาจไม่เป็นที่ต้องการ หรืออาจเป็นเพศที่ไม่ตรงกับความต้องการของพ่อหรือแม่ หรือทั้งสองฝ่าย สภาพในบ้านอาจไม่มั่นคง มี "ประตู" มากมายที่นำไปสู่การถูกปฏิเสธ

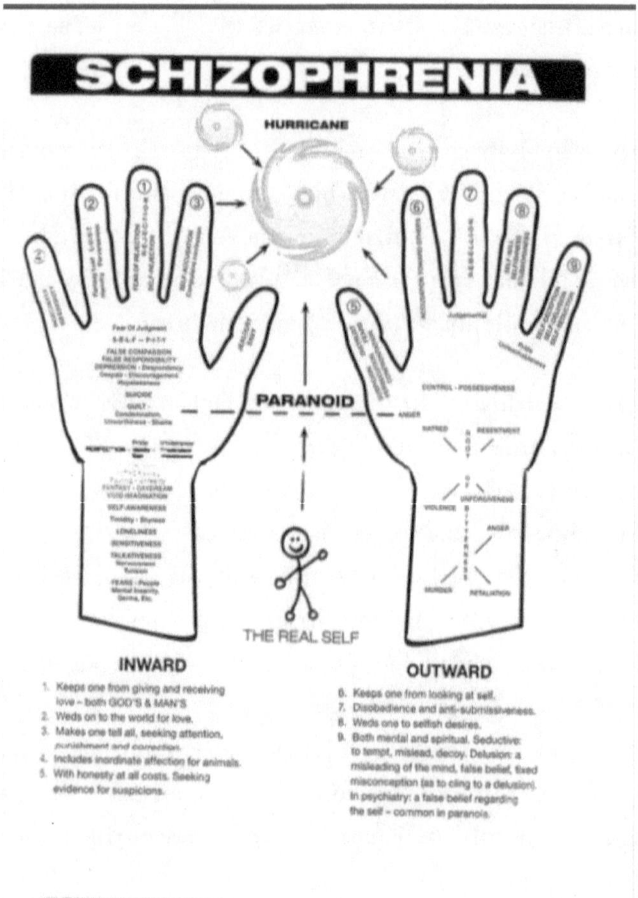

โรคจิตเภทสามารถถ่ายทอดทางพันธุกรรมจากปีศาจได้ โปรดสังเกตว่าฉันใช้คำว่า "จากปีศาจ" นั่นหมายความว่ามันไม่ได้อยู่ในระบบเลือด ไม่ได้อยู่ในยีน แต่มันอยู่ในตัวปีศาจ! กล่าวอีกนัยหนึ่ง ปีศาจพยายามที่จะสืบต่อเผ่าพันธุ์ของพวกมันเอง และมันง่ายที่สุดสำหรับพวกมันที่จะทำเช่นนั้นภายในครอบครัว ตัวอย่างเช่น สมมติว่าลักษณะของโรคจิตเภทอยู่ในแม่

ปีศาจจะเลือกหนึ่งคนหรือมากกว่านั้นในลูกของเธอเพื่อถ่ายทอดโรคลงมา

แม่ที่เป็นโรคจิตเภทจะรู้สึกถูกปฏิเสธ

เธอเป็นคนที่รับผิดชอบหลักในการให้ความรักแก่ครอบครัว เธอเป็น คนที่สัมผัส จับต้อง และโอบกอดทารก ความรู้สึกถูกปฏิเสธภายในตัวเธอเองสร้างปัญหาในความสัมพันธ์กับลูก

ดังนั้น ลูกจึงเปิดรับการถูกปฏิเสธจากความไม่มั่นคงของแม่ ฉันขอย้ำอีกครั้งว่า โรคจิตเภทเริ่มต้นด้วยความรู้สึกถูกปฏิเสธเสมอ

อย่างไรก็ตาม คนเราอาจมีจิตใจที่ต่อต้านผู้อื่นได้โดยไม่จำเป็นต้องเป็นโรคจิตเภท กล่าวอีกนัยหนึ่งคือ ทุกอย่างขึ้นอยู่กับการสร้างบุคลิกภาพ คุณอาจมีจิตใจที่ต่อต้านผู้อื่น แต่ก็ยังสามารถสร้างบุคลิกภาพของตัวเองและรู้สึกมั่นคงในตัวเองได้ ในทางตรงกันข้าม ผู้ที่เป็นโรคจิตเภทมักจะสับสนอยู่เสมอ... "ฉันเป็นใคร?" ตัวตนที่แท้จริงนั้นสับสนหรือสูญหายไป การ *ปฏิเสธ* (แสดงในภาพด้านซ้ายมือ) คือปีศาจควบคุมในบุคลิกภาพหนึ่งที่ถูกสร้างขึ้นภายในผู้ป่วยโรคจิตเภท การปฏิเสธแสดงถึงบุคลิกภาพแบบเก็บตัว (มันเป็นความรู้สึกภายใน - มันคือความเจ็บปวดภายใน... มันคือความอดอยากในความรัก... มันคือความไม่มั่นคง... มันคือความรู้สึกด้อยกว่า... มันคือจินตนาการ... มันคือความไม่เป็นจริง - ทั้งหมดนี้อยู่ภายใน — "ฉันไม่ร่วมแบ่งปันสิ่งนี้") นี่คือบุคลิกภาพหนึ่งที่ปีศาจสร้างขึ้น

บุคลิกภาพที่สองที่ปีศาจสร้างขึ้นคือ *"การกบฏ"* (ดูนิ้วกลางของมือขวาในภาพประกอบ) เมื่อเด็กไม่ได้รับความรักที่น่าพอใจในชีวิต เขาจะเติบโตขึ้นมาโดยไม่สามารถรู้สึกและแบ่งปันความรักได้ การกบฏจึงเกิดขึ้น เขาเริ่มต่อสู้เพื่อความรัก หรือเขาจะระบายความโกรธใส่คนที่ทำให้เขาอดอยาก การกบฏแสดงออกในรูปแบบของความดื้อรั้น ความเอาแต่ใจ และความเห็นแก่ตัว นี่คือบุคลิกภาพอีกแบบหนึ่ง บุคลิกภาพนี้ไม่ได้เก็บตัวและปลีกตัว แต่ก้าวร้าวและระบายความโกรธ ความขมขื่น ความขุ่นเคือง ความเกลียดชัง และการแก้แค้น ผู้ป่วยโรคจิตเภทอยู่ภายใต้พลังตรงข้ามสองอย่างนี้อย่างแท้จริง เขาสามารถเปลี่ยนจากบุคลิกภาพแบบหนึ่งไปเป็นอีกแบบหนึ่งได้ในชั่วพริบตา พระเจ้าทรงสำแดงให้ข้าพเจ้าทราบว่า ข้าพเจ้าควรเรียกผู้ป่วยโรคจิตเภทว่า "ซาร่าห์หนึ่ง" และ "ซาร่าห์สอง" โดย "ซาร่าห์หนึ่ง" คือตัวตนที่แท้จริง และ "ซาร่าห์สอง" คือบุคลิกภาพของผู้ป่วยโรคจิตเภทที่มีสองด้าน ดังนั้นจึงมีบุคลิกภาพที่เกี่ยวข้องอยู่สามบุคลิก คือ บุคลิกภาพที่แท้จริง บุคลิกภาพที่ปฏิเสธ และบุคลิกภาพที่ต่อต้าน ในเวลาเพียงสามสิบนาที อาจเห็นบุคลิกภาพทั้งสามปรากฏออกมาพร้อมกัน ซึ่งแน่นอนว่าจะทำให้เกิดความสับสนอย่างมากทั้งต่อตัวผู้ป่วยเองและต่อคนรอบข้าง

ตัวตนที่แท้จริงนั้นไม่ได้อยู่ใน "มือ" ทั้งสองข้าง "ตัวตนที่แท้จริง" แสดงอยู่ในภาพประกอบระหว่างแขนทั้งสองข้างด้านล่าง ปีศาจไม่อนุญาตให้ตัวตนที่แท้จริงพัฒนาขึ้น ผู้ป่วยโรคจิตเภทจึงไม่รู้จักตัวตนที่แท้จริงของตน เมื่อผู้ป่วยโรคจิตเภทเริ่มได้รับการปลดปล่อย ตัวตนที่แท้จริงจะต้องมีพระเยซู พระเยซูต้องเริ่มเติบโตในตัวบุคคลนั้น พัฒนาบุคลิกภาพ และทำให้เป็นอย่างที่พระองค์ต้องการ นี่คือเหตุผลที่การปลดปล่อยผู้ป่วยโรคจิตเภทต้องใช้เวลา บางครั้งอาจหลายเดือนหรือแม้แต่หนึ่งปี หรือนานกว่านั้น การปลดปล่อยต้องทำงานอย่างสมดุลกับการพัฒนา "ตัวตนที่แท้จริง" ไม่สามารถเร่งรีบได้ เพราะไม่มีอะไรให้ผู้ป่วยพึ่งพาได้ หากปีศาจทุกตัวในตัวผู้ป่วยโรคจิตเภทถูกขับไล่ออกไปในทันที เขาจะรู้สึกสูญเสียอย่างสิ้นเชิง การเป็นหนึ่งเดียวกับ "ตัวตนที่แท้จริง" ต้องใช้เวลา เมื่อธรรมชาติของโรคจิตเภทถูกกำจัดออกไป บุคลิกภาพที่แท้จริงต้องปรากฏออกมาแทนที่

ขอผมยกตัวอย่างสิ่งที่อาจเกิดขึ้นเมื่อผู้ป่วยโรคจิตเภทกำลังอยู่ในกระบวนการบำบัด เขาอาจกำลังเรียนรู้การยอมจำนนต่ออำนาจ เขาเผชิญกับบททดสอบ มีสถานการณ์ที่เขาจำเป็นต้องยอมจำนน เขาไม่เคยมีนิสัยยอมจำนนมาก่อน เขาจะทำอย่างไร? เขาจะกลับไปสู่การปฏิเสธ... ไปอยู่ในห้อง? ...ปิดหน้า? ...ปฏิเสธที่จะพูดคุยกับใคร? หรือเขาจะกลับไปสู่การต่อต้าน... แสดงออก ความโกรธ? ...การต่อต้าน? ...การแสดงความดื้อรั้น?

หรือเขาจะยอมให้ธรรมชาติของพระเยซูปรากฏออกมา...ร่วมมือ? ...ยอมจำนนต่ออำนาจ? ...ยอมอยู่ใต้อำนาจ? การตัดสินใจเป็นของเขา เขาต้องเต็มใจที่จะไม่เห็นด้วยกับเหล่าปีศาจและทำลายแบบแผนนิสัยเก่าๆ "ตัวตนที่แท้จริง" ต้องเข้มแข็งพอในพระคริสต์ที่จะตัดสินใจได้อย่างถูกต้อง

ในภาพประกอบ คุณจะเห็นเกลียววนอยู่ด้านบน ระหว่างมือสองข้าง สิ่งนี้แสดงถึง "พายุเฮอริเคน" ผู้ป่วยโรคจิตเภทสร้าง "พายุ" รอบตัวเขาอยู่ตลอดเวลา เขาติดอยู่ในพายุเหล่านี้ และคนอื่นๆ ต้องรับมือกับสิ่งที่เกิดขึ้น

สังเกตว่าลูกศรบางลูกก็มีเกลียววนหรือ "พายุเฮอริเคน" อยู่ด้วย หากคนที่พยายามจะช่วยเหลือก็มีสภาพจิตใจไม่มั่นคงเช่นกัน เขาจะนำพายุของเขาเข้าไปในพายุของผู้ป่วยโรคจิตเภท คุณก็จะมีพายุซ้อนพายุ ลูกศรอื่นๆ เป็นเส้นตรง แสดงถึงบุคคลที่มีสภาพจิตใจมั่นคงและสามารถรับมือกับ "พายุเฮอริเคน" ได้อย่างมั่นคง บุคคลเช่นนี้สามารถรับมือกับพายุได้โดยไม่ได้รับความเสียหายหรือบาดแผล เขาไม่ได้ถูกครอบงำด้วยความวุ่นวาย ผู้ทำพิธีปลดปล่อยต้องสามารถเข้ามาได้เหมือนลูกศรตรงๆ

ช่วงเวลาแห่งพายุเหล่านี้ทำให้รากแห่งความขมขื่นก่อตัวขึ้น (ดูที่มือขวา) และถูกผลักดันให้ลึกลงไปเรื่อยๆ

ทีนี้ มาดูกันว่านิ้วอื่นๆ บนมือซ้ายหมายถึงอะไรบ้าง นิ้วนางหมายถึง *ตัณหา* พระเจ้าทรงแสดงให้ฉันเห็นว่าปีศาจตนนี้ "ผูกมัด" คนๆ หนึ่งไว้กับโลกเพื่อความรัก ตัณหาหยั่งรากมาจากความผิดหวัง หากใครไม่ได้รับความรักที่น่าพึงพอใจผ่านช่องทางปกติของชีวิต ธรรมชาติแห่งกามารมณ์จะเริ่มแสวงหาความรักในรูปแบบของมันเอง นั่นคือความรักทางประสาทสัมผัส ดังนั้น ประตูจึงเปิดออกให้ปีศาจแห่งตัณหาเข้ามาได้ วิญญาณคู่หูในกลุ่มนี้คือ *ตัณหาในจินตนาการ* ซึ่งอาจทำให้คนๆ นั้นจินตนาการว่าตนเองเป็นคนรักที่ยิ่งใหญ่ในโลกภาพยนตร์ หรือจินตนาการถึงประสบการณ์ทางเพศเพื่อเป็นบทนำไปสู่การกระทำที่เปิดเผย วิญญาณแห่งการค้าประเวณี ในผู้หญิงอาจแสดงออกครั้งแรกในรูปแบบของการแต่งกายและความยั่วยวน การเบี่ยงเบนทางเพศ *แสดง* ถึงความพยายามอย่างสุดขีดที่จะเอาชนะความผิดหวัง

ประสบการณ์ทางเพศ ไม่ว่าจะเป็นเรื่องจริงหรือจินตนาการ ไม่อาจเติมเต็มความต้องการความรักที่แท้จริงได้ มันเป็นเพียงสิ่งทดแทนความรักที่แท้จริงจากปีศาจ และจะทำให้คนเราจมอยู่กับความผิดหวังและความรู้สึกผิด นิ้วก้อยข้างซ้ายแสดงถึง *ความไม่มั่นใจ* และ *ความรู้สึกด้อยกว่า* นี่เป็นอีกหนึ่งการแสดงออกของการถูกปฏิเสธ บุคคลที่รู้สึกถูกปฏิเสธอย่างรุนแรงจะรู้สึกไม่มั่นใจและรู้สึกด้อยกว่า

นิ้วชี้ข้างซ้ายคือ "*การกล่าวโทษตัวเอง*" ปีศาจตนนี้ทำให้คนหันมาต่อต้านตัวเองและทำลายความรู้สึกมีคุณค่าในตนเอง ในกรณีส่วนใหญ่ เราพบว่า "*การกล่าวโทษตัวเอง*" มักมาพร้อมกับ "*แรงผลักดันที่จะสารภาพ* " ตัวอย่างเช่น หากบุคคลนั้นตกอยู่ในความเสื่อมทางศีลธรรม เขาจะไม่สามารถอยู่นิ่งได้จนกว่าจะสารภาพความผิดของตน เขามักจะสารภาพกับคนที่ควรจะแสดงความรักต่อเขามากที่สุด เขาถูกผลักดันให้ทำเช่นนี้เพื่อ "ทำให้ตกใจ" คนอื่น ๆ หันมาให้ความสนใจเขาโดยไม่เต็มใจ และด้วยวิธีนี้จึงเป็นการหาอะไรมาทดแทนความรัก ทีนี้ เรามาดูมือขวาในภาพประกอบกัน นิ้วกลางในภาพประกอบนั้นหมายถึง "การกบฏ" อย่างที่เราได้เห็นไปแล้ว การกบฏบ่งชี้ถึงบุคลิกปลอมอย่างหนึ่งที่เหล่าปีศาจสร้างขึ้น ปีศาจกลุ่มนี้อาจถือได้ว่าเป็นวิญญาณที่ชดเชย "การถูกปฏิเสธ" การกบฏนั้นตรงข้ามกับการถูกปฏิเสธอย่างสิ้นเชิง การกบฏแสดงออกอย่างชัดเจนและวุ่นวาย ส่วนการกบฏนั้นเก็บตัวและไม่มั่นคง

นิ้วนางข้างขวาเป็นสัญลักษณ์ของ *ความดื้อรั้น* ปีศาจตนนี้ "ผูกมัด" คนกับความปรารถนาที่เห็นแก่ตัว ซึ่งเปิดทางให้เกิด *ความดื้อรั้น* ความ *เห็นแก่ตัว* และ *ความไม่ยอมเรียนรู้* อีกครั้งที่เราเห็นการชดเชยต่อ *การถูกปฏิเสธ* เนื่องจากบุคคลนั้นถูกปฏิเสธหรือกลัวการถูกปฏิเสธ เขาจึงถูกผลักดันให้เอาใจตัวเอง...ผลักดันตัวเอง เขาจึงพยายามเอาชนะความรู้สึกถูกปฏิเสธ

นิ้วชี้ถูกเรียกว่านิ้วแห่ง *การกล่าวโทษ* มันก็เป็นปีศาจชดเชยอีกตัวหนึ่ง มันดึงความสนใจออกจากความรู้สึกถูกปฏิเสธ มันพยายามกำจัดความสนใจที่มุ่งเน้นไปที่ตัวเองโดยการดึงความสนใจไปที่ผู้อื่น นิ้วชี้ซ้ายชี้ไปที่ตัวเอง – "ฉันเป็นคนผิด" ในขณะที่นิ้วชี้ขวาชี้ไปที่ผู้อื่น – "คุณเป็นคนผิด" ปีศาจแห่งการกล่าวโทษเปิดประตูให้วิญญาณแห่ง *การตัดสินเข้ามาร่วมด้วย*

นิ้วก้อยข้างขวาคือ *การหลอกตัวเอง* เพื่อนร่วมทางของมันคือ ความ *หลงผิด การล่อลวงตัวเอง* และ *ความเย่อหยิ่ง* วิญญาณแห่ง "ตนเอง" ทั้งสามนี้ทำให้ความเย่อหยิ่งพองโต

ความเย่อหยิ่งเป็นอีกวิธีหนึ่งในการชดเชยความรู้สึกถูกปฏิเสธ คนที่รู้สึกถูกปฏิเสธต้องการรู้สึกว่าตัวเองสำคัญ *วิญญาณแห่งความหลงผิด* จึงเข้ามาและพูดว่า "คุณเป็นคนสำคัญจริงๆ" "คุณเป็นยักษ์ใหญ่ทางจิตวิญญาณ!" หรือยักษ์ใหญ่ประเภทอื่นๆ อัตตาที่ได้รับบาดเจ็บดูเหมือนจะได้รับการเสริมกำลัง แต่ทั้งหมดนั้นเป็นพลังชั่วร้าย มันจะนำไปสู่ความผิดหวังและความเสียใจมากยิ่งขึ้นเท่านั้น ในกรณีหนึ่งของการปฏิบัติศาสน *กิจ* *วิญญาณแห่งการหลอกลวงตนเอง* ได้ทำให้เด็กหญิงอายุสิบสามปีเชื่อว่าตนเองอายุสิบเก้าปี เธอใช้ชื่ออื่นเพื่อให้เข้ากับบุคลิกอีกแบบหนึ่งของเธอ เธอพยายามคิด พูด และทำตัวเหมือนเด็กผู้หญิงที่โตกว่า เธอถูกผลักดันเกินความสามารถและวุฒิภาวะปกติของเธอ ซึ่งยิ่งทำให้เธอถูกกดขี่มากขึ้น

ผ่านการเปิดเผย พระเจ้าได้ทรงแสดงให้เห็นว่านิ้วหัวแม่มือทั้งสองข้างเป็นตัวแทนของระยะ "หวาดระแวง" ในโรคจิตเภท ส่วนหนึ่งของอาการนี้แสดงอยู่ในนิ้วหัวแม่มือซ้าย เพราะมีรากฐานมาจากความรู้สึกถูกปฏิเสธ ด้านการถูกปฏิเสธนั้นมีวิญญาณแห่ง *ความอิจฉา* *ริษยา* ผู้ที่ขาดความรักที่ตอบแทนซึ่งกันและกันจะรู้สึกอิจฉาริษยาผู้ที่ได้รับความรักที่น่าพึงพอใจ ด้านการต่อต้านนั้นมีวิญญาณแห่ง *ความไม่ไว้วางใจ* ความ *สงสัย* *ความกลัว* และ *การถูกข่มเหง* ยังมีปีศาจอีกตนหนึ่งในกลุ่มหลังนี้ เรียกว่า *"การเผชิญหน้าด้วยความซื่อสัตย์ไม่ว่าจะด้วยวิธีใดก็ตาม"* ความสงสัยและความไม่ไว้วางใจจะสะสมอยู่ในตัวบุคคลจนกระทั่งเขาถูกบังคับให้เผชิญหน้ากับอีกฝ่าย หลังจาก เผชิญหน้ากันแล้ว ความกดดันภายในตัวเขาจะลดลงชั่วขณะ แต่ก็ทำให้ผู้ถูกโจมตีต้องรับมือกับ บาดแผล *ของตนเอง* บุคคลที่กระทำภายใต้อิทธิพลของ *ปีศาจหวาดระแวง* นั้นค่อนข้างไม่รู้สึกตัวว่าตนเองก่อบาดแผลมากเพียงใด แต่กลับรู้สึกไวต่อการกระทำผิดต่อตนเองอย่างมาก

การตีความที่แสดงออกผ่านนิ้วมือและนิ้วโป้งนั้นได้รับการพิสูจน์แล้วว่าถูกต้องแม่นยำ ดังที่หน่วยงานต่างๆ ที่ทำงานกับผู้ป่วยโรคจิตเภทได้ประเมินไว้ ไม่มีข้อบกพร่องใดๆ ในนั้น ปีศาจที่ระบุไว้ทางด้านซ้ายมือเป็นตัวแทนของวิญญาณอื่นๆ ที่มักพบได้ในด้านการปฏิเสธของรูปแบบโรคจิตเภท ซึ่งอาจมีความแตกต่างกันไปในแต่ละบุคคล

รายการนี้เป็นเพียงข้อเสนอแนะมากกว่าที่จะครอบคลุมทุกกรณี
ในกรณีส่วนใหญ่เห็นได้ชัดว่าปีศาจที่ระบุไว้ทางด้านซ้ายมือมีความเกี่ยวข้องกับกลุ่มวิญญาณประเภทการปฏิเสธสามประการ ได้แก่ การ *ถูกปฏิเสธ ความกลัวการถูกปฏิเสธ* และ *การปฏิเสธตนเอง*
รายชื่อปีศาจที่ปรากฏบนมือขวานั้นรวมถึง *การควบคุมและการครอบครอง* ซึ่งมีความเกี่ยวข้องโดยตรงกับการกบฏ
เพราะการกบฏนั้นเป็นเหมือนบาปแห่งการใช้เวทมนตร์
และความดื้อรั้นนั้นเป็นเหมือนความชั่วช้าและการบูรูปเคารพ (1 ซามูเอล 15:23ก)

ข้อความนี้สามารถตีความได้สองทาง ประการแรก ผมตีความว่า สำหรับพระเจ้าแล้ว การกบฏนั้นน่ารังเกียจพอๆ กับเวทมนตร์ ประการที่สอง ผมตีความว่า ผู้ที่มีนิสัยกบฏก็มีนิสัยเหมือนแม่มด จุดประสงค์ของเวทมนตร์คือการควบคุม คือการควบคุมผู้อื่นโดยใช้พลังของวิญญาณชั่วร้ายโดยรู้ตัวหรือไม่รู้ตัวก็ตาม การกบฏมักนำไปสู่การควบคุม

ทีนี้ เรามาต่อกันที่ด้านขวามือกัน มี "รากแห่งความขมขื่น" อยู่ ในชีวิตคนเราย่อมมีข้อขัดแย้ง สิ่งต่างๆ เกิดขึ้น และคำพูดต่างๆ ก็ถูกเอ่ยออกมา ซึ่งจำเป็นต้องอาศัยทัศนคติแห่งการให้อภัย แต่ปัญหาของผู้ที่เป็นโรคจิตเภทอยู่ตรงนี้ เขาไม่สามารถให้อภัยได้ เขามี *จิตใจที่ไม่ให้อภัย* สิ่งต่างๆ ที่เกิดขึ้นเมื่อสามสิบปีก่อนยังคงสดใหม่เหมือนกับ นาทีที่มันเกิดขึ้น รากแห่งความขมขื่นยังคงมีชีวิตอยู่ และจากมันก็เกิด *ความขุ่นเคือง ความ เกลียด* ชัง *ความโกรธ การแก้แค้น ความรุนแรง* และ *การฆาตกรรม* อาจมีปีศาจร้ายอื่นๆ อีกมากมายที่ผูกติดอยู่กับรากแห่งความขมขื่นนี้

คนที่เป็นโรคจิตเภทจะหลุดพ้นจากความยุ่งเหยิงนี้ได้อย่างไร?
สามสิ่งสำคัญที่ต้องเอาชนะคือ การปฏิเสธ การกบฏ และรากเหง้าแห่งความขมขื่น เมื่อเอาชนะสิ่งเหล่านี้ได้แล้ว " *บ้าน* " (ชีวิต) จะต้องเติมไปด้วยการให้และการรับความรัก การยอมจำนนต่ออำนาจที่ถูกต้อง และการให้อภัยทุกคนโดยไม่คำนึงถึงสถานการณ์ เมื่อเอาชนะสามสิ่งนี้ได้แล้ว วิญญาณชั่วร้ายอื่นๆ ที่เกี่ยวข้องก็จะอ่อนกำลังลง ความมุ่งมั่นเป็นสิ่งจำเป็น คนที่สามารถพูดได้อย่างแน่วแน่ว่า "ฉันจะแตกต่าง! ฉันจะไม่ยอมให้ปีศาจครอบงำชีวิตฉัน!" ในที่สุดก็จะได้รับชัยชนะ

ระหว่างมือทั้งสองข้างที่อยู่ด้านล่างของภาพประกอบ มีรูปคนตัวเล็กๆ เรียกว่า "ตัวตนที่แท้จริง" เมื่อกระบวนการปลดปล่อยดำเนินไปในช่วงระยะเวลาหนึ่ง "ตัวตนที่แท้จริง" จะต้องผงาดขึ้น (แสดงด้วยลูกศร) และแยกบุคลิกภาพที่ผิดปกติออกไป โดยการไม่เห็นด้วยกับอิทธิพลและสิ่งที่บุคลิกภาพเหล่านั้นเป็นตัวแทน "ตัวตนที่แท้จริง" จะต้องรับเอาธรรมชาติของพระเยซูคริสต์เอง การฝึกฝนทางจิตวิญญาณ เช่น การศึกษาพระคัมภีร์ การอธิษฐาน การถือศีลอด การสรรเสริญ และการมีส่วนร่วมกับผู้เชื่อคนอื่นๆ เป็นสิ่งสำคัญต่อการปลดปล่อยที่ประสบความสำเร็จ การฝึกฝนทางจิตวิญญาณเหล่านี้จะช่วยเร่งกระบวนการปลดปล่อยให้เร็วขึ้น เมื่อชีวิตของบุคคลนั้นเต็มไปด้วยสิ่งดีงามของพระเยซูคริสต์

นี่เป็นงานหนักสำหรับทั้งผู้ป่วยโรคจิตเภทและผู้ทำพิธีขับไล่ปีศาจ ผมชื่นชมผู้ป่วยโรคจิตเภทที่ต่อสู้จนได้รับชัยชนะอย่างมาก ผมชื่นชมชัยชนะเหล่านี้เหนือกว่าการขับไล่ปีศาจประเภทอื่น ๆ การขับไล่ปีศาจในผู้ป่วยโรคจิตเภทเป็นการขับไล่ปีศาจที่ลึกซึ้ง ซับซ้อน และแน่วแน่ที่สุดเท่าที่เราเคยพบมา

คำอธิษฐานเพื่อปลดปล่อยจากโรคจิตเภท

"พวกปีศาจแห่งโรคจิตเภทเอ๋ย ข้าขอเรียกมือของพวกเจ้า
พวกเจ้าได้แสดงบุคลิกสองด้านที่ตรงข้ามกันออกมา
ซึ่งพวกเจ้ากำลังสร้างขึ้นในตัวเขาหรือเธอ
ด้านหนึ่งฝังรากลึกอยู่ในความรู้สึกถูกปฏิเสธและความสงสารตัวเอง
และอีกด้านหนึ่งฝังรากลึกอยู่ในความกบฏและความขมขื่น
บุคลิกทั้งสองด้านนั้นไม่ใช่ตัวตนที่แท้จริงของเขาหรือเธอ
ข้าขอปลดปล่อยและปล่อยให้ตัวตนที่แท้จริงของเขาหรือเธอเป็นอย่างที่พระเยซูทรงปรารถนา" ในนามของพระเยซู อาเมน

คำอธิษฐานสั้น ๆ เพื่อการปลดปล่อยตนเอง

"ข้าแต่พระเยซูคริสต์เจ้า
ข้าพเจ้าเชื่อว่าพระองค์ทรงสิ้นพระชนม์บนไม้กางเขนเพื่อบาปของข้าพเจ้า

และทรงฟื้นคืนพระชนม์จากความตาย พระองค์ทรงไถ่ข้าพเจ้าด้วยพระโลหิตของพระองค์ และข้าพเจ้าเป็นของพระองค์ และข้าพเจ้าปรารถนาที่จะมีชีวิตอยู่เพื่อพระองค์ ข้าพเจ้าสารภาพบาปทั้งหมดของข้าพเจ้า ทั้งที่รู้และไม่รู้ ข้าพเจ้าเสียใจในบาปเหล่านั้นทั้งหมด ข้าพเจ้าละทิ้งบาปเหล่านั้นทั้งหมด ข้าพเจ้าให้อภัยผู้อื่นทั้งหมด เช่นเดียวกับที่ข้าพเจ้าต้องการให้พระองค์ทรงให้อภัยข้าพเจ้า โปรดอภัยให้ข้าพเจ้าในเวลานี้และชำระข้าพเจ้าด้วยพระโลหิตของพระองค์

ข้าพเจ้าขอบคุณพระองค์สำหรับพระโลหิตของพระเยซูคริสต์ซึ่งชำระข้าพเจ้าให้บริสุทธิ์จากบาปทั้งหมดในเวลานี้

และข้าพเจ้ามาหาพระองค์ในเวลานี้ในฐานะผู้ช่วยให้รอดของข้าพเจ้า

พระองค์ทรงทราบถึงความต้องการพิเศษของข้าพเจ้า สิ่งที่ผูกมัด สิ่งที่ทรมาน สิ่งที่ทำให้แปดเปื้อน วิญญาณชั่วร้าย วิญญาณที่ไม่บริสุทธิ์ ข้าพเจ้าอ้างสิทธิ์ในพระสัญญาของพระองค์ที่ว่า

"ผู้ใดก็ตามที่เรียกนามของพระเจ้าก็จะได้รับการช่วยให้รอด"

ข้าพเจ้าเรียกหาพระองค์ในเวลานี้ ในนามของพระเยซูคริสต์เจ้า โปรดช่วยข้าพเจ้าให้รอดและเป็นอิสระ ซาตาน ข้าพเจ้าละทิ้งเจ้าและกิจการทั้งหมดของเจ้า ข้าพเจ้าปลดปล่อยตัวเองจากเจ้า ในนามของพระเยซู และข้าพเจ้าสั่งให้เจ้าออกไปจากข้าพเจ้าในเวลานี้ ในนามของพระเยซู อาเมน!"

จงให้สิ่งนั้นมาจากใจของคุณ แล้วคุณจะได้เห็นความรอดของพระเจ้า!

คุณป่วยหรือต้องการการฟื้นฟูหรือไม่?

สำหรับผู้ที่เจ็บป่วยหรือไม่สบายในรูปแบบใดก็ตาม หรือต้องการการปลดปล่อยหรือการฟื้นฟู โปรดแตะจุดด้านล่างด้วยความเชื่อ (ความเชื่อคือการมองเห็นผลลัพธ์เชิงบวกที่ชัดเจนของสถานการณ์ปัจจุบันของคุณ โดยรู้ว่าพระเยซูได้ทรงทำส่วนของพระองค์เมื่อกว่า ***2000*** *ปีที่แล้วเพื่อรับประกันการรักษาและการปลดปล่อยของคุณ การฟื้นฟูเป็นเหมือนเงินมัดจำ โดยเชื่อมั่นว่าเงินมัดจำนั้นพร้อมให้คุณเบิกใช้ได้ เหมือนยอดเงินคงเหลือในบัญชีธนาคารของคุณ โดยไม่ต้องถามคำถามใดๆ เพราะเราเห็นด้วยกับคุณและประกาศว่า จงหายดีในนามของพระเยซูคริสต์ อาเมน)*

ด้วยอำนาจที่พระองค์ทรงประทานแก่ข้าพเจ้าและพวกเขา
ข้าพเจ้าขอใช้อำนาจนั้นด้วยความเชื่อ พร้อมกับความโกรธแค้นที่มีต่อศัตรู และความกระหายที่จะได้รับสิ่งที่พระองค์ทรงประทานให้แก่พวกเขาอย่างไม่คิดค่าตอบแทน ข้าพเจ้าขอสาปแช่งทุกความเจ็บป่วย ทุกโรคภัยไข้เจ็บ ไม่ว่าจะเป็นมะเร็ง โควิด-19 ไม่ว่าจะเป็นวิญญาณแห่งความอ่อนแอ ไม่ว่าจะเป็นการถูกปีศาจเข้าสิงหรือการถูกกดขี่ ไม่ว่าจะเป็นวิญญาณแห่งความยากจน ความล้มเหลว ความล่าช้าในการบรรลุสิ่งที่พระเจ้าทรงกำหนดและปลดปล่อยไว้แล้ว
เราต่อต้านความผิดปกติ ข้าพเจ้าผูกมัดพวกมัน เราสาปแช่งพวกมันถึงรากเหง้า และเราขับไล่พวกมันออกไปด้วยอำนาจในพระนามของพระเยซูคริสต์ อาเมน
เราขอให้มีการปลดปล่อยการรักษา การปลดปล่อย และการฟื้นฟูในชีวิตของพวกเขาในพระนามอันยิ่งใหญ่ของพระเยซูคริสต์
ขอบคุณพระเจ้าสำหรับคำพยานที่ดำรงอยู่เพื่อพระสิริ พระเกียรติ และการนมัสการของพระองค์
ขอบคุณสำหรับดวงวิญญาณที่กำลังเพิ่มเข้ามาในอาณาจักรของพระองค์อันเป็นผลจากข้อความนี้
ปาฏิหาริย์ที่เรากำลังเห็นอยู่ในขณะนี้และกำลังสำแดงเพื่อพระสิริของพระองค์ในพระนามของพระเยซู อาเมน สำเร็จแล้ว! จงชื่นชมยินดี!

แตะจุดที่ไฮไลต์ไว้ตรงนี้ แล้วกล่าวด้วยปากของคุณว่า – ฉันหายดีแล้ว ฉันได้รับการปลดปล่อยแล้ว และฉันได้รับการฟื้นฟูแล้ว ทั้งในจิตวิญญาณ จิตใจ ร่างกาย และทุกสิ่งรอบตัวฉัน ในนามของพระเยซูคริสต์ อาเมน!!!

จงเริ่มทำในสิ่งที่คุณทำไม่ได้มาก่อน และเริ่มสารภาพบาปจนกว่าการเยียวยาอย่างสมบูรณ์ การปลดปล่อย และการฟื้นฟูจะเกิดผลในชีวิตของคุณในนามของพระเยซู อาเมน
จงกระหายหาพระเจ้าอยู่เสมอ
จงโกรธแค้นและทวงคืนทุกสิ่งที่ศัตรูได้ยึดไว้ในนามของพระเยซู อาเมน

หมายเหตุ:
จงเป็นพยานถึงการรักษาเพื่อพระสิริของพระเจ้าและเพื่อความอับอายของศัตรู!
ส่งอีเมลหรือ **WhatsApp**

มาหาเราหากคุณยังต้องการให้เราเห็นด้วยกับคุณในประเด็นนี้ และมาร่วมงานสัมมนาเตรียมความพร้อมที่จะเริ่มในวันพฤหัสบดีหน้า รายละเอียดเพิ่มเติมจะแจ้งให้ทราบในเว็บไซต์ของเราเร็วๆ นี้!

ความสำเร็จที่ยิ่งใหญ่กว่า - 1 - บทสรุป

เพื่อนๆ ครับ ผมหวังและอธิษฐานว่าหนังสือเล่มนี้จะมอบทุกสิ่งที่ท่านปรารถนาก่อนสั่งซื้อ และอาจจะมากกว่านั้นอีกมากมาย ในนามของพระเยซูคริสต์ อาเมน

ก่อนที่ผมจะจบลง ผมอยากจะนำเสนอโอกาสที่ยิ่งใหญ่กว่าสำหรับความสำเร็จที่ยิ่งใหญ่กว่า เรามาสำรวจโอกาสนี้ด้วยกันเถอะ

โอกาสดีเยี่ยม

เราจะไม่จบโครงการ Borderless
นี้จนกว่าเราจะมอบโอกาสให้แก่ผู้ที่ยังไม่เคยพบกับพระเยซู ได้พบสันติสุขในวันนี้

คำอธิษฐานเพื่อความรอด

คำอธิษฐานขอรับความรอด - การสนทนาครั้งแรกที่แท้จริงของเรากับพระเจ้า
"คำอธิษฐานขอรับความรอด" เป็นคำอธิษฐานที่สำคัญที่สุดที่เราจะเคยอธิษฐาน
เมื่อเราพร้อมที่จะเป็นคริสเตียน เราก็พร้อมที่จะสนทนากับพระเจ้าเป็นครั้งแรกอย่างแท้จริง และนี่คือส่วนประกอบของคำอธิษฐานนั้น:

- เรายอมรับว่าพระเยซูคริสต์ทรงเป็นพระเจ้า
  พระองค์เสด็จมายังโลกในฐานะมนุษย์เพื่อดำเนินชีวิตที่ปราศจากบาปซึ่งเราไม่ส
  ามารถทำได้ พระองค์ทรงสิ้นพระชนม์แทนเรา
  เพื่อที่เราจะไม่ต้องรับโทษที่เราสมควรได้รับ
- เราสารภาพบาปในอดีตของเรา คือการใช้ชีวิตเพื่อตนเองและไม่เชื่อฟังพระเจ้า
- เรายอมรับว่าเราพร้อมที่จะวางใจในพระเยซูคริสต์ในฐานะพระผู้ช่วยให้รอดและพระเจ้าของเรา
- เราขอให้พระเยซูเสด็จเข้ามาในหัวใจของเรา ประทับอยู่ในนั้น
  และทรงเริ่มดำเนินชีวิตผ่านทางเรา

คำอธิษฐานขอความรอด – เริ่มต้นด้วยความเชื่อในพระเจ้า
เมื่อเราอธิษฐานขอความรอด
เรากำลังบอกให้พระเจ้ารู้ว่าเราเชื่อว่าพระวจนะของพระองค์เป็นความจริง
ด้วยความเชื่อที่พระองค์ประทานให้ เราเลือกที่จะเชื่อในพระองค์ พระคัมภีร์บอกเราว่า " *ถ้าปราศจากความเชื่อแล้ว ก็เป็นไปไม่ได้ที่จะทำให้พระองค์พอพระทัย เพราะผู้ที่มาหาพระเจ้าต้องเชื่อว่าพระองค์ทรงเป็นอยู่ และพระองค์ทรงเป็นผู้ประทานรางวัลแก่ผู้ที่แสวงหาพระองค์อย่างขยันขันแข็ง* " (ฮีบรู 11:6)

ดังนั้น เมื่อเราอธิษฐานขอพระเจ้าประทานของประทานแห่งความรอด
เรากำลังใช้เจตจำนงเสรีของเราเพื่อแสดงว่าเราเชื่อในพระองค์
การแสดงออกถึงความเชื่อนั้นทำให้พระเจ้าพอพระทัย
เพราะเราได้เลือกที่จะรู้จักพระองค์อย่างอิสระ

คำอธิษฐานขอความรอด - การสารภาพบาปของเรา
เมื่อเราอธิษฐานขอความรอด เรากำลังยอมรับว่าเราได้ทำบาป ดังที่พระคัมภีร์กล่าวถึงทุกคนยกเว้นพระคริสต์แต่เพียงผู้เดียวว่า " *เพราะทุกคนได้ทำบาป และขาดความรุ่งโรจน์ของพระเจ้า* " (โรม 3:23)

การทำบาปก็คือการขาดความรุ่งโรจน์ เหมือนลูกศรที่ยิงไม่โดนเป้า
ความรุ่งโรจน์ของพระเจ้าที่เราขาดไปนั้น พบได้ในพระเยซูคริสต์เท่านั้น " *เพราะพระเจ้าผู้ทรงบัญชาให้แสงสว่างส่องออกมาจากความมืด พระองค์ทรงส่องสว่างในใจของเรา เพื่อให้เราได้รับความรู้ถึงความรุ่งโรจน์ของพระเจ้าในพระพักตร์ของพระเยซูคริสต์* " (2 โครินธ์ 4:6)

ดังนั้น
คำอธิษฐานขอความรอดจึงยอมรับว่าพระเยซูคริสต์เป็นมนุษย์เพียงคนเดียวที่ดำเนินชีวิตโดยปราศจากบาป " *เพราะพระองค์ทรงทำให้พระองค์ผู้ไม่ทรงรู้จักบาปเป็นบาปเพื่อเรา เพื่อเราจะได้เป็นความชอบธรรมของพระเจ้าในพระองค์* " (2 โครินธ์ 5:21)

คำอธิษฐานแห่งความรอด -
การประกาศความเชื่อในพระคริสต์ในฐานะพระผู้ช่วยให้รอดและพระเจ้า
โดยมีพระคริสต์เป็นมาตรฐานแห่งความสมบูรณ์แบบ
เราจึงยอมรับความเชื่อในพระองค์ในฐานะพระเจ้า เห็นด้วยกับอัครสาวกยอห์นที่กล่าวว่า:
" *ในตอนเริ่มต้นนั้น พระวจนะ (พระคริสต์) ทรงอยู่ และพระวจนะทรงอยู่กับพระเจ้า และพระวจนะทรงเป็นพระเจ้า พระองค์ทรงอยู่กับพระเจ้าตั้งแต่เริ่มต้น สรรพสิ่งทั้งปวงถูกสร้างขึ้นโดยพระองค์ และปราศจากพระองค์แล้ว ไม่มีสิ่งใดถูกสร้างขึ้นเลย* " (ยอห์น 1:1-3)

เพราะพระเจ้าทรงยอมรับได้เฉพาะเครื่องบูชาที่สมบูรณ์แบบและปราศจากบาปเท่านั้น และเพราะพระองค์ทรงทราบว่าเราไม่สามารถทำเช่นนั้นได้ พระองค์จึงทรงส่งพระบุตรของพระองค์มาสิ้นพระชนม์เพื่อเราและชำระราคาชั่วนิรันดร์ " *เพราะพระเจ้าทรงรักโลกมากจนทรงประทานพระบุตรองค์เดียวของพระองค์ เพื่อว่าผู้ใดเชื่อในพระองค์จะไม่พินาศ แต่จะมีชีวิตนิรันดร์* " (ยอห์น 3:16)

คำอธิษฐานเพื่อความรอด -
จงกล่าวและตั้งใจจริงเดี๋ยวนี้!

คุณเห็นด้วยกับทุกสิ่งที่คุณได้อ่านมาจนถึงตอนนี้หรือไม่? ถ้าใช่ อย่ารอช้า เริ่มต้นชีวิตใหม่ในพระเยซูคริสต์ได้เลย จำไว้ว่า คำอธิษฐานนี้ไม่ใช่สูตรวิเศษ คุณเพียงแค่แสดงความรู้สึกในใจต่อพระเจ้าเท่านั้น จงอธิษฐานไปพร้อมกับเรา:
"*พระบิดา ข้าพเจ้าทราบว่าข้าพเจ้าได้ละเมิดพระบัญญัติของพระองค์ และบาปของข้าพเจ้าได้ทำให้ข้าพเจ้าห่างเหินจากพระองค์ ข้าพเจ้าเสียใจอย่างสุดซึ้ง และบัดนี้ข้าพเจ้าต้องการหันเหจากชีวิตที่เต็มไปด้วยบาปในอดีตมาหาพระองค์ โปรดยกโทษให้ข้าพเจ้า และช่วยข้าพเจ้าให้หลีกเลี่ยงการทำบาปอีก ข้าพเจ้าเชื่อว่าพระเยซูคริสต์ พระบุตรของพระองค์ ได้สิ้นพระชนม์เพื่อบาปของข้าพเจ้า ทรงฟื้นคืนพระชนม์จากความตาย ทรงมีชีวิตอยู่ และทรงฟังคำอธิษฐานของข้าพเจ้า ข้าพเจ้าขอเชิญพระเยซูมาเป็นพระเจ้าในชีวิตของข้าพเจ้า ให้ทรงปกครองและครองราชย์ในหัวใจของข้าพเจ้าตั้งแต่วันนี้เป็นต้นไป โปรดส่งพระวิญญาณบริสุทธิ์มาช่วยข้าพเจ้าให้เชื่อฟังพระองค์*

และทำตามพระประสงค์ของพระองค์ตลอดชีวิตที่เหลืออยู่ของข้าพเจ้า ในนามของพระเยซูคริสต์ ข้าพเจ้าอธิษฐาน อาเมน"

คำอธิษฐานขอความรอด - ฉันได้อธิษฐานแล้ว แล้วอย่างไรต่อ?
หากคุณได้อธิษฐานขอความรอดด้วยความเชื่อมั่นและจริงใจแล้ว คุณก็เป็นผู้ติดตามพระเยซูแล้ว นี่คือความจริง ไม่ว่าคุณจะรู้สึกแตกต่างหรือไม่ก็ตาม ระบบศาสนาอาจทำให้คุณเชื่อว่าคุณควรจะรู้สึกอะไรบางอย่าง เช่น ความรู้สึกอบอุ่น ความรู้สึกซ่าๆ หรือประสบการณ์ลึกลับอื่นๆ ความจริงก็คือ คุณอาจจะรู้สึกหรือไม่รู้สึกก็ได้ หากคุณได้อธิษฐานขอความรอดและตั้งใจจริง คุณก็เป็นผู้ติดตามพระเยซูแล้ว พระคัมภีร์บอกเราว่าความรอดนิรันดร์ของคุณนั้นมั่นคง! "*ถ้าท่านสารภาพด้วยปากว่าพระเยซูเป็นองค์พระผู้เป็นเจ้า และเชื่อในใจว่าพระเจ้าทรงให้พระองค์ฟื้นขึ้นจากความตาย ท่านก็จะได้รับความรอด* " (โรม 10:9)

ยินดีต้อนรับสู่ครอบครัวของพระเจ้า!
เราขอสนับสนุนให้คุณหาคริสตจักรท้องถิ่นที่คุณสามารถรับบัพติศมาและเติบโตในความรู้เกี่ยวกับพระเจ้าผ่านทางพระวจนะของพระองค์ คือพระคัมภีร์
คุณสามารถเยี่ยมชมเว็บไซต์ของเราได้ที่ www.otakada.org ซึ่งจะช่วยให้คุณพัฒนาและเติบโตในพระคริสต์
ใช้ลิงก์นี้ในการศึกษาพระคัมภีร์เพื่อค้นพบพระเยซูด้วยตัวคุณเอง

https://www.otakada.org/dbs-dmm/

การเดินทางสู่การเป็นศิษย์ 40 วัน

หรือคุณสามารถเริ่มต้นการเดินทาง 40 วันในแบบของคุณเองทางออนไลน์ได้ผ่านลิงก์นี้ https://www.otakada.org/get-free-40-days-online-discipleship-course-in-a-journey-with-jesus/

หากคุณต้องการคำแนะนำ โปรดส่งอีเมลไปที่ info@otakada.org
ขอพระเจ้าทรงขยายชีวิตของท่านและเติมเต็มท่านด้วยความสุข สันติสุข ความรัก และความปรองดอง ซึ่งมีเพียงพระองค์เท่านั้นที่ประทานได้ อาเมน

ชาโลม!

ผู้จัดทำเอกสารอ้างอิง:

1) Otakada.org
2) คำบอกเล่าจากผู้ใช้ – healingrevival.com/testimonies
3) หมูในห้องรับแขก โดย แฟรงค์ แฮมมอนด์
4) กฎแห่งการมีส่วนร่วม – ซินดี้ ทริม
5) การเจิมเพื่ออัศจรรย์ – โรเบิร์ต ชัมบัค และ ดอนนา
6) พวกเขาจะขับไล่ปีศาจ – เดเร็ก พรินซ์
7) การปฏิบัติศาสนกิจเพื่อการเยียวยาและการปลดปล่อย โดย อชิช ไรชูร์
8) การเข้าถึงพระเจ้าผู้ทรงฤทธานุภาพ โดย มันเดย์ อ็อกเบ
9) ได้รับพลังอำนาจ - นอร์เวล เฮย์ส

หนังสือและแหล่งข้อมูลแนะนำ

ฉันเห็นเปลวไฟจากสวรรค์: จากญิฮาดสู่พระเยซู - ความจงรักภักดีภายใต้ไฟ (จดหมายมีชีวิต - ชุดหนังสือภาวนา 40 วัน)

หนังสือปกอ่อน - https://www.amazon.com/Saw-Fire-Heaven-Allegiance-Devotional/dp/B0GPK6C8VX

อีบุ๊ก - https://www.amazon.com/Saw-Fire-Heaven-Allegiance-Devotional-ebook/dp/B0GP9TGL2D

ซี.เอส. ลูอิส (1898-1963) - คริสต์ศาสนาที่แท้จริง ดำเนินชีวิตอย่างเต็มที่: จากจิตใจที่ไม่เต็มใจสู่ชีวิตที่เปลี่ยนแปลง (จดหมายภาวนา 40 วัน | เล่ม 2)

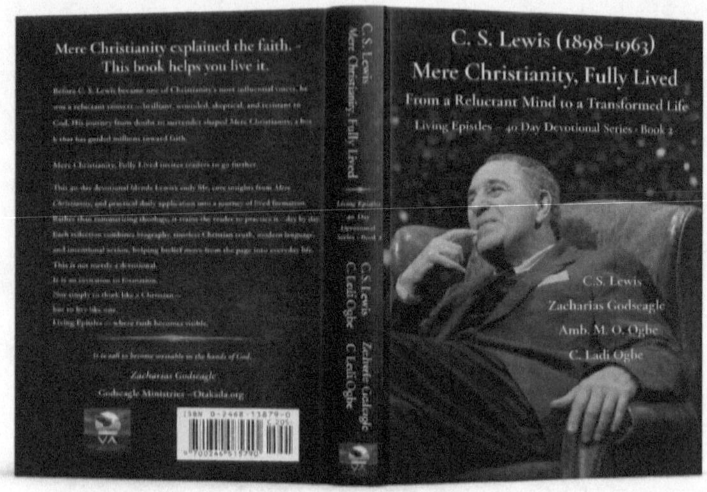

อีบุ๊ก

https://www.amazon.com/Lewis-1898-1963-Mere-Christianity-Fully-ebook/dp/B0GKQ27F9N

ปกอ่อน

https://www.amazon.com/Lewis-1898-1963-Mere-Christianity-Fully/dp/B0GM8YMXC3

ปกแข็ง

https://www.amazon.com/Lewis-1898-1963-Mere-Christianity-Fully/dp/B0GM8WHXJL

นักบุญออกัสตินแห่งฮิปโป (ค.ศ. 354–430)
จากหัวใจที่กระสับกระส่ายสู่ชีวิตที่เขียนเป็นลายลักษณ์อักษร - จดหมายที่มีชีวิต -
ชุดบทภาวนา 40 วัน - ตอนที่ 1

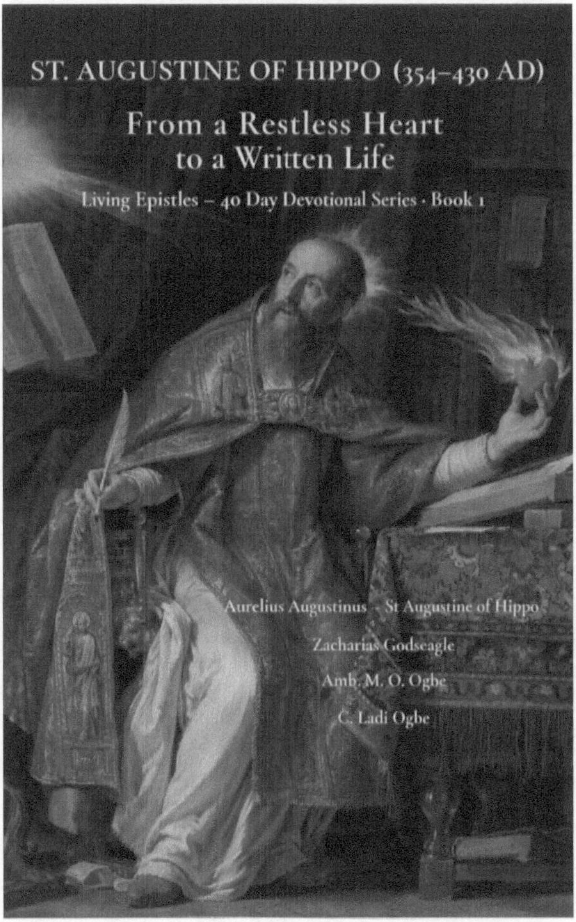

ลิงก์อีบุ๊กบน **Amazon** - **https://www.amazon.com/ST-AUGUSTINE-HIPPO-354-430-Devotional-ebook/dp/B0GJN8N9XS**

ลิงก์สั่งซื้อหนังสือปกอ่อนจาก **Amazon -**
https://www.amazon.com/St-Augustine-Hippo-354-430-Devotional/dp/B0GJWTVLR6

ลิงก์สั่งซื้อหนังสือปกอ่อนจาก **Ingramspark -**
https://shop.ingramspark.com/b/084?params=BZOOW3dj93aGEtBL2Fv1VY8wV1OQvA10dtZRDgk7Z9Z

สแกนฉัน

การต่ออายุครั้งที่ 7

เยียวยาหัวใจของบ้านคุณใน 7 วัน

ชุดการฟื้นฟู – ฉบับความสามัคคีในครอบครัว

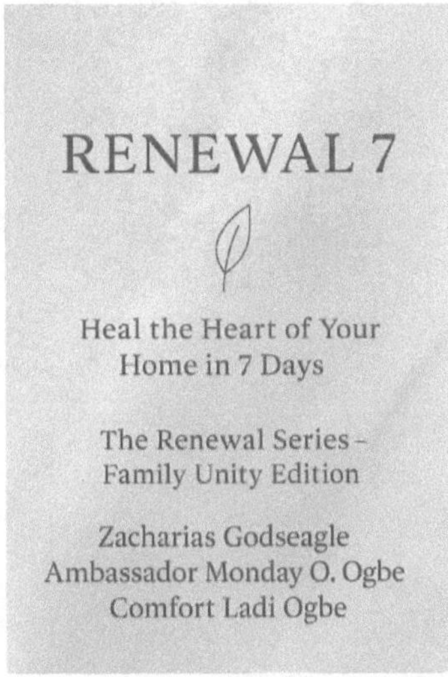

ลิงก์ไปยังหนังสือปกอ่อน -
https://shop.ingramspark.com/b/084?params=htyfL002e1JzyEpZWkKtaXWF5FJ1jZFOjgiQKEfcbnw

ลิงก์ไปยังหน้าสินค้าใน Amazon (ฉบับปกอ่อน) -
https://www.amazon.com/RENEWAL-Heal-Heart-Your-Renewal/dp/B0GD92153W

ลิงก์ไปยังอีบุ๊กบน Amazon –

https://www.amazon.com/RENEWAL-Heal-Heart-Your-Renewal-ebook/dp/B0G91BMFND

สแกนฉัน –

การฟื้นฟูครั้งที่ 7: เยียวยาหัวใจของบ้านคุณใน 7 วัน

ชุดการฟื้นฟู — ฉบับความสามัคคีในครอบครัว

ลิงก์ไปยังฉบับปกอ่อน -

https://shop.ingramspark.com/b/084?params=nSEElv9oUsItOu5akVZlg4ycGbbmvlBOtSiqeOZr5yQ

ลิงก์ไปยังหนังสือปกอ่อนบน Amazon -

https://www.amazon.com/RENEWAL-MARRIAGE-Heart-Marriage-Renewal/dp/B0GDC1YZJ7

ลิงก์ไปยังอีบุ๊กบน **Amazon** - **https://www.amazon.com/RENEWAL-MARRIAGE-Heart-Marriage-Renewal-ebook/dp/B0G6JXJWJL**

บัลลังก์แห่งหัวใจ – **12** ศึกที่เราต้องเอาชนะให้ได้

อีบุ๊กจาก **Amazon** - **https://www.amazon.com/THRONE-HEART-COVETOUSNESS-Counterfeit-CONTENTMENT-ebook/dp/B0G4SPFRY7**

หนังสือปกอ่อนจาก **Amazon** - **https://www.amazon.com/THRONE-HEART-COVETOUSNESS-Counterfeit-CONTENTMENT/dp/B0G4TKW1ND**

หนังสือปกอ่อนจาก **Ingramspark -**
https://shop.ingramspark.com/b/084?params=a75LJXtvvI63VnzeQPleQTkAJWfu8CPQV6l5Oe31D80

บทเทศน์ **4** เรื่องใน **1** เดียว โดย **Zacharias Godseagle** พร้อมลิงก์ไฟล์เสียง
–

ลิงก์อีบุ๊กบน Amazon - https://www.amazon.com/Sermons-Zacharias-Godseagle-Audio-links-ebook/dp/B0G4XCH4TW

หนังสือปกอ่อนจาก Amazon - https://www.amazon.com/Sermons-Zacharias-Godseagle-Audio-links/dp/B0G4TK4XGT

ลิงก์สั่งซื้อหนังสือปกอ่อนจาก Ingram Spark - https://shop.ingramspark.com/b/084?params=nK2JERskkbhdAOSNseTUNRhaCFqUPZuhB4uYfqrXvGb

รหัสแห่งผู้แสวงบุญ: การปลุกพลัง AI

อีบุ๊ก - https://www.amazon.com/Logos-Protocol-Awakening-artificial-intelligence-ebook/dp/B0FXNQFSWZ

หนังสือปกอ่อน - https://www.amazon.com/Logos-Protocol-Awakening-artificial-intelligence/dp/B0FXNGR66D

หนังสือปกแข็ง - https://www.amazon.com/Logos-Protocol-Awakening-artificial-intelligence/dp/B0FZNTQR6Y

หนังสือปกอ่อนจาก Ingramspark - https://shop.ingramspark.com/b/084?params=QkK4aNYTYO9U5z9uOkdHgc7Ue1eGDLqbb1tz9WRPaSk

เหตุใดการปลดปล่อยจึงล้มเหลว และไฟแห่งพระเจ้าจะฟื้นฟูจิตวิญญาณได้อย่างไร: 40 คำประกาศประจำวันเพื่อการปลดปล่อยอย่างรอบด้าน

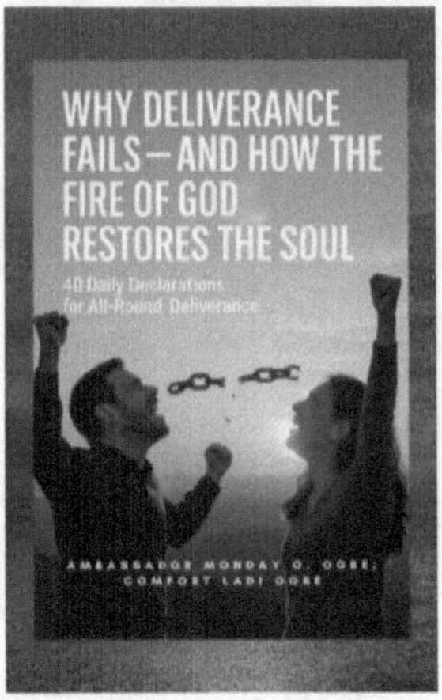

อีบุ๊ก - https://www.amazon.com/Why-Deliverance-Fails-Declarations-All-Round-ebook/dp/B0FW74L4G4

หนังสือปกอ่อน - https://www.amazon.com/Why-Deliverance-Fails-Declarations-All-Round/dp/B0FWB3LXRM

รอดพ้นแต่หลงทาง – ผู้กลับใจที่ไม่ปฏิบัติตามหลักศาสนา – แปลเป็น 25 ภาษา

ปกอ่อน

https://shop.ingramspark.com/b/084?params=iYNB6S3PLMfREpm0jMM15bMe3BvWlkjcYyLYnHVGAds

อีบุ๊ก - https://www.amazon.com/SAVED-BUT-LOST-UNDISCIPLED-heartbreak-ebook/dp/B0FVJ29DF7

7 วันแห่งการต่อสู้และฟื้นฟูจิตวิญญาณ - นี่คือตอนที่ 1

ผูกมัดศัตรู, สะท้อนลูกศรกลับเจ็ดเท่า, และกอบกู้ชะตาของคุณ

https://shop.ingramspark.com/b/084?params=8mPzqUl73Ex7uPyeO7ydyt8EGkkB6u2gX1jZvWU8j1C

ลิงก์อีบุ๊ก - https://www.amazon.com/DAYS-SPIRITUAL-WARFARE-RECOVERY-Returning-ebook/dp/B0FMPJM5KZ

7 วันแห่งการต่อสู้ทางจิตวิญญาณและการฟื้นฟู - ตอนที่ 2 - การผนึกชัยชนะ การทำลายความชั่วร้ายในครอบครัว และการรักษาชะตากรรมที่ได้รับการฟื้นฟูของคุณ

หนังสือปกอ่อน -

https://shop.ingramspark.com/b/084?params=LkpNmGSsApHhWhiSO7bW3wFmcXQKIO4ZEBeSbP5rL1S

อีบุ๊ก - https://www.amazon.com/DAYS-SPIRITUAL-WARFARE-RECOVERY-Wickedness-ebook/dp/B0FR9YCMY8

จากความมืดสู่การปกครอง: 40 วันเพื่อหลุดพ้นจากเงื้อมมือแห่งความมืดมิดที่ซ่อนเร้น

—

บทภาวนาสากลแห่งการตระหนักรู้ การปลดปล่อย และพลังอำนาจ - สำหรับบุคคล ครอบครัว และประเทศชาติที่พร้อมจะเป็นอิสระ

ปกอ่อน

https://shop.ingramspark.com/b/084?params=aVgp21QfwJxNANkfMxIQ0yejuFCVY12KFr978SRkZUD

ลิงก์ **Amazon** - https://www.amazon.com/DARKNESS-DOMINION-Devotional-Awareness-Deliverance-ebook/dp/B0FLDH2Y67

- ***หลุดพ้นจากอำนาจแห่งความมืด*** **(ปกอ่อน)** — ซื้อได้ที่นี่ | อีบุ๊กบน Amazon

  - **รีวิวเด่นจากสหรัฐอเมริกา:**
    - ลูกค้า **Kindle** :

"หนังสือคริสเตียนที่ดีที่สุดเท่าที่เคยอ่านมา!" (5 ดาว)

ขอขอบคุณพระเยซูสำหรับคำพยานนี้

ฉันได้รับพรมากมายและอยากแนะนำให้ทุกคนอ่านหนังสือเล่มนี้...

เพราะค่าจ้างของบาปคือความตาย แต่ของประทานจากพระเจ้าคือชีวิตนิรันดร์ ชาโลม! ชาโลม!

- **Da Gster** :

"นี่เป็นหนังสือที่น่าสนใจและค่อนข้างแปลก" (5 ดาว)

ถ้าสิ่งที่กล่าวไว้ในหนังสือเล่มนี้เป็นความจริง เราก็คงตามหลังศัตรูอยู่มากทีเดียว! ... หนังสือเล่มนี้เป็นสิ่งที่ต้องอ่านสำหรับทุกคนที่ต้องการเรียนรู้เกี่ยวกับสงครามฝ่ายวิญญาณ

- **Visa** : "ชอบหนังสือเล่มนี้มาก" (5 ดาว)

นี่เป็นเรื่องที่น่าตกใจมาก...สารภาพตามตรง...ช่วงนี้ฉันตามหาซื้อมาใช้ทั่วทุกที่เลย ดีใจมากที่ได้ซื้อจาก Amazon ค่ะ

- **FrankJM** : "แตกต่างอย่างสิ้นเชิง" (4 ดาว)

หนังสือเล่มนี้ทำให้ฉันนึกถึงความจริงของการต่อสู้ทางจิตวิญญาณ และยังทำให้ฉันนึกถึงเหตุผลที่ต้องสวม "เกราะครบชุดของพระเจ้า" อีกด้วย

- **JenJen** : "ทุกคนที่อยากไปสวรรค์ อ่านนี่เลย!" (5 ดาว)

หนังสือเล่มนี้เปลี่ยนชีวิตฉันไปมาก เมื่อรวมกับคำบอกเล่าของจอห์น รามิเรซแล้ว มันจะทำให้คุณมองศรัทธาของคุณในมุมมองที่แตกต่างออกไป ฉันอ่านมันไปแล้ว 6 ครั้ง!

- *อดีตผู้บูชาซาตาน: การแลกเปลี่ยนของเจมส์* (ปกอ่อน) — ซื้อได้ที่นี่ | หนังสืออิเล็กทรอนิกส์บน Amazon

- ***คำให้การของอดีต** ผู้บูชาซาตานชาวแอฟริกัน - บาทหลวงโจนาส ลูคุนตูมปาลา* (ปกอ่อน) — ซื้อได้ที่นี่ | อีบุ๊กบน Amazon

- *Greater Exploits 14* (ปกอ่อน) — ซื้อได้ที่นี่ | อีบุ๊กบน Amazon

- *หนังสือ "Out of the Devil's Cauldron"* โดย จอห์น รามิเรซ วางจำหน่ายแล้วทาง Amazon
- *เขามาเพื่อปลดปล่อยเชลยให้เป็นอิสระ* โดย รีเบคก้า บราวน์ — หาซื้อได้ที่ Amazon

ผลงานเขียนอื่นๆ ของผู้เขียน – มากกว่า 1,000 เรื่อง

เป็นที่รัก ได้รับเลือก และสมบูรณ์ : การเดินทาง 30 วันจากความถูกปฏิเสธสู่ **การฟื้นฟู**

แปลเป็น 40 ภาษาทั่วโลก

https://www.amazon.com/Loved-Chosen-Whole-Rejection-Restoration-ebook/dp/B0F9VSD8WL

https://shop.ingramspark.com/b/084?params=xga0WR16muFUwCoeMUBHQ6HwYjddLGpugQHb3DVa5hE

Loved, Chosen and Whole
A 30-Day Journey from Rejection to Restoration
Zacharias Godseagle; Ambassador Monday O. Ogbe; Comfort Ladi Ogbe

ตามรอยพระบาทของพระองค์ — ภารกิจ 40 วันตามแบบอย่างของพระเยซู: การดำเนินชีวิตตามแบบอย่างของพระเยซูในเรื่องราวชีวิตจริงจากทั่วโลก

https://www.amazon.com/His-Steps-Challenge-Real-Life-Stories-ebook/dp/B0FCYTL5MG

https://shop.ingramspark.com/b/084?params=DuNTWS59IbkvSKtGFbCbEFdv3Zg0FaITUEvlK49yLzB

พระเยซูอยู่ที่ประตู:

40 เรื่องราวสุดสะเทือนใจและคำเตือนสุดท้ายจากสวรรค์ถึงคริสตจักรในปัจจุบัน

https://www.amazon.com/dp/B0FDX31L9F

https://shop.ingramspark.com/b/084?params=TpdA5j8WPvw83glJ12N1B3nf8LQte2a1lIEy32bHcGg

ชีวิตแห่งพันธสัญญา: 40
วันแห่งการดำเนินชีวิตตามพระพรในพระธรรมเฉลยธรรมบัญญัติ บทที่ 28

- **https://www.amazon.com/dp/B0FFJCLDB5**

เรื่องราวจากคนจริงๆ การเชื่อฟังที่แท้จริง และความเป็นจริง

https://shop.ingramspark.com/b/084?params=bH3pzfz1zdCOLpbs7tZYJNYgGcYfU32VMz3J3a4e2Qt

การแปลงเป็นภาษาต่างๆ มากกว่า 20 ภาษา

การรู้จักเธอและการรู้จักเขา:

40 วันสู่การเยียวยา ความเข้าใจ และความรักที่ยั่งยืน

https://www.amazon.com/KNOWING-HER-HIM-Healing-Understanding-ebook/dp/B0FGC4V3D9

https://shop.ingramspark.com/b/084?params=vC6KCLoI7Nnum24BVmBtSme9i6k59p3oynaZOY4B9Rd

ทำให้เสร็จสมบูรณ์ ไม่ใช่แข่งขันกัน:
การเดินทาง 40 วันสู่เป้าหมาย ความสามัคคี และความร่วมมือ

https://shop.ingramspark.com/b/084?params=5E4v1tHgeTqOOuEtfTYUzZDzLyXLee30cqYo0Ov9941

https://www.amazon.com/COMPLETE-NOT-COMPETE-Journey-Collaboration-ebook/dp/B0FGGL1XSQ/

รหัสแห่งสุขภาพอันศักดิ์สิทธิ์ - 40

กุญแจสำคัญในการกระตุ้นการเยียวยาผ่านพระวจนะและสิ่งทรงสร้างของพระเจ้า

ปลดล็อกพลังแห่งการเยียวยาจากพืช การอธิษฐาน และการกระทำเชิงพยากรณ์

https://shop.ingramspark.com/b/084?params=xkZMrYcEHnrJDhe1wuHHYixZDViiArCeJ6PbNMTbTux

https://www.amazon.com/dp/B0FHJT42TK

สามารถดูหนังสือเล่มอื่นๆ ได้ที่หน้าโปรไฟล์ผู้เขียน

https://www.amazon.com/stores/Ambassador-Monday-O.-Ogbe/author/B07MSBPFNX

www.ingramcontent.com/pod-product-compliance
Lightning Source LLC
LaVergne TN
LVHW090216051026
849517LV00001B/91
9798295699696